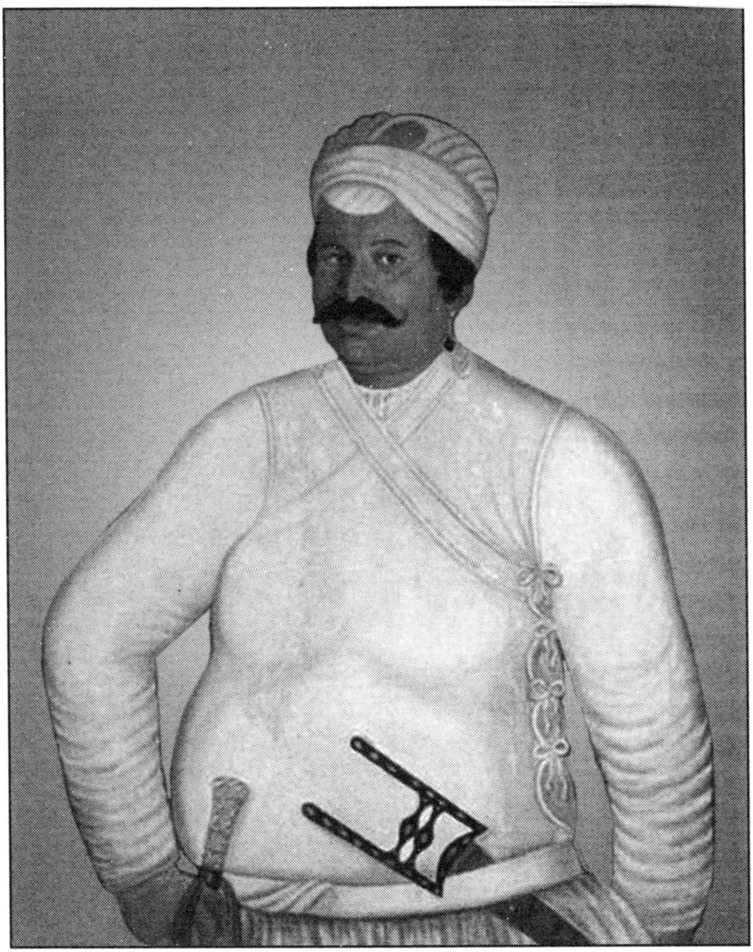

நாட்குறிப்பின் தந்தை
ஆனந்த ரங்கப்பிள்ளை
(30. 03. 1709 - 12. 01. 1761)

ஆனந்த ரங்கப்பிள்ளை
அவர்களின்
பிரத்தியேக
தினப்படி சேதிக் குறிப்பு

சொஸ்த லிகிதம்

தொகுதி - 11

(ஜூலை 1757 - டிசம்பர் 1759)

பதிப்பாசிரியர்கள் :

டாக்டர் **மு.ராஜேந்திரன்** இஆப.,

டாக்டர் **அ.வெண்ணிலா**

துணைப் பதிப்பாசிரியர் :

ந.மு.தமிழ்மணி

வெளியீடு

வெளியீடு : 100

ISBN : 978-93-82810-65-0

ஆனந்த ரங்கப்பிள்ளை அவர்களின்
பிரத்தியேக தினப்படி சேதிக் குறிப்பு
பதிப்பாசிரியர்கள் :
டாக்டர் மு. ராஜேந்திரன் இஆப,
டாக்டர் அ. வெண்ணிலா
துணைப் பதிப்பாசிரியர் :
ந. மு. தமிழ்மணி
முதல் பதிப்பு : டிசம்பர் - 2019
பக்கங்கள் : 424

விலை : ரூ. 8400/-
(12 தொகுதிகள்)

The Private Diary of Ananda Rangapillai

Editors :
Dr. M.Rajendran IAS.,
Dr. A.Vennila

Associate Editor :
N.M.Thamizhmani

Laser Typeset : G.Rubini
Layout & Wrapper : S.Maries
Printing : Mani Offset, Chennai - 600 077.

Published By :

AKANI VELIYEEDU,
No: 3, Padasaalai Street, Ammaiyapattu,
Vandavasi - 604 408.
Thiruvannamalai - Dist.
Cell : 98426 37637 / 94443 60421.
E.mail: akaniveliyeedu@gmail.com

முந்நூறும் நூறும்...

தமிழ் வரலாற்றுப் பெட்டகம்

வாசிப்பின் மீதான தீராக் காதலும் நல்ல நூல்கள் குறித்த தொடர் தேடலுமே புத்தகங்களைப் பதிப்பிக்கும் ஆர்வத்தைத் தூண்டின. 1996-ஆம் ஆண்டு முதலே, இளைய படைப்பாளிகளை அறிமுகம் செய்யும் நோக்கில் அவர்களது முதல் நூலினை வெளியிடும் பணியை மகிழ்வோடு செய்து வந்தேன்.

தமிழில் அழகான - எளிய மொழிநடையிலான வரலாற்று நூல்களை வெளியிடும் ஆர்வத்தில் 2002-இல் தொடங்கப்பட்டது 'அகநி வெளியீடு'.

தமிழின் குறிப்பிடத்தக்க வரலாற்று ஆளுமைகளின் நூல்களைச் சிறந்த முறையில் பதிப்பித்து, இன்றைக்கு நல்ல நூல்களைத் தொடர்ந்து வெளியிட்டுவரும் பதிப்பகங்களின் வரிசையில் 'அகநி வெளியீடு' இடம்பெற்றிருக்கிறது.

தமிழின் வரலாற்று ஆய்வறிஞர்களில் குறிப்பிடத்தக்கவர்களான டாக்டர் கே.ராஜய்யன் எழுதிய 'South Indian Rebellion', டாக்டர் கே.சதாசிவன் எழுதிய 'Devadasi System In Medival Tamilnadu' ஆகிய ஆங்கில நூல்களையும், டாக்டர் மு.ராஜேந்திரன் இ.ஆ.ப, எழுதிய சோழர், பாண்டியர், சேரர், பல்லவர் காலச் செப்பேடுகள், இந்திய விடுதலைக்கான முதல் எழுச்சி தமிழகத்தில்தான் நடைபெற்றது என்பதை வரலாற்றின் அடிப்படையில் நிறுவிய நாவல் '1801' ஆகியவை காலம் கடந்தும் பேசப்படும் வெளியீடுகளாகத் தந்ததில் 'அகநி வெளியீடு' பெருமிதம் கொள்கிறது.

எமது சிறப்பு வெளியீடாக கொண்டுவந்த 'வந்தவாசிப் போர்-250' நூலும், 25-ஆவது சிறப்பு வெளியீடாக வந்த ப.சிவனடியின் 'இந்திய சரித்திரக் களஞ்சியம்' நூலும் இன்றளவும் பல பதிப்புகளைக் கண்டு, வரலாற்று நூல்கள் வரிசையில் தனி முத்திரையைப் பதித்துள்ளன.

இந்தத் தொடர் பயணத்தின் புதிய மைல்கல்லாக, அகநி-யின் 100-ஆவது வெளியீடாக 'ஆனந்த ரங்கப்பிள்ளை அவர்களின் பிரத்தியேகமான தினசரி சேதிக் குறிப்பு' பெருந்தொகுதிகள் உங்கள் கைகளில். 1735 முதல் 1761 வரையான 26 ஆண்டுகள் ஆனந்த ரங்கப்பிள்ளைத் தொடர்ந்து எழுதிய நாட்குறிப்புகள், 300 ஆண்டுகளுக்கு முந்தைய வாழ்க்கை நடப்புகள் குறித்தும், பிரிட்டிஷ் - பிரெஞ்சு ஆதிக்கத்தின் கீழிருந்தபோது ஐரோப்பா, தென்னிந்தியா, புதுச்சேரி, தமிழகத்தில் நடைபெற்ற பல்வேறு நிகழ்வுகள் குறித்தும் எவ்வித மூடுதிரையுமின்றிப் பட்டவர்த்தமாக எழுதியுள்ளார் ஆனந்த ரங்கப்பிள்ளை அவர்கள்.

புதுச்சேரியைச் சேர்ந்த பேராசிரியர்கள், ஆய்வாளர்கள், எழுத்தாளர்களின் உதவியோடு, அனைவரும் வாசிக்கும் வகையில் மிகச் சிறந்த முறையில் இந்நூலைத் தந்துள்ள டாக்டர் மு.ராஜேந்திரன் இஆப., டாக்டர் அ.வெண்ணிலா இருவருக்கும் அன்பின் நன்றி.

தமிழ் கூறு நல்லுலகம் இந்த வரலாற்று ஆவணத்தையும் வரவேற்கும் எனும் பெருநம்பிக்கையோடு...

- பதிப்பாளர்

உள்ளே

நாட்குறிப்பின் சாரம் 9
தினப்படி சேதிக் குறிப்பு 13
பெயர்ச் சொல்லடைவு 419

நாட்குறிப்பின் சாரம்

1757 ஜூலை 1 முதல் 1759 டிசம்பர் 31 வரையான இரண்டு ஆண்டு, ஐந்து மாதத்திற்கான பதிவுகள் இந்தத் தொகுப்பில் உள்ளன.

ஆஸ்திரிய வாரிசுரிமைப் போர் (16.12.1740 முதல் 18.10.1748 வரை) நடந்தது. இந்தப் போரில் ஐரோப்பிய நாடுகள் அனைத்தும் கலந்துகொண்டன. இந்தப் போர் ஐரோப்பாவிலும், வட அமெரிக்காவிலும், இந்தியாவிலும் 7 ஆண்டு, 10 மாதம், 2 நாள் நடந்தது. அய்லா சேப்பல் என்ற இடத்தில் நடந்த பேச்சுவார்த்தையின் மூலம் இந்தப் போர் முடிவுக்கு வந்தது. பிரான்சுக்குக் குறிப்பிடத்தக்க வெற்றி கிடைத்தது.

ஆஸ்திரிய போருக்குப்பின் 7 ஆண்டு போர் (1756-1763) நடந்தது. இந்தப் போரிலும் பிரெஞ்சு ஒரு தரப்பிலும் ஆங்கிலேயர்கள் ஒரு தரப்பிலும் இருந்தனர். 1763-இல் ஏற்பட்ட பாரீசு உடன்படிக்கையின்படி ஆங்கிலேயர்களின் கை ஓங்கியது. பிரான்சு வட அமெரிக்காவிலிருந்து முற்றிலுமாக விலகிக்கொண்டது. இந்தியாவிலும் பிரெஞ்சுக்காரர்களுடன் நடந்த வந்தவாசிப் போர், ஆங்கிலேயர்களுக்குச் சாதகமாகிவிட்டது.

1758 செப்டம்பர் 17 முதல் 1759 ஏப்ரல் 11 வரை தளபதி லாலி சென்னைக் கோட்டையை முற்றுகையிட்டும் வெற்றி கிட்டவில்லை. நாட்குறிப்பின் இந்தத் தொகுதியில், பிள்ளையவர்களின் எழுத்தில் இருந்த தன்னம்பிக்கை, கடைசி நாட்களில் குறைந்துகொண்டே வருகிறது. இந்தக் காலக்கட்டத்தில் பிள்ளையவர்களின் உடல்நிலையில் பின்னடைவு ஏற்படுகிறது. கவர்னர் லெறி செய்யும் அவமரியாதைகள் பிள்ளையவர்களின் ஆரோக்கியத்தைப் பாதிக்கின்றன.

மசூலிப்பட்டணத்தை ஆங்கிலேய தளபதி போர்டி *(Forde)* கைப்பற்றுகிறார். கடலூர் செயின்ட் டேவிட் கோட்டையை எளிதாகக் கைப்பற்றிய லாலியால், மெட்ராஸ் கோட்டையைக் கைப்பற்ற முடியவில்லை. பிரெஞ்சுத் தளபதிகளான தெர்ஷேவிற்கும் *(D'Ache)* லாலிக்கும் ஒத்துப்போகவில்லை. டியூப்ளேவுக்கும் லாபோர்தொனேவுக்கும் ஏற்பட்ட சச்சரவுபோல, தெர்ஷேவிற்கும் லாலிக்கும் ஏற்பட்டது. லாலியின் முரட்டுத்தனமான பேச்சும் பிடிவாதமும் நடவடிக்கையும் பிரெஞ்சுத் தளபதிகளைச் சோர்வடையச் செய்தன.

ஆங்கிலேய தளபதி காலியாத் *(Caillard)*, பிரெஞ்சு தளபதி அமென்ட்டால் *(AuMont)* கொல்லப்படுவதும் அவர் அணிந்திருந்த மோதிரம், பணம் கொள்ளையடிக்கப்பட்டதும் பிள்ளையவர்களின் பதிவில் உள்ளன. வீரர்கள் சம்பளம் இல்லாமல் போரிட மறுப்பது, தளபதிகளை முற்றுகையிட்டு சம்பளம் கேட்பது போன்ற நிகழ்வுகள் தினந்தோறும் அரங்கேறுகின்றன. படை வீரர்கள் ஊரைக் கொள்ளையடிக்கின்றனர். படைவீரர்களைப் பார்த்து பெண்கள் வீட்டிற்கு வெளியே வர பயப்படும் நிலை உருவாகிறது (ஜனவரி 13, 1758).

டியூப்ளே காலத்தில் பிரெஞ்சுப் படைக்குக் கிடைத்த தொடர் வெற்றியால் பிரெஞ்சு அரசாங்கத்தின் உதவியின்றி, புதுச்சேரியில் பிரெஞ்சு ஆட்சி நடைபெற்றது. உள்ளூரில் கிடைத்த வருமானமே போதுமானதாகயிருந்தது. தங்களுக்குப் பண உதவி வேண்டியதில்லை என்று ஓரிரு முறை டியூப்ளே பிரெஞ்சு கம்பெனிக்கு கடிதமும் எழுதியுள்ளார். ஆனால், ஆங்கிலேய தளபதிகள் ஸ்டிரிஞ்சர் லாரன்ஸ், ராபர்ட் கிளைவ் இருவரின் வருகையும் நிலைமையை மாற்றிவிடுகிறது. இதற்குப்பின் ஏற்பட்ட பிரெஞ்சுப் படையின் தொடர் தோல்வியால் உள்ளூரில் பணம் வசூலிக்க முடியவில்லை. லாலி பிரெஞ்சு அரசாங்கத்தின் உதவிபெற்று, கப்பலில் வெள்ளிக்கட்டிகள் கொண்டுவந்து, அதை விற்று, போர் நடத்துகின்றார். அந்தப் பணமும் போதாமல் ஊர் மக்களிடம் வற்புறுத்தி பணம் வாங்குகிறார்.

ஐந்து பெரும் மாவட்டங்களுக்குக் குத்தகைதாரராக இருந்த பிள்ளையவர்களின் குத்தகை, பிறருக்கு மாற்றப்படுகிறது. குத்தகை நிலங்களில் இருந்து வசூலான பணத்தைக் கம்பெனிக்கு முறையாகச் செலுத்தவில்லை என்று அவரது ஜாகீர்மீது விசாரணை கமிஷன் அமைக்கப்படுகிறது. விசாரணை ஆணையர்கள் எழுப்பும்

கேள்விகளுக்குப் பிள்ளை சொல்லும் பதில், அவர்கள் வாயை அடைக்கிறது. ஒரு குத்தகைதாரனுக்கு என்னனென்ன செலவுகள் இருக்கிறது என்பதை பிள்ளை பட்டியலிடுகிறார். இந்தச் செலவுகளைச் செய்துவிட்டுத்தான் மீதமிருக்கும் பணத்தை கம்பெனிக்கு கட்ட முடியும் என்று பிள்ளை சொல்லும் பதில் அனைவரையும் ஆமோதிக்க வைக்கும்.

முன்னாள் கவர்னர் ஹுபர்ட்மீது புகார் தெரிவித்து, அவரைப் பதவி நீக்கம் செய்த பிள்ளையவர்களின் தாய் மாமனும், முன்னாள் துபாஷியுமான குருவப் பிள்ளையின் வழியில் பிள்ளையவர்களும் கிளம்பி, கவர்னர் லெறியின் பதவிக்கு உலை வைத்து விடுவாரோ என்ற பயத்தை அவ்வப்போது உருவாக்குகிறார். முன்னாள் கவர்னர் கோதே *(Godeheu)* பாரிசில் இருந்துகொண்டு பிள்ளைக்குப் பல வகையிலும் உதவுகிறார். இந்தியாவில் உள்ள பிரெஞ்சுப் பகுதிகளை ஆய்வு செய்ய வந்த பிரெஞ்சு அரசரின் பிரதிநிதி மோன்ட் மோமெரன்ஸி, பிள்ளையவர்களின் வீட்டிற்கு வந்து பேசுமளவுக்கு நெருக்கமான நட்பு இருப்பது, பிள்ளைக்கு நல்வாய்ப்பாக அமைந்துவிடுகிறது. மோன்ட் மோமெரன்ஸியின் சிபாரிசில், லாலி இரவு நேரத்தில் யாரும் அறியாமல் போய்லோவின் வீட்டிற்கு வந்து, அங்கு பிள்ளையிடம் தனியறையில ரகசியம் பேசுகிறார். கவர்னர் லெறியின் சம்பாத்தியம் பற்றி விசாரிக்கிறார். இரவு நேரத்தில் இருளில் தெரிந்த ஜெனரல் லாலியின் ராணுவ உடையைப் பற்றி பிள்ளை விளக்கமாக எழுதுகிறார்.

பொருளாதார சிக்கலில் மாட்டிய புதுச்சேரி பிரான்சு அரசு, பொதுமக்களிடம் வட்டிக்குப் பணம் வாங்குகிறது. தோல் நாணயம் அச்சிட்டு அதை ஒரே வாரத்தில் திரும்பப் பெறுகிறது (26.2.1758). அமைதியை மட்டுமே விரும்பும் புதுச்சேரி ஜனங்கள் கொதித்து எழும் அளவு நிலைமை மோசமாகிறது. ஏழைகளிடம் வற்புறுத்தி, பணம் பெறப்படுகிறது. தேவதாசிகளிடமும் பணம் கேட்டு தொல்லை செய்கிறார்கள். பல இடங்களில் முந்தைய காலத்திய செழுமையைப் பிள்ளையவர்கள் நினைவு கூரும் அளவு நிலைமை மோசமாகிறது.

பிரெஞ்சு அரசரின் பிரதிநிதியான சாப்பயர் *(Soupire)* ஒருமுறை புதுச்சேரி வருகிறார். கவர்னர் லெறிமீது லஞ்சப் புகார் சொல்கிறார். தன்னைக் கைது செய்து விடுவாரோ என்ற பயத்தில் லெறி கம்பெனியின் ராணுவத் தளபதிகளின் உதவியைக் கோருகிறார். ஒரு விருந்தில் லெறியுடன் சமமாக உட்காரக்கூட சாப்பயர் மறுத்து விடுகிறார். புதுச்சேரியில் இருந்து சாப்பயர் கிளம்பியவுடன், கவர்னர் லெறியின்

நிலைமை இன்னும் மோசமாகிறது. ஒருமுறை லாலியின் பல்லக்கு வர, காலதாமதம் ஆகிறது. கவர்னர் லெறியின் பல்லக்கை கொண்டு வருகிறார்கள். அந்தப் பல்லக்கை ஜெனரல் லாலி காலால் எட்டி உதைத்து, “ஒரு வர்த்தகனின் பல்லக்கிலா நான் ஏறுவது?” என்று சீறுகிறார்.

உள்ளூர் மக்களை ஜெனரல் லாலி மிகக் கேவலமாக நடத்துகிறார். தனது அறைக்குள் யாரும் செருப்பு போட்டுக்கொண்டு வரக்கூடாது என்று முதல்முறையாகக் கட்டுப்பாடு விதிக்கிறார். தனது உத்தரவின்றி அறைக்குள் வந்த தமிழர்களைப் பிஸ்டலால் சுட்டுவிடப் போவதாக மிரட்டுகிறார். குறிப்பாக, செப்டம்பர் 1759-இல் அவரது கொடுமைகள் அதிகமாகின்றன.

ஆனந்த ரங்கப்பிள்ளை வீட்டில் வளர்ந்த ஒற்றைக்கொம்பு யானை, அவரைத் தாக்க வந்ததற்கான காரணத்தைப் பிள்ளை விளக்குகிறார். மணிலாவிலிருந்து வரும் சாம்பல் நிறக் குதிரைகள், அரபு நாடுகளில் இருந்துவரும் வெள்ளைக் குதிரைகள், வெள்ளைக் குதிரைகளில் யார் யார் சவாரி செய்யலாம், சிறிய மட்டக் குதிரைகள் (தட்டுவாணி என்று அதற்குப் பெயர்) பயணம் செய்பவர்கள் எந்த எந்தத் தெருக்களுக்குள் வரக்கூடாது, பல்லக்கில் ஏறி வருவதற்கான விதிமுறைகள் என்னென்ன, யார் யாருக்கு, எப்போது, எத்தனை முறை தம்பூர், முரசு, நவபத்து, தமுக்கு அடிக்கப்பட வேண்டும், ஒவ்வொரு பதவிக்கும் ஏற்றபடி எத்தனை தரம் பீரங்கிப் போட்டு மரியாதை செய்வது போன்ற அக்கால ஐரோப்பிய ஆட்சியாளர்களின் நடைமுறைகளைப் படம் பிடித்துக் காட்டுகிறார்.

பிள்ளையவர்கள் காலத்தில் புதுச்சேரிக்கு கவர்னரைப் பார்க்க வந்த தமிழகத்தின் முக்கியமான ஆட்சியாளர்களான 73 பாளையக்காரர்கள், ஐரோப்பிய தேசத்திலுள்ள ஸ்விட்சர்லாந்து, டச்சு, ஜெர்மானிய, போர்த்துக்கீசிய, ஆங்கிலேய, பிரெஞ்சு தூதர்கள், மிஸ்தீசுகள் (கலப்பினம்), தமிழகத்திற்கு வெளியிலிருந்து போர்வீரர்களாக வந்த காபிரிகள் (ஆப்பிரிக்கா), பிண்டாரிகள் (ராஜஸ்தான்), மலேசிய வீரர்கள் மற்றும் தமிழகத்தின் உசிலம்பட்டி கள்ளர்கள் பற்றிய பதிவுகள் இத்தொகுப்பில் உள்ளன. புதிய கோட்டைகள் கட்டவும், எதிரிகளின் கோட்டைகளை இடிக்கவும், பல்லக்குத் தூக்கவும் போயர்கள் போன்று உடல் வலுவுள்ளவர்கள் பயன்படுத்தப் பட்டிருக்கின்றனர். இவ்வாறு பல்வேறு நாடு, இனம், சாதிகளைச் சேர்ந்த மக்களின் நடமாட்டமும் வட தமிழகத்தில் இருந்திருப்பதை அறிய முடிகிறது.

பிள்ளையவர்கள் சந்தித்த மிக நெருக்கடியான காலக்கட்டமிது.

செல்வாக்கு மிகுந்த பிள்ளைக்கே இந்த நிலை என்றால் சாதாரண பொதுமக்களின் நிலையைச் சொல்ல வேண்டியதில்லை. கவர்னர் லெறி பிள்ளையவர்களைப் பணம் கேட்டு நச்சரிக்கிறார். பணம் தரவில்லையென்றால் சிறையில் போடுவேன் என்கிறார். அதற்குப் பிள்ளையவர்களின் பதில் மிக வருத்தம் தரக்கூடியது. "சுவாமி, லோகத்துக்குப் பேசாத சுவாமி. துரைத்தனம் பண்ணுகிற நீங்கள் பேசுகிற சுவாமி. நீங்கள் சத்தியம் தப்பி நடந்தால் உங்கள் கையைப் பிடித்துத் தடுப்பவர் யார்? எட்டுத் தேதி கழித்து, என்னைச் சிறையில் வைப்பதாகச் சொன்னீர்கள்? எனக்குக் கஷ்டம் கொடுத்தால் தொகை வருமென்று எண்ணிக் கொள்ளாதீர்கள். இரண்டு காசுகள்கூட என்னிடம் இல்லை. ஏதாவது செய்ய வேண்டுமென்றால் இப்போதே செய்துகொள்ளும்" என்கிறார் (நவம்பர் 9, 1757).

1758, ஜூலை 28, அன்று 4800 வீரர்களுடன் கிளம்பிய ஒன்பது கப்பல்களின் பெயர்கள், ஒவ்வொரு கப்பலிலும் ஏறிய ஆட்களின் எண்ணிக்கை, முக்கியமான ஊர்களுக்கு இடையே உள்ள தூரம் ஆகியவற்றைத் தேர்ந்த ஆட்சியாளர்போல பதிவு செய்துள்ளார்.

திருக்கோவிலூர் நிர்வாகியாக இருந்து பணி மாறுதலில் காஞ்சிபுரம் நிர்வாகியாக வந்த அபி முகம்மது என்பவனைக் கொன்றுவிட்ட விநாயகப் பிள்ளை, அவனுடன் திரியும் ஒரு தெற்கத்தியப் பாவலன் (கவிஞர்), இந்தப் பாவலன் மிடுக்காக உடை உடுத்திக்கொண்டு திரிகிறவன், அவனைப் பிடித்து காதை அறுக்கிறார்கள். சிறிய தவறுகளுக்குக்கூட காதுகளை அறுத்து விடுவதும் பெரிய தவறுகளுக்கு மொரீசியசிற்கு நாடு கடத்துவதும், பொது இடங்களில் தூக்கிலிடுவதும், பிள்ளையவர்களின் காலத்திய வழக்கமாக இருந்திருக்கிறது.

மொத்தத்தில், இந்தத் தொகுதியைப் படித்து முடிக்கும்போது, தென்னிந்திய ஆட்சி அதிகாரத்தின் உச்சத்தில் இருந்த பிரெஞ்சு ஆட்சியாளர்கள், தங்களுக்குள் இருந்த அதிகாரப்போட்டியினால், தங்களின் செல்வாக்கை வீழ்ச்சியை நோக்கித் திசை திருப்பிவிட்டதை புரிந்துகொள்ள முடிகிறது.

ஆனந்தரங்கப் பிள்ளை அவர்களின்
பிரத்தியேக
தினப்படி சேதிக் குறிப்பு

சொஸ்த லிகிதம்

தொகுதி - 11

1757 ஜூலை

1757 ஷூ(வருசம்) சூலை மீ(மாசம்) 1 ௳ (தேதி);
ஈசுவர ஷூ ஆனி மீ 21 ௳; சுக்கிரவாரம் (வெள்ளிக்கிழமை)

இத்தனாள் பதினொரு மணிக்குச் சேவகன் வந்து முசியே கோவர்ணதோர் அழைக்கிறார் என்று அழைக்கவே, நான் போனேன். முசியே கோவர்ணதோர், "சவ் பாசி ராயனிடம் *(Sau Bhaji Rao)* இருந்து வெகுமானம் வந்திருக்கிறதே, அதைப்போய் எடுத்து வரவேண்டாமா?" என்று கேட்டார். "நல்லது, கொண்டு வரலாம்" என்று சொன்னேன். "முன்பு அவர்கள் வெகுமானம் வந்தபோது நடந்த ஆசாரம் *(மரியாதை)* என்ன?" என்று கேட்டார். "இரண்டு கோன்சேலியரும் பட்டத்துப் பல்லக்கு, நிசான் *(கொடி)* போட்டுக் கொண்டு, சோபுதாரன், மேளதாளம் வகையிறா மரியாதைகளுடன் போய் எடுத்துக்கொண்டு வருவது வாடிக்கை" என்று சொன்னேன். "நவபத்து *(சிறு தம்பூறு)* அடிக்க வேண்டாமா? எத்தனை பீரங்கி போடுவது?" என்றும் கேட்டார். "பதினைந்து பீரங்கிகள் போட வேண்டும். முசியே கோவர்ணதோராகிய தாங்கள் கிளம்புவதாக இருந்தால் மாத்திரம், நவபத்து அடிக்க வேண்டும். மற்ற நேரங்களில் தேவையில்லை" என்று சொன்னேன். "நல்லது, நாளை சாயங்காலம் போய் எடுத்துக்கொண்டு வாரும்" என்று சொன்னார். நல்லதென்று சொல்லி, அனுப்புவிச்சுக் கொண்டு பன்னிரண்டு மணிக்கு வீட்டுக்கு வந்தோம்.

இத்தனாள் பகலைக்கு மேலாக நான்கு மணிக்கு சேவகன் வந்து, முசியே கோவர்ணதோர் அழைக்கிறார் என்று அழைக்கவே, நான் போனேன். அங்கே முசியே கோவர்ணதோர், "தண்டுக்கு குதிரைகள் வேண்டும்" என்று கேட்டார். நல்லதென்று சொன்னேன். ஊரில் இருக்கிற குதிரைகளைப் பிடித்து வந்து கும்பினியின் குதிரை லாயத்தில் கட்டச் சொன்னேன். அதன்படி பதினைந்து குதிரைகள் மட்டுக்கும் கொண்டுவந்து கட்டினார்கள். நம்முடைய இரண்டு குதிரைகளையும் அனுப்பி வைத்தோம். எல்லாக் குதிரைகளும் லாயத்துக்கு வந்து சேர்ந்த வுடன் கோவர்ணதோரிடம் கபுறு *(செய்தி)* சொல்லிவிட்டு வீட்டுக்கு வந்தோம்.

1757 ளு சூலை மீ 2 உ;
ஈசுவர ளு ஆனி மீ 22 உ; சனிவாரம்

இத்தனாள் காலத்தாலே கோட்டைக்குப் புறப்பட்டபோது கேள்விப் பட்ட சேதியாவது; நேத்து லாயத்தில் சேர்க்கப்பட்ட குதிரைகளைச் சோதித்த குதிரை லாயம் விசாரிக்கிற வெள்ளைக்காரன், குதிரைகள் வைத்திருப்பவர்களிடம் பத்து பணம் வாங்கிக்கொண்டு, இந்தக் குதிரைகள் பவுன்சுக்குச் சரிப்பட்டு வராது என்று கோவர்ணதோரிடம் சொல்லிவிட்டதாகவும், நம்முடைய இரண்டு குதிரைகளும், நம்முடைய லாயத்துக்கு வந்து சேர்ந்தன என்ற சேதியையும் கேள்விப்பட்டேன். நான் கோட்டைக்குப்போய், மெத்தையில் இருந்த முசியே கோவர்ணதோர் அவர்களைச் சந்தித்து ஆசாரம் பண்ணி, ஒன்பது மணி மட்டுக்கும் அங்கே இருந்தேன்.

அப்பால், பூந்தோட்டக் கச்சேரியே வந்து, பன்னிரண்டு மணிக்கு, வீட்டுக்கு வந்தோம்.

இத்தனாள் காலத்தாலே கோட்டைக்குப் போனேன். கோன்சேலியர் முசியே தெவோ *(M.Desvaux)*, வங்காளத்திலிருந்து வந்திருந்த கோன்சேலியரான முசியே குலேத்து *(M.Colle)*, முசியே குப்பி *(M.Goupil)*, இன்னும் இரண்டு, மூன்று ஒப்பிசியேல்மார்கள், முசியே சோல்மினியாக்கு, முசியே ஷர்பாந்தியேர் முதலானோர் இருந்தனர். முசியே கோவர்ணதோர் லெறியைக் கண்டு ஆசாரம் பண்ணினேன். "குதிரைகள் வந்தனவா...?" என்று கேட்டார். "நேத்து ராத்திரி குதிரை மேஸ்திரியிடம் ஒப்படைத்தோம்" என்று சொன்னேன். "குதிரைகளை இவ்விடத்துக்குக் கொண்டு வரச்சொல்" என்று சொன்னார். சோபுதாரை

(தலைமைக் காவலரை) அனுப்பி, குதிரைகளைக் கோட்டைக்குக் கொண்டு வரச்சொன்னபடி, அவை வந்தன. ஆற்காட்டு துலுக்கர்களும், குதிரை வர்த்தகர்களும், குதிரை மேஸ்திரியிடம் நான்கு ரூபாய், ஆறு ரூபாய், பத்து ரூபாய் என்பதாகக் கொடுத்து பத்துக் குதிரைகளை வெளியே கொண்டு போனார்கள். விநாயகனும் அப்படித்தான் கொண்டுபோனான். முசியே கோவர்ணதோரும், முசியே தெவோவும், இன்னொருவரும் ஆக மூன்று பேரும் காம்பிறாவுக்குள் *(அறையிலே)* போய்ப் பேசிக் கொண்டிருந்தார்கள். குதிரைகள் வந்துள்ளன என்று கபுறு சொன்னவுடன் வந்து பார்த்தார். அந்தக் குதிரை லாயம் விசாரிக்கிற (பார்த்துக் கொள்கிற) வெள்ளைக்காரன் ஐந்தாறு குதிரைகள்தாம் தேறும், மற்றவை தேறவில்லை என்று சொன்னான். அப்பால், வர்த்தகர்களிடம் குதிரை விலை கேட்ட முசியே கோவர்ணதோர், விலை அதிகமாக இருக்கிறது என்று என்னிடம் சொன்னார். விலை நேராய் *(சரிப்பட்டு)* வந்தால் பேசி வந்து சொல் என்று சொல்லிவிட்டு உள்ளே போனார்.

வெள்ளைக்காரக் குதிரை லாயம் விசாரிக்கிற வர்த்தகர்களுடைய மூன்று குதிரைகளையும், நம்முடைய குதிரைகளில் மிக நேர்த்தியான மணிலாக் குதிரை ஒன்றையும், பின்னை இரண்டொரு குதிரைகள், யாருடையவையென்று தெரியவில்லை. அந்தக் குதிரைகளையும் அழைத்துக்கொண்டு போனான். இனிமேல் அதைத் தெரிந்து எழுத வேண்டும். அப்பால் பதினொரு மணிக்கு நான் பூந்தோட்டக் கச்சேரியே வந்தேன்.

இத்தனாள் பன்னிரண்டு மணி வேளைக்கு முசியே கோவர்ணதோர் அவர்களுடைய சோபுதாரன் ஒருத்தரும், பாசிராயனின் வக்கீலுடன் சம்பந்தம் அனந்த தீர்த்தாச்சாரி என்பவரும் நம்மிடம் வந்தார்கள். வெகுமானம் கொண்டுவந்த மீர் நேமத்துல்லா கான் கடைத் தெருவில் சுங்குவாரின் கும்பினீர் கிடங்கில் இறங்கியிருக்கிறான். எனவே, அங்கிருந்து வெகுமானத்தைக் கொண்டு வர வேண்டும். மற்றபடி வண்ணாந்துறைக்குப் போகத் தேவையில்லை என்று முசியே கோவர்ண தோர் சொல்லச் சொன்னார் என்று சொன்னார்கள். நல்லது அப்படியே செய்வோம் என்று சொல்லி, அவர்களைப்போகச் சொல்லிவிட்டு, நான் வீட்டுக்குப் போனேன்.

பகலைக்கு மேலாக நான்கு மணிக்குக் கோட்டைக்குப் போனேன். மேளதாளம், நட நாடகசாலை *(நட்டு முட்டுக்காரர்கள்)*, ஈட்டி வீரர்கள் ஆகியோரைக் கோட்டையின் கீழண்டை வாசல்படிக்கு எதிரில் இருக்கிற சமுத்திரக் கரை வாசற்படி மண்டபத்தில் கூட்டி வைத்திருக்குமாறு

நயினாரிடம் சொன்னேன். அப்படிக் கூடிய அப்பால் மெத்தைக்குப் போய் அங்கிருந்த கோவர்ணதோரிடம் கபுறு சொன்னேன். அப்போது முசியே தெவோவும், முசியே குலேத்துவும் சரிகைச் சட்டைகளைப் போட்டுக்கொண்டு, தங்களைச் சிங்காரிச்சுக் கொண்டு வந்தார்கள். அவர்களைப் பார்த்ததும் வந்தவாசிக்கு முசியே குப்பி அறுநூறு, எழுநூறு வெள்ளைக்கார சொலுதாதுகளைக் கொண்ட பாளையம் கூட்டிக்கொண்டு, இப்போது கிளம்புகிறார். அவர்கள் சென்ற அப்பால் நீங்கள் வெகுமானத்தைக் கொண்டுவரப் போகலாம் என்று சொன்னார். யானைகளையும் கொண்டுவர வேண்டும். இரண்டு முறை பீரங்கிச் சுட வேண்டும் என்று முசியே தெவோ கோவர்ணதோரிடம் கேட்டார்.

முசியே கோவர்ணதோர் என்னைப் பார்த்து, அவ்வாறே செய்யச் சொன்னார். நான் உம்முடைய சரிபோனபடிக்குச் செய்ய வேண்டும்தான். ஆனால், அதற்கான சரஞ்சாமிகளைச் *(ஏற்பாடுகளை)* செய்யப் போதிய தேசகாலம் இல்லை என்று சொன்னேன். யானைகளைக் கொண்டுவரச் சொல்லி மனுஷரை அனுப்பினேன். நம்முடைய யானைப் பல்லக்கை யும் கொண்டுவர எத்தனம் செய்யச் சொன்னேன். இப்போது, கோட்டை யில் நூறு வெள்ளைக்காரர்கள் மாத்திரம் வரிசை வைத்தார்கள். அவர் களுக்குக் கடுதாசிகளைக் *(துப்பாக்கி ரவைகள்)* கொடுத்தார்கள். எழுநூறு சிப்பாய்களுக்குத் துப்பாக்கிகள், கடுதாசிகள் ***(Cartridges)***, குண்டுகள் பீரங்கிகள் கொடுத்தார்கள்.

ஒப்பிசியேல்மார்கள் சிறிது பேரும், அலமாஞ்சு *(செருமானியக்)* குதிரை வீரர்களும், உசாறுகள் ***(Hussars)*** கூட வரிசை வைத்து எல்லோரும் வெளியே கிளம்பிப் போனார்கள். சின்ன துரை கோவர்ண தோர், கோன்சேலியர்கள் வகையிறாக்கள் பெரிய மனுஷர்கள் எல்லாரும் கோட்டைக்கு வந்து சேர்ந்தார்கள். அப்பால், ஐந்தே கால், ஐந்தரை மணி ஆனபோது, முசியே தெவோவும், முசியே குலோத்துவும் புறப்பட்டார்கள். நானும் மூன்சிர் *(முசியே)* கோவர்ணதோர் அவர்களுக்கு சலாம் பண்ணிவிட்டு, மெத்தையின்பேரிலே தாழ வந்தேன்.

முசியே கோவர்ணதோரின் பல்லக்கையும், கொடியையும், கொம்மாந்தாமையும், சேர்வைக்காரனையும் ஈட்டிக்காரர்களையும் புறப் படச் சொன்னேன். இரண்டு வெள்ளைக்கொடி ஏந்திய சோபுதாரன் உள்ளிட்டோரும் புறப்பட்டனர். சேவகன் கூட வரவில்லை. அப்போது சேர்வைக்காரனிடம் ராய்ச்சூர் பாணங்களும், வெள்ளைக் கொடிகளும் எங்கே என்று கேட்டேன். அதற்கு, “கந்தப்ப முதலியைக் கேட்க

வேண்டும். அவை விநாயகப் பிள்ளை வீட்டில் இருக்கின்றன" என்று அவன் சொன்னான். நல்லது, போகலாம் என்று சொல்லிவிட்டு, நான் பல்லக்கில் ஏறிக்கொண்டேன். கோட்டை வாசற்படியைக் கடந்து மேளதாளங்கள் வகையிறா ஈட்டிக்காரர்களுடன் கடந்து வந்து பெரிய கடைத் தெருவில் இருக்கிற *(இன்றைய நேரு வீதி)* சுங்குவாரின் *(தெலுங்குச் செட்டியார் குடும்பம்)* புடைவைக் கும்பினிக் கிடங்குக்கு வந்து சேர்ந்தோம். உள்ளே நுழைந்தவுடன், பாசி ராயனிடம் இருந்து வெகுமானம் கொண்டுவந்தவன், முசே தெவோவை ஆலிங்கனம் பண்ணிக் *(கட்டித் தழுவி)* கொண்டபின், அப்பால் என்னையும் ஆலிங்கனம் பண்ணிக்கொண்டு ஆனவுடன் உட்கார்ந்தோம்.

இரண்டு புராணபுரி *(Burhanpur)* சாலுவைகள், இரண்டு சாமேவார் கள் *(மேலாடையாக இருக்கலாம்)*, இரண்டு செடிதார்கள் *(சுடிதார்?)*, தலைப் பாகை ஒன்று, புராணபுரி துப்பட்டா இரண்டு, சரிகைப் போட்ட குசராத்தி இடைக்கச்சு ஒன்று, சுருட்டி வைக்கப்பட்ட புடைவைச் சுருளில் நடுவில் பச்சைக்கல் வைத்து சுற்றிலும் சிறு மாணிக்கங்கள் வைக்கப்பட்ட தலைப்பாகை ஒன்று, சார்பேச்சு ஒன்று ஆகியவற்றைப் பாசி ராயன் கொடுத்தனுப்பியதாகச் சொல்லிக் கொடுத்தான். அந்த சார்பேச்சின் விலை இருநூறு ரூபாய் இருக்கும். ஆனால் அவர்கள் நூறு வராகன் என்று சொல்வார்கள். புடைவையும், சார்பேச்சும் சேர்த்து முந்நூறு ரூபாய் பெறும், முந்நூற்றைம்பது என்று வைத்துக்கொண்டால் அதிக விலையாக இருக்கும்.

அப்பால், "கோன்சேலியர்களும் நம்முடன் வந்திருக்கிறார்களே, அவர்களுக்கு ஏதேனும் தர வேண்டுமே" என்று கேட்டதற்கு, "இல்லை" என்று சொன்னார்கள். நீங்கள் பெரிய மனுஷரிடம் இருந்து வருவதால், அதற்குத்தக்கது அல்லவா நடத்த வேண்டும் என்று சொன்னோம். அதற்கு நீங்கள் தர வேண்டியவற்றை வரவழைத்துக் கொடுத்தால், அதற்குரிய கிரயத்தைக் கொடுத்து விடுகிறோம் என்று சொன்னார்கள். அப்பால் நம்முடைய வீட்டிலிருந்து இரண்டு சீரொப்பாவை வர வழைத்தோம். அதில் ஒன்றின் விலை எண்பது ரூபாய், மற்றொன்றின் விலை அறுபது ரூபாய். எண்பது ரூபாய் விலையுள்ளதை முசியே தெவோவுக்கும், அறுபது ரூபாய் மதிப்புள்ளதை முசியே குலோத்துக்கும் கொடுக்க வைத்தோம். அப்பால் முசியே கோவர்ணதோருக்கு வந்த வெகுமானத்தைத் தட்டில் வைத்துப் பல்லக்கின் பேரிலே ஏற்றிக் கொண்டோம். அங்கேயிருந்து வந்தவன் ஒரு சுருட்டுப் பொறுக்கி. ஆனாலும் ஆற்காட்டு நவாபைப்போல பல்லக்கில் வந்திருந்தான்.

மகமூதி என்கிற அங்கியையும் முகிஷி என்கிற தலைப்பாகையும், குசராத்தி கச்சையும் கொண்டுவந்திருந்தான். அவற்றை போட்டுக் கொண்டு புறப்பட்டான். தயாராக இருந்தவனைப் பல்லக்கில் வைத்து அழைத்து வந்தோம். முசியே தெவோவும், முசியே குலோத்துவும் உபயபாரிசத்தில் *(இரு பக்கத்திலும்)* வேடிக்கையாகக் கோட்டைக்கு வந்தார்கள். இப்படியாக ஈட்டிகள், வெள்ளைக் கொடிகள் வகையிறா சம்பிரமங்களுடன் வந்தோம்.

யானைகளும் அவுதா *(அம்பாரி)* போட்டுக்கொண்டு வந்தன. கும்பினி பயிராக்குகளும் *(கம்பெனி சின்னம்)*, குடைகளும் எப்படி வந்தன என்று நான் கேட்டேன். முசியே கோவர்ணதோர் கந்தப்பனிடம் இதைப் பற்றி கோபத்துடன் சொன்னாராம். கந்தப்பன் விநாயகனிடம் கோபிச்சுக் கொண்டாராம் *(அதிகபட்ச மரியாதை என்று கவர்னர் நினைத்தார்).* அப்பால், கீழண்டைப் பக்கத்துக் கோட்டை வாசற்படி வழியாக நுழைந்த போது, பதினைந்து பீரங்கிப் போட்டார்கள். அப்பால், மேல்வீட்டின் பேரிலே ஏறிச்சென்று, நடுச்சாலையில் இருந்த முசே கோவர்ணதோரைக் கண்டு வெகுமானத்தைக் கொடுத்தபோது, பதினைந்து பீரங்கிப் போட்டார்கள். அப்பால், முசியே கோவர்ணதோர் சார்பாக முசியே திலார்சு பார்சி வார்த்தையில் குசலப்பிரசினை *(நலம்)* கேட்டார்.

அவனும் பார்சி வார்த்தையில் உத்தாரம் சொன்னான். ஒத்துக்கொண்டபடி கர்நாடகச் சவுத்தாய் வரியை செலுத்தி விடுங்கள். முசியே புசியின் தாழ் சிணையத்துக்கு *(முகத்துக்காக)* சமாதானயாக இருக்கிறோம். அப்படி இருக்கக்கூடாது. சினேக தர்மத்துடன் நடந்து கொள்ளவேண்டும் என்று சொல்லி, காகிதத்தில் இன்னும் விஸ்தரிச்சு எழுதியிருக்கிறது என்று சொன்னான். நல்லது, காகிதத்தைப் படித்துப் பார்த்துக்கொண்டு உத்தாரம் சொல்கிறோம் என்று சொன்னார்கள். பாக்கு, வெத்திலை, பன்னீர் கொடுத்து ஆசுதாவாய்ப்போய் இருக்கச் *(ஓய்வெடுக்க)* சொல்லி அனுப்பிவிச்சார்கள்.

அப்பால், அவனை சந்தினேர் காக்கும் இடம் மட்டுக்கும் முசியே தெவோவையும், முசியே குலோத்துவையும் நானும் அழைத்துக் கொண்டுபோய், வழியனுப்பப் போனோம். அப்போது அவன் சொன்னதாவது; என்னை இரண்டு பேரும் கையிலாக்காய்க் *(நன்றாக வரவேற்று ஆசாரம்)* கொண்டு வந்தீர்கள். எனவே, நான் வந்த காரியத்தை முடித்துத் தர வேண்டும் என்று சொல்லி மீர் சாயபு சொன்ன சேதியை முசியே தெவோ, முசியே குலோத்து ஆகியோரிடம் சொன்னபோது,

20 ஆனந்த ரங்கப்பிள்ளை (ஜூலை 1757

அவர்........ அப்படியே செய்து தருகிறோம் என்று சொன்னார். துலுக்கர்கள் பேச்சு தப்பிப் போவார்கள் *(சொன்ன சொல்லைக் காப்பாற்ற மாட்டார்கள்)*. ஆனால், பறங்கிகள் தப்புகிறதில்லை என்று ராச்சியமெல்லாம் வதந்தியாய் இருக்கிற பேச்சை நிர்வாகம் பண்ண வேண்டும் என்று அவர் பின்னையும் சொன்னார். அதற்கு அப்படியே செய்கிறோம் என்று முசியே தெவோ மறுபடியும் உத்தாரம் சொன்னார். அதைக் கேட்டுக்கொண்டு, அவன் பல்லக்கில் ஏறிப் போனான். நாங்கள் மெத்தையின்பேரிலே சென்றபோது, முசியே கோவர்ணதோர், சின்ன துரை, முசியே கில்லியார் வகையிறா, கோன்சேலியர்களில் முசியே புலோ *(M. Boyelleau)* அவர்களைத் தவிர மற்றவர்கள் சகலமானவரும் இருந்தார்கள். முசியே திலார்சும், மோன்சீர் கோவர்ணதோரும் பேசிக் கொண்டிருந்தார்கள்.

அதைப் பார்த்தால், வந்தவாசி தக்கா சாயபுவுக்கு முசே சொபினே *(M.Saubinet)*, முசே ஷெவிறோ *(M.Chevreau)* கொடுக்கிற தொந்தரைகளைப் பற்றி பேசுவதாகத் தெரிந்தது. அத்துடன் நான் அனுப்புவிச்சுக்கொண்டு, பூந்தோட்டக் கச்சேரியே வந்து வீட்டிற்கு வந்தேன்.

1757 ஷு சூலை மீ 3 வ;
ஈசுவர ஷு ஆனி மீ 23 வ; ஆதிவாரம்

இத்தனாள் கேள்விப்பட்ட சேதியாவது;

இங்கிரேசுக்காரர் பவுன்சு வந்தவாசிக்குச் சமீபத்திலே இறங்கி யுள்ளது. நம்முடைய பிரெஞ்சுப் பவுன்சும் அதன் அருகிலேயே இறங்கி யுள்ளது. இங்கிருந்து சிறிது பாறும் *(காலாட் படை)* முசியே குப்பியும் இரண்டு பீரங்கிகளும் போயின. இன்னமும் சண்டை அத்தயில்லை *(தொடங்கவில்லை)* என்று கேள்விப்பட்டோம். இனிமேல் நடப்பதை அறிந்து எழுத வேண்டும்.

1757 ஷு சூலை மீ 4 வ;
ஈசுவர ஷு ஆனி மீ 24 வ; சோமவாரம்

இத்தனாள் காலத்தாலே கேள்விப்பட்ட சேதியாவது; காத்திலே அடிபட்டு இங்கு வந்திருந்த லகுலுவார் என்ற கப்பலில் வெடிமருந்து, குண்டுகள் வகையிறா சாமான்களை ஏற்றி, சியாமுக்கு அனுப்பி வைப்பதாகக் கேள்விப்பட்டேன். அங்கே ஒரு பெத்திரி ஏற்படுத்த

எத்தனம் பண்ணுவதாகத் தோன்றுகிறது. அதை எழுதி வைத்தேன்.

1757 ஷூ சூலை மீ 5 வ;
ஈசுவர ஷூ ஆனி மீ 25 வ; செவ்வாய்வாரம்

இத்தனாள் காலத்தாலே கோட்டைக்குப் போனேன். புதுசாய் உத்தி யோகத்தில் அமர்த்தப்பட்ட சிப்பாய்களையும், வெள்ளைக்காரர்கள் சிலரையும் வந்தவாசிக்கு அனுப்ப எத்தனம் பண்ணினார்கள். நான் பூந்தோட்டக் கச்சேரியே வந்தேன்.

1757 ஷூ சூலை மீ 6 வ;
ஈசுவர ஷூ ஆனி மீ 26 வ; புதவாரம்

இத்தனாள் கேள்விப்பட்ட சேதியாவது; வில்லியனூரில் இறங்கி யிருக்கிற மைசூர் வெங்கிட்ட நாராயணப்பய்யன் வந்து, முசே கோவர்ணதோரைச் சந்தித்தான். நந்திராசா எழுதி அனுப்பிய பதில் உத்தாரம் காகிதத்தை கோவர்ணதோரிடம் கொடுத்தான்.

தனக்குக் காகிதத்தில் எழுதி வந்த சேதி என்று அவன் சொன்ன தாவது; "இருபது நாளைக்கு முன்பாக என்னை வரவழைத்தீர்கள். உங்கள் பவுன்சை *(பின்)* வாங்கி ஸ்ரீரங்கத்தில் வைத்துக் கொள்ளுங்கள். சீர்மையை உங்களிடம் ஒப்படைக்காவிட்டால் சீர்மையையும், கோட்டை யையும் உங்கள் வசம் தந்து விடுகிறோம் என்று எழுதி அனுப்பச் சொன்னீர்கள். தற்போது உங்களுக்கும், இங்கிரேசுக்காரருக்கும் சண்டை இருப்பதையும், ஐரோப்பியக் கப்பல்கள் வராமல் காலதாமதம் ஏற்படு வதையும் எழுதச் சொன்னபடி, நான் தங்களின் காகிதத்தைக் கொடுத்து நானும் எழுத வேண்டிய வயணங்களைக் காகிதத்தில் எழுதி அனுப்பி வைத்தேன்.

அதற்குப் பதில் உத்தாரம் காகிதம் வந்தது. பவுன்சுக்கு ஐதர் நாயக்கன் என்பவரை *(திப்பு சுல்தானின் தகப்பன். ஹைதர் அலி தொடக்கக் காலங்களில் ஹைதர் நாயக்கன் என்று அறியப்பட்டார்)* சர்தாராக நேமிச்சு அய்யாயிரம் குதிரை வீரர்களையும் ஆறாயிரம் ஏழாயிரம் சொலுதாதுகளையும் இருபத்தையாயிரம், முப்பதாயிரம் ஹேமமும் *(ஸ்தோமும் - காலாட் படை)* கூட்டி அனுப்பினார்கள். அந்தப் பவுன்சு இந்நேரம் ஸ்ரீரங்கத்துக்கு வந்து சேர்ந்திருக்கும்" என்று பின்னையும் எழுதி வந்த சேதிகளை விஸ்தரித்துச்சொன்னார்.

எங்கள் ட்டாணாவை *(படையை)* நீங்கள் இருக்கச் சொன்னால் வைத் திருக்கிறோம். வேண்டாமென்றால், அழைத்துக் கொள்கிறோம் என்றும் சொன்னார். அவர் சொன்னதை முசியே கோவர்ணதோர் அக்கறையோடு கேட்கவில்லை. "நல்லது, காகிதத்தைப் பிரான்சுப்படுத்திக் கொண்டு வந்த அப்பால் உத்தாரம் சொல்கிறோம்" என்று வழவழவென்று சொன்ன முசியே கோவர்ணதோர், அவரைப் போகச் சொன்னார். "இவர்கள் பேச்சை மெய்யென்று எப்படி நம்புவது? இருபது நாளைக்கு முன்பு அழைத்துக் காகிதம் எழுதி அனுப்பச் சொன்ன சொல், இப்போது பொய் யானால், எப்படி நம்புவது? என்று அவர் சொல்லிக் கொண்டிருந்தார்" என்று இந்த சேதியைக் கேட்டவர்கள் என்னிடம் வந்து சொன்னார்கள்.

இத்தனாள் ராத்திரி கேள்விப்பட்ட சேதியாவது; இது ஆனி மாசம் சந்தா சாயபு மகனும், அல்லி நக்கியும் ஆகிய இருவரும் முசியே திலார்சு அவர்களின் மூலமாக கோவர்ணதோரிடம் பேசியிருக்கிறார்கள். முசியே தெவோவிடம் குத்தகைக்கு இருக்கிற சீர்மையைத் தங்களுக்கு குத்தகைக்குக் கொடுத்தால் குத்தகைக் கிரயத்தைத் தவிர, தனிப்பட்ட முறையில் இரண்டு லட்ச ரூபாய் தருகிறோம் என்றும், கந்தாயப்படி *(குத்தகைப்படி)* பணம் செலுத்தி வைக்கிறோம் என்றும் சொன்னார்களாம். இன்னும் என்னென்ன வயணமாய்ப் பேசினார்களோ தெரியவில்லை. இவ்வாறு கோவர்ணதோரிடம் பேசி முடிவு செய்தனர். முசியே தெவோவும், முசியே லெனுவார், முசியே பொசேத்து, முசியே தெலார்சு, முசியே கில்லியார், முசியே குலேத்து ஆகியோரும் சின்ன துரையின் வீட்டுக்குக் குத்தகைப் பட்டயம் எழுதுகிற நொத்தேர் *(நோட்டரி)* வேலை செய்கிற நோயல் என்கிறவனும் இத்தனாள் காலத்தாலே வந்தார்கள். சாயங்காலமும் வந்தார்கள் என்று சொன்னார்கள்.

1757 ஸூ ஜூலை மீ 12 வ;
ஈசுவர ஸூ ஆடி மீ 1 வ; செவ்வாய்வாரம்

இத்தனாள் காலத்தாலே கோட்டைக்குப்போய், முசியே கோவர்ண தோர் லெறி மெத்தையில் இருந்தபோது போய் ஆசாரம் சொன்னேன். முசியே தெவோ, முசியே சோல்மினியாக்கு, முசியே சர்பெந்தியர், இப்போது மயோர் ஜெனரலாக இருக்கிற முசியே புறணி இன்னும் சிலர் இருந்தார்கள். அப்போது, வடக்கே இருந்து இங்கிரேசுக் கொடி போட்டுக்கொண்டு வந்த இரண்டு கப்பல்கள், அருகில் வந்தவுடன் பிரெஞ்சுக் கொடியை ஏற்றினர். அப்போது கோட்டையின் பேரிலேம்

கொடியை போட்டார்கள். அப்பால், கோட்டைக்கு அக்னிமூலையில் *(தென்கிழக்கில்)* பீரங்கி வேட்டுக்கு எட்டாத தொலைவில் நின்று சீனி *(நங்கூரம்)* போட்டு, வெள்ளைக் கொடியைப் போட்டார்கள். அப்பால், வெள்ளைக்கொடியை இறக்கிவிட்டு, இங்கிரேசுக் கொடியை போட்டார்கள். இந்த இரண்டு கப்பல்களுக்கும் இடையே சுலுப்பு ஒன்று தேவனாம்பட்டணத்துக்கு வடக்கே ஆலம்புரியிலிருந்து தெற்கு வரையிலுமோ, அதற்கு அப்பாலுமோ போகவர இருந்தது. குறுக்கும் நெடுக்குமாக ஓடிக்கொண்டு திரிந்தது. இவ்வாறு தமாசும் *(வேடிக்கையும்)*, எகத்தாளியும் *(ஏளனமும்)* செய்வதைப்போல், இரண்டு மூன்று நாளாக நிலையில்லாமல் போக்குவரத்தாக இருந்தது. ஆனால், இத்தனாள் அக்கினி மூலையில் இருக்கிறான்.

இவற்றைப் பார்த்து, முசியே கோவர்ணதோர் முதலானோர் பேசிக் கொண்டிருந்ததைப் பார்த்துவிட்டு, நான் புடைவைப் பார்க்கும் சாலைக்கு வந்தேன்.

1757 ஷு சூலை மீ 14 வ;
ஈசுவர ஷு ஆடி மீ 3 வ; குருவாரம்

இத்தனாள் காலத்தாலே வடக்கே இருந்து தென்மார்க் ராச்சியக் கொடி போட்ட கப்பல் ஒன்று வந்தது. அதை, இங்கிரேசுக் கப்பல் இரண்டும் துரத்தி, ஒரு பீரங்கி ஒன்று சுட்டான். அவன் வடக்கே திருப்பிக்கொண்டு ஓடிப்போய் விட்டான். அது தரங்கம்பாடிக் கப்பல் என்று சொல்லிக் கோட்டையில் கொடி போட்டார்கள். இவ்வாறாக, துரத்தி நடப்பிச்சிய விளையாட்டை மாடியில் இருந்த சீனயோர்களும் *(பெரிய மனுஷர்களும்)* சமுத்திரக் கரையில் இருந்த வெகு பேரும், ரசா சாயபு, அல்லி நக்கி ஆகியோரும் தமிழர் பலரும் வந்து வேடிக்கைப் பார்த்துப் போனார்கள். வடக்கே, கூனிமேடு என்ற இடத்தில் ஒரு கப்பல் நேற்றிலிருந்து நங்கூரம் போட்டு நின்றிருந்தது. இங்கிரேசுக் கப்பல்கள் மூன்றுதான் சென்னப்பட்டணத்தில் இருந்தன. மற்றபடி சுலுப்புகளையும் கையில் இருந்த மற்ற சாமான்களையும் அனுப்பி விச்சார்கள். இதனால் பயம் ஏற்பட்டது. வந்தவாசி அருகில் தண்டு இறங்கியிருக்கிற நம்முடைய பவுன்சையும் ஸ்ரீரங்கத்தில் சிறிய பவுன்சாக, ஆனால், பலத்துடன் இருக்கிறதே, அதையும் திரும்பக் கொண்டுவர எத்தனம் பண்ணினார்கள். நம்முடைய லகுலுவார் என்ற கப்பல் முந்நூற்றைம்பது வெள்ளைக்காரர்களைப் போட்டுக்கொண்டு

சண்டை சரஞ்சாமிகளுடன் முஸ்தீபாக இருக்கிறது. இன்னும் ஒரு கப்பல் இருந்தால், இங்கிரேசுக் கப்பல்களைத் துரத்தி அடிக்கலாம். அப்படி இல்லாததால் இங்கிரேசுக்காரரின் சுலுப்புகள் புஷ்டியில்லாமல் இருந்தாலும், விலாசமாய்த் திரிகிறார்கள். நம்முடைய ஸ்காதுரு *(போர்க் கப்பல்கள்)* இந்த மாசக் கடைசியில் வருவதாகப் பேசிக்கொள்கிறார்கள்.

1757 ஹூ சூலை மீ 15 வ;
ஈசுவர ஹூ ஆடி மீ 4 வ; சுக்கிரவாரம்

இத்தனாள் பகலைக்கு மேலாக மூன்று மணிக்குத் தெற்கே நின்ற இரண்டு இங்கிரேசுக் கப்பல்களும் பாய் எடுத்துக் கிளம்பின. ஆலம்புரித் துறையில் நின்றிருந்த ஒரு இங்கிரேசுக் கப்பல் பிரெஞ்சுக் கொடி போட்டுக்கொண்டு வடக்கே ஓடி வந்தது. அந்தக் கப்பலின் கப்பித்தான் வருவதால் எதிர்கொண்டு போய், ஒன்பது பீரங்கிச் சுட்டு ஆசாரம் காட்டினர். கப்பித்தான் கப்பலும் பதிலுக்கு ஒன்பது வேட்டு போட்டது. அப்பால், தெற்கே இருந்து போகிற கப்பல் தொலைவில் போகாமல் கரை ஓரமாக வந்ததால், கோட்டைக் கொத்தளத்தின் மீதிருந்து பீரங்கிகளால் சுட்டார்கள்.

நம்முடைய லகுலுவார் கப்பலில் இருந்தும் சுட்டார்கள். அது சத்துருவின் கப்பலின்பேரிலே படாமல் இந்தப் பக்கமே விழுந்தது. எதிர்க் கப்பலில் இருந்தும் சுட்டார்கள். அத்துடன் அந்தக் கப்பல் வடக்கே போய், அந்தக் கமாண்டர் கப்பலையும் அழைத்துச் சென்றது. இந்த மூன்று கப்பல்களும் எப்போதும்போல் அக்கினி மூலையில் சீனிப் *(நங்கூரம்)* போட்டுக் கொண்டிருக்கிறார்கள். அப்போது எண்ணி லடங்காத சனங்கள் கூட்டமாக வேடிக்கைப் பார்க்கப் போனார்கள். இந்த பீரங்கி வெடிகளைக் கேட்ட அந்த சனங்கள் பயப்பட்டனர். அவரவர் நடந்துகொண்டே காதிலிருந்த கடுக்கனைக் கழற்றினார்கள். வீட்டுக்குப்போய், பெண்டுகளின் தட்டுமுட்டுகளை *(நகைகளை)* பெட்டி யில் போட்டுப் புதைத்து வைத்தார்கள். சிலர் ஊரை விட்டு வெளியேற எத்தனம் பண்ணினார்கள். சமுத்திரக் கரை ஓரத்தில் வாழ்ந்த குடிகளும், செட்டிகளும் மேற்கே வழுதாவூர் வாசற்படித் தெருவுக்கு வந்து விட்டார்கள். இவ்வாறாக.......... இரண்டு நாழிகை தேச காலம்

பட்டணம் அதளகுதளப்பட்டது. சனங்கள் நின்ற இடத்தில் நிற்கா மல், அலைந்து கொண்டிருந்தார்கள். போம்பு *(குண்டு)* தீர்ந்தவுடன் அவரவர் ஸ்தம்பிதப்பட்டுக் கிடந்தார்கள். ஆனால், லகுலுவார் கப்பலில்,

பீரங்கிச் சுட்டபோதும், சமுத்திரக் கரையில் சுட்டபோதும், பீரங்கியில் மருந்தைக் கெட்டிக்கிற இருவர் கைகளை இழந்து, முகம் பொசுங்கிப் போனார்கள். அவர்களை நோயாளிக் கிடங்குக்கு *(மருத்துவமனைக்கு)* எடுத்துக்கொண்டு போனதாகக் கேள்விப்பட்டோம். இங்கிரேசுக்காரர் போட்ட திட்டமாவது; வடக்கே இருந்து வந்த கப்பல் வெள்ளைக்கொடி போட்டு வந்தது. அதைத் துரத்திக்கொண்டு போவதைப் போல் தாங்கள் போனால், அங்கே வருகிற கப்பல் பிரெஞ்சுக் கப்பல் என்று பிரான்சுக் காரர் நினைத்துக் கொள்வார்கள். அதற்கு உதவி செய்ய லகுலுவார் என்கிற கப்பல் வெளியே புறப்படும். அப்பால், அதைப் பிடித்துக் கொள்ளலாம் என்று எத்தனம் பண்ணினார்கள் என்று குறிப்பாகத் தோன்றியதை எழுதி வைத்தேன்.

இத்தனாள் ஸ்ரீரங்கத்தில் இருக்கிற பவுன்சிலே நூறு சொலுதாது களையும், இருநூறு, முந்நூறு சிப்பாய்களையும் அங்கேயே இருக்கச் சொல்லிவிட்டு, மற்ற பவுன்சுகள் புறப்பட்டு விருத்தாசலத்திற்கு வந்து சேர்ந்தார்கள் என்றும் அதிலிருந்து குவாடுது குதிரை வீரர்கள் புறப்பட்டு, இத்தனாள் வந்து சேர்ந்தார்கள் என்றும் சொன்னார்கள்.

முன்பு சித்திரை, வைகாசி மாசங்களில் அவ்விடத்தில் இருந்து பவுன்சு புறப்பட்டுப் போனது. அதனால் தங்களுக்குச் சேதம் ஏற்பட்டது என்று சொல்லி, அதற்கு ஏற்றாற்போல சேதத்தைப் பெற்றுக் கொள்ளலாம் என்று கங்கிப்பாடி லட்சுமண செட்டியும், வரதப்ப செட்டியும் தவறான எண்ணத்தோடு திட்டமிட்டார்கள். முசியே கோவர்ணதோர் இடத்தில் காறுபாறு *(நிருவாகம்)* அங்கமில்லாதபடியினாலும் கோன்சேலியர்கள் அவரவர் சுயகாரியம் பார்த்துக்கொண்டு இருப்பதாலும் பட்டணம் தன் அராசீகப்பட்டு *(மதிப்பை இழந்து)*, கும்பினியாரின் காரியமும் லொகுசான்பட்டுப் *(பாழ்பட்டு)* போய்விட்டன என்று காதில் விழுந்ததை எழுதி வைத்தேன்.

தாது வருசம் ஆடி மாசம் முதல் ஈசுவர வருசம் ஆனி மாசம் முதல் நாள் வரை வீரராகவ செட்டி, லட்சுமண செட்டி, வரதப்ப செட்டி ஆகியோர் ஸ்ரீரங்கம் உபய காவேரி தீரம் *(காவிரியின் இரு கரை களிலும்)* குத்தகை வாங்கிய வயணம்;

(வருசம் ஒன்றுக்கு 4,00,000 சீமையில் இருந்து வராமல் போன நிலுவை வயணம்; நிலுவை 6,30,000 *(63000 என்றிருக்க வேண்டும்)*.

முசிறி அமுறு *(ஜீவ மானியம்)* 10,000

தொட்டியம்	10,000
நாயக நல்லூர், அய்யலூர் கட்டளை	4,000
கிருஷ்ணராயபுரம்	6,000
விட்டுக்கட்டி	10,000
பிக்ஷாண்டார் கோவில்	5,000
லால்குடி	3,000
கோயில் சீமை	15,000
ஆக, சமாபந்தி நஷ்ட்டம்	63,000
தானிய விலைவாசியில் நஷ்ட்டம்;	
முன் சமாபந்தியில் வராகனுக்கும் ரூபாய்க்கும் இடையே ஏற்பட்ட வித்தியாசத்தால் வந்த நஷ்டம்	10,000
ஆக மொத்தம் நஷ்ட்டம்	73, 000
அஞ்சு வருசத்துக்கு சீமையில் தண்டலான வராகன்	4,90,000
தீவானி (நவாபிற்கான) குத்தகை	4,00,000
சிப்பந்தி சுமா௹ *(சம்பளம்)*	30,000
ஆக விராகன்	4,30,000
அஞ்சு வருசத்துக்கான வருமானம்	60,000
புதுச்சேரியிலிருந்து திருச்சிராப்பள்ளிக்குத் தண்டு சென்றபோது கள்ளர் கொள்ளையிட்ட வயணம்;	
முசிறி சீமையில்	2,00,000
விட்டுக்கட்டி சீமையில்	3,00,000
ஆக	5,00,000

அவ்விடத்துக்குப் போன முசியே கில்லியார் குடிசனங்களை 100-க்கு 40 விழுக்காடு நெல்லை வாரமாகக் கொடுக்கச் சொன்னார். இவர்கள் கொடுத்த வயணம்;

லால்குடி சீமையில் 100-க்கு 30 விழுக்காடும் விட்டுக்கட்டி சீமை யில் 100-க்கு 20 விழுக்காடும், தொட்டியம் சீமையில் நூற்றுக்கு

15 விழுக்காடும் என்பதாக வாரம் கொடுக்கப்பட்டது. மூறு முத்தூர் *(திருச்சிராப்பள்ளிக்கு அருகில் உள்ள முத்தூர்)*, கட்டளை ஆகிய தாலூக்குக் குடிகளும் மகாசனங்களும் *(நாட்டார்களும்)* ஊரைவிட்டு வெளியேறி ஏழு மாசங்கள் ஆயின. இன்னும் திரும்பி வரவில்லை.

1757 ஹு சூலை மீ 16 உ;
ஈசுவர ஹு ஆடி மீ 5 உ; சனிவாரம்

இத்தனாள் காலத்தாலே வழுதாவூர் வாசற்படி வழியாகப் புறப்பட்ட முசியே கோவர்ணதோர் லெறி அவர்கள் குண்டுசாலையில் இருக்கிற கொத்தளங்களை எல்லாம் பார்வையிட்டு, பின்பு ஒன்பது மணிக்கு வில்லியனூர் வாசற்படி வழியாகக் கோட்டைக்கு வந்ததாகக் கேள்விப்பட்டோம். எனவே, வெளியில் போகாமல் வீட்டிலேயே இருந்தோம்.

நேத்து இங்கிரேசுக்காரரின் கப்பல்கள் வடகிழக்கில் ஒன்றும், தென்கிழக்கில் இரண்டுமாக மூன்று கப்பல்கள் நின்றிருந்தன. அக்கினி மூலையில் ஒரு கப்பல் தென்பட்டதால், மூன்று கப்பல்களும் பாய் எடுத்து ஓடி, அந்தக் கப்பலைத் துரத்திக்கொண்டு போயின. அஸ்தமனத்தில் கூடலூர்த் துறைமுகத்திற்குப்போய்ச் சேர்ந்தன என்று கேள்விப்பட்டேன். அதை எழுதி வைத்தேன்.

1757 ஹு சூலை மீ 17 உ;
ஈசுவர ஹு ஆடி மீ 6 உ; ஆதிவாரம்

இத்தனாள் இங்கிரேசுக்காரரின் கப்பல் துறையில் சீனிப் போட்டு நிறுத்தப்பட்டிருந்ததே, அது பாய் எடுத்து ஓடியது என்றும் தொலைவாகப் போய்விட்டது என்றும் சொன்னார்கள். முசியே கோவர்ணதோர் லெறி முசியே லெறி கோவர்ணதோர்தனம் பண்ணு வதற்கு லாயக்கில்லாதவன் என்று காட்ட, ஒரு விருக்ஷத்தின் படத்தை வரைந்து, அதில் அவர் பேரை எழுதி, மரத்திற்குக் கிளைகள், கொப்புகள், கொழுந்துகள், இலைகள், பூ, காய், பழம் எல்லாவற்றையும் வரைந்து அந்தக் காகிதத்தை ஒட்டி வைத்தார்கள்.

அதைப் பூசைக்காகக் கோவிலுக்கு வந்த வெள்ளைக்காரர்கள் எல்லோரும் படித்துப் பார்த்தனர். முசியே லெறியிடம் போய்ச் சொல்லிவிட்டு, அந்தக் காகிதத்தைக் கிழித்துப் போட்டதாக வெள்ளைக் காரர்கள் சொன்னார்கள்.

முன்பு முசியே புசியின் *(M.Bussy)* அறுமாதியிலிருந்து கிளம்பிய, முசியே லாசு *(M.Law)* விசாகப்பட்டணத்தின்பேரிலே படையெடுத்துச் செல்வதாக எழுதி வந்திருந்தது. அந்தக் கோட்டையை முசியே லாசு பிடித்துக்கொண்டு, முசியே கோவர்ணதோர் லெறி அவர்களுக்குக் காகிதம் எழுதினான். அந்தக் காகிதம் இத்தனாள் சாயங்காலம் ஆறு மணிக்கு வந்து சேர்ந்தது, "விசாகப்பட்டணத்துக் கோட்டையைப் பிடித்துக் கொண்டோம். விசாகப்பட்டணத்து கோவர்ணதோர் மேஸ்தர் இசுமித் *(Mr.Smith)* என்பவரும், இரண்டு கோன்சேலியர்களும், இருநூறு சொலுதாதுகளும், ஒப்பிசியேல்மார்கள் சிறிது பேரும் பிடிபட்டனர். நம்முடைய பிரெஞ்சு சொலுதாது ஒருத்தன் சாவு. கோன்சேலியர்களையும், சொலுதாதுகளையும் நம்முடைய கொம்மாந்தான் சிறையில் வைத்தார். கோட்டையில் இருந்த நகை, பணம், தட்டுமுட்டுகள், வர்த்தகர்களுடைய சாமான்கள் ஆகியவற்றை இங்கிருந்த இங்கிரேசுக் கப்பலில் ஏற்றி, சென்னப்பட்டணத்துக்கு அனுப்பிவிச்சார்கள் என்று அந்தக் காகிதத்தில் எழுதி வந்ததாக, ஒரு வெள்ளைக்காரன் வந்து சேதி சொன்னான். சீத்தாராம் சோசியர் சொன்னபடி இங்கிரேசுக்காரர்களுக்கு இறக்கம் ஏற்படுவதற்கான ஏஷ்யம் கண்டு வருகின்றது. நம்முடைய காரியமும் நல்லபடியாக நடக்கும்.

1757 ஷு சூலை மீ 18 வ;
ஈசுவர ஷு ஆடி மீ 7 வ; சோமவாரம்

இத்தனாள் காலத்தாலே நான் கோட்டைக்குப் போனேன். தென்னண்டைப் பக்கத்து நெடுஞ்சாலையில் முசியே கோவர்ண தோரும், மற்றவர்களும் இருந்தனர். நான் போய் ஆசாரம் பண்ணி னேன். முசியே கோவர்ணதோர் நகைமுகமாய் இருந்தார். இங்கிரேசுக் காரருடைய விசாகப்பட்டணத்தை நம்முடைய பவுன்சும், முசியே லாசும் பிடித்துக்கொண்டதையும், நம்முடைய பிரெஞ்சு கொடி ஏற்றப் பட்டதையும் இங்கிரேசு கப்பித்தான் மேஸ்தர் இசுமித் இரண்டு கோன்சேலியர்கள், இருநூறு சொலுதாதுகள், ஒப்பிசியேல்மார்கள் ஆகியோரைப் பிடித்துக்கொண்டு அடைக்கலம் வைத்துக்கொண்ட சேதி நேத்து சாயங்காலம் எழுதி வந்தது.

அதற்கு வெள்ளைக்காரர்கள், அவரவரும் வந்து முசியே கோவர்ண தோர்க்கு முபார்க்குப் பாதிச் சொன்னார்கள். நானும் முபார்க்குப் பாதிச் சொன்னேன். முசியே கோவர்ணதோர் நகைமுகமாய் இருந்தார். முசியே பெடுத்தல் மீ வந்தார். உடனே முசியே கோவர்ணதோர் அவர்கள்

அவரிடம் நம் பவுன்சினர் விசாகப்பட்டணத்தை செயம் பண்ணின சேதி எழுதி வந்த காகிதத்தை சந்தோஷத்துடன் படித்துக் காட்டினார். அப்பால் இருவரும் பேசிக் கொண்டிருந்தபின், அவர் அனுப்புவிச்சுக்கொண்டு போனார். பிரான்சுக்காரர் ஒருத்தன் மாத்திரம் செத்தான் என்று எழுதி வந்தது. அது யாரென்று தெளிவாகத் தெரியவில்லை. கோட்டையிலிருந்த பணம், காசு, தட்டுமுட்டுகள் சமஸ்தமும் இங்கிரேசுக்காரர் கப்பலில் ஏற்றி அனுப்பிவிட்டார்கள். இந்தச் சேதியைத்தான் இன்றைக்கு வெள்ளைக் காரர்கள் எல்லாரும் பேசிக் கொண்டிருந்தார்கள். அப்பால், முசியே லெறி காம்பிறாவுக்குள் போனார். நானும் பூந்தோட்டக் கச்சேரியே வந்தேன்.

முசியே பிளாக்கூர் *(M.Flacourt)* அவர்களும், குண்டூர் பாலி செட்டியும் ஒழுகரை கிராமத்துக்காரர்களும் கனகராய முதலியின் தம்பி தானப்ப முதலியும் அங்கே இருந்தார்கள். குண்டு கிராமத்தாரும் இருந்தார்கள். இங்கிரேசுக்காரருக்குச் சொந்தமான வடக்கே இருக்கிற விசாகப்பட்டணத்தைப் பிடித்த சேதி வந்த சந்தோஷத்தைக் கொண்டாட பன்னிரண்டு மணிக்கு இருபத்தொரு பீரங்கிப் போட்டார்கள்.

ஈசுவர வருசம், ஆனி மாசம் 23-ஆம் தேதி *(சூலை 23, 1757)* மகாராச ராசத் ஸ்ரீவசரத்து ராய விசய ஆனந்த ரங்கராயர் அவர்கள், வில்லியனூர், பாகூர் சீர்மை நாட்டார்களான அப்பு முதலியார், சொக்கம்பட்டு வெங்கிடபதி ரெட்டியார், கிருமாம்பாக்கம் சருவா ரெட்டியார், சிலுகால் *(Chilkala)* வெங்கிடபதி ரெட்டியார் ஆகியோருக்கு எழுதிக்கொடுக்கும் ரசீது. வில்லியனூர், பாகூர் சீர்மைகளுக்கு தாங்கள் எழுதிக்கொடுத்த குத்தகைப்படி இத்தனாள் நம்முடைய சர்க்காருக்கு ராமய்யன் முந்நூறு பூ வராகனைக் கட்டினான். நூறு வராகன் மதிப்பு 354 ரூபாய் என்ற கணக்குப்படி மொத்த ரூபாய் 1062-க்கும் இதுவே ரசீதாக வைத்துக் கொள்ளவும். இது நக்கல் *(நகல்)*.

ஈசுவர வருசம், ஆடி மாசம் 7-ஆம் தேதி *(சூலை 18, 1757)* மகாராச ஸ்ரீ வசரத் ராய விசய ஆனந்த ரங்கராயர் அவர்கள், வில்லியனூர், பாகூர் சீர்மை நாட்டார்களான அப்பு முதலியார், சொக்கம்பட்டு வெங்கிடபதி ரெட்டியார் ஆகியோருக்கு எழுதிக் கொடுத்த ரசீது. தாங்கள் வில்லியனூர் பாகூர் சீர்மைகளுக்குத் தர வேண்டிய குத்தகைப் பணத்துக்காக ராமய்யர் அவர்கள் நம்முடைய சர்க்காருக்கு 285 பூ வராகன் அதாவது, ரூபாய் 736 செலுத்தி, தொகையாக ரூபாய் 290 செலுத்தினார். ஆக மொத்தம் 1026 ரூபாய்க்கும் இதையே ரசீதாக வைத்துக் கொள்ளவும்.

வந்தவாசியைத் தாக்குவதற்கு இங்கிரேசுக்காரருக்கு மத்தத்து

செய்வதற்காக, ஆற்காட்டிலிருந்து ஒரு ஒட்டகத்தின் மூலம் ராய்ச்சூர் பாணங்கள் *(ராக்கெட்)* அனுப்பப்பட்டன. அது அருகில் வந்தபோது பவுன்சினர் ஒரு வேட்டுப் போட்டனர். அதனால், மிரண்ட ஒட்டகம் திரும்பி ஓடிவிட்டது என்று சேதி கேள்விப்பட்டேன். இதற்கு முன் நம்முடையபிரெஞ்சுப்பவுன்சினர்இங்கிரேசுக்காரரிடம்இருந்துபந்தமுர் லங்கா *(*கோதாவரி மாகாணம்- ***Bandarmalanka)*** என்ற இடத்தையும் மடபொல்லம் என்ற கிடங்கையும் பிடித்துக் கொண்டனர். அங்கே அகப்பட்டவர்களை மச்சிலிப்பந்தருக்கு *(மசூலிப்பட்டணத்துக்கு)* அனுப்பி வைத்தனர். இப்போதுதான் இங்கிரேசுக்காரர் விசாகப் பட்டணத்தை இழந்தார்கள். எனவே, சீதாராம சோசியர் சொன்னபடி இங்கிரேசுக்காரரின் காரியம் கெட்டுப்போய் பிரான்சுக்காரர்களின் கொடியே எங்கும் பறக்கும் என்று சொல்லி இருந்தாரே, அதன்படியே எல்லாம் நடந்து வருகின்றன. இனிமேல் நமக்குச் சொல்லி இருக் கிறாரே, அதுவும் நல்லபடியாக நடக்கும் என்று மனதில் தோன்றியதை எழுதி வைத்தேன்.

1757 வு சூலை மீ 20 வ;
ஈசுவர ஞு ஆடி மீ ௯ வ; புதவாரம்

இத்தனாள் கேள்விப்பட்ட சேதியாவது; வந்தவாசி சமீபத்திலே நம்முடைய பிரான்சுக்காரரின் பவுன்சுக்கு இரண்டு மூனு நாழிகை வழியில் *(5 கி.மீ. அல்லது 3 மைல்)* தங்கியிருந்த இங்கிரேசுக்காரர் பவுன்சு பின்வாங்கிப் போய்விட்டது என்ற சேதி நேத்து சாயங்காலம் வந்ததாகக் கேள்விப்பட்டதை இன்றைய தினம் தினசரியில் எழுதி வைத்தேன்.

1757 ஞு சூலை மீ 21 வ;
ஈசுவர ஞு ஆடி மீ 10 வ; குருவாரம்

இத்தனாள் காலத்தாலே கோட்டையின் அக்கினி மூலையில் நின்றிருந்த இரண்டு இங்கிரேசுக் கப்பல்களும், ஈசானிய *(வடகிழக்கு)* மூலையில் நின்றிருந்த கப்பலும், ஓடித் திரிந்து, போக்குவரத்தாக இருந்தன. அவையும் இரண்டு சுலுப்புகளும் பாய் எடுத்து, தேவனாம்பட்டணத்துத் துறைமுகம் நோக்கி ஓடிவிட்டன. மறுபடி வருமா, வராதா என்று பேசிக்கொண்டார்கள். அப்பால், பூந்தோட்டக் கச்சேரியே வந்தேன்.

1757 ௵ சூலை மீ 22 வ;
ஈசுவர ௵ ஆடி மீ 11 வ; சுக்கிரவாரம்

இத்தனாள் கேள்விப்பட்ட சேதியாவது; நானாவின் குமாஸ்தாவான பலவந்தராயன் பதினைந்தாயிரம் குதிரை வீரர்களுக்கு எசமானாகச் சாத்துக் கடைக்கு *(Satghar)* அடுத்துள்ள கடப்பை நத்தம் கோட்டையில் இறங்கியிருக்கிறான். அவன் ஒரு காகிதம் எழுதி அனுப்பினான். நாம் முன்பு மீர் சாயபுவை அனுப்பி வைத்தோமே, அவனைச் சீக்கிரமத்துக்குத் திருப்பி அனுப்புங்கள் என்று எழுதியிருந்தார். ஆற்காட்டு சனங்கள் எல்லாரும் ஊரைவிட்டு வெளியேறுகிறார்கள். கோட்டைக்கு அதிக தொலைவில் இருக்கிற வீடுகளைக்கூட இடித்துத் தரைமட்டம் ஆக்குகிறார்கள். ஆம்பூர், வாணியம்பாடி சீர்மையில் மராட்டியர் குதிரைகளில் வந்து கொள்ளையடிக்கின்றனர். எனவே, மமுதல்லிகான் வீட்டுப் பெண்டுகளும், குஞ்சு குழந்தைகளும் சென்னப்பட்டணத்திற்கும், மயிலாப்பூருக்கும் போய்விட்டார்கள் என்றும் பேசிக் கொண்டார்கள்.

நானாசி ராயனின் வக்கீல் சவுதாய் என்ற வரியை வாங்குவதற்காக இருபதாயிரம் குதிரை வீரர்களுடன் அமிர் தராயர் என்பவர் வந்திருந்தார். அவர் பலவந்த ராயன் சார்பாக ஆயிரம் குதிரைகளுடன் கிளம்பி, நானூறு குதிரைகளை வேலூரில் நிறுத்தி வைத்துவிட்டு, அறுநூறு குதிரைகளுடன் ஆற்காட்டுக்குப் போனார். அருகில் சென்றவுடன் மமுதல்லிகானும் அவரைச் சேர்ந்தவர்களும் எதிர்கொண்டு போய் அழைத்துக்கொண்டு வந்து, ஆற்காட்டில் தங்க வைத்திருக்கிறார்கள். அந்தச் சேதி தனக்கு எழுதி வந்ததாக முகமது அலிகானின் வக்கீல் இங்கிருப்பவன் வந்து சொன்னான். புதுச்சேரி பட்டணத்தின் ஈசானிய மூலையிலும், அக்கினி மூலையிலும் இருந்த கப்பல்கள், இங்கே காணப்படாமல் கூடலூர் துறையில் இருக்கின்றன.

1757 ௵ சூலை மீ 24 வ;
ஈசுவர ௵ ஆடி மீ 13 வ; ஆதிவாரம்

இத்தனாள் காலத்தாலே பின்வாங்கிப்போன இங்கிரேசுக்காரர் பவுன்சு மறுபடியும் வந்தவாசிக்கு அருகில் வந்தது என்றும், இத்தனாள் ஸ்ரீரங்கத்திலிருந்து வந்திருந்த சொலுதாதுகளில் இருநூறு பேர் போனார்கள் என்றும் ஸ்ரீரங்கத்தில் இருந்து வந்திருக்கிற உசார்க்கு குதிரை வீரர்களும், நாளைக்கு வந்தவாசிக்குப் போகிறார்கள் என்றும் ஆலம் புரிக்கு ஐம்பது சொலுதாதுகள் போனார்கள் என்றும் சொல்லிக்

கொண்டார்கள்.

குண்டுதாழை வாசற்படி வழியாகப் போகிற வருகிறவர்களைக் கத்தியினாலே சிலுக்கச் சிலுக்க வெட்டுகிறார்கள். பெண்டுகளின் முலையைப் பிடித்துக் கீழே தள்ளுகிறார்கள். சற்றே தலைவிரி கோலமாக நடத்துகிறார்கள், இரண்டொருவரைக் குடல் சரியக் குத்திப்போட்டு கிராதகம் *(அட்டூழியம்)* பண்ணினார்கள். இதையெல்லாம் பிராது சொன்னபோது, கேட்க வழியில்லாமல் போனது. அப்படியானால், நியாயம் கிடைக்காது என்று மற்றவர்கள் பிராது செய்யவில்லை. இதைக் கொண்டு பட்டணத்தில் நியாயம் எப்படி நடக்கிறது என்று தெரிந்து கொள்ளலாம் என்று சனங்கள் பேசிக் கொள்வதாக வந்து சொன்னார்கள்.

இத்தனாள் சாயங்காலம் ஏழரை மணிக்கு முசியே பெடுத்தல் மீயின் வேலைக்காரனான ராமய்யப் பிள்ளை, தன் பெண்சாதியின் கருமாந்திரம் முடித்துவிட்டு, அசோகச் சாலையில் இருந்து மேளதாளம், தீவட்டி, பல்லக்கு, குதிரை என்று சம்பிரமமாக வந்து கொண்டிருந்தான். வடக்கில் சென்னபட்டணத்து வாசல்படிக்கு அருகில் சிப்பாய் குவாடுது நிற்கும் இடம் மட்டுக்கும் வந்தனர். அங்கே வந்தபோது பேர் விளங்கன் ஒப்பிசியேல் ஒருத்தன் கட்டையினால் துரத்தித் துரத்தி அடிக்கச் சொன்னான். இது ஏற்கெனவே திட்டமிட்டு வைக்கப்பட்டிருந்தது. எனவே அவர்கள் வந்தவுடனே சிப்பாய்கள் அடிக்கத் தொடங்கினார்கள். குதிரைக்காரர்கள், பல்லக்குக்காரர்கள், மேளக்காரர்கள், தீவட்டிக்காரர்கள், ஈட்டிக்காரர்கள், நட்டுமுட்டு நாடகச்சாலை வகையிறா அடிபட்டு சின்னா பின்னாமாய் ஓடினார்கள். அப்பால் அங்கே பெரியதனம் பண்ணிக் கொண்டு வந்த விநாயகனும், நயினாரும் அவர்களையெல்லாம் ஒன்று சேர்த்து, தம்முடன் வரச்சொல்லி, அவர்கள் முதலில் வாசற்படி வழியாக நுழைந்தார்கள். ராமய்யப் பிள்ளையின் தம்பிக்கும், இன்னும் சிலருக்கும் நன்றாக அடி விழுந்தது. விநாயகனும், நயினாரும் ஓடாமல் நின்று, "ஏன் தள்ளுகிறீர்கள்? அடிக்கிறீர்கள்?" என்று கேட்டார்கள். அவர்களையும் துப்பாக்கியைத் தூக்கி அடித்தவுடன் தப்பி ஓடினார்கள்..... *(கிழிந்து போயிருக்கிறது).*

அப்பால் விநாயகன் மாத்திரம் முன்பட்ட அடிபொறாமல் பின்னையும் வந்து மறுபடியும் வேலைக்காரனை வெளியில் நின்றபடி அழைத்தான். அவன் மூலமாக நூறு ரூபாய் தருவதாக ஒப்பிசியேலிடம் பேசினான். அதற்கு அப்பால் விநாயகனை உள்ளே வரச் சொன்னார்கள். "இப்படி ஆடம்பரமாக ராத்திரி நேரத்தில் ஊர்வலமாக வருகிறீர்களே!

உங்களுடன் சேர்ந்து சத்துருக்களும் வந்துவிட்டால் என்ன செய்வது! ஆபத்து வருமல்லவா! அதனால்தான் நான் துரத்தி அடித்தேன்" என்று சொல்லிய ஒப்பிசியேல், ரூபாயை வாங்கிக் கையில் சுத்திக்கொண்டு, உள்ளே போகச்சொல்லி உத்தரவு கொடுத்தான். அதன் அப்பால், மூலைக்கு மூலை ஓடிப்போனவர்கள் எல்லாரும் பெருமாள் கோயிலுக்கு வந்து சேர்ந்தனர். தீவட்டிகளைக் கொளுத்திக்கொண்டு மேளதாளத் துடன் வீடு வந்து சேர்ந்தார்கள். பிராது சொல்லப் போகிறோம் என்று சொல்லிக் கொண்டார்கள். அப்பால், முசியே பெடுத்தல் மீயிடம் போய்ச் சொல்லவே, அவர் முசியே லெறிக்குச் சொன்னார். அப்பால், முசியே லெறி ஒரு ஒடுதி கொடுத்தார். மறுபடி காலத்தாலே இவர்கள் வெளியே போகும்போது முசியே பெடுத்தல் மீ, ஒரு ஒடுதி கொடுத்தார். முசியே கோவர்ணதோர் காசுக்கு ஆசைப்பட்டு, நடப்பதையும் பிராதுகள் பேரிலே நடவடிக்கை எடுக்காமல் இருப்பதைப் பார்த்தும், ஒப்பிசியேல்மார்கள் சனங்களை அடித்துப் பணத்தை வாங்கிக்கொண்டு போகவிட்டார்கள்.

நானும் இந்தப் பட்டணத்துக்கு வந்து முப்பத்தெட்டு வருசம் ஆனது. முன்பு முசே துயூப்ளேக்சு துரைத்தனத்தில் நடந்த கலகத்தைக் காட்டிலும் இந்த வருசம் நடப்பது ஒன்றும் பெரிதல்ல. அந்த நாளில் நானும் நிருவாகம் பண்ணினேன். அப்படிப்பட்ட நாளில்கூட இத்தனாள் நடந்ததைப்போல் நடந்ததில்லையே. இந்த நாளில் அவனவன் வீட்டில் இருக்கிற பெண்டுகளை இழுத்துப் போகாமல் இருப்பதுதான் நடக்கவில்லையே தவிர, மற்ற எல்லாச் சோராவாரிகளும் நடந்து விட்டன. அவனவன் வீடுகளில் பூந்து மரமட்டைகளை, குதிரைகள், எருதுகள், பசுக்கள், கன்றுக்குட்டி வகையிறா இவற்றை வீட்டுக்காரனைக் கேளாமல் சேவுகர்கள் வந்து வலுக்கட்டாயமாகப் பிடித்துக்கொண்டு போனார்கள். வெள்ளைக்காரர்களும் வந்து அவர்களுக்குப் பிடிச்ச வஸ்துக்களை எடுத்துக்கொண்டு போனார்கள். ஏனென்று கேட்ட வுடனே, கூலியாட்களைவிட்டு எடுத்துக்கொண்டு போவதும், ஏனென்று கேட்டபோது அடிப்பதும், அடிக்க வருவதுமாக இருந்தார்கள். இப்படிப் பட்ட அநியாயங்கள் பட்டணத்தில் நடப்பதில் எத்தனையைத்தான் எழுத முடியும்?

சின்ன துரையான முசியே பெடுத்தல் மீ நியாயம் தீர்க்கிற புதுமைகளையும், 200 அல்லது முந்நூறு அடிகள் அடிப்பது என்று அவர் செய்கிற துன்பங்களையும் எழுத முடியாது. முன்பு மரியாதை ராமன் *(மரியாதை ராமன் நியாயமான நீதிபதி)* காலத்தில் அந்த நாளில் நடந்த மாறுபாடுகள் என்னவோ, அவற்றை இந்நாளில் செய்ய முசியே

பெடுத்தல் மீ ஏற்பட்டார். *(கேலியாகச் சொல்லப்பட்டது).*

முன்பு பட்டணம் உருவானபோது, முசியே கோவர்ணதோராக முசியே லெனுவார் அவர்களும், சின்ன துரையாக முசே துலேராமும் இருந்து காடு பட்டணமாச்சுது. தரித்திரியம் போய் அயிசுவரியம் பட்டணத்திலே பிரவேசிச்சது. இப்போது அது விபரீதமாகி, அநித்தியம் அதிகமாகிறபோது, என்ன சின்னம் நடக்க வேண்டுமோ அது நடக்குது. வெகு சனங்கள் எந்நேரமும் சொல்லிக்கொள்கிற அராஜகத்தைச் சுருக்கமாய் நாலு வரியிலே எழுதி வச்சேன். இப்படியான புதுமைகள் இங்கு மட்டுமல்ல, ராச்சியமெங்கும் அப்படி நடக்கின்றன. எனவே, இவ்விடத்தில் நடப்பது புதுமையல்ல. துலுக்கப் பாதுசா அழிந்துபோய், கர்நாடக ராசா உண்டாக வேண்டும் என்பதற்கான சின்னம் தென்படு கின்றன. இதைப் புதுமையாக எண்ணத் தேவையில்லை. சீதாராம் சோசியர் முன்பு குரோதன *(1745-46)* வருசம் சொன்னபடி நடக்கிறது. எனவே, ஒருவர் பேரிலேயும் குற்றம் சொல்லத் தேவையில்லை. காலம் நடப்பிச்சி வைக்கிறதென்று விவேகிகள் எண்ணிக் கொள்வார்கள்.

1757 ஹு சூலை மீ 26 வ;
ஈசுவர ஹு ஆடி மீ 15 வ; செவ்வாய்வாரம்

பின் வாங்கிப்போன இங்கிரேசுப் பவுன்சு காஞ்சிபுரத்திற்குப் போய்ச் சேர்ந்ததாகச் சொன்னார்கள்.

1757 ஹு சூலை மீ 27 வ;
ஈசுவர ஹு ஆடி மீ 16 வ; புதவாரம்

இத்தனாள் காலத்தாலே மறுபடியும் வாழைப்பந்தலில் *(பிரிட்டிஷ் ஆட்சிக்காலத்தில் வாழைப்பந்தல் ஆற்காட்டு தாலுக்காவிலும் அரும்பலூர், சாலவாக்கம் ஆகியன மதுராந்தகம் தாலுக்காவிலும் இருந்தன)* அய்யண்ண சாஸ்திரி தோரணம் வைத்தானென்று சொன்னார்கள். இங்கிரேசுப் பவுன்சு வெளியேறியதால், அரும்புலூர் தாலூக்கு, சாலமார்க்கம் *(சாலவாக்கம்)* தாலூக்கில் இருந்த இங்கிரேசு மனுஷர்கள் வெளியேறிவிட்டார்கள். அந்தச் சீர்மையிலும் அய்யண்ண சாஸ்திரி தோரணம் வைக்கப்போகிறார் என்று சேதி வந்ததாகப் பேசிக் கொண்டார்கள். மற்றபடி ஆலம்புரிக்குச் சொலுதாதுகள் சிறிது பேரும் சிப்பாய்கள் சிறிது பேரும் போனார்கள். வந்தவாசிக்கு அருகில் இருக்கிற நம்முடைய அறமாதுக்குச் சொலுதாதுகளும் சிப்பாய்களும்

போனார்கள்.

1757 ஹ ஜூலை மீ 28 வ; ஈசுவர ஹ ஆடி மீ 17 வ; குருவாரம்

இத்தனாள் கேள்விப்பட்ட சேதியாவது; ஏழெட்டு நாளாகச் சாத்துக் கடைக்கு வந்து தங்கியிருந்த பலவந்தராயனின் குமாஸ்தா அமிர்தராயர் என்பவன் முந்நூறு, நானூறு குதிரைகளுடன் வேலூருக்கு வந்தான். மீர்தாசால்லி கான், மனுஷரை அனுப்பி வரவேற்று அழைத்து விருந்து கொடுத்து, சவுதாய் வரி தொடர்பாகப் பேசுகிறான். ஆற்காட்டுக்கு வருவான் என்று மமுதல்லிகான், தங்குமிடம் முஸ்தீது பண்ணி வைத்து, காத்துக் கொண்டிருக்கிறான். மமுதல்லிகானின் குஞ்சு குழந்தைகள் சென்னப்பட்டணத்திற்கும், மயிலாப்பூருக்கும்போய்ச் சேர்ந்ததால், குடிசனங்கள், வர்த்தகர் போன்றோரும் கூட்டமாக வலசை வாங்கிப்போனார்கள். மராட்டியரின் குதிரை வீரர்கள் வருவதால், என்ன நடக்குமோ என்று பயந்து சனங்களை வெளியேறச் சொல்லி, தமுக்குப் போட்டார்கள். இவ்வாறாகச் சேதிகளைச் சொல்லிக் கொண்டார்கள்.

இத்தனாள் துறைமுகத்திற்கு நேராக இரண்டு இங்கிரேசுக் கப்பல்கள் காணப்படுவதாகச் சொன்னார்கள். பின்னையும் கேள்விப்பட்ட சேதியாவது; இங்கிரேசுக்காரரின் இரண்டு மனுவார் கப்பல்கள் *(Men of war)* சண்டைக்கான முஸ்தீபுடன் புறப்பட்டு வந்தபோது, முறிஞ்சுபோய் பொம்பாய்க்கு வந்து சேர்ந்தன. இது சண்டையில் ஏற்பட்ட சேதமா, அல்லது காத்திலே ஏற்பட்டதா? என்று தெரியாது என்கிற சேதி பொம்பாயிலிருந்து மாயேவுக்கு வந்து, அங்கிருந்து இங்கே வந்ததாக வெள்ளைக்காரர்கள் பேசிக்கொண்டதை எழுதி வைத்தேன்.

1757 ஹ ஜூலை மீ 31 வ; ஈசுவர ஹ ஆடி மீ 20 வ; ஆதிவாரம்

இத்தனாள் காலத்தாலே முசே லெறி கோவர்ணதோர் நேத்து ஐரோப்பாவில் இருந்து வந்த காகிதத்தை கோன்சேலுக்குப் படித்துக் காட்டினார். நேத்து முசே பெடுத்தல் மீக்கு வந்திருந்த காகிதத்தில் எழுதப்பட்டிருந்த சேதிகள், இந்தக் காகிதத்திலும் எழுதப்பட்டிருந்தன. அத்துடன் ஐரோப்பாவில், இங்கிரேசுக்காரருக்கும், பிரான்சுக்காரருக்கும் இடையே நடந்த சண்டைகளில் பிரான்சுக்காரர் செயமும், இங்கிரேசுக்

காரர் அபசெயமும் பட்டதாக எழுதி இருந்தது. இப்படியான சேதிகளைப் படித்துப் பார்த்து அரை நாழிகை வேளைக்குப் பேசிக் கொண்டிருந்தனர். முசே லெறியும், முசே பெடுத்தல்மீயும் ரகசியம் பேசுவதற்காக காம்பிறாவுக்குள் போனார்கள். மற்றவர்களும், நானும் கீழே இறங்கி வந்தோம். அவரவர் வீட்டுக்கு அவரவர் போனார்கள். நானும் பூந்தோட்டக் கச்சேரியே வந்தேன்.

இத்தனாள் ராத்திரி இரண்டு இங்கிரேசுக் கப்பல்களும், ஒரு சுலுப்பும் ஏழு மணிக்கு கரைக்குச் சமீபத்திலே வந்தன. முசியே கோவர்ணதோரும் மற்றவர்களும் கொத்தளங்களில் மனுஷரை ஏற்றி வைத்தார்கள். பீரங்கிகளை எல்லாம் தயார் பண்ணி வைத்தார்கள். கப்பலையும் தயார் பண்ணினார்கள். கொத்தளங்கள், பேரிலேயும் கொடி மரங்களின் பேரிலேயும் மத்தாப்புகளை வைத்தார்கள். ஊரில் இருக்கிற வெள்ளைக்காரர்கள் எல்லாரையும் வரச்சொல்லி தம்பூரடித்து, அப்படி வந்தவர்களை ஒன்று சேர்த்து, தயாராக இருந்தார்கள். இங்கிரேசுக் கப்பல் நம்முடைய கப்பலுக்குக் கிட்ட வந்தவுடன் நம் கப்பலில் இருந்து ஒரு பீரங்கிக் குண்டைப் போட்டுச் சுட்டார்கள். அத்துடன், இங்கிரேசுக் கப்பல் குண்டுக்கு எட்டாத தொலைக்குப்போய், ஈசானிய மூலையில் சீனிப் போட்டான்.

1757 ஆகஸ்ட்

1757 ஷ அகொஸ்து மீ 1 வ; ஈசுவர ஷ ஆடி மீ 21 வ; சோமவாரம்

இத்தனாள் முசேரிஷு *(M.leRiche)* ஐரோப்பாவிலிருந்து எனக்கொரு காகிதமும், முசியே பெடுத்தல் மீக்கு ஒரு காகிதமுமாக அனுப்பினார். அதில், "முசியே துயூப்ளேக்சின் காரியம் எதுவும் முடியவில்லை. முன்போல அவருடன் அதிகம் பேரும் இல்லை. அவரின் பெண்சாதியும் வெகு வியாதிடன் இருக்கிறாள். அவளுடைய மகளுக்கும் *(துயூப்ளேக்சு மூலம் குழந்தை இல்லை)* இன்னும் கலியாணம் ஆகவில்லை. நடக்கின்ற சண்டையில் பிரெஞ்சுக்காரருக்குச் செயமும் இங்கிரேசுக் காரருக்கு அபசெயமும் கிடைத்தது" என்பதாகச் சேதி எழுதியிருந்தது.

இதுவல்லாமல், வேறு சேதிகள் எதுவும் எழுதி வரவில்லை. கப்பல்கள் நவம்பர் வரை புறப்பட மாட்டா என்றும் எழுதியிருந்தது. இந்தச் சேதிகளைக் கோவர்ணதோரிடம் சொன்னேன். பட்டணத்தில் நடக்கிற அநியாயங்களையும் சொல்லி, சுவாமி எப்போது இதை நீக்குவாரோ தெரியவில்லை என்று சொல்லி, ஆவணி, புரட்டாசி மாசத்தில் துன்பங்கள் நீங்கி, கப்பல்களும் வந்து சேர்ந்து பட்டணத்துக்கு நல்லபடியாக நடக்கும் என்று சொன்னேன். அப்பால், அனுப்புவிச்சுக் கொண்டு, பூந்தோட்டக் கச்சேரியே வந்தேன்.

1757 ஷ அகொஸ்து மீ 2 வ; ஈசுவர ஷ ஆடி மீ 22 வ; செவ்வாய்

நானாவின் குதிரைப் படையைச் சேர்ந்த அமிர்தராயனுடன் ஆற்காட்டுக்கு ஆயிரம் குதிரைகள் வந்தன. அவற்றில் அறுநூறு, எழுநூறு குதிரைகள் ஆம்பூர், வாணியம்பாடி, திருப்பத்தூர், விரிஞ்சி புரம் ஆகிய சீர்மையில் வந்து கொள்ளையிடுகிறார்கள் என்ற சேதி, மீர் இனாயத்துல்லாவுக்கு எழுதி வந்ததென்று கபுறு கேள்விப்பட்டேன்.

1757 ஷ அகொஸ்து மீ 3 வ; ஈசுவர ஷ ஆடி மீ 23 வ; புதவாரம்

இத்தனாள் காலத்தாலே எட்டு மணிக்குக் கோட்டைக்குப் போனேன். முசே லெறி கோவர்ணதோர் தெற்குப் பாரிசம் தாவாரத்தின் *(தாழ்வாரத்தின்)* அருகிலிருந்த பெரிய சாலையில் இருந்தார். அவருடன்

முசியே கில்லியார், முசே பிறணியேர், முசியே சர்பெந்தியர், முசே சொல்மினியாக்கு ஆகிய பெரு சனங்களும் சில ஒப்பிசியேல்மார்களும் இருந்தார்கள். அப்போது நான் மெத்தைக்குப்போய் முசியே கோவர்ணதோருக்கு ஆசாரம் பண்ணினேன். மற்றவர்களுக்கும் ஆசாரம் பண்ணினார்கள். முசியே கோவர்ணதோர் என்னை உற்றுப் பார்த்தார். மற்றவர்கள் தலையை வளைத்து ஆசாரம் பண்ணினார்கள். இரண்டு, மூன்று பேர் தொப்பியைக் கழற்றினார்கள்.

துறையில் நின்றிருக்கிற இங்கிரேசுக் கப்பல்கள் ஒன்றிலிருந்த ஒருத்தன் கப்பலில் இருந்து கடலில் குதித்து, நீந்திக்கொண்டு கரைக்கு வந்து சேர்ந்தான். அவன் கோவாவைச் சேர்ந்த மிஸ்தீசு (*Mestices*- இந்திய பெண்களுக்கும் போர்ச்சுக்கீசியர்களுக்கும் பிறந்தவர்கள்) இனத்துக்காரனோ போர்த்துக்கீசியனோ கிலோசோ *(கலாசி எனும் கப்பல் சேவகன்)*, பீரங்கிச் சுடுகிறவனோ என்பது தெரியவில்லை. சமுத்திரக் கரையில் இருந்த சிப்பாய் அவனை அழைத்துவந்து கோட்டை வாசற்படியில் ஒப்படைத்தார். வாசற்படி குவாடுது, ஒரு கார்ப்போரலைக் கூட்டி வந்து, அவனை மெத்தையில் இருந்த கோவர்ணதோரிடம் அனுப்பி வைத்தான். முசியே கோவர்ணதோரும் அங்கிருந்த மற்றவர் களும், இங்கிரேசுக் கப்பல் பூர்வாந்திரம் பற்றி கேட்டார்கள்.

தான் இருந்த கப்பலில் கலாசிகளும், மிஸ்தீசுகளும், சட்டைக் காரரும், இங்கிலீசுக்காரர் நூற்றைம்பது பேரும், 10 பேர் பிரான்சுக்காரரும் இருக்கிறார்கள். கூடலூரில் சண்டைக் காவலில் இருந்த பத்துப் பிரெஞ் சுக்காரர்களையும் பிடித்துக் கப்பலில் போட்டார்கள். மற்ற கப்பல்களிலும் இந்த எண்ணிக்கைப்படியே மனுஷர்கள் இருக்கிறார்கள். ஆனால், சண்டைக் கப்பலில் இருக்க வேண்டிய அத்தனைச் சரஞ்சாமிகளும் குண்டு, தீக்குடுக்கைகள் வகையிறா சாமான்கள் இருக்குமே, அதுகள் எல்லாம் தாக்ஷியில்லாமல் *(குறைவில்லாமல்)* ஏற்றப்பட்டிருக்கின்றன. கப்பல் கொம்மாந்தான் இருக்கிற கப்பலில் மாத்திரம் முப்பது வெள்ளைக்காரர்கள் அதிகமாக ஏற்றப்பட்டிருக்கிறார்கள்.

முன்பு பதினைந்து இருபது நாளைக்கு முன் வந்தபோது இந்தக் கப்பலைப் பிடித்துக்கொண்டு போவது, முடியாவிட்டால் கொளுத்தி விடுவது என்கிற முடிவுடன் வந்தார்கள். இப்படிக் கப்பலைப் பிடிப்பது அல்லது கொளுத்துவதை சூலை மாசம் 31-ஆம் நாளுக்குள் கெட்டி யாக நடத்துகிறேன் என்று சென்னப்பட்டணத்திலிருந்து முசியே கோவர்ணதோருடன் பந்தயம் கட்டிக்கொண்டு வந்தார்கள்.

சூலை மாசம் முடிந்துபோய் ஆகொஸ்து மாசம் பிறந்து, மூன்று தேதி ஆனது. இனிமேல் என்ன திட்டமிடுவார்களோ, தெரியாது என்பதான சேதிகளை முசியே கோவர்ணதோர் உள்ளிட்டோரிடம் சொன்னான். அதற்கு முசியே கோவர்ணதோர் இவன் புளுகன் என்று சொன்னார். அவனை ஒரு கோர்ப்பரலை இவன் பிறகே திரியச்சொல்லி, இஸ்பித்தாலில் தங்கிக் கொண்டு, அங்கேயே சாப்பிட்டுக் கொள்ளும்படி அனுப்பிவிட்டார்கள்.

இப்படி இவனுடன் பேசிக் கொண்டிருந்தபோது, கோன்சேல் கூடுவதற்காக முசியே பெடுத்தல்மீ, முசியே தெவோ, முசியே புலோ ஆகிய பெருசனங்களுடன் அனைத்து கோன்சேலியர்களும் வந்தார்கள். முசியே கோவர்ணதோரும் கோன்சேல் நடக்கிற காம்பிராவிலே போனார். முசியே கோவர்ணதோர் வந்தவுடன் முசியே தெவோ இரண்டு காகிதங்களை அவரிடம் கொடுத்தார். அதை அவர் படித்தவுடன், முசியே தெவோ என்னைப் பார்த்து ஏதோ சொன்னார்.

அந்தச் சாடையைப் பார்த்தால், அந்தக் காகிதங்கள் சீமைக் குத்தகைச் சம்மதியாகத் தெரிகிறது. முசியே கோவர்ணதோர் கோன்சேல் நடக்கிற காம்பிறாவுக்குள் சென்ற போது, கந்தப்பன் நேத்து முசியே புசியிடமிருந்து வந்த காகிதங்கள் தொடர்பாக கோன்சேல் கூடினார்கள் என்று சொன்னான். முசியே புசி விசாகப்பட்டணத்துத் துறையில் முப்பதாயிரம் பவுன்சுடன் தங்கி இருக்கிறாராம். அதில் இருந்து கோன்சேலியர் மேஸ்தர் பரசுவேல் விசாகப்பட்டணத்து கப்பித்தான் ஆகியோர் இனி பிரான்சு ராச்சியத்துக்கு எதிராக ஆயுதம் எடுக்க மாட்டோம். அழைக்கிறபோது வருகிறோம் என்று எப்போதும் எழுதுகிற வாடிக்கைப்படி உடன்படிக்கை எழுதிக் கொடுத்துவிட்டுப் போனார்கள். சொலுதாதுகள் மாத்திரம் காவல் வைக்கப்பட்டிருக்கிறார்கள்.

மேஸ்தர் கிளேவிசு *(கிளைவ்)* ஸ்காதுருவுடன் வருவதாகக் கபுறு வந்திருக்கிறது என்று சேதியாளர்கள் சொன்னார்கள் என்றும் கந்தன் சொன்னான். கந்தன் சொன்ன சேதியைக் கேட்டுக்கொண்டு, பூந்தோட்டக் கச்சேரியே வந்தேன். பத்து மணிக்கு கோன்சேல் கூட்டம் முடிந்து முசியே பெடுத்தல் மீ வீட்டுக்குப் போனார். *(பெடுத்தல் மீ பிள்ளைக்கு நெருக்கமானவர். ஆனால் அவரது லஞ்ச முறைகேடுகளைப் பிள்ளை நேர்மையாகப் பதிவு செய்திருக்கிறார்.)* நடந்தது என்னவென்று தெரியாது.

1757 ஹு அகொஸ்து மீ 4 வ;
ஈசுவர ஹு ஆடி மீ 24 வ; குருவாரம்

இத்தனாள் முன் பவ வருசம் *(1755)* தை மாசம், கோபால கிருஷ்ண செட்டி, சுங்கு சேஷாசலம் செட்டி, கோடவர்த்தி வெங்கடாசல செட்டி ஆகியோர் போர்த்துக்கீசியனான சாலமன் என்பவனின் மனுஷர்களான இரண்டு பேர்களிடம் இங்கிரேசு சட்டம் *(வடிவமைப்பில் ஆன)* முசினீசு *(சீனாவுக்குப் போகிற துணி)* என்கிற வெளிநாட்டுப் புடைவையை வாங்கினார்கள்.

இதற்கான தொகை பத்தாயிரத்துச் சிலுவானம் *(சில்லரை)* ரூபாய், தவணைப்படி அவர்கள், ஆறு மாசங்களில் இந்தப் பணத்தைக் கொடுக்க வேண்டும். அப்படிக் கொடுக்காவிட்டால், நான் கொடுப்பதாக சாமீன் எழுதிக் கொடுத்திருந்தேன்.

அந்த நிலுவை ரூ.585-யை வாங்கி வரும்படி பேர் விளங்கன் துபாசி ஒருத்தனை அனுப்பினார்கள். இந்தப் பணத்தை ஷராப் *(பணம் மாற்றுவோரான)* மேலுகிரி செட்டி, ராயப்பன் ஆகியோர் வழியாகக் கொடுத்தனுப்பவும் என்றும், முன்பு கொடுத்த ரசீதுகளையும், இப்போது கொடுக்கிற ரசீதையும் நாளை காலத்தாலே கொண்டுவந்தால், அசல் சீட்டுக் கொடுத்து விடுகிறோம் என்றும் ஒரு சீட்டு எழுதி அனுப்பினார்கள். அவன் அந்தச் சீட்டைக் கொண்டு வந்து கொடுத்துச் சேதியும் சொன்னான்.

1757 ஹு அகொஸ்து மீ 7 வ;
ஈசுவர ஹு ஆடி மீ 27 வ; ஆதிவாரம்

இத்தனாள் கேள்விப்பட்ட சேதியாவது; நானாவின் வக்கீல் அமிர்த ராயன் ஆயிரம் குதிரைகளுடன் ஆற்காட்டுக்கு மமுதல்லி கானிடம் வந்திருந்தான். அவனுக்கும் மமுதல்லிகானுக்கும் இடையே பேச்சு நடந்து எட்டு லக்ஷம் தருவதாக உடன்படிக்கை ஏற்பட்டது. சீர்மையின் பேரிலே தனக்கா *(அடமானமாக)* அஞ்சு லட்ச ரூபாயும் கில்லேதாரர்களின் பேரிலே அடமானமாக மூன்று லட்ச ரூபாயும் என்று உடன்படிக்கைச் செய்து கொண்டனர்.

மமுதல்லிகான் சென்னப்பட்டணத்திற்குப்போய் அங்கிருந்து சிறிது பணம் அனுப்புகிறோம் என்று அமிர்தராயனைச் சமாதானப்படுத்தி அனுப்பி வைத்துவிட்டான். அப்பால் புறப்பட்டுக் காஞ்சிபுரம்போய்ச்

சென்னப்பட்டணத்துக்குப் போனான் என்று வந்த சேதியை எழுதி வைத்தேன்.

ஆனால், மமுதல்லிகான் இப்படி உடன்படிக்கை செய்து கொண்டதற்கான சாடையைப் பார்க்க வேண்டும். நானாவின் பதினையாயிரம் குதிரைப் படையினர் சாத்துக்கடை துர்க்கத்தில் வந்திருக்கின்றனர். அருகில் அமிர்தராயன் ஆயிரம் குதிரைகளுடன் வந்திருக்கிறான். பிரெஞ்சுக்காரரருக்கும் இங்கிரேசுக்காரருக்கும் நடக்கிற சண்டையில், பிரான்சுக்காரர்களின் பவுன்சும் அருகில் இருக்கிறது.

பாக்கு வெட்டியில் அகப்பட்ட பாக்குபோல் மாட்டிக் கொண்டிருக்கிறோம். இந்த நேரத்தில் இவர்களைப் பகைத்துக் கொண்டால், நம்முடைய பேச்சிக்கு மோசம் வரும் என்று இதையெல்லாம் எண்ணித் தம் குடும்பத்தையும், சென்னப் பட்டணம், மயிலாப்பூர் என்று அனுப்பி வைத்தான். தன் மனதுக்கு விருப்பமில்லாமல், இந்த எடுப்பாடும் *(நிலைப்பாட்டை)* எடுத்து, உடன்படிக்கை என்று தீர்த்துக்கொண்டு, தப்பிப்போய் விட்டதைப்போல் தோன்றுகிறது.

இத்தனாள் சாயங்காலம் முசே ஒம்மோ *(M.Aumont)* குதிரைப் படையுடன் பட்டணத்துக்குள் வந்ததாகச் சேதி கேள்விப்பட்டேன்.

1757 ௵ அகொஸ்து மீ 9 ௳;
ஈசுவர ௵ ஆடி மீ 29 ௳; செவ்வாய்

இத்தனாள் நேத்து சரீர சுவஸ்தமில்லாமல் போகவே லங்கணம் போட்டுவிட்டேன் *(பட்டினி கிடந்தேன்)*. பத்தியம் பண்ணியபடியினால் ஆயாசம் இருந்ததால் வெளியே போகவில்லை. முன்பு முசியே துயூளேக்சுவின் அடிமையாக இன்னாசி என்கிற பறப்பயல் இருந்தான். அவர் பிரான்சுக்குச் சென்ற அப்பால், அவன் இங்கேயே இருந்தான். இந்தச் சட்டைக்காரன் ஆன இன்னாசி இவ்விடத்துச் சேதிகளை உள்ளடியாக *(ரகசியமாக)* இங்கிரேசுக்காரருக்கு எழுதி அனுப்பிவந்தான்.

அப்பால், பிரெஞ்சுக்காரப் பவுன்சு வந்தவாசிக்குச் சென்றபோது கூடவே சென்ற இவன், அவ்விடத்துச் சேதிகளை இங்கிரேசுக்காரருக்கு எழுதி அனுப்பினான். பிரெஞ்சு சொலுதாதுகளின் மனத்தைக் கலைத்து, அவர்கள் இங்கிரேசுப் பவுன்சில் கொண்டுபோய்ச் சேர்த்தான். இப்படியாக நடந்து வந்தபோது ஒரு தேதி அவன் எழுதிய காகிதம் அகப்பட்டுக்கொண்டு, அவனைப் பிடித்து இங்கே அனுப்பினார்கள்.

இத்தனாள் காலத்தாலே கோன்சேல் கூடி, முடிவெடுத்து சாயங்காலம் அவனைத் தூக்கில் போட்டார்கள்.

1757 ஷு அகொஸ்து மீ 13 வ;
ஈசுவர ஷு ஆவணி மீ 1 வ; சனிவாரம்

இத்தனாள் கேள்விப்பட்ட சேதியாவது; சாத்துக்கடை மூலவாளம், கோலாலம் ஆகிய வட்டங்களில் சவா பாசிராயனின் பவுன்சு சர்தாரான பலவந்தராயன் பதினைந்தாயிரம் குதிரைப் படையினருடன் தங்கி யிருந்தான். அவனுடைய வக்கீலான அமிர்தராயன் அன்னூறு *(500)* குதிரைகளுடன் ஆற்காட்டுக்கு வந்திருந்தான். அவனை அழைத்துக் கொண்டு, மமுதல்லி கான் சென்னப்பட்டணத்துக்குப் போனான் என்று ஏழெட்டு நாளைக்கு முன்பாகக் கேள்விப்பட்டிருந்தேன்.

இப்போது கேள்விப்பட்டதாவது; சென்னப்பட்டணத்துக்குப் போகிற வழியில் முசியே கோவர்ணதோர் முசியே பிக்கட்டை சந்தித்த மமுதல்லிகான் இப்போது திருவல்லிக்கேணியில் இருந்து பட்டணத் துக்குப் போகிற வழியில் இருக்கிற முசியே பொறுனெவாலுடைய தோட்டத்தில் *(சேத்துப்பட்டில் இருந்த இடம்)* இறங்கியிருக்கிறான். அமிர்தராயன் திருவொற்றியூரில் இறங்கியிருக்கிறான். சிறிது பணம் காசு கொடுத்து உடன்படிக்கைப் பண்ணிக்கொண்டு, தங்களுக்கு மத்தத்தாக இருக்கும் படியாகவும், வந்திருக்கிற ஆயிரம் குதிரைகளைத் தங்களுடனே வைத்திருக்கும்படியாகவும் உடன்படிக்கைப் பேசு கிறார்கள். பன்னிரண்டு வருசத்துக்குமுன், பட்டணத்தில் இருந்த சனங்கள் தங்கள் திரவியங்களைப் பறிகொடுத்தவர்கள் என்பதால், இப்போதிருக்கிற சாடை கண்டு வெகு திகிலெடுத்திருக்கிறார்கள். அயிசுவரியவந்தர்களும், வர்த்தகர்களும் தங்கள் திரவியத்தைப் பழவேற்காடு வகையிறா நம்பிக்கையான ஸ்தலங்களுக்கு அனுப்பி விச்சார்கள்.

அந்தப் பட்டணத்திற்கு அப்படித்தான் இப்போதும் நடக்கப் போகிறது. இது தப்பாது. முன்பு அட்சய வருசம் *(1746)* புரட்டாசி மாசம், சென்னப்பட்டணத்தைப் பிரெஞ்சுக்காரர் பிடித்தனர். அப்போது அன்வர்தி கானின் மகனான மாபூசுகானும், இப்போது முகமதலிகானும் உதவி செய்து, அன்வர்தி கான் செத்துப்போனதும் ஆற்காட்டின் சுபா பறிபோனதும் எல்லாரும் அறிந்ததுதானே...

இந்த வருசமும் சென்னப்பட்டணம் பிரெஞ்சுக்காரரிடம் வருமென்

பதற்கு, மமுதல்லிகான் அமிர்தராயனுடன் சேர்ந்து கொண்டதே ஏஷ்யம் காட்டுகிறது. இனிமேல் முன்பு சீத்தாராம சோசியர் சொன்னதும், இப்போது சுப்பா சோசியர் சொன்னதும் நடக்கப்போவதை அறிய வேண்டும். இத்தனாள் உசார் சுவார்கள் ஐம்பது பேர் முசியே குப்பியுடன் சேத்துப்பட்டுக்குப் போனார்கள்.

1757 ஷு அகொஸ்து மீ 19 வ; ஈசுவர ஷு ஆவணி மீ 7 வ; சுக்கிரவாரம்

இத்தனாள் காலத்தாலே ஏழரை மணிக்குக் கோட்டைக்குப் போனேன். மாடியின் தெற்குத் தாழ்வாரத்தின் அருகிலிருக்கிற நெடுஞ் சாலையில் முசே பிஷேர், முசே பிறிணிபேர் ஆகிய ஒப்பிசியேல் மார்கள் சிலருடனும் முசியே தெவோவுடனும் பேசிக் கொண்டிருந்தார். நான் போய் ஆசாரம் பண்ணினேன். அங்கே அரை நாழிகை நேரம் இருந்துவிட்டு புடைவைப் பார்க்கும் சாலைக்கு வந்தேன். அங்கே வந்த முசே கில்லியார் எனக்கு ஆசாரம் பண்ணினார். நானும் ஆசாரம் பண்ணினேன். அவர் என்னைப் பார்த்து, "இந்த வருசம் முதல் சீர்மை, பூமிகள், சண்டைச் செலவு, கப்பித்தான், கோட்டை முதலானவை பிரெஞ்சு ராசாவுக்குச் சொந்தமாகும் என்றும் ஐரோப்பாவில் இருந்து ராசாவுடைய பவுன்சும், கொம்மாந்தாமும் அதை நடத்த வருகிறார்கள் என்றும் கும்பினியார் இனிமேல் வர்த்தகம் மாத்திரம் செய்துகொள்ள வேண்டும் என்றும் நீர் சென்ற வருசம் முதல் சொல்லிக்கொண்டு வருகிறீரே. அப்படித்தான் நடக்கப் போகிறது.

இந்தச் சேதி முசியே தெபோசேத்து, முசியே தெலார்சு ஆகிய பெருசனங்களுக்கு முசியே துயூப்ளேக்சு எழுதி அனுப்பிய காகிதத்தில் வந்தது. உனக்குச் சொன்ன சோசியர் மெத்த கெட்டிக்காரர். நீர் சொன்னபடி இங்கிரேசுக்காரருக்கு இந்தியாவில் கோந்துவார் *(தொழிற் சாலைகள்)* இல்லாமல் போகும். இந்தியாவில் (பிள்ளையவர்களின் காலத்திலேயே இந்தியா என்று இந்தத் தேசம் அறியப்பட்டிருந்தது) துலுக்கரின் விஸ்தாரமான ராச்சியம் குறைந்து போகும் என்று சொன்னது சரியாக நடக்கிறது. அதற்கேற்றாற்போல் பிரான்சு ராச்சியம் கொடுத்த உத்தரவுப்படி நாலாயிரத்து ஐந்நூறு, அய்யாயிரம் சொலுதாதுகளும், இருபத்திரண்டு கப்பல்களும் இரண்டு கப்பித்தான்களும் புறப் பட்டார்கள். நவம்பர் 29-ஆம் தேதி 10 கப்பல்களும் டிசம்பர் 14-ஆம் தேதி பன்னிரண்டு கப்பல்களும் பாய் எடுத்து ஓடி, புதுச்சேரிக்கு

வருகின்றன. முசே துய்ப்ளேக்ஸ் தம் பெண்சாதியுடன் கம்பாஞானா *(Champagne)* என்ற இடத்திற்குப் போயிருக்கிறார். அவர் பெண்சாதிக்குச் சரீர சுவஸ்தமில்லை. அவருடைய மகளுக்கும் இன்னும் கலியாணம் நடக்கவில்லை. முசே கொதே அங்கே செல்வாக்குடன் இருக்கிறார். இந்தியா சம்மதி காரியத்தில் அவரின் சொற்படிதான் பவுன்சு வருகிறது. இந்தச் சேதிகள் முசியே தெலார்சுக்கும், முசே தெபோசேத்துக் கும் எழுதி வந்தது *(இவர்கள் இருவரும் இந்தியாவில் உள்ள துய்ப் ளேக்சின் உடைமைகளுக்கு பொறுப்பாளர்களாக இருந்தார்கள்)* என்று சொன்னார். இன்னும் என்ன எழுதி வந்ததோ? முசியே தெலார்சு, முசியே தெபோசேத்து ஆகியோரின் முகங்கள் களையிழந்து கிடந்தன. வந்த காகிதத்தில் அவர்களின் காரியத்தில் யாதேனும் மக்கின சேதி *(துயர சேதி)* வந்து அதனால் வந்த மக்கினமோ, அல்லது முசே துய்ப்ளேக்ஸின் காரியங்கள் நடக்காமல் கிடப்பதால் வந்த மக்கினமோ என்று தெரிய வில்லை. காகிதத்தைப் படித்த அவர்களின் முகங்கள் களை இழந்து, விசாரம் அடைந்த சாடையைக் காட்டின. "இனிமேல் என்ன நடக்கும் என்று உங்கள் சோசியர்கள் சொன்னார்கள்" என்று முசியே கில்லியார் கேட்டார். "நான் சொன்னபடி தான் இப்போது சேதி எழுதி வந்ததே! கப்பல் வந்த அப்பால் நடக்கப் போகிற சில புதிய சேதிகளைச் சொல்லி இருக்கிறார்கள். டில்லி முழு கிறதும், துலுக்கானியம் அழிவதற்கான சாடையையும் நான் உமக்குச் சொன்னேனே, அதற்கு இது ஆதியானபடியினால் இது நடந்த அப்பால், மற்ற விவரங்களைச் சொல்கிறேன்" என்று நான் சொன்னேன். அப்போது முசே லெகுவும், முசே பெடுத்தராமும், கிழவன் முசியே துருவேத்தும் *(M.Drouet)* ஆகியோரும் வந்தனர். மேலே எழுதிய சேதிகளையே பேசிக் கொண்டிருந்துவிட்டு, அவரவர் வீட்டுக்குக் கிளம்பினோம். இந்தக் காகிதங்கள் எப்படி வந்தன என்று முசியே கில்லியாரைக் கேட்டபோது அவர், "ஆம்ஸ்டர்டாமில் இருந்து ஒரு சுலுப்பு டச்சுக்கார்களுக்கு சேதி கொண்டுவந்தது. அது நாகப்பட்டணத்துக்கு வந்தபோது முசியே துய்ப்ளேக்ஸ் எழுதிய இந்தக் காகிதங்கள் வந்தன" என்று சொல்லிவிட்டு வீட்டுக்குப் போனார். நானும் பூந்தோட்டக் கச்சேரியே வந்தேன்.

1757 ௵ அகொஸ்து மீ 20 ௨;
ஈசுவர ௵ ஆவணி மீ 8 ௨; சனிவாரம்

இத்தனாள் காலத்தாலே எட்டு மணிக்குக் கோட்டைக்குப் போனேன். முசியே கோவர்ணதோர் லெறி மேல்வீட்டின் பேரிலே

இருந்தார். நான் போய்க் கண்டு, ஆசாரம் பண்ணினேன். அவரும் தரங்கம்பாடி கோன்சேலியர் சீனயோர் சேம்பால் என்பவரும் பேசிக் கொண்டிருந்தார்கள். இப்படியிருக்கும்போது ஒரு கப்பல் தென்பட்டது. அதைப் பார்த்த தரங்கம்பாடி கோன்சேலியர் தரங்கம்பாடி கப்பல் வருகிறது என்று சொன்னான். கோட்டையில் கொடி போட்டார்கள். கப்பல் துறை பிடிச்சு பீரங்கிப் போட்டது. கரையிலும் பீரங்கிப் போட் டார்கள். அத்துடன் நான் புறப்பட்டுப் புடைவைப் பார்க்கும் சாலைக்கு வந்தேன்.

அங்கே முசியே கில்லியார் இருந்தார். அவரைக் கண்டு ஆசாரம் பண்ணினேன். அவரும் ஆசாரம் பண்ணினார். அவர், “கப்பல்கள் எந்த நேரத்திலும் வந்து சேரலாம். ஐரோப்பாவில் இருந்து கப்பல் புறப் பட்ட சேதி வந்தது. அப்பால், பாதிவழி வந்தபோதும் சேதி வந்தது. எனவே எந்த நேரத்தில் கப்பல் வந்து நிற்குமோ, தெரியாது. இனி மேல் நாழிகை *(24 நிமிடங்கள்)* கெடுவே தவிர, நாள் கெடு கிடையாது” என்று சொன்னார். பின்னையும், “முன்பு பட்டணத்தில் நடந்த அநியாயம் போல், கப்பல் வந்து சேர்வதற்குள் இன்னும் என்ன அநியாயம் நடக்குமோ தெரியவில்லை. இனி நடக்க, நடக்கத் தெரிந்துகொள்ள வேண்டும்” என்று சொன்னார்.

நான், “இந்தப் புதுச்சேரியில் பிரெஞ்சுக் கொடி ஏற்றப்பட்டு ஐம்பத் தேழு வருசம் ஆனது. *(டச்சுக்காரர்கள் புதுச்சேரியை 1699-இல் பிரெஞ்சுக் கம்பெனி வசம் ஒப்படைத்தனர்.)* இத்தனைக் காலமாக நடக்காத அநியாயங்கள் எல்லாம் இந்த இரண்டு, மூன்று வருசத்தில் நடந்து முடிந்தது. எனவே, இந்தப் பட்டணத்துக்கு இன்னும் ஒரு உன்னதம் நடக்க வேண்டும். இல்லாவிட்டால், இத்துடன் அழிந்து போய்விடும். அந்த உன்னதமும் நடக்க வேண்டியிருப்பதால், முன்பு முசியே லெனுவாரின் துரைத்தனத்தில் நடந்ததைப்போல் இரு மடங்கு அதிகமாக நடக்கும்படி ஒரு கடுதாசிக் கட்டில் உரிய ஒடுதி வரும். ஆனால், ஐம்பதாம் வருசத்துக்கு அப்பால் ஒரு உன்னதம் நடக்க இருக்கிறது என்று எனக்கு நன்றாகத் தெரியும். அதற்கு இந்த வருசம் யோக காலம் பிறக்கிறது. எனவே, முன்பு சொல்லப்பட்ட ஒடுதிகள் அடங்கிய கடுதாசிக் கட்டு, இப்போது வருகிற கப்பலில் வந்தே தீரும்” என்று சொன்னேன். மெய்தான். அப்படித்தான் வருகிறது என்று பேசிக் கொள்கிறார்கள் என்று சொன்னார்.

அப்பால், லோகாபிரமமாய்ப் பேசிக்கொண்டிருந்தோம்.

சென்னப்பட்டணத்து வர்த்தகர்கள் பணம் காசு வகையிறா இவற்றைப் பழவேற்காடு வகையிறா பிராந்தியங்களுக்கு அனுப்பி வைக்கிற சேதியைப் பேசினோம். முன்பு சென்னப்பட்டணத்தைப் பிடித்துக் கொடி ஏற்றிக்கொண்ட, நம்முடைய பிரான்சுக்காரர் அங்கே பெருமாள் கோயில் *(சென்னகேசவ பெருமாள் கோயில்)*, ஈசுவரன் கோயில் *(சென்ன மல்லிகேசுவரர் கோயில்)* பெருமாள் கோயிலுக்கு இப்புறம் சுங்குவார் வீடு வரை இடிக்காமல் விட்டிருந்தார்கள். இப்போது, அதை இடித்துப் போடுவதற்கு உத்தரவு கொடுத்து, தமுக்குப் போட்டார்கள். *(கோட்டைக்கும் ஊருக்கும் இடையே தற்காப்புக்காக வெட்டவெளி இருக்க வேண்டும் என்று ஆங்கிலேய தளபதிகள் கருதினர். அதனால் வீடுகளையும் கோயில்களையும் இடித்தனர்).*

எனவே, வர்த்தகர் எல்லோரும் சேர்ந்து மேஸ்தர் பிக்கட் கோவர்ண தோரிடம் போய், “இந்தக் கோயில்கள் வெகு நாளாக இருக்கின்றன. அவற்றை இடிப்பதா?” என்று கேட்டார்கள். “நீங்கள் நல்லபடியாக இடித்துப் போட்டால் நல்லது. இல்லாவிட்டால் மனுஷரை அனுப்பி பலவந்தமாக இடித்துப்போடச் சொல்வோம்” என்று சொன்னார்.

இனிமேல் கேட்பதால் சாரம் இல்லை என்று உணர்ந்த வர்த்தகர்கள், கோயிலை இடிக்கும்போது, அந்த விக்கிரகங்களை இடம் பார்த்து *(பாதுகாப்பான இடத்தில்)* வைக்க வேண்டும். அதற்கான இடத்தைத் தேட வேண்டுமே என்று ஒரு மாச கால அவகாசம் கேட்டார்கள். ஒரு மாசத்துக்குக் கொடுக்க முடியாது என்று சொல்லி, பதினைந்து நாளைக்குள் இடித்தாக வேண்டும் என்று உத்தரவு கொடுத்தாராம்.

எனவே, முன்பு பிரெஞ்சுக்காரர் பிடித்துக் கொடியேற்றிக் கொண்ட போது பாதிப் பட்டணம் அழிந்தது. இப்போது முழுப் பட்டணமும் அழிந்தது. இனிமேல் சென்னப்பட்டணம் என்பது இல்லை. பட்டணம் என்கிற நாமதேயம்கூட சொல்வதற்கு இடம் இல்லாமல் போய்விடும். அதற்கான ஏஷ்யம் இப்போது காண்கிறது. முன் உன்னதமாக நடந்து, அப்பால் பாதி நஷ்டம் வந்தது.

இப்போது, நாமம் நஷ்டமாய்ப் போவதற்குக் காலம் சமீபிச்சு இருக்கிறபடியினால் மிச்சமிருக்கிற வீடுகளையும் இடிக்கும் நிலை வந்தது என்று நான் சொன்னேன்.

அவர், “மெய்தான். நமக்குத் திரண்ட கப்பல்கள் வருகின்றன என்ற சேதி அவர்களுக்குக் கிடைத்திருக்காவிட்டால், இதுபோல் நடந்திருக்காது. அவர்களுக்கும் சேதி வந்து எல்லா வயணங்

களையும் அறிந்து கொண்டதால், மிச்சமிருக்கிற வீடுகளையும் இடிக்கும் படியாக உத்தரவு கொடுத்தார்கள். இனிமேல், சென்னப்பட்டணத்தின் பேரிலே இங்கிரேசுக்காரருக்கு ஆசையில்லை என்று தோன்றுகிறது" என்று சொன்னார். பின்னையும் சில பேச்சுகளைப் பேசியிருந்துவிட்டுப் புறப்பட்டு வீட்டுக்குப் போனார். நானும் அனுப்புவிச்சுக்கொண்டு, பூந்தோட்டக் கச்சேரியே வந்தேன்.

1757 ௵ அகொஸ்து ீ 21 வ; ஈசுவர ௵ ஆவணி ீ 9 வ; ஆதிவாரம்

இத்தனாள் கேள்விப்பட்ட சேதியாவது; நேத்து ராத்திரி முசே மோர்சேத்து *(M.Mauricet)* முசே பிளாக்கூரைச் *(M.Flacourt)* சுட்டுப் போட்டார். வேஷம் போட்டுக்கொண்டு தப்பிப்போய் விடுவான் என்று விடிந்து ஒன்பது மணி மட்டுக்கும் கோட்டை வாசற்படியைத் திறக்கவில்லை. போகிற வருகிறவர்களை எல்லாம் சோதிச்சு அப்பால், கதவைத் திறந்துவிட்டார்கள். முசியே திலார்சும், முசே தெனாத்தியேரையும், கிறேபியரையும் *(Greffier)* நேமிச்சு நடந்த சேதிகளை எல்லாம் விசாரிச்சு எழுதும்படி திட்டம் பண்ணினார்கள் என்பதைக் கேள்விப்பட்டோம். இனிமேல் என்ன நடக்குமோ, தெரியாது.

1757 ௵ அகொஸ்து ீ 22 வ; ஈசுவர ௵ ஆவணி ீ 10 வ; சோமவாரம்

இத்தனாள் ராத்திரி ஒன்பது மணிக்கு முசே மோர்சேத்துவை முசே சொபினேயும், முசே புறுணியும் *(M.Brenier)* சமுத்திரக் கரை வாசற்படி வழியாகத் தப்பிப் போகச் சொன்னார்கள்.

அவன் புறப்பட்டு முகத்துவாரம் மட்டுக்கும் சென்றபோது, அங்கிருந்த சிப்பாய்கள் அவனைப் பிடித்துக்கொண்டு வந்து, சமுத்திரக் கரை வாசற்படி காக்கிற சந்தினேரைக் கூப்பிட்டுச் சொன்னார்கள். இந்தச் சேதியை அறிந்த முசே சொபினேவும், முசே புறுணியும் உடனே வந்து, அந்தச் சிப்பாய்களை மிரட்டி அடித்துத் துரத்திவிட்டனர்.

அந்தக்ஷணம் நித்திரை போயிருந்த சலங்குக்காரன் ஒருத்தனை அடித்து எழுப்பி, சலங்கு முஸ்தீபு செய்யச் சொல்லி, அந்தச் சுலுப்பில் முசே மோர்சேத்துவை ஏற்றி, அரியாங்குப்பத்துத் துறைமுகத்துக்கு அப்பால் கொண்டுபோய் விட்டுவிடச் சொன்னதாகச் சேதி கேள்விப் பட்டது.

1757 ஹு அகொஸ்து மீ 29 வ;
ஈசுவர ஹு ஆவணி மீ 17 வ; சோமவாரம்

இத்தனாள் கேள்விப்பட்ட சேதியாவது; சென்னப்பட்டணத்துக்குப் போயிருந்த நானாவின் குமாஸ்தா அமிர்தராயன் என்பவனுக்கும், இங்கிரேசுக்காரருக்கும் ஒப்பு உடன்படிக்கை ஏற்படாததால், அவன் ஆற்காட்டுக்குப் போக இருந்தான். மறுபடி மமுதல்லிகான் உபயத் திரவாருக்கும் *(இருதரப்புக்கும்)* இடையே சமாதானப் பேச்சு நடப்பிச்சினான். திருப்பதியின்பேரிலே (அப்போதே திருப்பதியில் பக்தர்கள் வருகை அதிகமாக இருந்ததால், வருவாய் நிறைய கிடைத்திருக்கிறது. 1753-ஆம் வருசம் முதல் அப்பணத்தை வசூலிக்கும் உரிமையை ஆங்கிலேயர் குத்தகைக்கு எடுத்திருந்தனர். இவ்வசூல் விவரங்களை 1818-இல் வெளியான *Graeme's Report* என்ற நூலில் காணலாம்) இரண்டு லட்ச ரூபாய் தனக்காவும் *(அடமானம்)* முப்பதாயிரம் வராகன் மதிப்புக்குச் சகலாத்தும், காஞ்சிபுரத்து வகையிறா சீர்மைகளில் இரண்டு லட்ச ரூபாய் தனக்காவும் பேசி சினேகம் பண்ணி உடன்படிக்கைப் பேசப்பட்டது.

இதல்லாமல் கடப்பை நக்கத்துக் கானாட்டில் *(காட்டுச் சீமையில்)*, பத்து பதினையாயிரம் குதிரைகளுடன் இறங்கியிருக்கிற பலவந்தராயன், ஆயிரம், ஆயிரத்தைந்நூறு குதிரைகளை மாத்திரம் தன்னிடம் வைத்துக்கொண்டு. மற்ற குதிரைகளைக் கடப்பையானின் சீர்மைகளான மதனபல்லி, குற்றம் கொண்டான் ஆகிய சீர்மைகளைப் பிடிக்குமாறு அனுப்பினான்.

இந்தச் சேதியைக் கேள்விப்பட்ட கடப்பை அப்துல் நபிகான் அய்யாயிரம், ஆறாயிரம் குதிரையுடனே பவுன்சு புறப்பட்டான். இந்தச் சேதியை அறிந்த பலவந்தராயன் திருப்பதிக்குப்போய் சுவாமியை தரிசனம் பண்ணிவிட்டு, அப்பால் தன்னுடைய படை போய் இறங்கியிருக்கிற தாவுக்கு *(முகாமுக்கு)* அண்டையிலே இருக்கிற தன்னுடைய பவுன்சுடன் போகிறான் என்ற சேதியைக் கேள்விப்பட்டோம்.

1757 செப்டம்பர்

1757 ஆ செப்தம்பர் மீ 2 வ;
ஈசுவர ஆ ஆவணி மீ 21 வ; சுக்கிரவாரம்

இத்தனாள் பதினொரு மணிக்குக் கேள்விப்பட்ட சேதியென்ன வென்றல்; பிரான்சுக்காரருடைய பவுன்சு நெல்லூர்ச்சீமையைப் பிடித்துக் கொண்டபோது, வேலூர் முர்தசா அலிகானின் ராமய்யப்பட்டணம் வகையிறா சீர்மைகளையும் சேர்த்துப் பிடித்துக்கொண்டார்கள். எனவே, அவற்றைத் தம்மிடமே விட்டுவிட வேண்டும் என்று இரண்டொரு மாசங்களுக்கு முன்பாக ஒரு வெள்ளைக் குதிரையும், பின்னையும் சில வெகுமானங்களும் அனுப்பப்பட்டன. அவை நயினியப்பப் பிள்ளையின் வீட்டுக்கு எதிர்வீட்டில் வைக்கப்பட்டிருந்தன. இதுவரை யிலும் கேட்பாரில்லாமல், எந்த உடன்படிக்கையும் இல்லாமல் கிடந்தன.

இதற்கு இத்தனாள் விமோசனம் பிறந்தது. முசியே தெலார்சு மூலமாக, கோவர்ணதோரிடம் உள்ளபடியிலே என்ன உடன்படிக்கைப் பேசிவிச்சார்களோ அதன்பேரிலே சந்தி செவ்வைப்பட்டு பெகுமானம் *(வெகுமானம்)*முன்சொல்லப்பட்டவெள்ளைக்குதிரையும்,முன்புமுர்தசா அலிகானுக்கு உபராலாய் *(உதவியாய்)* படையனுப்பி, பதினாயிரம் ரூபாய்க்கு வெகுமானமும், வெள்ளைக் குதிரையும் வந்தன. அதிகமோ, குறைச்சலோ தெரியாது. இவற்றைக் கொண்டுபோய் இத்தனாள் சந்தித்துக் கொடுத்தனர். எப்போதும் முர்தசா அலிகானிடமிருந்து வெகுமானம் வந்தால் பதினொரு பீரங்கிப் போடுவார்கள். இந்தத் தரம் பதினைந்து பீரங்கிப் போட்டு, வெகுமானத்தை வாங்கிக் கொண்டனர். பதிலுக்குக் கொடுத்த வெகுமானம் வயணம்;

சகலாத்து சிப்பம் 10, முகமல் *(வெல்வெட்டு)* சுருள் 4, பட்டுச் சுருள் 2, சூர்கத்தி 12, கத்திரி 6, வீதரு புட்டி (*vitre* - கண்ணாடி தம்ளர்கள் கொண்ட பெட்டி) 1 இப்படியாகப் பதிலுக்கு வெகுமானம் கொடுத்து அனுப்பியதாகச் சொன்னார்கள்.

1757 ஆ செப்தம்பர் மீ 8 வ;
ஈசுவர ஆ ஆவணி மீ 27 வ; குருவாரம்

இத்தனாள் காலத்தாலே எட்டு மணிக்குக் கோட்டைக்குப் போகக் கிளம்பினேன். கடலில் பத்துப் பன்னிரண்டு கப்பல்கள் காணுதென்று கூறி, கோட்டையின் மீதிருக்கிற கொடி மரத்தின் பேரிலே சண்டை

ஆரம்பிக்கப் போகிறது என்பதற்கான அடையாளமாக கறுப்பு வெள்ளை கலந்த அடையாளக் கொடி போட்டார்கள். இங்கிரேசுக் கப்பல்கள் இரண்டு கூடலூர் துறைக்கு நேராக இருந்தன. அவை இத்தனாள் காலத்தாலே சென்னப்பட்டணத்துக்குப் போகும்படியாகப் பாய் எடுத்து ஓடின. நரம்பை என்ற ஊருக்கும் நல்லவாடு என்ற ஊருக்கும் நடுவே நம்முடைய கப்பல் தென்படுகிறது. கரையை நோக்கி வருகிறது. இவ்வாறான சேதிகளைச் சனங்கள் அடிக்கடி வந்து சொல்லிக் கொண்டிருந்தார்கள். நான் பூந்தோட்டக் கச்சேரியே வந்தேன். ஒன்பது மணிக்குக் காரைக்காலில் இருந்து, கட்டுமரத்தின் மூலமாகக் காகிதம் வந்ததென்றும் பேசிக்கொண்டார்கள். அந்தக் காகிதத்தில் நம்முடைய கப்பல்கள் வருகிற சேதி வந்ததென்றும் பேசிக் கொண்டார்கள்.

1757 ஹூ செப்தம்பர் மீ 9 வ;
ஈசுவர ஹூ ஆவணி மீ 28 வ

இத்தனாள் சிரஞ்சீவி சௌபாக்கியவதி *(பிள்ளையவர்களின் தம்பி மகள்)* திரிபுரிசுந்தரிக்கு குமாரன் பிறந்து 16 நாள் ஆனது. இன்றைக்கு அந்தக் குழந்தைக்கு புத்திரோச்சவம் பண்ண வேண்டிய பிரகாரம், நாமகரணம், சரவண சதாசிவன் என்று பேரிட்டு *(வைணவர்கள் சைவப் பெயர் வைத்திருக்கின்றனர்)* உரிய சடங்குகளை நடப்பிச்சி வைத்தோம்.

ஐரோப்பாவில் இருந்து வந்த ராசாவின் கப்பலில் முசே செவாலியர் சுப்பீர் என்கிறவரும், அவருக்கு அடுத்த நிலையில் உள்ளவரான முசே செவாலியர் பிறிகத்தியர் *(பிரிகேடியர்)*, முசே தெத்தரேவும் வந்திருந்தனர். நேத்து சாயங்காலம் முசே கில்லியாரும், முசியே புலோவும் அலுமாஞ்சு *(செருமானிய)* கொம்மாந்தாமும் முசே பிஷேரும் ***(M.Pichard)***, முசே லாசும் போய் அவர்களை அழைத்தனர். இத்தனாள் காலத்தாலே வருகிறோம் என்று சொன்னார்கள். எனவே, இத்தனாள் காலத்தாலே ஆறு மணிக்கு நேத்துப் போய் வந்த நால்வரும் போய் அழைத்தனர். அவர்கள் இறங்கிச் சலங்குக்கு வந்தனர். நான் போய்க் கோவர்ணமாவில் முசே தெபோசேத்து வகையிறா கோன்சேலியர்களுடன் இருந்த முசே லெறி கோவர்ணதோரைக் கண்டு ஆசாரம் பண்ணினேன். அவருடைய முகம் வெறித்தாற் போல் இருந்தது. என்னைப் பார்த்த பின்னையும் சற்று விகாரமாகத்தான் இருந்தார். செவாலியர் சுப்பீர் உள்ளிட்டோர் சலங்கின் பேரிலே இறங்கியபோது, அவர் ஏறி வந்த கப்பலில் பதினைந்து பீரங்கிப் போட்டார்கள்.

வந்த கப்பலிலும், துறையில் இருந்த கப்பலிலும்கூடப் பதினைந்து பீரங்கி விழுக்காடு போட்டார்கள். சலங்கு கரைக்குச் சமீபத்திலே வருவதைப் பார்த்து, முசே லெறி சமுத்திரக் கரைக்குப் போக வேண்டும் என்று புறப்பட்டுப் படி மட்டுக்கும் வந்தார். அப்போது முசியே திலார்சு, முசியே தெபோசேத்து, முசியே தெவோ, முசியே லெனுவார் ஆகிய ஒப்பிசியேல்மார்களும் முசியே கோவர்ணதோரின் சமீபத்திலே போய், அவருடைய காதில், "சலங்கு தொலைவாக வருகிறதே இப்போதே போய்க் காத்திருக்க வேண்டுமா?" என்று சொன்ன சாடை தெரிகிறது. அந்தச் சேதியைக் கேட்டுக்கொண்ட உடனே முசே லெறி பத்தடி திரும்பி வந்தார். இதற்குள்ளே சேவகன் வந்து சலங்கு கிட்டே வந்துவிட்டது என்று சொன்னான். மறுபடி கிளம்பி சமுத்திரக் கரை வாசல்படிக்குச் சமீபத்திலே வந்து நின்று கொண்டிருந்தவர்கள், சமுத்திரக் கரைக்குப் போவதற்காகக் கீழண்டைப் பக்கக் கோட்டை வாசல் சமீபத்திலே சென்றபோது, சின்ன துரை வந்து கலந்துகொண்டார். சலங்கும் கரைக்கு வந்து நின்றது.

முன்னதாக, உள் கோட்டை கோவர்ணமா கீழே பிடிச்சு அலைக் கரை மட்டுக்கும் சொலுதாதுகளையும், சட்டைக்காரர்களையும், காபிரி களையும் *(ஆப்பிரிக்க வீரர்களையும்)* வரிசை வைத்தனர். வாழைமரம், தென்னை மட்டை வகையிறா இவற்றை வரிசையாக நட்டனர். மேளதாளம், நட நாடகசாலை *(நடனக்காரர்கள்)*, பயிராக்குகள் *(ராசா சின்னம் பிடிப்போர்)* முதலியோர் வந்திருந்தனர். சுலுப்பில் இருந்து இறங்கிய செவாலியர் சுப்பீர் என்கிறவர் அரை நாழிகை தேசகாலம் நின்று, சலங்குகளெல்லாம் சீக்கிரமத்துக்கு முஸ்தீது பண்ணி, சொலு தாதுகளைக் கீழே இறக்குங்கோள் என்று காறுபாறு செய்துவிட்டு வந்தார். அவருக்கும், முசே லெறிக்கும் தரிசனம் ஆச்சுது. கோன்சேலியர்களும் ஆசாரம் பண்ணினார்கள்.

அந்நேரத்தில் கொத்தளங்களில் இருக்கிற பீரங்கிகளில் நூற்றுச் சிலுவானம் மட்டுக்கும் பீரங்கிகள் தீர்ந்தார்கள். அப்பால் எல்லோரும் கோவர்ணமாவின் மெத்தையின் பேரிலே போனார்கள். போனவுடனே சகலமான பேரும், வந்தவருக்கு ஆசாரம் பண்ணினார்கள். நானும் ஆசாரம் பண்ணினேன். என்னையும் பார்த்து பதிலுக்கு ஆசாரம் பண்ணினார். அத்துடன் வந்தவர்கள் இருவரும், முசியே லெறியும் கப்பலின் இரண்டாம், கொம்மாந்தானும், மூன்றாவது கொம்மாந்தானும் கோவர்ணமா மேலே கோன்சேல் கூடுகிற வீட்டுக் கீழண்டைப் பக்கத்து காம்பிராவிலே போய்க் கதவைச் சாத்திக்கொண்டு ஏதோ பேசினார்கள்.

52 ஆனந்த ரங்கப்பிள்ளை (ஜூலை 1757

பீரங்கி மேஸ்திரியான முசியே ஷெர்பாந்தியேரை வரவழைத்து, ஏதோ ஒடுதி கொடுத்தாற்போல் தெரிகிறது. அவன் போன அப்பால், முசியே தெபோசேத்துவை அழைத்து, என்னவோ பேசி அனுப்ப, அவர் வெளியே வந்தார். அதன் அப்பால், முசியே கோவர்ணதோர் வந்தவரை அழைத்துக் கொண்டுபோய் வீடுகளை எல்லாம் *(அறைகளை)* காட்டிவிட்டு வந்தார். அதன் அப்பால், தாம் இருக்கிற காம்பிராவிலே அழைத்துக்கொண்டு போய்க் காட்டினார். உடனே வந்தவர் முசியே லெறியிடம் என்ன சொன்னாரோ, தெரியவில்லை. முசியே கோவர்ணதோர் லெறி கோன்சேலியர்களை அழைத்து, நீங்கள் வீட்டுக்குச் செல்லுங்கள் என்று சொன்னார். கோன்சேலியர்கள் புறப்பட்டு வரும்போது, முசியே கில்லியார் என்னைப் பார்த்தார். "நீரேன் இங்கே இருக்கிறீர்? கோன்சேலியர்களான எங்களையே வீட்டுக்குப் போகச்சொல்லி உத்தாரம் பிறந்தது. எங்களுக்கு அடுத்து நீரும் வீட்டுக்குப் போக வேணும்" என்று சொல்லி, என்னை அழைத்துக்கொண்டு கீழே வரும்போது பேசிக்கொண்டே வந்தோம்.

அப்போது, அவர், "முசே லாலி *(M.Lally)* என்கிறவர் லுத்தினாந்து செனரல் *(லெப்டினெண்ட் ஜெனரல்)* வருகிற மட்டுக்கும் இவர் பெரியவர். இவருடைய ஒடுதிப்படி முசே லெறி நடக்க வேண்டும். மற்ற சேதிகளை நாளை பேசிக்கொள்வோம்" என்று சொல்லிவிட்டு, அவர் வீட்டுக்குப் போனார். நான் புறப்பட்டு வீட்டுக்கு வரும்போது, சின்ன துரை வீட்டுக்குப் போகப் புறப்பட வந்தபோது, வாசற்படியில் சின்ன துரை வருகிறபோது அடிக்கின்ற தம்பூறு அடிக்கவில்லை என்றும், சின்ன துரைக்கு அடிக்கிற தம்பூறு இப்போதுள்ள முசே லெறி வருகிறபோது அடிப்பது என்றும் முசே லெறிக்கு அடிக்கிற தம்பூறு வந்தவருக்கு அடிப்பது என்றும் சேதி சொன்னார்கள். *(வந்திறங்கிய நாளிலேயே ராசாவின் படைத்தலைவர்களுக்கும் கவர்னர் லெறிக்கும் மனவிரோதம் இவ்வாறு ஆரம்பமாயிற்று)*

1757 ஷு செப்தம்பர் மீ 10 வ;
ஈசுவர ஷு ஆவணி மீ 29 வ; சனிவாரம்

நேத்து மாயேயில் *(மாகே)* இருந்து, அவ்விடத்து திரேக்குதோர் *(இயக்குனர்)* முசே லுயேத்துவின் *(M.Louet)* காகிதத்தைக் கொண்டுவந்த பிராமணன் சொன்ன சேதியாவது; இன்றைக்குப் பதினைந்து நாளைக்கு முன்பாகச் சனிக்கிழமை நாள் எட்டு சீமைக் கப்பல்கள் மாயேக்கு நேரே வந்தன. அதில் இரண்டு கப்பல்கள் துறை பிடிச்சு இறங்கி, திரேக்குதோர்

முசே லுயேத்துவைச் சந்தித்துப் பேசி, புதுச்சேரிக்குப் போகிறோம் என்று சொல்லிவிட்டுப் போனார்கள்.

மறுநாள் ஆதிவாரம், இந்தச் சேதியைக் காகிதமாக எழுதி, எங்களைப் பயணமாக அனுப்பினார். பதின்மூன்றாம் தேதி ராத்திரி வந்து சேர்ந்து, முசியே கோவர்ணதோர்க்கு அந்தக் காகிதத்தைக் கொடுத்தோம். நல்ல காத்து அடிப்பதால் சிக்கீரமாக நாலைந்து நாளில் கப்பல்கள் வரலாம் என்று துரையிடம் சேதி சொன்னோம் என்று என்னிடம் இத்தனாள் வந்து சேதி சொன்னான். எனவே, முசே லாலி வருகிற இஸ்காதுரும் *(போர்க் கப்பல்)* சாஸ்திரப் படிக்கி புரட்டாசி மாசம் 6-ஆம் தேதி *(செப்தம்பர் 18)* வருமென்று சொல்ல, இவர்கள் சொல்வதைப் பார்த்தால் இரண்டாம் தேதியே வருவதாகத் தெரிகிறது. வேறெந்த விந்தையும் இல்லை. இனிமேல் என்ன நடக்கிறதோ, அறிய வேண்டும். இப்போது வந்திருக்கிற கப்பலில் ஆறேழு கப்பல் இத்தனாள் ராத்திரியே பயணம் கிளம்புவதாகச் சனங்கள் பேசிக் கொண்டார்கள்.

1757 ஷு செப்தம்பர் மீ 11 வ; ஈசுவர ஷு ஆவணி மீ 30 வ; ஆதிவாரம்

இத்தனாள் காலத்தாலே நான் புறப்பட்டுப் பூந்தோட்டக்கச்சேரியேப் போக இருந்தேன். செவாலியர் முசே சுப்பீர் வகையிறாக்கள் கோன்சேல் கூட்டம் கூடிக் கலைந்தது.இப்போது வந்திருக்கிற கப்பல்களின் கொம்மாந்தாமாயிருக்கிற முசே புவேத்துக்கு ஏழு கப்பலுடனே மசுக்கரைக்குப் போவதற்கோ, வேறெங்கு போவதற்கோ தெரியாது. அவருக்கு திஸ்பாச்சு *(dispatch)* கொடுத்து, கடுதாசியும் எழுதிக் கொடுத்து அனுப்பினார்கள்.

முசே புவேத்து அந்த ஒடுதியை வாங்கிக்கொண்டு கடற்கரைக்கு வந்து, படகிலேறிக் கப்பலுக்குப் போனார். அப்போது பதினைந்து பீரங்கிப் போட்டார்கள். அவர் புறப்பட்டுப்போன அப்பால், அந்தச் சேதியை அறிந்துகொண்டு, பூந்தோட்டக் கச்சேரியே வந்து வீட்டுக்கு வந்தேன்.

1757 ஷு செப்தம்பர் மீ 12 வ; ஈசுவர ஷு ஆவணி மீ 31 வ; சோமவாரம்

இத்தனாள் காலத்தாலே ஏழு மணிக்கு சின்ன துரை முசே பெடுத்தல்மீ வீட்டுக்குப் போனேன். அவர் மேல்வீட்டின் பேரிலே

இருந்தார். நான் போய் ஆசாரம் பண்ணின உடனே, “சீமைக் கப்பல் மூலம் உனக்கு என்ன சந்தோஷ கபுறு வந்தது?” என்று கேட்டார். “இதுமட்டுக்கும் எந்தச் சேதியும் எனக்குத் தெரியாது. ஊரில் உள்ள வெள்ளைக்காரர்கள் சரி போனபடிப் பேசுகிறார்கள். தமிழர்கள் அதை விட அதிகமாகச் சரிபோனபடி எல்லாம் பேசுகிறார்கள்” என்று நான் சொன்னேன்.

அதற்கு அவர், “நானும் அதையெல்லாம் கேள்விப்பட்டேன். எனக்கு உத்தியோகம் போச்சு என்றும், இரண்டு கோன்சேலியர் களுக்கும் உத்தியோகம் போச்சு என்றும், என் வீட்டுக்குச் சொலுதாது களை அனுப்பி சவுக்கை *(காவலில்)* வைத்தார்கள் என்றும் இப்படி நானாவிதமாகச் சனங்கள் பேசிக்கொண்ட சேதிகளையெல்லாம் கேள்விப்பட்டேன். அதெல்லாம் அபத்தம் *(பொய்)* வந்திருக்கிற முசே செவாலியர் தெ சுப்பீர் இப்போ வந்தவர் சண்டைக் காரியங்களுடனே சேர்ந்ததுகளுக்குக் கப்பலின் பேரிலே ஆகட்டும், கரையின் பேரிலே ஆகட்டும், அவர் சரிபோனபடிக்கு நடப்பிச்சிக் கொள்ளலாம். சீமை, பூமி, வர்த்தகம், பட்டணம் வகையிறா இவற்றின் காரியங்களைக் கும்பினி கவனித்துக்கொள்ள வேண்டும்.

இவ்விடத்து கோன்சேல் மேலே எழுதப்பட்ட ராசா மனுஷர் களுக்குச் சம்பளத்தைத் திட்டம் பண்ணித் தர வேண்டும் என சேதி வந்திருக்கிறது. அவ்வாறு சம்பளம் கொடுத்து, அவர்களுக்கு வேண்டிய சரஞ்சாமிகளை எல்லாம் கும்பினி நடத்தித் தரவேண்டும். மற்றபடி ராசா மனுஷர்களுக்குச் சீமை, பூமி, பட்டணம் காரியம் வர்த்தகத்துடனே சேர்த்தது, காரியங்களில் ஒன்றும் கவை யில்லை என்றும் சேதி வந்துள்ளது. விரைவில் முசே லாலி ரூத்தினாந்து செனரால் தெ ரூவா *(Lieutenant General du Roi)* ஆக வருகிறாரே, அவர் வந்த அப்பால், இப்போது முசியே லெறிக்கு வழங்கப்படுகிற ரெண்டாவது தம்பூறு அடித்தல் வகையிறா மரியாதைகள் முசே செவாலியர் தெ சுப்பீருக்கு இப்போது நடக்கிற தம்பூறுஷாம் *(tambour-aux-champs)* அடித்தல் வகையிறா மரியாதைகள் லெப்டினென்ட் ஜெனரல் முசே லாலிக்கும் வழங்கப்படும்.

இப்போது நான் எப்படி முசே லெறியின் கீழே மரியாதை இல்லாமல் காரியங்களைப் பார்த்துக் கொண்டிருக்கிறேனோ, பின்னை யும் அப்படித்தான். முசே லெறிக்கும் பெரிய மரியாதை ஒன்றும் கிடையாது. “பெரியவன், சின்னவன், கோன்சேலியேர் என்ற தாரதம்மி யாம்படியே *(தர வித்தியாசம்)*, மரியாதையே இல்லாமல் நாங்கள்

இருக்க வேண்டும்" என்று சொன்னார். "பழைய கோவர்ணதோர் முசே கொதே உமக்கு ஏதேனும் காகிதம் அனுப்பினரா?" என்று கேட்டார். அதற்கு நான், "இதுவரை எந்தக் காகிதமும் வரவில்லை, ஒருத்தரும் ஒரு சேதியும் சொல்லவில்லை. நானும் கேட்கவில்லை. என்னுடைய அதிர்ஷ்ட்டப்படிக்கு நடக்கப்போகிறது. நலம் வந்தாலும் எளப்பம் வந்தாலும் அந்தந்த வேளைக்கு ஏற்றாற்போல் வரும். வராமல் நின்றுவிடாது என்றெண்ணிக்கொண்டு, நான் எவரிடமும் சேதி கேட்பதில்லை. ஒருத்தர் வீட்டுக்கும் போவதும் இல்லை" என்று சொன்னேன்.

"முசியே குளூவேத்து *(M.Clouet)* கொமுசேராய் *(Commissary)* நியமிக்கப்பட்டிருக்கிறார். உன் கையில் கொடுக்கப்பட்ட சீர்மைக் குத்தகை கணக்கை வணக்கு சேர்ந்த சம்மதிகள் அலாயிதாய் விசாரிக்க வும், அதுகளுக்கு எசமானாக வருகிறான். உன் கையிலே இருக்கிற சீமை வழி கோன்சேலுக்குக்கூட அக்கரையில்லாமல் உன் வசமாய்த் தானே இருக்கவும், சிறிது ஒடுதியாய் அலாதியாய் வருகுது. சிறிது வந்திருக்கு. கோன்சேலுக்கு வந்திருக்கிற காகிதக் கட்டை அவிழ்த்துப் பார்த்தால், அதில் முசே கொதே உனக்கு எழுதிய காகிதம் இப்படி எழுதி இருக்கும். நான் உன்னுடைய குத்தகைக் காரியத்தில் தலையிட வில்லை. நான் உன் சீமை வழி, கிராம வழி வரவுமில்லை. நானொரு ஊரைக் கூடக் குத்தகைக்கு வாங்கவில்லை. அந்த சோலிக்கே நான் வரவில்லை என்று அவர் பின்னையும் சொன்னார்.

நான், "எனக்கு காகிதம் வந்திருந்தால் உடனே சொல்லியிருப்பேன் அல்லது சேதி கேட்டிருந்தாலும் மறைக்கப் போவதில்லை" என்று சொன்னேன். அதற்கு, "நீர் கும்பினியாருக்கும், மோந்திராமுவுக்கும் *(Montaran)*, முசியே கொதேவுக்கும் எழுதிய காகிதங்களை என்னிடம் காண்பிக்காமல், நீர் பரஸ்பரம் *(நேரடியாக அவர்களுக்கு)* அனுப்பியது ஏன்?" என்று கேட்டார்.

1757-ஆம் வருசம், செப்தம்பர் மாசம் 26-ஆம் தேதி, ஈசுவர வருசம் புரட்டாசி மாசம் 14-ஆம் தேதி சோமவாரம், அன்று கும்பினியாரின் காகிதப் பெட்டி ஸதா *(தயாராய்)* இருந்ததாலும், நானும் கோட்டைக்குப் போயிருந்து சமயம் வாய்த்ததால், அந்தப் பெட்டியில் போட்டுவிட்டேன்" என்று சொன்னேன்.

"உனக்கு வருகிற காகிதத்தின் சேதியை எனக்குச் சீர்மையிலிருந்து பரஸ்பரமாய் ஒருத்தர் எழுதி அனுப்பினார்கள்" என்று சொன்னார்.

“இன்னும் கும்பினியாரின் காகிதம் கோன்சேலுக்கு வந்திருக்குமே, நீர் அதைப் பார்க்கவில்லையா?” என்று நான் கேட்டேன். இதுவரை கோன்சேல் காகிதத்தைப் பார்க்கவில்லை என்றும், வந்த காகிதக் கட்டும் அப்படியேதான் இருக்கிறது என்றும் சொன்னார்.

1757 ழ செப்தம்பர் மீ 17 வ;
ஈசுவர ழ பிறட்டாசி மீ 5 வ; சனிவாரம்

இத்தனாள் கேள்விப்பட்ட சேதியாவது; கூடலூரில் இருக்கிற தமிழர்களும், தெலுங்கர்களும், வர்த்தகர்களும், உத்தியோகஸ்தர்கள் முதலான பேர் தங்களின் பெண்டுகள், பிள்ளைகள் வகையிறா மனுஷர் களையும், ஆஸ்திகளையும், உடையார்பாளையம், அரியலூர் வகை யிறா தாவுகளுக்கு அனுப்பினர். அவரவர் வீட்டில் ஒருத்தர் ரெண்டு பேர் மாத்திரம் இருக்கிறார்கள். வெள்ளைக்காரர்களும் அவரவர் பெண்டுகளும், ஆஸ்திகளும், நாகப்பட்டணம், தரங்கம்பாடிக்குப் பிரவேசம் பண்ணிக்கொண்டு, புருஷாள் *(ஆண்கள்)* மாத்திரம் சண்டை சரஞ்சாமி பண்ணிக்கொண்டு இருக்கிறார்கள் என்ற சேதியைக் கேள்விப்பட்டோம்.

அவர்களுக்கு நஷ்ட்ட காலமென்பதால் என்னதான் தைரியமாய் இருந்தாலும், நம்முடைய பவுன்சுபோய் இறங்கியவுடன், பிரமையும் பயமும் தோன்றி கோட்டையை அவர்களே பலவந்தமாய் ஒப்புவிச்சு போட்டு, அவர்களும் பிரிசொனேர்-தெ-கேர் *(போர்க் கைதிகள்)* ஆகி விடுவார்கள் என்று முன்பே நிஷ்கருஷைப் பண்ணினேன். சென்னப் பட்டணம் சீமையிலும் சட்டியோடு சட்டி அடிபடுவதும், பானையோடு பானை அடிபடுவதுமாக இருந்தது. தட்டுமுட்டுப் பணம், காசுகள் கூட, குஞ்சு குழந்தைகளையும் பழவேற்காடு வகையிறா இடங்களுக்கு அனுப்பி வைத்தனர். தேவனாம்பட்டணம், கூடலூர் சீர்மைகளிலும் சட்டமாய்த்தானே நடந்தது. இங்கிரேசுக்காரர்களுக்கு இந்தியாவில் ஒரு கோந்துவார் இல்லாமல் அழிந்து போகுமென்று சாஸ்திரம் சொல்லியிருக்கிற சேதிப்படி சரியாக நடக்கிறது.

நம்முடைய பிரான்சுக்காரரின் ராசதந்திரம் டில்லி வரையிலும் நடக்கும். சாஸ்திரம் சொன்னபடி நடக்கும் என்று நிஷ்கருஷைப் பண்ணிக் கொண்டேன். நம்முடைய லசுக்கரும், வெளியே புறப்பட்ட சகல சரஞ் சாமியும் பிரம்பை லட்சுமண நாயக்கன் மண்டபத்தின் சமீபத்திலே மேட்டுப் பகுதிக்குப் போய்ச் சேர்ந்தது.

முசே செவாலியே தெத்தரே சர்தாராய்ச் சண்டைக்குப் பயணப் பட்டு புதன்கிழமை அல்லது வியாழக்கிழமை போவாரென்று பேசிக் கொண்டார்கள்.

1757 ஹூ செப்தம்பர் மீ 18 வ;
ஈசுவர ஹூ பிறட்டாசி மீ 6 வ; ஆதிவாரம்

இத்தனாள் காலத்தாலே கோட்டைக்குப் போனேன். ஷெவல்லி யேர் முசே தெ சுப்பீர் வகையிறா கோயிலுக்குப் போய் பூசை கேட்டு, கோவர்ணமாவின் மேல் வீட்டுக்குப் போனார்கள். நான் போய் ஆசாரம் செய்துவிட்டு, புடைவைப் பார்க்கும் சாலைக்கு வந்து உட்கார்ந்தேன். அங்கிருந்த இரண்டு, மூன்று வெள்ளைக்காரர்கள் பேசிக் கொண்டதாவது; போன மார்கழி மாசம் 23, 24, 25-ஆம் தேதி வாக்கில் வெள்ளைக்காரர் வருசம் 1757, சனேரி மாசம் 3,4,5-ஆம் தேதி வாக்கில் இப்போது பிரான்சின் ராசாவாக இப்போ ராச்சிய பாரம் பண்ணுகிற லூயி கேன்சு *(King Louis xv)* என்பவர் பாரீசு என்கிற பட்டணத்தில் ராச்சிய மாளிகையில் இருந்தார் அங்கே இருக்கிற இரண்டு சம்பா கோயில் *(Saint Paul Church)* பாதிரிகள் தங்களின் உடுப்புகளைக் கழற்றிவிட்டு, வெள்ளைக்கார கிரகஸ்தன் போட்டுக்கொள்கிற உடுப்பைப் போட்டுக் கொண்டு, கத்தியையும் வைத்துக்கொண்டு ராசாவைச் சந்தித்துப் பேச வந்ததுபோல் வந்து பேசினார்கள். அவரும் காது கொடுத்துக் கேட்டார்.

அந்த நேரத்தில் பக்க விலாவில் கத்தியில் ஒரு குத்துக் குத்தி, மறுபடியும் இரண்டாம் குத்தைக் குத்துகிறபோது, ராசா கீழே விழுந்தார். *(1757 ஜனவரி மாதம் 5-ஆம் தேதி வெர்சைல்ஸ் நகரில் பிரெஞ்சு அரசரை டேமியன்ஸ் என்பவன் கொல்ல முயற்சி செய்தான். அவனை மார்ச் 28-ஆம் தேதி மிகவும் சித்திர வதை செய்து கொன்றார்கள்.)* அங்கிருந்தவர்கள் அவர்கள் இருவரையும் பிடித்துக் காவலில் வைத்தார்கள். வாச்சியிலே *(உளியால்)* அவர் களின் சரீரத்தைச் செதுக்கிச் செதுக்கி அதில் காரமான வஸ்துக்களைக் கலந்து கலந்து வார்த்து, அதிலே எரிச்சல் எடுத்து சங்கடப்படும் வேளையில், ராசாவைக் கொல்லச் சொல்லி உங்களை அனுப் பியவர்கள் யார் யார் என்று கேட்டார்கள். நாங்கள் இருவருமாக யோசனை பண்ணிக்கொண்டு கொல்ல வந்தோமே தவிர, வேறொரு வரும் சொல்லிக் கொல்ல வரவில்லை என்று சொன்னார்கள். எப்படி இம்சை பண்ணிக் கேட்டபோதும், கொல்லச் சொன்னவர்களைக்

காட்டிக் கொடுக்காமல் செத்துப் போனார்கள். ராசாவுக்கு ஆயுசு பிரமாணம் நன்றாக இருந்ததால், பின்னையும் வெகு ராச்சியம் பாரம் பண்ண யோகாதிசயம் *(கால நேரம் சரியாக)* அமைந்ததாலும், காயம் கட்டி சுவஸ்தமாச்சுது. இந்தச் சேதி புடுத்துக்கால் *(போர்த்துக்கீசிய)* ராசாவுக்கு வந்தது. இரண்டு மாசங்களுக்கு முன்பு சம்பா கோயில் பாதிரிகள் ராசாவைக் குத்திக்கொல்ல எத்தனம் செய்தபோது தோல்வி ஏற்பட்டது. இந்த முறை குத்திவிட்டார்கள். இதனால் சம்பா கோயில் சன்னியாசிமார்களுக்கு என்ன நடக்கப்போகிறதோ தெரியவில்லை. இந்தச் சேதி போர்த்துக் கீசியக் கப்பல் மூலமாக வந்தது. பிரான்சில் ஜெசியூட் இயக்கம் தடை செய்யப்பட்டது. இவ்வாறு அந்த வெள்ளைக் காரர்கள் பேசிக் கொண்டிருந்தார்கள். அதைக்கேட்ட அப்பால், நான் பூந்தோட்டக் கச்சேரியே வந்தேன்.

பிரெஞ்சு ராசாவைப் பற்றிய சேதியைக் கேட்டபின் வேறு சில சேதிகள் என் நினைவுக்கு வந்தன. குரோதன வருசம் *(1745-46)* கார்த்திகை, தை மாசங்களில் வைப்பூர் சீதாராம் சோசியர் வந்திருந்தார். என் சாதகத்தின்படி என்னுடைய 37-ஆம் வருசம் ஆயுதத்தால் எனக்குக் கண்டம் என்று எழுதி, அதற்குப் பரிகாரமும் எழுதித் தந்தார். மறுபடி தாது வருசம் *(1756-57)* என்னுடைய 48-ஆம் வயசில் மீண்டும் எனக்கு ஆயுதத்தால் சாவு வரும் என்றெழுதி இது தப்பாமல் நடக்கும். ஏனென்றால், இது பிரம்ம லிபி என்று சொன்னார். அத்தோடு அதற்குப் பரிகாரமும் இல்லை என்று எழுதினார். ஆனால், இடைக் காலத்தில் பெண்சாதி செத்துப்போனால் கண்டத்திலிருந்து தப்பிவிடலாம் என்றும் எழுதினார்.

ஆறாம் பிரபு கோவர்ணதோரின் காலத்தில் ராசாவுக்கு சந்தோஷம் இருக்காது என்று எழுதியிருந்த ஏட்டைப் படித்துக் காட்டினார். அப்பால், பலகரை *(சோழி)* குலுக்கிப்போட்டுக் கணித்துப் பார்த்தார். சனிச் சக்கரத்தில் ஐம்பத்தாறு பக்க வேர்களும், நான்கு ஆணி வேர்களும் உண்டு. ஆக அறுபது வேர்களுக்கு, என்னுடைய நாற்பத்தெட்டாம் வயசில் தாது வருசத்தில்... 59 ¾ வேர் அற்றுப் போய் ¼ வேர் மாத்திரம் நிற்கும். எனவே, ஆயுசு பூரணம் உண்டு. அந்தக் கால் வேரும் தெற்குப் பக்கத்து ஆணி வேராக இருப்பதால் கண்டம் உமக்கு வராமல் துலாமில் பிரகஸ்பதி *(வியாழன்)* தடிபோல் இருந்து தாங்குகிறான் என்று சொன்னார். இன்னும் சற்று நேரம் பொறுத்து பாலகரைப் போட்டுக் கணித்துப் பார்த்தார். "இந்தப் புதுச்சேரிக்குத் துரையாக இருக்கிறாரே, அவரை நியமித்த இப்போதிருக்கிற ராசா

பட்டம் கட்டி கிரீடம் தரிச்சாங்களே, அது ஐப்பசி மாசமாக இருக்குமா?" என்று கேட்டார். அவர் சென்னப்பட்டணத்தைப் பிடித்ததும் கலியாணம் செய்து கொண்டதும், வருசந்தோறும் பிரான்சில் இருக்கிற பிள்ளைகள்,பெண்டுகள் எத்தனைப் பேர் என்றும், செத்துப்போனவர்கள் எத்தனைப் பேர் என்றும், நடந்த கலியாணம் இத்தனை என்றும் ஆடு, மாடு, கோழி, கோதும்பை, ரொட்டி வகையிறா பட்டணத்தில் செல வானது எவ்வளவு? என்றும், இருக்கிற வீடுகள், கோயில்கள் என்று சமஸ்தமும் எழுதி ராசா வம்சத்தினர் இன்னார் இன்னாரென்று வயணம் எழுதி, அவர்களின் பிறந்த வருசம், கலியாணம் பண்ண வருசம், பிள்ளைகள் பிறந்த வருசம், 1733 வருசத்து சின்ன லீவுறு *(புத்தகம்)* ஒன்றும் 40-ஆம் வருசத்துக்கான லீவுறு ஒன்று இருந்தது. அதில் 1722-ஆம் வருசம், ஒயித்தோபர் மாசம் 25-ஆம் தேதி, ராசாவுக்குப் பட்டம் கட்டிய வயணம் எழுதியிருந்தது.

அதைப் பார்த்து, நம்முடைய சுபகிருது வருசம் ஐப்பசி மாசம் 13-ஆம் தேதி *(25 ஒயித்தோபர் 1722)* பட்டம் கட்டப்பட்டது என்று சொன்னேன்.

அதற்கு அவர், "உம்முடைய துலாமில் கிடக்கிற பிரகஸ்பதி சிங்காசனத்தில் இருந்து கிரீடம் தரிச்சுக்கொண்டு இருப்பதாக இருக் கிறதே! அதனால் ஐப்பசி மாசமா? என்று கேட்டேன்" என்று உத்தாரம் சொன்னார். அப்போது அவர் எந்தக் காரணத்திற்காகக் கேட்கிறார் என்பது தெரியாததால், எதற்குக் கேட்டாரோ? என்றிருந்தேன். அந்த ஆயுத கண்டத்தின்படி போன தாது வருசம், மார்கழி மாசம் 13-ஆம் தேதி, நம்முடைய ஒத்தைக் கொம்பு யானை என் பேரிலே பாய வந்தது! நான் தப்பித்துக்கொண்டேன்.

அப்பால், அதே மாசம் 26-ஆம் தேதி, வெள்ளாளத் தெருவில் நம்முடைய பல்லக்கு முறிந்தது. ஆயுதக் கண்டமானது யோக பிரகஸ்பதியைப் பிடிக்கிறதென்று முன்பு சொல்லி, அப்பால் பிரெஞ்சு ராசாவுக்கு ராச்சியத்துக்குப் பட்டம் கட்டியது ஐப்பசி மாதமா? என்று கேட்டதற்கு அப்போது காரணம் தெரியாது போனாலும், இப்போது அந்த மார்கழி, தை மாசங்களில் கத்தியினால் ஆயுத கண்டம் வந்து பிழைத்தபோது, காரணம் புரிந்தது.

எனவே, இந்த ராசாவுக்கு இன்னும் வெகு யோகமும் கிட்டும், இந்தியாவில் துலுக்கரிடம் இருக்கிற ராச்சியம் எல்லாம் பிரான்சுக்காரர் பிடித்துக் கொள்வார்கள் என்று இப்போது சீதாராம் சோசியரின்

அண்ணன் மகனான சுப்பா சோசியர் சொன்னது சரியாக இருக்குமென்று நம்பிக்கைக்கொண்டு, எனக்கு தினந்தினம் நல்ல செழிப்புடன் நடக்கும் என்ற சந்தோசமும் ஏற்பட்டது.

இப்போதுள்ள ராசா மனுசர்களுடன் அப்பாவுக்கு ரொணான பந்தம் *(நல்ல உறவு)* ஏற்பட்டு, சிறப்பாக நடக்கும். சோசியர் சொன்னபடி இந்த வருசம், மார்கழி மாசக் கடைசி அல்லது தை மாசம் தொடங்கி, வருகிற வருசத்தில் நன்றாக வளர்ந்து விஸ்தாரமாய் நடக்குமென்று நிஷ்கருஷைப் பண்ணியிருந்தேன்.

1757 ஹு செப்தம்பர் மீ 22 வ;
ஈசுவர ஹு பிரட்டாசி மீ 10 வ; குருவாரம்

சென்னப்பட்டணத்தில் இருந்த அன்வர்தி கானின் மகன் மமுதல்லி கான் அங்கு இருந்தபோது முசே பிக்கட்டு கோவர்ண தோரிடம் சொல்லி, சம்பந்திராயனைப் பிடித்து, டோலியில் ஏற்றி ஆற்காட்டுக்கு அனுப்பி, காலில் விலங்குபோட்டுக் காவலில் வைத்தார்கள். சம்பந்தி ராயன் எப்போதும் மாபூசு கான், நசிபுல்லா கான் ஆகியோரிடம் பக்ஷம் காட்டினான். மமுதல்லி கானை மதிக்காமலும், பக்ஷமில்லாமலும் இருந்தான். இதனால் சம்பந்தி ராயன் பேரிலே மமுதலிகானுக்குப் பகை ஏற்பட்டது. எனவே, மமுதலிகானின் அயிசு வரியத்துக்கு ஒரு முடிவும் வராமல் இருந்தது.

சம்பந்தி ராயனுக்கு கஷ்டகாலத்துக்கான தொடக்கமும் வராமல் இருந்தது. இப்போது, இருவருக்குமே கஷ்ட காலம் தொடங்கு வதால், மாபூசுகானைத் தூண்டிவிட்டு, அவனைச் சத்துரு ஆக்கினார். நெல்லூர் நசிபுல்லா கானுக்குப் பிரான்சுக்காரர்களிடம் போய்ச் சேர்ந்து கொள்ளும் படி எழுதினார். இங்கிரேசுக்காரரிடமும் அதற்கேற்பச் சொல்லி சம்பந்தி ராயனைப் பிடித்துக் காவலில் வைக்கவும் நடந்தது. இனிமேல் மமுதல்லி கானுக்குப் பெருந்துன்பம் பிடித்துக்கொண்டது என்று சகல சனங்களும் பேசிக்கொண்டது நல்லதுதான். தப்புவதில்லை.

1757 ஹு செப்தம்பர் மீ 26 வ;
ஈசுவர ஹு பிரட்டாசி மீ 14 வ; சோமவாரம்

இத்தனாள் ஊரிலிருக்கிற குதிரைகள், வண்டிகள், மனுஷர், போயிகள் *(பல்லக்குத் தூக்கிகள்)* ஆகியோரை முன்பு பிடித்துக்கொண்டு போனார்கள். யானைகளையும் பிடித்து, அவற்றின் மேல் கயிறுகள்,

புறுவுகள் *(எருமை, ஆடு வகையிறா இவற்றின் இறைச்சி)* ஆகியவற்றை ஏற்றி தண்டுக்கு அனுப்பினார்கள்.

இனிமேல் ஊரில் அவரவர் கிரகஸ்தாள் வீட்டுப் பெண்டுகளைப் பிடிப்பார்களோ, என்னவோ தெரியவில்லை. அதைத் தவிர மற்ற எல்லா சோராவாரியாய் நடக்கின்றன. இத்தனையும் தமிழர் வீடுகளிலே அல்லாமல் வெள்ளைக்காரர்களின் தெருவில் நடக்க முடியாது.

பறையன், வெள்ளைக்காரனின் சட்டையைப்போட்டுக் கொண் டிருக்கிறவன் வீட்டு வழி போனால் அந்தப் பறையர் சேவுகரை அடித்துத் துரத்தி விடுகிறார்கள். அப்படியிருக்க தமிழர்களின் வீடுகளில் மாத்திரம் இப்படி சோராவாரியாய் நடத்துகிறதும் *(கொள்ளையடிப்பதும்)* அநியாயங்கள் நடப்பதும் முசே லெறியின் துரைத்தனத்தில் நடக்கக் கண்டோம். தண்டு முன்னிருந்த வெள்ளைக்காரப் பவுன்சையும் சேர்த்து, அதற்குப் பெரியதனமாக முசே செவாலியர் தெ துரேவை நேமிச்சு காட்டு மேட்டுக்கு அனுப்பி வச்சு இருந்தார்கள். இத்தனாள் வண்ணாரக் கிடங்கில் தங்கியிருந்த வெள்ளைக்காரர்களையும் பயணம் பண்ணி அனுப்பினார்கள். அவர்களும் சாயங்காலம் காட்டு மேட்டுக்குப் பயணம் பிறப்பட்டு, ஆற்காட்டு கில்லா பிடிக்கிற நோக்கத்தோடு சண்டைக்கான முஸ்தீபுகளைச் செய்து கொண்டு புறப்பட்டார்கள். இன்னும் தண்டு காட்டு மேட்டிலிருந்து வெளியே போகவில்லை. நாளையோ, நன்றையிலோ *(நாளை மறுதேதி)* போவார்களோ என்னவோ தெரியாது.

இத்தனாள் அரியலூரில் இருந்து வந்த சேதியாவது; அரியலூரில் மீனாட்சி அய்யன் என்பவன் சமீன்தாரரான மழவராயனை நாமக் காவாய் *(ஒப்புக்கு)* துரைத்தனத்துக்கு வைத்துக்கொண்டு, எல்லா அதிகாரத்தையும் நடப்பிச்சி வந்தான். அப்படியிருக்க குறிஞ்சான் குளம் தென்னண்டை கரைமேலே அந்த ஊர் நயினார் வம்சத்தார் செத்துப்போனால் பிரேதத்தை எடுத்துப்போவது வழியாம். மீனாட்சி அய்யன் அந்த வழியில், பெருமாள் கோயில் ஒன்றைக் கட்டி வைத்தான்.

கரையின் கீழே பின்னையும் தென்பக்கத்தில் ஈசுவரன் கோயில் ஒன்றையும் கட்டி வைத்து, அக்கிரகாரத்தையும் கட்டி வைத்தான். குளத்துக்கரை வழி இரண்டு கோயில்களுக்கும் நடுவே, ஐந்தாறு அடியுள்ள சந்தாக விடப்பட்டது. ஒரு மாசத்துக்கு முன் அந்த நயினாருடைய *(மழவராயன்)* பெண்சாதி செத்துப் போனார். எப்போதும்போல் அந்த வழியில் பிணத்தை எடுத்துப் போனார்கள். மீனாட்சி அய்யன் அந்த வழியாக எடுத்துப்போகக் கூடாதென்று

சொன்னான். அவர்கள் அதை நிராகரிச்சு அந்த வழியாகவே எடுத்துப் போனார்கள். இதை மனதில் குறையாக வைத்துக்கொண்டு, மீனாட்சி அய்யன் கிளம்பிக் காட்டுக்கு வெளியே உடையார் பாளையம் தாலூக்கில் இருக்கிற அறக்கட்டளை என்கிற கிராமத்தில் போய் இருந்தானாம். அப்பால் நயினார் மனுஷரை அனுப்பி, மீனாட்சி அய்யனை அழைத்து வரச்சொன்னார். அதற்கு, மீனாட்சி அய்யன் மூன்று உடன் படிக்கைகள் கேட்டானாம்.

அந்த வயணமாவது; முதலாவது இனிமேல் அந்தக்கரை வழியாகப் பிணங்களைக் கொண்டுபோகக் கூடாது. இரண்டாவது தன் பேச்சை எதிர்த்துப் பேசாமல் தான் சொன்னபடிக் கேட்க வேண்டும். மூன்றாவது துறையூர் பாபு ரெட்டியின் காரியத்தில் தான் எவ்வளவு செலவு பண்ணி சிப்பந்திகளை அமர்த்தினாலும் சண்டைக்குப் போனாலும் ஒத்துக்கொள்ள வேண்டும் என்பதாக மூன்று உடன்படிக்கைகளைக் கேட்டு, வந்தவர்களை அனுப்பி வைத்தானாம். இதற்கு நயினார் ஒப்புக் கொள்ளவில்லை. எனவே, அந்த நயினாரைக் கொல்ல வேண்டுமென்று வஞ்சகமாகத் திட்டமிட்ட, மீனாட்சி அய்யன் ஐந்தாறு மனுஷரை அனுப்பிக் குத்திக் கொல்லச் சொன்னான். நயினார் மாடியில் இரண்டு, மூன்று பேருடன் இருந்தார். வந்தவர்கள் நயினாரை வெட்டினார்கள். அந்தக் காயங்களோடு நயினார் தப்பிக் கொண்டார். அவருடன் இருந்த இரண்டு மூன்று பேர் குத்த வந்த ஐந்தாறு பேரையும் வெட்டினார்கள். அவர்களிலும், இவர்களிலும் இரண்டு பேர் செத்தார்கள்.

கூக்குரலைக் கேட்டு கும்பலாகக் கூடியவர்கள் மீதிப் பேர்களையும் வெட்டிப்போட்டார்கள். அந்தக்ஷணம் மீனாட்சி அய்யனைப் பிடித்து வந்து, விலங்கு போட்டுக் காவலில் வைத்தார்கள்.

அவனுடைய வீட்டைக் கொள்ளையிட்டபோது அறுபதாயிரம் பொன்னும், ரத்தினம் பதித்த நகையும், சாதா நகைகளும் ஜவுளி வகையிறாவும் முப்பதாயிரம் பொன்னுக்கு இருந்தன. அவற்றைக் கொண்டுபோய் நயினாரிடம் கொடுத்துவிட்டார்கள் என்று சேதி வந்தது.

1757 ௵ செப்தம்பர் ௴ 27 வ;
ஈசுவர ௵ பிரட்டாசி ௴ 15 வ; செவ்வாய்

இத்தனாள் காலத்தாலே எட்டு மணி வேளைக்குக் கோட்டைக்குப் போனேன். கீழண்டை நெடுஞ்சாலையில் இருக்கச்சே முசே புரூணியேர், முசே சொல்மினியாக்கு வகையிறாக்கள் ஆறேழு வெள்ளைக்காரர்

களுடன் இருந்த முசே லெறி கோவர்ணதோரைக் கண்டு ஆசாரம் பண்ணினேன். சந்தோஷமாகப் பார்த்துக் கொண்டிருந்தார். அரை மணி நேரம் அங்கிருந்து விட்டு, புடைவைப் பார்க்கும் சாலைக்கு வந்தேன். அப்போது முசே கில்லியார் அங்கு வந்தார். ஒருவரிடம் ஐரோப்பாவில் இருந்து வந்திருந்த அச்சிட்ட லீவுறு இருந்தது. அதைப் படித்துப் பார்த்தேன். அதில் நாசர் சங்கு செத்த வரையிலுமான சேதிகள் மட்டுக்கும் சரியாக எழுதப்பட்டிருந்தன.

மச்சிலிப்பந்தரில் கோசா கலந்தர்கான் என்பவன் சுபேதாரனாக இருந்தான். நாசர் சங்குவின் உத்தரவுப்படி பிரான்சு பெத்திரி கப்பித்தான் முசே கொக்கேத்துவையும் அவரின் பெண்சாதி, பிள்ளைகள், சின்ன கப்பித்தான், கணக்கர் உள்ளிட்டோரையும் கும்பினியாரின் குடுத்தியோர் (courtier) கூடக் காவலில் வைத்தான். மிகுந்த தொந்தரைகள் கொடுத்தான். எனவே, புதுச்சேரியில் கோன்சேலியரான முசியே கில்லியாரை கொம்மாந்தான் செனரலாக்கி நியமித்தனர். முசே லத்தூரை சொலு தாதுகளுக்கெல்லாம் கப்பித்தானாக்கினர். மூன்று கப்பல்களையும், நூற்றைம்பது சொலுதாதுகளையும் வேண்டிய சரஞ்சாமிகளையும் கொடுத்து அனுப்பினார்கள்.

முசியே கில்லியார் அங்கே போய்த் தந்திரமாக நடந்துகொண்டு, சண்டை போடாமல், சனங்களை நோக பண்ணாமல், கொள்ளை அடிக்காமல் மச்சிலிபந்தரைப் பிடித்துக் கொண்டார். முசே கொக்கேத்து உள்ளிட்டோரை காவலில் இருந்து விடுதலை பண்ணினார். மச்சிலி பந்தரை அமுல் பண்ணினார்.

பட்டணத்து சனங்கள் எல்லாரும் வியப் படைந்தனர். சத்துருகள் கையிலிருந்த பட்டணத்தை இப்படித் தந்திரமாகச் சண்டை இல்லாமல், சனங்களுக்கு நோவு என்கிறது இல்லாமல் பிடித்துக் கொண்டதை எங்கும் கண்டதில்லை. கேட்டதும் இல்லை. மிகவும் சமர்த்தன், கெட்டிக்காரன் என்று புகழ்ந்தனர். இவர்கள் அமுல் செய்தால் நாங்கள் சுகப்படுவோம் என்று சொல்லிக் கொண்டார்கள்.

பந்தரின் சுபேதாரான கோசா கலந்தர் கான் பட்டணத்துக்கு வெளியே பேட்டையில் இருந்தான். அவன் கோட்டைக்கும் பட்டணத்துக்கும் தண்ணீர் முதலான ரஸ்துகள் போகாதபடி முற்றுகை இட்டுச் சண்டைக்கு எத்தனம் செய்தான். ஒரு தேதி ராத்திரி அவன் இருக்கிற இடத்துக்குப் போய் சிறிது ராணுவத்தைச் சேதப்படுத்தி கோசா கலந்தர்கானை முசியே கில்லியார் பிடித்து வந்தார்.

எனவே அங்கிருந்த படையினர், வர்த்தகர், குடிகள் ஆகியோர் முசியே கில்லியார் நியாயமானவர், நல்ல சூரன் என்று சொல்லி, பிரான்சுக்காரருக்குக் கீழ்ப்படிந்து நடந்து கொண்டார்கள்.

பின்னையும் நிறைய சேதிகள் உள்ளன. முசியே லெனுவார் ஏனத்தில் இருந்தார். துலுக்கர் வந்து பெத்திரியை எரித்துவிட்டார்கள். இவரும் வீடுகள் இல்லாத குப்பத்தை நெருப்பிட்டு அழித்தார். அங்கிருந்த சுலுப்புகளையும், கப்பல்களையும் எரித்துவிட்டார். சத்துரு எதிர்த்துச் சண்டைபோடும் உறுதி இல்லாமல் கிளம்பிப் போய் விட்டான். அவன் இங்கே சுபேதாரனாக இருக்கத் தகுதியற்றவன் என்று, இழிவாக எழுதியிருக்கிற புஸ்தகத்தைப் படித்தேன்.

இந்த நூலை லக்ஷம் புஸ்தகம் அச்சிட்டு, ஐரோப்பா ராச்சியம் முழுவதும் அனுப்பிவிச்சார்கள். எனக்கு மிகவும் கீர்த்தி உண்டானது. இதுபோதும் என்று முசியே கில்லியார் சொன்னார். நானும் ஸ்தோத் திரமாகப் பேசினேன். அந்த லீவுறை வாங்கிக்கொண்டு வாரும். அதில் வேறு இன்னும் சில காரியம் உள்ளது. அதை வெளிக்கொண்டு வருகிறேன் என்று சொன்னேன். நாளைக்கு வாங்கிக்கொண்டு வருகிறேன் என்று சொல்லிவிட்டு, அவர் கோந்துவாரே *(பேக்டரி)* போனார்.

அப்பால் அங்க வந்த முசியே லெனுவார் ஆசாரம் பண்ணினார். நானும் ஆசாரம் பண்ணினேன். அவர் வீட்டுக்குப் போனார். நானும் பத்து மணிக்குப் பூந்தோட்டக் கச்சேரியே வந்தேன்.

1757 ஹூ செப்தம்பர் மீ 28 வ;
ஈசுவர ஹூ பிரட்டாசி மீ 16 வ; புதவாரம்

இத்தனாள் காலத்தாலே எட்டு மணிக்குக் கோட்டைக்குப் போனேன். முசியே கோவர்ணதோர் லெறியும், முசே புரூணியேரும் ஐந்தாறு ஒப்பிசியேல்மார்களும் கோவர்ணமாவின் மாடியில் இருந்தார்கள். நான் போய் ஆசாரம் பண்ணினேன். அவர் முசியே புறுணியே, வகையிறாக்களுடன் பேசிக்கொண்டிருந்தார். அப்பால் அங்கிருந்து புடைவை பார்க்கும் சாலைக்கு வந்தேன். அவரவர் சொன்னது; ராசா மனுஷர்களாக வந்துள்ள முசே செவாலியர் தெ சுப்பீர் *(M.the Chevalier de Soupire)*, அவருடைய ஒப்பிசியேல்மார்களும் இத்தனாள் புறப்பட்டு பிரெஞ்சு பவுன்சு தங்கியுள்ள பிரம்பைக்கு மேலே லட்சுமண நாயக்கன் மண்டபத்திற்குப் போய், அங்கிருந்து

நாளை நன்றைக்குப் பயணப்பட்டு செஞ்சிக்குப் போய்ச் சேர்வார்கள் என்று சொன்னார்கள். வழுதாவூர், வில்லியனூர் ஆகிய தாலுக்கா எல்லாம் சிப்பாய்கள் போய் மனுஷர்களையும், குதிரைகளையும் பிடித்துக்கொண்டு வருகிறார்கள் என்றும், இந்தக் காபிரா சொல்லி முடியாது என்றும் சனங்கள் சொன்னார்கள்.

சீமா மூலத்தில் இருந்து மனுஷரை வரவழைக்கச் சொல்லி சவரி ராயப் பிள்ளைக்கு, முசியே தெவோ உத்தரவு தந்தார் என்றும் சொன்னார்கள்.

செவாலியர் தெ சுப்பீர் வகையிறா ஒப்பிசியேல்மார்களும் பயணப்பட்டுப் பிரம்பை மேட்டுக்குப் போய்ச் சேர்ந்தார்கள்.

1757 ஞ செப்தம்பர் மீ 29 வ;
ஈசுவர ஞ பிரட்டாசி மீ 17 வ; குருவாரம்

இத்தனாள் காலத்தாலே கோட்டைக்குப் போனேன். "நேத்து ராத்திரி வெள்ளைக்கார தண்டு இறங்கியிருக்கிற பிரம்பை மேட்டுக்குப் போன முசே செவாலியர் தெ சுப்பீர் சரஞ்சாமிகளோ, கூலிக் காரர்களோ, பிற சாமான்களோ வந்து சேரவில்லை என்று மறுபடி இங்கே வந்துவிட்டார் என்றும், மாடியில் இருக்கிறார் என்றும் குதிரைகள், எருதுகள், கூலிகள் வகையிறான ஏற்பாடாகவில்லை யென்று கோபத்துடன் இருக்கிறார் என்றும் சொன்னார்கள்.

முசே லெறி ஐரோப்பாவுக்கு அவசரக் காகிதங் களை எழுதி அனுப்ப வேண்டியிருந்ததால், வீட்டின் காம்பிராவிலேயே இருக்கிறார் என்றும் சொன்னார்கள்.

கூடலூரில் இருந்த இங்கிலீஷ்காரர்கள், அவரவருடைய நகை, பணம் வகையிறாவை தரங்கம்பாடி, நாகப்பட்டணம், உடையார் பாளையம் போய்ச் சேர்ந்தன. பழவேற்காடு வகையிறா இடங்களுக்குப் போயின என்பதாகப் பேச்சுகள் நடந்தன.

1757 ஞ செப்தம்பர் மீ 30 வ;
ஈசுவர ஞ பிரட்டாசி மீ 18 வ; சுக்கிரவாரம்

இத்தனாள் விநாயகப் பிள்ளை, சவரிராயப் பிள்ளை ஆகியோரை சண்டைக்கான சாமான்கள் முஸ்தீது செய்யப்படவில்லை என்று புதுசாய் வந்த முசே செவாலியர் தெ சுப்பீர் கண்டித்தார் என்றும், முசியே

தெவோ கூட வந்து சந்தித்துவிட்டுப் போனார் என்றும் சொன்னார்கள். நான் ஒரு நாழிகை நேரம் இருந்து விட்டுப் பூந்தோட்டக் கச்சேரியே வந்தேன்.

இத்தனாள் கேள்விப்பட்ட சேதியாவது; தேவனாம்பட்டணத் திலிருந்து ஒரு சம்பானில் *(தோணியில்)* பல்லக்குகள், பல்லக்குக் கழிகள், செம்புத் தவலைகள், பெட்டிகள், நகைகள் வகையிறா இவற்றை ஏற்றிக்கொண்டு போனார்கள். அதைக் காரைக்காலார் பிடித்துக் கொண்டார்கள். அவர்கள் தேவனாம்பட்டணத்து வர்த்தகர்களின் சாமான்கள் என்று சொல்லி நாகப்பட்டணத்திற்குக் கொண்டுபோய், இறக்கச் சொல்லி அனுப்பிவிச்சார்கள் என்று சொல்லப்பட்ட சேதி புதுச்சேரிக்கு எழுதி வந்ததாகச் சொன்னார்கள்.

1757 அக்டோபர்

1757 ஸூ ஒயித்தோபர் மீ 1 வ;
ஈசுவர ஸூ பிரட்டாசி மீ 19 வ; சனிவாரம்

இத்தனாள் கேள்விப்பட்ட சேதியாவது; முசே தொத்தேலின் படைக் குதிரைகளையும், சீனி *(சேனங்களையும்)* வகையிறா சரன்சாமி செய்கிறார்கள். நாளை பயணம் புறப்பட்டு, வழுதாவூருக்குப் போய் அங்கே இருபது தேதி தங்குவார்கள்.

அப்பால் முசே செவாலியர் தெ சுப்பீர் வந்த அப்பால் செஞ்சிக்குப் போவார்கள். புதுச்சேரிக்கு இனிமேல் வர இருக்கிற முசே லாலிக்கும், அவருடன் வருகிறவர்களுக்கும் வீடுகளை முஸ்தீபு செய்கிறார்கள் என்றும் பேசிக் கொண்டார்கள்.

1757 ஸூ ஒயித்தோபர் மீ 2 வ;
ஈசுவர ஸூ பிரட்டாசி மீ 20 வ; ஆதிவாரம்

இத்தனாள் காலத்தாலே முசே செவாலியே தெ சுப்பீர் சண்டைக்கான முஸ்தீபுகளுடன் சிறு தம்பூறு, பயிராக்குகள்கூட நடந்து வர, சாயங் காலம் வழுதாவூர் போய்ச் சேர்ந்தார்.

1757 ஸூ ஒயித்தோபர் மீ 3 வ;
ஈசுவர ஸூ பிரட்டாசி மீ 21 வ; சோமவாரம்

இத்தனாள் காலத்தாலே கோட்டைக்குப் போனேன். முசே லெகுவும், முசே லங்கறனேவும் *(M.La Grenee)*, முசே துருவேத்து வகையிறாக்கள் மூன்று, நான்கு பேர் புடைவைப் பார்க்கும் சாலையில் இருந்தார்கள். என்னைக் கண்டவுடன் ஆசாரம் பண்ணினார்கள்.

நானும் ஆசாரம் பண்ணினேன். முசே லாலியின் ஸ்காதுரு மொரீசீயசுக்கு வந்து சேர்ந்ததென்று மாகேயிலிருந்து வந்த காகிதத்தில் எழுதியிருந்தது. ஐந்தாறு நாளில் கப்பல் வந்து சேர்ந்துவிடும். வெள்ளைக்காரர்களின் தெருவில் இருக்கிற வீடுகளை, வரவிருக்கிற ராசா மனுஷர்களுக்குத் தருவதற்காகக் குறிப்பெடுத்து எழுதுகிறார்கள்.

தமிழர் வீடுகளையும் இதற்காகக் குறிப்பெடுத்து எழுதுகிறார்கள். ஸ்காதுரு ஒயித்தோபர் மாசம் 10-ஆம் தேதிக்குள் வந்து சேரும் என்பதான சேதிகளைச் சொன்னார்கள்.

ஆனால், கப்பல் வந்தவுடனே, மறுபடி பயணமாகிப் போய்விடுமே, சண்டைக்குப் போகும்படியாக இருக்காதே, மழைக்காலம் வருகிறதே என்று சொன்னேன். ஆமாம் என்று சொன்னார்கள்.

முசே லாலி லெப்டினெண்ட் செனரால், மெத்த பெரிய மனுஷர். இந்த இந்திய ராச்சியத்துக்கு இத்தனைப் பெரிய அதிகாரஸ்தர் ஒரு நாளும் வந்ததில்லை. இதொரு புதுமை என்று வியப்புடன் பேசிக் கொண்டிருந்தார்கள். கூடலூராரின் அரிசி, நெல் வகைகளைப் பத்து சலங்குகளில் ஏற்றி, நாகூர், நாகப்பட்டணத்துத் துறைக்குக் கொண்டு போனதை காரைக்காலில் பிடித்துக்கொண்டார்கள். நாகூர் கிருஷ்ணய்யனின் மனுஷர்களான கூடலூர் வர்த்தகர்கள் இவ்விடத்தில் உத்தரவு வாங்கிக்கொண்டு போக வந்திருக்கிறார்கள் என்று வந்திருந்த தமிழர்கள் சொன்னார்கள்.

1757 ௵ ஒயித்தோபர் ௴ 4 ௳;
ஈசுவர ௵ பிரட்டாசி ௴ 22 ௳; செவ்வாய்

இத்தனாள் காலத்தாலே கோட்டைக்குப் போனேன். முசே லெறி கோவர்ணதோர் மாடியில் இருந்தார். முசே புரூணியே வகையிறாக்கள் ஐந்தாறு ஒப்பிசியேல்மார்கள் உடனிருந்தார்கள். நான் ஆசாரம் பண்ணி நின்றேன்.

முசியே கோவர்ணதோர் என்னைப் பார்க்கவில்லை. மறுபடி திரும்பிப் பார்த்தவுடன் ஆசாரம் செய்தபோது, சிவக்கப் *(வெறித்து)* பார்த்துக் கொண்டிருந்தார்.

முசே செர்பந்தியேர் வந்து எதுவோ பேசினார். நான், வெளியில் வந்து உட்கார்ந்து கொண்டிருந்தேன். அங்கே வந்த வெள்ளைக்காரர் சொன்ன சேதியாவது; சேத்துப்பட்டு பேரிலே சண்டைக்குப்போன நம்முடையபவுன்சுமதிலைத்தாண்டிச்சென்றபோது,கோட்டைக்காரர்கள் மதிலில் பீரங்கியால் சுட்டார்கள். இதில் நம்முடையவர்களுக்குச் சேதம் ஏற்பட்டது. அறுபது பேர் காயமும், சாவும் அடைந்தார்கள். முசே சொபினேவுக்குக் காலில் காயம் ஏற்பட்டது. பின்னையும் இரண்டொரு ஒப்பிசியேல்களுக்கு சேதமும் காயமும் ஏற்பட்டது.

இன்றைக்கோ அல்லது நாளைக்குள்ளோ கோட்டை கை வசமாகும் என்று பேசிக் கொண்டிருந்தார்கள். அதைக் கேட்ட அப்பால், அங்கிருந்து புறப்பட்டுப் பூந்தோட்டக் கச்சேரியே வந்தேன்.

ஏழெட்டு நாளைக்கு முன்பாக மயிசூர் நந்திராசாவின் வக்கீல் வெங்கிட்ட நாரணப்பய்யன் என்பவர், நந்திராசாவின் காகிதம் ஒன்றை முசே லெறியிடம் கொண்டுவந்து கொடுத்தார். நான்கைந்து நாளைக்கு முன் வந்து முசே லெறியிடம் பேசினான். மாபூசுகான் நந்திராசாவுக்கு சந்தி *(பேச்சுவார்த்தை)* அனுப்பினார். அந்தச் சேதியை முசே லெறிக்குத் தெரிவிக்கிறோம்.

இப்போது இங்கிரேசுக்காரரின் வசம் இருக்கிற நாற்பது லட்ச ரூபாய் வருவாயுள்ள மதுரை சீமையை உங்களிடம் தருகிறோம். நீங்கள் எங்களுக்குக் குறிப்பிட்ட அளவுக்குச் சீமைகளையும், குறிப்பிட்ட அளவுக்குக் குதிரைப் படைக்கான சம்பளத்தையும் தர வேண்டும்.

அதற்குச் சம்மதி இல்லாவிட்டால், உங்கள் பவுன்சை நீங்கள் அனுப்பிவைத்தால் அதற்குச் சம்பளமும், உங்களுக்குக் குறிப்பிட்ட அளவுக்குச் சீமைகளையும் குத்தகையும் தருகிறோம். இந்த இரண்டு உடன்படிக்கைகளில் எந்த உடன்படிக்கையை ஏற்றாலும், எங்களுக்குச் சம்மதம்தான் என்று மாபூசுகானிடமிருந்து சேதி வந்திருந்தது.

இப்போது கப்பல்களை அனுப்ப வேண்டிய நெருக்கடியில் இருப்பதால், அப்பால் உத்தாரம் சொல்கிறோம் என்று சொல்லி, வெங்கட்ட நாரணப்பய்யனைப் போகச் சொன்னதாகக் கேள்விப் பட்டோம். அஸ்ட்ரக் *(Astruc)* என்ற பிரெஞ்சு செனரால் மயிசூர் நந்தி ராசாவின் மனுஷனான ஹைதர் அலியுடன் இது குறித்து திண்டுக்கல்லில் பேசினான்.......

மாபூசுகான் ஆங்கிலேயருக்கு எதிரானவன். ஆங்கி லேயர்கள் இதன் நிமித்தியம் மாபூசுகானின் தம்பி முகம்மது அலியை ஆதாரித்தார்கள். மாபூசுகான் பிரான்சுக்காரர்களின் நட்பை வேண்டி அது கிடைக்கவில்லை).

1757 ஷு ஒயித்தோபர் மீ 7 வ;
ஈசுவர ஷு பிரட்டாசி மீ 25 வ; சுக்கிரவாரம்

இத்தனாள் முன் கூடலூர் வர்த்தகர்கள் நாகப்பட்டணத்துக்கு அனுப்பிய தட்டுமுட்டுகளைக் காரைக்காலில் பிடித்துக்கொண்டார்கள். அதை மீட்க நாகூர் கிருஷ்ணய்யன் வகையிறா வர்த்தகர்கள் இங்கு வந்து பிரயத்தனம் பண்ணிக் கொண்டிருந்தார்கள். நேத்து கோன்சேல் கூடி வர்த்தகர்கள் சலங்கை விட்டுவிடுமாறு காரைக்கால்

ஒப்பிசியேலான முசே பொறுஷேக்குக் காகிதம் எழுதிக் கொடுத்ததாகச் சேதி கேள்விப்பட்டோம்.

1757 ஷூ ஒயித்தோபர் மீ 8 வ;
ஈசுவர ஷூ பிரட்டாசி மீ 26 வ; சனிவாரம்

இப்போது ஐந்தாறு நாளாகக் கேள்விப்படுகிற சேதியென்ன வென்றால்; இவ்விடத்துக்குக் கப்பல்கள் வந்து, சொலுதாது வகையிறா பெலங்கள் *(பலம்)* வந்தது என்ற சேதியைக் கேள்விப்பட்டோம்.

சென்னப்பட்டணத்தார் தம்முடைய தட்டுமுட்டுகள், பணம், காசு, குஞ்சு குழந்தைகளைப் பழவேற்காடு வகையிறா இடங்களுக்கு அனுப்பி விட்டார்கள். நம்முடைய பவுன்சு சென்னப்பட்டணம் வரவில்லை.

சேத்துப்பட்டு, ஆற்காடு வகையிறா சீமைகளுக்குப் போவதை அறிந்து, குஞ்சு, குழந்தைகளையும், சிறிது தட்டுமுட்டுகளையும் திரும்ப வரவழைத்தார்கள். வீடு வாசல்களை இடிப்பதை நிறுத்தி வைத்தார்கள். காபிராவும் நின்றுவிட்டது என்று சேதி சொன்னார்கள். கூடலூரில் இருந்த வெள்ளைக்காரிச்சிகள் தரங்கம்பாடி, நாகப்பட்டணம் வகையிறா சீமைகளுக்குப் போய்ச் சேர்ந்தார்கள். பணம், காசுகள் தரங்கம்பாடி, நாகப்பட்டணம், உடையார்பாளையம் போய்ச் சேர்ந்தன.

திருவீதி,புவனகிரி ஆகிய இடங்களுக்குப் போயிருந்த குடிபடைகள் மாத்திரம் மறுபடியும் வந்து சேர்கிறார்கள். காபிரா அடங்கியுள்ளது என்று சொன்னார்கள். இப்போது காபிரா அடங்கி இருந்தாலும், வருகிற ஐப்பசி மாசம் 21-ஆம் தேதி முதல், வருகிற வெகுதானிய வருசம், ஐப்பசி மாசம் 20- *(1757, செப்தம்பர் மாசம் 2)* ஆம் தேதிக்குள் இங்கிரேசுக்காரர் பட்டணம் என்று சிறிதுகூட இருக்காது. இங்கிரேசுக் காரரின் கொடி பறக்காது. பிரெஞ்சுக் கொடி பறக்க வேண்டும்.

எனவே பிரான்சின் வெள்ளைக் கொடி பறந்தே தீரவேண்டும் என்று முன்பு குரோதன வருசம், மார்கழி மாசத்தில் *(1745-46)* சீதாராம சோசியர் சொன்னது பொய்க்காது. ஒருக் காலும் பொய்க்காது. பன்னிரண்டு வருச காலமாக அவன் சொன்ன படி நலம், இளப்பம் இரண்டும் சரியாக இருந்ததால், மேற்சொன்னதும் நடக்கும் என்று தோன்றுகிறது. அனுபவத்தின்பேரில் பார்க்க வேண்டியது.

1757 ஷு ஒயித்தோபர் மீ 10 வ;
ஈசுவர ஷு பிரட்டாசி மீ 28 வ; சோமவாரம்

இத்தனாள் கேள்விப்பட்ட சேதியாவது; முசே செவாலியர் தெ சுப்பீர் வழுதாவூர் கோட்டையில் இருந்தார். முன்பு திருச்சிராப்பள்ளிக் கோட்டைச் சண்டையில் அகப்பட்டு பிரிசோனராக இருந்து, அப்பால் விடுதலையாகி, ஐரோப்பாவுக்குப் போய் அங்கேயிருந்த அஸ்திருக் என்பவன் இப்போது, கப்பலில் வந்த ராசா மனுஷர்களுடன் வந்தான். அப்போது ஒப்பிசியேலாக இருந்தவன் *(தளபதி)* இப்போதும் அதே உத்தியோகம் பெற்றுக்கொண்டு, முசே தொத்தேலும், அவனும் இப்போதும் முசே செவாலியர் தெ சுப்பீரின் கீழ் உத்தியோகம் பண்ணுவதாகக் கேள்விப்பட்டோம். விநாயகனின் உத்தியோகம் என்பது பவுன்சுக்கு ஆகிற செலவைக் கணக்கு எழுதி வைப்பது. அந்த உத்தியோகத்தை முசே மரேவுக்கும், முசே அபலேவுக்கும் *(M.Abeille)* கொடுத்தார்கள். அவர்கள் தங்களுடைய மனுஷரை நேமிச்சு தேதி முதல் அரும்பாத்தை வேலையை அவர்களே விசாரிக்கப் போகிறார்கள். மயிசூர் வெங்கிட்ட நாராணப்பய்யனையும், எந்த காரியம் ஆனாலும் தங்களிடம் வந்து பேசச் சொல்லிச் சொன்னார்கள். இனிமேல் துறையூர் வகையிறா முகத்துமா *(விவகாரம்)* எல்லாம் அங்கேயேதான் நடக்கப்போகின்றன என்றும் பேசிக் கொள்கிறார்கள். விரிவான, மெய்யான சேதிகளை அறிய வேண்டும்.

இத்தனாள் நல்ல மழை பெய்தது. மழைக்காலம் ஆரம்ப மானபடியினால் மழை பெய்தது ஆச்சரியமல்ல.

1757 ஷு ஒயித்தோபர் மீ 13 வ;
ஈசுவர ஷு அற்பிசி மீ 1 வ; குருவாரம்

இத்தனாள் கேள்விப்பட்ட மதுரை சேதியாவது; மாபூசுகானின் மனுஷன்பரக்கதுல்லாஎன்பவனுக்கும்இங்கிரேசுக்காரருக்கும்இடையே உடன்படிக்கை ஏற்பட்டு, பத்தாயிரம் ரூபாய் கிரயத்தை வாங்கிக்கொண்டு *(நாற்பதாயிரம் என்று அக்டோபர் 4-இல் எழுதப்பட்டுள்ளது)* மதுரைக் கோட்டையை, இங்கிரேசுக்காரரிடம் ஒப்புவிச்சுவிட்டுப் போய் விட்டான். ஆனால், பிரான்சுக்காரருக்குக் கப்பல்களும், பவுன்சும் வந்த சேதியைக் கேள்விப்பட்ட இங்கிரேசுக்காரர்கள் மதுரைக் கோட்டையை வெறுமையாகப் போட்டுவிட்டார்கள். தம்முடைய பவுன்சை அழைத்துக்கொண்டு திருச்சிராப்பள்ளிக் கோட்டையை

பந்துபஸ்துப் பண்ணி வைக்கிறார்கள். மாபூசுகானும், மயிசூராரின் பவுன்சும், படையுடன் வந்த அயிதர் நாயக்கனும் மதுரையைப் பிடித்துக் கொள்வார்கள் என்று கேள்விப்பட்டோம். *(மாபூசுகான் அடிக்கடி தன்னுடைய சகாக்களை மாற்றிக்கொள்ளும் சுபாவம் உடையவர். ஏற்கனவே மயிசூராருக்கு எதிராக இருந்த மாபூசுகான் தற்போது அவர்களோடு சேர்ந்துகொள்ள முயற்சிக்கிறார்).*

1757 ௵ ஒயித்தோபர் மீ 14 வ; ஈசுவர ௵ அற்பிசி மீ 2 வ; சுக்கிரவாரம்

இத்தனாள் பகலைக்கு மேலாக கேள்விப்பட்ட சேதியாவது; சேத்துப்பட்டுக் கோட்டையின் மதிலேறிக் குதித்து, பதே *(வெற்றி)* பண்ணின நம்முடைய பிரெஞ்சுக்காரர் ஐப்பசி முதல் நாளான குருவாரம் அன்று வெள்ளைக் கொடியை ஏற்றிக்கொண்டார்கள் என்ற சேதி வந்தது.

அங்கிருந்த ரசாத்து முகமதுகான் *(Isarat Muhammad Khan)* என்பவனைப் பிடித்துக் கொண்டார்கள். அவனுடன் இருந்த இரு நூற்றைம்பது துலுக்கப் பாறாக்காரர்களைக் கத்தியால் வெட்டியும், குத்தியும் கொன்றுபோட்டார்கள். ஆனால், அவர்களோடு இருந்த நாற்பதுவெள்ளைக்காரர்களைக்கொல்லவில்லை.அவர்களைப்பிடித்துக் காவலில் வைத்தார்கள் என்றும் பேசிக் கொண்டார்கள். மதிலேறிப் போய்ச் சண்டையிட்ட போது, நம்முடைய பிரெஞ்சுச் சொலுதாதுகளும் செத்திருப்பார்கள் என்று சொன்னார்கள். நன்றாகத் தெரிந்துகொண்டு தெளிவாக எழுத வேண்டும்.

இத்தனாள் பகலைக்கு மேலாக தமுக்குப் போட்டார்கள். பதினைந்து நாளாக நவதானிய முதலான தானிய வகைகளும், மைத்த *(மற்ற)* பலசரக்கு, நெய் வகையிறா சான்சாமிகளும் பட்டணத்துக்கு வெளியிலிருந்து வரவில்லை. எனவே, அவை கிடைக்கவில்லை. தண்டுக்கு மனுஷர்களையும், மாடு, ஒட்டகம், யானை, குதிரை வகையிறா இவற்றையும் பிடித்து அனுப்புகிற சோராவாரியினால் எல்லா வஸ்துகளும் வரத்து நின்றுவிட்டது.

பட்டணம் காபிரா பட்டது. இந்தச் சேதிகளைக் கேள்விப்பட்ட முசியே கோவர்ணதோர் இனிமேல் மாடுகளையோ, மனுஷர்களையோ பிடிக்க மாட்டோம். அவரவர் வெளியிலிருந்து தானியம் வகையிறா இவற்றை வரவழைத்துக் கொள்ளலாம் என்று சொன்னதாக, தமுக் கடித்துச் சொன்னார்கள். மழைக்காலம் என்பதால் ஒருவேளை மூன்று

மாசங்களுக்குச் சண்டையை நிறுத்தி வைப்பார்கள் என்றும் பேசிக் கொண்டார்கள்.

1757 ஆ ஒயித்தோபர் மீ 15 வ;
ஈசுவர ஆ அற்பிசி மீ 3 வ; சனிவாரம்

இத்தனாள் காலத்தாலே சேத்துப்பட்டுக் கோட்டையைப் பிடித்த சேதி வந்தது. அப்பால், ஆற்காட்டுக் கோட்டையைப் பிடிப்பதற்காக, நம்முடைய பிரெஞ்சுப் படையினரும், தளபதிகளும் போயிருப்பதாக முசே செவாலியர் தெ சுப்பீர் சேத்துப்பட்டுக் கோட்டைக்கு எழுதி அனுப்பினார். இத்தனாள் முசே லெறியும் ஆற்காட்டுக்குப் போகவேண்டிய சான்சாமிகளை முஸ்தீது பண்ணச் சொன்னார். முசியே தெவோவிடம் சொல்லி சீமா மூலத்தில் இருக்கிற அமுல்தாரருக்கு சவரி ராயன் எழுதி அனுப்பினார் என்றும் பேசிக் கொண்டார்கள். சேத்துப்பட்டுக் கோட்டைப் பகுதிகளை இரண்டு மாசங்களாக சவரி ராயன் அமுல் செய்து வந்தார்.

வந்தவாசி தாசில்தாரனுக்கு எழுதியனுப்பி சப்தி பண்ணி, பலன் பெற்று வந்தார்கள். இத்தனாள் மங்கல ராமச்சந்திர ராயனைச் சேத்துப்பட்டுக்கு அமுல்தாரனாக அனுப்பினார்கள் என்று சொன்னார்கள்.

1757 ஆ ஒயித்தோபர் மீ 16 வ;
ஈசுவர ஆ அற்பிசி மீ 4 வ; ஆதிவாரம்

இத்தனாள் காலத்தாலே ஒன்பது மணிக்கு மசுக்கரையில் இருந்து வந்த ஒரு கப்பல், வீராம்பட்டணத் துறைமுகத்தைத் தாண்டி வந்தபோது ஒரு பீரங்கிப் போட்டான். பாய்மரத்தில் சிகப்புக் கொடிகள் கட்டினான். துறையில் இருந்த கப்பலில் இரண்டு பீரங்கிகள் போட்டனர். கபுலா என்ற கொடிக்கு மேலே பூலால் என்ற கொடிக்கு மேலே ஒரு சிகப்புக் கொடி போட்டார்கள். அப்பால் கோட்டையின் கொடியின் மேல் ஒரு வெள்ளைக் கபுலா கொடியும், கறுப்பு பூலால் கொடியும் போட்டார்கள். பின்னர் எல்லாவற்றையும் இறக்கிவிட்டார்கள். கப்பல் துறைமுகத்திற்கு வந்ததும் முசே மறுக்கி தெ கொம்பிளாம் *(M.le Marquis de Conflans)* இறங்கி வந்தார். இவர் முசே துயுப்ளேக்ஸ் காலத்தில் வந்திருந்தார். கோல்கொண்டாவில் இருந்த சலாபத் சங்குக்கு கும்பினியார் அனுப்பிய வெகுமானம் கொண்டுபோய்க் கொடுத்துவிட்டு, மறுபடியும் புதுச்சேரிக்கு வந்து ஐரோப்பாவுக்குப் போனவர், இப்போது மீண்டும்

வந்து முசே லெறியைச் சந்தித்துப் பேசினார். முசே லாசுவின் வீட்டில் அவரைத் தங்க வைத்தார்கள். இந்தக் கப்பல், லெப்டினன்ட் ஜெனரலாக வருகிற முசே லாலியுடன் மசுக்கரைக்கு வந்தது. நாங்கள் பத்தொன்பது, இருபது கப்பல்களுடனும், நான்காயிரம் படையினருடனும் வருவதால் வேண்டிய ஏற்பாடுகளைச் செய்துவைக்கச் சொல்லி, முசே செவாலியர் தெ சுப்பீரியருக்குக் காகிதம் எழுதி, முன்னதாக இவரிடம் கொடுத்து அனுப்பி வைத்தார். அந்தக் கப்பல்கள் எட்டு அல்லது பத்து நாளைக்குள் இங்கு வந்துசேர வேண்டும். இல்லாவிட்டால், அச்சி என்ற இடத்துக்கு வந்து, அங்கே தங்கியிருந்து, மழைக்காலம் கழித்து, மார்கழி மாசத்தில், சனேரிப் பண்டிகைக்கு வந்து சேர்வார்கள் என்று சொன்னதாகச் சேதி சொன்னார்கள்.

வந்த கப்பல்காரன் மரியாதை கொடுத்து, புதுச்சேரி கோட்டைக் காரனுக்குப் பீரங்கிப் போடவில்லை. புதுச்சேரி கோட்டைக்காரனும் கப்பல்காரனுக்கு மரியாதை கொடுத்து பீரங்கிப் போடவில்லை. ராசா மனுஷரான முசே செவாலியர் தெ சுப்பீர் வழுதாவூரில் இருந்தார். அவர் புதுச்சேரியில் இல்லை. தற்போது புதுச்சேரியில் இருக்கும் முசே லெறி, மற்ற கோன்சேலியர்கள் பிரெஞ்சு ராசாவின் மனுஷர்கள் இல்லை என்பதால் அவர்களுக்கு மதிப்புக் கொடுத்து கப்பல்காரன் பீரங்கிப் போடவில்லை என்று சொல்லிக் கொண்டார்கள். இத்தனாள் வந்த கப்பலில் மசுக்கரைக்கு வந்த சேதி வந்ததே தவிர, இதற்கு முன் எந்தச் சேதியும் வந்ததில்லை. இந்தச் சேதி வருவதற்கு முன்பு முசே லாலி வருகிற ஸ்காதுரு *(போர்க் கப்பல்)* வருமென்று ஒருத்தரும் நம்பவில்லை. இன்றைக்கு நிசம் தெரிந்தது என்று வெள்ளைக்காரப் பெரிய மனுஷர்கள் சொன்னார்கள்.

1757 ஷு ஒயித்தோபர் மீ 17 உ;
ஈசுவர ஷு அற்பிசி மீ 5 உ; சோமவாரம்

இன்றைய தேதி முன் அமிரால் மயிலார்க்கு மேஸ்தர் *(நற்பேறில் லாத கடற்படை அட்மிரல்)* மேஸ்தர் பொஸ்கவேன் விப வருசம் ஐப்பசி மாசம் *(1748 நவம்பர்-டிசம்பர்)* புதுச்சேரி வந்து சண்டை செய்து, தோற்றோடிப்போன தினமாகும். இதற்கான பண்டிகை வருசந்தோறும் கொண்டாடுவது வாடிக்கை! இன்றைய நாள் அந்த நாள் என்பதால், இத்தனாள் முசியே கோவர்ணதோர் லெறி, சின்ன துரை முசியே பெடுத்தல்மீ, கோன்சேலியர்கள் வகையிறாக்கள் வெள்ளைக்காரர்கள் எல்லாரும் கோயிலுக்குப்போய் பூசை கேட்டு, வேண்டுதல் சொல்லி,

கோயில் மணிகளை எல்லாம் அடித்து இருபத்தொரு பீரங்கிப் போட்டார்கள். அப்பால் அவரவர் கோயிலிலிருந்து வீட்டுக்குப் போனார்கள்.

1757 வ ஒயித்தோபர் மீ 21 வ;
ஈசுவர வ அற்பிசி மீ 6 வ; சுக்கிரவாரம்

இத்தனாள் சேத்துப்பட்டு சேதியை எழுதுகிறோம். ஆறேழு நாளாகத் தக்கீத்தாய் *(வதந்தியாக)* வருகிற சேதிகளை எல்லாம் கேட்டுத் தெரிந்துகொண்டு, சுருக்கமாக எழுதியதாவது; சேத்துப்பட்டுக் கோட்டை மதிலுக்குள் ஏறிச்சென்றவுடன் ரசாத் முகம்மது கான் என்பவன், தன்னுடன் வைத்துக் கொண்டிருந்த மனுஷர்களுடன் வெளியே புறப்பட்டபோது தன்னுடைய பட்டாணிச்சியை *(கூத்தியை)* கத்தியை உருவி வெட்டிப்போட்டான். தான் ஆயுதம் எடுத்துக்கொண்டு தன்னுடன் இருந்த பத்து, இருபது பட்டாணியர்களுடன் வெளியே வந்தான். மதிலேறிக் குதித்தவர்கள் உள்ளே நுழையும்போது துப்பாக்கிகளை வரிசை வரிசையாகச் சுட்டுக்கொண்டே வந்தார்கள்.

ரசாத் கான் கூட இருந்தவர்களையும் வெட்டியும், குத்தியும் கொன்று போட்டார்கள். அவர் தப்பிப் போனதும் நடந்தது. ரசாத் முகம்மது கானின் வச்சிருந்த துலுக்கச்சியின் அக்காள் ஒருத்தி, தங்கை ஒருத்தி இருவரும் அணிந்திருந்த ஆபரணத்துடன் ஒப்பிசியேல்மார் இருவரிடம் அகப்பட்டுக்கொண்டார்கள். அகப்பட்ட பேரிலே ஆபரணம் இரண்டாயிரம் வராகன் பெறும். அதை ஒப்பிசியேல்மார்கள் எடுத்துக் கொண்டார்கள். கொள்ளை அடித்ததில் இரண்டு லக்ஷம் ரூபாய் வரையிலும் கிடைத்தது.

இதில் அலுமாஞ்சி *(ஜெர்மானிய)* கொம்மாந்தான் முசியே பிஷேருக்கு வெள்ளி நகை, ரொக்கம், பொன் நகை வகையிறாவை நாற்பதாயிரம் ரூபாய் அளவுக்குக் கிடைத்தன. மூன்று யானைகள், ஐம்பது அறுபது குதிரைகள், அறுபதாயிரம் கலம் நெல் இதல்லாமல் அரிசி, வகையிறா சக்கிர சரஞ்சாமிகள் *(கூடாரம் போடுவதற்கான பொருட்கள்)* என்றபடியாக இரண்டு லட்ச ரூபாய் அளவுக்குக் கிடைத்ததாகச் சொன்னார்கள். கோட்டையில் இருந்த பீரங்கி, துப்பாக்கி வகையிறாக்கள் ஆயுதங்களை எல்லாம் கொள்ளையடித்துக் கொண்டார்கள். *(கோட்டையை கைப்பற்றும்போது கிடைக்கும் சாமான்களை வெற்றிகொள்ளும் படை எடுத்துக்கொள்ளலாம்).*

திருவண்ணாமலைச் சேதி; சத்துருகள் உடன்படிக்கைச் செய்து

கொண்டு திருவண்ணாமலைக் கோட்டையையும், சீமையும் ஒப்புவிச்சு விட்டுப் போனார்கள். எனவே, கோட்டையில் இருந்த தானியங்கள், கோட்டையின் சக்கிர சாமான்கள் என்று என்னென்ன இருந்தனவோ, அவையெல்லாம் முசியே தெவோவுக்கும் *(M.Desvaux)* அமுல்தாரனாக இருக்கும் சவுரி ராயனுக்கும் போய்ச் சேர்ந்தன. அவர்களுக்கும், அவர்களால் அனுப்பப்பட்ட மனுஷர்களுக்கும் சேர்ந்ததுபோக, மீதியைக் கும்பினியாருக்கு எழுதுவார்களோ என்னவோ தெரிய வில்லை. இந்தச் சேதி சம்மதி கோட்டை கில்லேதார்களும், ஸ்தானா திபதிகளும் *(தூதர்களும்)* வந்து முசியே செவாலியர் தெ சுப்பீருடன் பேசுகிறார்கள் என்று சொன்னார்கள்.

1757 ஷூ ஒயித்தோபர் மீ 22 வ;
ஈசுவர ஷூ அற்பிசி மீ 10 வ; சனிவாரம்

இத்தனாள் சூரிய உதயமாக ஒரு நாழிகை நேரம் இருக்கும்போது, நான் முகம் கழுவிப் பாக்குப்போட்டுக் கொண்டிருந்தேன். அப்போது கோட்டையில் வேலை செய்கிற பேர் விளங்கன் கருமார் மேஸ்திரியும் பின்னையும், இரண்டு மூன்று கருமார்களும், தச்சர்கள் இருவரும் ஆக ஆறேழு பேர் வந்து கும்பிட்டு நின்றனர். விசயதசமி அன்று எங்கள் காளிகா தேவி வரதராசா பெருமாள், காளத்தீசுவரன் கோயில் ஈசுவரருடன் கூட பரி வேட்டைக்குப் புறப்படுவதற்கு முஸ்தீபு செய்ய வேண்டும் என்று இரண்டு மூன்று வருசங்களாக உங்களிடம் சொல்லிக்கொண்டு வருகிறோம். நீங்கள் ஊராரிடம் பேச வேண்டும் என்று சொன்னீர்கள். நாங்கள் அவர்களிடம் பேசுவதற்குக் காலம் வாய்க்கவில்லை. இப்போது நேத்து நாங்கள் முசே கலாரிடம் சொல்லி, பெத்திசியோம் எழுதி, துரையிடம் கொடுத்தோம். எனவே, அவர் யாரை அழைத்துச் சொல்லவேண்டும் என்று கேட்டார்.

அதற்கு எங்களிடம் கலந்துபேசாமல் முசே கலார் விநாயகப் பிள்ளையிடம் இந்தக் காரியத்தை ஒப்புவிச்சு, இந்த வேலையை நீ செய்து முடிக்க வேண்டும் என்று சொன்னார். விநாயகப் பிள்ளையும் அதற்கு முன்னே அங்கு வந்திருந்தார். அவர், அவனை அழைத்து எங்களை அவரிடம் ஒப்புவிச்சு, இவர்களின் காரியத்தை நீ முடித்துக் கொடுத்துவிட்டு என்னிடம் வந்து கபுறு சொல் என்று சொன்னார். வரும்போது உங்களின் மனத்தின்படி நடப்பிச்சி வைத்து, உங்களிடம் வந்து கபுறு சொல்கிறேன் என்று சொல்லிவிட்டுப் புறப்பட்டார். எங்களை அழைத்துக்கொண்டு வந்து, வரதராச பெருமாளுடன் உங்கள் காளிகா

தேவியையும் எழுந்தருளப் பண்ணிக் கொள்ளுங்கள் என்று சொல்லி உத்தரவு கொடுத்து அனுப்பினார். அதன்படி இன்றைக்கு நாங்கள் எழுந்தருளப் பண்ணிக்கொண்டு போக இருக்கிற கபுறு உங்களிடம் சொல்லிவிட்டுப் போக வந்தோம் என்று சொன்னார்கள். அதற்கு நான், "மெத்தவும் சந்தோஷம். பட்டணத்தில் நம்முடைய மதம் எத்தனை விருத்தியாய் நடக்கிறதோ, அவ்வளவுக்கு எனக்கு சந்தோஷம்தான். ஆனால், இது வலங்கையாருடைய சம்மதத்துடன் நடக்க வேண்டுமே தவிர, துரையின் உத்தரவு இதற்குத் தேவையில்லை. ஆனால், நீங்கள் இதற்கு முசியே கோவர்ணதோரின் ஒப்புதலைப் பெற்று நல்ல வேலை செய்திருக்கிறீர்கள். இது அட்டி *(தடை)* இல்லாமல் நடப்பதற்கு உங்களுக்கு ஒரு வழிமுறையைச் சொல்கிறேன். அவ்வாறு செய்யுங்கள்" என்று சொன்னேன்.

அதற்கு, "நல்லது அப்படியே செய்கிறோம்" என்று சொன்னார்கள். அதற்கு நான், "வலங்கையாரில் சாதிக்கு இரண்டு நாட்டாண்மைக்காரர்கள் இருக்கிறார்கள் அல்லவா? அதிலும் குறிப்பாகக் கவரைகள், இடையர்கள், அகம்படையார்கள், வெள்ளாளர், கைக்கோளர் வகையிறா ஏழெட்டு சாதிகளின் நாட்டாண்மைக்காரர்கள் இருக்கிறார்கள். அவர்களிடம் போய் நல்லபடியாகப் பேசுங்கள். பட்டணத்தில் தர்மராசா, மாரியாத்தாள் வகையிறா எல்லாத் தெய்வங்களும் வேடிக்கையாகக் கூடப் புறப்படுவதைப்போல, எங்கள் தெய்வமும் கூடப் புறப்படும்படியாக நீங்கள் மனம் வைத்து உத்தரவு கொடுக்க வேண்டும். அதனால், இன்னும் வேடிக்கையாக இருக்கும். எங்களுக்கும் வெகு சந்தோஷமாக இருக்கும், நாங்களும் உங்களுடைய வேலைக்காரர்கள் தானே தவிர, வேறல்லவே என்று இப்படியாக நல்லபடியாகப் பேசி, அவர்களுடைய உத்தரவையும் வாங்கிக்கொண்டு நடப்பிச்சீர்கள் என்றால், எந்தத் தவறும் வராமல், சம்பிரமமாய் நடக்கும்" என்று நான் சொன்னேன்.

அதற்கு அவர்கள், "அப்படி நாங்கள் எவரிடமும் போவதற்கில்லை. எங்களுக்குத் துரையின் உத்தாரம் இருக்கிறது. இதை நடப்பிச்சித் தருமாறு விநாயகப் பிள்ளைக்கு உத்தாரம் கொடுத்திருக்கிறார். அவரும் நடப்பிச்சி வைப்பதாகச் சொல்லியிருக்கிறார். அவ்வாறே நடந்தேறிவிடும்" என்று சொன்னார்கள். அதற்கு நான், "உங்களின் மனத்தின்படிச் செய்யுங்கள்" என்று சொன்னேன். முன்பு இடங்கையாருக்கு உரிமையான காளத்தீசுவரனைக் கூட எழுந்தருளப் பண்ணுவதற்கு முசே லப்பிறவித்தியேரின் *(M.de la Prevostiere)* துரைத்தனத்தில் இடங்கையார் பிரயத்தனம் பண்ணினார்கள்.

அப்போது திருவேங்கடம் பிள்ளை அவர்களும், நரசப்ப நாயக்கர் அவர்களும் கூடப் பரிந்து பேசினார்கள். ஆனால், வலங்கையார் சம்மதிக்கவில்லை. அப்பால் முசியே லெனுவார் நாற்பது நாற்பத்தைந்து நாள் தஸ்தாவேஜுகளைத் தேடி எடுத்தார். அப்பால் அவர்களிடம் எல்லாச் சேதிகளையும் விளக்கமாகச் சொல்லியும், அவர்கள் ஒப்புக் கொள்ளவில்லை. அப்பால் முசியே லெனுவார் தனிப்பட்ட முறையில் வேண்டிக்கேட்டுக் கொள்ளவே நடப்பிச்சிக் கொள்ளும்படி சம்மதம் தந்தார்கள். அப்படியெல்லாம் காளத்தீசுவரன் கோயிலுக்காக நிறைய பிரயத்தனங்கள் செய்ததால், அது நடந்தது. இதை இப்படிச் செய்து கொள்வதற்கு வலங்கையார் ஒத்துக்கொள்ள மாட்டார்கள். அப்பால், உங்கள் மனது *(விருப்பம்)*" என்று சொன்னேன். அத்துடன் அவர்கள் புறப்பட்டுப் போனார்கள்.

மறுபடி என்னிடம் வரவில்லை. அப்பால், அவர்கள் விநாயகப் பிள்ளையிடம் போய்ச்சொல்லி இருக்கிறார்கள். அதற்கு அவர், "எவன் தடுக்கிறவன்! எவனுக்கு என்ன குதிராத்து *(அதிகாரம்)* இருக்கிறது? உங்கள் சரிபோனபடிக்கு உங்களின் தெய்வத்தை எழுந்தருளப் பண்ணிக் கொண்டு போங்கோள்" என்று சொன்னதாகச் சேதி கேள்விப்பட்டோம்.

அப்பால் நாலு நாழிகை நேரம் கழித்து, விநாயகப் பிள்ளை கோட்டைக்கு அருகில் இருந்து கொண்டு வலங்கையாரில், வெள்ளாளரில் கனகசபை முதலி, பழவக்கார தேவராயச் செட்டி போன்றோரை வரவழைத்தார். அவர்களிடம், "உங்களுடைய வரதராச பெருமாளின் கூட காளிகா தேவியையும் எடுத்துக்கொண்டு போகும்படியாகத் தச்சர், கருமார், கன்னார் ஆகியோர்களுக்கு முசியே துரை உத்தரவு கொடுத்திருக்கிறார். அவ்வாறே எழுந்தருள பண்ணிக் கொள்ளட்டும்" என்று சொன்னார்.

அதற்கு அவர்கள், "ஒருபோதும் நடக்காத காரியத்தை இப்போது நூதனமாக நடப்பதற்கு ஒத்துக்கொள்ள முடியாது" என்று சொன்னார்கள். அதற்கு அவர், "நீங்கள் ஒப்புக்கொள்ளாவிட்டால் வரதராச பெருமாள் புறப்படுவதுகூட நின்றுபோகும்" என்று சொன்னார். "அப்படி நின்று போனாலும் போகட்டும். நாங்கள் ஒத்துக்கொள்வதில்லை" என்று சொல்லிவிட்டு வந்தோம் என்று கனகசபை முதலி, தேவராய செட்டி உள்ளிட்டோர் வந்து சொன்னார்கள். அதற்கு நான், "ஒப்பிசியேல்மார்கள் பார்த்துச் சொல்லும்போது நீங்கள் கேட்கத் தேவையில்லையா?" என்று கேட்டேன்.

அதற்கு அவர்கள், "வேறெந்த காரியத்தைச் சொன்னாலும் கேட்போமே தவிர, எங்கள் சாதி வழக்கத்தைச் சேர்ந்த காரியத்தில் ஒரு போதும் இல்லாதது, இப்போது நடக்க வேண்டுமென்று சொன்னால் ஒருக்காலும் நாங்கள் ஒத்துக்கொள்ள மாட்டோம். அப்பால், அவர்கள் சோராவாரியாய் *(அராஜகமாய்)* நடப்பிச்சால், நடப்பிச்சிக் கொள்ளட்டும்" என்று சொன்னார்கள்.

அதற்கு நான், "உங்களுக்கு எல்லாமும் தெரியும். துரைக்கும் தெரியும். நீங்கள் வந்து சொன்ன சேதியையும் கேட்டோம். அவர்கள் வந்து சொன்ன சேதியையும் கேட்டோம்" என்று சொன்னேன். அப்பால் அவர்கள் புறப்பட்டுப் போனார்கள்.

அப்பால், மேலுகிரி செட்டியும் மற்றவர்களும் வந்து சொன்ன சேதியாவது; விநாயகப் பிள்ளை கோட்டையிலேயும், சின்ன துரையின் வீட்டிலேயும் அவர்களுடனே சொன்னது. "இப்போது இடங்கையாரைச் சேர்ந்த காளிகா தேவி புறப்படுகிற காரியத்தில், வலங்கையாரிடம் பேசி, அவர்கள் ஒத்துக்கொள்ளாமல், எதிர்ப்பு தெரிவிக்கும்படிச் செய்தது ரங்கப் பிள்ளைதான். என் மூலமாக இந்தக் காரியத்தை முடித்து வைக்கும்படி துரை எனக்கு உத்தரவிட்டார் என்ற பொறாமையால் ரங்கப்பிள்ளை இப்படி எதிர்ப்பை உண்டாக்கினார். எப்படியிருந்தாலும், முசியே கோவர்ணதோர் உத்தரவு கொடுத்த காரியத்தில் இவர் இப்படிச் செய்யலாமா? இந்தச் சேதியை நான் துரையிடம்போய் சொல்லப்போகிறேன்" என்று இப்படியெல்லாம் சொன்னானாம். அருகிலிருந்து கேட்டுக் கொண்டிருந்தவர்களில் இரண்டொருவர், "இப்படியெல்லாம் பேசலாமா? அவரென்ன எல்லாக் காரியத்திலும் தலையிடுகிறாரா? நீர் இப்படியெல்லாம் பேசுவது நல்லதல்ல" என்று சொன்னார்களாம்.

அதற்கு, "அப்படியல்ல. முசியே கோவர்ணதோர் அவர்கள் பார்த்து எந்தக் காரியத்தைச் செய்ய வேண்டுமென்று சொன்னாலும் இவர் இப்படித்தான் எதிர்ப்பைக் காட்டுகிறார். இந்தச் சேதி முசியே கோவர்ணதோர் அவர்களுக்கும் நன்றாகத் தெரியும். நான் இப்போதே போய் துரை அவர்களிடம் சொல்லிவிடுகிறேன்" என்று சொல்லிவிட்டுக் கிளம்பிக் கோட்டைக்குப்போய் மாடியில் இருந்த முசியே கோவர்ணதோர் அவர்களிடம் சொன்னான். முசே காலாருடனும் சொல்லி, அவரையும் சொல்ல வைத்தார். அதைக் கேட்ட துரை அவர்கள் மகா கோபம் கொண்டார்.

இனிமேல் எப்படி நடக்குமோ தெரியாது என்று மறுபடியும் விநாயகப் பிள்ளை அவர்களிடம் வந்து சொன்னாரென்று இரண்டொருவர் மனுஷர் முகாந்திரமாய்ச் சொல்லி அனுப்பினார்கள். இரண்டொருவர் நேரிலும் வந்து சொன்னார்கள். அதற்கு நான் எனக்கு ஏதோ நன்மை வர வேண்டும் என்பதற்காகத்தான் இப்படியான அபாண்டமான சேதிகள் பிறக்கின்றன என்று எண்ணிக் கொண்டேன்.

அப்பால், நான் பகலைக்குச் சாப்பிட்ட அப்பால், ஒரு மணிக்கு வலங்கையார் வந்தார்கள். அவர்களை முசியே கோவர்ணதோர் அழைக்கிறார் என்று சேவகன் வந்து எங்களை அழைத்தான். நாங்கள் போய் மெத்தைக்குப் போகப் படியேறும்போது சோபுதாரன் எதிரில் வந்து, “நீங்கள் காளிகா தேவியை எழுந்தருளச் செய்து கொள்வதற்கு ஒத்துக் கொள்ளாவிட்டால், உங்கள் வரதராச பெருமாளையும் எழுந்தருளப் பண்ணத் தேவையில்லை என்று முசியே கோவர்ணதோர் அவர்கள் சொல்லச் சொன்னார்கள். உங்களையும் போகச் சொன்னார்கள்” என்று சொல்லிவிட்டுப்போனான். எனவே, இன்றைக்குப் பரிவேட்டை ஊர்வலம் நடக்கவில்லை.

அப்பால், சாயங்காலம் இப்போது *(காவல் தலைவராக)* இருக்கிற பெரியண்ண நயினாரின் மகன் வந்தான். அவன், “முசியே கோவர்ணதோர் அவர்கள் காளத்தீசுவரனை மாத்திரம் எழுந்தருளப் பண்ணச் சொல்லி, உத்தரவு கொடுத்தார். அவ்வாறு நடத்தச் சொல்லி, நாங்கள் காளத்தீசுவரன் கோயிலாரிடம் சொன்னோம். அதற்கு அவர்கள் வரதராச பெருமாள் புறப்படாமல் நாங்கள் எழுந்தருளப் பண்ணக்கூடாது என்று சொன்னார்கள். அந்தச் சேதியை துரையிடம் போய்ச் சொன்னோம். அதற்கு துரை, அப்படியானால், எந்தத் தெய்வமும் புறப்படத் தேவையில்லை என்று சொல்லி உத்தரவு கொடுத்தார்” என்று சொல்லி விட்டுப் போனான். இப்படி நாலாவிதத்திலும் விசயதசமி அன்று நடக்கிற பரிவேட்டை நின்று போய்விட்டது.

1757 ௵ ஒயித்தோபர் ௴ 23 ௳;
ஈசுவர ௵ அற்பிசி ௴ 11 ௳; ஆதிவாரம்

இத்தனாள் கேள்விப்பட்ட சேதியாவது; முன்பு ஐப்பசி 4-ஆம் தேதி *(அக்டோபர் 16)* முசே லாலி மசுக்கரைக்கு வந்து சேர்ந்தார் என்ற சேதியைக் கொண்டுவந்த திரிறசொன்சு *(Diligente)* என்கிற கப்பல் இத்தனாள் புறப்பட்டுச் சென்றது என்று சொன்னார்கள். வேறொரு

விந்தை சேதியும் இல்லை. வழுதாவூரில் இருந்த முசே செவாலியே தெ சுப்பீர் மழைக்காலம் என்பதால் சண்டையை நிறுத்திவிட்டு, இத்தனாள் புறப்பட்டு வந்து சேர்ந்தார். வெளியில் போயிருந்த பவுன்சும் புறப்பட்டு, வண்ணாந்துறைக்கு வந்து சேர்ந்தது. கும்பினியாரின் பவுன்சும், அதன் சர்தாரான முசே சொபினே மாத்திரம் திருவண்ணாமலை, வேட்டவலம், கல்லுல்ல கடை வகையிறாக்கள் அந்தந்த பிராந்தியத்து சீமை, பூமி, கில்லா, துர்க்கங்களை *(மலைக் கோட்டை)* பதே பண்ணிக்கொள்ளும் நோக்கத்துடன் பயணம் புறப்பட்டுப் போனார்கள் என்று சொன்னார்கள்.

1757 ௵ ஒயித்தோபர் ᏽ 24 ௳;
ஈசுவர ௵ அற்பிசி ᏽ 12 ௳; சோமவாரம்

இத்தனாள் நான் சரீர சுவஸ்தமில்லாதால் வெளியே போகவில்லை. கேள்விப்பட்ட சேதியாவது; முன்பு தை, மாசி *(பிப்ரவரி, மார்ச்)* மாசங்களில் குத்தகைக் காரியத்தைக் கவனிப்பதற்காக முசியே லெனுவார் ஸ்ரீரங்கத்துக்குப் போனார். தெற்கே இருக்கிற மாபூசுகான் முசியே லெனுவாரிடம் சவாபு சால் *(பேச்சு)* நடப்பிச்சினான். தனக்கு ஐந்நூறு சொலுதாதுகளையும் இரண்டாயிரம், மூவாயிரம் பாறும், பத்துப் பீரங்கிகளையும் உதவியாக அனுப்பி வைத்தால், அதற்கு லட்ச ரூபாய் கொடுப்பதாகவும், சில சாகீர்களைத் தருவதாகவும் பின்னையும் சில நன்மைகளையும் உடன்படிக்கையாகச் சொல்லி அனுப்பினான். அதற்கு முசியே லெனுவார், "இதை அப்படியே காகிதமாக எழுதி, வக்கீல் மூலமாக அனுப்பி வைத்தால், துரையிடம் சொல்லி, அனுகூலம் பண்ணித் தருகிறேன்" என்று சொல்லி அனுப்பிவைத்தார். அந்த வக்கீல் முசியே லெனுவாரின் முகாந்திரமாக முசியே கோவர்ணதோர் அவர்களைச் சந்தித்ததாகச் சேதி சொன்னார்கள். இனிமேல் நடக்கிற சேதி எதுவோ, அறிய வேண்டியது.

1757 ௵ ஒயித்தோபர் ᏽ 26 ௳;
ஈசுவர ௵ அற்பிசி ᏽ 14 ௳; புதவாரம்

இத்தனாள் எனக்குச் சரீர சுவஸ்தமில்லாததால், வெளியே போகவில்லை. முசே செவாலியே தெ சுப்பீர் ஐரோப்பாவிலிருந்து புதுச்சேரிக்கு வந்த அப்பால், சந்தா சாயபு மகனான ரசா சாயபு அவரைச் சந்திக்காமல் இருந்தான். இத்தனாள் முசியே திலார்சின் மூலமாக ரசா சாயபும், அல்லி நக்கீயும், செவாலியே தெ சுப்பீர் அவர்களுக்கு ஐந்நூறு

ரூபாய் மதிப்புள்ள சீரொப்பாவும், முசியே லெறிக்கு நானூறு ரூபாயில் ஒரு சீரொப்பாவும் வாங்கிக்கொண்டு வந்து, சந்தித்துக் கொண்டார்கள். முசேலெறி சீரொப்பாவைப் பெற்றுக்கொண்டு, பன்னீர், பாக்கு, வெத்திலை கொடுத்து இருபத்தொரு பீரங்கிப்போட வைத்து, மரியாதையுடன் அனுப்பிவிச்சார்கள் என்ற சேதியைக் கேள்விப்பட்டோம். ரசா சாயபுக்கு இவர்கள் இந்த அளவுக்கு ஆசாரம் கொடுக்க வேண்டியதில்லை.

முன்பு முசே துயூப்ளேக்ஸ் அவர்கள் யார் யாரை எப்படி நடத்த வேண்டுமோ, அப்படி நடப்பிச்சிக்கொண்டு வந்தார். அப்பால், முசே கொதே, முசியே கோவர்ணதோராக வந்தபோது, முசே துயூப்ளேக்ஸ் அவரிடம், “ரசா சாயபு வகையிறா இவர்கள் நமக்கு நசர் வைத்துச் சந்திக்கும்படியான உன்னத ராசயோகத்தை சுவாமி நமக்குக் கொடுத்திருக்கிறார். எனவே, அதன்படி இவர்களை மரியாதையுடன் நடத்தக்கூடாது. இவர்கள் எல்லாரும் நசர் கொண்டுவந்து, என்னிடம் காத்துக் கொண்டிருப்பார்கள். இப்படிப்பட்டவர்களுக்கு நீர் ஆசாரம் செய்து, இருபத்தொரு பீரங்கிப்போடக்கூடாது” என்று மனுஷர்கள் மூலம் சொல்லி அனுப்பினார்.

அதற்கு, “அப்படியா, எனக்கு யாரும் இதைச் சொல்லவில்லையே?” என்று சொல்லி அனுப்பினார். அப்பால், முசியே லெறியும் அப்படியே நடப்பிச்சி வந்தார். இப்போது, ராசா மனுஷர்கள் வந்திருக்கிற போதும் அப்படி நடந்து வந்தது. இந்த ரசா சாயபு வருசமொன்றுக்கு ஐம்பதாயிரம் ரூபாய் என்று கும்பினியிடம் சம்பளம் வாங்கிக்கொண்டு இருக்கிறான். அதை நினைவில் கொள்ளாமல், இப்படி ஆசாரம் பண்ணி வைத்தது எங்களுக்குச் சம்மதம் இல்லை. என்ன திட்டத்தின்படி நடத்துகிறார்களோ, தெரியவில்லை. ஆற்காட்டில் நவாபுகள் துரைத்தனம் பண்ணபோது, அவர்களின் அமுல்தாரர்கள் வந்தால், இங்கே பீரங்கிகள் போடுவது வாடிக்கை. நவாபு வந்தால் இருபத்தொரு பீரங்கிப் போடப்படும். அதற்கேற்ற தகுதியை சுவாமி அவர்களுக்கு வழங்கி இருக்கிறார். ஆனால், ஒருபோதும் இவர்களுக்கு இந்த மரியாதையைப் பண்ணக் கூடாது. இந்தக் காரியத்தில் யாருக்கும் சம்மதம் இல்லை.

1757 ௵ ஒயித்தோபர் ௴ 27 ௳;
ஈசுவர ௵ அற்பிசி ௴ 15 ௳; குருவாரம்

இத்தனாள் முசியே லெனுவாரின் துபாசி அய்யா முதலியும், கனகசபை முதலியும் முசே லெனுவாரிடம் போனார்கள். “ஒருபோதும்

இல்லாத வழக்கமாக வரதராச பெருமாளுடன் காளிகாதேவியையும் எழுந்தருளப் பண்ண வேண்டுமென கன்னார் சாதி சனங்கள் விநாயகப் பிள்ளையிடம் சொல்லி, முசியே கோவர்ணதோர் அவர்களிடம் பேசி உத்தரவு பெற்றுக் கொண்டார்கள். அதை நாங்கள் ஒத்துக்கொள்ளவில்லை. அதனால், வரதராச பெருமாள் புறப்படுவதும் நின்றுபோய் விட்டது. இந்தப் பட்டணம் தோன்றிய தேதி முதற்கொண்டு, இப்படி விகாதம் *(எதிர்ப்பாக)* நடந்ததில்லை" என்று சொன்னார்கள்.

முன்பு முசே லபிரிவித்தியேரின் நாளையிலும் முசியே லெனுவார் நாளையிலும் இந்தக் காரியம் எப்படி நடந்தது என்று விவரமாக எடுத்துச் சொன்னார்கள். எப்போதும் நடந்து வருகிற வாடிக்கைப்படி இப்போதும் நடப்பிச்சிக் கொள்ளும்படி கோவர்ணதோரிடம் எடுத்துச்சொல்லி, உத்தரவு வாங்கித் தரும்படிக் கேட்டுக் கொண்டார்கள். முசியே லெனுவார் முசே லெறியிடம் போய் விளக்கமாக எடுத்துச் சொன்னார். அவர் சொன்ன நியாயங்களைக் கேட்டுக்கொண்ட கோவர்ணதோர், "நல்லது! காளிகா தேவி புறப்படத் தேவையில்லை. வரதராச பெருமாளும், காளத்தீசுவரனும், மாத்திரம் வாடிக்கைப்போல் எழுந்தருளப் பண்ணிக் கொள்ளட்டும்" என்று உத்தரவு கொடுத்தார்.

அதன்படி கனகசபை முதலி உள்ளிட்டோர் என்னிடம் வந்து, இந்த வயணங்களைச் சொன்னார்கள். இப்போது பரணி, கார்த்திகை ஆக இருக்கிறதே, இதுபோன அப்பால் எழுந்தருளப் பண்ணுகிறோம் என்று சொன்னார்கள். அதற்கு நான், "துரைகள் பார்த்து எப்போது உத்தரவு கொடுத்தாரோ, அந்தக்ஷணம் நடப்பிச்சிக் கொள்ள வேண்டுமே தவிர ஒரு நிமிடம் கூட நிறுத்தக்கூடாது. பரணி ஏது! கார்த்திகை ஏது?" என்று சொல்லி அனுப்பிவிட்டேன். அவர்களும் போய் அவ்வாறே விசயதசமி பரிவேட்டையை இத்தனாள் சம்பிரமமாக நடப்பிச்சி, வரதராச பெருமாளையும் காளத்தீசுவரனையும் எழுந்தருளப் பண்ணி, உச்சவம் நடப்பிச்சார்கள்.

இதை நடக்கவிடாமல் தடுக்க கன்னார், தச்சர் உள்ளிட்டோர் விநாயகப் பிள்ளையிடம் சொல்லி, முசே கலாரிடமும் சொல்லி, இல்லாத எதிர்ப்புகளை எல்லாம் எத்தனம் செய்து பார்த்தார்கள்.

அதற்கு முசே கலார், அவர்களைப் பார்த்து, "நீங்கள் கச்சோறுகள் *(கோவேறு கழுதைகள்)*. தமிழரின் எல்லாக் காரியங்களிலும் பெரியவன் ஆன ரங்கப் பிள்ளையிடம் இந்தக் காரியத்தைச் சொல்லாமல், ஊரில் சிலருடன் மாத்திரம் பழக்கம் இருக்கிற விநாயகப் பிள்ளையிடம்

சொன்னீர்கள். அப்போதே ரங்கப் பிள்ளையிடம் சொல்லியிருந்தால், நல்லபடியாக நடந்திருக்குமே! அப்படிச் சொல்லாமல் நீங்களும் காரியத்தைக் கெடுத்துக் கொண்டீர்கள். இந்தக் காரியமாக நான் துரையிடம் பேசினேன். என் முகத்திலும் கரியைத் தடவினீர்கள்" என்று மிகவும் கோபிச்சுக்கொண்டு, அடிக்க வந்தார் என்று கருமார்களும், தச்சர்களும் என்னிடம் வந்து சொன்னார்கள். அதற்கு நான் உங்கள் தெய்வம் புறப்பட வேளை வரவில்லை. எதற்கும் வேளை வந்தால்தான் நடக்கும்" என்று சொல்லிப் போகச் சொன்னேன்.

1757 ஞூ ஒயித்தோபர் மீ 31 வ;
ஈசுவர ஞூ அற்பிசி மீ 19 வ; சோமவாரம்

இத்தனாள் எனக்குச் சரீரம் சுவஸ்தமில்லாததால் வெளியே போகவில்லை. இத்தனாள் கேள்விப்பட்ட சேதியாவது; இந்த ஊருக்கு வந்திருக்கிற இன்னும் வர இருக்கிற ராசாவுடைய மனுஷர்கள் குடியிருக்க, கும்பினியாருக்குக் குடக்கூலிக்குத் தமிழர்களின் வீடுகள் தேவைப்படுகின்றன என்று ஊரில் புரளி கிளம்பியது. இத்தனாள் சாவடியின் மணியக்காரரும் முசே தெபுசேத்வின் மனுஷன் சுற்றுக்கோட்டை நயினியப்பனும், ஒரு சட்டைக்காரனும் கிளம்பிப்போய், ஊரில் சமுசாரம் *(குடித்தனம்)* நடத்துகிற வீடுகள், சும்மா இருக்கிற வீடுகள் எல்லாவற்றிலும் தமிழிலும், பிரெஞ்சிலும் குடக்கூலி என்று எழுதி வைத்தார்கள். ஒரு முத்திரையும் போட்டார்கள். வீட்டை கணக்கில் எழுதிக்கொண்டு போனார்கள். இதனால் ஊரில் காபிரா ஏற்பட்டது. பணம் உள்ள பேர் முசே தெபுசேத்விடம் போய் நாற்பது, ஐம்பது, அறுபது என்பதாகக் கொடுத்து, வீடுகளைக் காப்பாற்றிக் கொண்டார்கள். பணமில்லாதவர்களின் வீடுகள் குடக்கூலி வீடுகளாக மாறிவிட்டன. இப்படியாகச் சனங்கள் காபிராவாய்ப் பேசிக் கொண்டதை எழுதி வைத்தேன்.

1757 நவம்பர்

1757 ஹூ நவம்பர் மீ 9 உ;
ஈசுவர ஹூ அற்பிசி மீ 28 உ; புதவாரம்

நான் பதினேழு நாளாகச் சரீரம் சுவஸ்தமில்லாததால், நேத்துச் சாயங்காலம் நல்ல நேரம் பார்த்து வெளியே சவாரி புறப்பட்டேன். கோட்டைக்குப் போகலாம் என்று புறப்பட்டபோது, சேவகன் வந்து, "முசே லெறி அழைக்கிறார்" என்று சொன்னான். வீரா செட்டியையும், குண்டூர் பாலு செட்டியையும் அழைத்து வரச் சொன்னார்கள். நான் போய் அழைத்து வருகிறேன் என்று சொல்லி சேவகன் போனான். நான் கோட்டைக்குப்போய், நடுச்சாலையில் உட்கார்ந்துகொண்டு, முசே கோவர்ணதோரைச் சந்திக்கக் காத்திருந்தேன். முசியே கோவர்ணதோர் உடுத்திக் கொள்கிறார், வெளியே வருவார் என்று சொன்னார்கள். அப்பால், அவருடைய வேலைக்காரனான கந்தப்பன் வந்தான். "என்ன காணும்! ஒருக்காலும் அழைக்காத பிரபு இன்றைய தினம் அழைத்து அனுப்பினதேது?" என்று கேட்டேன். "கும்பினியாரிடம் செலவுக்குப் பணமில்லையே. எனவே, உங்களிடமிருந்து வரவேண்டிய பாக்கியையும், குண்டூர் பாலு செட்டியிடமிருந்து வரவேண்டிய பாக்கியையும் கேட்கிற காரணத்திற்காக அழைத்திருப்பார் என்று தோன்றுகிறது" என்று சொன்னான்.

உடனே, இவன் நேத்து துரையிடம் என்னைப் பற்றி தப்புத் தாறுமாகச் சொல்லியிருப்பான். அவரவரிடமிருந்து வரவேண்டிய பாக்கியைக் கேட்டால் எல்லாம் அடங்கிவிடும் என்று சொல்லி இருப்பான். இன்னும் என்னென்ன சேதிகளைச் சொன்னானோ? இதெல்லாம் கேட்டு, அவர் நல்லது அழைத்து வா என்று சொல்லி இருப்பார் என்று யோசனை பண்ணிக்கொண்டோம்.

சீமா மூலம் *(குத்தகை)* பணத்தை நம்மிடம் கேட்பதில் நியாயமும் இல்லை. இதுவரையில் நம்மைக் கேட்டதும் இல்லை. அவரென்ன அதிலே இருக்கிற நியாயம் தெரியாதவரா? அந்தக் காரியத்தில் அவர் கேட்க வேண்டியது எதுவுமில்லை. சாராயக் கிடங்கு காரியம் ஒன்று இருக்கிறது. அதைத்தான் கேட்பார் என்று எண்ணிக் கொண்டிருந்தேன். அப்போது முசியே கோவர்ணதோர் வெளியே வந்தார் என்று சொன்னார்கள்.

அவரும், செனரலாகிய முசே சுப்பீர் வகையிறாக்கள் கீழண்டை உலாத்திக் கொண்டிருந்தார்கள். நான் போய் உபயத்திரவருக்கும் *(இருவருக்கும்)* ஆசாரம் பண்ணினேன். முசே லெறி சும்மா தானே இருந்தார். மூசே சுப்பீர் பதில் ஆசாரம் செய்துவிட்டு, அப்பால் உலாத்திக் கொண்டிருந்தார்கள். பின்னையும் இரண்டு நாழிகை தேசகாலம் அவரவர் பேசிக் கொண்டிருந்து விட்டுப்போன அப்பால் காம்பிராவிலே போய், என்னை அழைத்து அனுப்பினார். நான் போனவுடனே என்னைப் பார்த்து, “நீ எழுதிக் கொடுத்த கணக்குப்படி, இரண்டு வருசத்துக்கு நீ நான்கு லட்ச ரூபாய் தர வேண்டுமே? இப்போது கும்பினியாருக்கு உடனடியாகப் பணம் தேவைப்படுவதால், அந்தப் பணத்திலிருந்து எட்டு நாளைக்குள் இரண்டு லட்ச ரூபாய் தர வேண்டும். தராவிட்டால் காவலில் வைப்பேன்” என்று சொன்னார்.

“நான் எழுதிக் கொடுத்த கணக்கும் சரிதான். நான்கு லட்ச ரூபாய் என்பதும் சரிதான். ஆனால், எனக்கான அஞ்சு வருசத்துக்கான குத்தகையில் இரண்டு வருசம் சரியாக நடக்கவில்லை. அத்துடன் குத்தகைப் பகுதிகளை என்னைக் கேட்காமலே நீங்கள் எடுத்துக் கொண்டீர்கள். உங்களுடைய குமிசேராய்கள் *(கமிஷனர்)* குத்தகைப் பகுதிகளுக்குப் போய்த் தெரிந்துகொண்டு வந்தபடி எனக்குப் பதின்மூன்று லட்ச ரூபாய் வர வேண்டியிருக்கிறது. அப்படியிருக்க அதில் நான்கு லட்ச ரூபாய் போக மீதி ஒன்பது லட்ச ரூபாய் எனக்கு வரவேண்டியுள்ளது. அப்படியிருக்க, என்னைப் பணம் கேட்பது என்ன நியாயம்?” என்று சொன்னேன்.

“அப்படியானால், இன்னொரு வகையில் பார்த்தால், உன் பேரில் பதினெட்டு லட்ச ரூபாய் வர வேண்டும். அதெல்லாம் இருக்கட்டும். இப்போது உன் கணக்குப்படியே நான்கு லக்ஷம் ரூபாயில், இரண்டு லக்ஷ ரூபாயை எட்டு நாளைக்குள் தராவிட்டால், உன்னைக் காவலில் வைப்பேன்” என்று சொன்னார். அதற்கு நான், “சுவாமி லோகத்துக்குப் பேசாத சுவாமி. துரைத்தனம் பண்ணுகிற ராசாவாக வந்து பேசுகிற சுவாமி. அப்படிப்பட்டவர் சத்தியம் தப்பி நடத்த முயன்றால், அவரைக் கையைப் பிடித்துத் தடுப்பவர் எவரேனும் இருக்கிறார்களா? அதைப்போல, இப்போது இந்தப் பட்டணத்தில் நீர் அதிகாரத்தை நடத்துகிறீர். நீர் நியாயம் தப்பிதமாய் சத்தியம் தப்பி நடத்த முயன்றால், உம்மைத் தடுத்து நிறுத்த வேறு அதிகார புருஷன் இல்லாததைத் தொட்டு, இனி எட்டு தேதி கழித்து என்னைக் காவல் வைப்பதாகச் சொன்னீர்களே! இப்போதே என்னைக் காவலில் வையுங்கள். அதற்கு ஒடுதி இடுங்கள்.

ஆக்கினைப் பண்ணும். தண்டியும். சரிபோனப்படி செய்துகொள்ளும். நான்தான் ரூபுரூபிலே தானே இருக்கிறேனே! இன்னும் எட்டு தேதி கழித்து, எனக்கு ஏதேனும் கஷ்டம் கொடுத்தால், தொகை வருமென்று எண்ணிக் கொள்ளாதீர்கள். இரண்டு காசுகள் கூட நான் கொடுப்பதற்கில்லை. நீர் வாங்கப் போவதுமில்லை. ஏதாவது செய்ய வேண்டுமென்றால், இப்போதே செய்துகொள்ளும்" என்று சொன்னேன்.

"நல்லது, நீ இப்படித்தானே நாளது வரைக்கும் என்னை ஏச்சாய்" என்று சொன்னார்.

அதற்கு நான், "நீர் பிரபுத்தனம் பண்ணுகிறபோது எனக்கு பிதா, தெய்வம், பிரபு எல்லாம் நீர்தான். எனக்கு உம்முடைய தயவு இல்லை என்பதால், பொல்லாத வேளை வந்ததென்று எண்ணிக்கொண்டு, கொடுக்கல், வாங்கல் செய்யாமல், வேறெந்த காரியத்துக்கும் பேச்சு மூச்சு கூட விடாமல், வீட்டுக்குள்ளேயே இருக்கிறேன். நான்கைந்து நாளைக்கு ஒருமுறை கோட்டைக்கு வந்து உம்முடைய தரிசனம் பண்ணிவிட்டு, நேராக வீட்டுக்குப் போய் விடுகிறேன். பொல்லாத வேளை போய் எப்போது நல்ல வேளை வருமென்று, காலத்தை எதிர்பார்த்துக்கொண்டு இருக்கிறேன். அத்துடன் எத்தனை நஷ்டம் வந்தாலும், எத்தனைப் பேர்கள், எத்தனை வித்தியாசம் நடத்தினாலும், எது போனாலும் போகட்டும், என்ன நடந்தாலும் நடக்கட்டும் என்றிருக்கிறேன். பொல்லாத வேளை நடப்பதால், எதையாவது பேசி, அதனால் பொல்லாப்பு வருமோ என்று சும்மா இருக்கிறேன். அப்படியிருக்கும்போது, உங்கள் மனதில் இப்படித் தோன்றியதால், என்னுடைய பொல்லாத வேளை இன்னும் குரூரமாய்த்தான் இருக்கிறது என்று எண்ணிச் சொன்னேன். எனவே, நீர் என்ன செய்ய வேண்டுமோ, அதைச் செய்துகொள்ளும். எதற்கும் ஆசீராக *(தயாராக)* இருக்கிறேன்" என்று சொன்னேன். அதற்கு "இப்படித்தான் ஏச்சாய் (ஏமாற்றினாய்), நல்லது, போ" என்றார்.

அதற்கு நான், "நான் இப்போது சொல்கின்றவற்றை நீர் மெய்யாக எடுத்துக்கொண்டாலும் சரி, பொய்யாக எடுத்துக்கொண்டாலும் சரி, எங்கள் தந்தையார் இந்தப் பட்டணத்துக்கு வந்து ஐம்பது வருசம் ஆச்சுது. அவர் காலம் பண்ணிப்போய் முப்பத்து மூன்று வருசம் ஆச்சுது. இதுமட்டுக்கும் கோவர்ணதோர்த்தனம் பண்ணின கோவர்ணதோர்களிடத்தில் எல்லாம் தயவை நான் சம்பாதித்தேனே தவிர, கோபம் சம்பாதித்ததில்லை. அவர்களுக்கும் என்னால் கீர்த்தி வந்ததே தவிர, அபகீர்த்தி வந்ததில்லை. உம்முடைய காலத்தில் மாத்திரம்

உம்முடைய தயவு இல்லாமல், கோபத்திற்கு ஆளானேன். என்னுடைய நிமித்தியம் உமக்கும் அபகீர்த்தி வருவதாக இருக்கிறது. அப்படி வராமல் நடந்துகொள்ளும் அதிகாரத்தை சுவாமி உமக்குக் கொடுத்திருக்கிறார். நான் உம்முடைய வேலைக்காரன்தானே, எனக்கு நல்லது நடக்கும்படி செய்தால், ராச்சிய சனங்கள் உம்மைத்தான் கொண்டாடிப் பேசுவார்கள். பொல்லாப்பு வரும்படி நடப்பித்தாலும், உமக்கு அபகீர்த்தி வரும்படிப் பேசுவார்கள். சுவாமி உமக்கு அளித்திருக்கிற யோகத்தினால், உமக்குத் தோத்தாதது ஒன்றுமில்லை. அப்பால் உம்முடைய சித்தம் என்னுடைய பாக்கியம்" என்று சொல்லிவிட்டு, அனுப்புவிச்சுக்கொண்டு வெளியே வந்தேன்.

அப்போது, குண்டூர் ராமஞ்சுலு செட்டி வந்து, "எங்கள் பிரஸ்தாபம் ஏதேனும் உண்டா!" என்று கேட்டார். உங்களையும் அழைத்துப் பேசுவார்கள் என்று சொல்லிவிட்டுக் கீழே வந்து, பல்லக்கில் ஏறிப் புறப்பட்டுப் போனேன். அப்போது முசியே தில்லியார் அழைத்து உமக்கு சரீரம் ஆரோக்கியமாக இருக்கிறதா? என்று கேட்டு அப்பால் லோகாபிரமமாய்ப் பேசிக் கொண்டிருந்தார். அப்பால் அவரிடம் அனுப்புவிச்சுக் கொண்டுவந்து, பூந்தோட்டக் கச்சேரியே வந்தேன். ராமாசிப் பண்டிதனை அழைத்து, முசே லெறி கோவர்ணதோரிடம் நடந்த பேச்சை சன்ஷ்செபமாய்ச் *(சுருக்கமாக)* சொல்லி, அதை முசியே புலோவிடம் போய்ச் சொல்லச்சொல்லி அனுப்பினேன். "அவர் உம்மைக் கேட்பதில் நியாயமில்லை. பயமில்லாது உத்தாரம் சொல்லும். அவரால் உம்மை ஒன்றும் செய்ய முடியாது" என்று அவர் சொல்லி அனுப்பினார் என்று என்னிடம் வந்து சொன்ன சேதியைக் கேட்டுக்கொண்டு, பன்னிரண்டு மணியாகவே வீட்டுக்கு வந்தேன்.

1757 ஷு நவம்பர் மீ 14 வ;
ஈசுவர ஷு கார்த்திகை மீ 3 வ

இத்தனாள் கேள்விப்பட்ட சேதியாவது; மச்சிலிப்பந்தரில் பவுன்சு கொம்மாந்தாமா *(படைத் தலைவனாக)* இருக்கிற முசே மொற்சேன், முசியே கோவர்ணதோர் முசே லெறிக்குக் காகிதம் எழுதி அனுப்பினார். அந்தக் காகிதத்தில் எழுதியிருந்த விவரமாவது; முசே கிளைவ் பங்காளத்தில் இருந்து ஒரு கப்பலில் இரண்டு லக்ஷம் பொன் மோகறும் *(நாணயங்களையும்)*, சிறுது புடைவைச் சீலைகளையும், அரிசியையும் சொலுதாதுகள் சிறிது பேரையும் சிப்பாய்கள் சிலரையும், பிரான்சுக்காரரின் பெத்திரி இங்கிரேசுக்காரர் பிடித்துக்கொண்ட

போது அகப்பட்டுக் காவலில் வைக்கப்பட்டிருந்த சொலுதாதுகள் முப்பது பேரையும் கப்பலின் அடிக்குத்தலிலே *(Ship's hold)* ஏற்றிக் கொண்டுபோய் சென்னப்பட்டணத்தில் இறக்கச் சொல்லித் திட்டம் பண்ணி அனுப்பி வைத்தார். அந்தக் கப்பலில் இருந்த பிரான்சுக்காரரும், இங்கிரேசுக்காரரும் தமக்குள் உடன்படிக்கை செய்துகொண்டு, அந்தக் கப்பலின் தலைவனாய் வந்த இரண்டு மூன்று பேர் கப்பித்தான்மாரை களை ராத்திரியில் வெட்டிக்கொன்று விட்டனர். அந்தக் கப்பலை மச்சிலிபந்தரை துரைத்தனம் பண்ணுகிற முசே மொற்சேனிடம் ஒப்புவிச்சார்கள். அவர் அந்த இரண்டு லக்ஷம் பொன் மோகராவையும் இறக்கிக் கொண்டு பின்னையும் அதில் வந்த அரிசி, புடைவை வகையிறா தினுசுகளையும், இங்கிரேசு சொலுதாதுகளையும் இறக்கிக்கொண்டார். அந்தக் கப்பலில் பிரெஞ்சுக்காரர்களைப் பவுன்சுக்கு அமர்த்தினார்.

அந்தச் சேதியைப் புதுச்சேரிக்கு எழுதி அனுப்பினார். அந்தக் காகிதத்தை முசே லெறி வாசித்துப் பார்த்துக்கொண்டு இப்படி ஆச்சரியம் ஒருக்காலும் கண்டதில்லை என்று காகிதத்தைப் பார்த்துப் பார்த்து நகைச்சு, முசே பெடுத்தல் மீ வகையிறா கோன்சேலியர்களை அழைத்து இந்தச் சேதிகளைச் சொன்னார் என்று சொன்னார்கள். ஆனால் நன்மை வருகிற காலத்தில் அனாயாசமாய் *(எளிதாக)* வருமென்றும் போகின்ற காலத்திலும் அப்படித்தான் என்று முன் நடந்த அனுபவமும் பெரியோர்கள் சரியாகச் சொல்லியிருக்கிறார்கள். ஆனால் சனங்களுக்குப் போதிய விவேகம் இல்லாததால், மயங்குகிறார்கள். இதற்கான அனுபவமும் நடந்துள்ளது.

முன்பு யுவ வருசம், தை மாதத்தில் *(1756)* பிரான்சுக்காரர் ஒரு கப்பலில் அஞ்சு லட்ச ரூபா ரொக்கமும், சரக்குகளையும் மாயேக்கு அனுப்பினார்கள். அந்தக் கப்பல் மாயே துறை பிடிச்சு சமீபத்திலே வந்தபோது, தலைச்சேரியிலிருந்து வந்த இங்கிரேசுக் கப்பல், எளிதாக, அந்தக் கப்பலைப் பிடித்துக்கொண்டு போனது. அது முதற்கொண்டு பிரான்சுக்காரருக்கு இறக்கமாக நடந்து வந்தது. இப்போது நல்ல காலம் பிறந்ததற்கான அடையாளமும் இங்கிரேசுக்காரருக்கு தாழுகிறதுக்கு யேஷியமும் *(இறங்கு முகம்)* வருகிற காலம் அருகிலிருப்பதற்கான சூசகமும் தெரிந்தது.

கப்பலில் இருந்த தலைவர்களை வெட்டிப்போட்டதும், முப்பது லக்ஷ ரூபாய் மதிப்புள்ள பொன் மோகரா கிடைத்ததும், புடைவை, சீலை, அரிசி, கோதும்பை வகையிறா சாமான்களுடன் கப்பலைத் தானாகவே

கொண்டுவந்து கொடுத்ததும், நல்ல காலத்தினால் தானே தவிர வேறல்லவே. இதை யோசனை பண்ணாத அவிவேகமான சனங்கள் சரி போனபடி பெனாத்துகிறார்கள். ஆனால், வயணம் தெரிந்தவர்கள் நல்ல காலத்துக்கு நல்லதாய் நடக்கும், பொல்லாத காலத்துக்குப் பொல்லாதாய் நடக்கும், எல்லாம் காலத்தினுடைய கூறே தவிர மனுஷர் எத்தனத்தில் ஒன்றுமில்லை என்று நிஷ்கருஷையாய் எண்ணிக் கொண்டிருப்பார்கள்.

1757 ஞூ நவம்பர் மீ 25 வ;
ஈசுவர ஞூ கார்த்திகை மீ 14 வ; சுக்கிரவாரம்

இத்தனாள் கேள்விப்பட்ட சேதியாவது; நேத்து ராத்திரி சீமையில் இருந்து ஒரு கப்பல் வந்தது. அந்தக் கப்பலில் வந்த சேதியாவது;

லரேன் தெ அங்கேரியார் *(அங்கேரி நாட்டு அரசி)* அவர்களுக்கு உதவியாகப் பிரான்சுக்காரரும், அலுமாஞ்சுக்காரர்களும் *(செருமானிக் காரர்)* கூடி இருந்தனர். பேர் விளங்கன் ஒரு ராசாவும், இங்கிரேசுக்காரரும் சேர்ந்துகொண்டு, அங்கேரி ராச்சியத்தின் பேரிலே சண்டை பண்ணினர். இரண்டு சண்டைகள் நடைபெற்றதில் அங்கேரியர் கெலிச்சார்கள் *(வெற்றி பெற்றார்கள்)*. அந்தப் பேர் விளங்கன் ராசாவுக்குக் காயம் ஏற்பட்டது. பிழைப்பனோ, பிழைக்க மாட்டானோ தெரியவில்லை. அந்த ராசாவின் மகன் உருத் தெரியாமல் வெட்டுப்பட்டுப் போனான். முப்பதாயிரம் இங்கிரேசுக்காரர் செத்துப் போனார்கள்.

எனவே, தொப்பி போடும் வழக்கமுள்ளவர்களின் ராசாக்கள் எல்லாரும் ஏகோபிச்சு *(ஒன்று கூடி)* மாரிக்காலமான போன ஐப்பசி மாதத்திற்கு அப்பால், சண்டை போடத் தேவையில்லை என்று சமாதானப் பேச்சு நடத்துகிறார்கள் என்று வெளியே பேசிக்கொண்டார்கள்.

1757 டிசம்பர்

1757 ௵ தெசம்பர் ௴ 6 ௳;
ஈசுவர ௵ கார்த்திகை ௴ 25 ௳; செவ்வாய்

இத்தனாள் கேள்விப்பட்ட சேதியாவது; நானாவிடம் இருந்து முசியே கோவர்ணதோர்க்குக் காகிதம் வந்திருந்தது. பணம் காசு நிமித்தியம் எப்பொழுதும் மரியாதையாக எழுதுவதைப் போல் எழுதாமல், சிறிது சுறுக்காய் *(கண்டிப்புடன்)* எழுதி அனுப்பினார்கள்.

அதனால், ரசாசாயபும், முசியே திலார்சும் போய் கோவர்ணதோரிடம் பேசி, நானாவுக்கும், அவருடைய தம்பிக்கும், அவனுடைய காரியஸ்தர் பல்வந்த ராயர் முதலான பேருக்கும் . வெகுமானம் அனுப்பத் திட்டமிட்டனர். முன்பு வெகுமானம் அனுப்பியதற்கான டாப்பு *(பட்டியல்)* இருந்தது.

அந்த டாப்புபடி சேத்துப்பட்டில் பிடித்து வந்த நான்கு யானை களையும், சகலாத்து சிப்பங்களையும், பட்டுப் புடைவைச் சுருள்களையும், முகமல்லும் *(வெல்வெட் துணிகளையும்)*, சூர்கத்திகள், ரெண்டு கடிகாரம், துப்பாக்கி, பிஸ்தோல் *(கைத்துப்பாக்கி)* வகையிறாவற்றையும் அனுப்பி வைப்பதாகக் கேள்விப்பட்டோம்.

1757 ௵ தெசம்பர் ௴ 10 ௳;
ஈசுவர ௵ கார்த்திகை ௴ 29 ௳; சனிவாரம்

இத்தனாள் கேள்விப்பட்ட சேதியாவது; நானா பிறக்கிறபோது அவருடைய தந்தையான பாசிராயர் அறுபது குதிரைகளை வைத்துக்கொண்டு சேவுகமிருந்தார் என்றும், அப்போது நானா பிறந்தவுடனே சாதகம் பார்த்த சோசியர்கள், இவர் மகா யோகசாலி, டில்லி பாதுஷாவை நீக்கிவிட்டு, அந்த ஸ்தானத்தில் இருக்கும்படியான யோகம் இவருக்கு இருக்கிறது என்று எழுதிக் கொடுத்தார்கள் என்றும் இப்போது நானாவுக்குப் பிள்ளை பிறந்தவுடன், அந்தப் பிள்ளையின் சாதகத்தைப் பார்த்து வெகுதானிய வருசம், ஆவணி மாதத்தில் *(ஆகஸ்ட் - செப்டம்பர் 1758)* நானா டில்லியில் பாதுஷாதனத்தில் *(உத்தியோகத்தில்)* இருப்பார் என்று எழுதிக் கொடுத்தார்கள் என்றும் இப்போதும் நானா அந்த எத்தனத்தில் இருக்கிறார் என்றும் கேட்கப்பட்டது.

1757 ஷூ தெசம்பர் மீ 17 வ;
ஈசுவர ஷூ மார்கழி மீ 6 வ; சனிவாரம்

இத்தனாள் கேள்வியானது; அய்யண்ண சாஸ்திரி முந்நூறு பாறுக்காரருடனும், இருநூறு பேர் சிப்பாய்களுடனும் முந்நூறு பீரங்கிகளையும் அழைத்துக்கொண்டு காஞ்சிபுரம் சமீபத்திலே போய் நெலவெடுத்தார் *(தங்கினார்).*

அப்போது இங்கிரேசுக்காரரின் மனுஷனான முசாபர் பேக்கு *(M.Muzaffarbeig)* என்பவன் ஐந்நூறு பாறுக்காரருடன் வந்து வெகு பேரைச் சேதப்படுத்தினான் *(கொன்றான்).* பின்னையும் அவர்களின் ஆயுதங்களைப் பிடுங்கிக் கொண்டான்.

எனவே, அய்யண்ண சாஸ்திரி சண்டையை நிர்வாகம் பண்ண முடியாமல், எல்லாவற்றையும் பறிகொடுத்துவிட்டுத் திரும்பி ஓடிவந்து விட்டார் என்பதான சேதிகள் கேட்கப்பட்டது.

1757 ஷூ தெசம்பர் மீ 18 வ;
ஈசுவர ஷூ மார்கழி மீ 7 வ; ஆதிவாரம்

இத்தனாள் உதயத்திலே கடற்கரை சேவகன் வந்தான். பந்தரிலிருந்து ஒரு சுலுப்பு வந்தது. அதில் பங்காளத்தில் இங்கிரேசுக்காரரிடம் அகப்பட்டிருந்த முசியே தெவோவின் மகனும், மருமகனும் வந்து சேர்ந்தார்கள் என்று சொன்னான்.

1757 ஷூ தெசம்பர் மீ 21 வ;
ஈசுவர ஷூ மார்கழி மீ 10 வ; புதவாரம்

இத்தனாள் கேள்விப்பட்ட சேதி; தெற்கே உள்ள புலித்தேவன் *(புலித்தேவன் இறந்தது அக்டோபர் 1767)* கோட்டையில் இருந்து மாபூசுகானுடைய உடைமைகள், ரத்தினப் பெட்டிகள் வகையிறான வந்ததாகவும், அவை திருவண்ணாமலையின் கொம்மாந்தானிடம் அகப்பட்டதாகவும், அவன் அவற்றை எலவானாசூர் கொம்மாந்தானிடம் அனுப்பியதாகவும் சேதி வந்தது.

அதை வாங்கி வருவதற்காகச் சவரி ராயப் பிள்ளையின் தம்பியையும், முசியே ஷெவிரோவையும் *(M.Chevreauu)*, எலவானாசூர் கொம்மாந்தானிடம் அனுப்பியதாக வந்து சேதி சொன்னார்கள்.

1757 ஷ டிசம்பர் மீ 26 வ;
ஈசுவர ஷ மார்கழி மீ 15 வ; சோமவாரம்

இத்தனாள் வீட்டிலேயே இருந்தபோது கேள்வியான சேதி; முன்பு துய்ப்ளேக்சு மன்சுபாவும் *(மான்சப் என்ற பட்டமும்)* சாகீரும் கொடுத்ததைப்போல், இப்போது முசியே லெறியும் மன்சுபாவும் சாகீரும் தர வேண்டும் என்று கேட்டிருந்தார்கள். அதற்கு டில்லியிலிருந்து உத்தரவாகக் காகிதம் வர வேண்டும். டில்லியில் காசியுத்தின் கான் *(Ghazi-ud-din-Khan)* மாரிபத்திலே பிரயத்தனம் பண்ணி, முசியே லெறிக்கு ஏழாயிரம் குதிரைகளுக்கும், முசியே திலார்சுக்கு அய்யாயிரம் குதிரைகளுக்கும் மன்சுபா காகிதம் வந்தது. இதற்கு வேண்டிய சாகீர்களைக் கர்நாடக சுபாவிலோ அல்லது இந்துஸ்தானத்திலோ வேண்டுமென்றாலும் அங்கே தருகிறோம் என்று எழுதி வந்ததாகச் சேதிகள் கேட்கப்பட்டது. இத்தனாள் சாயங்காலம் ஆறு மணிக்கு நான்கு வெள்ளைக்காரர்கள் சந்தா சாயபு வீட்டில் சேவிக்கிற துலுக்கன் ஒருத்தனின் தலையைப் பிளந்து போட்டதாகக் கேள்விப்பட்டோம். இப்போது பட்டணத்தில் வெள்ளைக்காரர்கள் இப்படிப் பண்ணு கிறதும், மனுஷரை அடிப்பதும், பெண்டுகளை அங்கங்கே கெடுப்பதும் சொல்லி முடியாது என்று அவரவர் வந்து சொல்கிறார்கள்.

1757 ஷ டிசம்பர் மீ 27 வ;
ஈசுவர ஷ மார்கழி மீ 16 வ; செவ்வாய்

இத்தனாள் கேள்வியான சேதி; இதற்கு முன், ஆவணி மாசத்தில் ஐரோப்பாவில் பிரான்சுக்காரருக்கும் இங்கிரேசுக்காரருக்கும் இடையே சமாதானம் ஏற்பட்டது என்று சென்னப்பட்டணத்தில் பேசிக் கொண்டதாகச் சொன்னார்கள். இதனால் தங்களுக்குப் பயன் என்பதால், இங்கிரேசுக்காரர் இதை வெளியே சொன்னார்கள். சேதிவர இன்னும் நாளாகும். அப்படி வந்தாலும், இவர்களுக்கும் சேதி வரும் என்று வெள்ளைக்காரர்கள் தங்களுக்குள் பேசிக் கொண்டதாகவும் கேட்கப்பட்டது.

1757 ஷ டிசம்பர் மீ 28 வ;
ஈசுவர ஷ மார்கழி மீ 17 வ; புதவாரம்

இத்தனாள் காலத்தாலே பூந்தோட்டக் கச்சேரியே போய் இருந்து விட்டுப், பன்னிரண்டு மணிக்கு வீட்டுக்கு வந்தோம். முன்பொரு

முறை சந்தா சாயபுவின் மகன் துரையிடம் போயிருந்தான். காசி தேசத்திலிருந்து **(Benaras)** சிவங்கியும் *(சிறுத்தையும்)*, பாது *(பருந்து?)* என்ற பஷ்சியும் *(பறவையும்)* யாச்சம நாயக்கனிடம் வர இருக்கின்றன. அவை ஒவ்வொன்றும் ஐந்நூறு ரூபாய் விலையாகும். அந்தப் பட்சி வேட்டையில் எதைப் பிடித்தாலும் விட்டு விடாது. அதுவும், சிறுத்தையும் வேட்டைக்கு மெத்த நேர்த்தியானவை. எனவே, நீங்கள் யாச்சம நாயக்கனுக்கு எழுதி அனுப்பிவைத்து, அவற்றை வரவழைத்துத் தர வேண்டும் என்று அப்போது கேட்டுக் கொண்டான். அதன்படி முன்பே யாச்சம நாயக்கனுக்கு துரை காகிதம் அனுப்பி இருந்தாராம். அதன்படி இத்தனாள் சிவங்கியையும், மூன்று பாது என்கிற பக்ஷியும் கொண்டு வந்து, யாச்சம நாயக்கரின் ஸ்தானாதிபதி *(தூதர்)* கோவர்ணதோரிடம் கொண்டுவந்து கொடுத்தார். இனிமேல், முசியே கோவர்ணதோர் அவற்றைச் சந்தா சாயபுவின் மகனிடம் எப்போது கொடுப்பாரோ, தெரியாது என்று கேட்கப்பட்டது.

முசியே புசியின் தண்டெல்லாம் மச்சிலிப்பந்தருக்கு வெளியே இறங்கியிருக்கிறது என்றும் முசியே புசி மாத்திரம் *(மசூலிப் பட்டணத்திலேயே)* இருக்கிறார் என்றும், பந்தரின் துரை, முசியே புசி வெளியே போவதற்கு உத்தரவு கொடுக்கவில்லை என்றும் காலிப் பேச்சாய்க் *(வதந்தி)* கேட்கப்பட்டது.

இங்கிரேசுக்காரருக்கும்,பிரெஞ்சுக்காரருக்கும்இதற்குமுன்ஆவணி மாசத்தில் சமாதான ஒப்பந்தம் ஏற்பட்ட சேதி மாசே, சூரத் வழியாக மச்சிலிப்பந்தருக்கு வந்து, அங்கிருந்து புதுச்சேரிக்கு வந்ததாகக் கேட்கப் பட்டது. தலைச்சேரியின் சமீபத்திலே பிரெஞ்சுக் கப்பலும், இங்கிரேசுக் கப்பலும் சண்டைபோட வருவதாகக் கூடலூருக்குச் சேதி வந்ததாகவும், அதனால் கூடலூரின் துரை ஊரில் யாரும் இருக்க வேண்டாம் என்று வலசைப் போகச் *(வெளியேற)* சொன்னதாகவும், முன்போலவே சகலமானவரும் வெளியேறிப் போகிறார்கள் என்றும் கேட்கப்பட்டது.

1757 ஹூ தெசம்பர் மீ 29 வ;
ஈசுவர ஹூ மார்கழி மீ 18 வ; குருவாரம்

இத்தனாள் சாயங்காலம் ஆறு மணிக்குக் கேள்வியான சேதி; நானாவிடம் இருந்து வந்த ஒட்டகக்காரன், ஆற்காட்டுக்கு வந்து காகிதத்தைக் கொடுத்துவிட்டு, அப்பால் இங்கே வந்ததாகவும் அந்தக் காகிதத்தை நானாவின் வக்கீல் துலுக்கன் பார்த்துக்

கொண்டிருப்பதாகவும் கேட்கப்பட்டது. நானாவுக்கும், சலாபத் சங்குக்கும் அவுரங்கபாத்தில் சண்டை நடக்கிறது என்று ஒட்டகக்காரன் சொன்னதாகவும் கேள்விப்பட்டுது.

துரைக்கும், முசியே திலார்சுக்கும் முன்பு காசிதின் கான் என்பவரிடமிருந்து மன்சுபா காகிதம் வந்ததல்லவா? அத்துடன் ஆயிரம் சொலுதாதுகளையும், பீரங்கி சுடுகிற இருநூறு பேரையும், துப்பாக்கி, மருந்து, குண்டு வகையிறா யுத்த சாமான்களையும் தம்மிடம் அனுப்பி வைக்குமாறும் எழுதி வந்தது என்றும் கேட்கப்பட்டது. இப்படி வாங்குவதற்காகத்தான் மன்சுபாவும், சாகீரும் அளிப்பதான காகிதத்தை டில்லியிலிருந்து வாங்கி அனுப்பினார் என்று மனதில் யோசனை பண்ணிக்கொண்டோம்.

1758 ஷூ சனேரி (ஜனவரி) மீ 8 வ;
ஈசுவர ஷூ மார்கழி மீ 28 வ; ஆதிவாரம்

இத்தனாள் காலத்தாலே புறப்பட்டு முசியே பெடுத்தல்மீ வீட்டுக்குப் போனேன். அவரும், இரண்டு வெள்ளைக்காரர்களும் பேசிக் கொண்டிருந்தார்கள். அந்நேரம் நான் போய் ஆசாரம் பண்ணினேன். அவர் எழுந்திருந்து ஆசாரம் செய்து, என்னைக் கூடவே உட்கார வைத்துக் கொண்டார். அந்த இரண்டு வெள்ளைக்காரர்களும் பேசிவிட்டுப் போன அப்பால், முசியே பெடுத்தல்மீ என்னைப் பார்த்து, "நேத்து துரைகிட்ட உம்மைப் பற்றிய பிரஸ்தாபம் நடந்தது. வந்திருக்கிற முசே சுப்பீர் நாட்டார்களைச் சந்திக்க வேண்டும் என்று முசியே கோவர்ணதோர் உம்மிடம் கேட்டபோது, நீர், நாட்டார்களின் சந்திப்பு முசியே கோவர்ணதோருக்கு மாத்திரம்தான் நடக்க வேண்டுமே தவிர பிரி காதியோருக்னு *(பிரிகேடியர்)* என்றும் நடப்ப தில்லை என்று சொன்னதைப் பற்றித்தான் பேசினோம். ஏன் அப்படிச் சந்திப்பதில்லை? அதற்கான காரணம் என்ன?" என்று கேட்டார்

அதற்கு நான் சொன்னதாவது; 1701-ஆம் வருசம் பிப்ரவரி மாசம் முதல் தேதி ஒலாந்தாக்காரரிடம் *(டச்சுக்காரர்களிடம் இருந்து புதுச்சேரியை 1699 டிசம்பரில் மீண்டும் பெற்றுக்கொண்டனர்)* பிரான்சுக்காரர் வெள்ளைக்கொடியை ஏற்றிக் கொண்டார்கள். அப்போது கோட்டையில் ராசா மனுஷர் வசம் இருந்தார்கள். முசே மற்த்தேன் *(M.Martin)* முசியே கோவர்ணதோராக இருந்தார். அப்போது ராசா மனுஷருக்கும், மகாநாட்டாருக்கும் பேட்டி நடந்ததில்லை. 1708 -ஆம் வருசம் முசியே எபேர் *(M.Hebert)* முசியே கோவர்ண தோராக வந்தபோது, வரும்போதே ராசா காகிதம் வாங்கி வந்து, ராசா மனுஷர்களிடம் கொடுத்து அவர்களை ஐரோப்பாவுக்கு அனுப்பிவிட்டு, கோட்டைக்கும் தாங்களே ஒப்பிசியேலாக இருந் தார்கள். 1728-ஆம் வருசம், முசியே லெனுவார் *(M.Lenoir)* துரைத் தனத்தில் இருந்தபோது ராசா மனுஷன் முசியே லபோ *(M.Lebo)* கோட்டைக்கும், யுத்தத்திற்கும் ஒப்பிசியேல்யாக 1728 வருசம் வந்தார்.

அப்போது முசியே லெனுவார் கோட்டையை அவரிடம் ஒப்படைக்க வில்லை. அவர் இங்கே இருந்தால், ஒரு காரியமும் நடக்காது என்று பிரான்சு மட்டுக்கும் எழுதியனுப்பி, ராசாவிடமிருந்து

கடுதாசி வரவழைத்துக் கொடுத்து, அவரைத் தள்ளிவைத்தார். முசே லெனுவாரின் துரைத்தனம் முதல் யார் துரைத்தனத்துக்கு வந்தாலும் கொம்மாந்தாம் செனரல் என்ற பேர் முசியே கோவர்ணதோருக்கு ஏற்பட்டது.

அப்படியிருக்க இவரோ, பிரிகேடியராக சண்டைக்காக வந்தவர், சண்டையில் இருக்கிற பேருக்கு மார்ஷல் தெ பிரான்சு என்று அழைக்கப்படுவார். அவருக்கு அடுத்த நிலையில் இருப்பவர் கீழ் மறுஷேரம் தெ காம்பு ***(Marecchal - de -camp)*** ஆவார். அவருக்குக் கீழ் பிறகாத்தியர். அதின் கீழே கொலெனெல். அதன்கீழ் கொம்மாந்தாம். அதன்கீழ் கப்பித்தான். அதன்கீழ் மயோர். அதன்கீழ் ஒப்பிசியேல். இவர்களுக்குச் சண்டைக்குப் போவதும், சண்டை போடுவதும் தவிர பவுருஷமாகிய பேர்கள் *(ஆட்சி அதிகாரத்தில்)* எந்தக் காரியமும் இல்லை. அதிகாரம் யாருக்கென்றால், முதலில் மினிஸ்டருக்கு உரியது. இரண்டாவது செனரல், மூன்றாவது முசியே கோவர்ணதோர், நான்காவது கோன்சேலியர் ஆகியோர் சீமை அதிகாரத்தைக் கவனிப் பார்கள்.

ஆகவே, சீமை அமல்தார்களும், சீமைக் குடிகள், மகாநாட்டார் களும் *(ஊர்த் தலைவர்கள்)* இவர்களைச் சந்திக்கலாம். இதை யோசனை பண்ணாத முசே லெறி, அமுல்தாரர்கள் பிறுகாத்தியேராயிருக்கிற *(படைப்பிரிவின் தலைவராக இருக்கிற)* முசே சுப்பீரைப்போய்ச் சந்திக்குமாறும், சனங்களும் போய்ச் சந்திக்குமாறும் செய்துவிட்டார். ஆகவே, துரைத்தனம் பண்ணுகிற இந்த முசியே கோவர்ணதோரால்தான் இந்தக் காரியம் கெட்டுப்போனது” என்று சொன்னேன்.

இதைக் கேட்ட அவர் வெகு சந்தோஷம் அடைந்தார். “நீ எப்படி இதையெல்லாம் அறிந்து கொண்டாய்? பிரான்சு தேசத்தில் பிறந்த எங்களுக்குக்கூட இதெல்லாம் தெரியாது. முசே லெறிக்கும் இந்த வயணமெல்லாம் தெரியாது. நான் நாளைக்குப்போய், அவரிடம் இந்த வயணங்களைச் சொல்கிறேன். முசே லெறியோ, அவன் *(சுப்பீர்)* இல்லாமல் நாம் மாத்திரம் நாட்டார்களைச் சந்தித்துக் கொண்டால், அவன் *(சுப்பீர்)* வந்து குத்திப் போடுவானே என்று அச்சப்படுகிறார். ஆகையால், நாட்டார்களை முசியே கோவர்ணதோர் மாத்திரம் சந்திப்பது நடக்காது. வர்த்தகர்கள் மாத்திரம் ரகசியமாக துரையைச் சந்தித்து ஆக வேண்டும்” என்று சொன்னார்.

நல்லதென்று சொல்லி, அவருடன் அனுப்புவிச்சுக்கொண்டு,

கோட்டைக்குப் போனோம். துரையைக் கண்டு, இரண்டு நாழிகை நேரம் அவரின் அருகிலேயே இருந்தோம்.

அவரும் குளிந்த பார்வையிருந்தார். அப்பால், பூந்தோட்டக் கச்சேரியே வந்து, பன்னிரண்டு மணிக்கு வீட்டுக்கு வந்தோம்.

1758 ஷூ சனேரி மீ 13 ௨;
ஈசுவர ஷூ தை மீ 4 ௨; சுக்கிரவாரம்

பட்டணத்தில் *(பிரெஞ்சு)* ராசா மனுஷர் ராத்திரியெல்லாம் பண்ணுகிற சுலும்புனாலே *(இடைஞ்சல்களால்)* குல ஸ்திரிகளோ, தேவடியாக்கள் யாரும் வெளியில் புறப்படக்கூடாது.

1758 ஷூ சனேரி மீ 14 ௨;
ஈசுவர ஷூ தை மீ 5 ௨; சனிவாரம்

இத்தனாள் காலத்தாலே புறப்பட்டுக் கோட்டைக்குப் போனேன். துரை அவர்கள் சுப்பீர் அவர்களின் காம்பிராவில் போய்ப் பேசிக் கொண்டிருக்கிறார் என்று சேதி கிடைத்தது. நல்லதென்று சின்ன துரையின் வீட்டுக்குப்போய், அவரைச் சந்தித்துத் தனியே இருவரும் பேசிக் கொண்டிருந்தோம். நாம் சின்ன துரையிடம், “நேத்து லெறி வந்து பேசிக் கொண்டிருந்தாரே, அப்போது, மகா நாட்டார்களைச் சந்திப்பது பற்றிய பேச்சு ஏதேனும் நடந்ததா?” என்று கேட்டோம்.

அவர், “அதைப் பற்றிப் பேசவில்லை. முசே சுப்பீருக்கும் முசே லெறிக்கும் இடையே சிறிது சத்தே *(உறவு)* முறிந்து போய்விட்டது. அதனால் முசே லெறிக்கு முசே சுப்பீர் எங்கே தன்னைக் குத்திப் போடுவானோ என்று ரொம்ப பயம் தோன்றிவிட்டது. அதனால், கோட்டையை அவரிடம் விட்டுவிட்டு, தானும் முசே துய்ப்ளேக்சு இருந்த வீட்டுக்கு *(முதலில் கோட்டைக்கு வடக்கே இருந்த பழைய மாளிகை)* வந்து இருக்கலாமா, இங்கேயிருந்துகூடிப் பேசுவதையும் அதிகாரத்தையும் பண்ணிக்கொண்டு, சீமை பூமி காரியங்களும் தாம் கவனித்துக் கொள்ளலாமா? என்று என்னிடம் வந்து கருத்துக் கேட்டார். அதற்கு நான், உம்மால்தான் இத்தனையும் வந்தது. ஆதியிலேயே முசியே சுப்பீருக்குக் கோட்டையையும், ராணுவத்தையும் ஒதுக்கித் தந்துவிட்டு, நீர் மற்றதைக் கவனித்துக்கொண்டு வரும்படியாக இருந்திருக்க வேண்டும். நானும் உமக்குச் சொன்னேன். அப்படியிருக்க நீர் தானே,

அவரிடம் ஒவ்வொரு காயிதங்களையும் கொண்டுபோய்க் காண்பிச்சீர். அவர் அந்த வழியைப் பிடித்துக்கொண்டு நடத்துகிறார் என்று சொல்லி, நீ என்னிடம் சொன்ன சேதிகளை எல்லாம் அவரிடம் சொன்னேன். அவர் அந்த பயத்தினால், அந்த உத்தியோகத்துக்கு வேறு ஆள் வர வேண்டும் என்று எண்ணிக் கொண்டிருக்கிறார்" என்று சொன்னார்.

அதற்கு நான், "இப்பால் நம்முடைய சேதிக்கு எப்படி நடந்து கொள்ள வேண்டும்" என்று கேட்டேன். அதற்கு அவர், "முசே லாலி இந்த ஊரின் ராசா காரியத்துக்கும், கோட்டைக்கும் ஆக சகலத்துக்கும் முசியே கோவர்ணதோராய் வருகிறார். அவர் வந்தால் முசே லெறிக்கும் ஒன்றுமில்லை. நமக்கும் ஒன்றுமில்லை. புடைவைப் பார்க்குறது *(வர்த்தகம்)* மட்டும், கவனிக்கலாம். சீமா மூலம் *(குத்தகை)*, சாகீர் நிலம் வகையிறா எல்லாவற்றுக்கும் கும்பினியாருக்குத் தானே உத்திரவாதி என்று விடப்பட்ட முசே கொதேவிடம் உத்தரவுகளை எல்லாம் வாங்கிக்கொண்டு முசியே குளுவேத்தைப் *(M.Clouet)* பயணம் பண்ணி அனுப்பியிருக்கிறார். எனவே, குத்தகை வகையிறா காரியங்களில் எல்லாம், முசியே குளுவேத்தைத் தவிர யாருக்கும் காரியமில்லை. முசியே லாலி பணத்தின் பேரிலே மிகுந்த ஆசை கொண்டவராக வருகிறார். முசியே குளுவேத்தும் பணத்தாசைக்காரன்தான். முசியே தெவோ வாங்குவாரோ, இல்லையோ என்று தெரியாது. ஆனால், வந்தவுடனே சீமையை உன்னிடம் தருவார்கள்" என்று சொன்னார்.

அதற்கு, "சீமையெல்லாம் கெட்டுப்போய்க் கிடக்கிறது. நான் எப்படி அதை ஏத்துக் கொள்வேன்" என்று சொன்னேன். "அப்பால் என்ன நடக்குமோ, எனக்குத் தெரியாது" என்று சொன்னார்.

1758 ஷு சனேரி மீ 20 வ;
ஈசுவர ஷு தை மீ 11 வ; சுக்கிரவாரம்

இத்தனாள் ராத்திரி வடக்கே கஞ்சம் என்ற இடத்தில் இருந்து கணக்குப்படி நமக்கு முப்பதாயிரம் ரூபாய் கடன் தரவேண்டிய பீரு முகம்மது என்பவன் முந்தாம் தேதி லங்கனம் பண்ணி *(பட்டினி கிடந்து)* நேத்து பத்தியம் வாங்கி, இந்த நாள் ராத்திரி ஒரு மணிக்கு விழுந்து *(செத்து)* போனான். எனவே, நல்லபடியாய் சம்பிரமாய்ச் சவத்தை எடுத்துப்போக, அவனுடைய மச்சினன் வந்து பத்து ரூபாய்க் கேட்டான். நான் அன்பது ரூபாயும் இரண்டு செல்லாவும் *(துணி)* கொடுக்கச் சொன்னேன். வாசலில் இருக்கிற துலுக்கர் சகலமான

பேரையும் கூடப் போகுமாறு பண்ணினேன். நமக்கு மிருத்து தோஷமாய்ப் பிடித்திருந்த சனிதோஷம் யுவ வருசம், ஆனி மாசம், 13-ஆம் நாளுக்கு அப்பால் *(1755, ஜூன்-23)* வந்த தோஷமாக ஈசுவர வருசம், தை மாசம் 13-ஆம் தேதி *(1758, ஜனவரி-22)* சாயங்காலம் வறையரவாய் *(முழுமையாக?)* நீங்கிப் போகிறது. எனவே, சீவ கானி *(உயிர் நஷ்டம்)*, ராச்சி கானி *(பண நஷ்டம்)*, பூமி நஷ்டம், தன கானி *(சொத்து நஷ்டம்)*, நனகானி *(நண்பர்களின் நஷ்டம்)*, சரீரத்திலே ரெத்தமாங்கிஷாதி *(ரத்தக் கழிச்சல், உடல் பலவீனம்)* ஆகிய சகலமும் வந்தது. இது வரையில் அனுபவிச்சோம். இத்தோடு, இதோடே சகல தோஷங்களும் போச்சு என்று யோசனை பண்ணிக்கொண்டோம்.

1758 ஷு சனேரி மீ 24 வ;
ஈசுவர ஷு தை மீ 15 வ; செவ்வாய்

இத்தனாள் ராத்திரி சங்கராபுரம் தாலுக்கு குலாம் உசேன் கானின் இரண்டு பிள்ளைகளும், நானாவின் வக்கீல் நெமுதுல்லா என்பவனும் ஆக மூன்று பேரும் நம்முடைய கச்சேரியே வந்து சந்தித்துக் கொண்டார்கள்.

“சங்கராபுரத்துக் குத்தகையைத் தங்களுக்கே முப்பதாயிரம் ரூபாயாகப் பேசித் தீர்த்துக் கொடுத்து, முசியே லெறி வெகுமானம் கொடுத்து அனுப்பி வைத்தார். உங்களைச் சந்தித்து அனுப்பிக் கொண்டு போக வேண்டும் என்று வந்தோம். சங்கராபுரத்தில் இருபது பேர்களைக் கொண்ட வெள்ளைக்கார ட்டாணயமாய் *(பவுன்சு)* எப்போதும் இருக்கும். இப்போது முப்பதாயிரம் கொடுப்பதோடு, வருசம் தோறும் இருபத்தைந்தாயிரம் ரூபாய் வீதமும் கொடுத்து வர வேண்டும்” என்று சொன்னார்கள். அதற்கு மெத்த நல்லதாயிற்று என்று சொல்லி, வந்திருந்த மூன்று பேருக்கும் மூன்று சீரொப்பாவையும், பேருக்கு இருநூறு ரூபாயும் கொடுத்து அனுப்பி வைத்தோம்.

1758 பிப்ரவரி

1758 ஹூ பிப்ரேயிரு மீ 5 வ;
ஈசுவர ஹூ தை மீ 27 வ; ஆதிவாரம்

இத்தனாள் கேள்வியான சேதி; பொம்பாயிலிருந்து கூடலூருக்குச் சேதி வந்தது. அங்கே காவலில் இருந்த இரண்டு பிரான்சுக்காரர்களிடம் துரையிடம் போய்ச் சொல்லுமாறு சில சேதிகளைச் சொல்லி அனுப்பிவிச்சார்கள். அவர்கள் கந்தப்ப முதலியிடம் வந்து, அந்தச் சேதியைச் சொன்னார்கள். பிரான்சுக்காரர்களின் பதினாறு கப்பல்கள் புறப்பட்டு, மிக அருகில் வருகின்றன என்ற சேதியைக் கேள்விப்பட்டு, கூடலூர் முழுக்க அதலகுதலமாய் இருக்கிறது என்று சொன்னார்களாம். அதைக் கேட்ட கந்தப்ப முதலி, இவர்களைத் துரையிடம் அழைத்துச் சென்றால், உளவு பார்க்க வந்ததாகச் சொல்லி, அதற்கேற்ற ஆக்கினைக் கொடுக்கச் சொல்வார் என்றெண்ணி, அவர்களை ஓடிப்போகச் சொல்லிவிட்டார் என்ற சேதி கேட்கப்பட்டது.

1758 ஹூ பிப்ரேயிரு மீ 10 வ;
ஈசுவர ஹூ மாசி மீ 2 வ; சுக்கிரவாரம்

இதல்லாமல் தஞ்சாவூர் சீமையில் இருக்கிற குடிசனங்கள் பிரான்சுக்காரர் இன்றைக்குச் சண்டைக்கு வருகிறார்கள். நாளைக்குச் சண்டைக்கு வருகிறார்கள் என்று நித்தியம் கிலியிலே இருக்கிறார்கள் என்றும், இதல்லாமல் வைத்தீசுவரன் கோயில் பண்டாரத்தைக் காடே ராயனின் *(இந்தக் காடே ராயன் தஞ்சாவூர் மன்னன் பிரதாப சிங்கனின் சிற்றப்பன்)* மனுஷர் பிடித்துக் கொண்டு வந்து, சீர்காழியில் வைத்துக் கொண்டிருந்தார்கள் என்றும், அந்தப் பண்டாரத்தை விடுவிப்பதற்காகத் தீவுக் *(தேவி)* கோட்டையார் எத்தனம் பண்ணினார்கள் என்றும், அந்தச் சேதியை அறிந்த காடே ராயன் அறிஞ்சு தேவிக் கோட்டையார் அப்படிச் சண்டைக்கு வந்தால் அந்தப் பண்டாரத்தை வெட்டி அவர்களின் முன்பாகப் போடச்சொல்லி அவருடைய மனுஷர்களுக்கு எழுதி அனுப்பினான் என்றும், இப்படியிருக்கும்போது தேவிக் கோட்டையார், சிறிது பாறுக்காறர்களுடன் புறப்பட்டுச் சென்றபோது, காடே ராயனின் மனுஷரை எங்கே வந்தீர்கள் என்று கேட்டபோது, பண்டாரத்துக்கு மோசம் வரும் என்பதை அறிந்து, சும்மா வந்தோம் என்று சொல்லிவிட்டு வந்ததாகவும் சேதியைக் கேட்கப்பட்டது.

1758 ஃபிப்ரேயிரு மீ 11 வ;
ஈசுவர ஃபு மாசி மீ 3 வ; சனிவாரம்

இத்தனாள் கேள்வியான சேதி; முன்பு முசியே சுப்பீர் சீமைகளில் குத்தகைக் காரியம் எப்படி நடக்கிறது? நியாயமாக நடக்கிறதா? என்று அந்தச் சேதிகளைப் பயாவாராய்க் *(தெளிவாக)* கேட்டுத் தெரிந்து வருமாறு இஞ்சினீயர் ஒருவரையும், வயணம் தெரிந்த தமிழர் ஒருவரையும் அனுப்பிக் கேட்டுவரச் சொன்னார். அவர்கள் வந்தவாசி முதற்கொண்டு சேத்துப்பட்டு, திருவண்ணாமலை, செஞ்சி, திருவீதி, திருக்கோவிலூர், கள்ளக்குறிச்சி வகையிறா இடங்களுக்கு எல்லாம் போய் பயாவாராய்க் கேட்டறிந்து, எழுதிக்கொண்டு வந்து, புதுச்சேரிக்கு வந்து முசியே சுப்பீர் வசம் கொடுத்தார்கள். அவர்கள் எழுதிக்கொண்டு வந்ததை முசியே சுப்பீர் படித்துப் பார்த்தார். அந்தக் காகிதத்தைக் கையில் வைத்துக்கொண்டு, முசே லெறியும் கோன்சேல்க்காரரும் கூட இருக்கிறபோது, அந்த இஞ்சினீயரையும் வரவழைத்தார்.

அப்போது முசியே சுப்பீர், முசியே லெறியைப் பார்த்து, “நீர் என்ன துரைத்தனம் பண்ணுகிறீர்? சனங்களைப் பயிரிடச் செய்யுங்கள் என்று கேட்க வேண்டாமா? அங்கே போகிறவன் எல்லாரும் பணம் பணம் என்று குடிகளை அடித்து, தண்ட துரோகம் *(சட்டத்துக்குப் புறம்பாகப் பணம்)* வாங்கினால் அதனால், சனங்கள் பலரும் செத்துப்போனார்களாமே! இப்படி நடப்பிச்சினால், சீமைகளில் இருந்து பணம் எப்படிக் கிடைக்கும்? நீர் எப்படி கும்பினியாருக்குப் பணம் செலுத்தப்போகிறீர்?” என்று ரொம்பவும் காட்டமாகக் கேட்டார். கோன்சேல்க்காரர் முன்பாக அந்தக் காகிதத்தை முசியே லெறியிடம் கொடுத்தார்.

அதைப் படித்துப் பார்த்த முசியே லெறி, நிலவரத்தை அறிந்துவந்த அந்த இஞ்சினியரிடம் கபுறுகளைக் கேட்டுக் கொண்டிருந்தார். அப்பால், முசியே லெறி அந்தக் காகிதத்தை முசியே தெவோ கையில் கொடுத்தார். அதைப் படித்துப் பார்த்த முசியே தெவோ மெத்த விசாரத்துடன் இருந்தார். அவரும், முசே லெறியும் கலந்து பேசினர். அப்போது, முசியே தெவோ, “இந்தக் குத்தகைக் காரியத்தை என்னால் கவனிக்க முடியாது. வேறு யாரிடமாவது கொடுத்து விசாரித்துக் கொள்ளுங்கள்” என்று சொன்னார். இப்படியெல்லாம் நடந்ததாக சின்ன துரை வாக்கினாலே பிறந்ததாய்க் கேட்கப்பட்டது. *(பிள்ளை பலமுறை சொல்லியும் எழுதியும் கொடுத்ததை இது நிரூபிக்கிறது).*

இதல்லாமல், ராசாவினுடைய ஒப்பிசியேல்மார் சின்ன துரையிடம் போய், "எங்களுக்கு மூன்று மாசங்களாகச் சம்பளம் வரவில்லை, கொடுங்கள்" என்று கேட்டார்கள். அப்போது, "முசே லெறி கொடுத்தால் அல்லவா நான் கொடுப்பேன்? அவரிடம் போய்க் கேளுங்கோள்" என்று சின்ன துரை சொன்னார். இதல்லாமல், கோட்டையில் கணக்கு எழுதுகிற கிறாணிகளெல்லாம் *(கணக்கர்கள்?)* சேர்த்துக்கொண்டு, முசே லெறியிடம் போய், "எங்களுக்கு மூன்று மாசச் சம்பளம் வர வேண்டும்" என்று கேட்டார்கள். அதற்கு அவர், "கும்பினியில் பணமில்லை. வந்தால் தருகிறோம்" என்று சொன்னார். "அப்படியானால், எங்கள் சீவனை எப்படி நடத்துவது? சம்பளம் வந்தால்தானே அன்னன்றாடகம் *(அன்றாடச் சாப்பாடு)* நடக்கும்" என்று சொன்னார்கள். அதற்கு, "அப்படியானால், நீங்கள் விரும்பியபடி செய்துகொள்ளுங்கள்" என்று சொன்னார். இப்படியான சேதிகள் கேட்கப்பட்டது.

இத்தனாள் ராத்திரி ராசாவினுடைய ஒப்பிசியேல்மார்களுக்குள்ளே ரெண்டு பேர் முசியே லாலியுடனே மெத்தப் பழகியவர்கள். முன் கப்பலில் நம்மிடம் வந்தார்கள். அவர்கள் சொன்ன சேதியாவது; வருகிற முசியே லாலி அவரின் புத்தியும், நடவடிக்கையும், திட்டவட்டங்களும் அன்னியாதிசியம் *(மிகவும் போற்றத்தக்கவை).* நீர் முசே லெனு வாரையும், முசியே துய்ப்ளேக்சு அவர்களையும் மகா சமர்த்தன் என்று ஸ்தோத்திரம் பாடுகின்றீரே! இவர்கள் எல்லாரும் ஒரு பட்டணத்தில் இருந்து அதிகாரம் செய்தவர்கள். அவர்களுக்கு ராசா காரியம் பற்றிய சேதிகள் தெரியாது. ஆனால், முசியே லாலி புதுச்சேரிக்கு வருவதற்குப் பதினெட்டு மாசங்களுக்கு முன்பே துய்ப்ளேக்சு அவர்களை அருகில் வைத்துக் கொண்டு இந்திய நாட்டைப் பற்றிய சேதிகளை எல்லாம் எழுதிக் கொண்டார்.

டில்லி வரை பிடித்து ஆட்சி நடப்பிச்சினால் எவ்வளவு பணம் கிடைக்குமென்றும், அதற்கான சிப்பந்தி செலவு எவ்வளவு ஆகுமென்றும், அதற்கு இங்கிருந்துகொண்டு போக வேண்டிய முதலீடு இவ்வளவு என்றும் இவற்றை எல்லாம் திட்டமாக எழுதிக்கொண்டு போய் ராசாவிடம் காட்டினார். அதைப் பார்த்த ராசா, இதை நடத்த முசியே லாலி அவர்களைத் தவிர வேறு யாருக்கும் ஆகாது என்று எண்ணினார்.

எனவே, அவரை அனுப்பி வைப்பதற்காக வேண்டிய சரன் சாமிகளையும், மற்றவற்றையும் முஸ்தீது செய்து கொடுத்து, அவரையும் அனுப்பி வைக்கிறார் *(இவற்றையெல்லாம் லாலியே தனது*

நினைவுக்குறிப்புகளில் எழுதியுள்ளார்). அவர் இங்கே வந்த அப்பால், அவரைப் பற்றி உமக்குத் தெரியவரும். "முசே லாலி ஒரு நியாயத்தைப் பிடிச்சுக் கொண்டு விசாரணை செய்தால் இங்கேயிருக்கிற ஒருத்தரும் உத்தாரம் சொல்ல முடியாது" என்று இப்படியாக முசியே லாலி அவர்களுடைய சாமர்த்தியங்களைப் பற்றி அந்த ஒப்பிசியேல்மார்கள் சொன்னதில் அரைக்கால் பங்கை மாத்திரம் எழுதுவித்தேன்.

1758 ஹூ பிப்ரேயிரு மீ 13 வ;
ஈசுவர ஹூ மாசி மீ 5 வ; சோமவாரம்

இத்தனாள் வீட்டிலேயே இருந்தேன். இதற்கு முன் டங்கா சாலையில் நம்முடைய நூற்றுக்கு அரை பங்கு வருமானத்தை வைத்திருந்தவன் *(பெரிய துபாசி என்ற முறையில் முந்தைய பெரிய துபாசியான கனக ராய முதலிக்கு டங்கா சாலை வருவாயில் அரை சதம், அவர் இதற்கான பர்வானாவைப் பெற்றதற்காகக் கொடுக்கப்பட்டது. பிள்ளை பெரிய துபாசியான பின் அவருக்கும் இது தரப்பட்டது. இதை நிர்வகித்து வந்தவர் வேங்கடேச செட்டி)* கோவளம் வெங்கடேசச் செட்டி நமக்குத் தெரியாமல் குண்டூராருடனே சேர்ந்துகொண்டு, வெகு பணத்தை ஏமாற்றிவிட்டான். அந்தக் கணக்கை எல்லாம் சோதிச்சு பார்ப்பதற்காக, கோவளம் வெங்கடேசச் செட்டியைச் சாவடிக்குக் கொண்டுபோய்க் காவலில் வைக்கச் சொன்னேன். இச்சேதியை உடனே சின்ன துரை அவர்களுக்கும் சொல்லி அனுப்பி வைத்தோம்.

அவரும் உடனே மனுஷரை அனுப்பி, அவனைப் பிடித்து வந்து, சாவடிக்காரரிடம் சொல்லிக் காவலில் வைத்தார்கள். ராத்திரி ஏழு மணிக்கு மேலுகிரிச் செட்டி வந்தார். தன்னை அழைத்து ராமய்யப் பிள்ளை சில சேதிகளைச் சொன்னார் என்று சொல்லி, அவற்றைச் சொன்னான். "மாசி மாசம் நாலாம் நாளாகிய நேத்து கோவர்ணமாவின் மாடியில் முசே சுப்பீரும், முசியே லெறியும், முசியே பெடுத்தல்மீ ஆகிய மூவரும் யேகதேசத்திலே கூடியிருந்தனர். கும்பினியில் பணமில்லை. ஒரு கப்பல் கூட வரவில்லை. குத்தகைப் பணம் வருவதற்கும் இடமில்லை" என்று இப்படிப் பேசிக் கொண்டிருந்தனர்.

அப்போது முசியே சுப்பீர் சின்ன துரையைப் பார்த்து, "இந்நேரத்தில் நீர் லட்ச ரூபாய் கடனாகக் கொடுக்க வேண்டும்!" என்று கேட்டார். அதற்குச் சின்ன துரை, "என் கையில் பணமேது! ரங்கப்பனுக்கு நான் ரூபாய் கடன் கொடுத்திருக்கிறேன். வேறே என் கையில் பணமில்லை"

என்று சொன்னார். அதற்கு முசியே சுப்பீர், “ரங்கப்பனிடம் ஒன்றும் இல்லையாமே? அவனுக்கு ஏன் கடன் கொடுத்தீர்?” என்று கேட்டார்.

அதற்குச் சின்ன துரை, “என்ன வார்த்தை சொல்கிறீர்கள்? அவனுக்குக் கும்பினியாரிடமிருந்து வெகு பணம் வரவேண்டி உள்ளது. அந்தக் கணக்கு எல்லாம் எனக்கு நன்றாகத் தெரியும். அவன் கணக்கைத் தயார் செய்து வைத்திருக்கிறான். முசியே லாலி வந்த அப்பால், அவரிடம் சொல்லிவிட்டு, சீமை *(பிரான்சு)* மட்டுக்கும் போய், கணக்குப் பேசி கும்பினியாரிடமிருந்து வரவேண்டிய பணத்தை வாங்கிக் கொள்வதாக இருக்கிறான். இதல்லாமல், முசியே துய்ப்ளேக்சு அவனுக்கு வெகு பணம் தரவேண்டும். அவனுடைய பமீலாயிருக்கிற *(குடும்பத்தைச் சேர்ந்த)* முசியே செவாலியர் குருவப்பன் இருந்தான். அவன் சீமைக்குப்போய் ராசாவைச் சந்தித்து, ராசா குடும்பத்தால் வெகுவாக மதிக்கப்பட்டு, தன்னுடைய நிசத்தை *(தந்தையாரின் நேர்மை)* பற்றி சகலமான சனங்களும் அறியும்படிச் செய்தான். அந்தச் சேதியைச் சகலமான சனங்களும் அறிவார்கள். இப்படியாகப் பெரிய மனுஷர்களான அவர்கள், பிரெஞ்சு ராசா வரை தொடர்பு உள்ளவர்கள். அவர்களுக்கு வரவேண்டியதை அவர்கள் விடமாட்டார்கள். அவனுடைய கணக்குப்படி கும்பினியார் அவனுக்குப் பணம் கொடுக்க வேண்டும் என்கிற நியாயம் எனக்குத் தெரியும். நானும் குத்தகைக் காரியத்தில் பணம் கொடுத்திருக்கிறேன். கப்பல் வந்தவுடன் என் பணத்தை நான் எடுத்துக் கொள்வேன்” என்று சொன்னார்.

அதற்கு முசியே லெறி, “ரங்கப்பன் எல்லாரையும் நன்றாக ஏச்சிப் போடுவான்” என்று சொன்னார். பின்னையும், வெகு பேச்சு நடந்திருக்கிறது. “இதையெல்லாம் நான் வந்து மகா ராசா ராசஸ்ரீ அவர்களிடம் சொல்ல வேண்டும். நான் நாளை வருகிறேன். நீர் போய் இந்த சந்தோஷ சேதியை அறிக்கைப் பண்ணு என்று ராமய்யப் பிள்ளை சொன்னார்” என்று மேலுகிரிச் செட்டி வந்து சொன்னான்.

அப்போது நாம் இப்படி யோசனை பண்ணிக்கொண்டோம். நம்முடைய சாதகத்தில் ராகு தோஷம் வந்து மூன்று வருசம் ஆச்சுது. இந்த மாசம் 4-ஆம் தேதி ராகு மறைந்து போகிறான் என்று சுப்பா சோசியர் சொல்லி இருந்தார்.

அதன்படி பவ வருசம், மாசி மாசம் *(1755, பிப்-மார்ச்)* இந்தச் சின்ன துரைதான் பொல்லாத வேலைகளை எல்லாம் தொடங்கி, நடப்பிச்சார். அப்போது வந்த முசியே லெறியும் இதே வழியில்

பொல்லாத வேலைகளை இதுவரை நடப்பிச்சார். நேத்து தை மாசத்துடன் தோஷ காலமான மூன்று வருசங்கள் முடிவடைந்தன. முன்பு குரோதன வருசம், மாசி மாசம் 4-ஆம் தேதி, *(1746, பிப்ரவரி-12)* நமக்கு சத்துருவாக இருந்த கனகராய முதலியார் செத்துப்போனார். ஆக இது பதின்மூன்று வருசத்துக்கு முன் தொடங்கி இந்தப் பன்னிரண்டாம் வருசம் முடிந்துவிட்டது.

பவ வருசம் மாசி மாசம் பொல்லாப்பைத் தொடங்கி நடப்பிச்சிய சின்ன துரையால் இன்று, முசியே சுப்பீரும், முசியே லெறியும் இருக்கும்போது, நம்மைப் பற்றிய நல்ல பேச்சு நடந்தது. ராச சம்மதியில் ஏற்பட்ட தோஷம் அடிபட்டதால், இத்தோடு தோஷ காலம் நல்லபடியாகப் போய்விட்டது.

இனிமேல் அனுகூலமாய் நல்லபடியாக நடக்கும் என்று யோசனை பண்ணிக்கொண்டிருந்தோம். முசியே லாலி இந்த மாசத்தில் சீக்கிரம் வந்து சேர்வார். நமக்கு மெத்த அனுகூலங்கள் செய்வாரென்று யோசனை பண்ணிக் கொண்டோம்.

1758 ளு பிப்ரேயிரு மீ 17 ௳;
ஈசுவர ளு மாசி மீ 9 ௳; சுக்கிரவாரம்

இத்தனாள் பன்னிரண்டு மணிக்குக் கேள்விப்பட்ட சேதி; சுலுப்பு ஒன்று பிரான்சுக்குப் பயணமாக இருந்தது. அதில் கொடுத்தனுப்பும் காகிதத்தில், மாடியில் இருந்து கீழே வந்து, கணக்கு எழுதுகிற காம்பிராவில், முசியே லெறி, கோன்சேலியரும் கூடி கையெழுத்துப் போட்டார்கள். அப்போது முசியே கில்லியார் சிறிது காரியங்களில் தாம் கையெழுத்துப் போடவில்லை என்று வீட்டுக்கு வந்தபோது சொன்னார் என்று சேதி சொன்னார்கள். முசியே கில்லியார் மட்டுமா, சின்ன துரை, முசியே புலோவும்கூட தமக்குச் சம்மதியான காரியங்களில் மாத்திரம் கையெழுத்திட்டிருப்பார்கள். சம்மதி இல்லாவிட்டால் கையெழுத்துப் போடமாட்டார்கள். இது வாடிக்கைதானே என்று அப்போது எண்ணிக்கொண்டோம்.

அப்பால் ஆறு மணிக்கு, ஆனந்த தீர்த்தாச்சாரியார் வந்து சொன்ன சேதி; நானாவின் மனுஷனான அமிர்த ராயன் வாணியம்பாடி, திருப்பத்தூர் கோட்டைப் பேரிலே சண்டைக்குப் போனான். அந்தக் கோட்டைப் பட்டாணியர்களின் கோட்டை. அதில் இருப்பது நவாயித்தார் *(காலஞ்சென்ற நவாப் தோஸ்த் அலியின் குடும்பத்தினர்*

இருந்தனர். முகம்மதலியுடைய வாலாஜா குடும்பம்). அவர்கள் தாங்கள் சண்டைக்கு வருவதாகச் சொல்லி அனுப்பினார்கள்.

அவ்வாறே சண்டைக்கு வரச் சொல்லி, அமிர்தராயரும் அவர்களுக்குச் சொல்லி அனுப்பினார். தம்முடைய பவுன்சை மூன்று பங்குகளாகப் பிரித்து, மூன்று இடங்களில் நிற்க வைத்தார். தாம் பத்துக் குதிரைகளுடன் போய் மறைவிடத்தில் இருந்தார்.

அவர் அப்படியிருக்கிற சேதியை திருப்பத்தூர் கோட்டைக்காரர்கள் உளவறிந்து கொண்டனர். இருநூறு குதிரைக்காரர்கள் புறப்பட்டு மலையடிவாரமாக வந்து, அமிர்தராயர் மறைந்திருந்த இடத்துக்கு வந்தனர். அமிர்தராயர் எழுந்து, குதிரைமேல் ஏறிக்கொண்டு, பத்துக் குதிரை வீரர்களுடன் அவர்கள் பேரிலே சண்டையிட்டார். அப்போது, கோட்டைக் காரர்களின் பத்துக் குதிரைகள் செத்துப்போனது.

உடனே, அவர்கள், இந்தப் பத்துக் குதிரைகளையும் வெட்டிப் போட்டனர். அமிர்தராயரையும் வெட்டினர். அவருக்கு முப்பது காயங்கள் ஏற்பட்டன. அவரைத் திருப்பூர்க் கோட்டைக்கு எடுத்துக் கொண்டு போய், காயங்களுக்குக் கட்டுப் போட்டனர். மூன்றாம் முறை கட்டுகளை அவிழ்த்தபோது, அமிருதராயர் செத்துப்போனார். அவருடைய பவுன்சும் பின்வாங்கிப் போய்விட்டது. இது சேதி;

1758 ஷு பிப்ரேயி மீ 24 வ;
ஈசுவர ஷு மாசி மீ 16 வ; சுக்கிரவாரம்

இத்தனாள் கேள்விப்பட்ட சேதி; இந்தச் சேதியை சென்னப் பட்டணத்தில் இருந்து வந்தவர்கள் அங்கங்கே சொல்லிக் கொண்டார்கள். மேஸ்தர் கிளேவிசை *(கிளைவ்)* வங்காளத்து நவாபு அழைத்தார். அப்போது மேஸ்தர் கிளைவ் அய்யாயிரம் பேர்களுடன் போனார். வெளியே கூடாரம் போட்டு, அதில் வந்து சந்தித்து, முப்பத்தாறு யானைகளையும், அனேகமாய் முத்துச் சீரா *(முத்துகள் பதித்த காலணி)* வகையிறா வஸ்துக்களையும் வெகுமதி கொடுத்து, அத்தனைப் பேர்களையும் கூடாரத்தில் விருந்தும் சாப்பிட வைத்தனர்.

அவர்கள் மிக நேர்த்தியாய் விருந்தைச் சாப்பிட்டுவிட்டு, கூடாரத்திலேயே படுத்துக் கொண்டார்கள். அப்படிப் படுத்தவர்கள் படுத்தபடியே எல்லோரும் செத்துப் போனார்கள். அவர்களில் நூறு பேர் தப்பித்துக் கல்கத்தாவுக்கு வந்தார்கள்.

இந்தச் சேதி சென்னப்பட்டணத்துக்கு வந்தது. இப்படியான சேதி கேட்கப்பட்டது.

1758 ௵ பிப்ரேயி மீ 25 ௳;
ஈசுவர ௵ மாசி மீ 17 ௳; சனிவாரம்

டங்கா சாலை *(எடை)* குறைவுச் சேதி; *(இது எழுதாமல் விடப் பட்டுள்ளது).*

இத்தனாள் வீட்டில் இருக்கும்போது கேள்விப்பட்ட சேதி; மாசி மாசம் 16-ஆம் நாளான நேத்து முசியே லெறியும், முசே சுப்பீரும் அரியாங்குப்பத்துக்குப் போவதாகப் புறப்பட்டு, அரியாங்குப்பத்தில் தோண்டியெடுக்கப்பட்ட விக்கிரகங்களைப் பார்த்துவிட்டு, அங்கே யிருந்து முந்நூறு சொலுதாதுகள், இருநூறு பாறுக்காரருடனும் ஒரு பீரங்கி, மருந்து, குண்டுகள் ஆகியவற்றுடன் புறப்பட்டு, மரிகிருஷ்ணாபுரம் மட்டுக்கும் போனார்கள். கூடலூரின் குண்டு சாலைக்கு இப்பாலே போய் நின்று, தேவனாம்பட்டணத்தைப் பார்த்தார்கள். பீரங்கியில் குண்டுப் போட்டு, இரண்டு மூன்று வேட்டு சுட்டார்கள். துப்பாகிகளெல்லாம் நாலாறு விடை வரிசையாய்ச் சுட்டார்கள். சுற்று வட்டார கிராமங்களைக் கொள்ளையிட்டார்கள்.

அப்போது மஞ்சக் குப்பம், திருப்பாதிரிப்புலியூர், கூடலூரில் இருந்த சனங்கள் எல்லாரும் மகா பிரியாய் தட்டுகெட்டு தேவனாம்பட்டணத்துக் கோட்டைக்கு அருகில் வந்து ஒதுங்கினார்கள். அப்போது தேவனாம்பட்டணத்து கப்பித்தான் இவர்களைப் பார்த்து, நான்கு பீரங்கிகளைச் சுட்டான். அதனால், இவர்கள் திரும்பிக்கொண்டு வந்தார்கள். இன்னும் நான்கைந்து, நாளில் பவுன்சு புறப்பட்டுத் தேவனாம்பட்டணத்துக் கோட்டை பேரிலே சண்டைக்குப் போக இருக்கின்றன. எல்லாரும் பெரம்பையில் போய்த் தங்கியிருக்கிறார்கள் என்று கூடப்போன ஒப்பிசியேல்மார் சொன்னார்கள். முசியே லெறி சீமைக்கு குத்தகையை எழுதி வைத்த கணக்கு வயணமாவது ;

1758-ஆம் வருசம் பிப்ரேயிரு மாசம் 21-ஆம் தேதி, ஈசுவர வருசம் மாசி மாசம் 13-ஆம் நாளுக்குள்ளாக சீமைக்குப் பாயெடுத்துப்போன சுலுப்பிலே முசே லெறி கும்பினியின் தஸ்திரங்களையும், கணக்கு களையும் கடுதாசி வகையிறா அனுப்பி வைத்தார். அதில் நம்முடைய கணக்கையும் எழுதி, கும்பினியாருக்கு அனுப்பி வைத்தார். புடைவைக் கணக்கிலும், செம்மரக் கணக்கிலும் பற்று வரவு சரியாக எழுதியிருக்கிறது.

குத்தகைக் கணக்கில் கட்டியதுபோக பாக்கி எழுதப்பட்டிருந்தது. பவ, யுவ வருசங்கள் *(1754-56)* இரண்டுக்கும் நாம் வாங்கிய குத்தகைப்படி செல்லு *(செலுத்தியது)* போக முதல் அறுத்திக்கிலேயியே *(article)* நாம் எழுதி வைத்த பாக்கி ஆறு லட்சத்து முப்பத்தோராயிரத்து எழுநூற்று எண்பத்திரண்டு ரூபாய் *(6,31,782)*. இரண்டாம் அறுத்திக்கிலேயிலே நாம் செலுத்திய செல்லு இரண்டு லட்சத்து நாற்பத்தேழாயிரத்து நூற்றெண்பத்தேழு ரூபாய் *(2,47,187)*. ஆக பாக்கி என்று நாம் எழுதிக் கொடுத்தது மூன்று லட்சத்து எண்பத்து நான்காயிரத்து, ஐந்நூற்றுத் தொண்ணூற்றைந்து ரூபாய் *(3,84,595)*. அவர்கள் 6,05,083 ரூபாய் பாக்கி என்று எழுதியிருந்தார்கள். இது என்னவென்று எண்ணிப் பார்த்தோம். கணக்கில் நாம் எழுதிய முதல் அறுத்திக்கிலில் பவ, யுவ ஆகிய இரண்டு வருசங்களுக்கான குத்தகை ரூபாய் 30,15,600 *(ரூபாய் முப்பது லட்சத்து பதினைந்தாயிரத்து அறுநூறு)*.

இதில் ரொக்கம் செல்லு, தானியமாகக் கொடுத்தது, சிப்பாய்கள் சம்பளம், கொம்மாந்தான்கள் *(கொள்ளை)* பற்று, முத்தண்டல் ரூபாய் உட்பட செலவான ரொக்கம் ரூபாய் 23,83,817 *(இருபத்து மூன்று லட்சத்து, எண்பத்து மூவாயிரத்து, எண்ணூற்றுப் பதினேழு)*. ஆக பாக்கி ரூபாய் 6,31,783 *(ரூபாய் ஆறு லட்சத்து முப்பத்தோராயிரத்து எழுநூற்று எண்பத்து மூன்று. தமிழிப் பதிப்பில் 6,37,782 என உள்ளது)*.

இரண்டாம் அறுத்திகில் நமக்கு முசுறா *(கமிஷன்)* வர வேண்டியது, சாமீன்தாரராகிய வெள்ளைக்காரர்களுக்குக் கொடுத்தது, கொம்மாந்தான் பலவந்தமாய் வாங்கிக் கொண்டது, அவர்களின் ரோஷ்ட்டுனால் *(தொந்தரைகளால்)* வந்த நஷ்டம், ஏரி, வாய்க்கால் வெட்டிய செலவு போக நமக்கு வரவேண்டியது ருபாய் 2,47,187. அதில் 26,699 ரூபாயை மாத்திரம் பற்று எழுதி வைத்து, மீதியை அவர்கள் பாக்கி என்று எழுதியது 6,05, 083 ரூபாய் என்று யோசனை பண்ணிக்கொண்டோம்.

இப்போது தாது வருசத்துக்கான *(1756-57)* குத்தகைப் பணம் ரூ.18,84,996. அதில் ருசுமு சாதல்வார் வகையிறா *(ருசுமு, சாதல்வார் என்பன மரபுப்படி சிலருக்குக் கொடுக்க வெண்டியதும், சில்லரை செலவீனங்களுமாகும்)* நூத்துக்குப் பத்து விழுக்காடு ரூ.1,88,094, ஆக ரூபாய் 20,73,440 *(ஆங்கிலப் பதிப்பில் 20,73,495 என்றுள்ளது)* பழைய நிலுவை உட்பட ரூபாய் 26,78,523 *(26,78,578 என்றிருக்க வேண்டும்)* என்று எழுதிக் கொண்டனர். அதில் கட்டிய தொகையான ரூபாய் 7,91,388 போக, தாது வருசம் ஆடி முதல் ஈசுவர வருசம் ஆவணி வரை 1757ஆம்

வருசம், ஜூன் மாசம் வரை ரூபாய் 18,87,735 செலுத்தியதாக சின்ன துரை வகையிறாக்கள் கோன்சேலியர்கள் சொன்னதும், சவரிராயப் பிள்ளை எழுதியதும் இருக்கப் பிரான்சுக்கு அனுப்பிய கணக்கில் செலுத்திய தொகை ரூபாய் 13 லக்ஷம் என்று இருக்கக் காரணம் என்னவென்று எண்ணிப் பார்த்தோம். நம்முடைய சீமைக்கு அனுப்பின கணக்கிலே செல்லு ரூபாய் 7,91,388 எழுதினது என்று யோசிச்சு பார்த்தோம்.

அப்போது நமக்குத் தோணப்பட்டது; தாது வருசத்தில் நம்முடைய குத்தகை 18 லக்ஷம் சிலுவானம் *(சில்லரை)* ரூபாய்க்கு இவர் நூத்துக்குப் பத்து விழுக்காடு ருசுமு சாதல்வார் கூட்டி எழுதினார்களே, அதன்படி பவ, யுவ ஆகிய இரண்டு வருசங்களுக்கு மூன்று லட்ச ரூபாயும், திருவெண்ணெய் நல்லூர், அசுப்பூர் கோன்சேல் சாகீராக விட்ட வகையில் இரண்டு வருசங்களுக்கு இரண்டு லட்ச ரூபாயும் ஆக இந்த அஞ்சு லட்சத்துச் சிலுவானம் ரூபாயை, நாம் செலுத்திய பணத்தில் கழித்துவிட்டார்.

மீதிக் கிரயத்தை மாத்திரம் கட்டியதாக எழுதி நிலுவையைக் குறித்தார். இப்படிக் கழித்த பணம் தம்மால் கும்பினியாருக்கு வரு மானம் வந்ததாகக் காட்டிக் கொள்வதற்காக இப்படி எழுதியிருக்க வேண்டும். இல்லாவிட்டால், பதின்மூன்று லட்ச ரூபாய் செலுத்தியிருக்க எட்டு லட்ச ரூபாயை மாத்திரம் கணக்கில் காட்டியதேன்? என்று எண்ணிப் பார்த்தோம்.

இதன்படி அவர்கள் எழுதிய கணக்கு நிசமே. ஆனால், அதற்கு நான் சொல்கிற வயணமாவது; பவ, யுவ வருசம் சீமா மூலங்களுக்குப் போய் விளக்கமாகத் தெரிந்துகொண்டு வந்த இரண்டு கோன்சேலியர்கள், என்னுடைய பாக்கி ரூபாய், 3,84,595 என்று எழுதி வந்தார்கள். குமுசாயர் விசாரிச்சு எழுதி வந்தபடிக்கு கொம்மாந்தான்கள் சாரா வாரியாய் வாங்கியதையும், அவர்களால் வந்த நஷ்டத்தையும், சாமீன்தார் சீமைகளுக்குப்போய், சகல அமுலும் பண்ணி, தங்களுக்கு வேண்டிய பணமெல்லாம் எடுத்துக்கொண்டு வந்ததையும் குமுசாயர்கள் கேட்டறிந்து எழுதி வந்தார்கள்.

அதன்படி நான் பைத்து *(பற்று)* எழுதி வைத்தேன். ஆனால் சாமீன்தார் அமுல்தாரிடமிருந்து பணம் வர வேண்டும் என்று சொன்ன தால் என்னைக் கொடுக்கச் சொல்லி, பலவந்தமாய் என் கையில் வாங்கிக் கொடுத்ததையும், குத்தகைக் காரியத்தில் குஸ்துமாது *(வருசந்தோறும்)* நடக்கிற வாடிக்கைப்படி ஏரிக் கால்வாய் வெட்டிய செலவையும்

ரூபாய் 2,47,187 என்று குமுசாயர்கள் எழுதிக்கொண்டு வந்தார்கள். அதில் 26,000 ரூபாயை மாத்திரம் ஏற்றுக்கொண்டு, மற்ற கிரயத்தை எந்த நியாயத்தின்படி நீக்கினார்கள்? இந்தப் பணம் நமக்கு வர வேண்டும். தாது வருசத்தில் குத்தகைப் பணத்தில் ருசுமுசாதல்வார் சிலுவானம் செலவுகளையும் கூட்டி எழுதினார் அல்லவா? அப்படிக் கூட்டி எழுதுவது நியாயமில்லை. முசே கொதே குத்தகைக் காரியத்தை முசியே திலார்சிடம் பொறுப்பளித்தார். அவரும், ரங்கப்ப முதலியும் சீமா மூலத்தில் கேட்டறிந்து பதினொரு வருசத்துக்கான குத்தகைக் கணக்கைத் தீர்த்து வந்து சொன்னார்கள்.

அந்தக் கணக்கைப் பார்த்த முசே கொதே என்னை அழைத்தார். "முசியே திலார்சு இப்படியாகக் கணக்கெழுதிக் கொண்டு வந்தார். அந்தத் தொகை மிகவும் கொஞ்சமென்று எனக்குத் தோன்றுகிறது. நீர் குத்தகைக்காரராக இருந்தபோது, சீமையும் நல்லபடியாக இருந்தது. அத்தனை கலாபங்கள் நடந்தபோதும் கூட கும்பினியாருக்குக் குறைவில்லாமல் பணம் வந்தது என்று நாம் கேள்விப்பட்டிருக்கிறோம். இப்போதும் கும்பினியாரின் காரியங்களை எல்லாம் நீர் பாத்தியனா யிருக்கிறீர். ஆகையால், இந்தக் குத்தகை காரியத்தையும் நீரே எடுத்துக்கொள்ள வேண்டும். நீரே இந்தக் குத்தகையை எடுத்துக் கொண்டு அவர்கள் கொடுத்த கிரயத்தை விட ஒன்றரை லட்ச ரூபாய் அதிகமாகத் தருவதாக ஏற்றுக்கொண்டு, காரியத்தைக் கவனி" என்று சொன்னார்.

அதற்கு நான், "இந்தக் குத்தகைக் காரியம் எனக்கு வெகு பிரயாசை. சொன்னபடி பணம் வராது. அதல்லாமல், இந்தக் கலாபத்தினால் சீமைகள் எல்லாம் கெட்டுப்போய் விட்டன. கும்பினியாருக்குப் பணம் கட்டுவது மெத்த பிரயாசையாக இருக்கும். சீமைகளைப் பழையபடி உருவாக்க வேண்டுமானால் முன் பணத்தைச் செலவுசெய்து, ஊரைவிட்டு வெளியேறிப்போன குடிகளை எல்லாம் திரும்ப வரவழைத்து வார்க்க சார்க்கம் *(வாரம்)* கொடுத்து, பயிர் சாகுபடி பண்ணுவிக்க வேண்டும். இப்படி உருவாக்க இரண்டு வருசம் ஆகும். இப்படியிருக்க கும்பினி யாருக்குப் பணம் கட்டுவது கடினமாக இருக்கும்" என்று தாழ்மையுடன் சொல்லிக் கொண்டேன்.

அதற்கு, "நீர் அப்படி நினைக்க வேண்டாம். கும்பினியாரின் காரியத்தில் நீர் நல்ல மனதுடன் பிரயாசைப்பட்டு பார்க்க வேண்டிய பாரம் உள்ளவர். உமக்கு எந்தக் காரியத்தை எப்படி நடப்பிச்சி வைக்க

வேண்டுமோ, அப்படி நடப்பிச்சி வைக்க வேண்டியது எங்களுடைய பாத்தியம். எனவே, நீர் எதையும் நினைக்காமல், ஏற்றுக்கொண்டு காரியத்தைப் பாரும். இந்தக் குத்தகை காரியத்தை எப்போதும் உம்முடைய வசத்திலே நடக்கும்படிச் செய்கிறோம். இப்போது அஞ்சு வருசங்களுக்குக் குத்தகையை முடிவு பண்ணிக் கொடுக்கிறோம். அந்தக் குத்தகைப்படி ஒரு வருசத்தில் பணம் செலுத்த முடியாமல் போனால், அடுத்த வருசத்தில் சேர்த்து வாங்கிக்கொள்கிறேன். அந்தக் குத்தகைப் பணத்தைச் செலுத்துவதும், செலவு செய்வதும், கட்டியதும், பாக்கியும் ஆகக் கணக்குப் பார்த்துக் கொள்வதும் தவிர உனக்கு மற்ற சோலியும் அக்கறையும் இல்லை. குத்தகைக் காரியத்தில் ஏற்படுகிற எந்த ஆதாயமோ, குஸ்துமாக்கள் உன்னுடையது. மற்றபடி குத்தகையை மாமூல் செய்வது, கண்டித்து நடத்துவது, தண்டிப்பது, கொடுக்கல், வாங்கல் வகையிறாக்கள் சகல எக்குத்தியேரும் *(அதிகாரங்களும்)* முன்பு சுபா பண்ணுகிறவனுக்குத் ***(Subehdar)*** தரப்பட்டதைப்போல், நீரும் நடப்பிச்சிக் கொள்ளலாம்.

இதையெல்லாம் கேட்க முசியே கோவர்ணதோர்க்கும் அதிகாரமில்லை. முசியே கோவர்ணதோர் உனக்கு என்னென்ன உதவிகள் வேண்டுமோ, அதையெல்லாம் முசியே கோவர்ண தோர் செய்து தரும்படியாக ஒடுதி கொடுத்திருக்கிறோம். எனவே, நீர் எதுவும் நினைத்துக் கொள்ளாமல், கும்பினியாருக்கு வருமானம் அதிகமாக வரும்படி, வருசத்துக்கு வருசம் குத்தகைக் கிரயத்தை அதிகமாக்கிக் கொடுத்து வா. உனக்குக் குத்தகை கொடுத்துவிட்டதால், சகல வருமானமும் உன்னுடையதே தவிர, கும்பினியாருக்குக் கவை யில்லை” என்று சொன்னார்.

அப்படியிருக்க, ருசுமு சாதல்வார் *(கூத்தாடிகளுக்கான செலவை யும்)*, சிலுவானம் *(சில்லரை)* செலவையும், குத்தகைப் பணத்தை கூட்டி எழுதியது நியாயமில்லை. அதைத் தள்ளுபடி செய்ய வேண்டும். எனக்கு யாரேனும் குத்தகைப் பணம் தராமல் நின்று போனால், நான் அதை கோன்சேலிடம் சொன்னால், கும்பினியார் அதைத் தண்டல் செய்து கொள்வார்கள் என்று ஒடுதி கொடுக்கப்பட்டிருக்கிறது. இப்படியெல்லாம் இருக்க, குத்தகையைக் கூட்டி எழுதவும், கட்டிய பணத்தைத் தள்ளுபடி செய்யவும் என்ன நியாயம் இருக்கிறது? என்னிடம் முசியே தெவோ சொன்னபடி கும்பினியாரின் பணம் போக, வருசம் ஒன்றுக்கு இருபத்தொரு *(21,00,000)* லக்ஷம் ரூபாயும், முன் பாக்கி 13 லட்சத்தில் பணம் நான்கு லக்ஷம் போக, மீதி ஒன்பது லட்சமும் ஆக முப்பது லக்ஷம்

வர வேண்டும். இந்தத் தாது வருசத்தில், ஆனி மாசம் முதற்கொண்டு குமுசாயர்கள் இச்சீமைகளைப் போய்ப் பார்த்து, நம்முடைய வசம் தராமல், முசியே தெவோவின் வசம் தந்தார்கள். உமக்கான ஆதாயத்தை நீர் வாங்கிக்கொள்ளும் என்று சொல்லிவிட்டு தாது வருசம், ஈசுவர வருசம் ஆகிய இந்த இரண்டு வருசங்களாக அவர்களே சகல நிருவாகத்தையும் தங்கள் சரிபோனபடிக்கு செய்து கொண்டார்கள். நம்முடைய பேர் ஊரில் இருக்கிறதோ? இல்லையோ என்று செய்துவிட்டார்கள். நம்மிடம் ஒரு சொல் கூட கேட்பதில்லை. அவர்கள் சரிபோனபடிக்குச் சகல காரியத்தையும் நடப்பிச்சிக் கொண்டார்கள்.

நம்முடைய பழைய பாக்கியைக் கூட நாம் கேட்கக் கூடாது என்றும், அமுல்தாரன்களிடம் நாம் பேசக் கூடாதென்றும் அமுல்தாரர்கள் நம்மிடம் குத்தகைப் பேச்சு இல்லாமல், பொதுவாகக் கூடப் பேசக் கூடாதென்றும், பார்க்கக் கூடாதென்றும், இப்படியெல்லாம் அவர்களின் சரிபோனபடிக்கு நடப்பிச்சிக்கொண்டு போனார்கள். அதனால், இருபது லட்ச ரூபாய் வரவேண்டிய குத்தகைப் பணம் பதின்மூன்று லக்ஷம்தான் வந்தது. நம்முடைய அமுலுக்கு பவ, யுவ ஆகிய இரண்டு வருசங்களில் ஏற்பட்ட உள் நஷ்டத்தையும் ஏற்றுக்கொண்டு தரவேண்டும்.

எனவே, இந்த மூன்று வருசங்களுக்காக இருபத்தொரு லட்சரூபாயும் (21,00,000) பழைய பாக்கி ரூபாய் 13,00,000 உம் இரண்டு வருசங்களுக்கான உள்ளிழப்பு 8,00,000 ரூபாயும் ஆக 42,00,000 ரூபாய் கும்பினியார் கொடுக்க வேண்டும். அப்படியெல்லாம் இருக்க, இப்போது கும்பினியாருக்கு அனுப்பிய தஸ்திரத்தில் பவ, யுவ வருச குத்தகையில், ருசுமு சாதல்வாரு உசத்தி எழுதவும், நாம் குத்தகை நம்முதாய் வைக்கச் செல்லு பாக்கி நம்முடைய பேரிலே எழுதவும் என்ன நியாயம் இருக்கிறது?

முன்பு நமக்கு அஞ்சு வருசங்களுக்குக் குத்தகைக் கொடுத்த சீமையில் அரையே அரைக்கால் (5/8) வாசி தொகை கிடைக்கிற சீமைகளை குமுசாயருக்கு வாங்கிக் கொடுத்துவிட்டார்கள். சீமை அமுல் நடத்த வேண்டிய முறைப்படி நடத்தவில்லை, வரவேண்டிய பணத்துக்கு நஷ்டம் ஏற்படுகிறதே என்று எண்ணாமல், கலீல் *(இடையூறு)* செய்கிற மனுஷர்களுக்கு சகாயம் பண்ணினார்கள். குத்தகை எடுத்தவனுக்கு மத்தத்து செய்து, குத்தகைப் பணத்துக்கு லுக்குசான் *(நஷ்டம்)* வருகுது என்றும் சீமை அழிஞ்சுப் போகுதென்றும் நினைக்கவில்லை. தங்கள்

பிரயோசம் *(சொந்த நலன்)* மாத்திரம் நினைத்து, நியாயமில்லாமல், துரைத்தனம் தங்கள் கையில் இருக்கிறது என்று தங்கள் சரிபோனபடிக்கு நடந்து கொண்டார்கள். தங்களைக் கேள்வி கேட்க யாருமில்லை என்று தங்கள் மனம் போல நடப்பிச்சி வந்தபடி, இப்போது இந்தக் கணக்கையும் தங்கள் சரி போனபடி அவர்கள் வீட்டுக்குள் இருந்து எழுதிக் கொண்டார்கள். நமக்குச் சரி சமமானவர்கள் தவறு செய்தால், நாம் போய் ஆள்வோரிடம் சொல்லலாம். அவர்கள் கேட்டறிந்து, தீர்த்து வைத்து, அதற்கான ஒடுதியிடுவது, தண்டத்தொகை கட்ட வைப்பது வகையிறா காரியங்கள் நடக்கும். ஆள்வோரே இப்படி நியாய மில்லாமல், தவறாக நடந்துகொண்டாரே, இவருக்கு மேலே ஒருத்தன் இருந்தால் அவரிடம் போய்ச் சொல்லிக் கொள்ளலாம். இவருக்கு மேல் ஒருத்தரும் இல்லை. எனவே, பிரபுவாய் இருக்கிறவர் தவறை, தெய்வம் கேட்க வேண்டுமே தவிர, மனுஷர் கேட்க வேண்டியதில்லை. அதனால், மனம் பொறுத்துக்கொண்டு, காலத்தின் பேரிலே பாரத்தைப் போட்டுவிட்டு, அமைதியாக இருக்க வேண்டியது.

1758 ௵ பிப்ரேயி ௴ 26 உ;
ஈசுவர ௵ மாசி ௴ 18 உ; ஆதிவாரம்

இத்தனாள் கேள்வியான சேதி; வெள்ளிக்கிழமை தினம் அன்று பங்காளத்திலிருந்து பத்துக் கப்பல் சென்னப்பட்டணத்துக்கு வந்தது. அவற்றைக் கண்டவுடன் பிரெஞ்சுக் கப்பல் என்று பிரமிச்சு *(அச்சப்பட்டு)*, பட்டணத்தில் இருந்த சகலமான சனங்களும் அலைந்து, மேற்கே ஓடினார்கள். வெள்ளைக்காரர்களும் தட்டுகெட்டு பீரங்கிகளில் மருந்தைப்போட்டு, ஏற்பாடாக இருந்தார்கள். அப்படிக் கலக்கத்துடன் இருந்தபோது, கப்பலில் வட்டக் கொடி போட்டுக் கொண்டு, அடையாளம் காட்டிக் கொண்டு வந்தனர். அதனால், இங்கிரேசுக்காரர் கப்பல் என்று அறிந்து கொண்டு, ஓடிப் போனவர்கள் எல்லாரும் திரும்ப அவரவர் வீட்டுக்கு வந்தார்களாம். பங்காளத்தில் காய்ச்சல் பரவி, இங்கிரேசுக்காரரில் பத்தாயிரம், பன்னிரண்டாயிரம் வெகு சனம் செத்துப்போனார்கள் என்றும், மேஸ்தர் கிளேவிசு *(கிளைவ்)* சுகமாக இருக்கிறார் என்று சொல்லிக்கொண்டார்கள் என்றும் கேட்கப்பட்டது.

அப்பால், ஒன்பது மணிக்கு ஒப்பிசியேல்மார் வந்து சொன்ன சேதி; சூரத்திலிருந்து, சீமைக் காகிதம் வந்தது. கன்னட ராசாவும் ***(king of Kannada)***, காப்பிரியும், இங்கிரேசுக்காரரும் ஒருமித்து இருந்தார்கள்.

பிரான்சு ராசா கனடா ராச்சியத்தைப் பிடிப்பதற்காகப் பவுன்சு அனுப்பினார். இங்கிரேசுக்காரர் தங்களுக்கு உதவியாக புருசு *(Prussia)* என்ற ராசாவைச் சேர்த்துக் கொண்டார்கள். சண்டை நடந்தபோது,

அந்த ராசா மகன் செத்துப்போனான். வெகு சனங்கள் சண்டையில் செத்துப்போனார்கள். புருசு ராசா சண்டையிட முடியாமல், பின்வாங்கிப் போய்விட்டார். அப்பால், இங்கிரேசுக்காரருடன் சமாதானம் ஆனது என்றும், ஆகவில்லை என்றும் எழுதி வந்ததாகச் சொன்னார்கள்.

1758 ௵ பிப்ரேயி ௴ 27 ௳;
ஈசுவர ௵ மாசி ௴ 19 ௳; சோமவாரம்

இத்தனாள் வட்டியைக் குறைத்து அறிவித்து தமுக்குப்போட்டு, நாலு கோட்டை வாசல்களிலும் கடுதாசி எழுதி ஒட்டினார்கள். நேத்து மாசி 18-ஆம் தேதி ஆதிவாரம் அன்று நடந்த சேதி;

முன்பு முசே கொதேவின் நாளையிலே *(ஆட்சிக் காலத்தில்)* வெள்ளைக்காரருக்கு வட்டிக்குக் கொடுத்தால் வருசம் ஒன்றுக்கு 100-க்கு 8 விழுக்காடு வட்டி வாங்கிக் கொள்வது என்றும், தமிழருக்கு வட்டிக்குக் கொடுத்தால், 100-க்கு 12 விழுக்காடு வாங்கிக்கொள்வது என்றும் நடந்து வந்தது. இந்தப்படிக்கு அவர் துரைத்தனத்திலே நடந்து வந்தது. பவ வருசம், மாசி மாசம் 9-ஆம் தேதி *(1755, பிப்ரவரி-17)* முசே கொதே பிரான்சுக்குக் கப்பலேறிப்போன அப்பால், முசே லெறி அவர்கள் பங்காளத்தில் இருந்து, இங்கே துரைத்தனத்துக்கு வந்தார். அதன் அப்பால், முன்பு நடந்த நடைமுறை தப்பி, அவரவர் சரிபோனபடிக்கு மாசம் ஒன்றுக்கு 100-க்கு 12 என்பதாக வட்டி வாங்கிக்கொண்டுவந்தார்கள்.இதுவரைக்கும்என்னநடந்தது? இப்போது எப்படி நடக்கிறது? என்று துரைத்தனம் செய்பவர் கேட்டதில்லை. அப்படிக் கேட்காமல் இருந்த முசியே கோவர்ணதோருக்கு என்ன தோன்றியதோ? என்ன நினைத்தாரோ? தெரியவில்லை. ஒன்பது மணிக்கு கோன்சேல் வரவழைத்து, கோன்சேலைக் கூட்டினார். இனிமேல், வெள்ளைக்காரர்களுக்கு வட்டிக்குக் கொடுத்தால் வருசத்துக்கு 100-க்கு 8 விழுக்காடும், தமிழரிடம் வருசத்துக்கு 100-க்கு 12 விழுக்காடும் வாங்கலாம். அதிகமாக வாங்கக் கூடாது என்று கோன்சேலில் முடிவெடுத்து, கடுதாசிகள் எழுதிக் கோட்டையிலும், வாசற்படிகளிலும் ஒட்டி வைத்து, தமுக்கும் போட வைத்தார்கள்.

1758 மார்ச்

1758 ஆ மார்ச்சு மீ 1 வ;
ஈசுவர ஆ மாசி மீ 21 வ; புதவாரம்

இத்தனாள் போர்த்துகீசியக் கப்பல்காரன் சொன்ன சேதி; தான் பங்காளத்தில் இருந்து இங்கிரேசுக்காரரின் கப்பலுடன் வந்ததாகவும், அப்படி வருகிற வழியில் முசியே லெறி பைகோவுக்கு *(Pegu)* அனுப்பி வைத்த திலிசியாஸ் என்ற கப்பல், பைகோவுக்குப் போய்த் திரும்பி வந்தபோது, இங்கிரேசுக்காரரின் கண்ணில்பட்டது. உடனே அவர்கள் அந்தத் திலிசியாஸ் என்ற கப்பலை முற்றுகையிட்டு, அதைப் பிடித்துக்கொண்டு, சென்னப்பட்டணத்திற்குப் போய்ச் சேர்ந்தார்கள். பங்காளத்துக்கு ஐரோப்பாவில் இருந்து அஞ்சு கப்பல்கள் வந்தன. அங்கே அரிசி வகையிறா சாமான்களை ஏற்றிக்கொண்டு அங்கிருந்த ஏழு கப்பல்களுடன் சேர்ந்துகொண்டு, பன்னிரண்டு கப்பல்களும் சென்னப்பட்டணத்துக்குப் போய்ச் சேர்ந்தன. இவ்வாறாக, போர்த்துகீசியக் கப்பல் கப்பித்தான் சேதி சொல்லிவிட்டுப் போனான்.

அதன் அப்பால், முசியே சுப்பீர் முசியே லெறியைப் பார்த்து, "சென்னப்பட்டணத்துக்குப் பெலன் *(பலம்)* வந்துவிட்டதே! இதற்கு முன் அவர்களுக்கு பெலனில்லாமல், பலகீனமாய் இருந்த நேரத்தில் நாம் போய் பின்னையும் பலகீனம் செய்திருக்க வேண்டும்" என்று சொன்னார்.

பின்னையும், "இப்போது பணம் இல்லையே! சண்டைக்குப் போவதற்கான ஏற்பாடுகளைச் செய்யாமல் இப்படிச் செய்துவிட்டாயே! இப்போதோ அவர்களுக்குப் பெலன் வந்தவிட்டதே! உம்மால் காரியம் கெட்டுப்போச்சு!" என்றும் சொன்னாராம்.

அதற்கு முசியே லெறி, "கும்பினியில் பணமிருந்து நான் பண மில்லை என்ற சொன்னேனா? கும்பினியில் பணம் இல்லாவிட்டால் நான் எங்கேயிருந்து கொடுப்பேன்?" என்று சொன்னாராம். அதற்கு முசியே சுப்பீர், "நீ சொன்னது மெய்தான். கும்பினியில் பணம் எப்படியிருக்கும்? கும்பினிப் பணத்தை எல்லாம் நீங்கள் கும்பலாகப் பங்கு போட்டுக் கொண்டீர்கள். நீங்கள் இப்படி எடுத்துக் கொண்டால், கும்பினியின் பணம் எப்படி இருக்கும்? நீர் இங்கே வந்த அப்பால் போர்த்துக்கீசியக் கப்பலில் பிரான்சுக்கு அனுப்பி வைக்கும்படியாக முசியே தெவோவின் வீட்டில் லட்சத்து இருபதா யிரம் *(1,20,000)* வராகனைத் தயார் பண்ணியிருக்கிறீரே! அந்தச் சேதி

எனக்குத் தெரியாதா? இங்கேயென்றால் சம்பளத்துக்கு ஒரு காசு கூட இல்லையென்று சொல்கிறீர். சீமைக்கு *(பிரான்சுக்கு)* அனுப்பு வதற்கென்றால், பணமிருக்கிறது. குத்தகைச் சீமைகளில் அபந்தரை பண்ணி, கும்பினிக்குப் பணம் சேராதபடி செய்தீர். முசியே தெவோவை வைத்துப் பணத்தை எல்லாம் கையாடிக்கொண்டு போவதும், நடக்கிற சேதிகளும் எனக்கு ஒன்றும் தெரியாது என்று இருக்கிறீர். நான் அதுகளை யெல்லாம் நன்றாகத் தெரிந்திருக்கின்றேன். இப்போது 2,40,000 வராகன் கொடுக்கிறாய்" என்று சொன்னாராம்.

அதற்கு முசியே லெறி, "இப்போது நான் போர்த்துகீசியக் கப்பலில் அனுப்ப 1,20,000 வராகன் வைத்திருப்பதாகச் சொன்னீரே, அதை மாத்திரம் நிரூபம் பண்ணினால் *(உண்மை என்று மெய்ப்பித்தால்)*, நான் இப்போதே 2,40,000 வராகன் கொடுக்கிறேன்" என்று சொன்னாராம். அதற்கு, "நல்லது, அது மாத்திரம் என்ன? எல்லாச் சேதி களையும் தகிக்கத்தாகத் தானே *(வெளிப்படுத்துகிறேன்)*" நான் என்று முசியே சுப்பீர் சொன்னாராம். அதன் அப்பால், முசியே லெறியும், முசியே தெவோவும் பேசிக் கொண்டனர். அந்தப் பேச்சை முசியே தெவோ போய் சவரிராயப் பிள்ளையிடம் சொன்னதாகவும், அவன் வந்து தாண்டவராயப் பிள்ளைக்கு சொல்லி, சவரிராயப் பிள்ளை, தாண்டவராயப் பிள்ளை, சவரிராயப் பிள்ளையின் தம்பி ஆகிய மூவரும் யேகதேசமாய் நீண்ட நேரம், ரொம்ப யோசனையாய்ப் பேசிக்கொண்டதாகக் கேட்கப்பட்டது.

1758 ௵ மார்ச்சு மீ 4 உ;
ஈசுவர ௵ மாசி மீ 24 உ; சனிவாரம்

இத்தனாள் வீட்டில் இருந்தபோது, பன்னிரண்டு மணிக்குக் கேள்விப்பட்ட சேதி; சென்னப்பட்டணத்தில் இருந்து இங்கிரேசுக்காரரின் இரண்டு கப்பல்கள் ஓடிவந்தன. வண்ணாந்துறைக்கு நேரே கிழக்கே கொண்டுபோய் நிறுத்திக்கொண்டனர். ஆலம்புரி, சதுரங்கப்பட்டணம் வகையிறா இதுகளில் இருந்து கட்டக்குச்சிகள், கரிகள், சுண்ணாம்புகள் வகையிறா இவற்றை ஏற்றிக்கொண்டு, வருகிற சலங்குகளைப் பிடித்தார்கள்.

அதைப் பார்த்த குண்டூரார் தங்களுக்கு வடக்கேயிருந்து செம்மரம் முதலான தினுசுகள் வருகின்றனவே! என்று உடனே மனுஷர் களைப் பயணம் பண்ணி அனுப்பித் தங்கள் சலங்குகளை எங்கே கண்டாலும்,

அங்கேயே நிறுத்திக்கொண்டு, சரக்குகளை இறக்கச் சொல்லி அனுப்பி விச்சார்கள் என்று கேள்விப்பட்டது.

1758 ஷு மார்ச்சு மீ 5 வ;
ஈசுவர ஷு மாசி மீ 25 வ; ஆதிவாரம்

இத்தனாள் வீட்டிலேயே இருந்தோம். சாயங்காலம் அஞ்சு மணிக்குக் குதிரை வண்டியில் நாமும், சிரஞ்சீவி அப்பாவு, அப்பாவுவின் குழந்தையான மங்கத்தாள் ஆகியோர் புறப்பட்டு வண்ணாந்துறைக்குப் போனோம். கூடவே, அண்ணாசாமியும் குதிரையேறி வந்தார். அங்கே ராசா மனுஷர் பாறு வச்சு *(பரேட்)* சுட்டனர். அந்த வேடிக்கைகளைப் பார்த்துவிட்டு, ஆறரை மணிக்கு வீட்டுக்கு வந்தபோது கேள்விப்பட்ட சேதியின் வயணம்;

மயிசூரில் இருந்து வர்த்தகர்களின் பணத்தின் நிமித்தியம் நந்திராசாவின் காகிதமும், இரண்டு சீரொப்பாவும் மாசி மாசம் 22-ஆம் நாளான வியாழக்கிழமை அன்று மயிசூரில் இருந்து வந்தன. அன்றைக்கு மைசூர் வக்கீல் வெங்கிட்ட நாரணப்பய்யன் வில்லியநெல்லூரில் இருந்து வந்தார். துரை அவர்களைச் சந்திக்க நேரம் கிடைக்காததால், 23-ஆம் நாளான சுக்கிரவாரம் அன்று மெத்தையில் முசியே லெறியும், முசே சுப்பீரும் சேர்ந்து இருந்தபோது போய்ச் சந்தித்துக் கொண்டார். நந்திராசாவின் காகிதத்தைக் கொடுத்து, சேதிகளையும், சொல்லிப் பணம் தர வேண்டும் என்று கேட்டார். அதற்கு முசே லெறி மறு உத்தாரம் சொல்லாமல், சும்மா இருந்தார். அப்பால் வெங்கிட்ட நாராணப்பய்யன் வில்லியனூரில் தமக்கு வீடு கட்ட வேண்டும். அதற்கு இடமும், சாமான்களும் தர வேண்டும் என்று கேட்டுக்கொண்டார். அதற்கு முசியே லெறி எங்கே வேண்டுமோ, அங்கே கட்டிக்கொள்ளச் சொல்லியும், சாமான்களைக் கொடுக்கச் சொல்லியும் உத்தரவு கொடுத்தார். இப்படியாகச் சேதிகளைக் கேட்கப்பட்டது.

1758 ஷு மார்ச்சு மீ 6 வ;
ஈசுவர ஷு மாசி மீ 26 வ; சோமவாரம்

இத்தனாள் வீட்டிலிருந்தபோது பத்து மணிக்குக் கேள்விப்பட்ட சேதி; முசியே லெறி கோவர்ணதோரும், முசியே சுப்பீர் செனரல் அவர்களும் ரெண்டு பேரும், முசே லாலிக்கும், அவருடன் வருகிறவர்களுக்கும் வீடுகளை ஒதுக்கித் திட்டம் செய்வதற்காகத்

தாங்களே புறப்பட்டனர். கனகராய முதலி வீடு வகையிறா பெரிய வீடுகளாக இருக்கிற வீடுகளில், பல்லக்கை விட்டு இறங்கி, உள்ளே போய்ப் பார்த்தார்கள். இப்படியாக அந்த வீதியில் இருக்கிற வீடுகள், கிடங்குகள் எல்லாவற்றையும் சுற்றிப் பார்த்து, அதன் அப்பால் மீராப் பள்ளிக்குப் போனார்கள் என்று கேட்கப்பட்டுது.

இப்படியிருக்கையில் மச்சிலிப்பந்தரில் இருந்து முசே லெறிக்குக் கடுதாசி கொண்டுவந்த அறுக்காரர் சொன்ன சேதி; முசியே புசி, சலாபத் சங்கு, நானா ஆகிய எல்லாரும் ஒற்றுமையாகி சமாதான ஏற்பட்டது என்றும் சுத்து வட்டம் என்ற இடத்தில் தங்கியிருந்து கடப்பை வகையிறா ராச்சியம் எல்லாம் பிடித்து வைத்திருந்த, பலவந்த ராயன் என்பவனைப் பட்டாணியர்கள் சண்டையில் வெட்டிப்போட்டார்கள் என்றும் சொன்னான். இது மெய்யானால், நானாவின் காரியஸ்தனாகிய பெரிய மனுஷர் அமிருதராயரும் செத்துப்போனதால், பன்னிரண்டு வருசங்களாக உயர்ந்திருந்த நானாவின் பெருமை, இனி தாழுகிற காலம் வந்தது என்று யோசனை பண்ணிக்கொண்டோம். இதல்லாமல் செனரால் முசே லாசு அவர்களின் தம்பி, பங்காளத்துக்குப்போன அப்பால் காசிக்குப் போய்ச் சேர்ந்திருந்தான். அங்கிருந்து டில்லிக்குப்போய் பாதுஷாவைச் சந்தித்த பின் அங்கேயிருந்தும் பவுன்சு கூட்டிக்கொண்டு, பங்காளத்துக்கு வருகிறதாகவும் சேதி சொன்னான்.

1758 ஹு மார்ச்சு மீ 8 வ;
ஈசுவர ஹு மாசி மீ 28 வ; புதவாரம்

இத்தனாள் காலத்தாலே வீட்டுக்குள்ளேயே இருந்தோம். சாயங்காலம் அஞ்சு மணிக்குச் சவாரி கிளம்பி, அண்ணாசாமி, அய்யாசாமி ஆகியோர் உடன் வர, வழுதாவூர் வாசற்படி வழியாக நம்முடைய தோட்டத்துக்குப்போய் ஆறரை மணிக்கு வீட்டுக்கு வந்து அப்பால் பூந்தோட்டக் கச்சேரியே வந்தேன். அங்கேயிருந்தபோது, பிரெஞ்சு ராசா ஒப்பிசியேல்மார் வந்து சொன்ன சேதி; இத்தனாள் காலத்தாலே செனரால் சுப்பீருடன் வந்த ஒப்பிசியேல் மூலமாக ஒருத்தருக்கு முசே லெறி முந்நூறு ரூபாய்க்கு முசியே தெவோவின் பேரில் சீட்டுக் கொடுத்தாராம். அந்தச் சீட்டைக் கொண்டுபோன ராசா ஒப்பிசியேல் முசியே தெவோவின் கையில் கொடுத்து ரூபாய் கேட்டானாம். அதற்கு முசியே தெவோ தம்முடைய கையில் ரூபாய் இல்லை என்று சொன்னானாம். அதற்கு அந்த ஒப்பிசியேல், "முசியே

லெறியும் நீரும் சேர்ந்து கும்பினியின் பணத்தை எல்லாம் கொள்ளை இடுவதென்ன? நாங்கள் பணம் கேட்டால் இல்லை என்பதென்ன?" என்று கேட்டாராம். முசியே தெவோவுக்குக் கோபம் மிகுந்து, வார்த்தை மிஞ்சிப் பேசினாராம். அதனால் ராசா ஒப்பிசியாலுக்குக் கோபம் வந்து, பிரம்பினால் நன்றாய் இரண்டு அடி அடித்தானாம். அதனால் முசியே தெவோ, "எனக்குக் குத்தகைக் காரியம் தேவையில்லை. முசியே லெறியிடம் சொல்லிவிடுகிறேன்" என்று உடனே புறப்பட்டுக் கோட்டைக்கு வந்து முசியே லெறியிடம் சொன்னாராம். உடனே முசியே லெறியும், முசியே தெவோவும் முசே சுப்பீரிடம் போய், இப்படி உங்கள் ஆள் துடுக்காக நடத்துவதென்ன என்று கோபத்துடன் கேட்டார்களாம்.

முசியே சுப்பீருக்கும் கோபம் வந்து, ஓசந்த பேச்சாய் நிராகரிச்சுப் பேசினாராம். "பணம் கொடுக்காமல் இருந்தால் இதுவும் நடக்கும், இன்னும் நடக்கப் போவதும் வேறு இருக்கிறது. இதெல்லாம் முசியே லாலி வந்த பிறகல்லவா தெரியும்?" என்று பின்னையும் வெகு பேச்சுகளை எல்லாம் விஸ்தரிக்கவும், வெகு கூப்பாடாயிப் பேசினாராம். அவர் மெத்த கோபத்துடன் பேசியவுடனே முசியே லெறி தாழ்ந்து போகும்போது இருந்த உருட்டும் கோபமும் அடங்கித் தம்முடைய காம்பிராவிலே வந்தாராம். இனிமேல் என்ன நடக்குமோ என்றும் சொன்னார்கள்.

இங்கிரேசுக்காரரின், சுலுப்பும், கப்பலும் அருகில் வருவதும், தூரம் போவதும், மறைவாகப் போவதும் திரிந்துவிட்டுத் திரும்பி வருவதும் போவதுமாகச் செய்து கொண்டிருந்தார்கள்.

1758 ௵ மார்ச்சு ௴ 9 உ;
ஈசுவர ௵ மாசி ௴ 29 உ; குருவாரம்

இத்தனாள் வெள்ளைக்காரர் வந்து சொன்ன சேதி;

முசியே லாலி லுத்தினாந்து சென்ரல் (லெப்டினென்ட் ஜெனரல்) து ரூவா என்கிறவர் முப்பத்தைந்து கப்பலுடன் அச்சைக்குப் போனார். அங்கிருந்தவர்கள் முன்பு நம் பேரிலே ஒரு குற்றம் இருக்கிறதே, அதன் நிமித்தியம் வந்தார்களோ? என்று எச்சரிக்கையுடன் எண்ணிப்பார்த்துப் பயந்து நடுங்கிப் போனார்கள். முசே லாலியிடம் மனுஷரை அனுப்பிப் பேசினார்கள். "நாம் அதற்காக வரவில்லை. நீங்கள் பயப்படத் தேவையில்லை. தீனி, தண்ணீகள் ஆகியவற்றைக் கப்பலில் ஏற்றிக்கொள்ளும் நிமித்தியம் வந்தோம்" என்று சொன்னார்.

அதன்படி உடன்படிக்கை ஏற்பட்டு தீனி, தண்ணீ வகையிறா இவற்றை ஏற்றுகிறார்கள். அவற்றை ஏற்றிக்கொண்டு வர இருக்கிறார்கள். தரங்கம்பாடியிலிருந்து அச்சைக்குப் பயணம் போயிருந்த கப்பல், அங்கிருந்து தரங்கம்பாடிக்குத் திரும்பி வந்து, இச்சேதியைச் சொல்லவே, தரங்கம்பாடியின் துரை முசியே லெறிக்குக் காகிதம் அனுப்பிவிச்சார்கள். முசியே லெறி நிறுத்தி வைத்திருந்த வேலைகளைத் திரும்பவும் தொடங்கி நடத்துகிறார்கள்.

நேத்து முசியே லெறி, முசியே தெவோ ஆகியோருக்கும் ராசா ஒப்பிசியாலுக்குமிடையே கச்சா *(கடும் விவாதம்)* நடந்து, ஒருவருக் கொருவர் வித்தியாசமாகப் பேசிக் கொண்டனர். எனவே, அவரவர் காம்பிராவில் அவர் தீனி வேறே, இவர் காம்பிராவிலே இவர் தீனி வேறே, இந்தப்படிக்குப் பிரிஞ்சு ஒருத்தருக்கொருத்தர் பேசிக் கொள்ளாமல் இருக்கிறார்கள். முசியே சுப்பீர் என்ன செய்வரோ? என்று முசியே லெறி அவர்களின் மனதில் கலக்கம் பிறந்தது. கும்பினி கொம்மாந்தானாக இருக்கிற முசியே சொபினேவை அழைத்து, “முசே சுப்பீரிடம் சண்டையாக இருப்பதால் அவர் என்ன மோசம் பண்ணுவாரோ, எப்படி?” என்று கேட்டார். அதற்கு முசே சொபினே, “நான் உம் அருகில் இருக்கிறேன். கும்பினி தாலுக்கு ஒப்பிசியேலை எல்லாம் அழைக்கிறேன். சொலுதாதுகள் எல்லாரையும் வரவழைக்கிறேன். அவர் அப்படி நினைத்தால் ஒருகை பார்க்கிறோம். இப்போது நம்முடைய பலத்துமுன் முசே சுப்பீருக்கும் பலம் போதாது. உமக்குப் பயம் தேவையில்லை” என்று தைரியம் சொன்னதாகவும் கேட்கப்பட்டது.

முசியே லெறிக்கும், சுப்பீருக்கும் நடந்த சமாதானம் இதுதான்.

1758 ஹு மார்ச்சு மீ 12 வ;
ஈசுவர ஹு பங்குனி மீ 3 வ; ஆதிவாரம்

இத்தனாள் காலத்தாலே வெளியே போகாமல் வீட்டிலேயே இருந்தோம். சாயங்காலம் அஞ்சு மணிக்குக் காத்து சரீரத்தில் பட்டால் ரத்தம் புஷ்ட்டி உண்டாகுமென்று, வழுதாவூர் வாசற்படி வழியாகப் பயணம் போய் ஆறரை மணிக்கு வீட்டுக்கு வந்தோம். அப்பால் பூந்தோட்டக் கச்சேரியே வந்தபோது, அங்கு பாட்டுக் கேட்பதற்காக வந்திருந்த ராசா ஒப்பிசியேல்மார் சொன்ன சேதி; இதற்கு முன் மாசி மாசம் 28-ஆம் தேதி *(1758 - மார்ச் 8)* சுப்பீர் அவர்கள் தம்முடைய ஒப்பிசியேலுக்குப் பணம் கொடுக்கச் சொல்லி, தம்முடைய சீட்டை

எழுதிக் கொடுத்து முசியே தெவோவிடம் அனுப்பினார். அந்த ஒப்பிசியேல் முசியே தெவோவின் வீட்டுக்குப்போய், அவரின் கையில் சீட்டைக் கொடுத்துப் பணம் கேட்டார். அதற்கு முசியே தெவோ தம் கையில் பணமில்லை என்று சொன்னார். தாம் முசியே லெறியை அறிவோமே தவிர, முசியே சுப்பீரை அறியோம் என்று சொன்னார். அதற்கு அந்த ஒப்பிசியேல், "ராஜ மான்யரான *(மரியாதைக்குரிய)* முசியே சுப்பீரை நீ எப்படி அறிவாய்? நீ புடைவைத் தைக்கிற சிப்பியன் *(தையல்காரன்)*, உன் பெண்டாட்டி வண்ணாத்தி. அவளை நீ முசே லெறிக்குக் கொடுத்து கும்பினிப் பணத்தை எல்லாம் கொள்ளையிட்டாய். அப்படிப்பட்ட நீ முசியே சுப்பீரை எப்படி அறிவாய்? கும்பினிப் பணத்தை எல்லாம் நீயும், முசியே லெறியும் திருடியதற்காகச் சுப்பீர் உங்களைக் கட்டிவைத்து அடித்துத் தூக்கில் போடுவாரே, அப்போது முசியே சுப்பீர் அவர்களை நீ நன்றாக அறிவாய்" என்று சொன்னார். முசியே தெவோ உடனே, புறப்பட்டு கோட்டைக்கு வந்து முசியே லெறியிடம் அந்த ஒப்பிசியேல் சொன்ன சேதிகளை எல்லாம் சொன்னார்.

முசியே லெறியும், முசியே தெவோவும், முசியே சுப்பீரும் அவர்களின் காம்பிராவிலே வந்தனர். முசியே லெறி சுப்பீரிடம், "உன்னுடைய ஒப்பிசியேல் போய் முசியே தெவோவிடம் இப்படியெல்லாம் சொன்னாராம். இப்படியெல்லாம் சொல்வதுண்டா?" என்று கேட்டாராம். அதற்கு முசியே சுப்பீர், "நீ கேட்க வேண்டியது நியாயந்தான். கும்பினிப் பணத்தை எல்லாம் நீங்கள் அஞ்சு பேராய்த் திருடினீர்கள். இதில் ஆதியிலேயே திருடியவன் முசியே திலார்சு ஒருத்தன். அந்தப் பணம் தம்மிடம் இருந்தால் போதும் என்று இருக்கி றான். இப்போது நீ ஒருத்தன், முசியேபெடுத்தல் மீ ஒருத்தன், முசியே தெவோ ஒருத்தன், முசியே பொசேத்து ஒருத்தன். நீங்கள் நான்கு பேரும் இப்போது திருடிக் கொண்டிருக்கிறீர்கள். முசியே லாலி ராசா ஒடுதியைக் கொண்டு வருகிறார் என்பதை நீங்கள் அறிகிறீர்கள். திருடிய பணம் எல்லாம் ராசாவைச் சேரவேண்டியது.

உங்கள் திருட்டுகளுக்கெல்லாம் என் கையில் கணக்கு இருக்கிறது. கும்பினியில் சேவிக்கிறவன் நீ. உனக்கு கிடைக்கிற சம்பளம் குறைவாக இருக்க எப்படி அதிகம் செலவு செய்கிறாய்? உனக்கு வீடு எப்படி வந்தது? கண்ணாடிகள் தட்டுமுட்டு சாமான்கள் எப்படி வந்தது? உனக்கு இத்தனைப் பணம் எப்படி வந்தது? வியாபாரம் பண்ணினாயா? எந்த வகையில் உனக்கு வந்தது?" என்று கடுமையாகக் குற்றம் சாட்டினார். "அதற்கெல்லாம் கணக்கைக்

கொண்டுவரச் சொல்வோம். அதற்கு வயணம் சொல்லாதவனின் ஆஸ்திபாஸ்திகளை எல்லாம் எடுத்துக்கொண்டு, அவனையும் தூக்கில் போடுவோம். இப்போது, நீங்கள் திருடுகிற உன்னையும் முசியே பெடுத்தல் மீயையும் விலங்குப் போட்டு அடித்துத் தூக்கில் போடுவோம். மற்றவர்களைத் தெற்கு வாசலுக்கு அந்தப் பக்கமாகத் தூக்கில் போடுவோம். உங்களிடம் இருந்த துபாசிகள் எல்லாரையும் கோட்டைக்கு வெளியே நான்கு பக்கங்களிலிருந்தும் எல்லாரும் பார்க்கும்படியாகத் தூக்கில் போடுவோம். முசியே லாலி வருகிறாரே, அவர் வந்தவுடன் இந்தக் கணக்குகளை எல்லாம் அவர் முன்வைத்து, இத்தனையும் நடப்பிச்சி வைப்பேன். அவர் வராவிட்டால், நானே நடப்பிச்சி வைப்பேன். இப்போது நான் சண்டைக்குக் கிளம்புவதாக இருந்தால், உங்கள் வீடுகளை எல்லாம் சோதித்து, இருக்கிற பணம் காசை எடுத்துச் செலவு செய்வேன். ஆனால், நான் வந்தவுடன் என் புத்திக்கு ஒரு மோசம் போனேன். ஆனால் உன் கூடவே திரிந்ததும் முசியே தெவோ வீட்டுக்குப் போவதுமாக இருந்தேனே. அது இப்படிச் செய்துவிட்டோமே என்று நெஞ்சை உறுத்துகிறது" என்று சொன்னதாகச் சொன்னார்கள்.

அதற்கு, "நீங்கள் ராசா ஒப்பிசியேல். உங்கள் சரிப்போனபடி எல்லாம் சொல்கிறீர்கள். இங்கே நம்முடைய வீட்டிலிருந்துகொண்டு, சொல்வது நியாயமல்ல" என்று நான் சொன்னேன். அதற்கு அவர்கள், "இதையென்ன மறைத்துப் பேசுவது? முசே லெறியிடம் நாங்களும் அருகில் இருக்கும்போது முசே சுப்பீர் உறுதியுடன் சொன்ன பேச்சை நாங்கள் சொல்லக்கூடாதா? எங்களுக்கு என்ன பயம்? அப்படித் தேவையில்லை, நன்றாகச் சொல்லலாம்" என்று சொன்னார்கள். அதற்கு இனியும் நாம் சொல்ல வேண்டாம் என்றால், என்ன சொல்வார்களோ என்று சமாதானமாக இருந்தோம். சுப்பா சோசியர் புதன் பலகீனம் வருகிறது என்று சொன்னாரே, அதற்கேற்றபடி நடக்கிறது என்று யோசனை பண்ணிக்கொண்டோம்.

1758 ஷு மார்ச்சு மீ 15 ௨;
ஈசுவர ஷு பங்குனி மீ 6 ௨; புதவாரம்

முசியே தெவோ முசியே சுப்பீரை சமாதானப்படுத்த முனைந்தார்.

இத்தனாள் சாயங்காலம் வழுதாவூர் வாசற்படி வழியாக வெளியே போனேன். முசியே சுப்பீர் வண்டியில் ஏறிக்கொண்டு பின்னால் வந்தார்.

அவர் வருவதைப் பார்த்த நான் பல்லக்கை விட்டு இறங்கி, ஒதுங்கி நின்றேன். அவர் மேற்குப் பக்கம் போனார். அதன் அப்பால் நாமும் மேற்குப் பக்கம் போனோம். எதிரே முசியே துறுவேத்து வண்டியை ஓட்டிக்கொண்டு வர, அதில் முசே பெடுத்தல் மீயும், முசியே திலார்சும் ஏறிக்கொண்டு வந்தார்கள். அவர்களைக் கண்ட அப்பால், மேற்குப் பக்கம் தோட்டம் வரை போய், அப்பால் வீட்டுக்கு வந்தேன்.

முசியே சுப்பீர் முன்னதாகவும், நான் பின்னாலும் போனதைப் பார்த்த முசியே பெடுத்தல் மீயின் மனதில் நாம் முசியே சுப்பீருடன் ஏதோ பேசப் போனோம் என்று தோன்றியிருக்கும் என்று ராத்திரி யோசனை பண்ணிக்கொண்டிருந்தோம்.

இப்படியிருக்கையில் கேள்விப்பட்ட சேதி; முசியே சுப்பீர் பகையோடு இருக்கிறார். இவனை மோசம் பண்ண வேண்டும். அதுக்கு எப்படிச் செய்யலாம் என்று முசியே தெவோ திட்டமிட்டார். முசியே சுப்பீரிடம் அனுசரிச்சுப் பேசி, தன் வீட்டுக்கு அழைத்துப்போய், அவருக்கு விருந்து கொடுத்து ஐம்பதாயிரம் ரூபாய் கொடுத்து சமாதானம் பேசிக்கொண்டு முசியே லாலி வருகிறவரை எந்தச் சிக்கலும் இல்லாமல் நல்லபடியாகக் கொண்டுபோக வேண்டும். முசியே லாலி வந்த அப்பால் முசே சுப்பீர் தங்கள் பேரிலே அவரிடம் குற்றம் சுமத்தினால், அப்போது, சுப்பீர் பணத்துக்கு ஆசைப்பட்டுச் சொல்கிறார். முன்பு இப்படித்தான் தடை பண்ணினார். அதனால் ஐம்பதாயிரம் ரூபாய் *(முன்பு கம்பெனிச் செலவுக்கு ரூ.500 கூட இல்லை என்று கூறிய தெவோ, இப்பொழுது சுப்பீருக்கு ரூ.50,000 லஞ்சம் கொடுக்க முடிந்தது. பணம் சேர்க்க வேண்டும், திருட வேண்டும், லஞ்சம் வாங்க வேண்டும் என்ற எண்ணம் இல்லாத வெள்ளை அதிகாரி போலும்.)* கொடுத்தோம்.

அதன் அப்பால் சமாதானமாக இருந்தார் என்று சொல்வோம். அத்துடன் அவர் பேச்சு எடுபடாது என்று திட்டம் போட்டனர். அந்தத் திட்டத்தின்படி பணத்தை முஸ்தீது செய்துகொண்டு சமாதானப் பேச்சுப் பேசுகிறார்கள் என்றும், அவர்களின் திட்டத்தை அறியாத முசியே சுப்பீரும் பேச்சு நடத்துகிறார் என்றும், இரண்டு நாளில் உடன்படிக்கை ஏற்படும் என்றும் முசியே பிளாம் அவர்கள் சொன்னார். பின்னையும், இரண்டொருவரும் சொன்னார்கள்.

முசியே லாலி வந்தபோது புயல் அடிச்சதாகவும், அதனால் நான்கு கப்பல்கள் தறிகெட்டு அங்கங்கே அலைந்து மாயேவுக்கு வந்து சேர்ந்தன

என்றும் கேட்கப்பட்டது. இப்போது முசியே சுப்பீர் தமிழர் எவரும் கோவர்ணமாம் மெத்தைக்கு வரக்கூடாது என்று ஒப்பிசியேல்களுக்கு ஒடுதியிட்டார் என்றும், அதனால், ஒப்பிசியேல்மார்களும், கோவர்ண மாம் காக்குற பேர் யாரையும் அங்கு வராதபடி தடுத்துவிட்டார்கள் என்றும் கேள்விப்பட்டேன். வெளியில் இருந்து முசே லெறிக்குக் காகிதம் வந்தால், கோவர்ணமாம் காக்குற சாந்தினேர் அதைக் கொண்டுபோய் ஒப்பிசியேல் கையில் கொடுக்க, அதை அந்த ஒப்பிசியேல் முசியே சுப்பீரிடம் கொடுக்க, முசியே சுப்பீர் முசியே லெறியை வரவழைத்து, அவர் கையில் அந்தக் காகிதத்தைக் கொடுத்து, தம் முன்னே அவரைப் படிக்கச்சொல்லி, அப்பால் எடுத்துப்போகச் சொல்கிறார்கள் என்றும் ஒப்பிசியேல்மார்கள் சொன்னார்கள்.

இதல்லாமல், உள்கோட்டைக்குக் கீழண்டை வாசற்படியில் ஐம்பது அறுபது வருச காலமாக ஒப்பிசியேல் இருப்பது வாடிக்கை. இப்போது அந்த வாசற்படியில் ஒப்பிசியேல்மார்கள் இருக்க வேண்டாமென்று போகச்சொல்லி முசியே சுப்பீர் சொல்லிவிட்டதாகவும் கேட்கப்பட்டது.

இத்தனாள் சாயங்காலம் சவாரி போய் ஆறரை மணிக்கு வீட்டுக்கு வந்துவிட்ட அப்பால் கேள்விப்பட்ட சேதி;

எண்டபல்லி கிருஷ்ணப்பன் சொன்னது; இந்த வருசம் சீமைகளில் இருந்து பதினாறு லக்ஷம் குத்தகை வர வேண்டும். இதில் மூன்று லக்ஷம் நிலுவையாக நின்று போகும். பதின்மூன்று லக்ஷம் தண்டல் ஆகும். இதில் சவரிராயப் பிள்ளை வைத்திருக்கிற சிப்பந்திகளுக்குச் சம்பளமாக மாசம் ஒன்றுக்குப் பதினேழாயிரத்து *(17000)* சிலுவானம் ரூபாய் தர வேண்டும்.

ஆறு கலம் தானியத்துக்கு மாசம் ஒன்றுக்கு மூவாயிரத்துச் *(3000)* சிலுவானம் ரூபாய் ஆகும். ஆக மாசம் ஒன்றுக்கு இருபத்தோராயிரம் *(21000)*ரூபாய்ஆகிறது.கும்பினி பாறு,சிப்பாய்கள்,குதிரைக்காரர்களுக்கு மாதமொன்றுக்குச் சிலுவானம் மாசம் ரூபாய் அறுபத்தேழாயிரம் *(67000)* ஸ்ரீரங்கத்தில் இருக்கிற சிப்பந்திகளுக்கு மாதச் சம்பளம் ரூபாய் பன்னிரண்டாயிரம் *(12000)* ஆக, மாசம் ஒன்றுக்கு ரூ.100000 செலவென்றால், வருசத்துக்குப் பன்னிரண்டு லக்ஷம் செலவாகும் என்று சொன்னான். சீமைப் பணம் இந்த செலவுக்குச் சரியாகப் போனால், இன்னும் வெள்ளைக்காரர்கள் சொலுதாதுகள் செலவு இருக்கிறது. ஒப்பிசியேல்மார்கள் செலவு இருக்கிறது. நோவாளிக் கிடங்குச் செலவு, கூலிச் செலவு வகையிறாவை எல்லாம் எப்படி நடக்கும் என்று யோசனை பண்ணிக்கொண்டோம்.

1758 ஷூ மார்ச்சு மீ 20 வ;
ஈசுவர ஷூ பங்குனி மீ 11 வ; சோமவாரம்

இத்தனாள் காலத்தாலே வீட்டிலேயே இருந்தபோது, பன்னிரண்டு மணிக்குக் கேள்விப்பட்ட சேதி; அப்துல் வகாபு கானின் மனுஷர்கள் இரண்டு பேர் வந்து, துரையவர்கள் சந்திக்கக் காத்திருந்தார்கள். முந்தைய நாளில் நடந்ததைப்போல அவர்கள் ஒரு இடத்தில் தங்கியிருக்க, தகுதியுள்ள பெரியோர்கள் எதிர்கொண்டுபோய் வரவேற்று, அவர்கள் கொண்டுவந்த வெகுமானத்தையும் எடுத்துக்கொண்டு, அவர்களையும் அழைத்து வந்து, துரையைச் சந்திக்க வைத்து, அவரவரின் மதிப்புக்கு ஏற்ப பீரங்கிப் போடுவது வாடிக்கை. அப்படி நடப்பிச்சி வைப்பதாக அவர்களிடம் சொல்லி, கந்தப்பன் வருகிறவர்களுக்குத் தருவதற்காக நான்கு சீரொப்பாவை எத்தனம் செய்து வைத்திருக்கச் சொன்னானாம். அவ்வாறே, அவர்களும் வாங்கி வைத்துக் கொண்டிருந்தார்களாம். அப்பால், துரையவர்கள் என்ன சொன்னார்களோ, தெரியவில்லை,

அப்துல் வகாப் கானின் மனுஷனான இருவரும், ஐந்நூறு ரூபாய் மதிக்கத்தக்க இரண்டு சீரொப்பாவை மனுஷர் மூலமாக எடுத்துக்கொண்டு வந்து துரையைச் சந்திப்பதற்காகத் தச்சர் வேலை செய்யும் இடத்திற்கு வந்துகாத்துக்கொண்டிருந்தனராம்.அப்பால்,கோட்டைக்குள்அழைத்துப் போனார்களாம். அவர்கள் போய் முசே லெறி முசியே கோவர்ண தோருக்கு ஒரு சீரொப்பாவும், முசியே சுப்பீருக்கு ஒரு சீரொப்பாவும் தந்து சந்தித்துக் கொண்டதாகச் சேதி கேட்கப்பட்டது. பீரங்கி மத்தது போடப்படவில்லை.

1758 ஷூ மார்ச்சு மீ 23 வ;
ஈசுவர ஷூ பங்குனி மீ 14 வ; குருவாரம்

இத்தனாள் காலத்தாலே வீட்டில் இருந்தபோது கேள்விப்பட்ட சேதி; திருச்சிராப்பள்ளிக் கோட்டையில் பிரான்சுக்காரர் காவல் வைக்கப் பட்டிருந்தனர். அவர்களுக்குப் பிரான்சுக்காரர் ஒருத்தன் வைத்தியம் பார்த்துக் கொண்டிருந்தான். அவன் பிரெஞ்சுக்காரர்களில் காரியஸ் தனாய் இருக்கிற *(கெட்டிக்காரர்களாக இருக்கிற)* பதினைந்து பேரிடம் பேசி, ஒரு தேதி நில வாரம் *(ராத்திரி)* வெளியேறி, இங்கிரேசுக்காரர் கொம்மாந்தாம் வகையிறாக்கள் பேர்களை எல்லாம் வெட்டிப்போட்டு விட்டு, கோட்டையைப் பிடித்துக் கொள்ளலாம் என்று திட்டம் போட்டான்.

அந்தத் திட்டத்தை ஒரு காகிதத்தில் எழுதி, எல்லாரும் ஒரு மனதாகக் கையெழுத்துப் போட்டு ஸ்ரீரங்கத்துக் கொம்மாந்தாமுக்கு அனுப்பிவிச்சார்கள். அவர் அந்தக் காகிதத்தைப் புதுச்சேரிக்கு அனுப்பி வைத்தார். முசியே லெறி, அவர்களை மிகவும் எச்சரிக்கையுடனும், தகுந்த ஏற்பாடுகளுடனும் போகச்சொல்லி எழுதி அனுப்பினார். இந்தச் சேதியை இங்கிரேசுக்காரர் பவுன்சில் வேலை பார்த்த ஒரு பிரான்சுக்காரர், பதினைந்து நாளைக்கு முன் இங்கிரேசுக் கொம்மாந்தானிடம் சொல்லி விட்டான். உடனே அவன் அந்த வைத்தியனையும், பதினைந்து பேரையும் கொண்டுவரச் சொல்லித் தூக்கில் போட்டதாகக் கேட்கப்பட்டது.

இதல்லாமல், இங்கிரேசுக்காரரின் அஞ்சு கப்பல்களும், ஒரு சிறு சுலுப்பும் கடற்கரை ரேவு *(துறைமுகத்துக்கு)* அருகில் வந்ததால் நம்முடைய சுலுப்பில் இருந்து எட்டு மணி முதற்கொண்டு பத்து மணி மட்டுக்கும் பீரங்கிப் போட்டார்கள். துரைகள் முதலான சகல சனங்களும் ராத்திரி பன்னிரண்டு மணி மட்டுக்கும் சமுத்திரக் கரையில் இருந்தார்கள். அப்பால், இங்கிரேசுக் கப்பல் விலகிப் பின்வாங்கிப் போய்விட்டது.

இதல்லாமல் முந்தாம் நாள் பரங்கிப்பேட்டையில் இருந்து, யானை ஏற்றிய கப்பல் வந்ததென்று வேலாயுதப் பிள்ளை சேதி எழுதி அனுப்பினார். நமக்கு வரவேண்டிய வராகனுக்கு வராகனோ, பொன்னோ, வாங்கிக்கொண்டு, அவர்களை அழைத்துக்கொண்டு வரச்சொல்லி, சேவுகன் வெங்கிடபதி நாயக்கனுக்கு மறு காகிதம் கொடுத்து அனுப்பி வைத்தோம்.

1758 ௵ மார்ச்சு ௴ 26 ௳;
ஈசுவர ௵ பங்குனி ௴ 17 ௳; ஆதிவாரம்

இப்படியிருக்கையில், ராத்திரி ஆறு மணிக்கு இமாம் சாயபுவின் குமாஸ்தாவான கறுப்பு துலுக்கன் வந்து சொன்ன சேதி; அப்துல் வகாபு கான் காகிதம் எழுதி அனுப்பினான். அதில் தன்னிடம் இரண்டாயிரம் குதிரையும் இரண்டாயிரம் பாறும் உள்ளது. தன் பேருக்கு ஆற்காட்டு சுபாவுக்கு ஆட்சியாளராக எழுதப்பட்ட பர்வானாவும் வந்திருக்கிறது. ஆகையால் நீங்கள் எனக்குச் சகாயமாய் ஐந்நூறு வெள்ளைக்கார சொலுதாதுகளையும், இருபது பீரங்கிகளும், குண்டும், மருந்தும் கொடுத்து உதவினால் நான் ஆற்காட்டைப் பிடிக்கிறேன். அனுப்புகிற படைக்கான செலவுக்கும் கிரயத்தைக் கொடுக்கிறேன். நீங்கள் நவாபு சந்தா சாயபுவை எந்த அளவுக்கு மரியாதையாக நடப்பிச்சீர்களோ,

அப்படியே தன்னையும் நடப்பிச்சால் போதும் என்று இப்படியாக எழுதி அனுப்பி வைத்தானாம். அந்தக் காகிதத்தைப் பிரெஞ்சு வார்த்தையில், துரையிடம் கொடுத்தார்கள். அதைத் துரையும், முசியே சுப்பீரும் படித்துப் பார்த்து, இதையெல்லாம் எண்ணிப் பார்த்துச் சொல்கிறோம் என்று சொன்னதாகவும் சொன்னார்கள்.

அதல்லாமல், நானாவின் வக்கீல் துலுக்கன் பலவந்த ராயனிடம் வந்து வெகுமானம் கொடுத்த யானைகளும், முகமல் சகலாத்து முதலான தினுசுகளும், சந்தா சாயபுவின் மகனிடம் வந்திருக்கின்றன. அவன் அவற்றை அனுப்பவில்லை என்று சொன்னான். இதனால், பலவந்த ராயன் ரசா சாயபுவின் குமாஸ்தாவாய் இருக்கிறவனை அழைத்துக் கோபம் காட்டினார். இதை அந்தக் குமாஸ்தா ரசா சாயபுக்கு எழுதி அனுப்பினான். அந்தச் சேதியை அறிந்த ரசா சாயபும், அல்லி நக்கி சாயபும் நானாவின் வக்கீல் துலுக்கன் பேரிலே கோபம் கொண்டார்கள். அவர்களுக்கும், நானாவின் வக்கீலுக்கும் இடையே உறவு முறிந்தது. முசியே லாலி வருகிற கப்பலில், சீமையின் குத்தகை முழுவதையும் தம் கையில் கொடுத்து ரசா சாயபுவை ஆற்காட்டு நவாபாக வைக்கச் சொல்லியும் முசியே லாலி வரும் கப்பலில் ஒடுதி வருகிறது என்றும் முசியே லாலி வந்தவுடனே, ஆற்காட்டின் சுபை தங்களிடம் வருகிறதென்று முசியே திலார்சும், ரசா சாயபு, அல்லி நக்கீ சாயபு ஆகியோரும் மனதில் யோசனை பண்ணிக்கொண்டிருக்கிறார்கள் என்றும் சொன்னான்.

1758 ஸு மார்ச்சு மீ 28 வ;
ஈசுவர ஸு பங்குனி மீ 19 வ; செவ்வாய்க்கிழமை

இத்தனாள் காலத்தாலே வெளியில் போகாமல் வீட்டிலேயே இருந்தபோது, கேள்வியான சேதி; நேத்து ராத்திரி வெள்ளைக்காரன் ஒருத்தன் தனக்கு எசமானாகிய கொம்மாந்தானைக் குத்திக் கொன்று போட்டான். அப்பால், சம்பாவுலுக் கோவிலிலே *(செயின்ட் பால் சர்ச்சில்)* வந்து பூந்து கொண்டான். சம்பாவுலுக் கோயிலார் ஒரு பெட்டியில் அவனைப்போட்டு, மண்ணுக்கு அடியில் புதைத்து வைத்தார்கள். இந்தச் சேதியைக் கேள்விப்பட்ட துரையும், முசியே சுப்பீரும் நூறுபேர் சொலுதாதுகளை அனுப்பிவிச்சார்கள். அவர்கள் போய் சம்பாவுலுக் கோயிலை முற்றுகையிட்டுக்கொண்டு, கோவில் எல்லாம் சோதனை பண்ணினார்கள். ஒரு இடத்தில் புது மண்ணாக இருப்பதைப் பார்த்து, வெட்டியெடுத்துப் பார்த்தபோது, பெட்டிக்குள்

இருந்தவன் பிடிப்பட்டான். அவனைப் பிடித்துக் கொண்டுவந்து, அடித்து இழுத்துக்கொண்டு போனார்கள் என்று கேட்கப்பட்டது.

இதல்லாமல், அஞ்சு பேர் சொலுதாதுகளும், ஒரு ஒப்பிசியாலும் ராத்திரி பன்னிரண்டு மணி வேளையில் வந்து வீதிகளிலே பார்த்தவர் களை எல்லாம் குத்துவதாகவும், உருவிய கத்தியுடன் திரிகிறார்கள் என்றும் வந்த சேதியைக் கேட்ட துரையும், முசியே சுப்பீரும், நயினாரை அழைத்து, வரச்சொன்னார்கள். அவனிடம், “அந்த ஆறு பேரையும் பிடித்துக்கொண்டு வர வேண்டும். அப்படிப் பிடித்துக்கொண்டு வந்தால், உனக்குமுப்பதுவராகன்கொடுக்கிறோம்” என்றுசொன்னார்கள். “உருவிய கத்தியுடன் இருக்கிறவர்களை வெறுமனே போய்ப் பிடித்து வரமுடியுமா? அவர்கள் கைய்யாடுவார்களே *(கத்தியைப் பயன்படுத்து வார்களே)*” என்று நயினார் சொன்னார். அவர்கள் அப்படிச் செய்தால், “நீங்களும் அதற்கேற்றபடி காயம் பண்ணிப் பிடித்து வாருங்கள்” என்று சொன்னதாகக் கேட்கப்பட்டது.

இதல்லாமல் இங்கிரேசுக்காரரின் கப்பல் இந்த ரேவுக்குச் சமீபம் வருவதும், தொலைவில் போவதுமாகத் திரிந்து கொண்டிருக்கிறது.

1758 ஷூ மார்ச்சு மீ 30 உ;
ஈசுவர ஷூ பங்குனி மீ 21 உ; குருவாரம்

இத்தனாள் உதயத்திலே மீர் குலாம் உசேனின் மனுஷனான மிறுத்தசா சாகீபு என்பவர் மெத்தைக்குப் போய் துரையைச் சந்தித்தார். முந்நூறு ரூபாயிலே ஒரு சீரொப்பாவும், எண்ணூறு ரூபாயில் நான்கு புராணபுரி தலைப்பாகைகளும், அறுபது ரூபாயில் இரண்டு புராணபுரி சேலைகளும் கொண்டுபோய் வெகுமானம் கொடுத்து எதையோ பேசிவிட்டு வந்தான், என்ன பேசினான் என்பது தெரியாது என்று சொன்னார்கள்.

கந்தப்பனுக்கும், துரைக்கும் கையடை *(கையூட்டு)* தந்து, சந்தா சாயபுவின் மகனும், இவனுமாகக் கூடி ரசா சாயபுவை நவாபுக்கும் திட்டம் பற்றி துரையிடம் பேசியிருப்பான் என்று நான் எண்ணினேன். அஞ்சு மணிக்குக் கிளம்பி பெரிய தோட்டத்துக்குச் சவாரி போய், ஏழு மணிக்கு வீட்டுக்கு வந்தோம்.

1758 ஏப்ரல்

1758 ஹு அபிறேல் (ஏப்ரல்) மீ 3 வ; ஈசுவர ஹு பங்குனி மீ 25 வ; சோமவாரம்

இத்தனாள் கேள்விப்பட்ட சேதி; முசியே லாலி வருகிற கப்பல் மாயேவைத் தாண்டி வருகின்றதென்ற சேதி முசியே துரைக்கு வந்ததாகவும், ஆடு, மாடுகள் இன்னும் மற்ற சாமான்களை முஸ்தீப்பு செய்கிறார்கள் என்றும் கேட்கப்பட்டது.

இதல்லாமல், வண்ணாந்துறையில் இருக்கிற ரசா ஒப்பிசியேல்மார் ஐந்தாறு பேர் ஒருவருக்கொருவர் கத்தியை உருவிக் குத்திக் கொண்டார்கள் என்று கேட்கப்பட்டது.

1758 ஹு அபிறேல் மீ 4 வ; ஈசுவர ஹு பங்குனி மீ 26 வ; செவ்வாய்

இத்தனாள் வீட்டிலேயே இருந்து, சாயங்காலம் சாரிப் *(சவாரி)* போய்விட்டு, வீட்டுக்கு வந்த போது கேள்விப்பட்டது;

முசியே லாலி வருகிற நிமித்தியம் மாடு, ஆடு, கோழி முதலான சாமான்களை வகையிறா முஸ்தீப்பு பண்ணுவதாகவும் முசே லெறி அவர்களுடைய சாமான்கள் முன்பு முசியே துய்ப்ளேக்சு இருந்த வீட்டுக்கு வருகின்றன என்றும் கேட்கப்பட்டது.

இதல்லாமல் தட்சிண ராச்சியம் *(தெற்குச் சீமையில்)* அதிகாரம் நடப்பிச்ச தளவாய் அழகப்ப முதலி *(இவர் மதுரை, திருநெல்வேலி சீமைகளை ஆங்கிலேயர் சார்பில் அமுல் பண்ணி வந்த தீத்தாரப்ப முதலியின் மருமகன்)* சென்னப்பட்டணத்துக்கு மாற்றலாகிப் போகிறார் என்றும், அதற்கு முசியே லெறி பசுபோடுத்து *(passport)* கொடுத்த தாகவும் கேட்கப்பட்டது.

நேத்து ராத்திரி ராசா வகை ஒப்பிசியேல் ஒருத்தன் சொன்ன சேதி; முசே லாலியிடம் யாரும் உத்தாரம் சொல்ல முடியாது. மெத்த யுத்தி புத்தி *(தந்திர புத்தி)* உள்ளவர். நிசஸ்தாளுக்கு *(மெய்யான மனுஷரை)* நன்றாக நடத்துவார். சற்று தப்புக் கண்டாலும் நன்றாக சிட்பிப்பார் *(தண்டனை கொடுப்பார்)*. அவர் இங்கே கோடிக் கணக்கில் கிடப்பதை வாரி ராசாவுக்கும் அனுப்பி வைத்து, தானும் சம்பாதிக்கலாம் என்று வருகிறார்.

இதல்லாமல், கணக்குகளில் திருட்டுக் கணக்குகளைச் செய்யக் கூடிய ஒருத்தரும் கூட வருகிறார். கள்ளக் கணக்குப் புலம் அறிந்த வருமான முசியே குளுவேத்து வருகிறார். பார்க்கப் போகிறீர்கள். இங்கே இருக்கிறவர்கள் அவரிடம் மோசபா *(பொய் சொல்லி)* கொடுத்து சுகப்படுகிறது, மெத்த பிரயாசை என்று சொன்னான்.

1758 ஹூ அபிறேல் மீ 5 வ;
ஈசுவர ஹூ பங்குனி மீ 27வ; புதவாரம்

இத்தனாள் காலத்தாலே வெளியே போகாமல் வீட்டிலேயே இருந்தபோது கேள்விப்பட்ட சேதி; கோன்சேல் கூடி ஏலம் போடுவது தொடர்பாகப் பேசியதாகவும், பின்னையும் சில பேச்சுகளைப் பேசினார்கள் என்றும், கப்பல் வந்தால் தவிர, ஒரு காரியமும் நடக்காது என்று சொல்லி, அப்துல் வகாபு கான் அனுப்பி வைத்த ஐம்பது பேருக்கும் தினமானம் *(நாள்தோறும்)* படி கொடுத்து வருவதாகவும் கேட்கப்பட்டது. சாயங்காலம் கோட்டைக்கு வெளியே சாரிப் போய், ஏழு மணிக்கு வீட்டுக்கு வந்தோம்.

1758 ஹூ அபிறேல் மீ 12 வ;
வெகுதானிய ஹூ சித்திரை மீ 3 வ; புதவாரம்

இத்தனாள் ராத்திரி எட்டு மணிக்குக் கேள்வியான சேதி; நேத்து முந்தாள் தேதி ராத்திரி சூரத்திலிருந்து வந்த சோடா *(சேதியாளர்கள்)* மூலம் சீமைக் கடுதாசி வந்தது. அதிலே எழுதி வந்த சேதி; ஐரோப்பாவில் இங்கிரேசுத் தேரா *(இங்கிலாந்து)* கோட்டைக்குப் பத்து நாழிகை வழியில் போய், பிரான்சுக்காரர்களின் பாளையம் இறங்கியிருக்கிறது. இங்கிரேசு ராச்சியத்தில் மூன்றில் ஒரு ராச்சியம் பிரான்சுக்காரர் பிடித்துக் கொண்டார்கள். இங்கிரேசுருக்கு உதவியாக வந்த புருசிய ராச்சிய ராசா, சண்டை செய்ய முடியாமல் பின்வாங்கிப் போய்விட்டார். எனவே போர்ச்சுகல் ராச்சிய ஸ்தானாபதி *(தூதர்)* வந்து ஈசுவர வருசம், ஆவணி மாசத்தில் சமாதானம் பேசினார். சித்திரை மாசம் மட்டுக்கும் யாரும் கத்தி எடுத்துச் சண்டை போடக்கூடாது. அதற்குள் சமாதானமாகிவிட்டால் நல்லது. சமாதானமாகாவிட்டால், சண்டை இட்டுக் கொள்ளலாம் என்று சமாதான உடன்படிக்கைப் பண்ணினார். ஐரோப்பாவிலிருந்து ஒரு வதனி *(அணியில்)* பத்துக் கப்பல்கள் ஒரு வதனி பத்துக் கப்பல்கள், ஒரு வதனியில் பதினேழு கப்பல்கள் என்றபடி, மூன்று வதனியிலுமாக

முப்பத்தேழு போர்க் கப்பல்கள் புறப்பட்டு வருகின்றன. இந்தக் கப்பல்களுக்கெல்லாம் முசியே தாஷே *(M.d'Ache)* கும்மாந்தாரிடுகிறவர் *(தலைமை ஏற்று வருகிறார்)* என்றும், அந்தக் கப்பலில் முசியே லாலியும் *(M.Lally)* வருகிறார் என்றும் கேட்கப்பட்டது.

1758 ஹு அபிறேல் மீ 16 வ;
வெகுதானிய ஹு சித்திரை மீ 7 வ; ஆதிவாரம்

இத்தனாள் வீட்டிலேயே இருந்தபோது நேசனூர்க் காரியம் நிமித்தியம் அண்ணாசாமியின் மருமகன் வந்தார். அவரையும், கந்தப் பிள்ளையிடம் இருந்து வந்த ராசு அவர்களையும் அங்கே நடந்த சேதிகளை ஒருவரோடொருவர் பேச வைத்தோம். நாமும் சொல்ல வேண்டிய உத்தாரங்களும் சொன்னோம். அண்ணாசாமியின் மனுஷர் நான்கு பேருக்கும் தலைக்கு மூன்று பணம் கொடுக்கச் சொல்லிச் சொன்னேன். சாயங்காலம் சாரிப்போய்ஒரு மணிக்கு வீட்டுக்கு வந்தோம்.

1758 ஹு அபிறேல் மீ 18 வ;
வெகுதானிய ஹு சித்திரை மீ 9 வ

இத்தனாள் கேள்விப்பட்ட சேதி; திங்கள்கிழமை நேத்து, மத்தி யானத்துக்கு மேல் காரைக்காலில் இருந்து கடுதாசி வந்தது. அதில் காரைக்காலுக்கு ஒரு சுலுப்பு வந்ததென்றும், அந்த சுலுப்பிலே ஸ்காதுரு *(போர்க் கப்பல்)* வருகிற சேதி வந்த காகிதங்களைக் கொடுத்து விட்டு, இங்கிரேசுக் கப்பல் வளைய வளைய திரிவதனால் உடனே போய்விட்டது என்றும் எழுதி வந்தது. அதில் என்ன கடுதாசிகள் வந்தன என்பதும், அந்தக் கடுதாசியில் எழுதி வந்த சேதி என்ன என்பதும் வெளியில் வரவில்லை என்பது தெரியவந்தது.

முசே லெறியும், செனரல் முசியே சுப்பீரும் உதயத்திலே தனிச்சு பேசிக் கொண்டிருந்தார்கள். அதன் அப்பால், இத்தனாள் சாயங்காலம் துரையும், செனரலும் ஆறு குதிரை கட்டின வண்டியில் ஏறிக்கொண்டு, வில்லியனூர் மட்டுக்கும் சவாரி போனார்கள்.

அங்கே அவர்களைப் பார்த்த கோயில் கணபதி குருக்கள் மாத்திரம் வந்து, கோவில் வாசலிலே கண்டு பழங்களைக் கொண்டுவந்து தருவதற்குள் தொலைவாகப் போய்விட்டார்கள் என்றும், அரும் பாத்தைப் பிள்ளைச் சாவடியில் இருந்த விநாயகப் பிள்ளை அங்கு

இருந்ததாகவும், அவர்கள் போகிறபோதும், வருகிற போதும் தன்னைக் காட்டிக் கொள்ளாமல் ஒளிந்திருந்தான் என்றும் கேட்கப்பட்டது.

இத்தனாள் ராத்திரி ராசா வகையிறா ஒப்பிசியேல்மார் வந்தார்கள். முசியே சுப்பீர் அவர்கள் மத்தியானம் தீனி வேளையில், முன்பு கேட்ட சேதியின்படி ஸ்காதுருகள் துருசாக *(வேகமாக)* வருகின்றன.

ஆனாலும் சித்திரை மாசம் பிசல் *(புயல்)* அடிக்கிற மாசம் என்பதால், இந்த மாசத்தில் வராது.வைகாசி மாசம் 4,5-ஆம் தேதிக்குள்ளே வரும் என்று பேசிக் கொண்டதாகச் சேதி சொன்னார்கள். இதற்கு முன்னே கேள்விப்பட்டதற்கும், இவர்கள் சொன்னதற்கும் சரியாக இருக்கிறது என்று யோசனை பண்ணிக்கொண்டோம். இது சேதி.

1758 ஷூ அபிறேல் மீ 20 வ;
வெகுதானிய ஷூ சித்திரை மீ 11 வ; குருவாரம்

இத்தனாள் காலத்தாலே வீட்டிலேயே இருந்துவிட்டு சாயங்காலம் நான்கரை மணிக்கு நம்முடைய அக்கிரகாரத்திற்குப் போய்ப் பார்த்துவிட்டு வரலாம் என்றெண்ணி, வண்டியில் புறப்பட்டுப் போனேன். அப்படிப் போகும்போது, வண்ணாந்துறையில், பெரிய பாறு *(வரிசை)* வைத்து எல்லாரும் அங்கே இருந்தனர். அவர்கள் எல்லாம் இருக்கும் போது நாம் போவது யுக்தமல்ல என்றெண்ணி, வண்டியை விட்டு இறங்கினேன். அவர்கள் எல்லாரும் வந்து ஆசாரம் பண்ணினார்கள். நாமும் அவர்களுக்கு ஆசாரம் பண்ணிப்போட்டுப் பேசிக் கொண் டிருந்தபோது கப்பல் சேதியைத் தெரிந்துகொள்ள வேண்டும் என்று சொன்னேன்.

உடனே முசியே சுப்பீரின் சக்கிறத்தார் *(செயலாளர்)*, “யிசுக்காதுரு ஐரோப்பாவுக்குத் திரும்பப் போகவில்லை. மாயேவுக்கு இருபத்திரண்டு கப்பல் வந்து சேர்ந்ததற்குச் சேதி வந்தது. காரைக்காலுக்கும் சுலுப்பு வந்தது. முசியே லாலி இங்கிரேசுக்காரர் ரேவு தலைச்சேரி என்றும், இன்னும் ஒரு ரேவும் *(துறையும்)* இரண்டு துறைமுகங்கள் இருக்கின்றனவாம். அந்த இரண்டு இடங்களையும் பிடித்துக்கொண்டு அப்பால் புதுச்சேரிக்கு வருகிறார்கள். இவ்வாறு நிசமாய் சேதி வந்தது. ஆகையால், அந்த இரண்டு துறைகளையும் பிடிப்பதற்கு மூன்று, நான்கு நாள் ஆகும். அதன் அப்பால் இவ்விடத்துக்கு வருவதற்குப் பதினைந்து நாள் செல்லும். ஆகையால், இன்னும் பத்து நாளில் வருவார்கள்” என்று சொன்னான்.

அதன் அப்பால், நாம் பேசியிருந்துவிட்டு, ஏழு மணிக்கு வீட்டுக்கு வந்தோம். புத்துப்பேட்டு திருநாளுக்குப் போயிருந்த அண்ணாசாமி, அய்யாசாமி, அப்பாவு ஆகிய எல்லாரும் ஏழு மணிக்கு வீட்டுக்கு வந்து சேர்ந்தார்கள்.

1758 ஷ அபிறேல் மீ 25 வ;
வெகுதானிய ஷ சித்திரை மீ 16 வ; செவ்வாய்

இத்தனாள் காலத்தாலே புறப்பட்டு, சின்ன துரையின் வீட்டுக்குப் போய், நேத்து சண்டை செய்த வெள்ளைக்காரன் எழுதிய புகாரின் கொப்பி *(படி)* எல்லாம் அவரிடம் காண்பித்தோம். அவன் வந்து நம்மிடம் சண்டை செய்த சேதியைச் சொன்னதையும் சொன்னோம். அப்பால், சின்ன துரை தம்முடைய கணக்குப் பிள்ளையை அழைத்து, "நீ அவனைத் தூண்டி விட்டுக் கலகம் செய்ய வைக்கிறாய்" என்று கோபிச்சுக் கொண்டார். அப்போது சண்டை போட்ட வெள்ளைக்காரனும் வந்தான். அவனையும் கோபிச்சுக்கொண்டு, தம் கையிலிருந்து இருபது ரூபாயைக் கொடுத்து. அவனைப் போகச் சொல்லிவிட்டார்.

அப்பால் அவரும், நானும் பேசிக்கொண்டிருந்தபோது சின்ன துரை சொன்ன சேதி; முசியே லெறி, முசியே தெவோவின் பேச்சைக் கேட்டுக்கொண்டு மெத்த சின்ன வேலை செய்துவிட்டார். எங்களிடம் கலந்துபேசியும் செய்யவில்லை. கும்பினி சொலுதாதுகளும் ஒப்பிசியேல்மார்களும், ராசா ஒப்பிசியேல் மார் வந்திருப்பதால், அவர்களின் உத்தரவின்றி ஆயுதம் எடுத்துச் சண்டை செய்யக் கூடாதென்று சொன்னார். கோட்டைக்குள் தன் வருகையின்போது அடிக்கப்பட வேண்டிய தம்பூறு, வெளியில் இருக்கும்போது பரதேசி பட்சமாய்த் தனக்கு அடிக்கச் சொன்னார். இது எங்களுக்குள்ளே மெத்த இளப்பமான காரியம். இதைச் செய்வதைவிட பிராணனை விட்டு விடலாம். அத்தனை இளப்பம் இது. இந்தச் சேதி மற்ற ரேவுகளில் உள்ள கோவர்ணதோர்களுக்கெல்லாம் போய்விடும். அவர்கள் எல்லோரும் மெத்த எகத்தாளி பண்ணுவார்கள்.

இவர் இத்துடன் வெறுமனே போனவருமில்லை. செனரல் முசியே சுப்பீர் அவர்களைத் தம்முடைய பேர் பண்டிகைக்கு *(பிறந்த நாளுக்கு)* அவசியம் வர வேண்டும் என்று அழைத்தார். அவரும் அவ்வாறே புறப்பட்டு வந்தார். வந்தவரை தீனிக்கு அழைத்தார். அதற்கு முசியே சுப்பீர், "நம்முடன் நீர் மாத்திரம் இருந்து தீனி தின்னலாம். மற்றவர்கள்

யாரும் இருக்கக் கூடாது. அதனால், எல்லாரும் கூட இருக்கவில்லை என்று, உமக்கு மெத்த துக்கம் ஏற்பட்டுவிடும். பேர் பண்டிகையில் உமக்கு ஏன் துக்கம் ஏற்பட வேண்டும்? சந்தோஷமாய் இரு" என்று சொல்லிவிட்டு, உடனே எழுந்துபோய் விட்டார். இதெல்லாம் எங்களுக்குள்ளே மெத்தவும் அவமானம். முசியே லெறியுடைய கபடுக்கும், குடிலத்துக்கும் *(வஞ்சகத்துக்கும்)* தெய்வம் அவருக்கு இந்த அவமானத்தை அளித்துப் பாதாளத்தில் தள்ளிவிட்டது" என்று சொன்னார்.

அதற்கு நான், "நமக்கு உங்கள் அனியாயம் *(வாடிக்கை)*, உங்களுக்குத் தெரிவதைப் போல் தெரியுமா?" என்று சொல்லி விட்டு, வீட்டுக்கு வந்தோம். இருபது ரூபாயும் கொடுத்து சின்ன துரை அண்டைக்கு அனுப்பி வைத்தோம்.

சாயங்காலம் வண்டியில் சாரிப் போனபோது, தோட்டத்தில் பிசப் பாதிரியார் இருந்தார். அவரைக் கண்டு அவரண்டைக்குப் போனோம். அவர் எதிர்கொண்டு வந்து அழைத்துப்போய் வைத்துக் கொண்டார்.

அவர் சொன்ன சேதி; முசியே லெறிக்கு மெத்த அவமானம் வந்து விட்டது. முசியே தெவோ கோட்டைக்குள் வந்தால், அவரைப் பிடித்துக் காவலில் போட முசியே சுப்பீர் திட்டம் போட்டிருக்கிறார். அதனால், பேர் பண்டிகையைக் கோட்டையில் கொண்டாடினால், முசியே தெவோவும், அவருடைய பெண்டாட்டியும் கோட்டைக்குள் வர முடியுமா என்று இவர் தோட்டத்தில் வந்து கொண்டாடினார். கோவர்ண தோர் என்ற மகிமை போய்விட்டது. இந்த முசியே லெறி முன்பு முசியே சுப்பீரிடம் தமிழனில் உம்மையும், போர்த்துக்கீசியரில் நம்மையும், பிரான்சுக்காரரில் முசியே புலோவையும் இவர்கள் மூன்று பேரும் மெத்த பொல்லாதவர்கள் என்று சொல்லிக்கொண்டு வந்தார். அவர் சொன்ன குடிலம் *(வஞ்சகச் சொல்)* அவரையே இப்போது சுற்றிக் கொண்டது. இப்போது முசியே சுப்பீர் அவர்களுக்கு நம்பேரிலே பிரீதி *(அன்பு)* ஆச்சுது. அவர் பேரிலே அப்பிரீதியும் *(வெறுப்பு)* ஆச்சுது. இனிமேல், முசியே லாலி வந்த அப்பால், யாரும் அவரிடம் மற்றவர்களைப் பற்றிய சேதிகளைச் சொல்ல வேண்டியிருக்காது. ஏனென்றால், முசியே சுப்பீர் எல்லாரையும் பற்றி நன்றாகக் கேட்டறிந்து, எழுதி வைத்திருக் கிறார். ஆகையால், முசியே லாலி வந்தவுடன், முசியே சுப்பீர் தானே எல்லாவற்றையும் சொல்லப் போகிறார். முசே லெறியின் துபாசி, முசியே தெவோவின் துபாசி, இன்னும் இருவர் ஆக நான்கு பேரையும்

முசியே லாலி வந்தவுடன் கோட்டைக்கு வெளியே, நான்கு திக்கிலும் தூக்கில் போடுவார்கள். வெள்ளைக்காரர்களிலும் நான்கு பேரை இங்கே தூக்கில் போடுவாரா? அல்லது பிரான்சுக்கு அனுப்புவாரா? என்பது தெரியவில்லை" என்று சொன்னார்.

அதற்கு, "ஆரார் விதி எப்படி இருக்கிறதோ? அப்படி நடக்கும்" என்று சொல்லிவிட்டு எட்டு மணிக்கு வீட்டுக்கு வந்தோம்.

அப்போது கேள்விப்பட்ட சேதி; வெள்ளைக்காரர் யாரும் ராத்திரி எட்டு மணிக்குமேல் வெளியே புறப்படக் கூடாது. அப்படி வந்தால், அடித்து, அபராதத் தொகையாக அறுபது ரூபாய் வாங்கி, கிடங்கில் *(சிறையில்)* போடுவோம் என்று முசியே சுப்பீர் தமுக்குப் போடச் சொன்னதாகக் கேட்கப்பட்டது.

1758 ஃஸ அபிரேல் மீ 26 வ;
வெகுதானிய ஃஸ சித்திரை மீ 17 வ; புதவாரம்

இதல்லாமல், மறக்கி கொம்பிளாமும், முசியே மொர்சேன், சொலுதாதுகள் சிறிது பேர் சிப்பாயிகளும் பயணம் புறப்பட்டார்கள். அவர்கள் இங்கிரேசுக்காரரிடம் ரஷ்தாரி தஸ்ரக்கு ***(English passport)*** வாங்கிக்கொண்டு, பயணம் போறார்கள் என்றும், இவர்கள் முதலில் மசூலிப்பட்டணத்துக்குப் போய் அப்பால் முசியே புசியிடம் போவதாகக் கேட்கப்பட்டது. இதல்லாமல் ஏழு பேர் சூர் லூயித்தனாந்துமாரும் ***(Sous-Lieutenants)***, லூயித்தனாந்துமார் ஏழு பேரும், முந்நூற்றைம்பது சொலுதாதுகளும் ஆக ராசா மனுஷர் பயணம் புறப்பட்டார்கள். இவர்கள் ஸ்ரீரங்கம், காரைக்கால், சிதம்பரம், திருவீதி, விருத்தாசலம், செஞ்சி, திருக்கோவிலூர், திருவண்ணாமலை, சேத்துப்பட்டு, வந்தவாசி, உத்தரமநல்லூர் ஆகிய இடங்களில் எங்கெங்கே கும்பினி மனுஷர் இருக்கிறார்களோ, அங்கெல்லாம் போய், கும்பினியாரின் மனுஷரைப் போகச் சொல்லிவிட்டு, தாம் அங்கே இருப்பதாகத் திட்டம் பண்ணி அனுப்பிவிச்சார்கள் என்றும், அதன்படி போனார்கள் என்றும் கேட்கப்பட்டது.

இதல்லாமல் கேள்விப்பட்ட சேதி; முசியே சுப்பீர் சௌரல் வந்த தேதி தொட்டு நாங்கள் முசியே லெறி கோவர்ணதோருடன் வெறுமனே இருக்கிறோமே, எங்களுக்குச் சரஞ்சாமி *(போர்த் தளவாடங்கள்)* முஸ்தீது செய்து கொடுங்கள். நாங்கள் அங்கங்கே படைகளை அனுப்பி, ராச்சியம் கட்டுகிறோம் *(பிடிக்கிறோம்)*

என்று முசியே லெறியிடம் கேட்டுக் கொண்டிருந்தார். அப்படிக் கேட்டபோதெல்லாம் முசியே லெறி, “கும்பினியில் பணம் இல்லையே! நான் எங்கிருந்து சாமான்களுக்குப் பணம் கொடுப்பேன்” என்று சொல்லிக் கொண்டு வந்தார். முசியே சுப்பீர் எப்போதெல்லாம் கேட்டாரோ அதையும், அதற்கு முசியே லெறி சொன்னதை எல்லாம் அப்போதைக்கப்போது எழுதி வைத்துக்கொண்டு வந்தார். இப்போது முன்னிந்த மாசம் பன்னிரண்டாம் தேதி முசியே சுப்பீர் முசியே லெறியிடம் “ஒரு காரியம் நடத்த வேண்டியிருக்கிறது. அதற்குப் பத்தாயிரம் ரூபாய் பணம் வேண்டும்” என்று கேட்டார். அதற்கு முசியே லெறி பணம் இல்லையென்று சொன்னார்.

அப்பால் சித்திரை நான்காம் நாளான, ஏப்ரல் பதிநான்காம் தேதி *(சித்திரை 4-ஆம் தேதி, ஏப்ரல் 13 என்று தான் இருக்க வேண்டும். ஆங்கில பதிப்பில் சித்திரை 12, ஏப்ரல் 21 என்றிருக்கிறது.)* சுப்பீர் அவர்கள் தம் காம்பிராவில் பேசிக் கொண்டிருந்தார். “பணம் கேட்டால் இல்லை என்கிறார். ஆனால், இருபது லட்சத்திற்கான சீமையும், வடக்கே முப்பது லட்சத்திற்கான சீமையும் இருக்கிறது. இதல்லாமல், வர்த்தகர்கள் முதலானோர் இவர் கைக்குள் இருக்கிறார்கள்.

இவர் பங்காளத்தில் மூன்று வருசம் துரைத்தனம் பண்ணினார். இப்போது இங்கே வந்து மூன்று வருசங்களாகத் துரைத்தனம் பண்ணுகிறார். இப்படியெல்லாம் இருக்க, பத்தாயிரம் ரூபாய் கேட்டதற்கு இல்லை என்கிறார். நல்லதாக ஆயிற்று. இப்போது நான் ஒரு காகிதத்திலே மெத்த அவசரம், பத்தாயிரம் ரூபாய் தேவை என்று கேட்டதையும், அவர் என் கையில் ரூபாய் இல்லை என்று சொன்னதையும் எழுதிக் கொண்டுபோய் முசியே லெறியிடம் போய்க் கையெழுத்துப் போடச் சொல்லிக் கேட்டு வாங்குகிறேன்” என்று பேசியிருந்தார்.

அவ்வாறே ஒரு காகிதத்திலே எழுதிக்கொண்டு போய்க் கையெழுத்துப்போடச் சொல்லிக் கேட்டார். அதற்கு முசியே லெறி கையெழுத்துப் போடாமல், பணத்தைப் புரட்டித் தருகிறேன் என்று சொன்னதாகவும் கேட்கப்பட்டது.

1758 ஸு அபிறேல் மீ 28 வ;
வெகுதானிய ஸு சித்திரை மீ 19 வ; சுக்கிரவாரம்

இத்தனாள் சுக்கிர வாரம். முசியே லாலி அவர்கள் சீமையிலிருந்து *(ஐரோப்பாவிலிருந்து)* புதுச்சேரிக்கு வந்து இறங்கிய சேதி;

இத்தனாள் வீட்டில் இருந்தபோது, கப்பல் காணுதென்று கபுறு வந்தது. இதை விசாரிக்குமிடத்தில், இங்கிரேசுக்காரரின் கப்பல் என்று சொல்லிக் கொண்டார்கள். இப்படி இருக்கையில் பன்னிரண்டு மணி அடித்த அப்பால், கப்பல் ரேவுக்குச் சமீபத்திலே வந்தது. உடனே, இங்கே கரைமேலே இருந்து, கப்பலின்பேரிலே இருந்து குண்டுபோட்டு பதினொரு வேட்டு சுட்டார்கள். அந்தக் குண்டுகளை வெடித்த அப்பால், முசியே லாலி கப்பலிலிருந்து, குண்டு போட்டார்கள். பதினொரு வேட்டு சுட்டதில், அதிலொன்று முசியே லாலி வந்த கப்பலின் அருகில் போய் விழுந்தது. ஒரு குண்டு கப்பலில் போய் விழுந்ததாகவும், உடனே முசியே லாலி குண்டுபோடச் சொல்லி, ஒரு பீரங்கி மாத்திரம் சுடச் சொன்னார். முன்பு ஏற்றியிருந்த கொடியைக் கீழே இறக்கிவிட்டு, வேறு சிகப்புக் கொடியை போட்டார்கள். அப்பால் கோட்டையில் கறுப்புக் கொடி போட்டார்கள். அப்பால், கப்பலில் போட்டிருந்த சிகப்புக் கொடியை இறக்கிவிட்டு, வெள்ளைக் கொடியையும், சதுரக் கொடியையும் போட்டார்கள். அப்பால், இவர்களும் வெள்ளைக் கொடியை போட்டார்கள். கட்டுமரத்தை அனுப்பிவிச்சார்கள்.

அந்தக் கட்டுமரக்காரனிடம் கப்பலில் இருந்து கடுதாசி கொடுத்து அனுப்பினர். கட்டுமரக்காரன் அந்தக் காகிதத்தைக் கொண்டுவந்து, முசியே சுப்பீர் செனரால் கையில் கொடுத்தான். காகிதத்தைக் கண்டவுடன் தீனியை விட்டு எழுந்து, மெத்தவும் வேகமாக ரேவுக்குப் போய்ப் படகிலேறி கப்பலின் அருகில் போனார். முசியே லெறி கடலோரத்தில் போய் நின்றார். முசியே சுப்பீர் கப்பலின் கிட்டே போனவுடன், முசே லாலி படகுக்கு இறங்கி வந்தார். அவர் சீக்கிரமாக வருவதைக்கண்ட முசியே லெறியும் படகிலே ஏறி பாதித் தொலைவுக்குப் போய்ச் சந்தித்து, கூடவே வந்தார். எல்லாரும் மெத்தைக்குப் போனார்கள். வரிசை வைக்கவோ, வாழை வகையிறாவற்றை நட்டு வைக்கவோ, தண்ணீர் தெளிக்கவோ, கோரை போடவும் *(கோரைப் புல்லைப் பரப்பி வைக்கவோ)*, எதற்கும் சாவகாசமில்லை. இருபத்தொரு பீரங்கி மாத்திரம் சுட்டார்கள்.

அவர் கரை இறங்கி வந்தவுடன், "என்னுடன் வந்த கப்பல்களை எல்லாம் தேவனாம்பட்டணத்துக்குப் போய் சண்டை போடச் சொல்லி ஒடுதி கொடுத்துப் போட்டுவிட்டு வந்தோம். இப்போது இங்கே இருக்கிற வெள்ளைக்காரர்கள், ஒப்பிசியேல்மார்கள், சொலுதாதுகள், அலுமாஞ்சிக்காரர் *(செருமானியப் சொலுதாதுகள்)*, குதிரைக்காரர், பாறுக்காரர் ஆகிய சகலமானவரும் இந்தக்ஷணமே புறப்

பட்டு, கரை வழியே போய், இத்தனாள் ராத்திரியே தேவனாம்பட்டணத்து பேரிலே சண்டைக்குப் போக வேண்டும்” என்று ஒடுதி இட்டார். நாலாயிரம் காமாட்டிகளும் *(மண் வேலை செய்வோரும்)*, மாடுகளும் இந்தக்ஷணமே வர வேண்டும். மருந்து, குண்டு வகையிறா சாமான்கள், பீரங்கிகள், தீனிகள் எல்லாரும் இப்போதே போயாக வேண்டும். செனரால் முசியே சுப்பீர் அவர்களும் பவுன்சுடன் போக வேண்டும் என்று சொல்லிக் கொண்டே, மெத்தை பேரிலே போனார். *(முசியே லாலி, பிரபு குடும்பத்தைச் சேர்ந்தவர் என்பதால் எட்டு வயதிலேயே கேப்டனாக நியமிக்கப்பட்டார்.)* உடனே சின்ன துரையான முசியே பெடுத்தல் மீ போய்ச் சந்தித்துக் கொண்டார். உடனே முசியே லெறி, நம்மை அழைத்து முசியே லாலியிடம் பேட்டி பண்ண வைத்தார். நாமும் எலுமிச்சம் பழம் கொடுத்துக் காண்பிச்சுக் கொண்டோம். முசியே லெறி, “கும்பினி குடுத்தியோர் ரங்கப்பன்” என்று சொன்னார். அதையும் கேட்ட முசியே லாலி நமக்கு ஆசாரம் பண்ணினார்.

அதன் அப்பால், கும்பினி வர்த்தகர்கள் வந்து சந்தித்தார்கள். இப்படியிருந்த போது, விநாயகப் பிள்ளை வந்து நம்மை மறைப்பது போல், முன்பாக நின்றுகொண்டான். அப்போது நாம் அவன் பேரிலே கோபம் காட்டினோம். முசியே லாலியும் பார்த்துக் கொண்டிருந்தார்கள். விநாயகனும் அப்பாலே தள்ளிப்போய், நானும் காண்பிச்சுக் கொண்டேன் என்று சொன்னான். அப்பால், கோட்டையின் வாசற்படிகளில் எல்லாம் ராசா மனுஷரை நியமித்தார். யாரும் வெளியில் போகக்கூடாது என்று ஒடுதி கொடுத்தார்.

தாம் காம்பிறாவுக்குள் போய், எழுத்து வேலை செய்கின்ற ஏழு பேரை வைத்துக்கொண்டு, தன் கூடவே வந்து, தேவனாம்பட்டணத்துக்குச் சண்டைக்குப் போயிருக்கிற கப்பல்களுக்கு, நடக்க வேண்டிய காரியங்களுக்குக் காகிதம் எழுத வைத்தார். இங்கு வந்த இரண்டு கப்பல்களில் முசியே புலோவும், முசியே தெவோவும் நமக்குத் தெரிந்த சிறிது பேரும்கூட வந்தார்கள். அப்பால் நாம் பூந்தோட்டக் கச்சேரியே வந்தோம்.

முசியே லெறி விநாயகனையும், சவரிராயப் பிள்ளையையும் வரவழைத்து மாடுகள், குதிரைகள், மனுஷர் சகலமும் சீக்கிரம் சரஞ்சாமி பண்ணி பயணமாகும்படி சுறுக்குப் பண்ணினார். விநாயகன் அங்கங்கே அனுப்பிய மனுஷர், மாடுகள், குதிரைகள், மனுஷர்கள் உள்ளிட்டோரைப் பட்டணத்தில் பிடிக்கச் சொன்னபடி பிடித்தார்கள். முசியே லாலியும்,

முசியே லெறியும் நம்மையும் குதிரை கேட்கச் சொன்னார்கள் என்று வெள்ளித் தடிக்காரன் வந்து கேட்டான். நாமும் கொடுக்கச் சொன்னோம். இது சேதி.

1758 ஹு அபிறேல் மீ 29 வ; வெகுதானிய ஹு சித்திரை மீ 20 வ; சனிவாரம்

இத்தனாள் கேள்விப்பட்ட சேதிகள்;

இத்தனாள் காலத்தாலே ஒன்பது மணிக்கு முசியே லெறியையும், முசியே பெடுத்தல் மீயையும், குமுசேல்காரரையும் முசே லாலி திட்டம் பண்ணினார். முசே லாலியின் கப்பலிலிருந்து வருகிற சாமான்களை எல்லாம் இறக்கி வைக்கிற காரியத்தை முசே லெறி கவனிக்க வேண்டும். இந்தக் காரியத்தைக்கூட இருந்து கவனிக்க முசியே பெடுத்தல்மீயும் நியமித்தார். அதன்படி முசே லெறியும், முசியே பெடுத்தல்மீயும் கடற்கரைச் சாவடிக்குப் போனார்கள். அங்கிருந்து கொண்டு, கப்பலுக்கு கிளாசுகள் *(Cabbage)*, கீரைத் தண்டு, முள்ளங்கி, கோழி, வாத்து, அரிசி, தண்ணீர், ரொட்டி வகையிறா சாமான்களையும், சலங்குகளையும் அனுப்புகிற வேலையைக் கவனித்தார்கள். சொலுதாதுகள், குதிரைப் படையினர்,பாறுக்காரர் ஆகியோருக்குச்சண்டைசிலவுகள்சகலத்துக்கும் கொடுப்பது சண்டைக்கான சாமான்களை வாங்குவது, அதற்குச் செலவு செய்வது, இதற்கான *(பண)* முடிப்பைக் கையில் வைத்துக் கொண்டு, நடத்துவதான காரியத்தில் முசியே குளுவேத்து நியமிக்கப்பட்டார். மாயு மாசம் முதல் தேதி முதல் முசியே பெடுத்தல்மீக்கு அதிகாரம் இல்லையென்றும், முசியே குளுவேத்து இதற்கெல்லாம் ஒப்பிசியேல் என்றும் கேட்கப்பட்டது.

திருப்பாதிரிப்புலியூர், இன்னும் சில சீமைகள், நேத்து ராத்திரியே கொள்ளையிடப்பட்டன. இன்றைக்குப் பத்து மணிக்கெல்லாம் கூடலூர் கைக்கு வந்துவிட்டது. கொள்ளையும் அடித்துத் தீயும் வைத்தார்கள் என்று சேதிகள் சொல்லப்பட்டன. ஆனால், அப்படி நடந்திருக்கவில்லை. மஞ்சக் குப்பத்தைப் பிடிச்சு மோர்சா *(கொத்தளம்)* போடுகிறார்கள். தேவனாம்பட்டணத்துக் கோட்டையில் குண்டுபோய் விழுகின்றன.

புதுச்சேரியில் இருந்து மருந்துகள், குண்டுகள், மோர்சாவுக்குத் தேவையான தழைக்கட்டுகள், உரைகள் *(மணல் மூட்டைகள்)*, தீனி சாமான்கள் வகையிறா இவற்றை அனுப்புகிற காரியம் வெகு துருசு *(மிக வேகமாக)* நடக்கிறது என்றும், விநாயகன் பேரிலே முசியே சுப்பீர்

அடிக்கடி கோபம் கொள்வதும், அடிப்பதும் நடக்கிறது என்றும், மாடுகள், குதிரைகள், கூலி மனுஷர் போன்றோரைப் பிடிப்பதும் அனுப்புவதும் வெகு துருசு நடக்கிறது என்றும் கொத்தளங்களில் இருந்து ஓடிப் போனவர்கள் போக மீதியிருந்த பத்து இங்கிரேசுக்காரர்களைப் பிடித்துக்கொண்டு வந்தார்கள் என்றும், ஏழெட்டுப் பேர் காயம்பட்டு வந்தார்கள் என்றும் கேட்கப்பட்டது.

இதல்லாமல், கூடலூருக்குச் சொலுதாதுகள் வலிமையைச் சேர்ப்பதற்காகச் சென்னப்பட்டணத்துக் கப்பல்கள் ஒன்பது மூன்று மணிக்கு வந்தது. அவற்றைக் கண்டவுடன் கூடலூரில் சண்டை போட்டுக் கொண்டிருந்த ஒன்பது கப்பல்கள் இங்கிரேசுக் கப்பல்களிடம் போய் பீரங்கிகள் போட்டார்கள். அவர்கள் பீரங்கி போட, இவர்கள் போட, இப்படியாகச் சண்டை போட்டுக்கொண்டே வடக்கே வந்தார்கள். இதைக் கண்ட முசே லாலியுடன் வந்த கப்பல்கள் பாய் எடுத்துப்போய் இங்கிரேசுக் கப்பலை மறித்துச் சண்டை கொடுத்தார்கள். அவர்களும், இவர்களும் கடலுக்குள் வெகு தூரம் ஒசந்து போனார்கள். சாயங்காலம் வரை குண்டுகளின் சப்தம் கேட்கப்பட்டது. அப்பால் கேட்கவில்லை. ஒருவர் சொன்ன கபுறுபடி, இன்னொருவர் சொல்லவில்லை. நிமிஷத்துக்கு நிமிஷம் விந்தை விந்தையாய்ச் சேதிகள் பிறந்தன.

முசியே லாலி ஐரோப்பாவை விட்டுப்போன மாயு மாசம் புறப்பட்டு தெசம்பர் மாசம் மசுக்கரைக்கு வந்து, நாற்பது தேதி அங்கே இருந்துவிட்டு, சனவரி மாசம் 26-ஆம் தேதி அங்கிருந்து புறப்பட்டார். ஏப்ரல் மாசம் 27-ஆம் நாளான சித்திரை மாசம் 8-ஆம் தேதி மத்தியானம் காரைக்காலுக்கு வந்தார். கப்பல் கப்பித்தான் தானே இறங்கி முசியே புருஷேக்கு சொஸ்தமில்லாததினாலே இவ்விடத்துக்குச் சேதி தெரிந்துகொண்டு, உடனே, பாய் எடுத்து, பத்தொன்பதாம் தேதி, பன்னிரண்டு மணிக்குப் புதுச்சேரித் துறை பிடிச்சு சேர்ந்தார். ஆறு மணிக்கு முசியே சுப்பீர் தேவனாம்பட்டணத்தின் பேரிலே சண்டைக்குப் போனதாகச் சேதி கேட்கப்பட்டது.

1758 ஹூ அபிறேல் மீ 30 உ;
வெகுதானிய ஹூ சித்திரை மீ 21 உ; ஆதிவாரம்

இத்தனாள் கேள்விப்பட்ட சேதி; நேத்து ராத்திரி முசியே சுப்பீரும், முசியே லாலியும் புறப்பட்டுத் தேவனாம்பட்டணத்துப் பாளையத்துக்குப் போனார்கள். அங்கிருந்தவர்கள் அவர்களிடம்

எதிராளிகிட்ட சண்டை இட்டுச் சாவதா? இல்லை சோறு இல்லாமல் சாவதா? என்று கேட்டார்கள். உடனே புறப்பட்டு வந்த முசியே லாலி பன்னிரண்டு மணிக்கு மெத்தை மேலே தீவட்டிகூட இல்லாமல் வந்து, முசியே லெறியை அழைத்துக் காட்டிய கோபத்திற்கு அளவில்லை. அப்பால், முசியே லெறி விநாயகனை அழைத்து வரச்சொல்லி, அவனுக்கு இரண்டு உதை கொடுத்து, மெத்தவும் கோபம் காட்டினார். அவன் உடனே புறப்பட்டுத் தண்டுக்குப் போனான். மறுபடியும் ராத்திரியெல்லாம் முசியே லெறியைத் தூங்கவிடாமல், அடிக்கடி அழைப்பதும், சேதிகளைப் பேசுவதுமாக முசியே லாலி பண்ணினார். முசியே லாலி செய்கிற கஸ்திக்கு *(துன்பத்தைக் கண்டு)*, முசியே லெறி மெத்த வேசடை அடைந்தார் என்று கேட்கப்பட்டது.

இப்படி இருக்கையில் வடக்கே போயிருந்த மறுக்கி கொம்பிளாம் அவர்களை அழைத்துவர மனுஷன் அனுப்பினார். அவரும் இத்தனாள் உதயத்திலே வந்து சேர்ந்தார். இதல்லாமல் நேத்து உதயத்திலே முசியே லெறியும் கோன்சேலியர் முசியே லாலியிடம் சென்றார்கள். அப்போது முசியே லாலி அவர்களைப் பார்த்து, “நாமே கும்பினியார். நீர் நம்முடைய சொல்படி நடக்க வேண்டும். சகலமும் நம்மிடம் சொல்லி நம்முடைய ஒடுதிப்படிக்கு நடக்குறது, நீர் சொன்னபடி எல்லாரும் கேட்க வேண்டும்” என்று சொன்னதாகவும் கேட்கப்பட்டது.

இங்கிரேசுக்காரரின் இரண்டு கப்பல்கள் பிடிபட்டன என்றும், மற்றவை பலகீனமாய் போய்விட்டன என்றும் ஓடிப்போய் விட்டன என்றும் கேட்கப்பட்டது.

இப்படியாக இருக்கையில் முசியே லாலி கோயிலுக்குப் புறப்பட்டார். அப்போது முசியே கோவர்ணதோர்க்கு ஆசாரம் செய்துவிட்டு நாங்கள் பதினொரு மணிக்குப் பூந்தோட்டக் கச்சேரியே வந்தோம். அங்கே கேள்விப்பட்ட சேதி; முசியே லாலிக்கு அரிகை ***(roundel)*** பிடிக்க வந்தனர். அவர் கையிலிருந்த சாட்டையால் அரிகையை அடித்து வேண்டாமென்றார். கோயிலுக்குப் போய் வருகிறபோதும் அரிகை பிடித்தனர். அதெல்லாம் வேண்டாமென்றார். அந்த வெயிலில் கால்நடையாகவே முசியே லாலி நடந்துபோனார். அவருடைய நடைக்கு ஈடு கொடுக்க முடியாத முசியே லெறி ஓட்டமாக வந்தார். திரும்பவும் உடனே புறப்பட்டுக் கோட்டைக்குப் போனார். அவருடனேயே முசியே லெறியும் வெய்யிலில் நடக்க முடியாமல் கஸ்திப்பட்டுக் கொண்டுபோனார் என்றும் கேட்கப்பட்டது.

இதல்லாமல், நேத்து முசியே லெறி மூன்று லட்ச ரூபாய் கொடுத்தார் என்றும் இல்லை, அது பொய் என்றும் பேசிக் கொண்டார்கள்.

அப்பால், பன்னிரண்டு மணிக்கு வீட்டுக்கு வந்து, ஸ்நானம் பண்ணி, சாப்பிட்டுவிட்டுப் படுத்துக்கொண்டோம். உடனே மூன்று மணிக்கு துரை அழைக்கிறார் என்று இரண்டு சேவுகர்கள் வந்து அழைத்தார்கள். உடனே புறப்பட்டுப் போனோம். முசியே லெறி நம்மைப் பார்த்து, "சண்டைக்குப் போன நம்முடைய கப்பல்களில் இரண்டு கப்பல்களை இங்கிரேசுக்காரர்கள் பிடித்துக் கொண்டார்கள். நம்முடைய கப்பலொன்று ஆலம்புரிக்குத் தெற்கே கரைதட்டி இருக்கிறது. அதில் வெள்ளைக்காரப் பெரிய மனுஷர்கள் எல்லாம் இருக்கிறார்கள். ஆகையால், அவர்களை அழைப்பிக்க வேண்டும். அதற்காக வண்டி, குதிரை பல்லக்கு இதுகள் அனுப்ப வேண்டும். அதெல்லாம் நீர் சரஞ்சாம் செய்ய வேண்டும்" என்று சொன்னார்.

நல்லதென்று சொல்லிவிட்டு, வெளியே வந்து பாளையக்காரன், நயினாருக்கும் இந்தச் சேதியை தாக்கீது பண்ணி, ஊரில் இருக்கிற குதிரை, பல்லக்கு, வண்டிகள் கொண்டுவரச் சொல்லி, மனுஷரை அனுப்பிக் கொண்டிருந்தேன். அப்போது கந்தப்ப முதலி வந்து, "தன்னை துரை முஸ்தீப்பு பண்ணச் சொன்னார். நான் பண்ணுகிறேன்" என்று சொன்னான்.

நல்லதென்று சொல்லி இருந்தேன். தண்டிலே எல்லோரும் தீனியில்லாமல் இருக்கிறார்கள் என்று சேதி சொல்ல ஆள் வந்தான். அவனை, முசியே லாலியிடம் சொல்ல வேண்டாமென்று முசியே லெறி சொன்னார். அப்படியிருந்தும் அவன் போய் முசியே லாலியிடம் சொன்னான். சொன்ன உடனே அவர் பண்ணின கோபத்தைச் சொல்லி விட முடியாது. அந்தக் கோபத்துடன் குதிரை மேல் ஏறிய முசியே லாலி தண்டுக்குப் போகிற பீரங்கிகள், சாமான்கள் முதலானதுகளையும், பதினைந்து குதிரைகளையும் பாறுக்காரரும், சொலுதாதுகள் நூறு பேரையும் அழைத்துக்கொண்டு போனார். இது சேதி.

1758 ஷூ மாயு (மே) மீ 1 வ;
வெகுதானிய ஷூ சித்திரை மீ 22 வ; சோமவாரம்

இத்தனாள் காலத்தாலே கோட்டைக்குப் போகும்போது நயினார் வந்து சொன்ன சேதி; "என்னுடன் அஞ்சு சேவகர்களை முசியே கோவர்ணதோர் அனுப்பினார். கந்தப்ப முதலி, அப்பு முதலி, பெரியண்ண முதலி, திருவேங்கிடப் பிள்ளை ஆகியோரின் வீடுகளில் வண்டிகள் இருக்கின்றனவாம். மாடுகளை ஒளிச்சு வைத்துக் கொண்டிருக்கிறார்களாம். நீ போய் வண்டியையும், மாட்டையும் வாங்கி வா! யாராவது கொடுக்க மாட்டோம் என்று சொன்னால் அவர்களைச் சாவடியில் கொண்டுபோய்க் காவல் வை என்று சொன்னார். உங்களிடமும் கேட்கச் சொன்னார்" என்று சொன்னான். நல்லதென்று வண்டியையும் மாடுகளையும் கொடுக்கச் சொல்லிவிட்டுக் கோட்டைக்கு வந்தோம். முசே லெறி அவசர காரியச் சுருக்கிலே சஞ்சாரமாய் இருந்தார். நானும் என்னைக் காண்பித்துக்கொண்டேன். கூடமாடவே திரிந்து கொண்டிருந்தேன்.

இப்படியிருக்கையில் இத்தனாள் பண்டிகை தேதி என்று கோட்டைக்குமேல் கொடியேற்றி வைத்துவிட்டுக் கோயிலுக்குப் போனார். அத்துடன் நாம் பூந்தோட்டக் கச்சேரியே வந்தோம்.

தேவனாம்பட்டணத்தில் சொலுதாதுகள் இறங்கியிருக்கிற தண்டுக்கு நேத்து சாயங்காலம் போன முசியே லாலி அங்கேயே இருக்கிறார். இங்கிரேசுக்காரரின் கப்பல் ஒன்றும் அகப்படவில்லை. பாய்மரங்கள் முறிந்தும், கப்பல்கள் வெகுவாய் அலைச்சட்டைப்பட்டும் *(உட்பகுதிகள் உடைந்தும்)* நிர்வாகமில்லாமல் ஓடிப்போய் விட்டன. பிரான்சுக்காரர் கப்பலொன்று கரைதட்டி இருக்கிறது. அந்தக் கப்பலில் இருக்கிற சாமான்களை எல்லாம் ஆலம்புரிக் கோட்டைக்குக் கொண்டுபோய்ச் சேர்க்கிறார்கள். அந்தக் கப்பலில் இருக்கிற பெரிய மனுஷர்களை அழைத்து வரச்சொல்லி பாளையக்கார நயினாரையும், அவருடன் யானைகள், குதிரைகள், வண்டிகள், பல்லக்குகள் சகலமும் அனுப்பினார்கள் என்றும் கேட்கப்பட்டது.

அரும்பாத்தைச் சாவடி விநாயகனின் உத்தியோகத்தை முசே லசேலுக்குக் கொடுத்தது சரியே. முசியே லசேல் *(M.La Selle)* அவர்களை

எசமானாக்கி முன்னாளில் நம்மிடம் திருக்கோவிலூர் குத்தகைக்குப் பிணைப்பட்டுக் கொண்டிருந்த முசியே பிளாம் அவர்களையும், மலையப்பன் என்கிறவனையும் உடன் வைத்துக்கொண்டு காரியத்தைப் பார்க்கச் சொல்லித் திட்டம் பண்ணினார்கள்.

திருப்பாதிரிப்புலியூர், புதுப்பாளையும், மஞ்சக்குப்பம் ஆகிய சீமைகளில் படையினர் அவரவரும் கொள்ளையிட்டார்கள். விக்கிரகங்கள் *(சிலைகள்)*, தவலை, செம்புகள், கட்டில், மெத்தைகள், கத்தி, புடவைகள், சீலைகள் வகையிறா நானாவிதமான தினுசுகளையும் அவரவர்கள் கொள்ளையிட்டுக் கொண்டுவந்து விற்கிறார்கள் என்று கேட்கப்பட்டது.

இத்தனாள் சாயங்காலம் கோட்டைக்கு வெளியே சவாரிப் போய்விட்டு, ஏழு மணிக்கு வீட்டுக்கு வந்தேன். அப்போது வெள்ளித்தடி வைத்திருக்கிற அப்துல் காதர் என்கிற சோபுதாரன் *(தலைமைப் பணியாள்)* வந்து, “முசியே கோவர்ணதோர் அவர்கள் நாளை முதல் இங்கே யாரும் சாராயம் விற்கக் கூடாது. கொழும்பு சாராயமும் விற்கத் தேவையில்லை. எல்லோரும் அவரவர் கையிலிருக்கிற சாராயத்தை எல்லாம் கொண்டுவந்து முசியே கொற்ணேத்து வசம் அளந்து கொடுத்து ஒப்புவிச்சுவிட வேண்டும் *(வெள்ளைக்காரப் படைகளுக்குச் சாராயம் தேவை என்பதால் பிள்ளையும் சாராய ஆலை வைத்திருந்தார்)* என்று ஒடுதி கொடுத்திருக்கிறார்கள். ஆகையால், உங்களிடம் சொல்லச் சொன்னார்கள். நீங்கள் கொழும்புச் சாராயங்கள் விற்கிறவர்கள் எல்லாருக்கும் சேதி சொல்லி இருக்கிற சாராயத்தைக் கொண்டுவந்து முசியே கொற்ணேத்து அவர்களின் வசம் ஒப்படைக்க வேண்டும்” என்று சொன்னான். உடனே கொழும்பு சாராயம் விற்கிற மனுஷர்களுக்குக் கபுறு சொல்லி ஆளனுப்பி வைத்தோம். பின்னையும் சோபுதாரனையும் அனுப்பி, குழம்புச் *(கொழும்பு)* சாராயம் விற்பவர்களுக்குக் கபுறு சொல்லச் சொன்னோம். இது சேதி.

1758 ஸ்ரீ மாயு மீ 2 வ;
வெகுதானிய ஸ்ரீ சித்திரை மீ 23 வ; செவ்வாய்

இத்தனாள் காலத்தாலே கோட்டைக்குப்போய், முசே லெறியைச் சந்தித்து, ஆசாரம் பண்ணினேன். கொழும்புச் சாராயம், பட்டை சாராயம் வகையிறா எல்லாம் முசியே கொற்ணேத்திடம் சேர்க்கப்படுகிற சேதியைச் சொன்னேன். பட்டணத்தில் இருக்கிற ஆடு, மாடுகளைப்

பிடித்துவர சனம் ஒருவருக்கு இரண்டு பணமும், படிக்காசாக அரைப் பணமும் ரொக்கத் தொகையாக அரும்பாத்தை என்ற உத்தியோகத்திற்கு வந்த முசே லசேல் கையிலே கொடுக்கிறார். இதனால் வெகு சனங்கள் கூலிக்காரர் இந்த வேலை செய்ய வலிய வந்தார்கள். அதெல்லாம் பார்த்துவிட்டு, வெளியே வந்தபோது, என்னைப் பார்த்த முசியே புலோ வலிய அழைத்தார். "உம்முடன் டங்கா சாலை பற்றிப் பேச வேண்டும். நீர் டங்கா சாலைக்கு வரவும்" என்றார்.

யாருமில்லாத டங்கா சாலையில் இருந்த முசியே புலோவிடம் சென்றபோது, அவர் சொன்ன சேதி; "தமக்கு முசே கொதே அவர்களின் காகிதம் வந்தது. அதில் எழுத்துச் சீட்டிகள் *(பூப்போட்ட சிற்றாடைகள்)* அனுப்பச் சொல்லி எழுதினார். அதைத் தவிர, வேறொன்றும் எழுதவில்லை. முசியே லாலி வருகிறார் என்று எழுதினார். வேறொன்றும் எழுதவில்லை. முசியே குளூவேத்திடம் என்ன சொல்லி அனுப்பினாரோ தெரியவில்லை. முன்பு உன்னிடமிருந்து குத்தகைப் பணம் வரவில்லை என்று முசே லெறி உன் பேரிலே பிராது எழுதினார். அதை அறிந்தவுடனே, நான் அதற்கெல்லாம் வயணம் எழுதி அனுப்பினேன்.

அப்பால், வெகு பேர் துரை பேரிலே பிராது எழுதினார்கள். அதுசம்மதி எல்லாம் இங்கே நடக்க வேண்டிய வயணத்துக்குப்போன வருசம் ஐப்பசி, தை, மாசங்களில் புறப்பட்டு வருகிற கப்பலில் சேதி வரும் என்று எனக்குத் தோன்றுகிறது. இனிமேல் உன் காரியத்தைப் பற்றிப் பேச வேண்டியதெல்லாம், எனக்குத் தெரிந்த அளவுபோல உனக்குத் தெரியாது. ஆனால், முசே லாலி எல்லாத்துக்கும் தூக்கில் போடுவேன் என்று சொல்கிறார்.

இவர் முன்பு *(8 வயதில்)* சொலுதாதுவாக இருந்து அப்பால் ஒப்பிசியேலாகி இன்னும் ஒசந்து, இவ்விடத்தின் மிக ஒசத்தியாக இருக்கிற உத்தியோகத்துக்கு வந்தார். அவர் ஒசந்த உத்தியோகத்தில் இருப்பவர். சாதியிலேயும் பாரம்பரியத்திலேயும் அதிகாரத்திலேயும் ஒசந்தவர். இந்தக் கும்பினியாரின் காரியங்களுக்கெல்லாம் காரியதார் ஒருத்தரும் (மாண்ட்மோரென்சி பிரபு - *Montmorency*) வந்திருக்கிறார். அவர் கோவர்ணமாமுலே தென் மூலையில் இருக்கிற காம்பிராவிலே இருக்கிறார். நாளை நீர் மெத்தை மேலே வந்த அப்பால், நான் முன்னுதாயி அவர் இருக்கிற இடத்துக்குப் போகிறேன். நீரும், எதுவும் தெரியாததுபோல் மெள்ள அங்கே வந்து, தலைகாட்டி விட்டு, சற்றுநேரம் இருந்துவிட்டுப்போம். அப்பால், நான் அவருக்கு எல்லாவற்றையும்

சொல்லுகுறேன்" என்று சொன்னார். நல்லதென்று சொல்லி அவரிடம் அனுப்புவிச்சுக்கொண்டு வீட்டுக்கு வந்தோம்.

1758 ஷூ மாயு மீ 3 வ;
வெகுதானிய ஷூ சித்திரை மீ 24 வ; புதவாரம்

இத்தனாள் காலத்தாலே கோட்டைக்குப்போய் முசியே லெறியைக் கண்டுகொண்டு, அங்கேயிருந்தேன். ஒன்பதரை மணிக்கு ஆலம்புரிக்கு அருகில் மணலிலே அடிதட்டிய கப்பலில் இருந்து இறங்கிய முசியே குளுவேத்து, டோலி மூலமாக வந்து, கோவர்ணமாவிலே வந்தார். இந்தச் சேதியை மேலுகிரி செட்டி போய் முசியே புலோவிடம் சொன்னான். உடனே முசியே புலோ புறப்பட்டு வந்து கோவர்ணமாவிலே போய் முசியே குளுவேத்தைச் சந்தித்தார். நாமும் அவரிடம் போனோம்.

அப்போது முசியே குளுவேத்துவும், முசியே புலோவும் வெளியே வந்தார்கள். அப்போது நாம் போய்ச் சந்தித்து, கிச்சிலிப் பழம் *(ஆரஞ்சு வகை)* கொடுத்து ஆசாரம் பண்ணினோம். அவரும் வாங்கிக் கொண்டு, ஆசாரம் பண்ணி, சுகமாக இருக்கிறீரா? என்று கேட்டார். நானும் சுகமே இருக்கிறேன். நீர் சுகமா? என்று கேட்டேன். சுகமாய்த் தான் வந்து சேர்ந்தோம் என்று சொன்னார்.

இதிலே வெள்ளைக்காரர்கள் பலரும் வந்தனர். அவர்களைக் கட்டித் தழுவி முத்தமிடுவதும், ஆசாரம் பண்ணுவதுமான காரியத்தில் இருந்தார். அப்பால், நாமும், முசியே புலோவும், கோவர்ணமாவின் வடமேற்கு மூலையில் இருக்கிற காம்பிராவில் இருக்கிற பிரான்சில் பெரிய மனுஷராக இருந்து, இங்கே வந்திருக்கிறவரிடம் போய்ச் சந்தித்தோம். இவர் குளுந்த முகத்துடன் மெத்தவும் ஆதரவாகப் பேசிக் கொண்டிருந்தார். அரை நாழிகை நேரம் பேசியிருந்துவிட்டு, அப்பால் பூந்தோட்டக் கச்சேரியே வந்தோம்.

இங்கே கேள்விப்பட்ட சேதி; விநாயகனுக்குப் பிறகரம் நடந்ததில் *(உதை கொடுக்கப்பட்டதில்)* இருந்து மாரிலே வலி கண்டு, வீட்டில் இருக்கிறார். தன்னைச் சந்திக்க வருகிறவர்களிடம் கட்டிலின் குமிழ் பட்டுவிட்டது என்றும் அரும்பாத்தையென்கிற பேர் தண்டிலே சொல்லக்கூடாதென்றும் சொல்கிறார்.

முசியே லசேல் கைமேல் கூலி கொடுத்துவிடுவதால், கூலிக் காரர்கள் வெகு பேர் வந்து காத்துக் கிடக்கிறார்கள். கூடலூரில் மோர்சா

போடுகிறதாகவும், இங்கிரேசுக்காரரும் பெலனாகத்தான் இருக்கின்றார்கள் என்பதாகச் சேதிகள் கேள்வியாகின.

1758 ஷு மாயு மீ 4 வ;
வெகுதானிய ஷு சித்திரை மீ 25 வ; குருவாரம்

இத்தனாள் காலத்தாலே கேள்விப்பட்ட சேதி; நேத்து ராத்திரி மூன்று சாமத்துக்குத் தண்டிலே இருக்கிற பேர் கூடலூருக்குப் போய், பிரவேசமாகி வெள்ளைக் கொடி போட்டார்கள். இங்கிரேசுக்காரராக இருந்தாலும், அவர்களிடம் சேவிக்கிற சிப்பாய்களாக இருந்தாலும், அவர்களைக் கண்டால், வெட்டிப்போடச் சொல்லி, தமுக்குப் போட்டார்கள் *(மே 3-ஆம் தேதி கூடலூர் பிடிபட்டது. அப்போது கையெழுத்தான ஒப்பந்தத்தில் யாரையும், யாருடைய சொத்துக் களையும் ஒன்றும் செய்யக்கூடாது என்ற ஒரு ஷரத்து இருந்தது).*

நேத்து உதயத்திலே, ஒரு பெரிய மனுஷனான வெள்ளைக் காரனும் முந்நூறு சொலுதாதுகள், இருநூறு மத்தலோத்துமார்களும் *(கப்பலோட்டிகளும்)* கப்பலில் இருந்து வெள்ளிப் பெட்டிகளை இறக்கிக் கொண்டுவந்து, நம்முடைய அக்கிரகாரத்தில் இறங்கினார். தங்கள் எல்லாருக்கும் சமையல் செய்ய வேண்டும். அதற்கு ஆடு, கோழி, அரிசி, நெய் பதார்த்தங்கள், மற்ற சாமான்களைக் கொண்டு வரச்சொல்லி, கத்திகளை உருவிக்கொண்டு, குத்துவோம், வெட்டுவோம் என்று மிரட்டினார்கள். அப்போது எல்லாரும் பயந்து ஓடிப்போனார்கள். அப்போது வெங்கிட்டராயர் வந்து அவர்களைச் சந்தித்து, இந்த ஊர் நம்முடைய அக்கிரகாரம் என்று சொன்னார். அதன்பேரிலே சமாதானமாகி, சாமான்களை எல்லாம் கொண்டுவரச் சொன்னார்கள். அந்த அளவில் சுற்று வட்டாரத்தில் எல்லாம் போய் ஒன்பது ஆடும், நூறு கோழியும், முன்னூறு படி அரிசியும், முப்பது சேர் நெய்யும், வேண்டிய தட்டுமுட்டுகளையும் கொண்டுவந்து கொடுத்தார்கள். அப்படியிருக்கையில் ஒருத்தன் தோப்பில் இளநீர் பிடுங்கினான். அதை வந்து சொன்னவுடனே அவனைப் பிடித்து வரச்சொல்லி, ஐம்பது அடி அடித்து சாயங்காலம் மட்டுக்கும் அவனைப் பட்டினிப் போட்டார்கள்.

அப்பால், ராத்திரி எட்டு மணிக்கு முப்பது வெள்ளிப் பெட்டியும் கோட்டையில் கொண்டுவந்து சேர்த்தார்கள். பெட்டி ஒன்றுக்கு முன்னூறு

மார்க் வீதம் பணம் வந்தது. அந்த வெள்ளியை இத்தனாள் உதயத்திலே டங்கா சாலையில் நிறுத்துப் பார்த்தார்கள் என்று கேட்கப்பட்டது. *(பிரெஞ்சு அரசின் நிதி நெருக்கடியின் காரணமாக லாலி வரும்பொழுது சில வெள்ளிப் பெட்டிகள் மட்டுமே கொண்டுவந்தார்).*

அதன்பேரிலே தண்டு இறங்கி இருந்த இடத்திற்குப் போயிருந்த போது செனரால் முசியே லாலி, முசே லெறியிடம் மூன்று லக்ஷம் ரூபாய் கேட்டார். அதற்கு இவர் சிறிது அட்டியாகச் சொன்னார்.

அதனால் அவரைக் கோபிச்சுக்கொண்டு, "இப்படியெல்லாம் சொன்னால், நாம் யாரென்று பார்க்க மாட்டோம். செய்ய வேண்டியதைச் செய்வோம். கும்பினியில் பணம் இருந்தாலும் நல்லது. உங்கள் வீடுகளிலே பணம் இருந்தாலும் ஆகும். நாம் கேட்கிற சகல சரஞ் சாமிகளும் நீர் முஸ்தீப்பு பண்ணிக்கொடுக்க வேண்டும். இல்லாவிட்டால், நமக்குக் கோபம் வரும். அப்பால், நம்மைக் குறை சொல்லக்கூடாது" என்று சுறுக்காய்ச் சொல்லிவிட்டு, தண்டுக்குப் போனார்.

முந்தானாள் லட்சத்து ஐம்பதாயிரம் ரூபாய் அனுப்பினார்கள் என்றும், இன்றைக்கும் லட்சத்து ஐம்பதாயிரம் அனுப்புகிறார்கள் என்றும் கேட்கப்பட்டது. அப்பால் பூந்தோட்டக் கச்சேரியே வந்து, பன்னிரண்டு மணிக்கு வீட்டுக்கு வந்தோம். போயிகளையும் *(பல்லக்குத் தூக்கிகளையும்)* அனுப்பி வைத்தோம்.

சாயங்காலம் கேள்விப்பட்டதாவது; அய்யண்ண சாஸ்திரியைக் காவலில் வைத்துப் பாதுகாக்கப் போதிய சிப்பாய் இல்லை என்பதால், அவரை நயினார் வீட்டுக்குக் கொண்டுபோய்க் காவலில் வைக்கும்படி முசியே கோவர்ணதோர் சொன்னார் என்று கேட்கப்பட்டது. இதல்லாமல் முசியே லாலி எல்லாருக்கும் பொதுவாக, வித்தியாசம் காட்டாதவராக உள்ளே வந்திருக்கிறார். அதனால், இங்கு ஏமாற்றிப் பிழைக்க முடியாது என்று முசியே லெனுவார் அவர்கள் சொன்னார் என்ற சேதியையும் கேட்கப்பட்டது.

1758 ஞ மாயு மீ 5 வ;
வெகுதானிய ஞ சித்திரை மீ 26 வ; சுக்கிரவாரம்

இத்தனாள் காலத்தாலே, புறப்பட்டுக் கோட்டைக்குப்போய் முசியே கோவர்ணதோர் லெறியைப் பார்த்துவிட்டு, அங்கே இருந்தோம். அப்போது முசியே புலோ, முசியே குளுவேத்தின் வீட்டுக்குப்

போய் அவரைச் சந்தித்துப் பேசுமாறு சொல்லி அனுப்பி வைத்தார். உடனே புறப்பட்டு முசியே குளுவேத்து வீட்டுக்குப் போனேன். பல்லக்கைவிட்டுக் கீழே இறங்கியவுடனே முசியே புலோவும் அங்கே வந்தார். அவரும் நானும் சேர்ந்து இரண்டு பேருமாக வீட்டுக்குள் சென்றபோது, முசியே குளுவேத்து தலைவாசற்படி மட்டுக்கும் எதிரில் வந்து, ஆசாரம் பண்ணிவிட்டுக்குள் அழைத்துப்போனார். மூன்று பேரும் நாற்காலி மேலே உட்கார்ந்தோம். முசியே புலோ, முசே குளுவேத்துவிடம் முசியே தெவோ நடத்துகிறதுகளையும், சேதிகளையும், சீமை பருவங்களும், பட்டணத்திலே நடந்த சங்கதிகளும், என்னுடைய குத்தகையைப் பிடுங்கிக் கொண்டதோடு, கும்பினியாரின் குடுத்தியோர் உத்தியோகம்கூட செய்ய முடியாதபடி நடப்பிச்சி வருவதையும் கொஞ்சம் கொஞ்சமாக அவருக்கு விளங்கும்படியாகச் சொல்லிக்கொண்டு வந்தார்.

இப்படிச் சொல்லிக்கொண்டு வந்தபோது முசியே குளுவேத்து எழுந்துபோய், பெட்டியைத் திறந்து கடுதாசி *(பத்திரத்தாள்)* ஒன்றை எடுத்துக்கொண்டு வந்து, முசியே புலோவிடம் காட்டினார். அப்பால், இரண்டு பேரும் மற்ற காரியங்களைக் கவனிப்பதற்காகவும், அவற்றைப் பற்றி பேசுவதற்காகவும் வெறுமனே அமர்ந்திருந்த நம்மை வீட்டுக்கு அனுப்பினார்கள். அத்துடன் நாம் அனுப்புவிச்சுக்கொண்டு எழுந்தோம். முசியே குளுவேத்தும் தலைவாசற்படி மட்டுக்கும் வந்து, ஆசாரம் சொல்லி, மரியாதையுடன் அனுப்பி வைத்தார். நாமும் ஆசாரம் பண்ணி அனுப்புவிச்சுக்கொண்டு, பூந்தோட்டக் கச்சேரியே வந்து, அங்கு இருந்தோம்.

அப்போது, முசியே லாலி நேத்து ராத்திரியே தண்டு இறங்கியிருந்த இடத்திலிருந்து வந்துவிட்டார். இன்றைக்கு கோன்சேலியர்கள் கூடினார்கள் என்று கேட்கப்பட்டது. எதற்காகக் கூடினார்கள் என்பது ஒன்றும் தெரியவில்லை. அப்பால், பன்னிரண்டு மணிக்கு வீட்டுக்கு வந்து, சாப்பிட்டுவிட்டு நித்திரைபோய்க் கொண்டிருந்தோம். அப்போது முசே லெறி கோவர்ணதோர் குதிரை கேட்டு வாங்கிவரச் சொன்னாரென்று சோபுதாரன் வந்து கேட்டான்.

குதிரைகளை எல்லாம் கொடுத்துவிட்டோமே, இன்னும் குதிரை எங்கே இருக்கிறது. இரண்டு நொண்டிக் குதிரை இருக்கிறது. வேண்டுமானால், அவற்றையும் கொண்டுபோங்கள் என்று கொடுத்தனுப்பினோம். அவற்றைப் பார்த்துவிட்டுத் திருப்பி

அனுப்பிவிட்டார்கள். அப்பால், சவாரிப் போய்விட்டு, ஏழு மணிக்கு வீட்டுக்கு வந்தோம். இது சேதி.

1758 ஷு மாயு மீ 6 வ;
வெகுதானிய ஷு சித்திரை மீ 27 வ; சனிவாரம்

இத்தனாள் காலத்தாலே கோட்டைக்குப்போய் அங்கிருந்த சௌராஸ் முசியே லாலியையும், முசியே லெறி கோவர்ணதோரையும் கண்டு, ஆசாரம் செலுத்திவிட்டுப் பூந்தோட்டக் கச்சேரியே வந்தோம். நேத்து ராத்திரி டங்கா சாலை சேதி சொல்ல வந்த வெங்கிட்டராம ரெட்டி சொன்ன சேதியாவது; முசியே புலோவுக்கு, கூடலூர் துரைத்தனம் கொடுத்தார்கள். எனவே, முசியே புலோ டங்கா சாலை கணக்கு, சாவி உட்பட சகலமும் முசே லெனுவாரின் வசம் ஒப்புவிச்சுவிட்டுப் போனார். இத்தனாள் ராத்திரி பன்னிரண்டு மணிக்குப் புறப்பட்டுக் கூடலூருக்குப் போகிறார் என்று சொன்னான்.

அப்பால், அப்பாவுவை வரச்சொல்லி, முசியே புலோவிடம் போய், "உமக்குக் கூடலூர் துரைத்தனம் கொடுத்தார்கள் என்ற சேதியைக் கேள்விப்பட்டு, என்னை உம்மிடம் போய் சந்தோஷத்தைத் தெரிவிக்கச் சொன்னார். எங்கள் காரியங்களில் எல்லாம் நீங்கள் தானே முசியே கொதே அவர்களுடைய புரோக்குறதோராய் *(புரோக்கர்)* இருந்தீர்கள். நாங்கள் இனி செய்ய வேண்டிய காரியம் என்ன?" என்று கேட்டு வரச்சொல்லி அனுப்பினேன். அவ்வாறே, அப்பாவு போய்ச் சொன்னவுடன், அவனைக் காத்திருக்கச் சொன்னார். வந்திருந்த வெள்ளைக்காரர்கள் சகலமானவரும் தீனி தின்றுபோன அப்பால் அப்பாவுவை அழைத்தார். "நான் கூடலூருக்குத் துரைத்தனமாகப் போகவில்லை. கூடலூரில் துறையில் இருக்கிற சாமான்களை சாப்பித்தா எழுதிக் கொண்டுவரப் போகிறேன். ஐந்தாறு நாளில் வந்து விடுவேன். உங்கள் காரியத்தில் யோசனை செய்ய ஒன்றுமில்லை. இப்போதுதான் சௌராஸ் முசியே லாலியிடம் கும்பினீர் காரியங்களை எல்லாம் குடுத்தியோர் அல்லவா கவனிக்க வேண்டும்" என்று சொன்னேன்.

உன்தகப்பனாருக்கும் இப்போதையே காரியத்தில் அலைச்சல்பட்டு பிரயாசைப்படுவதற்கு தேகத்திலே பெலன் *(பலம்)* போதாதிருக்கிறார். அதனால்தான் நான், சமாதானமாகப் போகிறேன். போய் ஐந்தாறு நாளில் வந்தவுடன் எல்லாவற்றையும் சொல்லி முடித்து வைக்கிறேன்" என்று சொன்னார் என்று இந்தச் சேதியை ராத்திரி பன்னிரண்டு மணிக்கு

அப்பாவு வந்து சொன்னான். அதன்பேரிலே நான் யோசனை பண்ணினது, முசே குளுவேத்து தம் கையில் கொண்டுவந்த காகிதம் *(பத்திரம்)* முசியே புலோ படித்துப் பார்த்ததையும், இப்போது முசியே புலோ சொல்லி அனுப்பிய சேதியையும் பார்த்து, ஏதோ சத்தை *(விஷயம்)* இருக்கிறதென்று யோசனை பண்ணிக்கொண்டோம். இன்றைக்குச் சின்ன துரையான முசியே பெடுத்தல்மீயின் வீட்டுக்குச் சென்றபோது, அவர் சொன்ன சேதியாவது; "முன்பு நான் கேள்விப்பட்டதைவிட, இப்போது முசியே லாலி எல்லாருக்கும் சரியாய் சாபாயி *(சரிசமமாக)* நடத்துகிறாரே தவிர, வித்தியாசமாக நடத்துவதில்லை. ஆனால், முசியே லாலி குமிசேலில் ஒரு சேதியைச் சொன்னார். ஏதென்றால், தேவனாம்பட்டணத்தையும், சென்னப்பட்டணத்தையும் பிடிக்காமல் உங்களிடம் ஒன்றும் பேசுவதாக இல்லை என்று சொன்னார். அதில் என்ன இருக்கிறது என்பதை அப்போது தெரிந்து கொள்ளவேண்டும் என்று சொன்னார்.

அப்பால், அவரிடம் அனுப்புவிச்சுக்கொண்டு, வீட்டுக்கு வந்து சாயங்காலம் சாரிப் போனபோது, இருபத்தொரு பீரங்கிகள் போட்டார்கள். அது எதற்கு என்று கேட்டபோது, கப்பல்களுக்கு எல்லாம் கொம்மாந்தராய் இருக்கிறவரும், நேத்து எட்டுக் கப்பலுடன் இங்கிரேசுக்காரரிடம் சண்டையிட்டுத் துரத்திவிட்டவரும் முசியே லெனுவாரின் காலத்தில் ஒரு பேர் விளங்கன் கப்பலுக்கு மூன்றாவதாய் *(மூன்றாம் நிலைத் தலைவராக)* வந்தவருமான இத்தனாள் கப்பலிலிருந்து கீழே இறங்கி வந்ததால், இருபத்தொரு பீரங்கிகள் போட்டனர் என்று கேட்கப்பட்டது. (முசியே லாலியுடன் ஆறு தளபதிகள் வந்திருந்தனர். அவர்கள் *Le Veu, Soubinet, Haussire, Bassin, Aller and Rousille.*)

1758 ௵ மாயு ௴ 7 ௳;
வெகுதானிய ௵ சித்திரை ௴ 28 ௳; ஆதிவாரம்

இத்தனாள் காலத்தாலே புறப்பட்டுக் கோட்டைக்குப்போய், அங்கிருந்து பூந்தோட்டக் கச்சேரியே வந்திருந்தபோது கேள்விப்பட்டதாவது; முசே லாலி செனரால் அவர்களும், முசே சுப்பீர், முசியே குளுவேத்து ஆக மூவரும் மெத்தையின் பேரில் ஒன்றாகக் கூடிப்பேசிக் கொண்டிருந்தார்கள் என்றும், பழைய கோன்சேலியர்கள் எல்லாருமே கோயிலுக்குப்போய் பூசை கேட்டுவிட்டு, முசியே கோவர்ணதோர் கோவர்ணமாவிலே தாழ (கீழ் தளத்தில்) வெளியிலேயே

பத்து மணி மட்டுக்கும் இருந்தார்கள் என்றும் கேட்கப்பட்டது. அப்பால் பன்னிரண்டு மணிக்கு வீட்டுக்கு வந்தோம். அப்பால் சாயங்காலம் சவாரிப்போய் வீட்டுக்கு வந்தோம். அப்போது அந்தாறு பேர் மயோர்கள் *(மேஜர்கள்)* வீட்டுக்கு வந்தார்கள். தாங்கள் தங்கிக்கொள்ள வீடு முஸ்தீப்பு செய்யச் சொல்லி முசே லாலியும் முசே லெறியும் காகிதம் கொடுத்தார்கள் என்று சொல்லி, காகிதத்தையும் கொண்டுவந்தார்கள். அவர்களைப் பாலையப்ப முதலிக் கிடங்கில் கொண்டுபோய் விடச்சொல்லி சோபுதாரனையும் கூடச் சேர்த்து அனுப்பி வைத்தோம். அவ்வாறே, அவர்கள் பாலையப்ப முதலிக் கிடங்குக்குப் போய்த் தங்கினார்கள்.

அப்பால் கேள்விப்பட்டது; முசியே தாஷே *(M.d'Ache)* வந்தார். கப்பல்கள் எல்லாம் வந்து சேர்ந்தன. கப்பல்களிலிருந்து பெரிய மனுஷர் களும், உத்தியோகஸ்தர்களும், வெள்ளிப் பெட்டிகளும் கீழே இறங்கினர். கோட்டையில் இருக்கிற பல்லக்குகளை எடுத்துக் கொண்டுபோய், காயம் பட்டுக் கிடக்கிறவர்களை ஏற்றிக் கொண்டுபோய், நோவாளிக் கிடங்கில் *(நோயாளிக் கிடங்கு, இந்த மருவத்துமனையில் 1274 பேர்கள் சிகிச்சை பெற்றதாக தாஷே மே 18-ஆம் தேதி எழுதிய பிரெஞ்சு கிழக்கிந்தியக் கம்பெனிக்கு எழுதிய கடிதத்தில் எழுதியுள்ளார்.)* சேர்க்கச் சொன்னார். கோட்டையில் இருந்த சொலுதாதுகள் எல்லாரும் சண்டை முகத்திலே *(சண்டை நடக்குமிடம்)* போயிருப்பதால், வழுதாவூர் வாசற்படியை சாத்தி வைக்கச்சொல்லி ஒடுதி கொடுத்தார்கள், என்றும் அந்தப்படிக்குச் சாத்தியிருக்கிறது என்பதான சேதிகளைக் கேட்கப்பட்டது.

1758 ஹூ மாயு மீ 9 வ;
வெகுதானிய ஹூ சித்திரை மீ 30 வ; செவ்வாய்

இத்தனாள் சாயங்காலம் ஆறேழு இங்கிரேசுக் கப்பல்கள் கடலின் கீழண்டைத் திசையில் காணப்படுவதாகக் கேட்கப்பட்டது. முசியே சுப்பீர் தேவனாம்பட்டணத்துக்குப் போயிருக்கிறார் என்று கேட்கப்பட்டது.

1758 ஹூ மாயு மீ 10 வ;
வெகுதானிய ஹூ சித்திரை மீ 31 வ; புதன்

இத்தனாள் காலத்தாலே கோட்டைக்குப் போனோம். ஐந்தாறு மணிக்கு முசியே லெறி அவர்கள் தனியாகக் கடற்கரைக்குப் போய் ராமச்சந்திரய்யனை அழைத்து, பட்டணவர் எல்லாரையும் அழைத்து வரச்சொன்னார். பட்டணவர் எல்லாரும் வந்தவுடனே கப்பல்களுக்கு

ஆடு, மாடு, கோழிகள் வகையிறா இவற்றை ஏத்திச் செல்லுமாறு சொல்லி, அனுப்பி வைத்துக்கொண்டிருந்தார்.

ஏழு மணிக்கு முசியே பெடுத்தல்மீ அங்கே வந்தார். அவரை அங்கேயிருக்கச் சொல்லிவிட்டு, முசியே லெறி மாத்திரம் இரண்டு சோபுதாரன்களுடன் தச்சுக் கூடத்திற்கு வந்து கவனித்துவிட்டு, எட்டு மணிக்கு மேல் வீட்டுக்கு வந்தார். அப்போது மெத்தையில் நான் அவரைக் கண்டு ஆசாரம் செலுத்திவிட்டு, அங்கே இருந்தேன். அப்போது கடற்கரை காரியங்களை எல்லாம் திட்டம் செய்துவிட்டு முசே பெடுத்தல்மீயும், முசியே திலார்சும் செனரால் முசியே லாலியைச் சந்திக்க மெத்தைக்கு வந்தார்கள். அவர் காம்பிறாவுக்குள் இருந்தபடியால், இவர்கள் வெளியிலேயே இருந்தார்கள். இப்படியிருக்கையில் ஆலம்புரியில் இருந்து பாறு கொம்மாந்தாம் இருநூறு பேர் சிப்பாய்களை வரிசை வைத்துக் கோட்டைக்குள் வந்தான். அதைப் பார்ப்பதற்காக செனரால் முசியே லாலி ஒரு கமீசும் *(அரைக்கைச் சட்டை)*, குல்லாயும், கலசோமும் *(செருப்பும்)* போட்டுக்கொண்டு பின்னால் கையைக் கட்டிக்கொண்டு வெளியே வந்தார். அப்போது முசியே பெடுத்தல்மீயும், முசியே திலார்சும் இன்னும் அங்கிருந்த வெள்ளைக்காரர்கள் சகலரும் ஆசாரம் பண்ணினார்கள். அவர்களைப் பார்க்காதவாறு கையைக் கட்டிக்கொண்டு நின்றார்.

அப்பால், திரும்பிப் பார்த்தவுடன் எல்லாரும் ஆசாரம் பண்ணினார்கள். அதையும் கண்டுகொள்ளாமல், முசியே பெடுத்தல்மீயும், முசியே திலார்சையும் கண்சாடை காட்டி அழைத்துவிட்டு உள்ளே போனார். இவர்களும் போனார்கள். பத்து மணி அடிக்கிற வேளை யாச்சுது. இதுமட்டுக்கும் பேசிக் கொண்டிருக்கிறார்கள். என்ன பேச்சென்பது தெரியாது. அத்துடன் நாம் புறப்பட்டுப் பூந்தோட்டக் கச்சேரியே வந்தோம்.

அங்கேயிருந்தபோது கேள்விப்பட்ட சேதி; சந்தா சாயபுவின் மகன் பத்தாயிரம் ரூபாய் *(மதிப்புக்கு)* பல்லக்கும், குதிரையும், உடைமையும் முஸ்தீப்பு பண்ணி, முசியே லாலி செனரால் அவர்களுக்குக் கொடுத்து, ஆற்காட்டை தன் வசம் கொடுக்கச்சொல்லி ராசவட்டம் நடப்பிச்சிக் கொண்டிருக்கிறான் என்று கேட்கப்பட்டது.

அப்போது ஒரு சோபுதாரன் வந்து உங்களிடம் பறங்கிப்பேட்டை புடைவை இருக்கின்றதாமே, அதை முசியே அபேலிடம் *(M.Abeille)* ஒப்படைக்கச்சொல்லி, துரையவர்கள் சொன்னார் என்று சொன்னான்.

“என்னிடம் பறங்கிப்பேட்டை புடைவை ஏது! முசியே அபேலிடம் எப்படி ஒப்படைப்பது? ஒன்றும் புரியவில்லையே” என்றெண்ணிய நாம், முசியே அபேலிடம் போய்த் தெரிந்துகொண்டு வரச்சொல்லி, கண்டால் குருவப்பச் செட்டியை அனுப்பி வைத்தோம்.

இத்தனாள் சாயங்காலம் கப்பல் ஒன்று துறைமுகம் வந்து சேர்ந்தது. முசியே லெறி போய், அந்தக் கப்பலில் சாமான்களை ஏற்றினார். இப்படி தினப்பிரதி *(நாள்தோறும்)* நடக்கிறது. சீமா மூலத்திலே குதிரைப் படையையும், பாறுக்காரரையும் அனுப்பி, மாடுகளையும், ஆடுகளையும் சாச்சுக் *(பிடித்து)* கொண்டு வந்தார்கள்.

1758 ஹூ மாயு மீ 11 வ;
வெகுதானிய ஹூ வையாசி மீ 1 வ; குருவாரம்

இத்தனாள் காலத்தாலே புறப்பட்டுக் கோட்டைக்குச் சென்றேன். முசியே லாலி நேத்து ராத்திரியே தேவனாம்பட்டணத்துக்குச் சண்டைக்குப் போயிருக்கிற தண்டு இறங்கியுள்ள இடத்திற்குப் போனார் என்று கேட்கப்பட்டது. அப்பால் பூந்தோட்டக் கச்சேரியே வந்தோம். அப்போது முசே லெறியும், கோன்சேலியர்களும் ஒன்பது மணிக்குக் கூடிப்பேசிக் கொண்டிருப்பதான சேதி கேட்கப்பட்டது. அவர்கள் கூடி என்ன பேசினார்கள் என்பது தெரியவில்லை.

கப்பல்களுக்கு வேண்டிய சாமான்களையும், சேலத்திலிருந்து வந்த சாமான்கள் முதல் மற்ற சாமான்களையும் நிறைய ஏற்றுகிறார்கள். தேவனாம்பட்டணத்திலோ சண்டை நடக்கவில்லை. இங்கிரேசுக் கப்பல்களோ, தொலைவில் தென்படுவதும், மறைவதுமாக இருக்கின்றன. முசியே லாலி தன் மனப்போக்கையும், என்ன செய்யப் போகிறார் என்பதையும் யாரிடமும் சொல்லாமல் கட்டுப்பாடாக இருந்தார். அதனால், இங்கே இனிமேல் முசியே லாலி என்ன செய்யப் போகிறார் என்பது எதுவும் வெளிப்படவில்லை. அப்பால் பன்னிரண்டு மணிக்கு வீட்டுக்கு வந்து, சாயங்காலம் சவாரிப் போய் ஏழு மணிக்கு வீட்டுக்கு வந்தோம்.

1758 ஹூ மாயு மீ 12 வ;
வெகுதானிய ஹூ வையாசி மீ 2 வ; சுக்கிரவாரம்

இத்தனாள் காலத்தாலே ஆறு மணிக்குக் கேள்விப்பட்ட சேதி; அவுரங்காபாத்துக்கு வடக்கே ஏறத்தாழ பனிரெண்டு கோசு *(30 கல்)*

தொலைவில் தவுலதாபாத் என்கிற கோட்டை இருக்கிறது. அதில் பாதுஷாவின் கசானா இருக்கிறது. அங்கு போவதற்கான ஒற்றைக் கல் அளவுள்ள சிறிய பாதை இருந்தது. அது முன்பிருந்த பாதுஷாவுக்கும் ஆசப் ஷாவுக்கும் சொந்தமுடையதாக இருந்தது, அதை ஷா நவாஸ் கான் தந்திரமாக வாங்கி, அவன் மனுஷனை அதிகாரத்தில் வைத்து, தன் கைக்குள் வைத்திருந்தான். இப்போது முசியே புசி ஷா நவாஸ் கானிடம், அந்தக் கோட்டையைப் பார்க்க வேண்டும் என்று பேசி, அந்தக் கோட்டையில் இருக்கிறவர்களுக்குக் காகிதம் எழுதி அனுப்பி வைத்தார்.

அந்தக் கோட்டைக்கு ஏறிப்போய் அதை வேடிக்கைப் பார்ப்பதைப்போல் நடித்து, அங்கிருந்தவர்களைப் பிடித்துக்கொண்டார். அங்கே வெள்ளைக் கொடியை ஏற்றி வைத்தார். கசானாவில் இருந்த சாமான்களை எடுத்துக்கொண்டார். அதில் கோடி ரூபாயும், புடைவைச் சீலை, உயர்வகை ரத்தினக் கற்கள் இழைக்கப்பட்ட பெட்டி, பொன், வெள்ளிப் பாத்திரங்கள் வகையிறா கோடி ரூபாய் மதிப்புள்ள தினுசுகளும் ஆக இரண்டு கோடி ரூபாய் அளவுக்கு இருந்தன. அவற்றையெல்லாம் முசியே புசி எடுத்துக் கொண்டார்.

சலாபத் சங்குக்குப் பத்து லட்ச ரூபாய் மாத்திரம் அனுப்பி வைத்தார். இந்தச்சேதிகளை எல்லாம் முசியே லாலி செனரால் அவர்களுக்கு முசியே புசி காகிதமாக எழுதி அனுப்பினார். உடனே, முசியே லாலி, பணம், காசுகளை அனுப்பச்சொல்லிக் காகிதமெழுதி, அதை வாங்கி வர மறுக்கி கொம்பிளாம் அவர்களையும், முசியே பசேன் அவர்களையும், இரண்டு சிப்பாய்களையும் பயணமாக அனுப்பினார் என்பதாகக் கேட்கப்பட்டது. நேத்து சாயங்காலம் நாம் கோட்டைக்கு வெளியே சவாரிப் போயிருந்தபோது பயணம் கிளம்பிய மறுக்கி கொம்பிளாம் அவர்கள் நம்மிடம் அனுப்புவிச்சுக்கொண்டு போனார்.

இதல்லாமல் சென்னப் பட்டணத்திலிருந்து தேவனாம்பட்டணத் துக்கு ஒரு காகிதம் வந்தது. அதில் தேவனாம்பட்டணத்து இங்கிரேசு துரை தவிர மற்றவர்கள் அந்தக் காகிதத்தைப் படித்துக்கொள்ள வேண்டும் என்று எழுதி வந்தது. அதைப் படித்துப் பார்த்த கோன்சேலியர் கள் இங்கிரேசு துரையைக் காவலில் வைத்தனர் *(துணை கவர்னர் அலெக்சாண்டர் விஞ்சிடமிருந்து மேஜர் பொலியேர் துணை கவர்னர் பதவியை ஏற்றுக்கொண்டார்).* கோன்சேல் ஒருவரைத் துரையாக்கி, சண்டைக்கு வருமாறு பிரான்சுக்காரருக்குச் சொல்லி அனுப்பினர். நேத்து ராத்திரி முதல் சண்டை நடந்து வருகிறது. கூடலூரின்

வடகீழண்டை மூலையில் இருந்த கொத்தளத்தில் போட்ட குண்டு, தேவனாம்பட்டணத்துக் கோட்டையில் போய் விழுந்தது. அப்பால் அவர்கள் ஆத்துக்குத் தெற்கே கொத்தளம் அமைத்துக் கொண்டார்கள் என்பதான சேதிகளைக் கேட்கப்பட்டது. இத்தனாள் தண்டிலிருந்து முசியே லாலி செனரால், முசியே புலோவும் புதுச்சேரிக்கு வந்தார்கள். இது நேத்து நடந்த சேதி.

1758 ஷூ மாயு மீ 13 உ; வெகுதானிய ஷூ வையாசி மீ 3 உ; சனிவாரம்

இத்தனாள் முசியே கோந்து தெ மோமொரன்சியும் *(M.le Comte de Montmorency)* முசியே குலுவேத்தும் *(M.Clouet)*, சின்ன தோட்டத்திற்கு வந்தபோது சொன்ன சேதி; இத்தனாள் காலத்தாலே புறப்பட்டுக் கோட்டைக்குப்போய் முசியே கோவர்ணதோர் அவர்களைக் கண்டு கொண்டு பூந்தோட்டக் கச்சேரியே வந்தோம். நேத்து நடந்த சேதி; பன்னிரண்டு மணிக்கு, முசியே குளுவேத்துவின் மனுஷன் வந்தான். கும்பினி திரேக்தர்களுக்கு எசமானாக இருக்கிற நால்வரில் ஒருத்தரும், கும்பினி சேந்திக்கா திரேக்தர் *(சிண்டிகேட் டைரக்டர்)* இங்கே வந்திருக்கிற முசே கோந்து தெ மோமொரான்சியும் முசியே குளுவேத்தும் உங்களிடம் வருகிறோம் என்று சொல்லிவிட்டு வரச் சொன்னார்கள் என்று சொன்னான்.

நல்லதென்று சொல்லிவிட்டு, அப்பாவுவை அழைத்து சின்னத் தோட்டத்திற்கு கனப்பை *(sofa)* நாற்காலிகளை அனுப்பி வைத்து, அங்கே உரிய ஏற்பாடுகளைச் செய்து வைக்கச்சொல்லி திட்டம் படுத்தினோம். அப்பால், நாம் குளித்துவிட்டுச் சாப்பிட்டு விட்டு நித்திரை பண்ணிக்கொண்டிருந்தோம். அப்போது மனுஷர் வந்து முசியே கோந்து தெ மோமொரான்சியும், முசியே குளுவேத்தும் வந்திருப்பதாகச் சொன்னார்கள்.

உடனே நாம் நமக்குப் போஷாக்கு இல்லாமல் இருந்ததால், நாம் தோட்டத்தில் போய் இருப்பதாக அவர்களிடம் சொல்லி அனுப்பினோம். அப்பாவுவை முன்கூட்டியே போகச் சொன்னோம். நாமும் அங்கியைப் போட்டுக்கொண்டு, நான்கரை மணிக்குத் தோட்டத்திற்குப்போய் அவர்களைச் சந்தித்து ஆசாரம் பண்ணினோம். அவர் மிகப் பெரிய மனுஷர் என்பதால் மெத்த ஆசாரம் காட்டி, மிகுந்த அன்புடன் யோக ஷேமங்களை நன்றாகக் கேட்டறிந்தார். நாமும் எல்லாவற்றையும்

சொன்னோம். அப்போது முசியே குளூவேத்து, "இவருக்கு இரண்டு பிள்ளைகள் உண்டு. அவர்கள் மெத்த யோகவான்கள் என்று சொல்லி முசியே கொதே அவர்களிடம் மிகுந்த அன்பு காட்டினார்" என்று சொன்னார்.

அதற்கு முசியே கோந்து தெ மோமொரன்சி, "அவர்களும் யோகவான்கள்தாம். இவருடைய பேரும், நிருவாகமும், நாம் பிரான்சில் கேட்டதைவிட இப்போது நேரில் பார்க்கிறபோது நூறு மடங்கு அதிகமாக இருக்கிறது. இவர் கும்பினியின் காரியங்களில், கடுமையாக உழைத்ததும் இவர் *(ரங்கப்பிள்ளை)* செய்த செயல்களும் நாம் பிரான்சில் இருந்தபோது வெகுவாய்த் தெரிந்துகொண்டோம்" என்று சொன்னார். அதற்கு நான், "எல்லாப் பிரயாசத்துக்கும் நியாயம் இல்லாமல் போய்விட்டது" என்று சொன்னேன். அதற்கு, "ஏன் அப்படிச் சொல்கிறீர்? கொஞ்ச நாளில் எல்லா நியாமும் நடக்கப் போகிறது" என்று சொன்னார். இப்படிப் பேசிக் கொண்டிருந்துவிட்டு, பழவகைகள், மிட்டாய்கள், அத்தர் ஆகியவற்றைக் கொடுத்தோம். சங்கீதம் கேட்க வைத்தோம். மெழுகுவர்த்திகள் முதலியன எல்லாம் வேடிக்கையாய் ஏத்தி வச்சு வெகு சம்பிரமமாய் செய்து வைத்தோம். அப்பால், புடைவைச் சீலை சுருட்டுகள் மற்ற சாமான்களையும் கொண்டுவரச் சொல்லிக் கொடுத்தபோது, "இது நம்முடைய வீடு. நீர் நம்முடையவர். அப்படியிருக்க இதெல்லாம் எதற்கு?" என்று சொல்லி எவ்வளவு சொல்லியும், வாங்கிக்கொள்ளாமல் மெத்தவும் உபசாரமாகச் சொல்லி விட்டு, மணி எட்டடித்த அப்பால், வீட்டுக்குப் போனார்கள். இது நடந்த சேதி.

இத்தனாள் சாயங்காலம் கோட்டையில் முசே லசேலுடன் பேசிக் கொண்டிருந்தோம். வண்ணாந்துறையில் இருக்கிற ராசா மனுஷனான ஒப்பிசியேல்மார் தங்களுக்குப் பதினெட்டு மாசச் சம்பளம் வர வேண்டும். அதை தந்தால்தான் நாங்கள் சண்டைக்குப் போவோம் என்று சொல்லி அனுப்பினார்கள். அதற்காக, வண்ணாந்துறைக்குப் போவதற்காகப் புறப்பட்ட செனரால் முசியே லாலி பல்லக்கைக் கொண்டுவரச் சொல்லிவிட்டு வெளியே வந்தார். அவர் ஏறிப்போகிற பல்லக்கை முஸ்தீப்பு செய்ய முடியாததால், ஆறு குதிரைகள் பூட்டிய வண்டியைக் கொண்டுவந்தார்கள். அதைக் கண்டவுடன் மிகுந்த கோபமடைந்து கந்தப்பனை அடிக்கப் போனார். மெத்தைக்குப் போவதற்காகப் போவதும், திரும்ப பல்லக்குகள் இருக்கிற இடத்திற்கு வருவதும், மிகுந்த கோபம் காட்டுவதும், பலமுறை அப்படியும்

இப்படியுமாக ஓடித் திரிவதும், எல்லோரையும் தூக்கில் போடுகிறேன் என்று சொல்வதுமாக இருந்தார். அப்போது முசியே லெறியின் பல்லக்கைக் கொண்டுவந்து வைத்தனர்.

அதற்கு, "ஒரு வர்த்தகனின் பல்லக்கையா எனக்குக் கொண்டு வருவது?" *(கவர்னர் லெறியையே ஒரு வர்த்தகர் என்று செனரல் லாலி பேசுவதற்கு அவனது வாய்த்துடுக்கு மட்டும் காரணமல்ல. லெறி பிரெஞ்சு கிழக்கிந்தியக் கம்பெனியால் நியமிக்கப்பட்டவன். லாலி பிரெஞ்சு அரசரால் நியமிக்கப்பட்டவன்)* என்று அந்தப் பல்லக்கை ஒரு அடி அடித்தார். அப்பால், அவருடைய பல்லக்கு வந்ததென்றும் அதில் ஏறிக்கொண்டு வண்ணாந்துறைக்குப் போனார் என்றும் கேட்கப்பட்டது.

1758 ௵ மாயு ௴ 14 வ;
வெகுதானிய ௵ வையாசி ௴ 4 வ; ஆதிவாரம்

இத்தனாள் காலத்தாலே புறப்பட்டு சின்ன துரை முசியே பெடுத்தல் மீயின் வீட்டுக்குப் போனோம். அவர் எப்போதும்போல் சந்தோஷத்துடன் இல்லாமல், வீட்டுக்குள்ளேயே இருந்தார். அந்தச் சேதியைத் தெரிந்துகொண்டு, பூந்தோட்டக் கச்சேரியே வந்தோம். நேத்து ராத்திரி லெப்டினெண்ட் செனராலாக இருக்கிற முசியே லாலி தம்முடைய சொந்த துபாசியாக அப்பு முதலியை நியமித்தார் என்றும், தம்மிடம் இருக்கிற மனுஷர்களும், சோபுதார்களும், அப்பு முதலி சொல்கிறபடி கேட்டு நடந்துகொள்ளச் சொன்னாரென்றும் கேட்கப்பட்டது. கோன்சேலைக் கூட்டிப் பேசிய முசியே லாலி பல்வேறு சாமான்களை மனுஷர் தலையிலும், யானைகள் பேரிலேயுமாக ஏற்றி முப்பது, நாற்பது குதிரைக்காரர்கள் கூட வர பல்லக்கில் ஏறிக்கொண்டு புறப்பட்டுப் போனார். ஊரில் நெல், காய், தானியங்கள் எதுவும் விற்பனைக்கு வருவதில்லை. சாமான்களை ஏற்றிவந்த பொதி மாடுகளை எல்லாம் படைக்குப் பொருள் அனுப்பப் பிடித்துப் போகிறார்கள் என்பதால், யாரும் பொதி மாடுகளைக் கொண்டுவருவதில்லை. அதனால் ஊரில், அரிசியோ, நெல்லோ வாங்கக் கிடைக்கவில்லை.

பெண்டுகள், ஆண் பிள்ளைகள் என்று யாரைக் கண்டாலும் பிடிக்கிறார்கள் என்பதால் ஊர் தத்தளிக்கிறது. இதல்லாமல், லெப்டினெண்ட் செனரால் முசியே லாலி வருகிறபோது, தமிழர்கள் கூட்டமாகக் கூடி நின்று பார்த்தனர். அதைப் பார்த்தவர், இவர்கள் கூட்டமாக வந்து ஏன் பார்க்கிறார்கள். இனிமேல் இப்படிப் பார்க்கக் கூடாது. அப்படிப்

பார்க்க வரும்போது, கோபம் வந்தால், சுட்டு விடுவோம் என்று சொன்னார். நான் யாரை அழைக்கிறனோ அவன் மாத்திரம் வரலாம், மற்றவர்கள் வரக்கூடாது என்று சொன்னார். பிஸ்தோலில் இருமுறை சுடும் குண்டுகளைப் போட்டுக் கெட்டித்துக்கொண்டு வரச்சொல்லி, பக்கத்தில் வைக்கச் சொன்னார். அவருடன் வந்த சொலுதாதுகளுக்கும், ஒப்பிசியேல்களுக்கும் பத்து மாசச் சம்பளமாகப் பதினேழு லட்ச ரூபாய் கொடுக்க வேண்டுமென்று கேட்கப்பட்டது.

தேவனாம்பட்டணத்தை செயிச்சு வந்த அப்பால் பணத்திற்காக என்ன செய்வாரோ, தெரிய வில்லையே என்று வெள்ளைக்காரர் வகை யிறாக்கள் அனைத்து சனங்களும், மெத்த விசாரம் அடைந்திருக்கிறார்கள். நாம் சாயங்காலம் சவாரிப்போய் ஏழு மணிக்கு வீட்டுக்கு வந்தோம்.

1758 ஷு மாயு மீ 15 வ; வெகுதானிய ஷு வையாசி மீ 5 வ; சோமவாரம்

இத்தனாள் காலத்தாலே கேள்விப்பட்ட சேதி; தேவனாம் பட்டணத்தின் வடக்குப் பகுதியும், டச்சுக்காரர்களின் மணல் மேடும் இருக்கிற இடமும், தெற்குப் பக்கத்தில் அவர்களிடமிருந்த கொத்தள மும் நம் படையினரின் கைக்கு வந்தது. சண்டை நடக்கிறது என்று கேட்கப்பட்டது. இதல்லாமல் வடக்கே போன குதிரைக்காரர்கள் திருவள்ளூர் வீரராகவ சுவாமி கோயில், மாடு உட்பட அநேக மாடுகளைப் பிடித்துக்கொண்டு வந்தார்கள் என்றும் கேட்கப்பட்டது.

நாமும் பதினொரு மணிக்கு வீட்டுக்கு வந்தோம். சாயங்காலம் சவாரிப்போய் ஏழு மணிக்கு வீட்டுக்கு வந்து சேர்ந்தோம்.

1758 ஷு மாயு மீ 16 வ; வெகுதானிய ஷு வையாசி மீ 6 வ; செவ்வாய்

இத்தனாள் காலத்தாலே புறப்பட்டுக் கோயிலுக்குப் போனோம். இங்கிருந்து குந்தாணி பீரங்கியைக் கூடலூருக்கு அனுப்பி வைக்கும்படி செனரால் முசியே லாலி, முசியே லெறிக்கு ஒட்டகச் சேதியாளர் மூலம் கபுறு அனுப்பினார். அதன்படி, முசியே கோவர்ணதோர் அவர்கள் கோட்டையில் வாசல்படிக்குப்போய், பிராமணர்கள் முதற்கொண்டு எல்லாச் சனங்களையும் பிடித்துக்கொண்டு வரச்சொல்லித் திட்டம் சொல்லிவிட்டு வரப்போனார் என்று கேட்கப்பட்டது.

அப்பால், பூந்தோட்டக் கச்சேரியே வந்திருந்தபோது, கேள்விப்பட்ட சேதி; பன்னிரண்டு மணி மட்டுக்கும் முசியே லெறி பீரங்கிக்கு அருகில் வெய்யிலிலேயே இருந்தார்.

மூன்று பீரங்கிகளையும் கொண்டு போய்ச் சேர்க்க மனுஷர் பிடித்து, அப்படிப் போகிறவர்களுக்குப் பேருக்கு இரண்டு பணம் கொடுப்பதாகச் சொன்னார். மூன்று மணிக்குக் கொண்டுபோய்ச் சேர்த்தால், ஐம்பது ரூபாய் வெகுமானம் தருகிறேன் என்று சொன்னார். சிப்பாய்கள் எல்லாரையும் துப்பாக்கிகளைக் கீழே வைக்கச் சொன்னார்.

பேருக்கு அரை ரூபாய் கொடுத்து மூன்று பீரங்கிகளையும் அனுப்பி வைத்தார் என்று கேட்கப்பட்டது. சாயங்காலம் பிராமணர் தெரு உள்பட தெருவுக்குத் தெரு மனுஷர்களைப் பிடிக்கிறார்கள்.

1758 ௵ மாயு ௴ 17 ௳;
வெகுதானிய ௵ வையாசி ௴ 7 ௳; புதவாரம்

இத்தனாள் காலத்தாலே வீட்டிலேயே இருந்தபோது, கேள்விப்பட்ட சேதி; நேத்து ராத்திரி ஏழரை மணிக்குத் தேவனாம்பட்டணத்திலிருந்து போடத் தொடங்கிய பீரங்கி வேட்டுகள் அத்தனை வேட்டுகளும், தேவனாம்பட்டணத்துக் கோட்டையில் இருப்பவன் சுட்டவையே தவிர, இவர்கள் சுட்டதில்லை. நேத்து சாயங்காலம் முசியே லாலி தம் பவுன்சை மூன்று பிரிவுகளாகப் பிரித்தார். ஒரு முகனைக்கு *(பிரிவு)* முசியே லாலியும், இன்னொரு முகனைக்கு முசியே சுப்பீரும், மூன்றாவது முகனைக்குக் கும்பினி மனுஷனான முசியே லாசு, முசியே சொபினே ஆகிய பெருசனங்களும் அடுக்கிலே புறப்பட்டு பவுன்சு சென்றது.

சக்கிலிக் கொத்தளத்தின் பேரிலே கும்பினியின் பவுன்சும், உப்பலவாடிக் கொத்தளத்தின் பேரிலே முசியே லாலி பவுன்சுடன் சண்டைக்குப் போனார்கள். முசியே லாலி அவர்களின் படையினர் மாடுகளின் கொம்புகளில் தீப்பந்தங்களைக் கட்டி வெளிச்சம் காட்டு வதும், உடனே அவித்துவிடுவதுமாகப் போனார்கள். சக்கிலிக் கொத்தளத் துக்குப்போன கும்பினியின் படையினர், அந்தக் கொத்தளத்தைப் பிடித்துக்கொண்டு, அதிலிருந்து முப்பது, நாற்பது சொலுதாதுகள், சிப்பாய்கள் ஆகியோரை வெட்டிப் போட்டனர். அங்கிருந்து தப்பிய பதினைந்து, இருபது சொலுதாதுகளையும், ஒப்பிசியேல்மார் சிலரையும் பிடித்துக் கொண்டனர். இந்தச் சண்டையில் இவர்களிலும் வெகுபேர் செத்தார்கள். முசியே ஒமோ, முசியே லாசு, முசியே சொபினே, முசியே

லொறேன் ஒப்பிசியேல்மார்கள் இருவர் ஆக இந்த அஞ்சு பேருக்கும் துப்பாக்கிக் காயம்பட்டது.

எலும்பில் படாமல், சதைகளில் பட்டு, குண்டுகள் வெளியே ஓடிப் போனதால், சாவு காயம் ஏற்படவில்லை. முசியே லாலி உப்பலவாடிக் கொத்தளத்துக்குச் சென்றார். அங்கிருந்த இங்கிரேசுப் பவுன்சுக்கு உதவி செய்வதற்காக தேவனாம்பட்டணத்துக் கோட்டையில் இருந்து நூறு சொலுதாதுகளும், இருநூறு சிப்பாய்களும் சென்றனர். முசியே லாலியின் பவுன்சு அவர்களின் நடுவே போய்த் தடுத்து, அவர்கள் எல்லாரையும் சின்னாபின்னமாய் வெட்டினார்கள். அதில் சிலர் தப்பிக் கோட்டைக்குள் ஓடிப் போனார்கள். அப்பால் புறப்பட்டு, உப்பலவாடிக் கொத்தளத்துக்கு வந்து, சண்டையிட்டு, அங்கிருந்த நாற்பது சொலுதாதுகளையும் முந்நூறு சிப்பாய்களையும் வெட்டிப் போட்டுவிட்டு, அந்தக் கொத்தளத்தையும் பிடித்துக் கொண்டனர். வெகு சனங்கள் செத்துப் போனார்கள். இரண்டு கொத்தளங்களும் இவர்களின் கைக்கு வந்தன. கோட்டைக்கும் இவர்கள் இருக்கிற இடத்துக்கும் இடையே இன்னும் இரண்டு கொத்தளங்கள் இருக்கின்றன என்று கேட்கப்பட்டது.

இதல்லாமல் முந்தாம் நாள் கொள்ளையிட்ட போது, வடக்கத்திய வர்த்தகன் ஒருத்தனின் வீட்டில் இருநூறு ஆயிரம் வராகன் கிடைத்தது. இதல்லாமல் நான்கைந்து வீடுகளில் இருந்து அய்யாயிரம், பத்தாயிரம் வராகன்கள் கிடைத்தன என்றும் கேட்கப்பட்டது. முசியே லெறிக்குப் பதிலாக அந்த உத்தியோகத்துக்கு கோந்து தெ மோமொரன்சி வந்திருப் பதாகவும் கேட்கப்பட்டது. இத்தனாள் உதயத்திலே, பிராமணர்களையும், கடை போடுகிறவர்களையும் பிடிக்க வேண்டாம் என்று சொன்னதாகக் கேட்கப்பட்டது. இதல்லாமல் சாயங்காலம் அஞ்சு மணிக்குக் கூடிய கோன்சேல் ஏழு மணி மட்டுக்கும் கலந்து பேசினார்கள் என்றும் சொன்னார்கள். அப்பால் முசியே புலோ, அவருக்கு நாம் கொடுக்க வேண்டிய ரூபாயைக் கொடுக்குமாறு கேட்டனுப்பினார்.

அதற்கு, “உமக்குத் தரவேண்டிய பணத்திற்கு காங்கு *(நீலப் புடைவை)* கட்டுகளை ஈடாகக் கொடுத்திருக்கிறோம். இப்போது சண்டைக் காலமாக இருப்பதால், பணத்தைப் புரட்ட முடியாது. எனவே, அந்தப் புடைவைக் கட்டுகளை நீங்கள் விற்றுவிடலாம். அல்லது நானாவது அவற்றை விற்க எத்தனம் பண்ணி, உமக்குக் கொடுக்க வேண்டிய ரூபாயைக் கொடுத்து விடுகிறோம். அதுமட்டுக்கும் மனம் பொறுத்துக் கொள்ளுங்கள்” என்று சொல்லி அனுப்பி வைத்தோம்.

கோன்சேல் கலைந்தவுடன் இவர் பணம் கேட்டு அனுப்பியதால், கோன்சேலியர்கள் பணத்தைப் பற்றி பேசி, அவரவர் பணம் கொடுப்பதாக ஒப்புக்கொண்டிருக்க வேண்டும் என்று யோசனை பண்ணிக்கொண்டோம். இத்தனாள் வண்டி மாடுகளைக் கொண்டுவரச் சொல்லி, அவற்றில் சாமான்களை ஏற்றி அனுப்பினார்கள் என்றும் முசியே லாசு காயத்துடன் வந்து சேர்ந்தார் என்றும், கொத்தளத்தில் இருந்து பிடித்து வந்த ஒப்பிசியேல்களைக் கோட்டைக்குள் காவலில் வைத்தார்கள் என்றும், மற்ற சொலுதாதுகளை வில்லியனூர் வாசற்படி அருகிலுள்ள கிடங்கில் வைத்தார்கள் என்றும் கேட்கப்பட்டது. இத்தனாள் சாயங்காலம் தேவனாம்பட்டணத்தில் இருந்து கேட்கத் தொடங்கிய பீரங்கி வேட்டுகளின் சப்தம், பன்னிரண்டு மணி மட்டுக்கும் விடாது நாதமாய்க் கேட்கப்பட்டது. இது சேதி.

1758 ௵ மாயு மீ 18 வ;
வெகுதானிய ௵ வையாசி மீ 8 வ; குருவாரம்

இத்தனாள் காலத்தாலே வீட்டில் இருந்தோம். பத்து மணிக்கு முசியே லெறி அழைக்கிறார் என்று வந்து சோபுதாரன் அழைத்தான். உடனே புறப்பட்டுப் போய் முசியே கோவர்ணதோரின் கிட்டே நின்றோம். ஒரு நாழிகை நேரம் கழித்து, "ரங்கப்பன் வந்தானா?" என்று கேட்டார். வந்து இரண்டு நாழிகை நேரம் ஆயிற்று என்று கந்தப்ப முதலி சொன்னான். அப்பால் நம்மைப் பார்த்து, "ஊரில் இருக்கிற மனுஷர் எல்லாரும் சாயங்காலம் கடற்கரைக்கு வந்தாக வேண்டும். இல்லாவிட்டால் சாவடிக் கம்பத்தில் கட்டி வைத்து, ஐம்பது அடி அடித்து, வீடு வாசல்களை ஏலம் போட்டு, ஐம்பது வராகன் தண்டத் தொகையும் வாங்குவோம் என்று தமுக்கு அடித்துச் சொல்லச் சொல்" என்றார்.

நல்லதென்று சொல்லிவிட்டு வெளியில் வந்து, சாவடிக்காரர்களிடம் சொல்லி, ஊரில் தமுக்கடித்துச் சொல்லச் சொன்னோம். வீட்டுக்கு வந்து, இரண்டு மணிக்குச் சாப்பிட்டு முடித்துவிட்டு, மூன்று மணிக்குக் கோட்டைக்குப் போய் துரையைப் பார்த்தேன். "நான் கடலோரத்துக்கு வருகிறேன். நீர் முன் கூட்டிப்போய், அங்கேயிரு" என்று சொன்னார். நல்லதென்று சொல்லிவிட்டு, கருங்கல் மண்டபத்தின் சமீபத்திலே வந்தேன். பட்டணத்திலிருக்கிற சகலமான சனங்களும் வந்திருந்தார்கள். பீரங்கிகள், குண்டுகள், மருந்துப் பெட்டிகள், பலகைகள், தழைக்கட்டுகள், இன்னும் பல்வேறு சாமான்களை எல்லாம் ஒரு கப்பலின் பேரிலேயும்,

ஒரு சிறிய சுலுப்பின் பேரிலேயும் ஏற்றிக் கொண்டிருந்தார்கள். அப்படி இருக்கும்போது முசியே கோவர்ணதோர் வந்தார். அவருடன் நாமும் கடற்கரைக்குப் போனோம். எல்லாரையும் போய்த் தழைக்கட்டுகளை எடுக்கச் சொல் என்று சொன்னார். அதற்கு இங்கே கூலி வேலை செய்பவர்கள் யாராவது வந்திருக்கிறார்களா? அப்படிப்பட்டவர்கள் எல்லாரும் தண்டுக்குப் போயிருக்கிறார்கள். இங்கே இருப்பவர்கள் ஒப்பிசியேல்மார், கணக்கு எழுதுபவர்கள், செட்டிகள், வர்த்தகர், இப்படிப்பட்ட பேர் பிராமணர்கள், இவர்களைத் தவிர வேறு யார் வந்திருக்கிறார்கள்? என்று சொன்னோம். அதற்கு, “நான் எடுக்கிறேன். நீயும் எடு” என்று சொன்னார்.

எடுக்கிற நேரம் வந்தால் எடுக்கத்தான் வேண்டும் என்று சொன்னோம். அதற்கு, “மனுஷர் யாரும் இல்லாவிட்டால் என்ன செய்வது?” என்று கேட்டார். அதற்கு என்ன செய்வது! இதுவரையில் இருந்த எத்தனையோ துரைத் தனத்தில் இப்படிப் பட்டணம் அலங்கோலப்பட்டதில்லை. இப்படிச் செய்தால் பட்டணத்தில் இருக்கிற சனங்கள் எல்லாரும் ஓடிப்போய் விடுவார்கள். அதனால் உமக்கு அபகீர்த்தி வரும். இதைச் சொல்ல வேண்டியது என்னுடைய கடமை என்பதால் சொல்கிறேன் என்று சொன்னேன். அதற்கு இருநூறு பேரை மாத்திரம் வைத்துக் கொண்டு, மற்றவர்களைப் போகச் சொல் என்று சொன்னார்.

நல்லதென்று சொல்லி, மற்றவர்களை நிறுத்திக்கொண்டு, பிராமணர் களை மாத்திரம் போகச் சொன்னேன். மீதியிருந்த மனுஷரில் இரு நூற்று முப்பது பேரை மாத்திரம் அனுப்பிவிட்டேன். திரும்பவும் என்னை அழைக்கச்சொல்லி, “நாளைக்கு உதயத்துக்கெல்லாம் ஆயிரம் பேர் வர வேண்டும். இல்லாவிட்டால் உன்னிடம் பத்தாயிரம் வராகன் வாங்குவேன்” என்றார். “இங்கே யார் இருக்கிறார்கள்? முடிந்தவரை பார்க்கிறேன்” என்று சொல்லி விட்டு வெளியே வந்தேன். சாவடியாரை அழைத்து, சாதிக்கு ரெண்டு பேர் பெரியதனக்காரர் அழைப்பிச்சி அவரவர் இத்தனை மனுஷர்களைக் கொண்டுவர வேண்டும் என்றெழுதிக் கையெழுத்து வாங்கிக் கொண்டு ராத்திரியே ஆயிரம் பேர் வந்து சேர்ந்தாக வேண்டும் என்று சொல்லி, திட்டம் செய்துவிட்டு வீட்டுக்கு வந்தேன். இத்தனை ஆள்கள், நாளொன்றுக்குத் தண்டு செலவிற்காக முசியே லாலிக்கு லக்ஷம் ரூபாய் அனுப்பிவிச்சார்கள் என்றும் இன்னும் கூட அனுப்பி வைக்க இருக்கிறார்கள் என்றும் கேள்விப்பட்டேன்.

1758 ஞு மாயு மீ 19 வ;
வெகுதானிய ஞு வையாசி மீ 9 வ; சுக்கிரவாரம்

நேத்து ராத்திரி வந்து கூடியிருந்த முந்நூறு பேரைக் கோட்டைக்கு அனுப்பி, முசியே லாலியின் வசம் ஒப்படைக்கச் சொன்னோம். நாமும் கோட்டைக்குப்போய், முசே கோவர்ணதோரைக் கண்டு ஆசாரம் செலுத்திவிட்டுப் பூந்தோட்டக் கச்சேரியே வந்தோம். முசியே கோவர்ணதோர் அழைக்கிறார் என்று சோபுதாரன் வந்து அழைத்தான். உடனே புறப்பட்டுக் கோட்டைக்குப் போனோம். முசியே லெறி அவர்களும், முசியே லசேல் அவர்களும் இருந்த புடைவைப் பார்க்கும் சாலைக்குப்போய்ப் பார்த்தவுடன் மனுஷர் இல்லை என்று சொன்னார். அதற்கு முன்னூறு மனுஷரை அனுப்பி வைத்தேன் என்று சொன்னேன். அதற்கு கும்பினியாரிடம் வேலை செய்கிற ஆட்களைப் பிடித்து அனுப்பினீர். அவர்கள் எல்லாரும் வேலைக்குப்போய் விட்டார்கள் என்று சொன்னார். அதற்கு, மற்றபடி ஊரிலிருந்த கூலி மனுஷர் எல்லாரும் தண்டிருக்கும் இடத்திற்குப் போயிருக்கிறார்களே, இங்கே கூலியாட்கள் யார் இருக்கிறார்கள் என்று சொன்னேன்.

அதற்கு முசியே லசேல், "பாப்பார வீடுகளில் நான்கு பேர், இரண்டு பேர் இருக்கிறார்கள்" என்று சொன்னார். "அப்படியெல்லாம் இல்லை. எல்லாரும் கும்பினியின் வேலைக்காரர்கள்தாம். அவர்கள் மாத்திரம் இருக்கிறார்கள். பிச்சையெடுக்க வந்தவர்கள் எல்லாரும் ஓடிவிட்டார்கள். இருக்கிற பாப்பார், பெண்டுகள் சமைத்துப்போடச் சாப்பிட்டுக் கொண் டிருக்கிறார்கள்" என்று சொன்னேன். சாவடியாரையும் அழைத்துக் கபுறு சொல்லிவிட்டுப் பன்னிரண்டு மணிக்கு வீட்டுக்கு வந்தேன்.

மூன்று மணிக்கு நம்மை மீண்டும் அழைத்த முசியே கோவர்ணதோர் ஆள் வரவில்லையே என்று கேட்டார். "ஆள் எங்கே இருக்கிறார்கள்? இதுவரை போன மனுஷர் எல்லாரும் இந்த ஊர் ஆட்களாச்சுதே! போகிற மனுஷர் திரும்ப வருவதில்லையே! அப்படியிருந்தும் இப்போது எழுபது மனுஷர் வந்தார்களே?" என்று சொன்னோம். "தண்டத் தொகை வாங்குவோம்" என்று சொன்னார். "வேண்டியதை வாங்கிக்கொள்ளும்" என்று சொல்லிவிட்டு ஏழு மணிக்கு வீட்டுக்கு வந்தோம்.

இதல்லாமல் ராத்திரி கேள்விப்பட்ட சேதி; தேவனாம்பட்டணத்துக் கோட்டையிலிருந்து இரண்டு பேர் வெள்ளைக் கொடியைப் பிடித்துக் கொண்டு, பவுன்சு தங்கியுள்ள தண்டுக்கு வந்து, தாங்கள் முசே லாலி அவர்களுடன் சமாதானப் பேச்சுப் பேச வந்ததாகச் சொன்னார்கள்.

நாங்கள் எங்கள் ஆயுதங்களுடனும் சாமான்கள், பணம், காசுகளுடன் போகிறோம். கோட்டையையும், அங்கிருக்கிற இங்கிரேசு சாமான்களை எல்லாம் நீங்கள் எடுத்துக் கொள்ளுங்கள். எங்களைப் போகச் சொன்னால் போகிறோம்" என்று கேட்டார்கள்.

அதற்கு முசியே லாலி அவர்கள், "பெண்டுகள் இருந்தால், அவர்களைச் சந்தோஷத்துடன் போகச் சொல்லுங்கோள். அவர்கள் வழி நாம் போவதில்லை. மற்றபடி, ஆயுதங்களை வைத்து விட்டுப் போவதானால் சிப்பாய்களைக் கோட்டையை விட்டுவிட்டு வரச் சொல்லுங்கள். அப்படி இல்லாமல், ஆயுதங்களையும், சாமான்களையும் கொண்டுபோவதென்றால் நாம் விடமாட்டோம்" என்று சொன்னார். வந்தவர்கள் ரொம்ப மன்றாடிக் கேட்டுப் பார்த்துவிட்டு அப்பால் கோட்டைக்குப் போனார்கள். முந்தாம் நாள் கோட்டைக்குள் ஒரு வேம்பா *(shell)* குண்டு விழுந்து, ஒரு வீட்டை இடித்துவிட்டது. இரண்டு வேம்பா குண்டு கோட்டைக்குள் இருந்த சேற்றில் விழுந்தது. இன்னொரு வேம்பா, குளத்தில் விழுந்தது.

கோட்டையில் இருக்கிற உத்தியோகஸ்தர், பிராமணர் நாற்பது பேர் உள்ளனர். சிப்பாய்களும், பாறாக்காரருமாக ஆயிரம் பேர் உள்ளனர். வெள்ளைக்காரர்கள் இருநூறு பேர் இருந்தார்கள். அதில் ஐம்பது, அறுபது பேர் செத்துப்போனார்கள். நூற்றைம்பது பேர் இருக்கிறார்கள். சட்டைக்காரர்கள் நூறு பேர் இருக்கிறார்கள். இப்படியான சேதிகளை ரங்கோ பண்டிதனின் மனுஷன் வந்து சொல்லக் கேட்கப்பட்டது.

இன்றெல்லாம் பீரங்கியின் வேட்டு சப்தம் மட்டாகக் கேட்கப் பட்டது. நாம் நம்முடைய சேவகர்களுக்கெல்லாம், வெகுமானம் ரூபாய் கொடுத்து வெளியே போய் அங்கங்கே இருக்கிற மனுஷரை எல்லாம் பிடித்து வரச்சொல்லி அனுப்பி வைத்தோம். பட்டணத்தில் இருக்கிற அந்தந்தச் சாதிப் பெரிய மனுஷர்களை அழைத்து, மனுஷர் கொண்டுவரச் சொல்லி எச்சரிக்கைச் செய்து, நயினார், சாவடிக்காரர் ஆகியோருக்கும் தாக்கீது செய்து அனுப்பி வைத்தோம். இது சேதி.

1758 ஞூ மாயு மீ 20 வ;
வெகுதானிய ஞூ வைகாசி மீ 10 வ; சனிவாரம்

நேத்து ராத்திரி அங்கங்கே சேவகர்களை அனுப்பி வைத்து, வெளி யிலிருந்து பிடித்து வந்த நூற்றிருபது பேரைச் சேர்த்துக் கோட்டைக்கு

அனுப்பி வைத்தோம். நாம் புறப்பட்டுப் பூந்தோட்டக் கச்சேரியே போய் அங்கேயிருந்துகொண்டு, மனுஷர்களைத் திரட்டச் சொல்கிற வேலையில் இருந்தோம். பதினொரு மணி மட்டுக்கும் தேவனாம்பட்டணத்து பேரிலே வேம்பா குண்டுகள் போடப்படுகிற சப்தம் கேட்டு, அப்பால் நின்றது. நாமும் பன்னிரண்டு மணிக்கு வீட்டுக்கு வந்து சாப்பிட்டோம். அஞ்சு மணிக்குச் சாரிப்போய் ஏழு மணிக்கு வீட்டுக்கு வந்தோம். இப்போது, இதுமட்டுக்கும் குண்டுகளின் சப்தம் கேட்காததால், நேத்து வந்து பேசியதைப்போல் இன்றும் சமாதானப் பேச்சுப் பேசுகிறார்களோ என்று யோசனை பண்ணிக்கொண்டோம். இதல்லாமல், முந்தாம் நாள் பட்டணத்தில், தமுக்கடித்து சனங்களைக் கூட்டி பண்ணின அலம்பல் கேள்விப்பட்ட முசியே லாலி, கூலிக்காரரை மாத்திரம் பிடித்து அனுப்ப வேண்டுமே தவிர பட்டணத்தில் அலம்பல் பண்ணக்கூடாது என்று முசியே லெறிக்குக் காகிதம் எழுதி அனுப்பியதாகக் கேட்கப்பட்டது. இதல்லாமல், ஊரிலிருந்த பிராமணர், வர்த்தகர், செட்டிகள் ஆகியோரில் வெகு சனங்கள் வெளியேறிப் போய்விட்டார்கள் என்றும் கேட்கப் பட்டது.

1758 ௵ மாயு ௴ 21 ௳;
வெகுதானிய ௵ வையாசி ௴ 11 ௳; ஆதிவாரம்

இத்தனாள் காலத்தாலே வீட்டிலேயே இருந்தபோது கேள்விப்பட்ட சேதி; சாவடியில் சனங்களைத் தேடிப்பிடித்து அனுப்பிவிச்சார்கள். அப்பால், வில்லியனூர் வாசற்படியில் நம் மனுஷரை நிற்கவைத்து, அங்கு வந்த ஆட்களைப் பிடித்து, மூன்று பீரங்கிகளைப் பவுன்சுக்கு அனுப்பினார்கள்.

முசியே லாலி, "ஸ்ரீரங்கத்தில் படையிருக்கிறதே, அதனால் ஆதாய மென்ன?" என்று முசியே லெறியிடம் கேட்டார். அதற்கு, "ஆதாய மில்லை. அங்கே குறைந்த சிப்பந்திகளே இருக்கிறார்கள்" என்று சொன்னார். "அப்படிப்பட்டக் காரியத்தைச் செய்வானேன்? ஸ்ரீரங்கத் திலிருந்து வெளியேறச் சொல்" என்று சொன்னார்.

அதற்கு ஸ்ரீரங்கம் குறிப்பிடப்பட்டிருக்கிற வரைபடத்தைக் காட்டினார். அதற்கு, "நீர் வந்து ஸ்ரீரங்கத்தின் பொறுப்பை எடுத்துக் கொள்ளும். எங்களுக்குக் கொடுக்க வேண்டிய ரூபாயை கொடுத்து விடும்" என்று நந்திராசாவுக்குக் காகிதம் எழுதி அனுப்பச் சொன்னார் என்றும் கேட்கப்பட்டது. தேவனாம்பட்டணம் கோட்டையின்மீது

அப்போதைக்கப்போது நாலாறு வேம்பா குண்டு போடப்பட்டது. தேவனாம்பட்டணத்துக் கோட்டையில் இருந்து பதில் குண்டு போடவில்லை. அதிகமான சாமான்கள் தண்டுக்கு அனுப்பப்பட்டன. முசியே லாலி யுத்தத்தில் வெகு சாக்கிரதையாக நடத்துகிறார் என்று கேட்கப்பட்டது.

1758 ஹூ மாயு மீ 22 வ;
வெகுதானிய ஹூ வையாசி மீ 12 வ; சோமவாரம்

இத்தனாள் வீட்டிலேயே இருந்தபோது பத்து மணிக்கு ஒரு ஒப்பிசியேல் வந்து சொன்ன சேதி; உம்முடைய உத்தியோகமும், உம்முடைய சீமையும் உம்மிடமே கொடுக்க இருப்பதாக முசியே கில்லியார் உள்ளிட்டோர் பேசிக்கொண்டார்கள் என்று சொன்னான். அதற்கு, இந்த ஊரில் இருப்பவர்கள் இப்படித்தான் இல்லாததை யெல்லாம் பிறப்பிப்பார்கள் என்று சொன்னோம். அப்பால், பன்னிரண்டு மணிக்கு மேலுகிரிச் செட்டி வந்து சவரிராயப் பிள்ளை தன் வீட்டில் இருந்த கணக்குச் சுருள்களை எல்லாவற்றையும் எடுத்துக் கொண்டு போனதாகச் சொன்னான். எதற்குக்கொண்டு போனான் என்று நாம் எண்ணிப் பார்த்தோம். அப்பால், ஆறு மணிக்கு மேலுகிரிச் செட்டி கேட்டறிந்து வந்து சொன்ன சேதி; முசியே குளூவேத்து பத்து மணிக்கு வந்து முசே லெறியிடம் பேசினார். அவர் உடனே முசியே தெவோவை அழைத்துக் கணக்கைக் கொண்டுவரச் சொன்னார்.

அப்பால், சவரி ராயப் பிள்ளை கணக்குகளை எல்லாம் எடுத்துக்கொண்டு போனார். சீமைக்கு நம்முடைய குத்தகை எவ்வளவு, அதில் செலுத்தப்பட்ட தொகை எவ்வளவு, பாக்கி என்ன என்று முசியே கோவர்ணதோர் கேட்டார். அதற்கெல்லாம் கணக்கெழுதிப் பார்த்துச் சொல்ல வேண்டும். நான்கைந்து நாளில் கணக்கை எழுதிக் கொண்டுவந்து, என்ன கணக்கு என்று சொல்கிறேன் என்று சொல்லி எடுத்துக் கொண்டுவந்த கணக்குகளை எல்லாம் திரும்பவும் வீட்டுக்குக் கொண்டுவந்தான்.

இதல்லாமல் இதுமட்டுக்கும் சொலுதாதுகளுக்கும், பாறுக்காரருக் கும் சம்பளம் கொடுக்கிற வசம, இருந்த முசியே பெடுத்தல்மீயின் உத்தியோகத்தை முசியே குளூவேத்துவின் வசம் கொடுத்தார்கள். அதனால் முசியே பெடுத்தல் மீ இரண்டு நாளாக வீட்டிலேயே இருக்கிறார் என்று கேட்கப்பட்டது. சாயங்காலம் மூன்று இங்கிரேசுக்

கப்பல்கள் தொலைவில் தென்பட்டு, உடனே மறைந்து போயின. அந்தக் கப்பல்களைப் பார்த்து, தேவனாம்பட்டணத்தில் ஒரு கப்பலில் கொடியை ஏற்றியதாகவும், அந்தக் கொடியைக் கண்டவுடனே, வந்த கப்பல்காரர்கள் தொலைவாகப் போய்விட்டதாகவும் கேட்கப் பட்டது. இத்தனாள் காலத்தாலே நான்கு மணிக்குத் தொடங்கி, தேவனாம்பட்டணத்தில் நிறைய வேட்டுகளின் சப்தம் கிளம்புகிறது. இந்த ஊரிலும் மனுஷர்களைப் பிடிப்பது கொஞ்சம் மட்டுப்பட்டு, அவரவர் சாமான்களை விற்பதற்காகக் கடை போடுகிறார்கள். ஊரில் இருந்தவர்களில் பாதிப் பேர் வெளியே போய்விட்டார்கள். இது சேதி.

1758 ஸு மாயு மீ 23 வ;
வெகுதானிய ஸு வையாசி மீ 13 வ; செவ்வாய்

இத்தனாள் வீட்டிலேயே இருந்தோம். இங்கே கேள்வியான சேதி; இனிமேல் குத்தகைக்கெல்லாம் முசியே குளுவேத்து பொறுப்பேற்க இருக்கிறார் என்றும், தேவனாம்பட்டணம் சீக்கிரம் நம் பவுன்சிடம் அகப்படும் என்றும் ஊர்ப் பகுதிகளில் இருந்து வருகிறவர்களையும் கூலிக்காரர்களையும் பிடித்து, அவர்களின் மூலம் படைக்குச் சாமான்கள் ஏற்றி அனுப்பப்படுகின்றன என்று கேட்கப்பட்டது.

1758 ஸு மாயு மீ 24 வ;
வெகுதானிய ஸு வையாசி மீ 14 வ; புதவாரம்

இத்தனாள் வீட்டிலேயே இருந்தபோது கேள்விப்பட்ட சேதி; முசியே லெறி *(M.Leyrit)* அவர்கள் காலத்தாலே ஆறு மணிக்குக் கடற்கரைக்குப்போய், ஒன்பது மணி மட்டுக்கும் இருந்து, கப்பலுக்குச் சாமான்களை ஏற்றி அனுப்பி வைக்கும் பணிகளை திட்டம் செய்துவிட்டு கோவர்ணமாவிலே வந்து காம்பிறாவுக்குள் போனவர், சாயங்காலம் மட்டுக்கும் வெளியே வரவில்லை. சின்ன துரை முசியே பெடுத்தல்மீ மூன்று நாளாக வீட்டை விட்டு வெளியே வரவில்லை. இப்போது முசே லசேல் *(M.La Selle)* மாத்திரம் கோட்டையில் வளைய வளைய வருகிறார். மற்றவர்கள் எல்லாரும் சோர்ந்து போய்விடுகிறார்கள். குத்தகை அதிகாரம் இனி முசியே குளுவேத்திடம் போகிறது. ஆனி முடிந்த அப்பால் முசியே குளுவேத்து இந்தப் பொறுப்பிற்கு வர இருக்கிறார். கடந்த இரண்டு வருசங்களுக்கான கணக்கைக் கொண்டுவரச் சொன்னார்கள். முசியே தெவோ மிகவும் சோர்ந்து போயிருக்கிறார்.

சவரிராயப் பிள்ளை, வந்தவாசி திருவேங்கடப் பிள்ளை, கந்தப்ப முதலி ஆகியோர் ஒன்றாகக் கூடிப்பேசி, கந்தப்பனின் தம்பியான நயினாத்தே உடனும் கலந்துபேசி, பொய்க் கதை உருவாக்கி, எழுதிக்கொண்டு....... சவரிராயன் முசியே குளுவேத்து மூலம் குத்தகைத் திட்டத்தில் இருக்கிறான். பாப்பய்யப் பிள்ளை தண்டில் வேண்டிய மனுஷர் மூலம் முசியே சுப்பீருக்குப் பிடித்தமான மாம்பழங்களை அப்பு முதலி மூலமாகக் கொடுத்தனுப்புகிறார்.

தனக்கு இந்த மாசம் 22-ஆம் தேதி வெகுமானம் கொடுத்து சீமா மூலம் *(குத்தகை)* கொடுக்கப் போகிறார்கள் என்று பாப்பய்யப் பிள்ளை சொல்லிக் கொள்கிறார். முசியே துயூப்ளேக்ஸின் சாகீர் தம்மிடம் வரப்போவதாகச் சொல்கிறார்.

அதனால் முசியே புஷேத்து, பெரியண்ண முதலியும் மிகவும் கவலையுடன் இருக்கிறார்கள். நேத்து தேவனாம்பட்டணத்துக் கோட்டைக்கு உள்ளிருந்து சில மாடுகளையும், குதிரைகளையும் வெளியே ஓட்டிவிட்டார்கள். வெளியில் வந்தவற்றை இவர்கள் போய் ஓட்டியபோது, கோட்டையில் இருந்து பீரங்கிகளை அதிகமாகச் சுடவே, இவர்களில் வெருபேர் செத்துப்போனார்கள்.

இதனாலும், தேவனாம்பட்டணத்துக் கோட்டை இதுவரை பிடிபடாததாலும் முசியே லாலி மெத்த விசாரத்துடன் இருக்கிறார். தேவிக்கோட்டைப் பகுதிக்குப்போன முசியே ஒம்மோவும், சிறிது குதிரைப் பவுன்சும், சொலுதாதுகளும், பாறாக்காரரும் ஆச்சா புரத்தைக் கொள்ளை அடித்தார்கள். காரைக்காலில் இருந்து வெள்ளைக் காரர்களும், பாறுக்காரருமாக ஐந்நூறு பேர் வந்து தேவிக்கோட்டையில் தங்கினார்கள்.

தன்னுடைய ஊரில் இவர்கள் கொள்ளை அடிப்பதைத் தவிர்ப் பதற்காக இவர்களைச் சந்தோஷப்படுத்தும்படி, காடவராயன் தன்னுடைய நானூறு, ஐந்நூறு குதிரைப்படையுடன் இவர்கள் தங்க யிருந்த இடத்திற்கு அருகில் வந்து தங்கினான்.

தேவனாம்பட்டணத்துக்குள் ஒரு சில குண்டுகள் விழுந்து அங்கங்கே சிலர் செத்தார்கள். வெள்ளைக்காரர்கள் சுரங்கம் தோண்டு கிறார்கள். வெகு பேர்களாகச் சேர்த்து, நீண்ட தொலைவுக்குச் சுரங்கம் தோண்டினர் என்ற சேதிகள் கேள்விப்பட்டன.

இன்றெல்லாம் பீரங்கியின் சப்தம் கேட்கவில்லை.

1758 ௵ மாயு மீ 25 ௳;
வெகுதானிய ௵ வையாசி மீ 15 ௳; குருவாரம்

இத்தனாள் காலத்தாலே வீட்டிலேயே இருக்கும்போது கேள்விப்பட்ட சேதி; ஸ்ரீரங்கத்திலிருந்து வந்த வீர ராம ராசா சொன்ன சேதியாவது; ஸ்ரீரங்கத்தில் இருநூறு பாறுக்காரரும், சக்கரை சுப்பனையும் வைத்துவிட்டு, மற்றவர்கள் எல்லாரும் புதுச்சேரிக்கு வந்து விடுமாறு முசியே லெறி காகிதம் எழுதி அனுப்பினார். அப்படி எல்லாரும் பயணமானவுடன் சக்கரை சுப்பய்யன் தான் மாத்திரம் எப்படி இருப்பது என்று கொம்மாந்தான் கேட்டுக்கொண்டான். அதனால், கொம்மாந்தான் பாறுக்காரரை மாத்திரம் அங்கே வைத்துவிட்டு சக்கரை சுப்பய்யனையும் அழைத்துக்கொண்டு வந்தார். பாதி வழியில் வந்தபோது, திருச்சிராப்பள்ளியில் இருந்த இங்கிரேசுக்காரர் வந்து, இவர்கள் வைத்திருந்த சீமைகளில் தோரணம் கட்டிக்கொண்டதாகக் கேள்விப்பட்டார்கள். இந்த வருசத்தில், ஸ்ரீரங்கத்துக் குத்தகையாக லட்சத்து எழுபதாயிரம் ரூபாய் கிடைத்தது. ஆனி மாசம் வரை இருந்திருந்தால், நிலுவைப் பணத்தில் முப்பதாயிரம் வந்திருக்கும். மற்றபடி சீமையில் உழக்கு அளவு கூட நெல்லோ, தானியமோ இல்லை என்றும் சொன்னான்.

நந்திராசாவின் காலத்தில் ஸ்ரீரங்கத்துக் குத்தகை எட்டு லக்ஷம் ரூபாயாக இருந்தது. அப்பால் கங்கிப்பாடி வீரராகவச் செட்டி நான்கு லட்சத்துக்கு வாங்கியிருந்தான். இப்போது முசியே லெனுவார் வசம் லட்சத்து எழுபதாயிரம் ஆகிவிட்டது என்று கேட்கப்பட்டது. முசியே லெறி தண்டு இருக்கிற இடத்துக்குச் சாமான்களை அனுப்புவதும், அவற்றைக் கப்பலில் ஏற்றுவதுமான காரியத்தில் இருந்தார். இது சேதி.

1758 ௵ மாயு மீ 26 ௳;
வெகுதானிய ௵ வையாசி மீ 16 ௳; சுக்கிரவாரம்

இத்தனாள் காலத்தாலே வீட்டில் இருந்தபோது கேள்விப்பட்ட சேதி; ஸ்ரீரங்கத்தில் இருந்த பிரான்சுக்காரர் எல்லாரும் இவ்விடத்துக்கு வந்த அப்பால், திருச்சிராப்பள்ளிக் கோட்டையில் இருந்த இங்கிரேசுக்காரர்கள் புறப்பட்டு வந்து, ஸ்ரீரங்கத்தைப் பிடித்துக்கொண்டு, அங்கிருந்த 125 பீரங்கிகளையும், லக்ஷம் வராகன் *(மதிப்புள்ள)* மருந்து, குண்டுகள், இன்னும் மற்ற சாமான்கள் வகையிறா அனைத்தையும் எடுத்துக் கொண்டார்கள் என்று கேட்கப்பட்டது.

சேத்துப்பட்டு, ஸ்ரீரங்கம், கள்ளக்குறிச்சி ஆகிய இடங்களில் இருந்த கோட்டைகளின் சில பகுதிகளை இடித்துவிட்டு, அங்கிருந்தவர்கள் எல்லாரும் வந்ததாகவும் கேட்கப்பட்டது. முசியே புலோ டங்கா சாலையில் குண்டூர் செட்டியும் அவரைச் சேர்ந்தவர்களும் தரவேண்டியவற்றைப் பற்றி பேச டங்கா சாலைக்கு வந்து தம்மைச் சந்திக்குமாறு சொல்லி அனுப்பினார். அதற்கு நாளை வருகிறோம் என்று சொல்லி அனுப்பினோம்.

நேத்து ராத்திரி முதல் இவர்கள் தேவனாம்பட்டணத்து பேரிலே குண்டு போடுகிறார்கள். நேத்து ராத்திரி தண்ணீர் கொண்டுபோக வேண்டும் என்பதற்காகக் கோட்டையில் இருந்து புறப்பட்டு வந்து, கொத்தளத்தைத் தாக்கினார்கள். அப்போது துப்பாக்கிச் சண்டை நடந்து அவர்களிலும், இவர்களிலும் வெகு பேர் செத்தனர். வெகு பேருக்குக் காயம் ஏற்பட்டது. காயம்பட்டவர்களை அழைத்துவர இங்கேயிருந்த பல்லக்குகளைக் கொண்டுபோயிருக்கிறார்கள் என்று கேட்கப்பட்டது.

1758 ஹூ மாயு மீ 28 வ;
வெகுதானிய ஹூ வையாசி மீ 18 வ; ஆதிவாரம்

இத்தனாள் ராத்திரி கேள்விப்பட்ட சேதி; மத்தியானம் ஒரு மணி மட்டுக்கும் கோட்டையில், கோன்சேல் கூடிப் பேசிக் கொண்டிருந்தனர். சாயங்காலம் முசியே குளுவேத்துவும், முசியே புலோவும், முசியே லாலியிடம் போனார்கள் என்று கேட்கப்பட்டது. எதற்காகப் போனார்கள் என்பது தெரியவில்லை. தண்டிருக்கிற இடத்தில் கொத்தளங்களைப் போட்டு முடித்தார்கள் என்றும், நாளை முதல் சண்டையை வேறு வகையாக நடத்தப் போகிறார்கள் என்றும் மூன்று நாள் சண்டை நடப்பிச்சி, நான்காம் நாள் லெக்கை *(மதில்)* தாண்டப் போகிறார்கள் என்றும் கேட்கப்பட்டது.

1758 ஹூ மாயு மீ 29 வ;
வெகுதானிய ஹூ வையாசி மீ 19 வ; சோமவாரம்

இத்தனாள் காலத்தாலே புறப்பட்டு, சின்ன துரை முசியே பெடுத்தல்மீயின் வீட்டுக்குப்போய், அவரைச் சந்தித்துப் பேசிக் கொண்டிருந்தேன். அப்போது அவர் சொன்ன சேதி; பிரான்சில் இருந்து, குத்தகை அதிகாரம் முசியே குளுவேத்துவிடம் தரப்பட்டது என்றும், துரைத்தனம் பெற்றவருக்கும், கோன்சேலுக்கும் அதிகாரம் இல்லை

என்றும் எழுதி வந்தது. அந்தக் காகிதத்தை முசியே குளுவேத்து கொண்டுவந்து கோன்சேலில் கொடுத்தார். அதைப் படித்துப் பார்த்த முசியே லெறி, "குத்தகைப் பொறுப்பை இனி நீர் கவனித்துக் கொள்ளும். இதுமட்டுக்கும் உள்ள கணக்கை எல்லாம் உம்மிடம் ஒப்படைக்கச் சொல்கிறோம்" என்று சொன்னார். அதற்கு முசியே குளுவேத்து, "எனக்குக் குத்தகைக் காரியம் புரிபடும் வரை, அந்தக் காரியம் தெரிந்த கோன்சேலியர் இருவரை எனக்குத் துணையாக நியமிக்க வேண்டும்" என்று கேட்டார்.

முசியே லெறி இந்தக் குத்தகை காரியம் எல்லாம் முசியே தெவோவுக்கு நன்றாகத் தெரியும். ஸ்ரீரங்கத்துச் சேதி எல்லாம் முசியே லெனுவாருக்குத் தெரியும். அவர்கள் இருவரையும் துணையாக வைத்துக் கொள்ளும்" என்று சொன்னார். அதற்கு, "நல்லது, தமிழனில் ஒருத்தன் நம்மிடம் இருக்க வேண்டும் அதற்கு ஒருவரை நியமிக்க வேண்டும்" என்று கேட்டார். அதற்கு, "சாவடி துபாசியான தைரியநாதன் இருக்கிறான். அவனை வைத்துக்கொள்ளும்" என்று சொன்னார். அதற்கு அவரும் நல்லதென்று சொல்லி, ஒத்துக்கொண்டார். அப்போது நான் வெறுமனே இருக்காமல், என்ன சொல்கிறார்களோ பார்ப்போம் என்றெண்ணி, "ரங்கப்பனை அழைத்து நிலுவை பற்றிக் கேட்க வேண்டாமா?" என்று கேட்டேன். அதற்கு யாரும் ஒன்றும் சொல்லவில்லை. முசியே லெறி இருந்துகொண்டு, "அதற்கு நேரம் வர வேண்டும்" என்று சொல்லி, அந்த வார்த்தையை அங்கேயே அடக்கிப் போட்டார்" என்று சொன்னார்.

அதுக்குமேல் நான் சொன்னது; "இப்படி நடந்ததே, இனிமேல் நம்முடைய சேதி எப்படி?" என்று கேட்டேன். அதற்கு கோன்சேலுக்கு எழுதிய காகிதம் உம்மிடம் இருக்கிறதே, அதை வைத்துக் கொண்டிருந்து, தக்கச் சமயத்தில் கோன்சேலில் அந்தக் காகிதத்தைக் கொடும் என்று சொன்னார். "அப்படிக் கொடுத்தால், அதைப் பற்றி நீர்தானே பேச வேண்டும். எனக்கு வேறு யாரும் இல்லை" என்று சொன்னேன். அதற்கு, "நானே பேசுகிறேன். முசியே புலோ என்ன சொல்கிறார்" என்று கேட்டார். அவர் முந்தாம் நாள் நடப்பிச்சி வைத்ததும், நேத்து நடப்பிச்சதும் சொன்னேன். அவர் செய்வது நியாயமில்லை என்று சொன்னார். முசியே பெடுத்தல்மீ எதைப் பேசினாலும், பதிலாக ஒரு வார்த்தை மாத்திரம் சொல்வதும், வேறு சிந்தனையில் மூழ்கி முகத்தை வாடச் செய்துகொண்டு வெறுமனே இருப்பதும், எனக்கு ஒன்றும் தோன்றவில்லை என்று சொல்வதும், ஆக ஒவ்வொரு சேதியாகப் பேசிக் கொண்டிருந்தேன். அப்போது அவர், "முசியே லாலி குத்தகைக்

காரியத்தைக் கவனிக்கக் கூடியவனாகவும், கெட்டிக்காரனாகவும் ஒருத்தன் வேண்டும் என்று கேட்டுக் கொண்டிருக்கிறார் என்று சொன்னார். இப்படியெல்லாம் ஒன்பது மணி மட்டுக்கும் பேசியிருந்து விட்டு, அவரிடம் அனுப்புவிச்சுக்கொண்டு, பூந்தோட்டக் கச்சேரியே வந்து, பன்னிரண்டு மணிக்கு வீட்டுக்கு வந்து சேர்ந்தோம்.

மீண்டும் சாயங்காலம் சாரிப்போய், எட்டு மணிக்கு வந்தோம். கும்பினியில் பணம் இல்லாததால், முசியே லாலி திட்டமிட்டு வந்தபடி காரியங்கள் நடக்கவில்லை. எனவே, சற்று அடக்கமாகக் காரியங்களை நடப்பிச்சிக்கொண்டு வருகிறார் என்று நமக்கு முன்பு கிடைத்த சேதிகளைக்கொண்டு, யோசனை பண்ணிக்கொண்டோம். அப்பால் எப்படி நடக்குமோ, நடந்தால் மிக மோசமாக இருக்கும் என்றும் எண்ணினோம். முசியே லாலியிடம் போன முசியே குளுவேத்தும், முசியே புலோவும் இன்னும் வரவில்லை. சண்டை போடுகிற இடத்தில் மோர்சா போடுகிற வேலை இன்னும் முடியவில்லை. இது சேதி.

1758 ஹு மாயு மீ 30 வ;
வெகுதானிய ஹு வையாசி மீ 20 வ; செவ்வாய்

இத்தனாள் காலத்தாலே புறப்பட்டு, சின்ன துரை முசியே பெடுத்தல்மீயிடம் போய், அவரைச் சந்தித்துப் பேசிக் கொண்டிருந்தபோது, அவர் சொன்ன சேதி; இப்போது குத்தகை அதிகாரத்துக்கு வர இருக்கிற முசியே குளுவேத்து பல வருசங்கள் கையாலாகாமல் இருந்தவன். முசியே தெவோ, முசியே லெனுவார் ஆகியோரிடம் மயங்கிக் கிடந்தான். கோன்சேலில் நேத்து நடந்த சேதிகளைத் தான் இன்றும் சொன்னார். அவருக்கு *(கவர்னர் லெறி)* மனதில் உற்சாகமில்லை. நம்முடைய பேச்சு எதுவும் நடக்கவில்லை என்று சொன்னார். இவற்றை எல்லாம் தெரிந்துகொண்டு, பூந்தோட்டக் கச்சேரியே வந்து, சுப்பா சோசியனை அழைத்துப்பேசிக் கொண்டிருந்தேன். அப்போது கேள்விப்பட்ட சேதியாவது; கடலில் தொலைவாக இங்கிரேசுக்காரரின் கப்பல்கள் திரிந்து கொண்டிருப்பதைப் பார்த்து, முந்தாம் நாள் எல்லாரும் முசியே லாலியுடன் வந்த பத்துக் கப்பல்களுக்கும் கொம்மாந்தனாக வந்த முசியே தெருஷே அவர்களின் வீட்டில் கோன்சேல் கூடினார்கள். அந்த இங்கிரேசுக் கப்பல்களின் பேரிலே சண்டைக்குப் போகவும், சென்னப்பட்டணத்து பேரிலே சண்டைக்குப் போவதற்கும் கோன்சேலில் முடிவு செய்தனர். அப்பால் முசியே லாலியின் உத்தரவு வேண்டும்

என்பதற்காக முசியே குளூவேத்தையும், முசியே புலோவையும் அனுப்பி இருந்தார்கள். அவர்கள் போய்ச் சந்தித்துப் பேசிவிட்டு, நேத்து வந்தார்கள்.

இத்தனாள் முசியே லாலியும் வந்தார்கள் என்று கேட்கப்பட்டது. இங்கிரேசுக் கப்பல் ஒன்று தொலைவில் தென்பட்டது. ஆலம்புரிக்கு நேராகப் பத்துக் கப்பல்கள் தென்படுகின்றன என்று கேட்கப்பட்டது. நாமும் பன்னிரண்டு மணிக்கு வீட்டுக்கு வந்து, சாயங்காலம் அஞ்சு மணிக்குச் சாரிப்போய், ஏழரை மணிக்கு வீட்டுக்கு வந்தோம்

நேத்து, சாரிப்போய் வந்தபோது, கப்பலில் வந்த கப்பல் கொம்மாந்தான் ஒருத்தன் ஒரு காகிதத்தைக் கொண்டுவந்து கொடுத்தான். பிரான்சில் ராசாவுடைய தோட்டத்துக்குக் காவலாக இருக்கிற சொலுதாதுகளின் கப்பித்தான் அந்தக் காகிதத்தை நமக்கு எழுதியிருந்தான். தான் முன்பு புதுச்சேரிக்குக் கபுறு கொண்டு வந்திருந்தபோது, எனக்கும் அவனுக்கும் சினேகம் ஏற்பட்டது என்றும், நான் அவனுக்கு வேண்டிய சாமான்களைத் திரட்டிக் கொடுத்தேன் என்றும், இப்போது இந்தக் காகிதத்தைக் கொண்டுவந்து கொடுப்பவர் தம்முடைய சினேகிதரென்றும், அவரிடம் நம்முடைய திராணியும், காரியமும், நம்முடைய பெருமையும் சொல்லி, நம்முடைய குணங்கள் எல்லாவற்றையும்தான் அவரிடம் சொல்லியதாகவும், உம்மிடம் வருகிற அவருக்கு வேண்டிய காரியத்தை நல்லபடியாக முடித்துக் கொடுக்க வேண்டுமென்றும், நமக்குப் பிரான்சில் கும்பினியார், மினீஸ்தர்கள், ராசா வகையிறா இவர்களால் ஆக வேண்டிய காரியங்கள் இருக்குமானால், அதைத் தனக்கு எழுதி அனுப்பினால், தான் அவர்களிடம்போய்ச் சொல்லி, காரியத்தை முடித்து அவர்களின் உத்தரவை வாங்கி அனுப்பி வைப்பதாகவும் எழுதி இருந்தது. இது சேதி.

1758 ௵ மாயு ௴ 31 ௳;
வெகுதானிய ௵ வையாசி ௴ 21 ௳; புதவாரம்

இத்தனாள் காலத்தாலே வீட்டிலேயே இருந்தேன். அப்போது சோபுதாரன் வந்து முசியே லாலி, முசே ரங்கப்பிள்ளையை அழை என்று பத்துவாட்டி சொன்னார்கள் என்று சொன்னான். உடனே புறப்பட்டுக் கோட்டைக்குப் போனோம்.

அப்போது கந்தப்பன், “என்ன அய்யா! முசியே லாலி முசே கோவர்ணதோரை லெறி என மரியாதையில்லாமல் வெறுமனே கூப்பிடு

கிறார். சின்ன துரை வகையிறாக்கள் அனைவரையும் அவரவர் பேரைச் சொல்லிக் கூப்பிடுகிறாரே தவிர யாரையும், முசே என்று சொல்லி அழைப்பதில்லை. அப்படிப்பட்டவர் உனக்கு மரியாதை கொடுக்கிறார். அவர் நேத்து நான்கு மணிக்கு வந்து பத்து மணி மட்டுக்கும் கோன்சேல் நடப்பித்தார். கப்பல்களுக்கு எல்லாம் எசமானாக வந்திருக்கிற முசியே தெருஷே என்பவரைச் சமாதானம் பண்ணினார். கப்பல்களை எல்லாம் அழைத்துக்கொண்டு இங்கிரேசுக் கப்பல் பேரிலே சண்டைக்குப் போகச்சொன்னார். அப்பால், தீனி திங்கிற போது முசியே ரங்கப்பிள்ளை, முசியே ரங்கப்பிள்ளை என்று பத்துத் தடவையாவது சொல்லி இருப்பார். அப்பால், படுத்துக்கொண்டார். முசே லெறி கோவர்ணதோர் ராத்திரியெல்லாம் தூக்கமில்லாமல், கப்பலுக்குச் சாமான்களை ஏற்றி அனுப்பிக்கொண்டு துறைமுகத்திலேயே இருந்தார். முசியே லாலியும் நான்கு மணிக்கு எழுந்து துறைமுகத்திற்குப்போய், சாமான்களை ஏற்றி அனுப்பிவிட்டு, ஆறு மணிக்கு வந்தார்.

அவர்கள் முசியே ரங்கப்பிள்ளையை அழை என்று பத்துத் தடவையாவது சொல்லியிருப்பார். அடிக்கடி உங்கள் பேச்சு சொல்லி, இதிலே நீங்கள் வராததால், வண்டியில் ஏறின பிறகு கூட துரையிடம் உங்கள் பேரைச் சொல்லி, உங்கள் யானையைத் தவறாமல் தம்மண்டைக்கு அனுப்பி வைக்கச் சொல்லிவிட்டுப் போனார் என்று சொன்னான்.

இந்த வார்த்தையைக் கேட்டுவிட்டு, கோவர்ணமாவிலே இருந்த முசே லெறி கோவர்ணதோரிடம் போய் அவரைக் கண்டு, ஆசாரம் பண்ணினேன். அவர் இத்தனாள் சந்தோஷத்துடன் ஆசாரம் பண்ணினார்.

"யாரையும் முசியே என்று அழைக்காத முசியே லாலி உம்மை, முசியே ரங்கப்பிள்ளை என்று பத்து இருபது தடவை சொல்லி யிருப்பார். உம்முடைய யானையை உம்மிடம் சொல்லி, வாங்கி அனுப்பச்சொல்லிச் சொன்னார். ஆகையால், நாம் உம்மிடம் ஆள் அனுப்பினோம். இப்போது நீர் தவறாமல் பெரிய யானையை அனுப்பி வைக்க வேண்டும்" என்று சொன்னார்.

அதற்கு நாம், "நல்ல காரியம்தான். அந்த யானைக்குச் சில நாளாக மதம் பிடித்திருந்தது. அப்பால், சில நாளாகச் சுவஸ்தம் இல்லாமல் இருந்தது. அதனால் அதை வில்லியனூருக்கு அனுப்பி இருக்கிறோம். சோபுதாரன் வந்து சொன்னவுடன் ஆளை அங்கு அனுப்பினேன். மூன்று மணிக்கெல்லாம் யானை வந்துவிடும். வந்தவுடன் உங்களிடம் அனுப்பி

வைக்கிறேன்" என்று சொன்னேன். நல்லதென்று சொல்லிவிட்டு, ராத்திரியெல்லாம் நித்திரை இல்லாமல் இருந்ததால், உடனே போய்ப் படுத்துக்கொண்டார். நாமும் அத்துடன் பூந்தோட்டக் கச்சேரியே வந்து பன்னிரண்டு மணிக்கு வீட்டுக்குப் போனோம். மூன்று மணிக்கு யானை வந்தது.

நான்கு மணிக்கெல்லாம் கோவர்ணதோரிடம் அனுப்பி வைத்து விட்டு, சாரிப்போய் ஏழு மணிக்கு வீட்டுக்கு வந்தேன்.

1758 ஜூன்

1758 ஷு சூன் மீ 1 வ;
வெகுதானிய ஷு வையாசி மீ 22 வ; குருவாரம்

இத்தனாள் காலத்தாலே புறப்பட்டுப் பூந்தோட்டக் கச்சேரியே போயிருந்து, பன்னிரண்டு மணிக்கு வீட்டுக்கு வந்தோம். அப்போது கேள்விப்பட்ட சேதி; கப்பல்கள் பாய் எடுத்துச் சண்டைக்குப் போனார்கள். இங்கிரேசுக்காரர் கப்பலின் அருகில் வந்து ஆலம்புரிக் கோட்டையை நோக்கிக் குண்டு போட்டார்கள். தேவனாம்பட்டணத்துக் கொடி மரத்தில் வெம்பாகுண்டு போய் விழுந்து, கொடி மரம் ஒடிந்துபோச்சு. கோட்டைக்குள் இருக்கிற மெத்தை மேலே இரண்டு குண்டு போய் விழுந்து இரண்டு இடத்திலும் மெத்தை இடிந்து போனது. கோட்டையில் இருந்தவர்கள் மீதி இருந்த மெத்தையையும் இடித்துப் போட்டார்கள். போடுகிற குண்டு தென்புறத்து மதிலை எல்லாம் இடிப்பதாகவும், கூடலூரில் கொத்தளத்தில் ஏற்றிய பீரங்கிகளை எல்லாம் நாளை முதல் சுடப்போகிறார்கள் என்றும் கேட்கப்பட்டது.

1758 ஷு சூன் மீ 2 வ;
வெகுதானிய ஷு வையாசி மீ 23 வ; சுக்கிரவாரம்

தேவனாம்பட்டணத்துக் கோட்டையைப் பிடித்த சேதி; இத்தனாள் காலத்தாலே புறப்பட்டுப் பூந்தோட்டக் கச்சேரியே போயிருந்தேன். மசுக்கரையில் இருந்து சிறிய சுலுப்பு வந்ததென்றும், அதில் ஐரோப்பா வில் இருந்து எட்டுக் கப்பல்கள் அங்கு வந்தன. அவை இன்னும் பத்துப் பதினைந்து நாளில் இங்கு வந்து சேரும் என்றும் சேதி வந்ததாகக் கேட்கப்பட்டது. அப்பால் பன்னிரண்டு மணிக்கு வீட்டுக்கு வந்தோம்.

சாயங்காலம் நான்கு மணிக்கு எழுந்தவுடன் கேள்விப்பட்ட சேதி; தேவனாம்பட்டணத்துக் கோட்டைக்குள் முந்தாம் நாள் விழுந்த குண்டில், மருந்து தீப்பற்றிக் கொண்டு, அதனால் வெகு சனங்கள் செத்துப்போனார்கள். முந்தாம் நாள் கோட்டைக்குள் குடிப்பதற்குத் தண்ணீர் கிடைக்கவில்லை. கிடைக்கிற தண்ணீர் உப்பாக இருந்ததால், குடிக்க முடியவில்லை. எனவே, இத்தனாள் காலத்தாலே ஒன்பது மணிக்கு, கோட்டைக்குள் வெள்ளைக் கொடி ஏற்றினர். வெள்ளைக் கொடியைப் பிடித்துக்கொண்டு வந்து, சாவியும் கொண்டுவந்து கொடுத்துக் கோட்டையை விட்டுவிட்டார்கள். இவர்கள் முந்நூறு பேர்

கோட்டைக்குள் போயிருக்கிறார்கள். இந்தச் சேதியை எழுதிய காகிதம் முசியே சொபினேவுக்கு வந்தது. முசியே பெடுத்தல் மீயும் முசியே புலோவும் தேவனாம்பட்டணத்துக்குக் கிளம்பிப் போகிறார்கள் என்று கேட்கப்பட்டது. பீரங்கி வெடிக்கவில்லை. விடிந்து சாமத்துக்கு மேலே *(காலை 9 மணி)* பீரங்கிச் சப்தம் கேட்கவில்லை. கோட்டை பத்தேதானென்று *(பிடிபட்டது)* என்று நினைக்கிறேன். இதல்லாமல் காரைக்காலில் இருந்து கட்டுமரம் வந்ததென்றும், அங்கே பன்னிரண்டு கப்பல்கள் வெள்ளைக் கொடியுடன் காணப்படுகின்றன என்றும் கேட்கப்பட்டது. நாமும் சாரிப்போய் ஏழு மணிக்கு வீட்டுக்கு வந்தோம்.

1758 ஹு சூன் மீ 3 வ;
வெகுதானிய ஹு வையாசி மீ 24 வ; சனிவாரம்

இத்தனாள் காலத்தாலே கோட்டைக்குப் போனேன். முசியே லெறி கோவர்ணதோர் நான்கு மணிக்குப் புறப்பட்டு, தேவனாம்பட்டணத்தில் இருக்கிற முசியே லாலியிடம் போனார் என்று கேட்கப்பட்டது. நாமும் பூந்தோட்டக் கச்சேரியே வந்திருந்தோம். முசியே புலோ உள்ளிட்டோர் அங்கே இருக்கிற பணம், காசு, நகை வகையிறா அனைத்தையும் பார்த்துக் கணக்கெடுத்து எழுதுகிறார்கள் என்றும், தேவனாம்பட்டணத்தில் இருந்த சண்டை தொடுத்த கொம்மாந்தாமைக் காவலில் வைத்தார்கள். மற்றவர்களிடம் எல்லாம் கையெழுத்து வாங்குகிறார்கள். தேவிக்கோட்டை பேரிலே சண்டை கொடுக்க, ஆயிரம் பேரை அழைத்துக் கொண்டு முசியே ஒம்மோ போனார் என்றும், மூன்று கப்பல்களும் போயின என்றும் கேட்கப்பட்டது.

அப்பால், வீட்டுக்கு வந்து சாப்பிட்டு நித்திரை போய்க் கொண்டிருந்த போது, முசியே லாலியும் பாளையமும் வருவதாகச் சேதி வந்தது. உடனே எழுந்து அங்கியைப் போட்டுக் கொண்டபோது, சிரஞ் சீவி அப்பாவுவின் பெண்சாதிக்கு நொந்து படுக்கிறாள் *(பேறுகால வலி வந்ததாக)* என்று சொன்னார்கள். உடனே, கோபால சுவாமியை அழைத்து வீட்டில் இருக்கச் சொன்னோம். நாம் புறப்பட்டு, வில்லியனெல்லூர் வாசல் வழியே எதிர்கொண்டு சென்றபோது, முசியே கில்லியார் புறப்படுகிறார் என்று கேள்விப்பட்டு, அவர் வீட்டுக்குப் போனவுடனே அவர் வண்டியில் ஏறிக்கொண்டு போனார். உடனே மழை வந்தது. மழைக்கு ஒதுங்கி நின்று அப்பால் புறப்பட்டு, மேலுகிரிப் பண்டிதன் சாவடியைத் தாண்டிப் போய் முசியே கில்லியாருடன் இருந்தேன்.

விநாயகப் பிள்ளை வந்து, இன்றைக்கு முசியே லாலி வரவில்லை என்று சொன்னான். உடனே முசியே கில்லியார் நம்மைப் பார்த்து, "எதற்கும் நீர் எட்டு மணி மட்டுக்கும் மேலுகிரிப் பண்டிதன் சாவடியிலேயே இரும்" என்று சொல்லிவிட்டு அவருடைய வீட்டுக்குப் போனார். நாம் எட்டு மணி மட்டுக்கும் இருந்துவிட்டு, ஒன்பது மணிக்கு வீட்டுக்கு வந்தோம்.

சிரஞ்சீவி அப்பாவுக்கு ராத்திரி எட்டு மணி, பத்து மினித்தும் ஆனவுடன் தனுசு லக்கினத்தில் இரண்டாம் பெண் புத்திரி பிறந்தாள் என்று கோபால சுவாமியும், சுப்பா சோசியரும் வந்து சொன்னார்கள். மனதுக்கு மெத்த சந்தோஷம் ஏற்பட்டது.

1758 ௵ சூன் ௴ 4 ௳;
வெகுதானிய ௵ வைகாசி ௴ 25 ௳; ஆதிவாரம்

இத்தனாள் காலத்தாலே புறப்பட்டு, மேலுகிரிப் பண்டிதன் சாவடிக்குப் போயிருந்தேன். கூடலூரிலிருந்த தண்டில் இருந்து சிறு பீரங்கிகளைச் சிலர் கொண்டுவந்தார்கள். சிலர் தலையணை, செம்மரம், உலக்கை, நாற்காலி, மேசை ஆகியவற்றைக் கொண்டுவந்தனர். அதைப் பார்த்துக் கொண்டிருக்கையில் சவரி ராயப்பிள்ளைக்குத் தண்டில் இருந்து சேதி வந்தது.

வந்த சேதிக்காரர்கள், தேவனாம்பட்டணத்துக் கோட்டையில் அறுபது லக்ஷம் கிடைத்ததென்றும், கற்களால் இழைக்கப்பட்ட யானை உருவம் கிடைத்ததென்றும், இன்னும் இரண்டு கசானா வீடு *(அறை)* திறந்து பார்க்கவில்லை என்றும், வெகு பணம் கிடைத்த தென்றும், முசியே லாலி அதோ வருகிறார், இதோ வருகிறார் என்றும் சேதிகளைச் சொல்லிக் கொண்டிருந்தார்கள். நாமும் கேட்டுக் கொண்டிருந்தோம்.

முசே லெறி கிளம்பி வருவதற்கு முன் அஸ்தமிச்சவுடன் நான்கு மாடு பூட்டிய வண்டியில் *(ஆங்கிலப் பதிப்பில் நான்கு மாட்டு வண்டிகள் என்றுள்ளது)* வெடி மருந்து வைக்கிற பெட்டியில் கசானா போட்டு வந்தது. மாடுகள் லகுவாய் இழுத்து வந்தன. ஆகையால், லக்ஷம், லட்சத்து ஐம்பதாயிரம் ரூபாய் அளவுக்கு இருக்கும் என்று யோசனை பண்ணிக்கொண்டோம்.

சோதனைச் சாவடியின் சமீபத்திலே வந்தபோது மத்தளம் அடிக்கிற சப்தம் கேட்டு, என்னவென்று பார்த்த முசியே லெறி அவர்கள்

வண்டிகளின் மேற்கூரை எரிவதைப் பார்த்து, அதை அவிக்கச் சொல்லி, தீவட்டிகளையும் அவித்துவிடச் சொல்லிவிட்டு தாம் இருட்டிலேயே வந்தார். நாம் புறப்பட்டு வீட்டுக்கு வந்தோம்.

கசானா பற்றிய சேதியைக் கேட்டபோது, நம் வீட்டுக்கு எதிரில் இருக்கிற கோயிலில் இருக்கிற முசியே லாலி அவர்களின் கோன் சேலியரான மறுக்கி என்பவர், "வராகனும், ரூபாயுமாக லட்சத்து ஐம்பதாயிரம் இருக்கும். இன்னும் இருக்கிற சாமான்களைக் கணக்கெடுத்து எழுதவில்லை. பணத்தை மாத்திரம் கணக்கெழுதிக் கையெழுத்துப் போட்டோம்" என்று சொன்னார்.

இதல்லாமல் முசியே திலார்சின் தோட்டத்தில் இருக்கிற வெள்ளைக் காரன் லட்சத்து இருபத்தையாயிரம் ரூபாய் இருக்கும் என்று சொன்னான். அதற்கும் இதற்கும் இருபத்தையாயிரம் ரூபாய் வித்தியாசம் இருக்கிறது என்று யோசனை பண்ணிக் கொண்டோம். மற்றபடி, முசியே லாலி நேத்து மத்தியானம் தீனி தின்றவுடன் தீவுக் கோட்டைக்குப் படையைக் கூட்டிக்கொண்டு போனார் என்று பேசிக்கொண்டார்கள். இது சேதி.

1758 ஷூ சூன் மீ 5 உ;
வெகுதானிய ஷூ வையாசி மீ 26 உ; சோமவாரம்

இத்தனாள் காலத்தாலே வீட்டில் இருந்தபோது, முசியே கோவர்ண தோர் அவர்கள் அழைப்பதாகச் சோபுதாரன் வந்து அழைத்தான். உடனே புறப்பட்டுக் கோட்டைக்குப்போய் அவரைச் சந்தித்தோம். அவர், "கூடலூருக்கு அனுப்பி வைத்த சாமான்கள் எல்லாம் திரும்ப வந்து சேர வேண்டும். சாவடிக்காரர், நயினார் ஆகியோரிடம் சொல்லி, கூலிக்காரர்களைத் திரட்ட வேண்டும்" என்று சொன்னார். "நல்லது, ஊரில் இருக்கிற கூலிக்காரர்களை எல்லாம் பிடித்து வரச் சொல்கிறோம்" என்று சொல்லி, அனுப்புவித்துக்கொண்டு வீட்டுக்கு வந்தோம். அப்பால் கேள்விப்பட்ட சேதியாவது;

தேவனாம்பட்டணத்திலிருந்து சுலுப்பு ஒன்று வந்தது. அதில் தேவனாம்பட்டணத்து ஒப்பிசியேலான மேஸ்தர் ஒஞ்சும் *(Mr.Wynch)*, சுங்க ஒப்பிசியேலான மேஸ்தர் சோபர் *(Mr.Sloper)* அவர்களும், இன்னும் கோன்சேலியர்களும், ஒப்பிசியேலுமாக இருபது பேர் வந்தார்கள். மேல் வீட்டின் பேரிலே வந்த முன் அலமுசு *(சிற்றுண்டி, ஆங்கிலத்தில் காபி என்றுள்ளது)* சாப்பிட்ட பின், அந்த இருபது பேரிடமும் கையெழுத்து வாங்கினார்கள் என்று சொன்னார்கள். பழைய கோவர்ணமாவிலே

விடுதி போட்டு அனுப்பினார்கள் என்று சொன்னார்கள். சாயங்காலம் சாரிப்போய் ஏழு மணிக்கு வீட்டுக்கு வந்தோம். கூலி ஆட்களைப் பிடித்துவரச் சொல்லி சாவடியாருக்கும், நயினாருக்கும் உத்தரவு கொடுத்தோம்.

1758 வு சூன் மீ 7 வ;
வெகுதானிய வு வையாசி மீ 28 வ; புதவாரம்

இத்தனாள் காலத்தாலே பூந்தோட்டக் கச்சேரியே வந்திருந்தோம். பன்றி அறுப்பதற்கு வேறு இடமில்லை என்பதால் பூந்தோட்டக் கச்சேரியைத் தர வேண்டும் என்று முசியே கோவர்ணதோர் சொன்னார் என்றும் மனுஷர் வரவில்லை, கூலியாட்கள் வேண்டும் என்று சொன்னா ரென்றும் வந்து சொன்னார்கள்.

"கூலி மனுஷர் வந்திருக்கிறார்கள். இன்னும் மனுஷரை அழைத்து வர உத்தரவு கொடுத்திருக்கிறோம். பூந்தோட்டக் கச்சேரியை எப்படித் தருவது? வேறே செட்டிக் கிடங்கு என்ற இடம் இருக்கிறதே?" என்று காகிதம் எழுதி அனுப்பி வைத்தோம்.

அப்போது கேள்விப்பட்ட சேதியாவது; முசியே லாலி பாளையம் கோட்டை பேரிலேயும், தீவுக் கோட்டை பேரிலேயும் சண்டை தொடுக்கச் சொல்லி, பவுன்சை அனுப்பி வைத்தார். தாம் சிதம்பரம் மட்டுக்கும்போய், மீண்டும் மஞ்சக்குப்பத்திற்கு வந்து சேர்ந்தார். பாளையம் கோட்டையில் இருந்த துலுக்கச்சி, உடையாரின் காட்டுக்கு ஓடிப்போனாள். இவர்கள் பாளையம் கோட்டைக்குப்போய் வெள்ளைக் கொடியை ஏற்றிக் கொண்டார்கள். தண்டு வருகிற சேதியைக் கேட்ட இங்கிரேசுக்காரர் தீவுக்கோட்டையின் சாவியை இவர்களிடம் ஒப்படைத்துவிட்டு ஓடிப் போய்விட்டார்கள் என்றும் தீவுக்கோட்டையை இப்போது பிரெஞ்சுக்காரர்களின் வெள்ளைக் கொடி ஏற்றப்பட்டது என்றும், திருச்சிராப்பள்ளியில் இருந்த இங்கிரேசுக்காரர்கள் கோட்டையை தொண்டைமானின் வசம் ஒப்புவிச்சுவிட்டு, தீவுக் கோட்டைக்கு வந்திருந்தனர். தொண்டைமான் அங்கே காவலாய் இருந்த பிரெஞ்சு சிப்பாய்களுடன் பேச்சு நடப்பிச்சி, இங்கிரேசுக்காரர்கள் வெளியேறிய பின், வெள்ளைக் கொடியை ஏற்றினார்.

ஆற்காட்டுக் கோட்டையில் இருந்த இங்கிரேசுக்காரர் எல்லாரும், சென்னப்பட்டணத்துக்குப் போனார்கள். திருவண்ணாமலையில் இருந்த பிரான்சுக்காரர் ஆற்காட்டுக்குப்போய் வெள்ளைக் கொடியை ஏற்றிக்

கொண்டார்கள். சென்னப்பட்டணத்தில் இருக்கிறவர்கள் பயப்பட்டு, எச்சரிக்கையுடன் இருக்கிறார்கள்.

தஞ்சாவூர் ராசா, தொண்டைமான், மறவன் ஆகியோரின் ஸ்தானாபதிகள் வந்து முசியே லாலியிடம் காத்துக் கிடக்கிறார்கள். முசியே லாலி செனரால் இத்தனாள் சாயங்காலம் புதுச்சேரிக்கு வருகிறார் என்று கேட்கப்பட்டது. அதனால், குண்டு சாலை முதல் கோட்டை மட்டுக்கும் தோரணம் கட்டி, வாழை மரங்கள் கட்டி, தென்னை ஓலைகள் நட்டு, தண்ணீர் தெளித்து, கோரைப் புற்களைப் பரப்பி வைத்து எல்லாமும் தயார் செய்யப்பட்டன. நாமும் அஞ்சு மணிக்குப் புறப்பட்டு, குண்டுசாலை மட்டுக்கும்போய் மேலுகிரிப் பண்டிதன் சாவடியில் எட்டு மணி வரை காத்திருந்தும் இன்றைக்கும் அவர் வரவில்லை என்று கேட்கப்பட்டது. அப்பால் புறப்பட்டு வீட்டுக்கு வந்தோம்.

1758 ௵ சூன் ௴ 8 ௳;
வெகுதானிய ௵ வையாசி ௴ 29 ௳; குருவாரம்

இத்தனாள் வீட்டிலேயே இருந்தபோது, ஒரு மணியளவில் முசே லெறி கோவர்ணதோரின் துபாசியான கந்தப்ப முதலி வந்து முசியே கோவர்ணதோர் அவர்கள் சொல்லிவிட்டு வரச்சொன்னதாகச் சொன்னார். “நாளை, வைகாசி 30-ஆம் தேதி சாயங்காலம் முசியே லாலி செனரால் அவர்கள் புதுச்சேரிக்கு வருகிறார்கள். ஆகையால், மகாநாட்டார், வர்த்தகர், உத்தியோகஸ்தர்கள், சகல செனங்களும் சனவரி பண்டிகைக்கு எப்படி நசர் கொண்டு வருவார்களோ, அது போல் நசர் தந்து அவரை வரவேற்கும்படி அனைவரையும் நாளைச் சாயங்காலம் தயாராக இருக்கும்படிச் செய்ய வேண்டும்” என்று சொல்லச் சொன்ன தாகச் சொன்னான். அதன்படி நாம் சேவுகரை அனுப்பி அனைவரையும் அழைத்து வரச் சொன்னோம். அதன்படி சாயங்காலம் ஆறு மணிக் கெல்லாம் எல்லாரும் வந்தார்கள்.

அப்பால், சனேரிப் *(சனவரி)* பண்டிகைக்குத் தரப்படும் வெகுமானங்களின் டாப்புக் காகிதத்தைக் *(பட்டியலை)* கண்டால் குருவப்பச் செட்டியிடம் கொடுத்து, அந்தப் டாப்புப்படி தயாராக இருக்கும்படி குண்டுகிராமத்தாரையும், மற்றவர்களையும் திட்டம் பண்ணி வைக்கச்சொல்லி, ராச கோபால நாயக்கனையும் கூடவே அனுப்பினேன். நாளை சூரிய உதயம் முதல் சகலமானவரும் மேலுகிரிப் பண்டிதன் சாவடியில் போய் இருக்க வேண்டும் என்று திட்டம் பண்ணினேன்.

நயினாரையும் அழைத்து எச்சரிக்கைப் பண்ணினேன். அத்துடன் நிசான் *(கொடி)*, நவபோத்து, மனுஷர், ஒட்டகங்களை முஸ்தீது செய்யச் சொன்னேன். பயிராக்கு, மேளதாளம், தாசிகள், பாடகர், மத்தப்படி ஆலிம்வாலி *(பொதுசனங்கள்)* என்று சகலமான பேரையும் திரட்டிக்கொண்டு அங்கு போயிருக்கச் சொன்னேன். இதில் யாராவது சொன்னபடி நடக்காவிட்டால் உடனே தண்டித்துச் சாவடியில் வைக்கச் சொல்லித் திட்டப்படுத்தி, அனுப்பி வைத்தோம். இத்தனாள் நான்கு மணிக்கு அரியாங்குப்பத்துக்குப் போகிற முசியே லெறி கோவர்ணதோர் அவர்கள் அங்கே தங்கியிருந்து, நாளை அங்கு முசியே லாலி செனரால் அவர்கள் வந்தவுடன், அவருக்குத் தீனி மத்த சாமான்களை முஸ்தீப்பு செய்து, விருந்து கொடுத்து சாயங்காலம் அழைத்து வருவார் என்று திட்டம் செய்யப்பட்டது.

நாம் உட்பட சகலமான பேரும் குண்டுசாலையில் நின்று வரவேற்று கூடவே வருவதென்றும், கோன்சேலில் நால்வர் வில்லியனூர் வாசற்படியில் இருந்து காண்பிச்சுக் கொள்ளுகிறதென்றும், வீதிகள் எங்கும் தண்ணீர் தெளித்தும் தோரணங்கள் கட்டி, வாழை, தென்னை மட்டைகள் நட்டு, கோரை தெளிச்சு *(புறக்கள்ளத் தெளித்து)* வைத்து, வாசலுக்கு வாசல் விளக்குகளை ஏற்றி வைத்து, அலங்காரம் செய்யப்பட வேண்டும் என்றும் திட்டம் செய்துவிட்டு, அரியாங்குப்பத்துக்குப் போனார். இது சேதி.

முசியே லாலி தேவனாம்பட்டணத்தை செயிச்சு இவ்விடத்துக்கு வந்த சேதி.

1758 ஸ்ரீ ஜூன் மீ 9 உ;
வெகுதானிய ஸ்ரீ வையாசி மீ 30 உ; சுக்கிரவாரம்

இத்தனாள் உதயம் முதல், முதல் மூன்று மணி மட்டுக்கும் முசியே லாலி செனரால் அவர்கள் சகல செயத்துடன் வருவதால் அவரை வரவேற்க உத்த்யோகஸ்தர், ஸ்தானாபதிகள், வர்த்தகர், மகா நாட்டார்கள், குண்டு கிராமம், வில்லியனூர் சில்லரைக்காரார் *(பொதுசனங்கள்?)* சகலமான பேரையும் வரவழைத்தோம். நசர் கொண்டுவர முடியாத வர்களிடம் பட்டுச் சுருள்கள், சீரொப்பாக்கள், ரேக்குகள், வராகன்கள், வராகன்கள், ரூபாய்கள் இதுகளெல்லாம் அவரவரிடம் கொடுத்தோம். நவபத்து, பயிராக்கு, மேளதாளம், தாசி மேளம், யானை, ஒட்டகம், நிசான், விருதுகள் கொண்டுவரச் சொன்னோம். அவர்களுடன் நாமும் சிரஞ்

சீவி அப்பாவும், சிரஞ்சீவி அண்ணாசாமி, அய்யாசாமி ஆகியோரும் வேடிக்கையாய்ப் புறப்பட்டு, நான்கு மணிக்குக் குண்டுசாலை வழியாக எதிர்கொண்டு போனோம்.

அப்போது முசியே லாலி அவர்கள் அரியாங்குப்பத்தில் சாப்பிட்டு விட்டு, நான்கு மணிக்குப் புறப்பட்டு வண்டியேறிப் புறப்பட்டார். உடனே, அரியாங்குப்பத்தில் இருபத்தொரு பீரங்கி வேட்டுப் போட்டார்கள். அஞ்சு மணிக்கு முசியே லாலி அவர்களுக்கு முன்பாக இருநூறு காடுதே குதிரைக்காரச் சிப்பாய்கள் உருவிய கத்தியுடன் வந்தனர். இங்கிருந்து போனவர்களும், அங்கிருந்து வந்தவர்களுமாகச் சொலுதாதுகளும், பாறுக்காறர் தம்பூறுகள் அடித்துக்கொண்டு, இங்கே இருந்துபோன பேரும், அங்கே இருந்து வந்த பேரும் மெத்த நேர்த்தியாய் உடுப்புகள் உடுத்திக்கொண்டு முன்னும் பின்னும் நெருங்கி வர, இந்தப்படிக்கு உச்சாகமாக *(உற்சாகமாக)* வந்தார்கள். அப்போது நாமும் சகல வேடிக்கையுடனே எதிரே போய் பல்லக்கைவிட்டுக் கீழே இறங்கி, சிரஞ் சீவி அப்பாவு, அண்ணாசாமி, அய்யாசாமி மூன்று பேரும் கூட வர, நாமும் கிட்டே போனோம்.

அப்போது நம்மைக் கண்ட முசியே லாலி செனரால் அவர்கள் வெகு சந்தோஷத்துடன், வண்டியிலிருந்து கீழே இறங்கினார். உடனே நாம் கிட்ட போய் பொன் பூ, வெள்ளிப் பூ, மேலே எல்லாம் சோமிக்கத் தக்கதாய் மாலையைக் கழுத்தில் போட்டு, கையில் பூச்செண்டு கொடுத்து, நூற்றைம்பது வராகன் மதிப்புள்ள வச்சிர *(வைர)* மோதிரத்தையும் கையில் கொடுத்தோம். சிரஞ்சீவி அண்ணாசாமி, அய்யாசாமி, அப்பாவு மூன்று பேரும் பேருக்கு முப்பது வராகனாகத் தொண்ணூறு வராகன் கொடுத்து ஆசாரம் பண்ணினோம். உடனே அவர் மெத்த சந்தோஷத்துடன் நம்மைப் பல்லக்கில் ஏறி முன்னே போகச் சொல்லி விட்டு, தாமும் குதிரையில் ஏறினார்.

உடனே நாமும் சிரஞ்சீவி அண்ணாசாமி, அய்யாசாமி, அப்பாவு ஆகியோரும் பல்லக்கு மேலேயும், குதிரை மேலேயும் ஏறிக்கொண்டு, முன்னதாகப் புறப் பட்டோம். நமக்கு முன்பாகப் பட்டணத்தில் இருக்கிற சகல சனங்களும், மேளதாளங்கள், தாசிகள், விருதுகள், பயிராக்குகள் சகலமும் போயின. நமக்கு அப்பால் காடுது குதிரைக்காரர் உருவிய கத்தியுடன் வந்தனர். அவர்களுக்குப் பின்னால் முசியே லாலி செனரால் குதிரையில் வந்தார். அவரின் பின்னால் ஒப்பிசியேல்மார்களும், பெரிய மனுஷர்களும் வந்தார்கள்.

அதன் அப்பால் நவபத்து வர, இந்தப்படிக்கி வெகு வேடிக்கை யுடன் வந்தோம். பட்டணமெல்லாம் வீதிக்கு வீதி தப்பாமல் ஒன்று விடாமல் தோரணங்கள் கட்டி, வாழைகள், தென்னை மட்டைகள் நட்டு சனங்கள் தண்ணீர் தெளித்து கோரைகளைப் பரப்பி, வெகு வேடிக்கையாய் இருக்க பட்டணமெல்லாம் சிங்காரிச்சு இருந் தார்கள். இப்படிப் பட்டணம் எல்லாம் சிங்காரிச்சு இருப்பதைப் பார்த்துக் கொண்டே வெகு சந்தோஷமாய் உள்ளே வந்தபோது, கெவுனி *(நகர)* வாசற்படியில் இருபத்தொரு பீரங்கிப் போட்டார்கள்.

அப்பால், நாலு பேர் கோன்சேலியர்கள் வந்து கண்டார்கள். அதன்பிறகு டங்கா சாலை கிட்ட போய்க் கொண்டிருக்கச்சே முசியே லெறி கோவர்ணதோர் அவர்களும் முசியே பெடுத்தல் மீயும் மைத்த கோன்சேலியர்களும் வந்து கப்புசுக் கோயிலுக்கு அழைத்துப்போய், பூசை கேட்டார்கள். அப்போது, இருபத்தொரு பீரங்கிப் போட்டார்கள். அப்பால் புறப்பட்டுக் கோட்டைக்குள் வந்தவுடன் இருபத்தொரு பீரங்கிப் போட்டார்கள். மெத்தை மேலே போய், காம்பிராவிலே போய் உடுப்புகளை மாற்றிக்கொண்டு, தே*(த்)*தண்ணீர் குடித்துக் கொண்டிருந்தார்.

வாசலின் இரண்டு பக்கங்களில் ஒருபுறம் முசே லெறி கோவர்ண தோரும், இன்னொரு புறம் முசியே சுப்பீரும் நின்றுகொண்டு, வெள்ளைக்காரர்களும், பாதிரியார்களும் வந்திருப்பதைப் பற்றி உள்ளே போய் முசியே லாலியிடம் சொல்வதும், வெளியே வருவது மாக இந்த அடுக்கிலே இருந்தார்கள். வந்த வெள்ளைக்காரப் பெண்டுகள் எல்லாரும் வெளியிலேயே இருந்தார்கள். மற்றபடி, தமிழர், உத்தியோகஸ்தர், வர்த்தகர், மகாநாட்டார் ஆகியோரை மெத்தைக்குக் கீழேயே நிறுத்திவிட்டார்கள். இப்படியிருக்கையில் நாம் மெத்தை மேலே தானே இருந்தோம். அப்போது பாதிரிமாரும், முசியே லெறியும் தைரியநாதனை அழைத்துக் கொண்டு வந்து, மெத்தை மேலே இருந்தார்கள். யாருக்கும் சந்திக்க நேரம் கிடைக்காததால், அவர்களும் கீழே இறங்கிப் போனார்கள்.

அப்பால் முசியே லெறி அவர்கள், "இனிமேல் சமயமில்லை. எல்லாருக்கும் நாளை உதயத்திலே பேட்டி *(சந்திப்பு)*" என்று சொன்னார். அப்பால், நாம் வெளியே வந்து எல்லாரையும் நாளை உதயத்தாலே பேட்டிக்கு வரச்சொல்லிவிட்டு, நாமும் சிரஞ்சீவி அண்ணாசாமி, அய்யாசாமி, அப்பாவு எல்லாரும் வீட்டுக்கு வந்தோம். நாம் குண்டு தாழை அண்டையிலே பேட்டியானபோது நம்முடன் சேர்ந்து பேட்டி

கண்டவர்கள் தெ மோமொரன்சி *(de Comte De Montmorency)* முதலான ராசவங்கிஷத்தாராயிருக்கிற *(ராசாவுடைய ஆட்களும்)* பேர் பேட்டி கொடுத்தார்கள். அப்போது மோமொரான்சி கும்பினி குடுத்தியோர் ரங்கப்பன் என்று அறிமுகப்படுத்தினார்.

நாம் நசர் கொடுத்தபோது, முசியே சுப்பீர் சொன்னது; இப்படிக் கொடுப்பது இவ்விடத்து தஸ்ரத்தூரியாக்கும் *(வழக்கமாகும்)*. வாங்கிக் கொள்ளுங்கோள். இவர் பெரிய மனுஷன். இவரைப் பற்றிய சேதிகளை எல்லாம் நான் பயாவாரியாயி *(விளக்கமாக)* சொல்கிறேன்" என்று சொன்னார். இது அங்கே நடந்தது. பட்டணத்து வீட்டு வாசல்களில் எல்லாம் இத்தனாள் ராத்திரி விளக்குகள் வைத்துப் பண்டிகை கொண்டாடினார்கள்.

முசியே லெறி, முசியே லாலிக்கு ஒரு துறாய் கொடுத்தார். அது மெத்த நேர்த்தியாக இருந்தது. அது ஐந்நூறு வராகன் மதிப்புப் பெறும். ராத்திரி பத்து மணிக்கு ரசா சாயபும், அல்லி நக்கி சாயபும் போய்க் கண்டு நூறு அசற்பீ *(மொகர்)* கொடுத்தார்கள். உள்ளே போனது, கண்டு சலாம் பண்ணியது, அசறபி *(வெகுமானம்?)* கொடுத்தது, உடனே வெளியே வந்தது என்பதாக இது நடந்தது.

அதன் அப்பால் பாப்பய்யப் பிள்ளையும், அவன் மகனும் ஒரு அரண்மனைக்காரனின் *(ஆர்மீனியக்காரனின்)* முகாந்திரமாய் வந்து சந்தித்து இருபத்தொரு அசரபி கொடுத்தனர். அதைப் பெற்றுக்கொண்ட முசியே லாலி செனரால் அவர்கள், முசியே கொதே அவர்களின் காலத் திலிருந்து காவலில் வைக்கப்பட்டிருந்த பாப்பய்யப் பிள்ளையைப் பார்த்து, "இனி உனக்குக் காவல் இல்லை" என்று சொன்னார். அப்பால் முசே லெறியை வந்து கண்டவுடன் அஞ்சு அசரபி வச்சு வெகுமானம் தந்தபோது, அவர், "புத்தியாய் நடந்துக்கோ" என்று சொல்லிப் போகச் சொன்னார். அப்பால், அந்த சந்தி பண்ணின அரண்மனைக்காரனுக்கு ஏழு அசரபி கொடுத்து, நன்றி சொல்லிவிட்டு, அப்பால், வீட்டுக்குப் போனார்கள்.

1758 ௵ சூன் ௴ 10 ௳;
வெகுதானிய ௵ வையாசி ௴ 31 ௳; சனிவாரம்

முசியே லாலி அவர்கள் தேவனாம்பட்டணத்துக் கோட்டை செயிச்சதுக்கு, மகாநாட்டார் சகலமான பேருக்கும் பேட்டி கண்டுகொண்ட சேதி; இத்தனாள் முசியே லாலிக்கு மகாநாட்டார்களைச் சந்திக்க வைக்க

வேண்டும் என்ற எண்ணத்துடன் புறப்பட்டு, பூந்தோட்டக் கச்சேரியே வந்தேன். ஒன்பதரை மணி மட்டுக்கும் அங்கே இருந்து காரியங்களைக் கவனித்தேன். வர்த்தகர், மகாநாட்டார், மணியக்காரர், சகலமான பேரையும் ஆலிம்வாலி *(சாதாரண மனிதர், ஏழைகள்)*, மேளதாளம், தாசியள் என்று எல்லாரையும் ஆள் விட்டு அழைத்து வரச் சொன்னேன். அந்தப்படிக்கி நசர் கொண்டுவந்த பேர் போக, கொண்டுவராத பேருக்கு எல்லாம் வராகனில்லாதவனுக்கு, வராஃபன் வஸ்திரம் இல்லாதவனுக்கு வஸ்திரம் குடுப்பிச்சுக் கோட்டைக்கு மனுஷரை அனுப்பிவிச்சுக் கபுறு விசாரிக்குமிடத்திலே, முசே லாலி செனரால் நேத்து ராத்திரியெல்லாம் நித்திரையில்லாமல் கூத்தும், வேடிக்கையுமாக இருந்ததால் இப்போது நித்திரை போறார் என்று சொன்னார்கள்.

அதனால், எல்லாரையும் அங்கேயே இருக்கச் சொல்லிவிட்டு, சிரஞ்சீவி அப்பாவுவை அங்கே இருக்குமாறு சொல்லிவிட்டு, நாம் புறப்பட்டுக் கோட்டைக்குப் போனோம். மெத்தை மேலே போய் முசியே லெறியைக் கண்டுவிட்டு, அங்கேயே இருந்தோம். மகாநாட்டார் வந்தார்களா என்று கேட்பதற்குக் கூட நேரமில்லாமல் அவர் உள்ளே போவதும், வெளியே வருவதுமாக இருந்தார். அப்படியிருக்கையில் பாதிரியார்கள், சின்ன முதலியார், தைரியநாதன் முதலாகிய கிறிஸ்துவர்களை எல்லாம் திரட்டிக்கொண்டு வந்து முசியே லாலியைச் சந்திப்பதற்காக மெத்தை மேலே வந்து காத்திருந்தார்கள்.

இப்படியிருக்கையில், முசியே லாலி செனரால் நித்திரை எழுந்தார். அவரிடம் போய் பாதிரியார்களும், கிறிஸ்துவர்களும் சந்திக்க வந்திருக்கிறார்கள் என்று சொன்னார்கள். அதற்கு செனரால் அவர்கள், இப்போது வேண்டாம், நான்கு மணிக்கு வரச்சொல் என்று சொன்னார்கள். அந்தச் சேதியைப் பாதிரியார்களிடம் சொன்னார்கள். உடனே அவர்கள் எல்லாரையும் அழைத்துக்கொண்டு,கீழே இறங்கிப்போய் விட்டார்கள். அப்பால், நாம் முசியே லாலியின் அருகில் இருக்கக்கூடிய ஒருவரிடம் போய், “மகாநாடு ஒன்று கூட்டுவது மெத்த பிரயாசை. எல்லாரும் வந்து கூடி சேர்ந்திருக்கிறார்கள். அவர்களைச் சந்திக்க விடாமல் செய்தால், திரும்ப வந்து கூடுவது மெத்தப் பிரயாசம்” என்று சொன்னோம்.

அவர் செனரல் லாலியிடம் போய்ப்பேசி எல்லாரையும் வரச் சொல்வதாக உத்தாரம் வாங்கி வந்தார். அந்த உத்தரவை அவர் முசியே லெறியிடம் சொல்ல, முசியே லெறி அவர்கள் என்னிடம் சொன்னார். உடனே, நாம் சிரஞ்சீவி அப்பாவுவிடம் மனுஷன் அனுப்பி,

எல்லாரையும் கூட்டி வரச் சொன்னோம். எல்லாரும் மெத்தை மேலே வந்தவுடன் நான் முன்னதாகப் போய் முசியே லாலி அவர்களுக்கு இருநூறு வராகன் வெகுமானம் பண்ணினேன். அப்பால் ஒருத்தர் ஒருத்தராக உத்தியோகஸ்தர், மகாநாட்டார்கள், வர்த்தகர் என்று எல்லாரையும் வரிசைப்படி பேட்டி பண்ணி வைத்தோம். அவரவர் நசர் வச்சதுக்கு டாப்பு *(பட்டியல்)* இருக்குது. அந்த டாப்புப்படி கீழே எழுதப் பட்டிருக்கிறது. இதல்லாமல், சவரிராயன் சீமா மூலத்துக்கு ஆயிரம் வராகன் நசர் வைச்சு கண்டு கொண்டான்.

	வராகன்
வில்லியனூருக்கு நசர்	100
முசியே துயூப்ளேக்சு சாகீருக்கு	100
பாசிராயனின் வக்கீல் ஒரு சீரொப்பா 1-க்கு	300 ரூபாய்
முராரி ராயனின் வக்கீல்	11 ரூபாய் 21 வராகன்
நசிமுல்லாகான் இரண்டு வக்கீல்கள் பேருக்கு 21 வராகன் ஆக	42 வராகன்
மாபூசு கான் வக்கீல்	21
அப்துல் வகாபு கான் வக்கீல்	11

(ஆங்கிலப் பதிப்பில் இதில் பலரது வெகுமதிகள் விடுபட்டுள்ளன).

இப்படிச் சந்தித்து, வெகுமானம் தந்து, கண்டுகொண்ட எல்லாருக்கும் பன்னீர், பாக்கு, வெத்திலை கொடுக்கப்பட்டது. அதனால், மகா நாட்டார்களும், சகல சனங்களும் சந்தோஷத்துடன் இருக்கிறார்கள். இந்தச் சந்தோஷத்தைக் கொண்டாட காவலில் இருப்பவர்களை விடுதலை செய்ய வேண்டும் என்று சொன்னோம். முசியே தெவோ அவர்கள் சிலரை விடக்கூடாது என்று சொன்னார். சென்னைப் பட்டணத்தைப் பிடித்தபோது, முசியே துயூப்ளேக்சு எல்லாரையும் விடுதலை செய்தாரே, அதுபோல் செய்ய வேண்டும் என்று நான் சொன்னேன்.

அதற்கு முசியே லாலி செனரால் மச்சிலிப்பந்தரில் ஒருத்தனைக் கொன்று போட்ட பறையனைச் சிறையில் வைத்திருக்கிறோம். அவனைத் தவிர, நயினார் வீட்டிலும், சாவடியிலும் காவலில் *(சிறையில்)*

இருக்கிற எல்லாரையும் விட்டுவிடச் சொல்லி உத்தரவு கொடுத்தார். அந்த சந்தோஷத்தின்போது, நாம் முசே லாலி அவர்களை மெத்த உபசாரமாய் எழுதி இருந்த காகிதத்தை, அவரிடம் கொடுத்தேன். அதைப் படித்துப் பார்த்த அவர் மூன்று, தடவை ஆசாரம் பண்ணி, "உமக்குப் பிரான்சு *(பிரெஞ்சு)* தெரியுமா?" என்று கேட்டார். தெரியுமென்று சொன்னோம். நல்லதென்று சொல்லி அப்பால் வீட்டுக்குப் போகச் சொன்னார். அத்துடன் அவரிடம் அனுப்புவிச்சுக்கொண்டு வீட்டுக்கு வந்தோம். சகலமான சனங்களும் மேளவாத்தியத்துடன் நம்முடன் வீட்டுக்கு வந்தார்கள். அப்பால், எல்லாருக்கும் பாக்கு, வெத்திலை கொடுத்து அவரவர் வீட்டுக்கு அனுப்பி வைத்தோம்.

அப்பால் இத்தனாள் காலத்தாலே கேள்விப்பட்ட சேதி; ராத்திரி பத்து மணிக்குச் சந்தா சாயபுவின் மகனான ரசா சாயபு சந்திக்க வந்தார். முசியே லெறி அவரை அழைத்து வந்து, சந்திக்க வைத்தார். அப்போது செனரால் அவர்கள் கட்டிலில் படுத்துக் கொண்டிருந்தார். அங்கு வந்து சலாம் பண்ணிப்போட்டு ரசா சாயபு, அல்லி நக்கி சாயபு ஆகிய இருவரும் நின்று கொண்டிருந்தனர். முசே லெறி அவர்கள் முசியே லாலி கிட்டே போய் வந்தவர்களுக்கு மரியாதை பண்ண வேண்டும் என்று சொன்னார. அதன்பேரிலே படுத்திருந்தவர் எழுந்திருந்தார். அப்போது அவர்கள் ஒரு பதக்கமும், ஒரு துராயும் நதிர் *(நசர்)* வைத்தனர். அப்பால் நின்றபடியே ரெண்டு வார்த்தையும் உபசாரமாய்ச் சொல்லி அனுப்பி வைத்தார். அவர்கள் வெளியே வந்தவுடனே பாப்பய்யப் பிள்ளை போய்ச் சந்தித்துப் பதினொரு மோகரா வைத்து, அவனும் அவன் மகனும் கண்டு கொண்டனர். செனரால் அவர்கள், "இனி, காவல் இல்லை" என்று உத்தரவு கொடுத்தார்.

அப்பால், பாப்பய்யப் பிள்ளை சுப்பீருக்கு அஞ்சு மோகராவும், முசியே லெறிக்கு அஞ்சு மோகராவும் முசியே சம்போலுக்கு அஞ்சு மோகராவும், வெகுமானம் வைத்து அனுப்புவித்துக்கொண்டு வீட்டுக்குப் போனான். இன்றைக்கு அவன் கோட்டைக்கு வெளியே போய் ஸ்நானம் பண்ணிவிட்டு வந்தார். தேவனாம்பட்டணம் பத்தே ஆன நிமித்தியம், இத்தனாள் மத்தியானம் பனிரெண்டு மணிக்கு ரசா சாயபு வீதியிலே சக்கரை வழங்கியதாகவும் கேட்கப்பட்டது.

மகாராச ராசஸ்ரீ முசியே லாலி அவர்களுக்கு மகாநாட்டார் சந்திப்பு டாப்பு வயணம் *(வெகுமானம் வயணம்)*;

நயினார் பூவி	*(பூ விராகன்)*	21

கைக்கோளர்	பூவி	10
வெள்ளாளர்	பூவி	11
முத்தியால் பேட்டை கைக்கோளர்	பூவி	6
செட்டிகள்	பூவி	16
கோமுட்டிகள்	பூவி	11
எழுத்துக்காரர்	பூவி	4
குண்டுகிராமத்தார் குத்தகைக்காரர்	பூவி	21
அரியாங்குப்பம் குத்தகைக்காரர்	பூவி	8
வில்லியனூர் குத்தகை ராமனுசலு செட்டி	பூவி	100
புதிய கும்பினி வர்த்தகர்	பூவி	100
பழைய கும்பினி வர்த்தகர்	பூவி	11
புகையிலைக் கிடங்கு பாபு ராயன்	பூவி	21
காரைக்கால் வர்த்தகர்	பூவி	11
பவளக்காரர்	பூவி	7
சங்கு சேஷாசல ரெட்டி	பூவி	21
சலுது வெங்கடாசல செட்டி	பூவி	11
அகமுடையார்	பூவி	11
கொழும்பு சாராயக் குத்தகைதாரர்	பூவி	15
முசியே துய்ப்ளேக்சு சாகீர் பெரியண்ணன்	பூவி	100
சீமா மூலம் சவரி ராயப் பிள்ளை வகையறா	பூவி	1000
சின்ன முதலியார்	பூவி	11
சாராயக் கிடங்குக்காரர்	பூவி	21
காசுக்கடை வர்த்தகர்	பூவி	11
பலசரக்கு வர்த்தகர்	பூவி	10
அப்துல் வகாப் கானின் வக்கீல்	பூவி	11
மாபூசுகானின் வக்கீல்	பூவி	21
நசிமுல்லா கான் சனம் இரண்டுக்கு, சனம் ஒன்னுக்கு 21 பூவி, இரண்டு ஆக	பூ விராகன்	42
வண்ணார்	ரூ	50
தச்சர் கருமார்	ரூ	38

தட்டார்	ரூபாய்	40
வாணியர்	ரூ	21
கன்னார் *(பித்தளைக் கருமார்)*	ரூபாய்	40
இலை *(வெற்றிலை)* வாணியர்	ரூ	11
சாணார்	ரூ	15
ஒழுகரைக் குத்தகைக்காரர்	ரூ	21
நீலக்காரர் *(Indigo-Merchants)*	ரூ	20
பொல்லாதணைக்காரர் *(Pressing -people)*	ரூ	20
குசவர் *(குயவர்)*	ரூ	20
சவுளிக்கடைக்காரர்	ரூ	15
சேத்துப்பட்டு, திருவண்ணாமலை, பெரியண்ண முதலி வகையறா	ரூ	100
முராரி ராயனின் வக்கீல்	ரூ.11	பூவி 21
பாசி ராயனின் வக்கீல் சீரொப்பா 1-க்கு ரூ 300 *(இத்தொகைகள் ரூபாயா, பூ வராகனா என்பது பிரதி எடுத்தோரால் விடப்பட்டுள்ளது)*		
துறையூர் வக்கீல் கோனேரி நாயக்கன்	——	
மைசூர் வெங்கிட்ட நாரணப்பய்யர்	——	
டங்கா சாலை பாப்பு ராயர்	——	
எச்சம நாயக்கனின் வக்கீல்	——	

1758 ஹு சூன் மீ 12 வ;
வெகுதானிய ஹு ஆனி மீ 2 வ; சோமவாரம்

சந்தாசாயபுவின்மகன்முசியேலாலிஅவர்களைப்பேட்டிபண்ணிக் கொண்ட வயணம்; முசியே மோமொரன்சி பெரிய தோட்டத்துக்கு வந்து சொன்ன சேதி; *(எழுதப்படவில்லை)*

இத்தனாள் காலத்தாலே புறப்பட்டு, கோட்டைக்குப் போய்வந்து, பூந்தோட்டக் கச்சேரியே போயிருந்தேன். முசியே லெறி அவர்கள் அழைக்கச் சொன்னதாக ஆள் வந்து சொன்னான். நல்லதென்று கோட்டைக்குப் போனேன். அங்கே, “இன்றைக்குப் பன்றி அடிக்கப் பூந்தோட்டக் கச்சேரியை ஏன் கொடுக்கவில்லை?” என்று கேட்டார்.

“கோவர்ணமாவிலே அருகில் இருப்பதற்கும் அடிக்கடி அழைக்கும் போது, நான் உடனே வர வேண்டும் என்பதற்காகவும் அந்த நாளையிலே இந்த இடத்தை முன்பு முசியே லெனுவார் அவர்கள் தயவுபண்ணிக் கொடுத்தார். இப்போது, நான் உங்களிடம் வந்த நேரம் போக மற்ற நேரத்தில் அங்கேஇருக்கிறேன்.அது தேவையில்லை என்று உங்களுக்குத் தோன்றினால் கொடுத்து விடுகிறேன். கீழ் வீட்டு வெள்ளைக்காரனுக்கு இந்த இடத்தைப் பிடித்துக்கொள்ள வேண்டும் என்ற ஆசை மிகுந்திருக் கிறது. கடற்கரையோரத்தில் ஒரு மளிகையும், வீடுமாக மிக நேர்த்தியாக இருக்கிற இடத்தைக் காட்டினேன். அது வேண்டாம். இதைக் கொடு என்று, இதை எடுத்துக் கொள்ள வேண்டுமென்று இதிலேயே கண் போட்டுக் கொண்டிருக்கிறான். உங்களுக்கும் அப்படிக் கொடுக்க வேண்டுமென்று தோன்றினால், மெத்த நல்லதுதான்” என்று சொன்னேன். அதற்கு, “நீ கொடுக்க வேண்டாம். நீ இருக்கிற இடம் ஆச்சுதே! நான் முசியே கொற்னேத்துவிடம் சொல்லி விடுகிறேன்” என்று சொன்னார்.

அப்படியிருக்கையில் சந்தா சாயபுவின் மகனான ரசா சாயபுவும், அல்லிநக்கிசாயபுவும்தங்களுடைய வெகுமானம்வெள்ளியின்பேரிலே பொன் முலாம் பூசப்பட்டு, குமிழ்கள், பட்டைகள், தலாடம் *(கொக்கிகள்)* பொருத்தப்பட்ட, சரிகைத் தையல் வேலைப்பாடுகளால் தைப்பிச்ச பல்லக்கு ஒன்றையும், குதிரை ஒன்றையும், மூன்று சீரொப்பாவும் கொண்டுவந்தனர். சாத்துக்கடையார், தக்கே சாயபு, போளூர் மமுதல்லி கான் ஆகியோர் அவரவர் ஒரு குதிரையையும் மூன்று சீரொப்பாவையும் வெகுமானம் தந்தனர் என்றும் கொண்டுவந்தனர். ஆக பன்னிரண்டு சீரொப்பா, நான்கு குதிரை, ஒரு பல்லக்கு ஆகிய வற்றைக் கொண்டுவந்து கொடுத்தார்கள். முசியே லாலி செனரால் பல்லக்கையும், சீரொப்பாவையும் பார்த்துவிட்டு, குதிரைகளையும் ஓட்டம் விட்டுப் பார்த்தார். அப்பால் பத்தொன்பது பீரங்கிப்போடச் சொல்லி, பாக்கு, வெத்திலை கொடுத்து அனுப்பி வைத்தார்.

இப்படியிருக்கையில்,மெத்தை மேலே வந்திருந்த பாப்பய்யப் பிள்ளை கண்டால் குருவப்பச் செட்டியிடம் மெத்த நயிச்சியமாகப் பேசி நாளை நம்முடைய வீட்டுக்கு வருவதாக மரியாதையுடன் சொல்லி அனுப்பி வைத்தான். அதற்கு நாமும் நல்லது என்று சொல்லி அனுப்பி வைத்தோம். பன்னிரண்டு மணிக்கு வீட்டுக்கு வந்து, சாப்பாட்டை முடித்துக்கொண்டு, அஞ்சு மணிக்குப் பெரிய தோட்டத் துக்குப் போனோம். அதற்குமுன் சிரஞ்சீவி அப்பாவுவை இரண்டு மணிக் கெல்லாம் அங்கு அனுப்பி இருந்தோம். நான்கு மணிக்கு லாலியின்

உபதளபதியும் கர்னலுமான கோந்து தொ மோமொரான்சி என்கிறவரும், பொறுப்பு ஒப்பிசியேலாக இருந்த மார்ஷல் தெலாப்பேர் என்கிறவரும், தங்குமிடப் பொறுப்பான மயோர் செனரால் முசியே பூமெல் *(Major-General M.Fumel)* என்கிறவரும் வந்தார்கள்.

நாம் போய் அவர்களைக் கண்டோம். கேளிக்கை மத்ததும் ஆடச் சொல்லி, வேடிக்கையாக இருந்து, தீனிகளும் வைத்தோம். நாமும், கோந்து தெ மோமொரான்சியும் பேசிக் கொண்டிருந்தபோது, "இவ்விடத்தில் பணமில்லை. சனங்களும் இல்லை. அதனால் உம்மை ஐரோப்பாவுக்கு அனுப்பி வைக்கிறேன் என்று முசே லாலி என்னிடம் சொன்னார். நான் ஒரு மாசத்தில் சீமைக்குப் போகிறேன் என்று சொன்னார். "அங்கே போய் மினீஸ்தரிடம் சொல்லிப் பணமும் மனுஷரும் விசேஷமாய் திரட்டி வர வேண்டும்" என்று சொன்னார். அதற்கு நாம், "மெத்த நேர்த்தியாகத்தான் இருக்கிறது. இங்கே பணமில்லாவிட்டால், அங்கே இருந்துதான் வர வேண்டும்" என்று சொன்னோம்.

அப்பால், சந்தா சாயபுவின் மகன் ஆற்காட்டுக்கு நவாபு என்று ஆனதற்கு முசியே லாலி ஆசாரம் செலுத்தினாரே, அப்படி குறைவாக ஆசாரம் செலுத்த வேண்டியுள்ளதா?" என்று கேட்டார். "முன்பு டெல்லி துலுக்கர்களின் காலத்தில் அவர்கள் ராச்சியத்துக்கு நவாபாயிருந்தபடியினால் பீரங்கி போட்டு ஆசாரம் செய்தது சரிதான். அப்பால், முசியே துய்ப்ளேக்சு துலுக்கரை எல்லாம் வென்றார். எனவே, இதாயத்து மொய்தீன் கான் ஏழு சுபைக்கும் இவரே நவாபு என்று எழுதிக் கொடுத்தார். அது முதல் ஆற்காடு, கடப்பை, கந்தனூர் முதலான சுபை நவாபுகள் எல்லாரும் முசியே துய்ப்ளேக்சுக்கு நசர் வைத்து, எட்ட நின்று, சலாம் பண்ணிக்கொண்டிருந்தார்கள்.

இப்படி வந்த பவுருஷத்தை *(மேன்மையை)* அறியாத பழைய கோவர்ணதோர் முசே கொதே அவர்களுக்குப் பீரங்கி போட்டு ஆசாரம் பண்ணினார். அவரைப் பின்பற்றி முசே லெறியும் நடத்தினார். இவர் *(லாலி)* அவர்கள் அல்லர். இவர் லெப்டினென்ட் ஜெனரல் என்பதால் இவர்கள் எல்லாரும் கைகட்டி தூர நிற்க வேண்டும் என்று சொன்னேன். "அவர்களிடம் பணம் இருக்கிறதா?" என்று கேட்டார். "வெகு பணம் இருக்கிறது. முப்பது, நாற்பது லக்ஷம் கேட்டாலும் கொடுப்பான்" என்று சொன்னோம். அப்படியானால் அவனைப் பணம் கேட்பதாக இருக்கிறோம் என்று சொன்னார்.

இப்படிப் பேசிக் கொண்டிருந்துவிட்டு, ராத்திரி பத்து மணிக்கு

அவர்களும் அனுப்பிவித்துக்கொண்டு, வீட்டுக்குப் போனார்கள், நாமும் வீட்டுக்குப் புறப்பட்டு வந்தோம்.

இத்தனாள் உதயத்திலே கந்தப்பிள்ளை மேலுகிரிப் பண்டிதன் சாவடியில் இருந்து வீட்டுக்கு வந்தான்.

இதல்லாமல் கேள்விப்பட்ட சேதி; தவுலதாபாத் கசானாவிலிருந்து கிடைத்த திரவியத்தை முசியே புசிக்கு ஒரு பங்கும், கும்பினியாருக்கு ஒரு பங்கும், சலாபத் சங்குவுக்கு ஒரு பங்கும், பேர் விளங்கன் ஒருவனுக்கு ஒரு பங்குமாக இந்தப்படிக்கி நான்கு பங்குகளாகப் பிரித்துக் கொண்டார்கள். முசியே புசியிடம் இருந்த அயிதர் சங்குவை சா நவாசு கான் வெட்டிக் கொன்றான். அயிதர் சங்குவின் வீட்டுப் பெண்டுகளையும், பிள்ளைகளையும்கூட வெட்டிக் கொன்றான்.

இந்தச் சேதியைக் கேள்விப்பட்ட முசியே புசி சா நவாசு கானையும், அவன் வீட்டுப் பெண்டுகள், பிள்ளைகளையும் வெட்டிக் கொன்றார். இதனால் முசியே புசியின் தலையைத் துலுக்கர் வெட்டுவதாக இருக்கிறார்கள். முசியே புசி வெகு சுருக்காய் இங்கு வருவதாக எழுதி அனுப்பினார். கஞ்சம் என்ற இடத்தில் இருந்த முசியே அசான் *(M.Azam)* என்ற பிரெஞ்சுக்காரனையும், ஐம்பது சொலுதாதுகளையும், பாளையக்காரன் ஒருத்தன் வெட்டிக் கொன்றான் என்றும் கேட்கப்பட்டது. இது சேதி.

1758 ஹூ சூன் மீ 14 வ;
வெகுதானிய ஹூ ஆனி மீ 4 வ; புதவாரம்

மயிசூர் வெங்கிட்ட நாராணப்பய்யன், முசே லாலி செனரால் அவர்களை வந்து சந்தித்துக் கொண்டார். சந்தா சாயபுவின் மகன் முசே லெறிக்கும், முசியே திலார்சுக்கும், மற்றவர்களுக்கும் வெகுமானம் கொடுத்தான்.

இத்தனாள் காலத்தாலே வெளியே போவதற்குச் சரீரம் அசட்டை யாய் இருந்ததால் வீட்டிலேயே இருந்தோம். சாயங்காலம் அஞ்சு மணிக்குப் புறப்பட்டு வெளியே போய் ஏழு மணிக்கு வீட்டுக்கு வந்தோம். அப்போது கேள்விப்பட்ட சேதி; முத்துமல்லா ரெட்டியின் மகன் கலியாணத்துக்கு சவரிராயன், தாண்டவராயப் பிள்ளை, இன்னும் வெகு பேர்கள் இந்த ஊரிலிருந்து போகிறார்கள்.

பாப்பய்யப் பிள்ளை, பெரியண்ண முதலி வீட்டுக்குப்போய்

அவனையும் கூட்டிக்கொண்டு முசியே தேவோ அண்டைக்குப் போனான். பரமானந்தப் பிள்ளை முசியே மேன்விலிடம் *(M.Mainville)* போய்ப் பாப்பய்யப் பிள்ளைக்குச் சீமை மூலம் *(குத்தகையை)* கொடுக்கப் போகிறார்கள் என்று பேசிக் கொள்கிறார்கள். இப்படி அவரவருக்குத் தோன்றியபடி பேசிக் கொள்கிறார்கள் என்று சொன்னார்.

அதற்கு முசியே மேன்வில், "என்ன பேச்சு பேசுகிறாய்? பிரான்சில் ராசா முன்னிலையில் தீர்ந்தபடி நடக்குமே தவிர, இங்கே வேறாக நடத்த முடியுமா? பழைய சீமை, புதிய சீமை ஆகிய எல்லாவற்றின் குத்தகையும் ரங்கப்பனுக்கே. கோன்சேலுக்குத் துணையாக இருந்து சகல காரியங்களையும் பார்க்க வேண்டியதும் முசே ரங்கப்பன் வேலை தான் என்பதாகத் தீர்ந்திருக்கிறது. சந்தா சாயபுவின் மகனுக்குச் சாகீர் விட்டுக்கொடுப்பதாக தீர்ந்திருக்கிறது.

இதில் மற்றவனுக்கெல்லாம் நிமித்தியம் *(அதிகாரம்)* இல்லை. இங்கிருந்து புறப்படும்போது முசே துயூப்ளேக்சு பாப்பய்யப் பிள்ளையை விடுதலை செய்யுமாறு கேட்டுக் கொண்டதால், விடுதலை செய்யப்பட்டார். மற்றபடி வேறென்ன இருக்கிறது?" என்று சொன்னதாகவும் கேட்கப்பட்டது.

நம்முடைய கப்பல் நாகப்பட்டணத்துக்குச் செவ்வனே சென்றது. அதைக் கண்ட சனங்கள் அச்சப்பட்டு அங்கிருந்து வலசை வாங்கினார்கள். முன்பு *(தஞ்சாவூர் ராசா மினீஸ்தராக இருந்த)* சக்குலு நாயக்கன் தன் பணம் காசுகளைத் தொலைவிடத்துக்குக் கொண்டுபோனான். காஞ்சிபுரத்து சனங்களும் ஊரைவிட்டு, வலசை வாங்கிறார்கள் என்று கேட்கப்பட்டது.

முந்தாம் நாள் மைசூர் வெங்கிட்ட நாராயணப்பய்யர் கார்சூபி *(எம்பிராய்டரி போட்ட)* அறுநூறு ரூபாயிலே *(மதிப்புள்ள)* சீரொப்பாவை பரமானந்தப் பிள்ளையிடம் வாங்கிக் கொண்டு சம்பா கோயில் பிசப்பு, முசியே மேன்வில் மூலமாகப் போய் முசே லாலி செனரால் சந்தித்துக் கொடுத்தார். அது மெய்யில் நானூறு ரூபாய் *(மதிப்புத்தான்)* பெறும். முசியே மேன்விலுக்கு ஒரு சீரொப்பாவும், முசியே சம்போலுக்கு ஒரு சீரொப்பாவும், பரமானந்தப் பிள்ளைக்கு ஒரு சீரொப்பாவும் வெகுமானம் தந்தார். இந்தச் சீரொப்பாவையும் பரமானந்தப் பிள்ளையிடமே வாங்கிக்கொண்டார்.

இந்தப் பேட்டியிலே முசே லாலிக்கு ஆயிரத்துத் தொள்ளாயிரத்து

அறுபத்தைந்து வராகன் வந்ததென்று அப்பு முதலி சொல்லிக் கொண்டிருப்பதாகக் கேட்கப்பட்டது. சந்தா சாயபு மகன் முசே லெறிக்கு ஆயிரம் ரூபாய் மதிப்புள்ளதும், முசியே தெவோவுக்கு முந்நூறு ரூபாய் *(மதிப்புள்ளதுமான)* மகதாயி *(பொன் சரிகை போட்ட)* சீரொப்பாவை வெகுமானம் தந்தார். முசியே சம்போலுக்கு ஒரு சீரொப்பாவும், முசியே திலார்ஷுக்கு ஒரு சீரொப்பாவும், பின்னையும் ஒரு நகை கொடுத்ததாகவும் கேட்கப்பட்டது.

முந்தாம் நாள் முசே லாலியுடன் வந்திருந்த பாதிரியார் உள்ளே போய் முசியே லாலியிடம் பேசிவிட்டு, வெளியே போய் தேவனாம் பட்டணத்து சின்ன துரையை, முசே லாலி அவர்களிடம் அழைத்து வந்தார். அவர்களைக் கண்ட முசியே லாலி மெத்த கோபம் அடைந்து, அலறி, அந்தப் பாதிரியாரின் பிடறியில் கையை வைத்து மெத்தையின் பேரிலே கீழே இறங்குகிற வரை தள்ளிக்கொண்டு வந்துவிட்டார். தேவனாம்பட்டணத்து பெரிய துரை, சின்ன துரையை சென்னப்பட்டணத்துக்கு அனுப்பவில்லை என்பதால் இப்படித் தள்ளினார். அப்போது முசே லெறி நகைத்துக்கொண்டு தம்முடைய காம்பிராவிலே இருந்தார். நேத்து சாயங்காலம் சம்பா கோயிலின் பெரிய சேஷ்ட்ட பாதிரியார் முசியே லாலியிடம் போய்ப் பேசிக்கொண்டிருந்தார். அப்போது முசே லாலி கோபத்துடனும், உரக்கவும் பேசிப் போகச் சொன்னார். சேஷ்ட்டர் வெளியே வருகிறபோது முகத்தை வாடப் பண்ணிக்கொண்டு சம்பாவுலுக் கோயிலுக்குப் போனார் என்று கேட்கப் பட்டது.

நேத்து ராத்திரி வந்த வெள்ளைக்காரர்கள் இன்னும் இரண்டு மூன்று நாளில் ஒரு பெரிய மனுஷனைக் காவலில் வைக்கப் போகிறார் என்று குறிப்பாகப் பேசிக் கொண்டிருந்தார்கள், அவர் இன்னாரென்று தெரியவில்லை.

இத்தனாள் உதிச்சு ஒன்பது மணிக்கு முசே லாலியும், குமுசெல் காரர்களும் குமுசேலும் கூடி பதினொன்றரை மணி வரை கலந்து பேசினார்கள். பணப் பற்றாக்குறை நிமித்தியம் முசே லாலி இரண்டு நாளாகக் கோபத்துடன் இருக்கிறார். அதனால் வெள்ளைக்காரரோ, தமிழரோ யாரும் மெத்தை மேலே போகக்கூடாது என்று கேட்கப்பட்டது. காரைக்கால் பாவாடை நாயக்கன் என்பவன் திருவாரூரில் பிரமஹத்தி, ஸ்திரிஹத்தி பண்ணிவிட்டான் *(ஒரு பிராமணனையும், ஒரு பெண்ணையும் கொன்று விட்டான்)*. இதனால், ராசா அவனைப் பீரங்கி

வாயிலிலே வைத்து *(கட்டுப்போட்டு)* சுடச் சொன்னார். அவனை விடுவிப்பதற்காகச் சீனப்பய்யன் மூலமாகக் காரைக்கால் துரையிடம் ராசவட்டம் *(பேச்சு)* நடத்தப்பட்டது. அவன் லக்ஷம் பொன் கொண்டு வந்து காரைக்காலில் சீனப்பய்யன் தோட்டத்தில் இறங்கியிருக்கிறான். காரைக்கால் துரைக்கு இரண்டாயிரம் பொன் கொடுத்தான். சின்னப் பய்யனுக்கு நாலாயிரம் ரூபாயும், நயினியப்ப முதலிக்கு இரண்டாயிரம் ரூபாயும், குழந்தையப்ப முதலிக்கு இரண்டாயிரம் ரூபாயும் கொடுத்தான். பாவாடை நாயக்கனிடம் அஞ்சு, ஆறு லக்ஷம் இருக்கிறது என்பதான சேதிகளைக் கேட்கப்பட்டது.

1758 ஷு சூன் மீ 15 உ; வெகுதானிய ஷு ஆனி மீ 5 உ; குருவாரம்

இத்தனாள் லுயித்தினாந்து *(லெப்டினெண்ட்)* செனரால் முசே லாலி யாராக இருந்தாலும் காரியம் ஏதேனும் இருந்தால் மாத்திரம் மெத்தை மேலே வர வேண்டும். மற்றவர்கள் வரக்கூடாது. தாம் அழைத்தால் மாத்திரம் வர வேண்டும் என்று திட்டம் பண்ணினார். அவர் சென்னப்பட்டணத்தின் பேரிலே சண்டைக்குப் போவதற்காகப் பணங்காசு மற்ற சாமான்களைத் திரட்டுகிறார். முசே லெறி கோவர்ணதோர் உள்ளிட்டோரை அழைத்து அனுப்புவதும், கோபதாபங்கள் காட்டுவது மாக இருக்கிறார். மசுக்கரையில் இருந்து வந்த கப்பல் மீண்டும் ஐரோப்பாவுக்குப் போக இருப்பதால், அதற்கு வேண்டிய சாமான்களை முஸ்தீப்பு செய்கிறார். காகிதங்கள் எழுதுகிறார். இந்தக் காரியமாக அவர் இருப்பதால் நாமும் அவர் அழைப்பு அனுப்பினால் மாத்திரம் போவோம் என்று வீட்டிலேயே இருந்தோம். இப்படியிருக்கையில் கேள்விப்பட்ட சேதி; விநாயகப் பிள்ளை முசே லாலியைச் சந்தித்து ஐம்பது வராகன் வெகுமானம் தந்தான். அவனுடைய மக்கள் *(பிள்ளைகள்)* இருவரும் இருபது வராகனும், அவனுடைய மச்சான் குப்பய்யப் பிள்ளை என்பவன் பத்து வராகனும், பெரிய பரசுராமப் பிள்ளை பத்து வராகனும், இன்னும் பேர் விளங்கன் இருவர் பத்து வராகனும் ஆக நூறு வராகன் நதிர் வைத்துக் கண்டு கொண்டார்கள். இங்கிரேசுக்காரரின் கப்பல் ஒன்றும் சுலுப்பு ஒன்றும் நாகப்பட்டணத்துக்கு வந்ததைத் தொடர்ந்து, நம்முடைய கப்பல்காரர் அந்தச் சுலுப்பைப் பிடித்துக் கொண்டனர். அந்தச் சுலுப்பை இவ்விடத் துக்கு அனுப்பினார்கள். அதுவும் வந்து சேர்ந்தது. அந்தச் சுலுப்பில் சர்க்கரையும், அரிசியும் வந்ததாகவும் கேட்கப்பட்டது.

1758 ஷு ஜூன் மீ 16 வ;
வெகுதானிய ஷு ஆனி மீ 6 வ; சுக்கிரவாரம்

இத்தனாள் கேள்விப்பட்ட சேதி; இங்கிரேசுத் தரப்பில் இருந்து கிருஷ்ணராயன் என்பவன் இரண்டாயிரம் பாறுக்காரருடன் சங்கரா புரத்துக்கு வந்து, அங்கிருந்த மகாதேவய்யனின் மருமகனைப் பிடித்துக் கொண்டு, வெகு பேரைக் கொன்றுவிட்டான். திருவண்ணாமலை, சேத்துப்பட்டு வகையிறா பிராந்தியங்களுக்கு வந்து கலகம் செய்கிறான். வெள்ளைக்காரர் ஐந்நூறு பேர் இங்கிருந்து பயணமாகிப் போனார்கள். எங்கே போனார்கள் என்பதைத் தெரியப்படுத்தாமல் போனார்கள். முசே ஒம்மோவும், முந்நூறு வெள்ளைக்காரர்களும், பாறுக்காரரும் வந்தவாசிக்குப் போய்ச் சேர்ந்தார்கள். சென்னைப்பட்டணத்திலிருந்து ஒரு சோபுதாரரும், அறுக்காறும் காகிதம் எடுத்துக்கொண்டு, முசே லாலியிடம் சாயங்காலம் வந்ததாகவும் சேதி.

1758 ஷு ஜூன் மீ 17 வ;
வெகுதானிய ஷு ஆனி மீ 7 வ; சனிவாரம்

இத்தனாள் வீட்டிலேயே இருந்தபோது கேள்விப்பட்ட சேதி; முசே பெடுத்தல்மீயின் வீட்டு வாசலில் சர்வகாலமும் காவல் புரிகிற சந்தினேரை அந்த இடத்தில் இத்தனாள் இருக்க வேண்டாம் என்று சொன்னார்கள். வெள்ளைக்காரர் உட்பட சகலமான பேருக்கும் சம்பளம் கொடுக்கிற பொறுப்பு முசே குளுவேத்திடம் இருப்பதால், இந்த சந்தினேரை, முசே குளுவேத்து வீட்டு வாசலில் போய்க் காக்கச் சொன்னார்கள். அதன்படி இங்கிருந்த சந்தினேர் முசே குளுவேத்து வீட்டுக்குப்போய்க் காவல் காத்தனர். தேவனாம்பட்டணத்தை செயம் பண்ணின அப்பால் அங்கிருந்த கப்பல் எல்லாம் நாகப்பட்டணம் மட்டுக்கும் போயிருந்தன. இத்தனாள் மூன்று கப்பலும் ரேவு வந்து சேர்ந்தது என்றும் கேட்கப்பட்டது.

இப்படியிருக்கையில் ராத்திரி பத்து மணிக்குக் கேள்விப்பட்டது; சாராயப் பீப்பாய் வெள்ளைக்காரன் *(சாராயப் பீப்பாய்களுக்கு பொறுப்பாளன்)* முசியே லெனுவார் ஒரு வெள்ளைக்காரனையும், பத்துச் சிப்பாய்களையும் அழைத்துக்கொண்டு, நம்முடைய பூந்தோட்டக் கச்சேரியே வந்தார். அங்கே வாசல் கதவை இடித்துத் திறந்து உள்ளே போய், அங்கே பலவந்தமாகப் பாறுக்காரரை வைத்துக் கொண்டிருப்பதாகச் சேதி வந்தது. அது நமக்கு ஆச்சரியமாச்சுது.

முன்பு முசியே லெனுவார், முசே துய்மாவும் வீடு கட்டியபோது அங்கே நமக்கும் நிலம் இருந்தது. சில்லரைக்காரரும் *(பொதுசனம்?)* குடிசை போட்டுக் கொண்டிருந்தார்கள். அப்போது அவர் நாம் *(பிள்ளை)* வந்து தங்குவதற்காக இந்த நிலத்தையும் வீட்டையும் தந்திருந்தார். நம்முடைய நிலத்துக்கும் சில்லரைக்காரர்களின் குடிசைக்கும் உரிய கிரயத்தைக் கொடுத்தார். குடிசைகள் கட்டிக்கொள்ள வேறு இடமும் காட்டிக் கொடுத்தார்.

இப்படியாகப் பட்டணத்தை பரிபாலனம் பண்ணியதால், அன்று முதல் பட்டணம் விருத்தி அடைந்து வந்தது. அதன் அப்பால் முசே துய்மா, முசே துய்ப்ளேக்சு அவர்களின் துரைத்தனத்திலும் இவ்வாறே நியாயம் தவறாமல் நடந்து வந்தது. இப்போது யார் வீட்டை யார் பிடித்துக் கொண்டாலும் கேள்வியில்லை என்பதுபோல் நடக்கிறது.

இந்த வீட்டுச் சிக்கல் பற்றி எட்டு நாளைக்கு முன் நாம் போய் முசே லெறி கோவர்ணதோரிடம் சொல்லியபோது, "நீர் வேறு இடத்தைக் காட்டிவிடும். இந்த இடத்தை விடவேண்டாம். நாம் முசே கொற்ணேத்துவிடம் சொல்லிவிடுகிறோம்" என்று சொன்னார். அப்படியிருக்க, இப்போது அங்கே நம்முடைய சரக்கு, பீங்கான் கிண்ணங்கள் வகையிறா மூவாயிரம் ரூபாய் மதிப்புள்ளவை கிடக்கின்றன. தட்டுமுட்டுகள் இருக்கின்றன. இப்படி இவர்கள் போய் பலவந்தமாய்ப் பிடித்துக்கொண்டார்கள். இது சேதி.

1758 ஷு சூன் மீ 18 வ;
வெகுதானிய ஷு ஆனி மீ 8 வ; ஆதிவாரம்

இத்தனாள் காலத்தாலே நாம் வீட்டிலேயே இருந்தோம். முசே கெலிக்கு *(M.Clegg)* என்கிற வெள்ளைக்காரன் பூந்தோட்டக் கச்சேரி நிமித்தியம் குமுசேலுக்குக் கொடுக்க ஒரு பித்திசாம் *(பெட்டிஷன்)* எழுதிக்கொண்டு வந்தான். அதை நாம் படித்துப் பார்த்துக் கையெழுத்துப் போட்டு, முசியே பெடுத்தல்மீக்கு அனுப்பி வைத்தோம். அதைப் பார்த்த அவர் எல்லாவற்றுக்கும் நம்மை நேரில் வருமாறு சொல்லி அனுப்பினார். அப்படியிருக்க நேத்து ராத்திரி பூந்தோட்டக் கச்சேரியில் வந்து பூந்துகொண்ட சாராயப் பீப்பாய் வெள்ளைக்காரன், அந்த இடத்தில் இருந்த புளிய மரங்கள், வாழை மரங்கள், பூஞ்செடிகள், மாதுளம் செடிகள், மரங்கள் வகையிறாவற்றை எல்லாம் வெட்டி, செடிகளையும் மரங்களையும் எடுத்துப் போகுமாறும் சொல்லி அனுப்பினான். அதற்கு

நாம், “நீ பலவந்தமாய்ப் பூந்து வெட்டிக் கொண்டதை, நாம் எடுக்க வேண்டியதென்ன இருக்கிறது, உன் சரிபோனபடிக்குச் செய்” என்று சொல்லி அனுப்பி விட்டோம்.

இத்தனாள் கேள்விப்பட்ட சேதி; வேலூரிலிருந்து முசே மாலயா *(M.Mallet)* வந்தவாசிக்கு வந்தார். முசே லக்கிப்பாடி *(M.Lakkipadi)* திருவத்தியூரை *(திருவத்திபுரம்)* சப்தி பண்ணிக்கொண்டு அங்கே இருக்கிறார். முசே ஒம்மோ *(M.Aumont)* வந்தவாசியில் இருக்கிறார். ஆயிரம் வெள்ளைக்காரர்கள் திண்டிவனத்துக்குப்போய்ச் சேர்ந்தார்கள்.

இத்தனாள் வெள்ளைக்காரர்கள் இங்கிருந்து, அங்கே போகிறார்கள். உடையார்பாளையம் தஞ்சாவூர், திருச்சிராப்பள்ளி, ஆற்காடு ஆகிய சீமைகளுக்குத் தண்டு போகிறது. சென்னப்பட்டணத்துக்கு முசே லாலி போகிறார். வந்திருக்கிற பன்னிரண்டு கப்பல்களுக்கும் சாமான்களை ஏற்றுகிறார்கள். வெள்ளைக்காரக் கருமானை அழைத்து, முசே லாலி எட்டு நாளில் மூவாயிரம் விலங்குகளைச் செய்ய வேண்டும் என்று சொன்னார். அவன் அதற்கு எட்டு நாளில் எப்படிச் செய்ய முடியும் என்று கேட்டான். அதற்கு ராப்பகல் *(ராத்திரியும், பகலும்)* சாக்கிரதையாக இருந்து, அதைச் செய்யக்கூடிய மனுஷரை வைத்துச் செய்யுமாறு சொன்னார்.

அதற்கு எட்டு நாளில் செய்வது வெகு பிரயாசை என்று அவன் சொன்னான். உடனே கோபம் வந்து, அவர் எழுந்து, தன் கைப் பிரம்பினால் ஏழெட்டு அடி அடித்தார். அவன் அடி பொறுக்க முடியாமல், வேசடையுடன் கீழே விழுந்துவிட்டான். மெத்தைக்குக் கீழ்ப் பக்கத்தில் இருக்கிற வழியிலும், பக்கத்து வழியிலும், சேவகர்களை வைக்கச் சொன்னார்கள். அந்த வழியாக யாரையும் விடக்கூடாது.

வெள்ளைக்காரர் வந்தால், அழைத்தால் மாத்திரம் வர வேண்டும், இல்லாவிட்டால் வரத் தேவையில்லை என்று சொல்லிவிட வேண்டும். தமிழர் வந்தால் சுட்டு விடுங்கள் என்று சொல்லிவிட்டு, அவர் காம்பிராவிலே ஒண்டியாய் இருக்கிறார். முசே லெறியும் காம்பிராவிலே இருக்கிறார் என்றும் கேட்கப்பட்டது. இது சேதி.

1758 ஹு சூன் மீ 19 உ;
வெகுதானிய ஹு ஆனி மீ 9 உ; சோமவாரம்

இத்தனாள் காலத்தாலே புறப்பட்டு சின்ன துரையின் வீட்டுக்குச் சென்றபோது, அவர் சொன்ன சேதி; “இப்போது பூந்தோட்டக் கச்சேரி

நிமித்தியம் கோன்சேலுக்குப் பித்திசாம் கொடுப்பதில் சாரமில்லை. இது எல்லாருக்கும் பொல்லாப்பாய்த் தோன்றும். நாங்களும், பாதிரி யார்களும்கூட எங்கள் வீட்டைக் கொடுத்துவிட்டோமே! இப்போது பொல்லாத வேளை வந்திருக்கிறது. உம்முட வீடு எங்கே போறது. மனம் பிடியும்" என்று சொன்னார். அதனால் அத்துடன் அவரிடமிருந்த பித்திசாமை வாங்கிக்கொண்டு, வீட்டுக்கு வந்தேன். அப்போது, முசே துறுவேத்து *(M.Drouet)* நம்முடைய வீட்டுக்கு வந்தார். முன்பு சின்ன துரையிடம் கொடுத்திருந்த ரசீதுகளை எல்லாம் வாங்கிக்கொண்டு, ஒரே ரசீதாக எழுதி எடுத்துக்கொண்டு, பதினொரு மணிக்கு வந்து, உம்மிடம் நேராகக் கொடுக்க வந்தேன் என்று சொல்லி, ரசீது தந்துவிட்டுப் பேசிக்கொண்டிருந்தார்.

அப்போது அவர் சொன்ன சேதி; லூயிரத்தினாந்து முசே லாலி செனரால் வந்த கப்பலில் ஒன்பது லக்ஷம் வந்தது. தேவனாம்பட்டணத்தில் ஒரு லட்சத்து ஐம்பதாயிரம் கிடைத்தது. ஆக பத்து லட்சத்து ஐம்பதாயிரம். இதுவரையில் ஒன்பது லக்ஷம் செலவாகிவிட்டது. இன்னும் லட்சத்து ஐம்பதாயிரம் இருக்கிறது. வேறு பணமில்லை" என்று சொன்னார். அப்பால், இவர் ஏதோ பிரயோசனத்தில் ஆசை வைத்து வந்திருக்கிறார் என்றெண்ணி அவருக்கு இரண்டு சுருட்டு முகமலும் *(வெல்வெட் துணி)*, ஒரு ரேக்கும் *(மாற்றுக் குறைந்த பொன்னும்)* கொடுத்து அனுப்பி வைத்தோம்.

அதன் அப்பால் கேள்விப்பட்டது; தஞ்சாவூர் காட்டிகை என்பவன் சம்பாகோயில் பாதிரியார்கள் மூலமாக தஞ்சாவூரைக் கட்டிக் கொடுத்தால் நாற்பது லக்ஷம் கொடுத்து, தண்டு செலவும் கொடுப்பதாகப் பேசினான். உடையார்பாளையம் கட்டிக் கொடுத்தால், அங்கே இருந்து வந்திருக்கிற முத்தையாரைக் கிறிஸ்துவராக மாற்றவும், முசியே லாலியின் தண்டுக்கு இரண்டு லக்ஷம் கொடுக்கவும், தண்டு செலவு கொடுக்கவும் தயார் என்பதாகவும் பேசப்பட்டது. அரியூர், துறையூர் காரியத்தைப் பாப்பு ரெட்டிக் கூட்டத்துக்கு முடித்துக் கொடுத்தால் லட்சத்து ஐம்பதாயிரம் கொடுப்பதாகப் பெரிய பாதிரியார் போய்ப் பேசினார். அதற்கு ஒத்துக்கொண்ட முசே லாலி தெற்கே பயணம் போகிறார். முசே குளூவேத்து அவர்களின் துபாசியான நயினாத்தைக்குப் பொன்னும் கடகமும் *(வளையல்களும்)*, போட்டுக் கடுக்கனும் போட்டு பல்லக்கும் வாங்கித் தருகிறோம் என்று சொன்னார்கள். முசியே புலோவின் துபாசி முத்தையனை அவரிடம் போகச் சொன்னதாகவும் கேட்கப் பட்டது.

1758 ஹு சூன் மீ 20 வ;
வெகுதானிய ஹு ஆனி மீ 10 வ; செவ்வாய்

இத்தனாள் வீட்டிலேயே இருந்தபோது கேள்விப்பட்ட சேதி; மருதநாயக முதலி என்பவன் திருமங்கலத்தில் இருந்த நம்முடைய கம்பத்தம் *(மனுஷரை)* இருந்ததை வேண்டாமென்று கொண்டு போகச் சொல்லி விட்டுத் தன்னுடைய கம்பத்தம் போட்டுக் கொண்டான். வில்லியனூரில் கட்டியிருந்த நம்முடைய பெரிய யானைக்கு இதுவரை தீனிச் செலவு கொடுத்து வந்த குண்டூரார் இத்தனாள் முதல் கொடுப்பதில்லை என்று சொன்னார்கள் என்றும் சேதி வந்தது.

இத்தனாள் சாயங்காலம் முசே லாலியும், முசே சுப்பீரும் தெற்கே இருக்கிற உடையார்பாளையம், தஞ்சாவூர் பேரிலே பயணம் போனார்கள் என்று சேதி வந்ததாகச் சொன்னார்கள். நாமும் சாயங்காலம் சாரிப்போய் ஏழு மணிக்கு வீட்டுக்கு வந்தோம்.

1758 ஹு சூன் மீ 21 வ;
வெகுதானிய ஹு ஆனி மீ 11 வ; புதவாரம்

இத்தனாள் வீட்டிலேயே இருந்தபோது கேள்விப்பட்ட சேதி; முசே லெறி கோவர்ணதோர் உதயத்திலே எட்டு மணி மட்டுக்கும் கோவர்ணமாவிலே ஐந்தாறு வெள்ளைக்காரர்களுடன் பேசிக் கொண் டிருந்தார். அப்பால் புறப்பட்டு தேவனாம்பட்டணத்து துரையாக இருந்த மேஸ்தர் ஒன்சி *(Mr.Wynch)* அண்டைக்கு வந்து அவரைச் சந்தித்து, விசாரித்து விட்டுப் போனார். தேவனாம்பட்டணம் கோட்டையை இடிப்பதற்காக மருந்து பீப்பாய்கள் வைக்கப்பட்டிருக்கின்றன. அதற்கான றஞ்சகம் வைச்சு *(?)*, அது இடிபடுவதைப் பார்க்கவும் முசே லாலி அங்கே இருக்கிறார். முசே லெறியும் போக இருக்கிறார் என்றும் கேட்கப்பட்டது *(பிரெஞ்சுத் தளபதி லாலி இப்படி வன்மத்தோடு டேவிட் கோட்டையை இடித்ததனால்தான் 1761-இல் புதுச்சேரிக் கோட்டையை ஆங்கிலேய தளபதி அயர் கூட் இடித்தார். இதற்கு மதரீதியான காரண மொன்றும் உண்டு. பிரெஞ்சுத் தளபதி லாலி, பிராட்டஸ்டண்ட் நாடான இங்கிலாந்தில் பிறந்த கத்தோலிக்கர். ஆங்கிலேய தளபதி அயர்கூட் கத்தோலிக்க நாடான பிரான்சில் பிறந்த பிராட்டஸ்டன்ட். இவர்கள் இருவரும் இளம் வயதிலேயே கத்தோலிக்க, பிராட்டஸ்டன்ட் பிரிவுகளுக்கு இடையேயான காழ்ப்புணர்ச்சியினால் பிறந்த நாட்டைவிட்டு வெளியேற வேண்டி இருந்தது. இங்கிலாந்துக்கு*

அயர்கூட் குடும்பம் குடிபெயர்ந்தது. லாலியின் குடும்பம் பிரான்சுக்குக் குடியேறியது. இருவருக்கும் ஏற்பட்ட கசப்பான அனுபவத்தினால்தான், லாலி கடலூர் செயின்ட் டேவிட் கோட்டையையும், அயர்கூட் புதுச்சேரி செயின்ட் லூயிஸ் கோட்டையையும் இடித்துத் தரைமட்டமாக்கினர்). முசே லாலி தரங்கம்பாடிக்குச் சுத்துக் கோட்டை *(மதில்)* போட்டுக் கொள்ளச் சொல்லி உத்தரவு கொடுத்தார். அங்கே சிறிது பேரையும் மத்தத்து வைத்து அனுப்பினார். தரங்கம்பாடியார் சுத்துக்கோட்டை போடுகிறார்கள் என்று கேட்கப்பட்டது.

1758 ஷு சூன் மீ 24 வ;
வெகுதானிய ஷு ஆனி மீ 14 வ; சனிவாரம்

இத்தனாள் வீட்டில் இருந்தபோது கேள்விப்பட்ட சேதி; இன்றைக்கு *(The Nativity of St.John the Baptist)* பண்டிகை என்பதால், முசே லெறி அவர்களும் கோன்சேலியர்களும் கோயிலுக்குப்போய் பூசை கேட்டு வந்தார்கள். அவர்கள் தீவுக்கோட்டைக்குப் போனார்கள் என்றும், தீவுக் கோட்டைக்குத் தண்டு காவிரியில் பிரவாகம் ரொம்ப வருவதால், திரும்பி வந்தார்கள். முசே லெறி அவர்கள் ஒட்டகங்களைப் பிடித்துக்கொண்டு வரச் சொன்னார். நயினாரை அழைத்துக் கூலி ஆட்களைப் பிடிக்கச் சொன்னார் என்பதாகக் கேட்கப்பட்டது.

1758 ஷு சூன் மீ 26 வ;
வெகுதானிய ஷு ஆனி மீ 16 வ; சோமவாரம்

இத்தனாள் முசே லெறி அவர்கள் மத்தியானம் புறப்பட்டு முசே சுப்பீர் அவர்கள் காட்டுமேட்டில் இறங்கியிருக்கிறவரண்டைக்கு முசே லெறி போனார். இவரை சந்தித்துப் பேசிவிட்டு அவர் *(சுப்பீர்)* ஆற்காட்டுக்கு பயணமாகப் போனார். முசே லாலி காரைக்காலுக்குப் போனார். வழி முட்டிலும் தண்டு இருக்கிறது என்றும் கேட்கப்பட்டது.

1758 ஷு சூன் மீ 27 வ;
வெகுதானிய ஷு ஆனி மீ 17 வ; செவ்வாய்

இத்தனாள் காலத்தாலே ஏழு மணிக்கு கோந்து தெ மோமொரன்சி வீட்டுக்கு வந்தார். அவர் வந்தவுடனே நாமும் அவரும் கூடத்தில் போய் உட்கார்ந்தோம். முன்பு நான் கும்பினியாரின் காரியத்தில் பிரயாசைப்பட்டதை எல்லாம் எழுதி, முசே கொதே அவர்களிடம்

கொடுத்து, பிரான்சுக்கு அனுப்பி இருந்தபடியே, இங்கேயிருந்த அதன்படியை எடுத்து அவரிடம் காண்பித்தோம்.

அவற்றைப் பார்த்தவர், “நீர் பிரயாசைப்பட்டதுக்கு செங்கல்பட்டு சாகீரை, இங்கிரேசுக்காரரிடம் சாகீர் ஆக இருக்கிற நிலங்களை கும்பினி யார் வாங்கி, உமக்குக் கொடுக்க வேண்டும். அவ்வாறே, கொடுப்பார்கள்” என்று சொன்னார். அப்பால், அவர் முன்பு கேட்டிருந்த கம்முதி சீரொப்பா *(மத்தாபி சீரொப்பா)* இரண்டைக் கொடுத்தனுப்பினோம். சாயங்காலம் அவர் பாப்பய்யப் பிள்ளையின் தோட்டத்துக்குப் போனார் என்றும், முசே லசேல் அவர்களின் மூலமாக நான்கைந்து நாளாக ராசவட்டம் விட்டு *(பேச்சு நடப்பிச்சி)* அவனை அழைத்துப்போய் ஐநூறு ரூபாயிலே வெகுமானம் கொடுத்ததாகவும்.......

லூயித்துனாந்து முசியே லாலி சின்னப்பய்யனைக் காரைக் காலில் ராசவட்டத்துக்கு அனுப்பினார். அப்போது கடுதாசி ராயப் பிள்ளை முதலான கிறிஸ்துவர்கள் பாதிரியார் மூலமாக வந்து, நாங்கள் பேச்சு நடத்தப் போகிறோம் என்று கேட்டார்கள். அதற்கு முசியே லாலி சம்மதியாமல் சீனப்பய்யனைத்தான் தஞ்சாவூர் ராசவட்டத்துக்கு அனுப்பி வைக்கிறார்கள் என்றும் கேட்கப்பட்டது. செனரால் முசியே சுப்பீர் அவர்கள் வழுதாவூரைத் தாண்டிப் போய் இறங்கினார் என்றும் கேட்கப்பட்டது.

1758 ஷு சூன் மீ 28 உ;
வெகுதானிய ஷு ஆனி மீ 18 உ; புதவாரம்

இத்தனாள் வீட்டிலிருந்தபோது கேள்விப்பட்ட சேதி; இத்தனாள் முசே சுப்பீர் பெருமுக்கலிலே விருந்து சாப்பிடப் போனார். அப்பால், பயணம் போகிறார். நாரிலே *(திண்டிவனம் தாலுக்காவில் உள்ள நகர் என்ற இடம்)* போய் வெள்ளைக் கொடிபோட்டு, குடிகள் வர்த்தகர்களுக்கு எல்லாம் கவில் தந்ததாகவும் கேட்கப்பட்டது.

1758 ஷு சூன் மீ 29 உ;
வெகுதானிய ஷு ஆனி மீ 19 உ; குருவாரம்

இத்தனாள் வீட்டில் இருந்தபோது கேள்விப்பட்ட சேதி; பங்காளத் தில் *(போர்க் கைதிகளாக)* இருந்த பிரான்சுக்காரர்களை ஏற்றிக்கொண்டு ஒரு சுலுப்பு, புதுச்சேரிக்குக் கொண்டுவந்து, அவர்களை இறக்கியது.

இருதரப்பாரும், பேருக்கு ஆள் விடுவித்துக் கொள்வது என்ற ஏற்பாட்டின்படி தேவனாம்பட்டணத்தில் பிடிபட்ட இங்கிரேசுக்காரரை ஏற்றிக்கொண்டு போக இருக்கிறது.

அந்தச் சுலுப்புக்காரன் தாங்கள் வந்தபோது, சதுரங்கப் பட்டணத்துக்கு நேராக வெகு தொலைவில் மசுக்கரையில் இருந்து புறப்பட்டு வருகிற கப்பலைக் கண்டோம் என்று சொன்னார்கள் என்றும் கேட்கப்பட்டது. நாமும் சாயங்காலம் சாரி போய் ஏழு மணிக்கு வீட்டுக்கு வந்தோம்.

1758 ஹு சூன் மீ 30 உ;
வெகுதானிய ஹு ஆனி மீ 20 உ; சுக்கிரவாரம்

இத்தனாள் வீட்டில் இருந்தபோது கேள்வியான சேதி; கோல் கொண்டாவில் ஒரு வெள்ளைக்காரரைக்கூட விட்டு வைக்காமல் எல்லாரையும் அழைத்துக்கொண்டு முசியே புசி கிருஷ்ணா தீரத்துக்கு வந்தார். முசியே புசி *(ஸ்ரீரங்கத்தைவிட்டுப் பிரெஞ்சுக்காரர் புதுச்சேரி திரும்பியதும் அச்சீமையை ஆங்கிலேயர் கைப்பற்றிக் கொண்டனர். புசி ஆந்திரக் கடற்கரையைவிட்டுச் சென்னை நோக்கிப் புறப்பட்டதும் பிரெஞ்சு ஆதிக்கம் ஒழிந்தது. லாலியின் ஆணைகள் இவை.)* அவர்கள் வசம் இருந்த சீமைகளை எல்லாம், விசயராம ராசாவின் மகனும் அங்கிருந்த பாளையக்காரர்களும் ஒன்றாகக் கூடிக்கொண்டு, அங்கங்கே வசம் இருந்த மனுஷரை அடித்து, அந்தச் சீமைகளைத் தாங்கள் பிடித்துக் கொண்டார்கள்.

முசே லாசு அவர்களின் தமையன் டில்லிக்குப்போய் பார்சாவைச் *(பாதுஷாவை)* சந்தித்தார். பட்டாணியன், சாட்டுகள் *(Jats)* இவர்கள் பேரிலே சண்டைக்குப் போகிற தண்டுடன்போய், அவர்களை எல்லாம் வென்றார். அதனால் சந்தோஷமடைந்த பாதுசா தண்டு கூட்டினார். அந்தத் தண்டு அழைத்துக்கொண்டு வந்து பங்காளத்தை முற்றுகை யிட்டுக் கொண்டார் என்பதாகக் கேட்கப்பட்டது. இத்தனாள் முசே லெறியிடம் வந்த முசே மலையா *(M.Mallet)* இன்னும் இரண்டு நாளில் அய்யாயிரம் ஆடும், இரண்டாயிரம் மாடும் கொண்டு வருகிறோம் என்று சொல்லிவிட்டுப் போனார்கள் என்றும் கேட்கப்பட்டது.

இத்தனாள் சாயங்காலம் சாரி போய் விட்டு, ஏழு மணிக்கு வீட்டுக்கு வந்தோம். இது சேதி.

1758 ஜூலை

1758 ஹு சூலை மீ 1 வ;
வெகுதானிய ஹு ஆனி மீ 21 வ; சனிவாரம்

இத்தனாள் சாயங்காலம் கேள்வியான சேதி; தஞ்சாவூர் காரியம் எட்டு லட்சமாக முடிவு செய்யப்பட்டது. முசே லாலி திரும்பி வருகிறார் என்று கேட்கப்பட்டது.

1758 ஹு சூலை மீ 3 வ;
வெகுதானிய ஹு ஆனி மீ 23 வ; சோமவாரம்

இத்தனாள் முசெ லெறி அவர்கள் ரேவுலே போய் அங்கிருந்து கப்பலில் சண்டை சாமான்களை ஏற்றி வைக்கிறார் என்றும், தஞ்சாவூர் காரியத்தில் சமாதானம் முறிஞ்சுபோய், சண்டைக்கான ஆயத்தங்களைச் செய்யுமாறு முசே லெறிக்கு எழுதி அனுப்பினார்கள் என்றும் கேட்கப்பட்டது.

1758 ஹு சூலை மீ 4 வ;
வெகுதானிய ஹு ஆனி மீ 24 வ; செவ்வாய்

இத்தனாள் உதயத்திலே புறப்பட்டு, முசே குலுவேத்தின் வீட்டுக்குப்போய், அவரைக் கண்டு, ஆசாரம் பண்ணினேன். அவரும் மெத்த ஆசாரம் பண்ணினார். இருவரும் பேசிக் கொண்டிருந்தபோது அவர், "யிசாரப் பட்டா *(குத்தகைப் பத்திரம்)* கொண்டு வந்தீரா?" என்று கேட்டார். "அது சக்கிரத்தாரிடமும் *(செயலாளரிடமும்)* இருக்கிறது. தஸ்திரத்திலேயும் *(பத்திரத்திலும்)* இருக்கிறது. அதனுடைய நகல் நம் கையில் இருக்கிறது, இதைப் பாரும்" என்று கொடுத்தோம். அதைப் பார்த்துவிட்டு, "இது நாலு நாழிகைக்கு என் கையில் இருக்கலாமா? நாம் அதைப் பார்த்துக்கொண்டு, முத்திரைப் போட்டு உம்மிடம் அனுப்பி வைக்கிறோம்" என்று சொன்னார்.

அதற்கு, "நல்லது, அப்படியே ஆகட்டும்" என்று சொன்னேன். கணக்குச் சேதி என்னவென்று கேட்டார். அதற்கு, "கணக்கை எழுதி முசியே லெனுவார் கையிலே கொடுத்திருக்கிறேன். அவரும் முசியே தெவோ அவர்களை வைத்துக்கொண்டு விளங்கினார் *(விளக்கமாகத் தெரிந்துகொண்டார்)*. அவர் கேட்டதற்கெல்லாம் விளக்கமும்

சொன்னேன்" என்று சொன்னேன். அதற்கு, "நல்லது. இந்தச் சேதியை கோந்து தெ மோமொரன்சிக்குச் சொன்னீரா?" என்று கேட்டார். "உம்முடைய உத்தரவு வந்தால் இனிமேல் சொல்கிறோம்" என்று சொன்னேன். "அவர் கும்பினீர் எசமானாச்சுதே, அவருக்குச் சொல்ல வேணுமே" என்று சொன்னார். "நல்லது, இனிமேல் சொல்லுகிறோம்" என்று சொன்னேன். அப்பால், "வீட்டுக்குப் போகிறீரா?" என்று கேட்டார். நல்லதென்று உபசாரமாய் நாலு வார்த்தைச் சொல்லிவிட்டு, அவரிடம் அனுப்புவிச்சுக் கொண்டு, முசே பெடுத்தல் மீ வீட்டுக்குப் போனேன்.

அவரைக் கண்டு, அவரிடம் முசியே குலுவேத்திடம் போனதையும், அங்கு நடந்த பேச்சையும் சொன்னேன். குத்தகைக் காகிதத்தைக் கொடுத்ததைப் பற்றி மாத்திரம் சொல்லவில்லை. முசியே பெடுத்தல் மீ, "முசியே குளுவேத்து சொன்ன சேதியை நீர் கேள்விப்படவில்லையா? முன்பு முசியே தெவோவும் முசியே லெனுவாரும் வேண்டும் என்று கேட்டு வாங்கிக் கொண்டார்கள். நேத்து நடந்த குமிசேலில் அவர்கள் இரண்டு பேரும் தேவையில்லை, இவர்களுக்குப் பதிலாக முசியே புலோவையும் முசியே திப்பளாமையும் தம்மிடம் நியமிக்க வேண்டும் என்று கேட்டார். அதில் முசியே லெறிக்குச் சம்மதம் இல்லாததால் ஒன்றும் சொல்லாமல், அனேகம் பொழுதாச்சு என்று முசியே லெறி எழுந்துவிட்டார். இப்படி இருக்கிறது முசியே குளுவேத்துவின் சேதி" என்று சொன்னார்.

அப்பால், சந்தா சாயபுவின் மகனுக்கு நிலங்களைச் சாகீராகத் தந்தார்கள் என்ற சேதியைக் கேள்விப்பட்டேன் என்று சொன்னேன். "மெய்தான், சந்தா சாயபுவின் குமாரன் இருநூறு குதிரைப் படை வைக்க வேண்டும். நம்முடைய தண்டுக்குக் கூடப் போக வேண்டும். அவருடைய குதிரைக்கும், பாறுக்கும் அவர் சொந்த செலவுக்குமாகத் திருவண்ணாமலை, செங்கமா, சேத்துப்பட்டு ஆகிய சீமைகளைக் கொடுத்தார்கள்" என்று சொன்னார். அப்பால் பங்காளத்தில் முசியே லாசு பார்சாவின் உத்தாரம் வாங்கிக்கொண்டு சுத்திக் கொண்டார் *(முற்றுகையிட்டார்)* என்ற சேதி கேட்கப்பட்டது. அதென்ன?" என்று கேட்டேன். அதற்கு, "அது ஒன்றுமில்லை. காசு வேண்டாமா?" என்று சொன்னார்.

அப்பால், கேள்வியான சேதி; முசே லாலி காரைக்காலில் இருக்கிறார். தஞ்சாவூர் காரியத்தில் சின்னப்பய்யன் மூலமாகப் பேசிய பேச்சு முறிந்தது. மானோசி இரண்டாயிரம் குதிரைப்படை, அய்யாயிரம்

பாறுக்காறர்களுடன் வந்து வழி மறித்தார். பாளையக்காரர்களை வழி மறித்து, கண்ட இடங்களில் எல்லாம் குத்துவதும் வெட்டுவதுமாக நடக்கிறது. முசியே லாலி அவர்களிடம் செலவுக்குக்கூடப் பணமில்லை என்பதாகக் கேட்கப்பட்டது. இதல்லாமல், மயிசூரில் தளபதியாக இருந்த தேவராச உடையார் செத்துப்போனார் என்றும், அவர் வளர்த்து வந்த நந்திராசாவின் மகனுக்கு தளபதி பதவியைக் கொடுத்திருக்கிறார்கள் என்றும், அந்தப் பிள்ளைக்குக் கலியாணம் செய்யப்போவதாகவும், மயிசூர் வெங்கிட்ட நாராயணப்பய்யனுக்கு எழுதி வந்ததென்றும் சேதி கேட்கப்பட்டது.

1758 ஷ் சூலை மீ 5 வ;
வெகுதானிய ஷ் ஆனி மீ 25 வ; புதவாரம்

இத்தனாள் காலமே, நாளை 26-ஆம் தேதி சௌபாக்கியபதி பொன்னாச்சிக்குச் சீமந்தம் *(வளைகாப்பு)* நிகழ்ச்சி என்பதால், அதற்கு வேண்டிய சாமான்களை எல்லாம் முஸ்தீபு பண்ணச் சொல்லிக்கொண்டு, வீட்டிலேயே இருந்தோம். அப்படியிருக்கையில், கோந்து தெ மோமொரன்சி நம்முடைய வீட்டுக்கு வந்தார். உடனே அவருக்கு நாற்காலி போடச்சொல்லி, இருவரும் உட்கார்ந்தோம். அவர் சொன்ன சேதி; "நீர் விலை எழுதி அனுப்பி வைத்தீரே, அதைவிட நயமாய்ப் *(விலை குறைவாக)* புடைவைக் கிடைத்தது. வாங்கினோம்" என்று சொன்னார். அதற்கு நாம், "புடைவைக்குத் தக்கதாய் விலை இருக்கும். இந்தப் புடைவையைப் பார்த்தால், அப்போது உமக்குத் தெரியும்" என்று சொன்னோம். அதற்கு, "இனி என்ன? வாங்கி விட்டோம்" என்று சொன்னார்.

அப்பால், முசே லாலி ஏழெட்டு நாளில் இங்கு வருகிறார். உம்மிடம் கபுறு இருக்கும் காகிதங்களை ஏற்பாடாக வைத்திருங்கள். பிரான்சுக்குக் கொண்டு போவதற்கும் ஒருபடி எழுதி வையுங்கள். நாம் முசே லாலி வந்தவுடன், அவர்களிடம் சொல்லி, இந்தக் காகிதத்தைக் கொடுத்துப் பேசுகிறோம். அப்பால், பிரான்சுக்கும் கொண்டுபோய்ப் பேசுகிறோம். நீர் நம்மை உம்முடையவராக மனதில் வைக்கவும்" என்று சொன்னார். அப்பால், "இவர்கள் காரைக்காலில் இங்கிலீசுக்காரர் வெள்ளைக் கொடி போட்டுக்கொண்டு மூன்று கப்பல்காரர் வந்தார்கள். இவர்களும் காரைக்காலில் வெள்ளைக் கொடி போட்டார்கள். அப்பால் அவர்கள் தரங்கம்பாடி ரேவுக்குக் கப்பல்களைக் கொண்டுபோய் நிறுத்தி,

ஒலாந்தா *(டச்சு)* கொடியை ஏற்றிக் கொண்டார்கள் *(ஆங்கிலேயக் கப்பல்கள் எதிரி நாடான பிரெஞ்சுக்காரர்களிடமிருந்து தப்பிப்பதற்காக பிரெஞ்சுக் கொடியையோ அல்லது இரண்டு நாடுகளுக்கும் நட்பு நாடான டச்சுக் கொடியையோ ஏற்றிக்கொள்வார்கள். பிரெஞ்சுக்காரர் கப்பல் இதை நம்பி அருகில் வரும்போது தங்களுடைய ஆங்கிலேயக் கொடியை ஏற்றிக்கொண்டு பிரெஞ்சுக் கப்பலைத் தாக்குவார்கள். இந்தச் செயலை பிரெஞ்சுக்காரர்களும் செய்வார்கள்.)* அவர்கள் இப்படித் துள்ளித் திரிகிறபோது, முசே திருஷே ***(M.d'Ache)*** பத்துக் கப்பலையும் வைத்துக்கொண்டு, இவர் வெறுமனே இருக்கிறார் என்று விதனமாய்ச் *(?)* சொன்னார்.

அதற்கு நாம், "அப்படியா?" என்று சொல்லிவிட்டு வெறுமனே இருந்தோம். அப்பால் அனுப்புவிச்சுக் கொண்டு புறப்பட்டு, துறைமுகத்தையும் மற்ற இடங்களையும் போய்ச் சுற்றிப் பார்த்துவிட்டு, துரை கோவர்ணமாவிலே வந்தார் என்றும் கேட்கப்பட்டது. டங்கா சாலைக்கு வந்த நரசிம்மச் செட்டி, "முசியே தெவோ, சவரிராயப் பிள்ளை ஆகியோருக்கு அதிகாரம் போய்விட்டது. இனிமேல் யார் வசம் வருமோ?" என்று சொல்லிக்கொண்டதாகக் கேட்கப்பட்டது.

1758 வ சூலை மீ 7 வ;
வெகுதானிய வ ஆனி மீ 27 வ; சனிவாரம்

இத்தனாள், கேள்வியான சேதி; முந்தாம் நாளும், நேத்தும் கோன்சேல் கூடியதாகவும், பணம், காசு திரட்டுவதைப் பற்றி பேசி யதாகவும் முசியே தெவோ இரண்டு லட்ச ரூபாய் முஸ்தீப்பு பண்ணு வதாகவும், முசே லாலி திருவாரூர்க்குப் போய்த் தங்கினார் என்றும் தஞ்சாவூரில் சமாதானம் ஆகவில்லை என்றும் கேட்கப்பட்டது. பாப்பய்யப் பிள்ளை முசே சுப்பீர் இருக்கும் தண்டுக்குப் போவதாகவும் கேட்கப்பட்டது. முந்தாம் நாள் வந்த மோமொரன்சி இன்னும் எட்டு நாளில் முசே லாலி வருவார் என்று சொன்னார். இது சேதி.

1758 வ சூலை மீ 8 வ;
வெகுதானிய வ ஆனி மீ 28 வ; ஆதிவாரம்

இத்தனாள் கேள்வியான சேதி; தஞ்சாவூராரிடம் சமாதானம் ஏற்படவில்லை. முசே லாலி திருவாரூர்க்குப் போய்த் தங்கினார். வெகு கொள்ளைகள் நடக்கின்றன. தஞ்சாவூரார்களும் அங்கங்கே சனங்கள்

போக, வரவிடாமல், தொந்தரை கொடுத்தனர். திருச்சிராப்பள்ளியில் இருந்த இங்கிரேசுக்காரர் உதவிக்கு வந்தவர்களையும் அழைத்துக் கொண்டு கோட்டைக்கு வெளியே வந்து மானோசிப் படையுடன் தங்கி இருக்கிறார்கள். சீனப்பய்யன் தானும் வெகுமானம் வாங்கிக் கொண்டு முசே லாலிக்கும் வெகுமானம் வாங்கிக்கொண்டு வந்தார். முசே லாலி கோபமடைந்து அதைத் திருப்பி அனுப்பிவிட்டுச் சண்டைக்குப் போகிறார் என்பதையும் கேட்கப்பட்டது. வடக்கே இருந்து வந்து இங்கிரேசுக்காரர் புறப்பட்டு திருவத்தூர் முதலான இவர்கள் பிடித்து வைத்திருந்த இடங்களுக்கெல்லாம் வந்து அங்கங்கே இருந்த பேர்களை எல்லாம் துரத்திவிட்டு தாங்கள் தோரணம் வைக்கிறார்கள். முசே சுப்பீர் கிடக்கையனாட்டை *(இடைக்கழிநாடு)* தாண்டி போகாமல் இருக்கிறார். பாப்பய்யப் பிள்ளையும் அவரிடம் போனார் என்பதாகக் கேட்கப்பட்டது.

1758 ௵ சூலை மீ 9 வ;
வெகுதானிய ௵ ஆனி மீ 29 வ; சோமவாரம்

இத்தனாள் கேள்வியான சேதி; முசியே கோவர்ணதோர் லெறிக்கு தேகம் சுவஸ்தமில்லாததால் கோயிலுக்குப்போய்ப் பூசை கேட்க வில்லை என்றும் வெளியிலேயே வரவில்லை என்றும் கேட்கப்பட்டது. இங்கிருந்த பத்துக் கப்பலில் ஏழு கப்பல் முன்பே பயணமாகிக் காரைக்காலுக்குப் போனது. இப்போதும், மூன்று கப்பலில் சாமான்களை ஏற்றி இந்தக் கப்பல்களும் போயின. உடனே, முன்புபோன கப்பல்களில் இரண்டு கப்பல்கள் வந்தன என்றும் கேட்கப்பட்டது. அதிலும் திரளாகச் சாமான்களை ஏற்றுகிறார் என்றும் கேட்கப்பட்டது.

நேத்து முத்து வெங்கிட்டராம ரெட்டி வந்து பேசிக் கொண்டிருந்தபோது கேள்வியான சேதி; இரண்டு நாளாகக்கூடிய கோன்சேலில் முசே குளுவேத்து சொன்னது. பழைய சீமைகளோ, புதிய சீமைகளோ அதுகளையெல்லாம் முசே ரங்கப்பனின் *(பிரெஞ்சுக்காரர்களை அழைக்கும் மரியாதையான சொல்லான முசே என்பதை ஆனந்த ரங்கப்பிள்ளைக்கும் சொல்கிறார்)* வசம் ஒப்புவிச்சு, ரங்கப்பனிடம் பணம், காசு வாங்கிச் செலவு செய்யும்படி கும்பினியார் எழுதிக்கொடுத்த உத்தரவுக் காகிதங்கள் அடங்கிய பெட்டியை நான் கொண்டுவந்தேன். நான் வந்த கப்பல் ஆலம்புரிக்கு எதிரில் மூழ்கிப் போய்விட்டது. அதில் அந்தக் காகிதப் பெட்டியும்

மூழ்கிப் போய்விட்டது. ஆனால், என் கையில் அதற்கு நகல் இருக்கிறது என்று சொன்னார். அவர் சொன்னதில் முசே லெறிக்குச் சம்மதம் இல்லாததால், அவர் நீர் தண்டல் செய்த பணத்தை மாத்திரம் நீர் செலவு செய்து கொள்ளலாம் என்று சொன்னார். அதற்கு முசே குளூவேத்து, பிள்ளை அவர்கள் குத்தகைப் பொறுப்பைப் பார்த்த இரண்டு வருசத்தில், அவர் செலுத்திய பணம் எவ்வளவு? அந்தக் குத்தகையைப் பிடுங்கி வேறு மனுஷர்களிடம் கொடுத்தீரே? அவர்கள் செலுத்திய பணம் எவ்வளவு?" என்று கேட்டார். அதற்கு முசியே லெறி அவர்கள், "வந்த பணமெல்லாம் செலவாகிவிட்டது" என்று சொன்னார்.

ரங்கப்பன் பணம் செலுத்தி வருகிறேன் என்று சொன்னபோது, அந்தச் சொல்லையும் கேட்காமல் அவர் பிராது எழுதிக் கொடுத்த போதும், அதைக் கவனித்து தாக்கீது செய்யாமல், அவருக்கும் சொல்லாமல் பிடுங்கிக் கொண்டீர்களே? அப்படியிருக்கச் சீமைகளில் இவ்வளவுதான் குத்தகை வந்ததென்று எப்படிச் சொல்கிறீர்?" என்று கேட்டார். இப்படியெல்லாம் நடந்ததாகக் கேட்கப்பட்டது.

முசே லாலி அவர்களின் தண்டு தஞ்சாவூருக்குப் போனது. கிழக்கே பத்து நாழிகைப் *(12 மைல்)* பயணமாக அம்மாப்பேட்டை மட்டுக்கும் போனார்கள். அங்கே ஒரு நாள் சண்டை நடந்தது. தஞ்சாவூராரும் துணிந்துவந்து சண்டையிட்டதில் அவர்களிலும், இவர்களிலும் பலர் சேமாச்சு *(உயிர்விட்டனர்)*. முசே ஒம்மோ செத்துவிட்டார்.

அப்பால், அவர்கள் தெறிச்சு *(கலைந்து)* பின் வாங்கினார். இவர்கள் மாரியம்மன் கோயிலுக்குச் சமீபத்திலே போய்த் தங்கினார்கள். முசே லாலி தஞ்சை நகரத்தைப் பிடிக்காமல் வருவதில்லை என்று சொல்லிக் கொண்டிருப்பதாகக் கேள்விப்பட்டது. இதை மெய் என்று சொல்லக்கூடாது. இன்னும் சேதிகளைத் தெரிந்து கொள்ள வேண்டும். சென்னப்பட்டணத்துக்கு நான்கு மனவார்க் கப்பல்கள் *(போர்க் கப்பல்கள்)* வந்தன என்று சொல்கிறார்கள். இதையும் தெரிந்துகொள்ள வேண்டும்.

1758 ஹூ சூலை மீ 10 வ;
வெகுதானிய ஹூ ஆனி மீ 30 வ; செவ்வாய்

இத்தனாள் கேள்வியான சேதி; முசியே புசி இவ்விடத்துச் செலவுக்காக *(வங்கியாளரான)* தறுவாடி *(Tarwadi)* அவர்கள் மூலம் ஐம்பதாயிரம் ரூபாய் அனுப்பியதாகவும், அந்த ரூபாய் டங்கா சாலைக்கு

வந்ததென்றும் கேட்கப்பட்டது. இதல்லாமல் கேள்வியான சேதி; கப்பல் கப்பித்தானான முசியே தெருஷே சொன்ன சேதி; முசியே தெருஷே ஒரு வெள்ளைக்காரன் விருந்து கொடுத்தபோது, "பணம் இல்லாமல் எப்படி நடத்துகிறீர்?" என்று கேட்டான். "நீ சொன்னது மெய்தான். நான் சொல்கிறேன் கேளும். பிரெஞ்சு ராசா நமக்கும் கப்பல் செலவுக்குமாக மூன்று வருஷசத்துக்கும் ஏகமாய்ப் பணம் கொடுத்து அனுப்பினார். அதனாலே நாம் செலவுக்கு யாரையும் கேட்கத் தேவையில்லை. நீர் போன இருபது நாளில் தேவனாம்பட்டணத்தைப் பிடிக்க வேண்டும். அவ்விடத்து காரியங்களைக் கவனிக்க ஒரு பெரிய மனுஷரையும் அனுப்பி, உம் தண்டு செலவுக்கும் பணம் கொடுக்கச் சொல்லி அனுப்புகிறோம். நீர் முன்னதாகப்போய் தேவனாம்பட்டணத்தைப் பிடிக்கவும் என்று என்னிடம் ராசா சொல்லி அனுப்பி வைத்தார். ஆகையால், இனி வர இருக்கிற மனவார் கப்பலில் பணமும், ஒரு பெரிய மனுஷரும் வர இருக்கிறார்கள்" என்று முசியே தெருஷே சொன்னதாகக் கேட்கப்பட்டது. இது சேதி.

1758 ஞூ சூலை மீ 11 வ; வெகுதானிய ஞூ ஆனி மீ 31 வ; செவ்வாய்

இத்தனாள் காலத்தாலே வீட்டிலேயே இருந்தோம். முந்தாம் நாள் கூடிய கோன்சேல் தேவனாம்பட்டணத்தில் இருந்து வந்த சாமான்களை விலை மதிப்பிட்டு எழுத வேண்டும் என்று பேசினார்கள். அப்போது நாம் விலை மதிப்பிட்டுத் தர வேண்டும் என்று எழுதிக்கொண்டார்கள். இவ்வாறு, கோன்சேலில் முடிவெடுத்து நம்முடைய பேருக்கு குமிசேல் காகிதம் எழுதி, எல்லாரும் கையெழுத்துப் போட்டு நேத்து மத்தியானம் காகிதம் அனுப்பிவிச்சார்கள். அப்பால் நான், கும்பினி வர்த்தகர், காரைக்கால் வர்த்தகர் எல்லாரையும் கோட்டைக்கு ஏழு மணிக்கு வரச்சொல்லி, உத்தரவாகச் சொல்லி அனுப்பினேன். இத்தனாள் காலத்தாலே நாம் கோட்டைக்குப் போனவிடத்திலே, முசியே கோவர்ணதோர் லெறி அவர்கள் சரீரம் சுவஸ்தமில்லாமல், முந்தாம் நாளும், நேத்து இரண்டு நாளும் லங்கனம் பண்ணி *(பட்டினியாக இருந்து)* இத்தனாள் சூப்பு மாத்திரம் குடித்துவிட்டுக் காம்பிராவிலே இருக்கிறார். யாரும் போகக்கூடாது என்று சொன்னதால், நாம் புடைவைப் பார்க்கும் சாலைக்குப் போனோம். முசியே புலோ அங்கிருந்தார்.

அவரைக் கண்டு அவரிடம் நாம் பேசிக் கொண்டிருந்தபோது அவர் சொன்னது; "நமக்கு உடனடியாகப் பணம் தேவைப்படுகிறது. காங்குப்

புடவை (நீலப் புடைவை- *Indigo*) விற்பனை மூலம் பணம் கிடைக்கச் செய்ய வேண்டும்" என்று கேட்டார். அதற்கு நான் அந்த வேலையில்தான் இருக்கிறேன் என்று சொன்னேன். அப்பால், "கோந்து தெ மோமொரன்சி உன் வீட்டுக்கு வந்தாரா?" என்று கேட்டார். "வந்தார். அவரும் மார்ஷல் தே கேம்ப் ***(Marshal de Camp, La faire)*** தங்குகிறவரும், மேஜர் செனரால் முசே புமேஸ்திரி ***(M.Fumel)*** அவர்களும் நம்முடைய தோட்டத்துக்கு வந்தார்கள். அன்றைக்குப் பழங்களும், இரண்டு போட்டுலு *(பாட்டில்)* ஒயின் என்ற சிகப்பு நிறச் சாராயமும் கொடுத்து, ஆட்டம் பார்க்க வைத்து அனுப்பி வைத்தேன்.

அப்பால் தமக்குப் புடைவை வகைகள் வேண்டுமென்று ஒரு சாப்பித்தா *(பட்டியல்)* எழுதிக் கொடுத்து அனுப்பிவிட்டுத் தாமும் வீட்டுக்கு வந்தார். அவருக்கு ஆயிரம் ரூபாய் வரை வெகுமானம் கொடுத்தேன். அப்பால் பத்தாயிரம் ரூபாய் மட்டுக்கும் கடனுக்குப் புடைவைத் தர வேண்டும் என்று அவர் கேட்டார். இப்போது மூன்று வருசமாக வர்த்தகம் நடக்கவில்லை. என் கையில் வேறு பணம் காசு இல்லை என்று சொன்னேன். அப்பால், அவர் வேறிடத்தில் வாங்கினார் என்று சொன்னோம்.

அதற்கு, அவரிடம் நடந்த சேதிகளை எல்லாம் சொன்னீரா என்று கேட்டார். சொன்னேன். சொல்லிவிட்டு உரிய காகிதங்களையும் காட்டினேன். அவற்றைப் பார்த்துவிட்டு, உம்முடைய காரியம் செயிக்கும். நாமும் ஐரோப்பாவுக்குப் போகிறோம். நாமும் முசியே கொதேவும் பேசிக்கொண்டு உம்முடைய காரியங்களை எல்லாம் நல்லபடியாக முடித்துத் தருகிறோம் என்று சொன்னாரென்று சொன் னேன்.

அதற்கு முசியே புலோ, "இவர் பெரிய மனுஷர். கும்பினிக்கு எசமானனாய் விசாரிக்கிறவர். ராசா வமுசத்தைச் சேர்ந்தவர். அதிலே எல்லாம் தப்பிதமில்லை. அதனால் நாம் உம்மை அழைத்துப் போய் அவருக்கு அறிமுகம் செய்து வைத்தோம். அவருடைய கையில் காசில்லை. அதனால் முசியே லெறியும், முசியே தெவோவும், முசியே புஷேத்துவும் அவருக்குச் சிறிது பணம் கொடுத்துத் புடைவை எத்தனம் பண்ணினார்கள். அதனால் அவர்களின் மாய வலையில் அவர் விழுந்தார். ஒரு நாள் இவரும்கூட இருந்தபோது முசே லெறி என்னைப் பற்றி ஏளனமாக ஒரு சேதியைச் சொன்னார். அதனால் நான் முசே லெறியைப் பார்த்து, "நீர் உம்முடைய சொந்த துபாசியை

வைத்துக்கொண்டு, கும்பினியின் காரியங்களை நடத்துவது சரியில்லை. உமக்குத் துபாசி பேரிலே குற்றம் இருப்பதாகத் தோன்றினால் அவரை அழைத்து கோன்சேலில் அதைப் பற்றிக் கேட்டு குற்றம் சுமத்த வேண்டும். இல்லாவிட்டால், அவர் மூலமாக எல்லாக் காரியத்தையும் நடத்த வேண்டும். முன்பு கோவர்ணதோராக இருந்தவர்கள் எல்லாரும் தெரியாமலா கும்பினி துபாசியை வைத்துக்கொண்டு எல்லாக் காரியத்தையும் செய்து கொண்டார்கள்?" என்று சொன்னேன். அதற்கு முசே லெறி வாயை மூடிக் கொண்டிருந்தார். கோந்து தே மோமொரன்சியும் வாயை மூடிக் கொண்டிருந்தார்.

அப்பால், ஒரு நாள் அவரைப் பார்த்த பொழுது, நீர் கும்பினி எசமான் அல்லவா! அன்றைக்குப் பேச்சு நடந்தபோது, நீர் கண்டித்துப் பேசவேண்டாமா? என்று கேட்டேன். அவர்கள் ஆசை காட்டியிருந்ததால், மறுபதில் சொல்வதற்கு அவருக்கு வாயின்றி *(வாய்வார்த்தை)* போய் விட்டது. இப்படிப்பட்ட இவர், என்ன காரியத்தைச் செய்யப் போகிறார்? இவருக்கு நீர் வெகுமானம் கொடுத்தது தண்டம்தான்.

முசே லாலிக்கு என்ன கொடுத்தீர்? என்று கேட்டார். "அவருக்கு மோதிரமும் நதீரும் கொடுக்கும்படி முசே லெறி தான் சொன்னார். ஐந்நூறு வராகன் மதிப்புக்குக் கொடுத்தேன்" என்று சொன்னேன். "அவ் வளவும் கொடுக்க வேண்டியதுதான். முசே லாலி வரட்டும். முசே குளுவேத்துக்குப் புத்தியில்லை. மோமொரன்சி அவர்களும் ஆசையில் விழுந்துவிட்டார். ஆகையால், நான் முசே லாலியிடம் பேசி, உன் வேலைகளை எல்லாம் திட்டம் செய்கிறேன்" என்று சொன்னார். நல்லதென்று சொன்னேன்.

அப்பால், வர்த்தகர்களை வைத்துக்கொண்டு, தேவனாம் பட்டணத் தில்இருந்து எடுத்து வந்த டச்சுசிலாம்புரி புடைவைகள், டச்சு புடைவைகள், படாதிகாரி (தரமான) புடைவைகள் வகையிறா இவற்றில் முதல் தரமான புதிய புடைவைக்கு இருபத்து மூன்றும், இரண்டாம் தரத்துக்கு இருபத்திரண்டு என்றும் விலை வைத்தோம். அப்போது, இதில் மூன்றில் ஒரு பங்கை முசே லாலி அவர்களுக்குக் கொடுக்க வேண்டும். ஆகையால் கும்பினியாருக்கு நஷ்டம் ஏற்படும். அதனால், விலையை மார்க்கமாய்ப் *(குறைத்து)* போடச் சொன்னார். அவ்வாறே வர்த்தகர்களிடம் சொன்னோம்.

அப்பால், பதினைந்து குஞ்சம் அல்லது ஏழரைக்கால் சிலம்புரி புடைவை இருபது வராகன் என்று விலை எழுதி வைத்து இருபது கட்டும்

போட்டார்கள். அப்பால் நாம் புறப்பட்டுப் பதினொரு மணிக்கு வீட்டுக்கு வந்தோம்.

அப்பால், கேள்வியான சேதி; முசே லாலி நாகூருக்கு உடன் படிக்கைக் கொடுத்து, வெள்ளைக் கொடி ஏற்றிக் கொண்டிருந்தார். இப்போது உடன்படிக்கையை நீக்கி நாகூரில் இருந்த வர்த்தகர்கள், செட்டிகள், குடிபடை என்று எல்லாருடைய வீடுகளிலும் கொள்ளை அடிக்கச் சொன்னார். புடைவை, சீலை, கொட்டைப் பாக்கு வகையிறா சரக்குகளை எல்லாம் ஒரேடியாகக் கொண்டுவந்து குவித்தார். அதுகளை யெல்லாம் மூன்று வெள்ளைக்காரர்கள் விலைக்கு வாங்கிக் கொண்டார்கள். எங்கே பார்த்தாலும் கொள்ளை அடிக்கிறார்கள். கீவளூர், திருவாரூர் வகையிறா இடங்களில் இருந்த விக்கிரகங்களை எல்லாம் எடுத்துக் கொண்டார்கள்.

சீனப்பய்யனிடம் இரண்டு லக்ஷம் ரூபாய் கொடுக்கச் சொல்லிக் கேட்டார். அதற்கு அவன் என் கையில் ஒன்றுமில்லை என்று சொன்னான். அவனைப் படையுடன் உடன் வரச் சொன்னபடி, கூடவே போகிறான். நாகப்பட்டணத்து டச்சுக்காரர் லக்ஷம் வராகன் கொடுத்து, அவன் கேட்ட சாமான்களை எல்லாம் அனுப்புகிறார்கள். தரங்கம்பாடியாரும் அவர் கேட்ட சாமான்களை எல்லாம் அனுப்பி வைக்கிறார்கள் என்றும் கேட்கப்பட்டது. தஞ்சாவூரார் மாரியம்மன் கோயிலில் வந்து தங்கியிருக்கிறார்கள். இவர்கள் அம்மாப்பேட்டையில் தங்கினார்கள். முசே சுப்பீர் போக இருக்கிறார். முசே சுப்பீரிடம் போன பாப்பய்யப் பிள்ளை, வேலை முடியாமல் வீடு வந்து சேர்ந்தான். நாகூரைக் கொள்ளையிட்டதில் ஆதியும் அந்தமுமாக ஒன்பது லக்ஷம் அளவுக்குக் கிடைத்து என்றும் கேட்கப்பட்டது. இது இனிமேல் எப்படி நடக்குமோ? என்று தெரியவில்லை. இது சேதி.

1758 ஡ு சூலை மீ 12 வ;
வெகுதானிய ஡ு ஆனி மீ 32 வ; புதவாரம்

இத்தனாள் காலத்தாலே புறப்பட்டுக் கோட்டைக்குப் போனேன். புடைவைகளைப் பார்க்கும் சாலைக்குப்போய் அங்கிருந்தேன். கும்பினி வர்த்தகர், காரைக்கால் வர்த்தகர்களைக்கூட வைத்துக்கொண்டு, தேவனாம்பட்டணத்தில் இருந்து எடுத்து வந்த புடைவை வகைகளை விலை மதித்து கட்டுப் போடச்சொல்லி, முசியே புலோவும், முசே கொற்ணேத்தும் சொன்னார்கள்.

அப்பால் நேத்துக் கட்டுப் போடப்பட்ட சன்ன *(மெல்லிய)* துணி ஒன்றுக்கு விலை 22-க்குப் பதில் 20 ஆக எழுதி வைத்து, முப்பத்தொன்பது கட்டுகள் போடப்பட்டன. அப்பால் சலவை செய்யப் பட்ட டச்சு புடைவை, நெடு முழம், புதிய புடைவைக்குக் குறைந்த அளவாக 45 வராகன் என்றோ, 43 வராகன் என்றோ, போட வேண்டிய விலைக்குப் பதில் 38 வராகன் ஆகக் கணக்கெழுதி, முப்பத்து இரண்டு கட்டுகள் போடப்பட்டன. ஆக இன்றைக்கு 71 கட்டுகள் போடப்பட்டன. நேத்து போட்ட கட்டுகளையும் சேர்த்து 91 கட்டுகள் ஆனது. நான்கு கோடிகள் கொண்டதாக சிலம்புரி புடைவைக் கட்டும், நெடு முழம் கட்டு ஒன்றுக்கு ஒன்றரைக் கோடியாகவும் போடப்பட்டது.

இப்படிப் போட்டுக் கொண்டிருந்தபோது கோந்து தெ மோ மொரன்சி வந்தார். அவர் வந்தவுடனே இவர்கள்போய் மட்டமான தரமுள்ள புடைவைகளை எடுத்து அவரிடம் காண்பித்து, விலையும் பேசினார்கள். அதைக் கேட்டுக் கொண்டு அவர் போனார். இதில் முசியே லாலி அவர்களின் பங்கில் இவருக்கும் பங்கிருக்கும். அதனால் அவர்கள் இவருக்கு இப்படிக் காட்டினார்கள் என்று எண்ணிக் கொண்டேன்.

அவர் போன அப்பால், நம்மைப் பார்த்து, "நாங்கள் முசியேக்கள். கோன்சேலில் பேசினோம். நீர் விலை மதிப்பிட்டது, சரியானதா? மெய் யானதா?" என்று முசியே லாலி வந்து கேட்டால், "நீர் சத்தியம்தான் என்று சொல்ல வேண்டும் என்று பேசிக் கொண்டோம்" என்று சொன்னார்கள்.

உடனே, நான் முசியே புலோவையும், முசே கொற்ணேத்துவையும் பார்த்து, "நான் எதற்கு சத்தியம் என்று சொல்ல வேண்டும்? அவர் போர்க்களத்திற்குப்போய், உயிரைக் கொடுத்துப் பங்கு வாங்குகிறார். இதில் என்ன வருமானம் வரப்போகிறது? இதொரு காரியம் என்று விலை பற்றி என்னைச் சத்தியம் பண்ணிக் கொடுக்கச் சொல்வதென்ன? அப்படி ஒருபோதும் நான் பொய்யான சத்தியம் பண்ணமாட்டேன்" என்று உறுதியாகச் சொன்னேன். அந்த அளவிற்கு வராது. ஆனாலும், நடந்த சேதியைச் சொன்னோம் என்று சொன்னார்கள்.

அதற்கு நாம், "அந்த அளவிற்கு வந்தாலும் நல்லது, வராவிட்டாலும் நல்லது. நான் மாத்திரம் பொய்ச் சத்தியம் பண்ணுவேன் என்று நீங்கள் மனதில்கூட எண்ணத் தேவையில்லை. உறுதியாக எல்லாரிடமும் சொல்லிவிடுங்கோள்" என்று சொல்லிவிட்டு பன்னிரண்டு மணிக்குப் புறப்பட்டு வீட்டுக்கு வந்தோம்.

1758 ஷூ சூலை மீ 14 வ;
வெகுதானிய ஷூ ஆடி மீ 2 வ; சுக்கிரவாரம்

இத்தனாள் கேள்வியான சேதி; தண்டு தங்கியிருந்த இடத்தில் முசியே சொபினே *(M.Saubinet)* சொலுதாதுகளை அடித்தார். அவர்கள் முசியே லாலியிடம் போய்ச் சொன்னார்கள். அவர் முசியே சொபினேவை அழைத்து, "இனிமேல், யாராவது சொலுதாதுகளை அடித்தால், அடிவாங்கியவர்களைக்கொண்டு, உன்னை அடிக்கச் சொல்வேன்" என்று சொல்லிப் போகச் சொன்னார். அந்தச் சொற்களைப் பொறுத்துக்கொள்ள முடியாத முசியே சொபினே தான் இருக்கிற இடத்திற்குப் போய் பிஸ்தோலால் சுட்டு கொண்டார் என்று கேட்கப்பட்டது *(ஆனால் சொபினோ சாகவில்லை. பின்னால் பல போரில் கலந்து கொண்டிருக்கிறான்).*

1758 ஷூ சூலை மீ 18 வ;
வெகுதானிய ஷூ ஆடி மீ 6 வ; செவ்வாய்வாரம்

இத்தனாள் கேள்வியான சேதி; தஞ்சாவூர்க் குதிரைப் படையினர் இரண்டாயிரம், பத்தாயிரம் ராணுவமும் தஞ்சாவூருக்குக் கிழக்கே அம்மாப்பேட்டையில் வந்து இறங்கினார்கள். முசியே லாலியின் பாளையம் அம்மையப்பனையும், பாச்சக்கடையும் தாண்டி, ஆயிரம் சொலுதாதுகளும் இரண்டாயிரம் பாறுக்காரருமாக அம்மாப் பேட்டைக்குக் கிழக்கே நாலு நாழிகை *(ஒன்றரை மணி நேர பயண)* வழியில் இருக்கிற கோவில் வெண்ணி என்ற கிராமத்தில் போய்த் தங்கினர்.

ஆடி மாசம், இரண்டாம் தேதி சுக்கிரவாரம் அன்று அம்மாப் பேட்டையிலிருந்து இரண்டாயிரம் குதிரை வீரர்களும், பாறுக்காரரும் சண்டைக்கு வந்தனர். அப்போது கோவில் வெண்ணியில் இருந்த சொலுதாதுகளும், பாறுக்காரரும் எதிர்த்து பீரங்கிப் போட்டார்கள். அவர்கள் வாணத்தைக் *(rockets)* காய்ச்சி எறிந்தார்கள். இவர்களில் அஞ்சாறு பேருக்குக் காயம் ஏற்பட்டது. அவர்கள் தரப்பில் பதினைந்து குதிரைகள் செத்துப்போயின. பதினைந்து குதிரைக்குக் காயம் ஏற்பட்டது. அவர்களுடைய மனுஷர்களும் சிலர் செத்துப்போனதால், அவர்களின் பவுன்சு தோற்று ஓடிப்போனது.

இதனால், இவர்களிடம் இரண்டு பீரங்கிகளும், முப்பது துப்பாக்கிகளும் கிடைத்தன. தஞ்சாவூர்க் குதிரை வீரர்கள் அஞ்

சாறு பேரும் *(ஆங்கிலப் பதிப்பில் 500 குதிரைகள் என்றுள்ளன)*, தஞ்சாவூர் *(உபதளபதி)* சொக்கலிங்கமும் திருமலைராசன் பட்டணத்திற்கு வந்து கொள்ளை அடித்தனர். நான்கு மாகாணங்களையும் கொள்ளை அடித்துக்கொண்டு போனார்கள்.

மயிசூரிலிருந்து ஐதர் நாயக்கன் இரண்டாயிரம் குதிரைப் படையினருடன் முசியே லாலிக்கு உதவியாக கருவூர், நெரூர், தொட்டியம் ஆகிய இடங்களுக்கு வந்தார். இங்கே ரசா சாயபு குதிரைப் படை, பாறு, சேவகர்களை அமர்த்துவதாகவும், தேசாய் சாமா ராயனும் குதிரைப் படையைத் திரட்டுவதாகவும், வேலூர் முர்தசலி கான் குதிரைப் படையை திரட்டி முசியே லாலி அவர்களின் பவுன்சுக்கு அனுப்பி வைப்பதாகவும், முகமதலி கானும் குதிரைப் படையைத் திரட்டுவதாகவும் கேட்கப்பட்டது.

1758 ஸ்ரீ சூலை மீ 23 வ;
வெகுதானிய ஸ்ரீ ஆடி மீ 11 வ; ஆதிவாரம்

இத்தனாள் கேள்வியான சேதி; காரைக்காலில் இருந்து வந்த வரதப்ப நாயக்கன் சொன்ன சேதி; செனரால் முசியே லாலியின் பவுன்சு அம்மாப்பேட்டையிலிருந்து மாரியம்மன் கோயிலுக்குப்போய் இறங்கியது. அப்பால் தஞ்சாவூரில் இருந்து ஒரு குதிரைக்காரரும் உள்ளூர் கொம்மாந்தானும் *(படைத் தலைவரும்)* சமாதானப் பேச்சுப் பேச வந்தார்கள். அவர்களைத் தன்னிடம் நிறுத்திக்கொண்ட முசியே லாலி சின்னப்பய்யனையும் ஒரு பாதிரியையும் தஞ்சாவூருக்கு அனுப்பி வைத்தார். அங்கே பேச்சு நடப்பிச்சி, முப்பது லக்ஷம் தருவதாக முடிவானது. பத்து லக்ஷம் ரொக்கமாகக் கையில் கொடுத்தார்கள். இதைத் தவிர முசியே லாலி திருக்காட்டுப் பள்ளிக் கோட்டையைக் கேட்கிறார். அதைக் கொடுக்க தஞ்சாவூரார் ஒப்புக் கொள்ளவில்லை. முசியே லாலி எந்த வகையிலாவது திருக்காட்டுப்பள்ளியை வாங்காமல் விடமாட்டார் என்று கேட்கப்பட்டது. இனிமேல் தெரிந்துகொண்டு எழுத வேண்டும்.

1758 ஸ்ரீ சூலை மீ 25 வ;
வெகுதானிய ஸ்ரீ ஆடி மீ 13 வ; செவ்வாய்

இன்றைய தஞ்சாவூர் சேதி; மானோசி அப்பா என்பவர் மூலமாக இல்லாமல் ராசா தானே ராசவட்டம் அனுப்பி, சமாதானம் பேசுகிறார்கள் என்று கேட்கப்பட்டது.

முசியே லெறி கோயிலுக்குப் போய், பூசை கேட்டுவிட்டு வந்து, மாடியில் வெள்ளைக்காரர்களுடன் பேசிக்கொண்டிருந்தார்.

அப்போது முசியே குளுவேத்து வந்தார். தேவனாம்பட்டணத்துக் குத்தகைக்காரரான விசுவநாத ரெட்டியார் வருசம் ஒன்றுக்கு 13000 வராகன் என்று பேசிய குத்தகையை இந்த வருசம் வாங்காமல் நிறுத்திவிட்டு, அடுத்த வருசத்துக்கு வாங்க வேண்டுமென்று பேச வந்தார்.

அப்பால், "சம்பா கோயிலின் பெரிய பாதிரியார் சிரேஷ்டர் மூலமாக வந்த மூன்று கிறிஸ்தவர்கள் வருசம் ஒன்றுக்கு 14000 வராகன் என்று கொடுப்பதாகவும் போன வருசம் குத்தகையையும் நிறுத்தத் தேவையில்லை என்றும் பேசினார்கள். ஆகையால் அவர்களை அழைத்து வந்தேன்" என்று சொன்னார்.

அவர்களை அழைத்து, அவர்களுக்கு இரண்டு கசம் சகாலத்து வெகு மானம் கொடுத்து, குத்தகைப் பொறுப்பையும் அவர்களிடம் கொடுத்து அனுப்பி வைத்தார். முசியே புலோவுக்கு *(M. Boyelleau)* உப்பிசம் ரோகம் *(வயிறு உப்பிப்போய்)* அதிகமாகி, உரத்த சுவாசம் *(பெருமூச்சு)* வாங்கிக்கொண்டு, மெத்தவும் துன்பப்படுகிறார். அதற்கு ரத்தம் ஏற்றுவதும், பேதி கொடுப்பதுமாக வைத்தியம் நடக்கிறது. முசியே புலோவின் மருமகனுக்கு இந்தச் சேதி எழுதிப் போயிருக்கிறது என்பதாகக் கேட்கப்பட்டது.

1758 ஞூ சூலை மீ 26 வ;
வெகுதானிய ஞூ ஆடி மீ 14 வ; புதவாரம்

இத்தனாள் சாயங்காலம் சாரிப்போய் விட்டு, ஏழு மணிக்கு வீட்டுக்கு வந்தோம். அப்போது கேள்வியான சேதி; இங்கிரேசுக் கப்பல் தூரத்தில் காணப்படுகிறது. துறையில் இருந்த ஐரோப்பியக் கப்பல்கள் எல்லாம் வடக்கே போகின்றன. அதனால், கப்பலில் இருந்து இறங்கிய ஒப்பிசியேல்மார்களும், சொலுதாதுகளும் வந்து கப்பலில் ஏறுகிறார்கள். தேவனாம்பட்டணத்துக் குத்தகையை ஞானப் பிரகாச முதலியும் இன்னும் நான்கு கிறிஸ்தவர்களும் சேர்ந்து, விசுவநாத ரெட்டியார் பேசியிருந்தபடியே வருசம் ஒன்றுக்கு 13000 வராகன் என்பதாக வாங்கிக்கொண்டார்கள் என்று கேட்கப்பட்டது. சவரி ராயனுக்கும், தைரியநாதனுக்கும் ஒருவருக்கொருவர் ஆக வில்லை என்று கேட்கப்பட்டது. இது சேதி.

1758 ஸு சூலை மீ 27 வ;
வெகுதானிய ஸு ஆடி மீ 15 வ; குருவாரம்

இத்தனாள் கேள்வியான சேதி; இங்கிரேசுக்காரரின் கப்பல் ஆலம்புரிக்கு நேராக வந்து நின்று கோட்டையைப் பார்த்து இரண்டு குண்டுகளைப் போட்டது. அங்கே கட்டைக்குச்சிகளை *(விறகுக்கட்டை)* ஏற்றிக்கொண்டு, இங்கே வரவிருந்த ஒரு சுலுப்பைப் பிடித்துக் கொண்டார்கள். விறகு ஏற்றி நிறுத்தி வைக்கப்பட்டிருந்த சிறிய சலங்குகளையும் சுட்டார்கள். அப்பால் முசியே லெறியின் பெண்சாதி உள்ளிட்டோர் புறப்பட்டு இவ்விடத்துக்கு வந்தார்கள். முசே சுப்பீர் தம்முடைய பவுன்சை ஆலம்புரிக்கு வரச் சொல்லிவிட்டு, அவர் மாத்திரம் நேத்து ராத்திரி கோட்டைக்கு வந்தார்.

நேத்து சாயங்காலம் சவரி ராயன் அரியாங்குப்பத்திற்குப் போய்விட்டு வண்டியில் வரும்போது, குதிரையில் வந்த ராசா மனுஷனான ஒப்பிசியேல் ஒருவனுக்கும், இவனுடைய மனுஷர் களுக்கும் சச்சரவு ஏற்பட்டது. அவன் குதிரையிலிருந்து இறங்கி வந்து, வண்டிக்காரனை அடித்து, சவரி ராயனையும் அடித்தான். அதனால், வண்டியை வேகமாக ஓட்டிக்கொண்டு வீட்டுக்கு வந்த சவரி ராயன் வீட்டில் இருக்கிற சேவகர்களைக் கூட்டிக்கொண்டு போய் அவனைப் பிடிக்கச் சொன்னான். அவன் ஒரு துலுக்கனின் கத்தியைப் பிடுங்கிக்கொண்டு துரத்தினான். எல்லாரும் ஒருத்தன் மேல் ஒருத்தன் விழுந்து ஓடினார்கள். அவன் தொடர்ந்துபோய் நான்கைந்து பேரை செத்துப்போகும் அளவிற்கு வெட்டினான் என்று கேட்கப்பட்டது. இது சேதி.

முசியே லாலியின் பவுன்சு தஞ்சாவூருக்குக் கிழக்கே ஆனந்த வல்லி அம்மன் கோயில், மானோசி சத்திரம் ஆகிய பகுதிகளில் இருக்கிறது. தஞ்சாவூராரின் குதிரைப் படை சுற்று வட்டாரங்களில் அங்கங்கே நின்றுகொண்டு, வஸ்துக்கள் வராமல் தடுத்ததால், பவுன்சில் வஸ்துக்கள் பற்றாக்குறை ஏற்பட்டது. மோர்சா *(பள்ளம்)* வெட்டுகிற வேலை நடைபெறுகிறது. சமாதானம் ஏற்படவில்லை என்பதெல்லாம் கேட்கப்பட்டது. அந்த ஒப்பிசியேல் பற்றிய பயம் நிமித்தியம் சவரி ராயனின் வீட்டில் பத்துச் சொலுதாதுகளும், பாறுக்காரரும் காவல் இருப்பதாகவும், சவரி ராயனுக்கும், தைரியநாதனுக்கும் இடையே இணக்கம் இல்லை என்றும் கேட்கப்பட்டது.

1758 ஜூ சூலை மீ 28 உ;
வெகுதானிய ஜூ ஆடி மீ 16 உ

இத்தனாள் காலத்தாலே கோட்டைக்குப் போனோம். ஒன்பது இங்கிரேசுக் கப்பல்கள் வடகீழண்டைத் திசையில் வந்து பார்வையில் படும்படி நின்றன. எனவே, முசியே லெறி துறைமுகத்துக்குப் போய்ப் பத்துமணி மட்டுக்கும் இருந்து கப்பல்களுக்கு வேண்டிய சாமான்களை ஏற்றி அனுப்பி வைத்துவிட்டுக் கோட்டைக்கு வந்தார். அப்பால், கோன்சேல்கூடி, சண்டைக்குப் போவதாக முடிவெடுத்து, கப்பல் கொம்மாந்தமான முசியே தெருஷேவைப் புறப்படச் சொன்னார்கள். அவரும் பதினொரு மணிக்குப் புறப்பட்டுக் கப்பலுக்குப்போய் ஒரு பீரங்கிப் போட்டார்.

வெள்ளைக் கொடி, கறுப்புக் கொடி, சிவப்புக் கொடி ஆகிய மூன்றையும் ஏற்றியபோது, ஒரு பீரங்கிப் போட்டு, ஒன்பது கப்பல்களும் பாய் எடுத்துக் கிளம்பின.

சண்டைக்குப் பயணம் போன கப்பல்களின் வயணம்;

1. கொம்மாந்தான முசியே தெருஷே இருக்கிற சோதியாக்கு *(Zodiaque)* என்ற கப்பலில் 770 பேர் ஏறினார்கள்.

2. இரண்டாம் கப்பலான கோந்து தெ மும் புறுவாசு *(Comte de Provence)* என்ற கப்பலில் 710 பேர் ஏறினார்கள்.

3. வாஞ்சோர் *(Vengeur)* என்ற கப்பலில் ஏறியவர்கள் 670 பேர்

4. நான்காம் கப்பலான தூக்கு தே ஒர்லியான்சு *(Duc d' Orleans)* என்ற கப்பலில் 580 பேர் ஏறினார்கள்.

5. ஐந்தாம் கப்பலான துக்கு தே பூறுகோங்கி *(Duc de Bourgogne)* என்ற கப்பலில் 510 பேர் ஏறினார்கள்.

6. ஆறாம் கப்பலான சேன் லூயி *(St. Louis)* என்ற கப்பலில் 500 பேர் ஏறினார்கள்.

7. ஏழாங் கப்பலான மோரான்சு *(Moras)* என்ற கப்பலில் 450 பேர் ஏறினார்கள்.

8. எட்டாங் கப்பலான வத்துவிசாம் *(Vathuvisham)* என்ற கப்பலில் 160 பேர் ஏறினார்கள்.

9. ஒன்பதாம் கப்பலான கோந்துதே *(Conde)* என்ற கப்பலில் 450 பேர் ஏறினார்கள்.

ஆக, இந்த ஒன்பது கப்பலிலும் நான்காயிரத்து எண்ணூறு *(4800)* பேரை ஏற்றிக்கொண்டு, சண்டைக்கான எல்லா வஸ்துக்களுடனும் தெற்கு நோக்கிப் புறப்பட்டுக் கிழக்கே ஓடினார்கள்.

அதனால் இவர்களின் கப்பல் புறப்பட்ட உடனே, இங்கிரேசுக் காரரும் தங்கள் கப்பல்களைக் கிழக்கே ஓட்டினார்கள். அப்பால், நாம் விட்டுக்கு வந்தோம். அப்பால், கேள்வியான சேதி; முசே சுப்பீர் அவர்களிடம் லொறென் *(Lorraine)* என்ற படைப்பிரிவைச் சேர்ந்த ஒப்பிசியேல் ஒருவர் இருக் கிறாராம். படைகள் இறங்கியிருக்கிற இடத்திலிருந்து முசியே லாலி அவருக்குக் காகிதம் எழுதி இருந்தாராம். அந்தக் காகிதத்தில் தஞ்சாவூர் காரியம் முடிந்தது என்று எழுதியிருந்ததாகவும், அதில் தொகைப் பற்றி ஒன்றும் எழுதி வரவில்லை என்றும், இவ்விடத்துக்கு அப்பால் காகிதம் வருகிறது என்றும் கேட்கப்பட்டது. இப்படி யாருக்கும் காகிதம் எழுதாமல், இவருக்கு மாத்திரம் எழுதி வந்ததால், தஞ்சாவூர் காரியம் நல்லபடியாக முடியவில்லை என்று நமக்குத் தோன்றியது. இன்னும் துறையில் இருந்த சத்தம்பி *(Sathambiyen)* என்ற கப்பலில் 40-50 பேரை ஏறி இருக்கிறார்கள். இங்கிரேசுக்காரர் வருகிறார்கள் என்று முசே சுப்பீர் நேத்து ராத்திரியே ஆலம்புரிக்குப் போனார். முந்தாம் நாள் சவரி ராயனை ஒப்பிசியேல் ஒருத்தன் அடித்ததாலும், காயத்தினாலும் அவர்கள் இன்னும் என்ன செய்வார்களோ என்ற பயத்தாலும் இரண்டு நாளாக அவனுடைய கச்சேரி *(தொழிலை)* பார்க்காமல் வீட்டில் இருப்பதாகக் கேட்கப்பட்டது.

1758 ௵ சூலை மீ 29 வ;
வெகுதானிய ௵ ஆடி மீ 17 வ; சனிவாரம்

இத்தனாள் முசியே லெறி மெத்தையின் பேரிலே உள்ள காம்பிராவிலே இருந்தார். அந்தச் சேதியைக் கேட்டுவிட்டு புடைவைப் பார்க்கும் சாலைக்குச் சென்றேன். அங்கே முசியே சுப்பீரிடம் இருந்து கோட்டைக் காரியத்துக்கு வந்திருந்த ஐம்பது பேர் இருந்தார்கள். எனவே, அங்கே சங்கதியாய் இராது *(சரிவராது)* என்று சின்ன துரையின் வீட்டுக்குவந்து, அவரைக் கண்டு பேசிக் கொண்டிருந்தோம். அப்போது தஞ்சாவூர் காரியத்தில் சமாதானம் ஏற்பட்டது என்று சேதி கேள்விப்பட்டதாகச் சொன்னோம். அப்படிச் சமாதானம் ஆகியிருந்தால் எழுதி வராதா? சமாதானம் ஆகவில்லை என்று சொன்னார். அத்துடன்

அனுப்புவித்துக்கொண்டு வீட்டுக்கு வந்து சாயங்காலம் சாரிப்போய் விட்டு, ஏழு மணிக்கு வீட்டுக்கு வந்தோம்.

1758 �ு சூலை மீ 31 உ;
வெகுதானிய �ு ஆடி மீ 19 உ; சோமவாரம்

இத்தனாள் தஞ்சாவூர் படைச் சேதியைப் நானாவிதமாகக் *(பலவகையாக)* கேட்கப்பட்டது. மெய்யான சேதி வரவில்லை.

1758 ஞ ஆகொஸ்து மீ 1 ௳; வெகுதானிய ஞ ஆடி மீ 20 ௳; செவ்வாய்

இத்தனாள் காலத்தாலே புறப்பட்டுக் கோட்டைக்குப் போனேன். தஞ்சாவூரில் இருக்கிற முசியே லாலி படைக்குப் போவதற்காகச் சந்தா சாயபுவின் மகனான ரசா சாயபு இருநூறு குதிரை வீரர்களையும், இருநூறு, முந்நூறு பாறுக்காரரையும் நவபத்து வகையிறா சாமான்களையும் முஸ்தீப்பு செய்துகொண்டு, பயணம் போக அனுப்புவிச்சுக் கொள்வதற்காக முசியே லெறியிடம் வந்தார். ஐந்நூறு ரூபாயில் இரண்டு சீரொப்பாவையும், ஐந்நூறு ரூபாயில் குதிரை ஒன்றையும் கொண்டுவந்து வெகுமானம் கொடுத்து அனுப்புவிச்சுக் கொண்டார். முசியே லெறியும் பீரங்கிப் போட வைத்துப் பயணம் அனுப்பி வைத்தார். அதன் அப்பால் முசியே தெவோவும், முசியே லெனுவாரும் முசியே லெறியிடம் வந்தார்கள். நாமும் அத்துடன் புறப்பட்டு வீட்டுக்கு வந்துவிட்டோம்.

இன்றைக்கு கேள்வியான சேதி; முசியே லாலியின் படையிலிருந்து அப்பு முதலியும், சின்னப்பய்யனும், காரைக்கால் பாதிரியாரும், ராசா முத்திரை போட்டிருக்கிற வெள்ளைக்காரப் பெரிய மனுஷர் ஒருத்தரும் புறப்பட்டுத் தஞ்சாவூர் கோட்டைக்குள் போனார்கள். மானோசியைச் சந்தித்து சமாதானம் பேசினார்கள். ஏழு லட்சத்து ஐம்பதாயிரம் பொன் கொடுத்து போனவர்களுக்கும் புடைவை வகையிறான கொடுத்து, முசியே லாலிக்கும் வெகுமானம் கொடுத்தனர்.

திருச்சிராப்பள்ளி பேரிலே படையெடுக்க ஐந்நூறு குதிரை வீரர்களையும், ஆயிரம் பாறுக்காரரையும் அனுப்பிவிச்சார்கள். அரிசி இன்னும் தட்டுமுட்டுகளையும் தயார் செய்து, கூடவே அனுப்பி விச்சார்கள். அதுகளையெல்லாம் கொண்டு வந்தவுடன் முசியே லாலியும் வாங்கிக்கொண்டார். அங்கிருந்த பவுன்சு நகர்ந்து, மானோசி அப்பாவின் ஒட்டை மண்டபத்தில் வந்து தங்கியது என்று கேட்கப் பட்டது. ரசா சாயபுவை அழைத்த சம்பா கோயில் பாதிரியார் உடையார்பாளையத்தில் இருந்து வந்திருக்கிற பொன்னியர், முத்தையா என்கிற இரண்டு பேரை அவரிடம் ஒப்புவிச்சுக்கூட அனுப்பினார். அவரும் தமக்கு வேண்டியவர்களிடம் எல்லாம் அனுப்புவிச்சுக் கொண்டு, இத்தனாள் சாயங்காலம் பயணம் புறப்பட்டு அரியாங் குப்பத்துக்குப்போய்த் தங்கியதாகக் கேட்கப்பட்டது.

1758 ஹூ ஆகொஸ்து மீ 2 வ;
வெகுதானிய ஹூ ஆடி மீ 21 வ; புதவாரம்

இத்தனாள் காலத்தாலே வெளியே போகாமல் வீட்டிலேயே இருந்தபோது கேள்வியான சேதி; தஞ்சாவூர் காரியம் ஏழு லட்சத்து ஐம்பதாயிரம் ரூபாய் என்பதாக முடிந்தது என்றும், அப்பால் தண்டு திருச்சிராப்பள்ளிப் பேரிலே போனதாகவும் சந்தா சாயபுவின் மகன் தண்டுக்குப் போவதற்காக அரியாங்குப்பத்தில் போய்த் தங்கியிருக்கிறார் என்றும், அவரைப் பயணம் அனுப்பி வைப்பதற்காக முசியே லெறியும், கோன்சேலும் போயிருப்பதாகவும் கேட்கப்பட்டது.

1758 ஹூ ஆகொஸ்து மீ 4 வ;
வெகுதானிய ஹூ ஆடி மீ 23 வ; குருவாரம்

இத்தனாள் காலத்தாலே வெளியே போகாமல் வீட்டிலேயே இருந்தபோது கேள்வியான சேதி; முசே சுப்பீரின் தண்டு கூனிமேட்டுக்கு வந்தது. முசே சுப்பீர் மாத்திரம் காலத்தாலே ஒன்பது மணிக்குக் கோட்டைக்கு வந்து, முசியே லெறியுடன் அரை நாழிகை நேரம் பேசியிருந்துவிட்டு. உடனே புறப்பட்டு, வழியில் நம்முடைய அக்கிர காரத்தில்கூட நிற்காமல், கூனிமேட்டை நோக்கிப் போய்விட்டார். முசியே லாலியின் படை சேதி யாருக்கும் எழுதி வராததால், சமாதானம் ஆனது என்றும் ஆகவில்லை என்றும் பெரிய சண்டை நடந்ததென்றும், இல்லையென்றும் நானாவிதமாகக் கேட்கப்பட்டது.

இத்தனாள் குண்டு கிராமத்தாரும், ஒழுகரையாரும் அழைக்கப் பட்டனர். முசியே லெனுவார், மூன்று சாக்குகளில் ஆறாயிரம் கொண்டுவந்து முசியே துருவேத்துவிடம் கொடுத்ததாகக் கேட்கப்பட்டது. அதைப் பார்த்தால், கோவர்ணதோர்க்கு கொடுக்க நான்காயிரம் ரூபாயும், முசியே லெனுவாருக்குக் கொடுக்க இரண்டாயிரம் ரூபாயும் ஆக ஆறாயிரம் ரூபாயும் கொண்டுவந்து கொடுத்துவிட்டதாகத் தெரிகிறது. இதைப் பார்த்தால், என்னமோ அடிப்பிசகாகத் *(தவறென்று)* தோன்றுகிறது.

சாயங்காலம் ஆறுமணிக்கு இங்கிருந்து இங்கிரேசுக் கப்பல் பேரிலே சண்டைக்குப்போன ஒன்பது கப்பலும் சாயங்காலம் ஒன்பது மணிக்குத் துறை பிடிச்சு சேர்ந்தன. அதில் ஒரு கப்பலில் இரண்டு பாய்மரங்கள் இருக்குது, அதில் ஒரு பாய் மரம் முறிந்துபோய் இருந்தது.

அது எதனால் என்றால், விஸ்தரிச்சு கேட்டறிந்து எழுத வேண்டும். சாயங்காலம் சாரிப்போய் ஏழு மணிக்கு வீட்டுக்கு வந்தோம். வந்த இடத்தில் கேள்வியான சேதி; காரைக்காலுக்கு நேரே இங்கிரேசுக்காரரின் கப்பலும் நம்முடைய கப்பலும் எதிர்த்து பெரிய சண்டை நடந்தது. அதில் இங்கிலீசுக்காரருக்கு வெகு சேதம் வந்தது. கப்பல்களெல்லாம் பாய்மரங்கள் முறிந்து இங்கிரேசுக் கப்பல் கொம்மாந்தாமின் கப்பலும் மூழ்கிப் போய்விட்டது. அத்துடன் அவர்கள் சென்னப்பட்டணத்து பக்கம் போய்விட்டார்கள்.

நம்முடைய கப்பல் கொம்மாந்தாம் ஒருத்தன் செத்தான். முசே தெருஷே ஏறி வந்த கப்பலின் பாய்மரம் முறிந்தது. அவருக்குக் காயம் ஏற்பட்டது. பீரங்கி ஒன்று வெடித்து, வெடிமருந்து தீப்பற்றிக்கொண்டதால் அங்கிருந்த வெகு பேர் செத்தார்கள் *(தெருஷே தரப்பில் 492 பேர் இறந்தார்கள். ஆங்கிலேய தளபதி போக்காக்கு தரப்பில் 31 பேர் இறந்தார்கள். 116 பேர் காயம்பட்டார்கள். இந்தப் போரில் பிரெஞ்சுக்காரர்களுக்கு மிகப்பெரிய சேதம் ஏற்பட்டது).* இன்னுமொரு கப்பலில் வெடி மருந்து இருந்த காம்பிராவிலே தீப்பற்றிக் கொண்டது. இப்படியாக நானாவகையிலும் சேதம் ஏற்பட்டது. கப்பல் ஒப்பிசியேல்மார்கள், சொலுதாதுகள், மத்தலோத்துகள் *(மாலுமிகள்)* என்று இவர்களில் வெகு பேர் செத்துப் போனார்கள். சவரி ராயனை அழைத்த முசியே குளூவேத்து தைரியநாதனையும் கூட வைத்துக்கொண்டு பேசினார்.

கச்சேரி கதவைச் சாத்திக்கொண்டு வெகு நேரம் பேச்சு நடந்தது. தைரியநாதனும், கட்டுக்கார முத்துவும்கூட இருந்தார்கள். சவரி ராயன் அவர்கள் இருவரையும் தன் வீட்டுக்கு அழைத்து வந்து இரண்டு பேருக்கும் சீரொப்பாக்கள் கொடுத்து அவர்களை வீட்டுக்கு அனுப்பி வைத்தார். அரியாங்குப்பத்தில் இருக்கிற முசியே தெவோவிடம் இந்தச் சேதியைச் சொல்வதற்காக உடனே புறப்பட்டு போனார்.

1758 ஃ ஆகொஸ்து மீ 5 வ;
வெகுதானிய ஃ ஆடி மீ 24 வ; சனிவாரம்

இத்தனாள் காலத்தாலே புறப்பட்டுக் கோட்டைக்குப் போனேன். கப்பலில் சண்டைக்குப்போய் வந்த காயம்பட்டவர்கள், கால் போனவர்கள், கை போனவர்கள், உடலெல்லாம் வெந்து போனவர்கள், முகம் போனவர்கள் என்று அளவில்லாதபடி காயம்பட்டவர்களைக் கப்பலில் இருந்து இறக்கினார்கள். இதனால் முசியே லெறி போகிற

பல்லக்கு முதற்கொண்டு, மற்றவர்கள் போகிற பல்லக்குகள் என்று எல்லாவற்றையும் கொண்டுபோய் அவற்றின் மூலம் நோயாளிக் கிடங்கில் சேர்த்தார்கள். உதயம் முதல் சாயங்காலம் வரை முசியே லெறி இப்பணியில் இருந்தார். அந்த நேரத்தில் முசியே தெவோவும் சவரி ராயன் உள்ளிட்டோரும் கோவர்ணதோரிடம் வந்தார்கள். நாமும் பத்து மணி மட்டுக்கும் இருந்துவிட்டு அப்பால் புறப்பட்டு நன்னாச்சி வீட்டுக்கு வந்தோம். அவள் குழந்தைக்கு அம்மை நோய் கண்டிருந்ததால், அவளைப் பார்த்துவிட்டுப் பன்னிரண்டு மணிக்கு வீட்டுக்கு வந்தோம்.

கோட்டைக்குப் போனவிடத்திலே சண்டைச் சேதிகளைக் கேட்கப்பட்டது. நம்முடைய கப்பல்கள் எல்லாம் காரைக்கால் துறையில் இருந்தன. இந்த மாசம் 20-ஆம் நாளான செவ்வாய்க்கிழமையன்று நாகப்பட்டணத்துக்கு நேர் கிழக்கே வெகு தொலைவில் மறைவாக இருந்த இங்கிரேசுக்காரரின் ஒன்பது கப்பல்களும், அங்கிருந்து கிளம்பிக் காரைக்கால் துறைமுகத்துக்கு நேர் கிழக்கே நாலு நாழிகை வழியில் வந்து தலைகாட்டின.

உடனே, நம்முடைய ஒன்பது கப்பல்களும் பாய் எடுத்துச் சண்டைக்குப் போயின. அந்தக் கப்பலும், நம்முடைய கப்பலும் தரங்கம் பாடிக்கு நேர் கிழக்கே சந்தித்து, சண்டை நடந்தது. அப்போது எண்பத்தி நான்கு பீரங்கிகள் போட்டிருந்த பெரிய கப்பலான கோந்து தெ புறுவாஞ் என்ற கப்பலின் கப்பித்தானான முசியே ஆனலுவரி *(M.Analuvari)* மெத்த கோபத்துடன் தம்முடைய பெரிய கப்பலை அவர்களின் கப்பல் சமீபத்திலே ஓடவிட்டு பெரிதும் சண்டை பண்ணினார்.

அப்படிச் சண்டை செய்தபோது, அவர்களின் மூன்று கப்பல்கள் சமீபத்திலே வந்தன. கப்பல் சண்டையின்போது தீக்குடுக்கை *(Shell)* என்ற வெடிகுண்டைப் போடக் கூடாது என்று இரு ராச்சிய ராசாக்களும் கட்டுப்பாடு செய்திருந்தார்கள். இங்கிரேசுக் கப்பல் அதை மீறி, தீக்குடுக்கையால் நெருப்புப் பற்றும்படியாகக் கந்தகத்தை அடைத்து, பீரங்கிக் குண்டுக்கு அடைக்கிற பொச்சக் *(கொச்சை)* கயிறு களிலும் கந்தகத்தைத் தடவி, தீக்குடுக்கைகளைப் போட்டார்கள். அவை வந்து விழுந்து, கப்பல்களும், வெடி மருந்தும் தீப்பற்றிக்கொண்டு, வெகு பேருக்குச் சாவும், காயங்களும் ஏற்பட்டன. இப்படிக் கடுமையான சண்டை நடந்துகொண்டிருந்த போது, முசியே ஆனலுவரி என்பவர் தனிக் கப்பலாக நின்று நான்கு பக்கங்களிலும் சண்டை

தொடுப்பதைப் பார்த்து, தூக்கு தே புறுகோங்கி என்கிற கப்பலும், ஓதியாக்கு என்கிற கப்பலும், சேன் லூயி என்கிற கப்பலும் ஆக மூன்று கப்பல்களும் போய், இங்கிரேசுக்காரர் பேரிலே சரியான சண்டை கொடுத்தனர். அவர்கள் தாங்க முடியாமல் போனது. கப்பல் கொம்மாந்தாம் இருந்த கப்பல் கடலில் மூழ்கிப்போனது.

இன்னொரு கப்பல் சிதறிப்போய் விட்டது. கப்பல்கள் கொம்மாந் தாமான செவாலியே முசியே தெஷே *(Chevalier d' Ache)* இருந்த ஜோதியாக் என்ற கப்பலில் இருந்த இருபத்து நான்கு *(ராத்தல் எடை கொண்டு)* குண்டு ஓடுகிற பீரங்கி தெறித்து மருந்திலும் தீப்பற்றிக் கொண்டது. இதனால், பதினாறு பேர் செத்தார்கள். அறுபது பேருக்கு வெகு காயங்களும் ஏற்பட்டன.

முசியே தெஷேவுக்கு முகத்திலும் கையிலும் காயம். அவருடைய தமக்கைப் பிள்ளைகள் இருவரில் ஒருவருக்குக் காலும், ஒருவருக்குக் கையும் போயின. காபிரிகளும் உற்சாகத்துடன் பாடிக்கொண்டு சண்டை கொடுத்தார்கள். அவர்களில் வெகு பேருக்குக் கைகள் போயின. அறுநூறு பேர் செத்தார்கள். ஆயிரம் பேருக்குக் காயம் ஏற்பட்டது. அந்தக்

தீக்குடுக்கையில் தீப்பற்றி மூன்று கப்பல்கள் அதிகமாக எரிந்து விட்டன என்பதாக நடந்தது. கப்பலில் செத்த இருநூறு சிப்பாய்களின் பிணங்கள் தரங்கம்பாடி துறைமுகம் சமீபத்திலே கரை ஒதுங்கின என்றும் கேட்கப்பட்டது.

1758 ௵ ஆகொஸ்து ௴ 6 ௳;
வெகுதானிய ௵ ஆடி ௴ 25 ௳; ஆதிவாரம்

இத்தனாள் கேள்வியான சேதி; முசியே லாலி தஞ்சாவூர் காரியத்தில் சமாதான உடன்படிக்கைப் பேசிக்கொண்டு, பவுன்சை திருச்சிராப்பள்ளிக் கோட்டை பேரிலே திருப்பினார். சிலரை முன்கூட்டி அனுப்பிவிட்டுத் தாமும் போவதாக இருந்தார்.

அப்போது, தஞ்சாவூர்க் கோட்டைக்குள் சமாதானம் பேசப் போயிருந்த பாதிரியார், அங்கேயிருந்து தஞ்சாவூரார் வஞ்சனை பண்ணுவதாகத் தெரிகிறது என்று எழுதி அனுப்பினார். அதைப் பார்த்துக் கொண்ட முசியே லாலி தக்க ஏற்பாட்டுடன் இருந்தார். அன்று ராத்திரி மானோசி அப்பா இரண்டாயிரம் குதிரைகளுடன் வந்து நம் தண்டு பேரிலே தாக்குதல் பண்ணினார். அப்போது முசியே லாலி

நல்ல அடி அடித்தார்கள். அதில் மானோசியின் நூற்றைம்பது குதிரைகள் செத்துப்போயின.

வெகு குதிரைகளுக்கும், வெகு பேருக்கும் அதிகக் காயம் ஏற்பட்டு, நிற்க முடியாமல் சிதறி ஓடிப்போய் விட்டார்கள். அப்பால், முசியே லாலி மெத்த கோபத்துடன் வேறிடத்துக்குப் போனார்.

அவர்களையும் வரச் சொல்லிவிட்டு, தாம் *(தஞ்சாவூர்)* சிவகங்கை *(தீர்த்தம் என்ற இடத்தின்)* மேற்கே மேட்டின் மேல் வந்து இறங்கி, இரண்டு இடங்களில் தண்டை இறக்கினார். கோட்டை பேரிலே கடுமையான பீரங்கித் தாக்குதலை நடப்பிச்சார்கள். கோட்டை அகப் பட்டது என்றும் இல்லை என்பதுமாகக் கேட்கப்பட்டது.

1758 ஆகொஸ்து மீ 7 வ;
வெகுதானிய ஆடி மீ 26 வ; சோமவாரம்

இத்தனாள் காலத்தாலே வெளியில் போகாமல் வீட்டிலேயே இருந்தபோது கேள்வியான சேதி; நேத்து சாயங்காலம் ஆறரை மணிக்குத் தைரியநாதன், சவரி ராயனின் கச்சேரியே போய் அமுல்தாரர்களிடம் இருந்து வரவேண்டிய நிலுவைகள் பற்றி கவனித்தான் என்று கேட்கப்பட்டது. இத்தனாள் நடந்ததாகக் கேள்வி யான சேதி; முன்பு அரியாங்குப்பத்தில் இருந்து சவரி ராயன் வந்தபோது, அவனுக்கும் சில கப்பல் ஒப்பிசியேல்களுக்கும் இடையே சண்டை ஏற்பட்டிருந்து. அந்தச் சண்டையில் ஈடுபட்டிருந்து, அப்பால் போருக்குச் சென்று திரும்பிய அந்தக் கப்பல் ஒப்பிசியேல்களில் ஐந்தாறு பேர், மருந்து கெட்டித்த துப்பாக்கியை வைத்துக் கொண்டு, கத்தியை உருவிக் கையில் பிடித்துக்கொண்டு முசியே தெவோ வீட்டு வாயிலருகே வந்தனர்.

அந்தச் சவரிராயனின் தம்பி பத்துப் பேருடன் நின்றிருந்தான். அவனிடம், “நீதான் மானுவேலா?” என்று கேட்டனர். அதற்கு அவன், “என் பேரும் மானுவேல் தான். ஆனால், உங்களை அடித்த மானுவேல் நானில்லை” என்று சொன்னான். அதனால், அவனை விட்டுவிட்டார்கள். அத்துடன் அவன் தீவட்டியையும் அணைத்துவிட்டு, அங்கிருந்து போய் விட்டான்.

அதன் அப்பால் தைரியநாதன் தீவட்டி பிடித்துக்கொண்டு, பத்துப் பேருடன் வந்தான். அவனிடம் போய் நீதான் மானுவேல் என்று பிடித்துக் கொண்டார்கள். அப்போது அவர்களுடன் வந்த ஒரு துபாசிப்

பையன் *(இளையவன்)*, இவர் முசியே குளுவேத்துவின் துபாசி என்று சொன்ன தால், அவனை விட்டு விட்டார்கள். தேவடியாள் மகனான முத்துப் பிள்ளையைப் பிடித்தனர். அவனும் நானில்லை என்று சொன்னான். அப்பால் கட்டுக்கார முத்துப் பிள்ளையைப் போய்ப் பிடித்தனர். அவனும் நானில்லை என்று சொல்லி தப்பித்துக்கொண்டான். இப்படி இவர்கள் தேடி அலைகிற சேதியைக் கேட்ட சவரி ராயன் கந்தப்ப முதலியின் வீட்டில் போய் ஒளிந்துகொண்டான். கச்சேரியில் இருந்த தாண்டவராயனும், அங்கிருந்து வீட்டுக்குப் போய்விட்டதாகக் கேட்கப் பட்டது.

1758 வ ஆகொஸ்து மீ 8 உ;
வெகுதானிய ஸ்ரீ ஆடி மீ 27 உ; செவ்வாய்

இத்தனாள் காலத்தாலே வெளியே போகாமல் இருந்து அப்பால் கோட்டையைச் சுற்றிக் கொண்டு, சின்ன துரையின் வீட்டு வழியாக, நம் வீட்டுக்கு வந்தோம். இத்தனாள் கேள்வியான சேதி; சவரிராயன் காரியம் பற்றி, இப்படிச் செய்தால் எப்படி என்று முசியே லெறி அவர்கள் கொம்மாந்தாமிடம் கேட்டார். அதற்கு அவர், நாங்கள் ராசா மனுஷர். ரத்தமும் சோறும் சாப்பிடுகிறவர்கள். எங்களைத் தமிழன் அடிச்ச மட்டுக்கும், வேறென்ன செய்வது? என்று சொல்லி விட்டான்.

பவுன்சு திரட்டும் செலவுக்காக சந்தா சாயபுவின் மகனுக்கு சாகீர் நிலங்களாக எழுதிக் கொடுத்த திருவண்ணாமலை, செங்கமா, கலவாக்கம் *(கலசபாக்கம்)* வகையிறா பகுதிகளை எல்லாம் இங்கிரேசுக் காரரின் மனுஷனான கிருஷ்ணராயன் என்பவன் நூறு குதிரை வீரர் களையும், ஐந்நூறு பாறுவையும் கர்நாடகப் படையினர் ஆயிரம் பேரையும் அனுப்பி வைத்துப் பிடித்துக்கொண்டு, தோரணம் கட்டினான். அப்போது திருவண்ணாமலையில் ரசா சாயபுவின் படையினர் நூறுபேர் ஓடிப்போய் விட்டார்கள் என்று கேட்கப்பட்டது.

1758 ஸ ஆகொஸ்து மீ 9 உ;
வெகுதானிய ஸ ஆடி மீ 28 உ; புதவாரம்

இத்தனாள் காலத்தாலே கோட்டைக்குப் போனேன். முசியே லெறி அவர்கள் வெளியே போயிருந்தார். சின்ன துரை வந்து கணக்குப் பார்த்துக் கொண்டிருந்தார். முசியே புலோ தேவனாம்பட்டணத்துக் கணக்குகளை எழுதிக் கொண்டிருந்தார். முசியே லெனுவாரும்,

மற்றவர்களும் நடமாடிக் கொண்டிருந்தார்கள். அப்படியிருக்கையில், கேள்வியான சேதி; சென்ற வருசம் புரட்டாசி மாசம் முசியே தெசறேத்தேன் *(M.Desjardins)* கப்பல் மூலமாக மசுக்கரைக்குப் போய்ச் சேர்ந்தார். ஐரோப்பாவுக்குப் போக வேண்டிய காகிதங்களை, அங்கிருந்து ஐரோப்பாவுக்குப் போகிற கப்பல்களில் கொடுத்து அனுப்பினார்.

அப்பால், அங்கேயே தங்கியிருந்தபோது, ஐரோப்பாவிலிருந்து ஆறு கப்பல்கள் வந்தன. அப்பால், மூன்று கப்பல்கள் வந்தன. முசியே லாலி வந்தபோது, அறுநூறு சொலுதாதுகளையும் சில சாமான் களையும் மசுக்கரையில் இருக்கும்படிச் செய்துவிட்டு வந்தார். அவர்களையும், அந்தச் சாமான்களையும் மூன்று கப்பல்களில் ஏற்றி, ஆக ஒன்பது கப்பல்களும் புதுச்சேரிக்கு வர தயாராக இருந்தன. முன்னதாகப் போய் சேதியைச் சொல்லும்படி முசே தெசறத்தேனை அனுப்பிவிச்சார்கள். அவர் நாகப்பட்டணத்துத் துறைமுகத்திற்கு நேராக வந்தபோது, இங்கிரேசுக்காரரின் கப்பல்களைக் கண்டார்.

அங்கே கப்பலை நிறுத்திக்கொண்டிருந்தவர்கள் வெள்ளைக் கொடியை ஏற்றிக்கொண்டு, பிரான்சு பேச்சிலே துருப்பேத்து *(டிரம்பட்டு)* ஊதி, அவனை அழைத்தாகவும், அதனால், அவர்களைப் பிரான்சுக்காரர் என்று மயங்கிய முசே தெசறேத்தேன் தன் கப்பலை அருகில் கொண்டு போய், இறங்கி அவர்களுடைய கப்பலுக்குப் போனான். அவனைப் பிடித்துக் காவலில் வைத்தனர். கப்பலைச் சோதித்தபோது காகிதக் கட்டுகளும் சிறிது கோதும்பையும் மருந்து, குண்டு, பீரங்கி வகை யிறாவும் இருந்தன. அவற்றை எடுத்துக் கொண்டார்கள்.

அந்தக் கப்பலில் இருந்த ஒரு மத்தலோத்து *(கப்பலோட்டி)* ராத்திரியில் மெதுவாகக் கடலில் இறங்கி, நீந்திக் கரைக்கு வந்து, இந்த ஊருக்கு வந்தான். அவன் மசுக்கரையில், இருந்து புறப்பட்ட ஒன்பது கப்பல்களும் வந்து கொண்டிருக்கின்றன, இன்னும் பதினைந்து நாளில் வந்து விடும் என்று சொன்னதாகச் சேதி சொன்னார்கள். அப்பால் நானும் புறப்பட்டு, வீட்டுக்கு வந்து சாயங்காலம் சாரிப்போய் ஏழு மணிக்கு வீட்டுக்கு வந்தேன் இது சேதி.

1758 ஸ்ரீ ஆகொஸ்து மீ 10 வ;
வெகுதானிய ஸ்ரீ ஆடி மீ 29 வ; குருவாரம்

இத்தனாள் காலத்தாலே புறப்பட்டு, சின்ன துரையின் வீட்டுக்குப்

போனோம். போய் அவரைச் சந்தித்தோம். முசே கொதேவும், கும்பினி யாருக்கும்தன்னுடையகணக்குப்பிள்ளைமூலமாகஎழுதியகாகிதத்தைப் படித்துக் காட்டினார். அது மெத்தவும் நேர்த்தியாக எழுதப்பட்டிருந்தது. அப்பால் முசியே தெசறத்தேனின் சேதி என்னவென்று கேட்டேன். அதற்கு, "இவன் மசுக்கரையை விட்டுக் கிளம்பி, நாற்பது நாட்களாயின. நாகூர் பட்டணத்துக்கு நேரே இங்கிரேசுக்காரரிடம் அகப்பட்டுக் கொண்டான்" என்று சொன்னார்.

"அப்படியானால், அந்தக் கப்பலில் ஐரோப்பிய காகிதங்கள் அகப்பட்டுக் கொண்டனவா?" என்று கேட்டோம். அதற்கு, "வந்தது ஐரோப்பியக் கப்பலும் இல்லை. ஐரோப்பியக் காகிதங்களும் அதில் இல்லை. மசுக்கரைக் காகிதம் மாத்திரம் வந்தது. இன்னுமொரு சேதி. முசியே கொதே கும்பினி காரியத்தில் இருந்து நீக்கப்பட்டார் என்று கேட்கப்பட்டது. ஐரோப்பாவில் இருந்து எழுதிய காகிதம் நவம்பர் 8-ஆம் தேதி, தரங்கம்பாடி கப்பலில் நமக்கு வந்தது. அதில் இதைப் பற்றி எழுதியிருக்கவில்லை.

இந்தச் சேதியை முசே புஷேத்தும், முசியே திலார்சும் சொன்னதாக வெள்ளைக்காரர்கள் சொன்னார்கள். இன்னும் சேதி தெரிய வேண்டும்" என்று சொன்னார். அப்பால், நீர் தன்னிடம் வரவில்லை. தன்னைச் சந்தித்துப் பேசவில்லை என்றும் சொல்லி, என் பெண்டாட்டி உன் பேரிலே ஆசையோடு இருக்கிறாள். அங்கே போகலாம், வா!" என்று என்னை மெத்தைக்கு அழைத்துப்போனார்.

அங்கே அவள் மிகவும் ஆசாரம் செய்து, அருகில் உட்காரச் சொல்லி, "பார்த்தாயா? பட்டணத்தில் மெத்த அநியாயம் நடக்கிறது. பெரியண்ணன், அப்பு முதலி, கந்தப்பன் என்று இவர்கள் எல்லாரும் குசினி சமைச்ச பேர் *(சமையல் வேலை செய்தவர்கள்)*. சவரி ராயன் எச்சில் பீங்கான்களை எடுத்தவன். இவர்களுக்கு எல்லாம் நல்ல காலம் பிறந்து, சீமா மூலம் காரியங்களைக் கவனிப்பதும், துபாசித்தனம் பண்ணுவதுமாக ஆகி விட்டது. இதனால் பட்டணத்தில் மெத்த அநியாயங்கள் நடக்கின்றன" என்று சொன்னாள்.

அதற்கு, சின்ன துரையும் அப்படியே பட்டணத்தில் மெத்த அநியாயங்கள் நடக்கின்றன என்று சொன்னார். அதற்கு, நான், "எப்போது உம் மனதில் பட்டணத்தில் அநியாயங்கள் நடக்கின்றன என்று தோன்றி விட்டதோ? இனிமேல் நடக்க வேண்டிய அநியாயம் ஒன்றுமில்லை" என்று சொன்னேன். அப்பால், சின்ன துரையின் பெண்டாட்டியும்,

மகளும் கூடலூருக்குப் போனார்கள். சின்ன துரை கோன்சேல் கூடுகிறது என்று போனார்.

நாம் வீட்டுக்கு வந்த அப்பால் கேள்வியான சேதி; கூடலூரில் வெள்ளைக்காரர்கள் வீடு பூந்து கொள்ளையிட்டதாகவும், பெண்டுகளை அழித்ததாகவும் செட்டிகளும், வர்த்தகர்களும் ஓடிப்போய் துரையிடம் சொன்னதாகவும் அவர் முசியே லெறியிடமும் முசே சுப்பீரிடமும் போய்ச் சொல்லுங்கோள் என்று சொன்னதாகவும் கேட்கப்பட்டது.

1758 ஷ ஆகொஸ்து மீ 11 வ;
வெகுதானிய ஷ ஆடி மீ 30 வ; சுக்கிரவாரம்

இத்தனாள் காலத்தாலே புறப்பட்டு சின்ன துரையின் வீட்டுக்குப் போனேன். அவர் வெள்ளை கமீசும், நீல கமீசும் பார்க்கும் நிமித்தியம் கோட்டைக்குப் புறப்பட்டார். நானும் அவருடன் போனேன். அவர் காரியத்தைக் கவனித்துக் கொண்டிருந்தார். நாம் புடைவைப் பார்க்கும் கூடத்தில் இருந்தபோது, கோன்சேலியரான ஒரு வெள்ளைக்காரப் பெரிய மனுஷன் என்னைப் பார்த்து, “இப்போது உன்னிடம் பேச நேரமில்லை. அப்பால் சொல்கிறேன். உன்னுடைய காரியத்தில் செயம் கிடைத்திருக்கிறது. மற்ற காரியங்கள் எல்லாம் தலைகீழாக இருக்கிறது. நான் கப்பலுக்குப் போகிறேன்” என்று சொல்லிவிட்டுப் போனான்.

நேத்து மத்தியானம் கோன்சேல் கூடியது. ராத்திரி கோன்சேல் கூடியது என்று கேட்கப்பட்டது. ஒரே நாளில் இரண்டு முறை கோன்சேல் கூடியதையும், அந்தக் கோன்சேலியர் சொன்னதையும் எண்ணிப் பார்க்கிறபோது, கும்பினியில் பணம் இல்லாததால், நம்முடைய குத்தகைப் பற்றிய பேச்சு கோன்சேலில் நடந்திருக்கும். முசியே லாலி அவர்களுக்கும் தண்டு காரியத்தில் கக்குஷமாயிருக்கிறது *(வெற்றி இல்லாமல் இருக்கிறது)* என்று தோன்றியது.

இப்படியிருக்கையில் கட்டுக்கார முத்தையன் வந்து முசியே குளுவேத்து உம்முடைய குத்தகைக் கணக்கு விவரத்தை வாங்கி வரச்சொன்னார் என்று சொன்னான்.

இவருக்கு அது எதற்கு? என்று கேட்டதற்கு அவன், “மெய்தான். முன்பு என்னவோ என்று நானும் பிரமிச்சேன். அவனுடைய பேச்சைக் கவனித்தபோது முன் வருசக் கணக்கில் அவருக்கு அக்கறை இல்லை என்றும் இந்த வருசக் கணக்கைத்தான் கவனிக்கிறார் என்பதும் தெரிந்தது.

ஐந்தாறு நாளைக்கு முன் முசியே புலோ வீட்டுக்குப் போயிருந்தபோது, முசியே குளூவேத்துவின் சேதி என்ன என்று கேட்டார்.

அடிக்கடி முசியே தெவோவின் வீட்டுக்குப் போகிறார் என்று சொன்னேன். அதற்கு அவர், "அவன் வாலில்லாக் கழுதை. முசே கொதே நம்மிடம் எழுதிக் கேட்காமல், இந்தக் கழுதையை அனுப்பினார். ஆனாலும், முசே லாலி இவ்விடத்துக்கு வந்த அப்பால், நான் முசியே லாலியிடம் கேட்டுக்கொண்டு, கோன்சேலில் ரங்கப்பனின் புரக்கொதோராய்ப் பேச இருக்கிறேன் என்று சொன்னார்" என்று முத்தையன் சொன்னான். அதன் அப்பால், நாம் புறப்பட்டு வீட்டுக்கு வந்தோம்.

கோட்டையில் போதிய பணமில்லாததால், தேவனாம்பட்டணத்தில் இருந்து வந்த சரக்குகளை எல்லாம் விற்று விடுவார் என்பதுபோல் கேட்கப்பட்டது. அப்பால், முசியே லாலியின் தண்டு பேரிலே, மானோசி வந்து தாக்குதல் நடத்தி, இவர்களிலும், அவர்களிலும் ஆக வெகு பேருக்குச் சாவு ஏற்பட்டது என்றும் பெரிய சண்டை நடந்தது என்றும் கேட்கப்பட்டது. கோட்டையில் ஒரு வெள்ளைக்காரன் சுப சேதி சொன்னான். கட்டுக்கார முத்தையனை முசியே குளூவேத்து கணக்குக் கேட்கச் சொன்னபோது, அவன் வந்து சொன்ன சேதி; ....(மூலத்தில் காலியாக உள்ளது).

1758 ஆ ஆகொஸ்து மீ 13 வ; வெகுதானிய ஆ ஆவணி மீ 1 வ; ஆதிவாரம்

இத்தனாள் வீட்டிலேயே இருந்தபோது கேள்விப்பட்ட சேதி; முசியே சுப்பீரும், அவருடைய பாளையமும் கோட்டைக்கு வந்து சேர்ந்தனர். உதிச்சி ஏழு மணிக்கு முசியே லாலியின் அண்ணன் மகனான லாலி என்ற பேருடையவர் அவர்கள் கோவர்ணமாவிலே வந்து முசியே லெறியுடன் நாலு நாழிகைப் பேசியிருந்துவிட்டுப் போனார்.

அவர் போன அப்பால், முசியே லெறி மெத்த விசாரத்துடன் கையை முறிக்கிறதும், உடம்பை முறிக்கிறதும், பெருமூச்சு விடுகிறதும் குர்சியின் *(நாற்காலியின்)* கைப்பிடியில் அடிக்கிறதும், கையை மேலே தூக்குவதுமாக மெத்த வருத்தம் கொண்டிருந்தார் என்று கேட்கப்பட்டது. முசியே லாலி காரைக்காலுக்கு வந்தார் என்றும், நாளை தீனிக்கு இங்கே வருகிறார் என்றும், பவுன்சு பின்வாங்கி வருகிறதென்றும், சின்னப்பய்யன் காரைக்காலுக்கு வந்ததாகவும் ரசா சாயபு காரைக் காலுக்குப் போய்ச் சேர்ந்ததாகவும் கேட்கப்பட்டது. இது சேதி.

1758 ஆு ஆகொஸ்து மீ 14 வ; வெகுதானிய ஆு ஆவணி மீ 2 வ; சோமவாரம்

இத்தனாள் முசே லாலி படைகள் இருக்குமிடத்தில் இருப்பதாகவும் முசே சொபினேவும், இருநூறு சொலுதாதுகளும் காரைக்காலுக்கு வந்ததாகவும் கேட்கப்பட்டது. இத்தனாள் சாயங்காலம் கேள்விப்பட்ட சேதி; முன்பு ஆடி மாசம் 28-ஆம் தேதி, புதவாரம் அன்று தஞ்சாவூரார் படைக்கொத்தளத்தில் வந்து தாக்குதல் நடப்பிச்சதால் நம் பவுன்சுக்கு வெகுசேதமாச்சுது. *(லாலி இந்தத் தாக்குதலில் மயிரிழையில் உயிர் தப்பினார். அவனை ஒரு ஆப்பிரிக்க காபிரி ஒருவன் காப்பாற்றினான். தஞ்சாவூர் மராட்டிய அரசர்களுக்கு ஆங்கிலேயர்கள் மறைமுகமாகப் பெரும் உதவி செய்தனர்).* அவர்கள் படைக்கும் மிகுந்த சேதம் ஆனது. நம்முடைய பவுன்சு பின்வாங்கியது.

முசே லாலியைப் பற்றிய சேதி எதுவும் தெரியவில்லை. பாப்பய்யப் பிள்ளையின் இரண்டு யானைகளும், பீரங்கிகள் வகை யிறாக்கள் இவையும் தஞ்சாவூராரிடம் அகப்பட்டன. சனங்கள் சிதறி, காரைக்காலுக்குக் கொஞ்சம் கொஞ்சமாக வந்து சேருகிறார்கள் என்றும் கேட்கப்பட்டது. நாமும் சாரிப்போய், ஏழு மணிக்கு வீட்டுக்கு வந்தோம்.

1758 ஆு ஆகொஸ்து மீ 16 வ; வெகுதானிய ஆு ஆவணி மீ 4 வ; புதவாரம்

இத்தனாள் கேள்வியான சேதி; ஆடி மாசம் 27-ஆம் தேதி ராத்திரி விடிந்து, காலத்தாலே மூன்று மணிக்கு முசே லாலியின் படையினர் ஏணிகள், வைக்கோல் கட்டுகளைத் தயார் செய்துகொண்டு, மதிலைத் தாண்டத் திட்டமிட்டிருந்தனர். ஆனால், அதற்கு அரை மணி வேளைக்கு முன்பாகவே தஞ்சாவூரார் வடக்கு வாயிலைத் திறந்துகொண்டு, முசே லாலியின் சோத்துப் பாளையத்தில் *(உணவுப் பொருட்கள் இருந்த இடம்)* இருந்த தண்டின் பேரிலே வந்து தாக்குதல் நடத்தினார். அதைத் தொடர்ந்து பெரிய சண்டை நடந்தது. அதில் தஞ்சாவூராருடன் வந்த ஐந்தாறு ஐரோப்பியர்கள் செத்துப்போனார்கள். முசே லாலியின் தண்டில் ஐந்நூறு, அறுநூறு வெள்ளைக்காரர்கள் செத்துப்போனார்கள். மூன்று பெரிய மனுஷர்களும் செத்துவிட்டார்கள். அத்துடன் போட்டது போட்டபடி பின்வாங்கிய தண்டு திருவாரூர் வந்து சேர்ந்தது. முசே லாலி திருவாரூரில்தான் இருக்கிறார்.

ரசா சாயபு காரைக்காலுக்கு வந்து, அப்பால் திருவாரூருக்குப்போய்

முசே லாலியைச் சந்தித்தார். முசே லாலி சேதுபதி, தொண்டமான் ஆகியோருக்கும் காகிதம் எழுதி அனுப்பி, அவர்களின் தண்டையும் அழைத்துக்கொண்டு, பின்னையும் சண்டையிடப் போவதாக இருக்கிறார். இங்கிரேசுக்காரர் கப்பல் காரைக்காலில் இல்லை என்றும் போய் விட்டார்கள் என்றும் கேட்கப்பட்டது. இங்கே சவரி ராயன் அவனுடன் சண்டையிட்ட கப்பல் ஒப்பிசியேலான வெள்ளைக்காரர்களுடன் சமாதானம் பண்ணி, அவர்கள் காலில் போய் விழுந்து, சமாதானப் படுத்திக்கொண்டு, வெளியில் திரிகிறான் என்றும் கேட்கப்பட்டது.

1758 ஆு ஆகொஸ்து மீ 18 வ;
வெகுதானிய ஆு ஆவணி மீ 6 வ; சுக்கிரவாரம்

இத்தனாள் கேள்வியான சேதி; கடலில் ஓடிக் கொண்டிருந்த ஒலாந்தாக்கார *(டச்சு)* கப்பலை ஓடாமல் நிறுத்தி, நம்முடைய துறை முகத்துக்குக் கொண்டுவந்து, அதைச்சோதிச்சு பார்த்தனர். அந்தக் கப்பலில் பொன்னும், வெள்ளியுமாக இரண்டு லட்ச ரூபாய் அளவுக்கு இருந்தது. அப்போது இவர்கள் டச்சுக்காரர்களிடம் எங்களுக்குக் கோட்டையில் பணமில்லை. ஐரோப்பாவில் ராசாக்கள் செய்து கொண்டிருக்கிற உடன்படிக்கையின்படி, பணம் இல்லாமற் போனால் கடலில் யாருடைய கப்பலைக் கண்டாலும் அதிலிருக்கிற பொன், வெள்ளி ரூபாய் வகையிறா இவற்றை எடுத்துக்கொண்டு, அந்த மதிப்புக்கும், அதற்கு வரக்கூடிய வருமானத்தின் மதிப்புக்கும் சேர்த்து, ஐரோப்பாவில் உண்டிகை எழுதிக் கொடுப்பதாக ஒப்பந்தம் செய்யப்பட்டிருக்கிறது. ஆகையால், இந்தச் சாமான்களை நாங்கள் எடுத்துக் கொள்கிறோம். உங்கள் வெள்ளிக்கும், பொன்னுக்கும் மதிப்பு எவ்வளவு, அதனால் உங்களுக்கு வரக்கூடிய வருமானம் எவ்வளவு என்று கேட்டனர்.

அவர்கள் இத்துடன் செலவுக் கிரயத்தையும் சேர்த்துத் தர வேண்டும் என்று சொல்லி, எங்களுக்கு முப்பதாயிரம் வருமானம் வரும் என்றும் சொன்னார்கள். அவ்வாறே அவர்களுக்கு ஐரோப்பிய உண்டிகைப் பத்திரத்தை எழுதிக் கொடுத்து சாமான்களை இவர்கள் வாங்கிக் கொண்டார்கள் என்று கேட்கப்பட்டது.

இதல்லாமல் முசே லாலி அவர்கள் சேதி; காரைக்காலுக்கு வந்து சேர்ந்தார் என்றும் நாகப்பட்டணம் வந்து சேர்ந்தார் என்றும் இவ் விடத்துக்கு வரப்போகிறார் என்றும் சேதி கேட்கப்பட்டது.

1758 ஷு ஆகொஸ்து மீ 19 வ;
வெகுதானிய ஷு ஆவணி மீ 7 வ; சனிவாரம்

இத்தனாள் கேள்வியான சேதி; விடிந்து எட்டு மணிக்கு கோன்சேல் கூடி பன்னிரண்டு மணி மட்டுக்கும் இருந்தார்கள். மீண்டும் நான்கு மணிக்குக் கூடி எட்டு மணி மட்டுக்கும் இருந்தார்கள். அதில் முசியே லாலி மெத்த கோபத்துடன் வருகிறார் என்றும் அவருடைய படைக்குப் பணம் அனுப்பவில்லை என்றும் ரஸ்து அனுப்பவில்லை என்றும் மருந்து, குண்டு அனுப்பவில்லை என்றும், மருந்து குண்டு இல்லாததால் மெத்த கோபமடைந்து தண்டு பின்வாங்கி, பீரங்கிகளை எல்லாம் உடைத்துப்போட்டு விட்டு, கூடாரங்களைக் கொளுத்திவிட்டு, அதில் துப்பாக்கிகளைக்கூட தூக்கிப் போட்டுவிட்டு வருகிறார் என்றும், வந்தவர் என்ன செய்வாரோ என்றும், இந்த விசயத்திலே யோசனை பண்ணிக் கொண்டிருந்தார்கள் என்று கேட்கப்பட்டது.

ஊரில் இருக்கிற வெள்ளைக்காரர்கள் தெருவில் கிளம்பி, அங்கங்கே ஆட்களைக் கத்தியால் குத்தினார்கள். கற்களை விட்டெறிந்தார்கள். பட்டண வாசற்படியில் பெண்டுகளிடம் சிலாறு *(வம்பு)* பண்ணினாரகள். கும்பினியார் கொடுத்த சம்பளச் சீட்டை அவரவரிடம் கொடுத்து, அதை வாங்கிக் கொண்டு பணம் கொடுங்கள், நீங்கள் ஊரில் நல்லபடியாக இருக்க, நாங்கள் செலவுக்கு இல்லாமல் கஸ்திபட்டுக் கொண்டிருப்போமா என்று கேட்பதும், துர்விவகாரங்கள் *(தவறாக)* பேசுவதுமாக நடந்து கொள்கிறார்கள் என்பதாக நடக்கிறது. இது சேதி.

1758 ஷு ஆகொஸ்து மீ 21 வ;
வெகுதானிய ஷு ஆவணி மீ 9 வ; சோமவாரம்

இத்தனாள் காலத்தாலே புறப்பட்டுச் சின்ன துரையுடைய வீட்டுக்குப்போய், அவருடன் பேசிக் கொண்டிருந்தேன். அப்போது இரண்டொரு வெள்ளைக்காரர்களும் கூட இருந்தார்கள். அப்போது அங்கே சின்ன துரை சொன்ன சேதி; முசியே லாலி கோன்சேல் பேரிலே கோபத்துடன் காகிதம் எழுதினார்.

நாம் போர்க்களத்தில் சண்டை போட்டுக் கொண்டிருந்தோம். நீங்களோ, இவரால் எல்லாரிடமும் உதவி கேட்கும் நிலை வரும்படி இவர் ஐரோப்பாவில் இருந்து வந்திருக்கிறார். இவருக்கு நாம் எந்தச்

சாமான்களையும் அனுப்பாமல் இருந்தால் படையினர் நான்கு நாள், அஞ்சு நாள் பட்டினி கிடந்து பொறுக்க முடியாமல் ஓடிப் போவார்கள். அப்படி வலிமை குறைந்தவுடன் அவருக்குச் சிக்கல் வரும். அவர் செத்துவிட்டால், நம்மை உதவி செய்யும்படிக் கேட்க வேறு யார் இருக்கிறார்கள். அதனால், நாம் திருடி வைத்திருக்கிற கும்பினியின் உடமை எல்லாம் நம்மிடமே தங்கி விடும் என்று எண்ணிக்கொண்டு, பவுன்சுக்கு எந்த ரஸ்துவையும் அனுப்பாமல் தோற்கடித்துவிட்டீர்கள். இந்த நியாயத்தை நாம் அங்கே வந்து கேட்கிறோம்" என்று எழுதினார்.

அவர் கோன்சேலில் எல்லோரின் பேரிலேயும் குற்றம் சுமத்திப் பொதுவாக எழுதியது நியாயமில்லை. ஏனென்றால், அவர் இங்கிருந்து புறப்படுவதற்கு முன் ஒரு நாள் முன்பாக என்னைப் பார்த்து, தஞ்சாவூர் பேரிலே சண்டைக்குப் போகலாமா என்று கேட்டார். அதற்கு நான், "அங்கே போவதற்கு இது உரிய காலமன்று. இப்போது அங்கெல்லாம் ஆறும், வாய்க்காலும், கழனி வெளிகளும் ஆக எல்லா இடங்களும் சேறாகவும், பயிர் சாகுபடி வேலைகள் நடப்பதுமாக ஒரே சலமயமாக *(ஈரமாக)* இருக்கும். இதனால் தண்டு போவது கடினமாக இருக்கும்" என்று நான் சொன்னேன். அப்படியிருக்கப் பொதுவிலே எழுதினார். அவரிடம் இப்போது போகலாம் என்று யார் சொன்னார்களோ, அவர்கள் மீதல்லவா கோபம் கொள்ள வேண்டும்" என்று சொல்லிக் கொண்டிருந்தார். அத்துடன் நாம் வீட்டுக்கு வந்தோம்.

1758 ஹூ ஆகொஸ்து மீ 22 வ;
வெகுதானிய ஹூ ஆவணி மீ 10 வ; செவ்வாய்

இத்தனாள் காலத்தாலே கோட்டைக்குப்போய், அங்கிருந்தபோது கேள்வியான சேதி. இங்கிரேசுக்காரரின் ஆறு சண்டை கப்பல்கள் சண்டைக்கான முஸ்தீபுகளுடன் பொம்பாய்க்கு வந்திருக்கின்றன என்று இவர்களுக்குச் சேதி வந்தது. அவர்களிடம் பத்துக் கப்பல்கள் இருந்த போதே, நமக்கு இத்தனை உபத்திரவம் வந்ததே, இந்த நிலையில் அந்த ஆறு கப்பல்களும் வந்து சேர்ந்துகொண்டால் நமக்கு இன்னும் பலகீனமாகி விடும். ஆகையால், நம்முடைய கப்பல்கள் இங்கே இருப்பது பாதுகாப்பன்று, மசுக்கரைக்குப்போய் இருக்கட்டும் என்று திட்டமிட்டுக் கப்பல்களைப் பயணம் அனுப்புவதற்கான ஏற்பாடுகள் நடக்கின்றன என்ற சேதி கேட்கப்பட்டது. இதல்லாமல், இங்கிரேசுக்காரர் வலிமையான படையுடன் வந்து, வடக்கே செங்கல்பட்டு, உத்திரமநெல்லூர், வந்தவாசி

மட்டுக்கும் வந்து ஊர்களைப் பிடிக்கிறார்கள். மேற்கே கிருஷ்ணராயன் என்பவன் ஸ்ரீரங்கம், திருக்கோவிலூர் வகையிறா இடங்களைப் பிடித்துக்கொண்டான். இங்கிரேசுக்காரர் பலத்துடன் வந்து, திட்டமிட்டுக் காரியங்களை நடத்துகிறார்கள் என்றும் கேட்கப்பட்டது.

1758 ஸு ஆகொஸ்து மீ 23 வ;
வெகுதானிய ஸு ஆவணி மீ 11 வ; புதவாரம்

இத்தனாள் காலத்தாலே புறப்பட்டுக் கோட்டைக்குப்போய் வீட்டுக்கு வந்தபோது, கேள்வியான சேதி; முசே லாலி காரைக்காலுக்கு வந்தபோது, அங்கிருந்த முசே புருஷேரிடம் *(M.Porcher)* ரஸ்து, சரஞ்சாமி அனுப்பாமல் இருந்ததேன் என்று கோபத்துடன் கேட்டார். அதற்கு அவர், "நானென்ன செய்வேன்? எல்லாவற்றையும் தயார் பண்ணினேன். இங்கே கூலி ஆட்களோ மற்றவர்களோ இல்லை. கூட வருவதற்குச் சொலுதாதுகளோ, பாறுக்காரர்களோ இல்லை. பணப் புழக்கம் இல்லாததால் குத்தகைக்காரர்கள் இந்தச் சூழ்நிலையில் பணம் கொடுக்கவில்லை" என்று சொன்னார். எனவே, குத்தகைக்காரர்களைப் பணம் கேட்டு தாக்கீது செய்ததாகக் கேட்கப்பட்டது.

1758 ஸு ஆகொஸ்து மீ 24 வ;
வெகுதானிய ஸு ஆவணி மீ 12 வ; குருவாரம்

இத்தனாள் கோட்டைக்குப்போய் வீட்டுக்கு வந்தபோது கேள்வியான சேதி; சந்தா சாயபுவின் மகன் காரைக்காலுக்குப்போய் முசே லாலியைச் சந்தித்துப் பேசினான். அவர் அவனிடம் மெத்த பெருவானி *(பிரியம்)* காட்டினார். குதிரைப் பயணத்திற்கான இடுப்பு நடுக்கட்டும் அவனுக்குக் கட்டிவிட்டு, குதிரை மேலேற்றி வளைந்து வளைந்து ஓட்டச் சொல்லி வேடிக்கைப் பார்த்தார். இவ்விடத்துக்கு வருவதாக இருக்கிறார்கள். அவருடன் கூடப் போனவர்கள் சிலர் யானைகளுடனும், சண்டை சாமான்களுடனும் வருகிறார்கள் என்றும், அவரும் நான்கு நாளில் வர இருக்கிறார் என்றும் கேட்கப்பட்டது.

1758 ஸு ஆகொஸ்து மீ 25 வ;
வெகுதானிய ஸு ஆவணி மீ 13 வ; சுக்கிரவாரம்

இத்தனாள் ராசா பண்டிகை *(பிரான்சு ராசா பிறந்த தேதி)* என்பதால் விடிந்து ஏழு மணிக்கெல்லாம் பூச்செண்டை எடுத்துக்கொண்டு,

கோட்டைக்குப் போனேன். கோட்டையில் யாரும் இல்லாமல், நிர்மானுஷ்யமாய் *(மனுஷர் சுவடே தெரியாமல்)* கிடந்தது. முசியே லெறி, முசே சுப்பீரின் வீட்டுக்கும், கப்பல் கொம்மாந்தமான முசே தெருஷேசின் வீட்டுக்கும் போயிருக்கிறார் என்று கேட்கப்பட்டது. எப்போதும் ராசாப் பண்டிகை என்றால் ஆறு மணிக்கு வரிசை வைத்து, மூன்று முறை துப்பாக்கிச் சுடுவார்கள். இருபத்தொரு வேட்டும், பீரங்கியும், மூன்று தரம் போடுவார்கள். அப்பால் பூசைகேட்டு விட்டு வந்த அப்பால் இப்படி மூன்று தரம் போடுவார்கள். அப்பால் மெத்தைக்கு வந்து ரொட்டி தின்று கொண்டிருக்கும் சமயம் மூன்று தரம் போடுவார்கள். சாப்பிட்ட அப்பால், சாராயம் குடிக்கிறபோது மூன்று தரம் போடுவார்கள். அப்பால், சாயங்காலம் மூன்று தரம் போடுவார்கள். அப்படியாக நடக்கும். ஆறு மணிக்கு ஒன்றும் போடவில்லை.

எட்டு மணிக்கு முசியே லெறி மெத்தைக்கு வந்தார். அவரைப் போய்ச் சந்தித்து, பூச்செண்டு கொடுத்து, ஆசாரம் பண்ணினோம். அவரும் இத்தனை நாளைக்கு அப்பால், இன்றைய நாளில் தொப்பியைக் கழற்றிக்கொண்டு, சிரித்த முகத்துடன் மிகவும் வணங்கி வணங்கி, ஆசாரம் பண்ணினார்.

அப்பால், சின்ன துரை உள்ளிட்டோர், முசியே சுப்பீரும், முசியே தெருஷேவின் வீட்டுக்குப் போயிருந்து, அப்பால் வந்தார்கள். *(தெருஷே தன் கப்பல்களுடன் ஐரோப்பாவுக்குத் திரும்பிச் செல்ல முடிவு செய்திருந்ததால். அவரைப் போக வேண்டாம் என்று கேட்டுக் கொள்வதற்காக அவர் வீட்டுக்குச் சென்றார்கள்.)*

சின்ன துரைக்கும் இதே நாளில் பேர் பண்டிகை என்பதால், அவருக்கும் பூச்செண்டு கொடுத்து, ஆசாரம் பண்ணினோம். அவரும் சந்தோஷத்துடன் வாங்கிக்கொண்டு, ஆசாரம் பண்ணினார். அதன் அப்பால் ஒன்பது மணிக்கு முசே சுப்பீரும், முசியே தெருஷேவும் கோட்டைக்கு வந்து, எல்லாரும் கோயிலுக்குப்போய் பூசை கேட்டார்கள். பூசை முடிந்த அப்பால் வரிசை வைத்து, ஒரு முறை சுட்டு, இருபத்தொரு பீரங்கியும் போட்டார்கள். அப்பால் எல்லாரும் மெத்தைமேலே வந்தார்கள். அப்போது நாமும் மெத்தைக்குப் போய் முசியே சுப்பீருக்கும் பூச்செண்டு கொடுத்து, ஆசாரம் பண்ணினோம்.

உடனே அவர் சந்தோஷத்துடன் வாங்கிக்கொண்டு, மிகவும் ஆசாரம் செய்து, உபசாரமாய்ச் சொன்னார். அப்பால் இன்றைக்குத் தம்பிக்கு திதி என்பதால் வீட்டுக்கு வந்தோம்.

1758 ஆ ஆகொஸ்து மீ 26 வ;
வெகுதானிய ஆ ஆவணி மீ 14 வ; சனிவாரம்

இத்தனாள் கேள்வியான சேதி; முசியே லாலி இன்றைக்கு வருகிறார் என்றும், அவரை எதிர்கொண்டு அழைத்து வர, ஆறு குதிரைகள் பூட்டிய வண்டியை அனுப்பினார்கள் என்றும் கேட்கப்பட்டது.

1758 ஆ ஆகொஸ்து மீ 28 வ;
வெகுதானிய ஆ ஆவணி மீ 16 வ; சோமவாரம்

இத்தனாள் காலத்தாலே ஆறு மணிக்குக் கேள்வியான சேதி; நேத்து ராத்திரி மூன்று மணிக்கு, ஆறு குதிரைகள் பூட்டிய வண்டியில் ஏறிக் கொண்டு கோட்டைக்கு வந்த முசியே லாலி, கோவர்ணமாவின் காம்பிராவிலே நித்திரை போய் இருக்கிறார் என்றும், முசே லெறி உள்ளிட்டோர் அவர் எழுந்த உடனே சந்திப்பதற்காகக் காத்திருக்கிறார்கள் என்றும் கேட்கப்பட்டது.

நாமும் பார்க்க வேண்டும் என்று எண்ணி, உடனே புறப்பட்டுக் கோட்டைக்குப்போய் கோவர்ணமாவிலே கிட்டே போனோம். அப்போது அங்கிருக்கிற வெள்ளைக்காரர்கள் வந்து, “முசியே லாலி நித்திரை போகிறார். முசியே லெறி தமிழர் யாரையும் மெத்தைக்கு வரவிட வேண்டாம் என்று சொன்னார். ஆனால், உமக்கு அந்தத் தடையில்லை, நீர் போகலாம்” என்று சொன்னார்கள். அப்போது நாம், “முசியே லாலி நித்திரைபோய்க் கொண்டிருக்க, முசே லெறி இப்படிச் சொல்லியிருக்க, கோன்சேலியர்கள் கூட சந்திக்கக் காத்திருக்க இப்போது நாம் அங்கே போய் என்ன செய்வது?” என்று சொல்லிவிட்டு புடைவைப் பார்க்கும் சாலைக்கு வந்துவிட்டோம். பதினொரு மணி மட்டுக்கும் முசே லாலி எழுந்திருக்கவும் இல்லை. யாரும் சந்திக்கவும் இல்லை. அப்பால், முசியே திலார்சும், மற்றவர்களும் ஒவ்வொருவராக அவரவர் வீட்டுக்குப் போய்விட்டார்கள். இனிமேல் நாம் இங்கிருந்தென்ன என்று புறப்பட்டு வீட்டுக்கு வந்தேன்.

முசே கோந்து தெ மோமொரன்சி தன்னுடைய துபாசியுடன் ராத்திரி பத்து மணிக்கு நம்முடைய வீட்டுக்கு வந்து பேச இருப்பதாகச் சொல்லி அனுப்பினார்.

அவருடைய துபாசி வந்து இந்தச் சேதியைச் சொன்னார். “நல்லது! அப்படியே ஆகட்டும்!” என்று சொல்லி அனுப்பினோம்.

அவ்வாறே ராத்திரி பத்து மணிக்கு முசே கோந்து தெ மோமொரன்சி வீட்டுக்கு வந்தார். "உம்முடைய சேதியை, நீர் முசே லாலியிடம் தருவதற்காக வைத்திருக்கிற பிராதையும், கணக்கு விவரத்தையும் எல்லாம் முசே லாலியிடம் சொல்லியிருக்கிறோம். அவரும் இவ்விடத்துக்கு வந்தவுடன் உம்முடைய பிராது, கணக்கு வயணம் எல்லாவற்றையும் பார்த்து, முடித்துத் தருகிறோம்" என்று சொல்லி இருக்கிறார். நாளையும் நன்றையும் எதுவும் செய்ய முடியாதபடிக்கு, வேலையாக இருக்கிறது. இந்த இரண்டு நாளும் போனவுடன் உம்மை அழைத்துப்போய் யாருக்கும் தெரியாதபடி அவரிடம் பேச வைக்கிறேன். உம்முடைய பேச்சு வெளியில் வரக் கூடாது. நீர், முசே லெறி, கோன்சேலியர்கள், கொம்மாந்தாம்கள் என்று யார் யாருக்குக் கொடுத்திருக்கிறீரோ, அவற்றையெல்லாம் விளக்கமாகச் சொல்லிவிடும்" என்று அவர் சொன்னார்.

அதற்கு நான், "நமக்கு வரவேண்டியதற்கு எல்லாம் கணக்கு எழுதிக் கொடுத்திருக்கிறோம். நாம் கோவர்ணமாவின் காம்பிராவிலே வந்து பேசினால், முசே லெறி அங்கிருப்பாரே, அவருக்குத் தெரியாமல் இருக்குமா?" என்று கேட்டோம்.

அதற்கு அவர், "அவருக்குத் தெரியாமல் பேச வைக்கிறேன்" என்று சொல்லிவிட்டுப் போனார். இது சேதி.

1758 ஹூ ஆகொஸ்து மீ 29 உ;
வெகுதானிய ஹூ ஆவணி மீ 17 உ; செவ்வாய்

இத்தனாள் உதயத்தில் சரீரம் லகுவில்லாமல் இருந்ததால் வீட்டிலேயே இருந்தோம். சாயங்காலம் முசியே புலோ *(M. Boyelleau)* சந்தித்துப் பேச வேண்டும் என்று சொல்லி அனுப்பினார். உடனே புறப்பட்டுப்போய் அவரைச் சந்தித்தோம். "நேத்து உன்னிடம் வந்து முசே கோந்து தே மோமொரன்சி சொன்னபடி அவர் நான்கு மணிக்கு என்னுடைய வீட்டுக்கு வந்து உம்முடைய சேதியையும், பிராதையும் பற்றி முசே லாலியுடன் பேசியிருப்பதாகச் சொன்னார். முசே லாலியும் நானும் நாளை ராத்திரி எட்டு மணிக்கு உம்முடைய வீட்டுக்கு வருகிறோம். நீரும் ரங்கப்பிள்ளை அவர்களை அழைத்து வைத்திருக்கவும்" என்று சொல்லிவிட்டுப் போனார். ஆகையால், "நீர் நாளை ராத்திரி எட்டு மணிக்கு என் வீட்டுக்கு வரவும்" என்று சொல்லி அனுப்பி வைத்தார். நல்லதென்று சொல்லிவிட்டு வீட்டுக்கு வந்தோம்.

1758 ஹு ஆகொஸ்து மீ 30 வ;
வெகுதானிய ஹு ஆவணி மீ 18 வ; புதவாரம்

இத்தனாள் முசியே புலோவின் வீட்டில் நானும், முசே லாலியும் முசே மோமொரன்சியும், முசியே புலோவும் பேசிய சேதி; இத்தனாள் காலத்தாலே ராமாசிப் பண்டிதனை வரவழைத்துக் கணக்குகளை எல்லாம் முஸ்தீது பண்ணிவைக்கச் சொல்லிவிட்டுக் கோட்டைக்குப்போய்ப் பத்து மணிக்கு வீட்டுக்கு வந்தோம். நாம் சொன்னபடி ராமாசிப் பண்டிதன் வெள்ளைக்காரனான முசே கலி *(M.Clegg)* மூலமாக கணக்கு எழுத வைத்து, ஆயுத்தமாக இருந்தான். நாம் மாலை ஆறரை மணிக்குத்தான் முசியே புலோவின் வீட்டுக்குப் போனோம். அப்போது முசியே புலோ தம் வீட்டுப் பெண்டுகளை எல்லாம் முசியே பருத்தீரின் *(M.Bourdier)* வீட்டுக்குப் போகச் சொல்லிவிட்டு, தாம் ஒண்டியாய் இருந்தார். நாம் போனவுடன் நம்மை மெத்தைக்குப்போகச் சொல்லிவிட்டு, அவர் வெளியே வந்து, மற்றவர்களோடு உலாவிக் கொண்டிருந்தார். நாம் மெத்தைக்குச் சென்றபோது இருட்டில் நான்கு நாற்காலிகள் அருகருகே போடப்பட்டிருந்தன. நாம் அங்கே போய் காத்திருந்தோம்.

அப்படியிருக்கையில் ஏழரை மணிக்கு முசியே புலோவும், முசியே லாலியும், முசியே கோந்து தெ மோமொரன்சியும் அந்த இருட்டிலேயே வேஷம் மாறாடி வந்தார்கள். அப்போது முசே லாலி கறுப்புச் சட்டை போட்டுக்கொண்டு, கையிலே தடி பிடிச்சுக்கொண்டு வந்திருந்தார். நமக்கு அடையாளம் தெரியாமல் போனது. அப்போது அந்தக் கறுப்புச் சட்டையில், மார்பிலே வலக்கை ஓரமாக முத்திரை மின்னியது. அதனாலும் அவருடைய பேச்சினாலும் அவர்தான் முசே லாலி என்றறிந்து, ஆசாரம் பண்ணினோம். அவரும் ஆசாரம் பண்ணினார். அப்பால் எட்ட நின்றோம். அப்போது முசியே புலோ அருகில் அழைத்தார்.

கிட்ட வந்தவுடன் முசே லாலி, "முசியே ரங்கப்பிள்ளை, இரும் *(உட்காரும்)*" என்று சொன்னார். நாமும் அந்த நாற்காலியில் அமர்ந்ததும், உடனே முசே லாலி, "முசியே துயூப்ளேக்சு எல்லாவற்றையும் இழந்து விட்டார். அவரிடம் ஒன்றுமில்லை. சீமைக்கு வந்து 50,000 ரூபாய் கடன் வாங்கினார். பிரதிஷ்டைக்கு *(வீண் ஆடம்பரத்துக்கு)* எல்லா வற்றையும் செலவு பண்ணிவிட்டார். அவருடைய மனுஷனான பாப்பய்யப் பிள்ளையை முசியே கொதே அநியாயமாகக் காவலில் வைத்தார். அவர், அவனுக்கு விடுதலைப் பத்திரம் கொடுத்திருந்தும்

இப்படிச் செய்தது நியாயமில்லை. முசியே ரங்கப்பன் பதினெட்டு லக்ஷம் ரூபாய் தரவேண்டும் என்று எழுதிக்கொண்டு, முசே லெறி சொல்லிக் கொண்டிருக்கிறார்" என்று சொன்னார்.

அதற்கு முசியே புலோ, "முசியே துய்ப்ளேக்சு வெகு பணம் சம்பாதித்துக்கொண்டு போனார். பாப்பய்யப் பிள்ளை இந்த ஊருக்குள் மெத்த அநியாயங்கள் எல்லாம் செய்தான்.

முசியே ரங்கப்பனுக்கு முசியே லெறியும் வெகு பணம் தர வேண்டும். அதுபற்றி உமக்குக் காகிதம் எழுதியிருக்கிறான். கணக்குக் கொண்டுவந்திருக்கிறான். அதை நீர் பாரும். அப்போது உமக்குத் தெரிய வரும்" என்று சொன்னார். அதற்கு முசே லாலி, "பார்க்க வேண்டியதென்ன? இவருடைய காரியங்களை எல்லாம் முடித்துக் கொடுக்கிறோம். இப்போதும் முசே லெறி முதலான பேருக்கு இவர் எவ்வளவு கொடுத்திருக்கிறாரோ, அதற்கான கணக்கைக் கொடுத்தால், இவருடைய காரியங்களை எல்லாம் நல்லபடியாகச் செய்து தருகிறோம்" என்று சொல்லி எழுந்தார்.

நம்மை மாத்திரம் அப்பாலே அழைத்துப்போய், "கணக்கை எழுதி லிஸ்துரு *(பட்டியல்)* கொடும். அவர்கள் எல்லாரையும் நாயடிப் பதுபோல் அடித்து, உம்மைக் கண்டால் நடுங்குமாறு செய்கிறோம். கணக்கை மாத்திரம் கொடும்" என்று சொல்லி முதுகைத் தட்டிக் கொடுத்து, மீண்டும் முன்பிருந்த இடத்துக்கு வந்தார். அப்போது முசியே புலோ காகிதங்களைக் கிட்ட கொண்டுவந்து, "பார்க்க வேண்டும்" என்று சொன்னார். "பார்ப்பதென்ன? நான் சொன்னபடி கணக்கை மாத்திரம் கொடுத்தால் இவர் காரியங்களை எல்லாம் அனுகூலம் பண்ணிப்போடுறோம்" என்று அப்போது ஒருதரம் முதுகைத் தட்டிக் கொடுத்தார்.

"குத்தகை வருமானம் எவ்வளவு?" என்று கேட்டார். "இப்போது பத்தொன்பது லக்ஷம் நடக்கிறது. திருவண்ணாமலை மூன்று லட்சத்து முப்பதாயிரம், தேவனாம்பட்டணம் பதிமூவாயிரம்" என்று சொன்னோம். "தீவுக் கோட்டைக்கு எவ்வளவு?" என்று கேட்டார். "அது எனக்குத் தெரியாது!" என்று சொன்னேன்.

அப்பால் "லிஸ்துரு கொடும்" என்று முதுகைத் தட்டிக் கொடுத்து விட்டு, அந்த இருட்டிலேயே போனார். நாமும் முசியே புலோவிடம் அனுப்புவித்துக்கொண்டு வீட்டுக்கு வந்தோம்.

1758 ஆ ஆகொஸ்து மீ 31 வ;
வெகுதானிய ஆ ஆவணி மீ 19 வ; குருவாரம்

இத்தனாள் காலத்தாலே சின்ன துரையின் வீட்டுக்குப்போய், அவரைச் சந்தித்து, ஐரோப்பாவுக்கு அனுப்ப வேண்டிய காகிதங்களை எழுதிய சேதியைப் பேசிக் கொண்டிருந்தோம். அப்போது அவர் ஒருவிதமாய் இருக்கவே, என்னவென்று கேட்டேன். அவர், “இனி என்ன? கும்பினி முழுகிப் போய்விட்டது. நாங்களும் முழுகிப் போனோம்” என்று சொன்னார். “எதற்காக இப்படிச் சொல்கிறீர்?” என்று நாம் விஸ்தரிச்சுக் கேட்பது நல்லதல்ல என்று உடனே அனுப்புவிச்சுக்கொண்டு, பத்து மணிக்கு வீட்டுக்கு வந்தோம்.

அப்பால் கேள்வியான சேதி; பெரிய கோன்சேல் *(முழு கவுன்சில்)* கூடி பன்னிரண்டு மணி மட்டுக்கும் பேசிக் கொண்டிருந்தார்கள் என்று கேட்கப்பட்டது. இதல்லாமல் ராமச்சந்திர ராயன், பாபு ராயன் வகையிறா தமிழர்கள் பேரில் ஒரு கிரயத்தை குறித்து எழுதிக்கொண்டு, அவரவரை அழைத்துப் பணம் கொடுக்கச்சொல்லிக் கேட்பதாகவும் கேட்கப்பட்டது.

அதல்லாமல், வடக்கே இருந்து முசே புசியும், முசே மொற்சேனும் சென்னப்பட்டணத்தின் பேரிலே படையெடுத்து வருவதாகவும், கருங் குழி, செங்கல்பட்டு வகையிறா இடங்களில் இருந்த இங்கிரேசுக் குதிரைப் படை, ராணுவம் எல்லாம் சென்னப்பட்டணத்துக்குப் போவ தாகவும் கேட்கப்பட்டது *(தஞ்சாவூர், திருச்சியில் போர் முனையில் இருந்த லாலுக்கு விஸ்தாரமாய் புதுச்சேரி பகுதியில் இருந்து பிரெஞ் சுப் படை போகக்கூடாது என்பதற்காக, ஆங்கிலேயப் படையை கருங்குழியிலும் செங்கல்பட்டிலும் நிறுத்தி வைத்திருந்தார்கள். லாலி புதுச்சேரி திரும்பியதால் ஆங்கிலேயப் படை திரும்பப் பெறப்பட்டது.)*

இத்தனாள் சாயங்காலம் மாயேவிலிருந்து சோமாக்காரர்கள் *(சேதிக் காரர்கள்)* துரைக்கு ஒரு காகிதம் கொண்டு வந்தனர். அவர்கள் மாகேவுக்கு ஒரு கப்பல் வந்ததென்றும், இன்னும் பதினொரு கப்பல்கள் வருகின்றன என்றும் கப்பல்காரன் சொன்னதாகவும் சொன்னார்கள். துரையின் காகிதத்தைப் பார்த்து, அதைத் தெரிந்துகொண்டார் என்று கேட்கப்பட்டது. இது சேதி.

1758 செப்டம்பர்

1758 ஹு செத்தம்பர் மீ 1 வ;
வெகுதானிய ஹு ஆவணி மீ 20 வ; சுக்கிரவாரம்

இத்தனாள் காலத்தாலே புறப்பட்டு சின்ன துரையின் வீட்டுக்குப் போனேன். அவர் வெளியே போயிருந்ததால், அங்கேயிருந்து முசியே புலோவின் வீட்டுக்குப் போனேன். அவரைப் பார்த்ததும், அவர், “முசே கோந்து தெ மோமொரன்சியைச் சந்தித்துப் பேசினீரா?” என்று கேட்டார். அதற்கு, “நாம் சந்திக்கவில்லை. முசே லாலி வந்து பேசியது பற்றி உங்கள் கருத்தென்ன?” என்று கேட்டேன். “எனக்கு ஒன்றும் தோன்றவில்லை” என்ற சொன்னார். “ஆனால், சீமைக்குக் கப்பல் போகிறதே காகிதம் எழுதி, அதில் அனுப்ப வேண்டுமே” என்று சொன்னதற்கு, “அது எனக்கு ஒன்றும் தெரியாது” என்று சொன்னார்.

எனவே, முசே லாலி நம்மை எட்ட அழைத்துப்போய் சிறிது பேசினாரே, அதில் இவருக்குக் கோமாச்சுது என்று எண்ணிக்கொண்டு, அத்துடன் அனுப்புவித்துக்கொண்டு வீட்டுக்கு வந்தேன்.

அப்பால் கேள்வியான சேதி; நேத்து மத்தியானம் முசே லாலி மூலம் கோன்சேல் குத்தகைப் பொறுப்பு நம்முடையதாக முடிவானது என்று முசே கோந்து தெ மோமொரன்சியின் துபாசி சொன்னதாகக் கோபால கிருஷ்ணய்யன் வந்து சொன்னான்.

1758 ஹு செத்தம்பர் மீ 2 வ;
வெகுதானிய ஹு ஆவணி மீ 21 வ; சுக்கிரவாரம்

இத்தனாள் காலத்தாலே புறப்பட்டு, சின்ன துரையின் வீட்டுக்குப்போய் அவரைச் சந்தித்தேன். அவர் ஐரோப்பாவுக்கு அனுப்பு வதற்காகத் தன்னுடைய கணக்கன் மூலமாக எழுதுவித்த காகிதங்களை நம் கையில் கொடுத்தார். அப்பால், என்ன சேதிகள் உண்டென்று கேட்டேன்.

அதற்கு, “நேத்து மத்தியானம் முசே லாலி காட்டிய கோபத்தைச் சொல்லி முடியாது. அந்த அளவுக்குக் கோபம் காட்டினார். அப்பால், முசே லெறி எதற்கும் கையெழுத்துப் போடத் தேவையில்லை என்றும், ஒரு காரியத்தையும் கவனிக்கத் தேவையில்லை என்றும், ஒப்பம் போடுவது, எல்லாவற்றுக்கும் ஒடுதி கொடுப்பது, காரியங்களைக்

கவனிப்பது எல்லாம் தம் பொறுப்பு என்றும் முடிவு பண்ணினார். இனி! முசே லெறியும் நம்மைப் போல்தான்" என்று சொன்னார்.

அத்துடன் அவரிடம் அனுப்புவிச்சுக்கொண்டு, வீட்டுக்கு வந்தேன். முசே கோந்து தெ மோமொரன்சி கப்பல் ஏறிப் பயணம் போவதால், அவர் கேட்டிருந்தபடி ஒரு கேடயமும், சேமுதாரும் *(கத்தியும்)* கோபால கிருஷ்ணய்யன் கையில் கொடுத்து, அவரிடம் அனுப்பி வைத்தோம்.

சாயங்காலம் காகிதங்களில் முத்திரைப்போட்டு, முசே லாலிக்கு எழுதித் தந்தபடி ஒரு காகிதமும், கணக்கும் கொடுத்து கப்பல் மேல் ஏறியிருந்த முசே கோந்து தெ மோமொரன்சியிடம் சேர்த்துவிட்டோம்.

1758 ஷு செத்தம்பர் மீ 3 வ;
வெகுதானிய ஷு ஆவணி மீ 22 வ; ஆதிவாரம்

இத்தனாள் காலத்தாலே ஐரோப்பியக் கப்பல்கள் பத்தும் பாய் எடுத்துப் பயணம் போயின. அதில் முசே கோந்து தெ மோமொரன்சி ஏறிப் போனார் என்று சேதி வந்தது. முசே குளுவேத்தும் கப்பலில் ஏறி மசுக்கரைக்குப் பயணம் போனார் என்று சேதி வந்தது. அப்பால், நாம் கோட்டைக்குப் புறப்பட்டுப்போய், அங்கு செனரால் முசே லாலியைக் கண்டு, ஆசாரம் பண்ணினோம். அவரும் ஆசாரம் செய்துவிட்டுக் கோயிலுக்குப் போனார்.

இத்தனை நாளும் எல்லாருக்கும் முன்னே போகிற முசே லெறி, இத்தனாள் எல்லாருக்கும் பின்னால் வாடிய முகத்துடன் போனார். நேத்து முதற்கொண்டு எல்லா ஒடுதிகளையும், அவற்றில் கையெழுத்து களையும் முசே லாலி தான் போடுகிறார். ரசா சாயபு அவர்கள் நேத்து தண்டுக்குப் போனார். முசே சுப்பீர் இன்றும் தண்டுக்குப் போகவில்லை. நாளைக்குப் போக இருக்கிறார் என்று சொன்னார்கள். நாம் பத்து மணிக்கு வீட்டுக்கு வந்தோம்.

சாயங்காலம் கேள்வியான சேதி; டங்கா சாலையில் பொம்பாய், பசரா, கோவா, சூரத்து ஆகிய இடங்களிலிருந்து ஒலாந்தா கப்பலில் கொண்டுவரப்பட்ட பணத்தை எடை போட்டனர். தூய வெள்ளி நாணயங்களை 2,33,000 சில்லரை ரூபாய் எடைக்கு நிறுத்தனர். ஒன்பதே முக்கால் மாற்று மொகரா 23,900 சில்லரை வராகன்கள் என்று நிறுத்தனர். மற்றபடி வெள்ளைக்காரர் வகையிறாக்கள் சகலமான பேரையும் அவரவரை வரவழைத்து, செலவுகளுக்குப் பணம் கேட்டு வாங்குவதாக

இருக்கிறார்கள். முசியே புசி மூன்று லக்ஷம் ரூபாய்க்கு உண்டிகை அனுப்பினார். அவரும் சென்னபட்டணத்தின் பேரிலே சண்டைக்கு வருகிறார்.

கசுவ ராசா நேசனூரைக் கொடுத்து, வெகுமானம் அனுப்பினாரே, அதற்குப் பதிலாக, அவருக்கும் அண்ணாசாமி அய்யங்காருக்கும் வெகுமானம் கொடுத்தோம். அவருடைய மனுஷனான கோபாலய்யங்காருக்கு நேசனூரில் பன்னிரண்டு வராகன் வரும்படியுள்ள சாசனம் கொடுத்து, சகலாத்தும் கொடுத்து, நம்முடைய கந்தப் பிள்ளைக்கும், கூட வந்தவர்களுக்கும் வெகுமானம் தந்து பயணம் அனுப்பினோம். இது சேதி.

1758 ஷு செத்தம்பர் மீ 4 வ;
வெகுதானிய ஷு ஆவணி மீ 23 வ; சோமவாரம்

இத்தனாள் காலத்தாலே கோட்டைக்குப் போனோம். யாரும் மெத்தைக்குப் போகவில்லை. முசே லாலி ஒரு காம்பிராவிலும், முசியே லெறி ஒரு காம்பிராவிலும் இருக்கிறார்கள் என்று சொன்னார்கள். அப்பால், நாம் பத்து மணி மட்டுக்கும் புடைவைப் பார்க்கும் சாலையில் இருந்துவிட்டு வீட்டுக்கு வந்தோம்.

சாயங்காலம் வண்டியில் ஏறி சாரிப்போய், ஏழு மணிக்கு வீட்டுக்கு வந்தோம். இதில் கேள்வியான சேதி; சந்தா சாயபுவின் மகனும், அல்லி நக்கீயும், முசே சொபினேவின் பவுன்சும் மேற்கே திருவண்ணாமலை, சேத்துப்பட்டுப் பக்கமாகப்போய், முசே சுப்பீர் தண்டு இருக்கிற இடத்திற்கு வருகிறார்கள். முசே சுப்பீர் இத்தனாள் சாயங்காலம் நான்கு மணிக்குப் புறப்பட்டு நம்முடைய அக்கிரகாரம் வழியாக வடக்கே போவதாகவும் கேட்கப்பட்டது.

1758 ஷு செத்தம்பர் மீ 5 வ;
வெகுதானிய ஷு ஆவணி மீ 24 வ; செவ்வாய்

இத்தனாள் காலத்தாலே புறப்பட்டுக் கோட்டைக்குப்போய் புடைவைப் பார்க்கும் சாலையில் பதினொரு மணி மட்டுக்கும் இருந்தோம். அதுமட்டுக்கும் செனரால் முசியே லாலி அவருடைய காம்பிராவிலே இருந்தார். வெளியே வரவில்லை.

இப்படியிருக்கையில் கேள்வியான சேதி; முசியே புசியும், முசே மோர்சேனும் நெல்லூருக்கு வந்தனர்.

இந்தச் சேதியைக் கேட்ட முசே லாலி, முசே சுப்பீரின் படையையும், முசே சொபினேவின் படையையும், ரசா சாயபு ஆகியோரின் படைகளையும் சென்னப்பட்டணத்தின் பேரிலே போகச் சொல்லி ஒடுதி கொடுப்பதற்காக, முசே சுப்பீரையும், ரசா சாயபுவையும் வந்து சந்தித்து பேசிப் போகச்சொல்லிக் காகிதம் அனுப்பினார். சூரத்து வழியாக ஐரோப்பியக் காகிதங்கள் வந்தன. அவற்றில் இங்கிரேசுக்காரரின் கப்பலுக்கும், இவர்களுடைய கப்பலுக்கும் சண்டை நேரிட்டு, அதில் இங்கிரேசுக்காரரின் அஞ்சு கப்பல்கள் முழுகிப் போயின. மீதி ஒன்பது கப்பல்களையும் இவர்கள் பிடித்துக்கொண்டார்கள். பதினொரு பிரெஞ்சுக் கப்பல்கள் இவ்விடத்துக்கு வருகின்றன. ஒல்லாந்து *(ஹாலந்து)* கப்பலை இவ்விடத்துத் துறையில் பிடித்து வைத்து வெள்ளியும், பொன்னும் வாங்கிக்கொண்டதோடு, அதிலிருந்த செம்பு, செம்மரம், தேக்கு மரச்சட்டங்கள், பலகைகள் எல்லாவற்றையும் எடுத்துக் கொண்டதாகவும் எழுதி வந்ததாக வெள்ளைக்காரர்கள் சொன்னார்கள்.

அப்பால், நாம் வீட்டுக்கு வந்து, சாயங்காலம் சாரிப் போனோம். கோட்டை வெளியில், புளியந்தோப்பில் பல்லக்கு இறக்கப்பட்டது. நான் அதில் உட்கார்ந்திருந்தேன். அப்போது ஒரு சொலுதாது ரொம்ப சாராயத்தைக் குடித்துவிட்டு, கத்தியைக் கையில் உருவிக்கொண்டு என்னருகில் வந்தான். அப்போது கோபால கிருஷ்ணய்யன் உள்ளிட்டோர் காபிராப்பட்டு, எட்டப் போனார்கள். நாம் பல்லக்கிலேயே இருந்துகொண்டு, அவனைச் சிலம்பம் பழகச் சொன்னோம் *(பிரெஞ்சுக்காரன் சிலம்பம் பழகியிருந்தான் என்பது ஆச்சரியமானதே. ஆங்கிலப் பதிப்பில் கத்திச் சண்டை எனத் தவறாகச் சொல்லப்பட்டுள்ளது)*.

அவன் அத்தனை மயக்கத்திலும் சிலம்பம் பண்ணுகிறதும் இந்தப்படி இரண்டு நாழிகை நேரம் *(48 நிமிடங்கள்)* வேடிக்கைப் பண்ணினான். அப்பால், நாம் புறப்பட்டு வந்தபோது, நமது பல்லக்கு முன்பாகப் போய்க் கொண்டிருந்தான். கெவுனி வாசல் சமீபத்திலே வந்தபோது, அங்கே இருந்த சிப்பாய் அவனைப் பிடித்துக் கத்தியைப் பிடுங்கிக்கொண்டு, அடித்துக் காவலில் வைத்தார்கள்.

நான் வீட்டுக்கு வந்த அப்பால் கேள்வியான சேதி; சாயங்காலம் டச்சுக்காரர்களின் சுலுப்பு ஒன்று வந்தது, அதில் நான்கைந்து வெள்ளைக்காரர்கள் வந்தனர் என்று கேட்கப்பட்டது. அவர்களுடைய கப்பலைப் பிடித்துக்கொண்ட காரணத்திற்காக, என்னவென்று கேட்டறிய நாகப்பட்டணத்திலிருந்து அனுப்பி வைத்திருப்பதாக யோசனை

பண்ணிக்கொண்டோம். நாகப்பட்டணத்துக் கப்பலில் வந்த ரூபாயில் இருந்த நாசர் சங்குவின் ரூபாயைக் கொண்டுவரச் சொல்லிப் பார்த்தோம். அதில், சுவாமி என்னுடைய சீமையை நீதியோடு வைக்க வேண்டும் என்று பெர்சிய வார்த்தையில் முத்திரைப் போடப்பட்டிருந்தது.

அந்த முத்திரைக்கு சாபு-மச் *(ஆங்கிலப் பதிப்பில் இதுபோன்ற ஒரு நாணயம் இல்லையென்றும், ரங்கப்பிள்ளை தவறாகப் புரிந்துகொண்டார் என்றும் எழுதப்பட்டுள்ளது. ஆனால், நாசர் சங்குவுக்கு முந்தைய நிசாம்கள் தனியாக நாணயம் அடிப்பதில்லை. அப்படியே அடித்தாலும் தாங்கள் டெல்லி பாதுசாவுக்குக் கட்டுப்பட்டவர்கள் என்ற வகையில் நாணயம் அச்சடிப்பார்கள். நாசர் சங்கு தான் டெல்லி நவாபிற்குக் கட்டுப்பட்டவன் இல்லை என்பதை இந்த நாணயம் வெளிப்படுத்துகிறது.)* என்று பேர். அந்த ரூபாயில் சாபு *(சாப் மஷ்)* என்று எழுதியிருந்தது. நம்முடைய புதுச்சேரி ரூபாயில் ஆற்காடு என்று எழுதி இருப்பதைப்போல் இருந்தது. அந்த இரண்டு ரூபாய்களையும் வாங்கிப் பெட்டியில் வைக்கச் சொன்னோம்.

1758 ஷு செத்தம்பர் மீ 6 வ;
வெகுதானிய ஷு ஆவணி மீ 25 வ; புதவாரம்

இத்தனாள் சாயங்காலம் கேள்வியான சேதி; இத்தனாள் மத்தியானம் கோன்சேல் கூடியது. ரங்கோ பண்டிதனுக்கு ஐந்நூறு குதிரைகளும், ஆயிரம் பாறும் வைப்பதற்கு ஒடுதி கொடுத்து அதன் செலவுக்காகத் திருவீதி பஞ்சமாலும், சிவாபட்டணமும் ஆகிய சீமைகளை எழுதிக் கொடுத்தனர். முசியே தெவோ தமக்குக் குத்தகைப் பொறுப்பும் வேண்டாம் என்று எழுதிக் கையெழுத்துப்போட்டுக் கொடுத்தார். அந்தப் பொறுப்பை முசே லசேலைக் கவனிக்கச் சொன்னார்கள். சந்தா சாயபுவின் மகனான ரசா சாயபும், அல்லி நக்கீயும் முசே லாலி வரச்சொன்னபடி இத்தனாள் வீடு வந்து சேர்ந்தார்கள். ரங்கோ பண்டிதனுக்குக் கோன்சேல் ஒடுதி கொடுத்தது பற்றி சின்ன துரை சொன்ன சேதி; ஞ்ஞ்ஞ்

1758 ஷு செத்தம்பர் மீ 7 வ;
வெகுதானிய ஷு ஆவணி மீ 26 வ; குருவாரம்

இத்தனாள் காலத்தாலே சின்ன துரையின் வீட்டுக்குப்போய், அவரைச் சந்தித்தபோது, அவர் சொன்ன சேதி; நேத்து மத்தியானம் கோன்சேல் கூடி ரங்கோ பண்டிதனுக்குத் திருவிதி பஞ்சமாலும்,

சிவாபட்டணமும் வரியிலி நிலங்களாகத் தரப்பட்டதாக எழுதியபோது குத்தகைப் பற்றிய பேச்சில், உம்முடைய கணக்குப் பற்றி பிரஸ்தாபமாய் வந்தது. அப்போது முசே லாலி, "முசே லெறியோ, முசே ரங்கப்பிள்ளை நமக்குப் பதினெட்டு லக்ஷம் தரவேண்டும் என்கிறார். அவரோ, தமக்குக் கும்பினியிலிருந்து வெகு பணம் வரவேண்டி உள்ளது என்று சொல்கிறார். அவருடைய கணக்குத் தீராமல் இருப்பதேன்?" என்று கேட்டார்.

அதற்கு நான், "மெய்தான். அவருடைய குத்தகை வருமானத்தை நம்பி, நான் அவருக்கு இருபதாயிரம் கடன் கொடுத்திருக்கிறேன். வட்டி என்று எதுவும் இதுவரை வரவில்லை. கணக்கும் முடியவில்லை" என்று சொன்னேன். "அவன் ஏன் கணக்குப் பார்க்கவில்லை?" என்று கேட்டார். "முசே லெனுவாரிடம் கொடுத்திருக்கிறது. அவர் இன்னும் முடிக்கவில்லை" என்று சொன்னேன். "அப்படி இருப்பதேன்? இப்போதே அந்தக் கணக்கைப் பார்த்து, முசே லசேலும், முசே துப்ளானும் இரண்டு பேரும் தீர்த்துப் போடுங்கோள்" என்று சொன்னார். அப்போது, "கணக்குப்படி எனக்குப் பணம் வர வேண்டியிருப்பதால், அந்தக் காரியத்தில் நானும் வந்து பேசுவேன் என்று சொல்லிவிட்டு வந்தேன். ஆகையால், நீ எதற்கும் கவலைப்பட வேண்டாம். அவர்கள் அழைத்துக் கேட்கிறபோது, அப்போது பேச்சு நடத்துவதற்கு, உடனே எனக்குச் சொல்லி அனுப்பு. நான் வந்து பேசுகிறேன்" என்று சின்ன துரை சொன்னார்.

அப்போது முசே லசேல் அங்கு வந்தார். சின்ன துரை அவரைப் பார்த்து, "கணக்குச் சேதி என்ன ஆயிற்று?" என்று கேட்டார். "முசே துப்ளானுக்கு, நான்கைந்து நாளைக்குக் காரியம் இருக்கிறது. ஆகையால், நான்கைந்து நாளைக்கு அப்பால், இந்தக் கணக்குகளை எல்லாம் கவனிக்கப் போகிறோம்" என்று சொன்னார். அதற்குச் சின்ன துரை, "நீங்கள் நியாயமானபடி கவனிக்க வேண்டும். அதில் வித்தியாசம் வந்தால், எனக்கே பணம் வரவேண்டியது இருப்பதால், நான் வந்து பேசுவேன்" என்று சொன்னார். அத்துடன் நான் அனுப்புவிச்சுக்கொண்டு வீட்டுக்கு வந்தேன். அப்பால் கேள்வியான சேதி; குத்தகைப் பகுதி அமுல்தார்களை அழைத்த சவரிராயப் பிள்ளை நாம் குத்தகைப் பொறுப்பை விட்டுவிட்டோம் என்று சொல்லி, முசே லசேலை அறிமுகப்படுத்தினார்.

அப்பால், முசே லசேல் அமுல்தார்களைப் பார்த்து, "முசே லாலி அவர்கள் குத்தகைப் பொறுப்பைக் கவனிக்கச் சொல்லி, நமக்கு ஒடுதி

கொடுத்திருக்கிறார்கள். ஆகையால், நீங்கள் இங்கிரேசுக்காரருடன் நடக்கிற சண்டை முடிகின்ற மட்டுக்கும் சீமைகளில் இருந்து ஆடு, மாடு, அரமாசு, பரமாசு *(வரியிலி நிலங்களை உழுபவர்கள், மரியாதைக்குரிய பெரியவர்களுக்குத் தரக்கூடிய காணிக்கை)* அனுப்ப வேண்டும். குத்தகைக் கணக்கையும் வந்த பணத்தையும், நிலுவையையும் பற்றியும் கணக்கைக் கொண்டுவந்து கொடுங்கோள்" என்று சொன்னார். அதற்கு அவர்கள் நல்லதென்று சொன்னார்கள். அப்போது சவரி ராயன், இவர்களின் மனுஷர் வந்து பொறுப்பேற்கும் வரை நாம் எழுதி அனுப்பியபடி அனுப்பிக்கொண்டு வாருங்கோள் என்று சொன்னார். நாளைக்கு எல்லாரும் முசே லசேலுக்கு வெகுமானம் கொடுத்து கண்டுகொள்ளுங்கோள் என்றும் சொன்னார்.

அப்பால், எல்லாரும் வீட்டுக்குப் போனார்கள் என்று கேட்கப்பட்டது. முசே லாலி செனரால் அவர்கள் ஆலம்புரிக்குப் பயணம் போனார். வழியில் நம்முடைய அக்கிரகாரத்து வழியாகச் சென்றபோது, அது நம்முடையது என்று கேள்விப்பட்டு எல்லாருக்கும் சலாம் பண்ணிவிட்டுப் போனார். தோட்டக்காரன் இளநீரை காலாப்பேட்டைக்குக் கொண்டுபோய் கொடுத்தபோது, அதை வாங்கி வண்டிமேல் வைத்துக்கொண்டு, அவனுக்கு இரண்டு பணம் வெகுமானம் கொடுத்து, நமக்குச் சலாம் சொல்லச் சொன்னார். அப்பால், கூனி மேட்டுக்குப்போய் ஒரு மாட்டைச் சுட்டு அங்கே தீனி தின்றுபோட்டு, அப்பால் பயணம் போனார் என்று கேட்கப்பட்டது. நாமும் ராமாஞ் சிப் பண்டிதனிடம் சொல்லிக் கணக்குகளைத் தயார் பண்ணி வைக்கச் சொன்னோம்.

முசே லாலி செனரால் அவர்கள் ரங்கோ பண்டிதனுக்குத் திருவதி, பஞ்சமால் ஆகிய சீமைகளை எழுதிக் கொடுத்த ஒடுதியின்படி வயணம்; பிரெஞ்சு ராசாவின் சேனாதிபதியாகி சேன்லூயி சுபேரிய முத்திரை முத்திரை உடையவராகி, ராசாவினுடைய குமுசேலாய் இந்திய சீமைகளில் ராசாவுடைய காரியத்துக்கெல்லாம் எசமானாய் இருக்கிறவரும் மகாராசஸ்ரீ தும்மாசு அர்தோர் ***(Maha Raja Raja Sri Thomas Arthur Monsuer Lally Sahib Avargal, Kings commandeur, Grand cross of Saint Louis and King's Councillor)*** முசே லாலி பிறப்பித்த பர்வானா.

இந்தச் சீமையில் உள்ள சர்தார்களில் மகா பேரும், கீர்த்தியும், பிரபலமும் பெற்றிருப்பவர் ரங்கோ பண்டிதர் என்ற சேதியை

அறிந்ததால், அவரை ராசாவுக்கு ஊழியத்தில் சேர்த்துக்கொண்டு ஐந்நூறு குதிரை வீரர்களும், ஐந்நூறு பாறுக்காரரையும் கொண்ட பவுன்சை வைத்துக்கொள்ள உத்தரவு கொடுத்தோம். அந்தக் குதிரைப் படையினருக்கும், பாறுக்காரருக்கும் கும்பினியில் கர்நாடகப் பவுன்சுக்கு நடக்கிற ஒப்பந்தத்தின்படி சம்பளம் கொடுக்கப்படும். மற்ற உடன்படிக்கைச் சேதிகளை அவருக்கு எழுதிக் கொடுத்திருக்கிற திருவீதி வகையறா குத்தகைப் பட்டயத்தில் உள்ளதைப்போல் நடப்பிச்சிக் கொள்வது.

இப்படியாக 1758-ஆம் வருசம், செப்தம்பர் மாசம் 6-ஆம் தேதி, புதுச்சேரியில் முசே லாலி கையெழுத்துப் போட்டுக் கொடுத்தபடிக்கு......

1758 ஞூ செத்தம்பர் மீ 8 வ;
வெகுதானிய ஞூ ஆவணி மீ 27 வ; சுக்கிரவாரம்

இத்தனாள் வீட்டிலேயே இருந்தபோது கேள்வியான சேதி; ஐரோப்பியக் கப்பல்கள் பத்தும் ஐரோப்பாவுக்குப் போயின. இங்கிருந்துபோன கப்பல்காரர்கள், சென்னப்பட்டணத்துக்குப் போய் ரேவு பிடிச்சு, அங்கிருந்த சுலுப்பு எல்லாம் சுட்டனர். கோட்டை பேரிலேயும், பட்டணத்தின் பேரிலேயும் அதிகமான குண்டுகளை விபரீதமாகப் போட்டுவிட்டுத் திரும்பவும் ஆலம்புரிக்கு நேராக வந்தார்கள் என்று கேட்கப்பட்டது.

இது பொய்ச்சேதி. இதல்லாமல் காரைக்காலில் இருக்கிற நம்முடைய வேள முத்தப்பிள்ளை, திருமலைராயன் பட்டணத்துக் குத்தகை முத்தையன், வந்தவாசி திருவேங்கடம் பிள்ளையின் மகன் ஆகிய மூவரும் சேர்ந்துகொண்டு, சீமைகள் பாழாகிவிட்டன, அதனால் நஷ்டம் ஏற்பட்டுவிட்டது. அந்த நஷ்டம் கிரயத்தைக் குத்தகையில் தள்ளுபடி செய்து தர வேண்டும் என்று பித்திசாம் எழுதி காரைக்கால் துரையிடம் கொடுத்தார்கள். அவர் அந்தப் பித்திசாமையும், காகித மூட்டை ஒன்றையும் முசே லெறியிடம் கொடுக்கும்படிக் கட்டுமரத்தில் போட்டு அனுப்பி வைத்தார்.

அது நேத்து முசே லெறியிடம் வந்து சேர்ந்தது. அதில் முசே லாலி எழுதி அனுப்பிய காகித மூட்டை இல்லை. அது எங்கே என்று கேட்டபோது, கடலில் விழுந்துவிட்டது என்று கட்டுமரக்காரன் சொன்னான். அவனைக் காவலில் வைத்தார்கள் என்று கேட்கப்பட்டது. நாளை முசே லாலி ஆலம்புரியிலிருந்து கிளம்பி வரும்போது,

நம் அக்கிரகாரத்தில் கொடுக்கச் சொல்லி, ரொட்டி, வெண்ணெய், சாராயம், பழவகைகள் வகையிறாக்கள் எல்லாச் சாமான்களையும் அக்கிரகாரத்துக்கு அனுப்பி வைத்தோம். கல்கண்டு, சக்கரை வகை யிறாவும் அனுப்பி வைத்தோம்.

1758 ல செத்தம்பர் மீ 9 வ;
வெகுதானிய ல ஆவணி மீ 28 வ; சனிவாரம்

இத்தனாள் காலத்தாலே கோட்டைக்குப் போயிருந்து பத்து மணிக்கு வீட்டுக்கு வந்தேன்.

சாயங்காலம் கேள்வியான சேதியாவது; முசே லாலி செனரால் அவர்கள் புதுச்சேரியில் இருக்கிற குவாடுது குதிரைக்காரர், சொலுதாது களையும் ஆலம்புரிக்கு வரச்சொல்லி எழுதி அனுப்பினார். அதன் படி எல்லாரும் ஆலம்புரிக்குப் பயணம் போனார்கள் என்று கேட்கப்பட்டது.

1758 ல செத்தம்பர் மீ 10 வ;
வெகுதானிய ல ஆவணி மீ 29 வ; ஆதிவாரம்

இத்தனாள் காலத்தாலே கோட்டைக்குப்போய் புடைவைப் பார்க்கிற சாலையில் இருந்தபோது கேள்வியான சேதி. மைசூரிலிருந்து குதிரைப் படையையும், மற்ற பவுன்சையும் அனுப்பச் சொல்லிக் கேட்கவும், செலவுக்காக நாற்பது லக்ஷம் மட்டுக்கும் கேட்டுவாங்கி வரச்சொல்லி, முசே மேவிலையும், ராச கோபால நாயக்கனையும், பரமானந்த பிள்ளையையும் பயணம் பண்ணி அனுப்பிவிச்சார்கள். முன்பு 25-ஆம் தேதி *(செப்டம்பர் 6)* கோன்சேல் கூடிப் பேசியபோது, முசே லாலி சீமா மூலமும, கணக்கு வழக்கும் அறமாசு பரமாசு சகலமும் முசியே தெவோ கவனிக்கத் தேவையில்லை என்று சொல்லி அந்தப் பொறுப்பை முசே துப்பிளாமும், முசே லசேலும் கவனிக்குமாறு நியமித்தார்.

இத்தனாள் முசே பெடுத்தல் மீயும் கூட இருந்து கவனிக்க வேண்டும் என்றும், மூவரும் ஒன்றாக இருந்து காரியத்தைப் பார்க்க வேண்டுமே தவிர, ஒருவர் இருவராக இருந்து கவனிக்கக் கூடாது என்று முடிவு செய்ததாகக் கேட்கப்பட்டது. அத்துடன் வீட்டுக்கு வந்தோம். இத்தனாள் சாயங்காலம் நம்முடைய அக்கிரகாரத்தில் இருந்து வந்த சீட்டிலே, முசே

லாலி ஆலம்புரியிலிருந்து வந்தவாசிக்குப் போனார் என்று எழுதி வந்தது.

இத்தனாள் காலத்தாலே கோட்டைக்குப் போனேன். முசே லெறி மாடியில், காம்பிராவிலே இருந்தார். புடைவைப் பார்க்கும் சாலையில் நாமும் முசே கில்லியாரும், இன்னும் ஐந்தாறு வெள்ளைக்காரர்களும் இருந்தோம்.

அப்போது முசே கில்லியாரும், "சீமா மூலம் கவனிப்பதற்கு முசே திப்பிளான், முசே லசேல்லும், முசே பெடுத்தல் மீயும் 29-ஆம் தேதி *(செப்டம்பர் 10)* நியமிக்கப்பட்டார்களே, நானும் கூட இருந்து கவனிக்கவா?" என்று கேட்டார். நாம், "நன்றாகக் கவனிக்கலாம்" என்று சொன்னோம்.

அதற்கு அவர், "முசே லாலி மெத்த பொல்லாதவர்தாம். குத்தகை வருவதற்குத் தாமசம் ஏற்பட்டால், மனம் பொறுக்க மாட்டார். பணம், காசோ வருவதில்லை. மெத்த தொந்தரையாக இருக்கும். அதனால் எனக்கு விருப்பமில்லை" என்று சொன்னார்.

அதற்கு நான், "நான்கு பேருக்கு நடப்பது உமக்கும் நடக்கும். நீர் ஏன் பயந்து பின்வாங்குகிறீர்? அப்படி வந்தால் சீர்மையை நான்கு பங்குகளாகப் பார்த்துக் கொள்ளலாம்" என்று சொன்னேன். அதற்கு, "மெய்தான். இத்தனாள் கோன்சேல் கூடவில்லை. நாளை நன்றைக்கு கோன்சேல் கூடினால், நாமும் கூட இருப்பதாகச் சொல்கிறேன்" என்று சொன்னார்.

அப்பால், அவர்கள் எல்லாரும், நாம் பேசிக்கொண்டிருந்தபோது ஒலாந்தாக்காரர்களின் வாக்கா நீயூசுலே *(Dutch news writer)* எழுதி வந்ததாக அவர்கள் சொன்ன சேதி; சீமையிலே இங்கிலீசு ராசா மகனும், இருபத்தையாயிரம் சொலுதாதுகளும் இங்கிலீசுக் கோட்டையில் இருந்தார்கள். அப்போது பிரான்சு ராசா தம்முடைய சாதியிலே ஒருவரைப் பத்தாயிரம் குதிரைப் படையினரையும், முப்பதாயிரம் சொலுதாதுகளையும் கூட்டி அனுப்பினார். அவர்கள்போய் அவர் இருக்கிற கோட்டையை முற்றுகை இட்டார்கள். கோட்டையில்போய் விழும்படியாகப் பாம் போட்டு அடித்தார்கள். நிர்வாகம் பண்ண மாட்டாமல் *(எதிர்கொள்ள முடியாத)* இங்கிரேசுக்காரர்கள் கவில் பேசினார்கள். அதன்படி இங்கிரேசு ராசா மகனையும், அந்த இருபத்தை யாயிரம் சொலுதாதுகளையும் பிரிசோனாராகப் பிடித்து, ராசா

இருக்கிற பாரீசு என்ற பிரான்சின் ராசதானி பட்டணத்துக்குக் கொண்டு வந்து காவலில் வைத்தார்கள். ஐம்பது வருசத்துக்கு முன் இங்கிலீசு தேராவில் *(இங்கிலாந்து)* இருந்த லோந்துரு *(லண்டன்)* என்ற ராசதானி பட்டணத்தில் இருந்த ராசாவை நாட்டார் வெட்டிப்போட்டு, இப்போது ராசாவாக இருப்பவரை இங்கிலீசு தேராவுக்கு ராசாவாக வைத்துக்கொண்டார்கள். அந்தத் தேதி முதல் இத்தனாள் வரை அண்ணோர் ***(Hanover)*** என்ற பட்டணமும், கோட்டையும் இங்கிரேசு ராசா வசம்தான் இருந்தன. முன்பு வெட்டுப்பட்டு செத்துப்போன ராசாவுடைய பேரப்பிள்ளை இப்போது பிரான்சு ராசாவிடம் வந்து சேர்ந்துகொண்டான்.

அவனையும், அவனுடன் தகுதியான மினீஸ்தர்கள், காரியக் காரர்கள், குதிரைப் படை, சொலுதாதுகள் வகையிறா சண்டை முஸ்தீபுகளுடன் அந்த அண்ணோர் என்ற ராச்சியத்துக்கு அனுப்பி வைத்து, அந்த ராச்சியத்தையும், கோட்டையையும் பிடித்துக்கொண்டு, இவரைப் பட்டத்தில் வைத்தார்கள். இனிமேல் லண்டன் என்ற பட்டணத்தில் இருக்கிற இங்கிரேசு ராசாவை வென்று, அந்த இடத்திற்கு இவரை ராசாவாக்கப் போகிறார்கள். இதல்லாமல், இங்கிரேசுக்காரரின் பதினான்கு சண்டைக் கப்பல்கள் வந்து எதிர்த்தன. அப்போது அந்தக் கப்பல்களில் அஞ்சுக் கப்பல் முழுகிப் போய்விடும்படியாகச் சண்டையிட்டு, மீதியிருந்த ஒன்பது கப்பல்களையும் பிடித்துக் கொண்டார்கள். இப்படியாக ஐரோப்பவிலிருந்து சேதிகள் எழுதி வந்ததாகப் பேசிக்கொண்டார்கள்.

இதல்லாமல் புருசிய ***(Prussia)*** ராச்சிய ராசாவுக்குச் சொந்தமான நித்தானி ***(Nidadani)*** என்ற இடத்தையும், இன்னும் சில ராச்சியங்களையும் பிடித்துக்கொண்ட பிரான்சுக்காரர், அந்த ராச்சிய சனங்களில் வெகுபேரை கொன்றுவிட்டார்கள் என்றும் சேதி எழுதி வந்ததாகச் சொன்னார்கள். அப்போது மணி பதினொன்று ஆனது. அத்துடன் நாம் புறப்பட்டு, வீட்டுக்கு வருவதற்குக் கிளம்பியபோது, வெள்ளைக்காரன் ஒருத்தன் வந்து தேக்குமரம் ஒன்று வேண்டுமென்று கேட்டான். அதற்கு, நமக்கு வீடு கட்ட வைத்திருக்கிறோம். எப்படி தருவது என்று சொன்னேன். அதற்கு அவன் தேவனாம்பட்டணத்தில் இருந்து வந்த மரங்கள், கற்கள் ஆகிய எல்லாம் என் வசம் இருக்கின்றன. அவற்றை நான் உனக்குச் சதிராயி *(மலிவாக)* முடித்துத் தருகிறேன். மரத்துக்கு மரம் கொடுத்து விடுகிறேன் என்று சொன்னான். நல்லதென்று சொல்லிவிட்டு, வீட்டுக்கு வந்தோம்.

இத்தனாள் கேள்வியான சேதி; முசே லாலி வருகிறார் என்பதால் சவரிராயப் பிள்ளையிடம் ஆடு, மாடு, கோழி வகையிறாக்கள் எல்லாச் சாமான்களையும் திரட்டச் சொன்னார்கள் என்று கேட்கப்பட்டது. முசே சுப்பீர் பாலாறு தாண்டி, செங்கல்பட்டுக்குப்போய்ச் சேர்ந்தார். அங்கிருந்த இங்கிரேசுக்காரர் சகலமானவரும் பின்வாங்கிப் போய்விட்டார்கள். செங்கல்பட்டுக் கோட்டை, கருங்குழிக் கோட்டை, சேத்துப்பட்டுக் கோட்டை ஆகிய மூன்று கோட்டைகளும் இவர்களின் வசம் வந்தன.

திருவண்ணாமலை, செங்கமா ஆகிய இடங்களைப் பிடித்துக் கொண்டு, திருவண்ணாமலையில் இருந்த இங்கிரேசுக்காரர்கள் எல்லாரையும் சங்காரம் பண்ணிப்போட்டார்கள் *(கொன்று விட்டார்கள்)* என்றும் கேட்கப்பட்டது.

1758 ஷு செத்தம்பர் மீ 15 வ;
வெகுதானிய ஷு பிறட்டாசி மீ 3 வ; சுக்கிரவாரம்

இத்தனாள் சுக்கிரவாரம். இத்தனாள் காலத்தாலே கோட்டைக்குப் போனேன். அங்கே முசே லெறி கோவற்ணமாவிலே காம்ராவிலே *(அறையில்)* தானே ஒண்டியாய் இருக்கிறார் என்று சொன்னார்கள். எனவே, புடைவைப் பார்க்கும் சாலைக்குப் போனோம். அங்கே முசியே கில்லியார், முசே லங்கறனே *(M.La Grenee)*, முசே குளுவேத்து ஆகிய மூன்று பேரும் இருந்தார்கள்.

நாமும் அங்கே போய், அவர்களுடன் இருந்தபோது, அவர்கள் சொன்ன சேதி சென்ற ஆவணி மாசம் 25-ஆம் தேதிக்கு, குமுசேல் கூடிப் பேசியபோது, சீமா மூலம் முசே லெனுவாரிடம் கொடுப்பதாகச் சொன்னார்கள். அப்போது முசியே புலோ முன்பு முசே கொதே வசம் கொடுத்தபடி கொடுக்க வேண்டும்.

அப்படியில்லாமல், பேதிச்சு *(வித்தியாசமாக)* முசியே தெவோ அவர்களிடம் பொறுப்பைக் கொடுத்து, அவரும் இந்த இரண்டு வருசமாய்க் குத்தகைக் காரியத்தில் நாலு காரியமும் அறிஞ்சு வைத் திருக்கிறார். இந்த நேரத்தில் அந்தப் பொறுப்பை முசே லெனுவாரிடம் கொடுத்தால், அவர் குத்தகைக் காரியத்தைத் தெரிந்துகொள்ள மூன்று மாசம் செல்லுமே. இந்த மூன்று மாச காலத்திற்கு மாடுகள், ஆடுகள், அரிசிகள் முதலான சரஞ்சாமிகள் எப்படி நமக்குக் கிடைக்கும் என்று சொன்னார். இதனால் முசியே லெனுவாருக்குக் கோபம் வந்து, எனக்கென்ன ஒன்றும் தெரியாதா? என்னைக் கையாலாகாதவனாகச்

சொல்லலாமா! என்று வெகுவாய்ப் பேசினார். இந்தச் சண்டையினால் *(29-ஆம் தேதி)* கோன்சேல் கூட்டத்துக்கு முசியே புலோவும், முசே லெனுவாரும் வரவில்லை. முசே லாலி பயணம் போகுமுன், முசியே புலோவின் வீட்டுக்குப்போய் நாலு நாழிகை நேரம் மெத்தை மேலே பேசியிருந்து போட்டு போனார். அதனால், நேத்துக் கூடிய கோன்சேல் கூட்டத்திற்கு முசியே புலோ மாத்திரம் வந்தார் என்று சொன்னார்கள்.

அப்பால் முசே குளூவேத்து குமிசேலிலே முசே லெறியை முசே லாலி உதைக்கப்போனதும், அடிக்கப்போனதும் நூறு தரம் உண்டு. அத்தனைக்கும் என்னவென்று பட்டுக்கொண்டு, முசே லெறி இருக்கிறான். இவன் ஆயிரம் வருசம் பிழைக்கப் போகிறானா! இவன் பிரெஞ்சுக்காரனுக்குப் பிறக்கவில்லையோ என்று தோன்றுகிறது. பிரெஞ் சுக்காரனுக்குப் பிறந்தவனல்ல போலே காணுது. பிரான்சுக்காரனுக்குப் பிறந்தவனானால் இப்படி இருப்பானா, இத்தனை நாளும் நான் துரையாயிருந்தேன். அப்படிக்கொத்த என்னை இப்படி அவமானம் பண்ணினால், எனக்கு அந்தப் பொறுப்புத் தேவையில்லை என்று நான் ஐரோப்பாவுக்குப் போகிறேன் என்று சொல்லலாம். அல்லது அவர் ராசா மனுஷர் என்று சொல்லித் தன் பிராணனை விட்டுவிடலாம். என்ன மனுஷன் இவன் என்று சொன்னான்.

அப்பால், முசே லங்கறனே அவர்கள், "கும்பினி *(வீணாகி)* போச்சுது. புதுச்சேரி பட்சிக்கு *(பறவை)* ஒரு பிறது இறது *(ஒரு பக்கத்துச் சிறகு)* போய்விட்டது. ஆகையால் ஒரு புரத்து இறகை அந்த பட்சி அடிச்சுக்கொண்டு, அது பறக்க முடியாமல் செத்துப்போகப் போகிறது. முசே லாலி ஒப்பிசியேல்மார்கள் எல்லாரையும் ஆசாரம் இல்லாமல் அடிப்பதும், வைய்யுறதும் *(திட்டுவதுமாக)* இப்படி அவமானம் பண்ணுகிறார். அதனாலே இப்போது பயணமாய்ப்போன கப்பலில் பதினாறு பேர் ஒப்பிசியேல்மார் கப்பலேறி சீமைக்குப் போனார்கள். நாங்களும் சீமைக்குப் போகிறோம் என்று சொல்கிறார்கள்" என்றும் சொன்னார்கள்.

அப்பால் நாம் பதினொரு மணிக்கு வீட்டுக்கு வந்தபோது கேள்வியான சேதி; முசே லாலி வந்தவாசி, உத்திரமநல்லூரிலிருந்து வந்த உடனே, தக்கே சாயபு நசர் ரூபாய் ரூபாய் 6, சீரொப்பா ரூபாய் 500, சரப்பள்ளி ரூபாய் 6, துராய் ரூபாய் 6 இந்தப்படிக்கிக் குடுத்ததாகவும் வெகுமானம் கொடுத்தார். இதனால் முசே லாலி மெத்தவும் சந்தோஷம் அடைந்து தம் தொப்பியை தக்கே சாயபுவின் தலையில் வைத்து,

அவருடைய தலைப்பாகையைத் தாம் வைத்துக்கொண்டு, நாம் சகோத்ரம் என்றும் சொல்லிக்கொண்டார், அவர் இத்தனாள் வழுதாவூருக்கு வர இருக்கிறார் என்பதால், பெரியண்ண முதலி வந்தவாசிக்குப் போனார். வந்தவாசி அமுல்தாரன் நூறு வராகன் நசர் தந்தான். அதற்கு அவர் மெத்த சந்தோஷம் அடைந்தார்.

சம்பா கோயில் பாதிரிகள் எல்லாம் கூடி, சேஷ்ட்டருடனே போய், நீர் அஞ்ஞானிகளின் பேச்சைக் கேட்டுக்கொண்டு, ராசகாரியங்களில் இறங்கி நடத்துகிறீர் *(தலையீடு செய்கிறீர்)*. அதனாலே முன்னுக்குக் கோயில் திரவியங்களுக்கு உபாதிகள் வரும். உமக்கு உபதேசம் பண்ணிக்கொண்டிருக்கிறது யுக்த்தமல்லாமல் இப்படி செய்வது நியாயமாக இருக்கிறதா? ஆனால் உமக்கு விருப்பமானால், அப்படியே நடப்பிச்சிக் கொள்ளும். நாங்கள் எங்களில் ஒருவரை பெரியவராக வைத்துக்கொண்டு மோட்ச மார்க்கம் பார்த்துக் கொள்கிறோம். நீர் இப்படிச் செய்வதால், முசே லெறி, முசியே தெவோ உள்ளிட்டோர் நம்முடன் பகையாக இருக்கிறார்கள். அதனால் நமக்கு ஆனி *(துன்பம்)* வரும் என்று சொன்னார்கள். அதற்கு அவர், “நீங்கள் சொல்வதெல்லாம் மெய்தான். இனிமேல் நாம் அதையெல்லாம் விட்டுவிடுகிறோம் என்று சொன்னார்” என்றும் கேட்கப்பட்டது. பாப்பய்யப் பிள்ளை, புதுச் சீமையெல்லாம் குத்தகையைத் தனக்குத் தருவதாக முசே சுப்பீர் எழுதி அனுப்பினார் என்று ஒரு புறுடா பண்ணித் தன்னிடம் இருக்கிற கிருஷ்ணராயன் என்பவனிடம் பல்லக்கும் கொடுத்து, முசே சுப்பீரிர் அண்டைக்குப் பயணமாக அனுப்பி வைத்ததாகவும் கேட்கப்பட்டது.

1758 ஹூ செத்தம்பர் மீ 16 வ;
வெகுதானிய ஹூ பிறட்டாசி மீ 4 வ; சனிவாரம்

இத்தனாள் சனிவாரம் காலத்தாலே கோட்டைக்குப்போய் புடைவைப் பார்க்கும் சாலையில் இருந்தேன். முசே லெறியும், முசியே புலோவும் மூணாம் காம்பிராவிலே ஏகாந்தமாய்ப் பேசிக் கொண்டிருக்கிறார்கள் என்று சேதி சொன்னார்கள்.

அப்போது கேள்வியான சேதி; சீமையிலிருந்து *(பிரான்சிலிருந்து)* ராசாவுடைய ஆறு சண்டைக் கப்பல்களும் சொலுதாதுகள் மூவாயிரம் பேரும் மசுக்கரைக்கு வந்தார்கள். அதில் கப்பலின் குமிசேராய் வந்தவர், கப்பலுக்கு வேண்டிய சாமான்கள் எல்லாம் வாங்கிக் கொடுத்து, அவற்றுக்குக் கணக்கு எழுதி வைப்பவர்.

அவரிடம் பிரான்சுக் கடுதாசிகளைச் சிறிது கொடுத்து, ஒரு பிறுகாத்திராகிய *(frigate)* சின்னக் கப்பலில் ஏத்தி இவ்விடத்துக்குப் பயணமாக அனுப்பித் தங்கள் வருகையைத் தெரிவிக்கச் சொன்னார்கள். அவர் வந்தபோது, அந்தச் சின்னக் கப்பலை இங்கிரேசுக்காரர் பிடித்துக் கொண்டனர். அப்போது அந்த ஒப்பிசியேல், சீமைக் கடுதாசிகளைக் சமுத்திரத்தில் போட்டுவிட்டார். அவரும் அந்தக் கப்பலில் வந்த பேரும் *(பிணை)* சீட்டு எழுதிக் கொடுத்து விட்டு, இத்தனாள் இவ்விடத்துக்கு வந்து சேர்ந்தார்கள்.

1758 ஷு செத்தம்பர் மீ 17 வ;
வெகுதானிய ஷு பிறட்டாசி மீ 5 வ; ஆதிவாரம்

இத்தனாள் காலத்தாலே கோட்டைக்குப்போய், புடைவைப் பார்க்கும் சாலையில் இருந்தபோது, கேள்வியான சேதி; நேத்து முசே லெறியும், முசியே புலோவும் பன்னிரண்டு மணி மட்டுக்கும் யேகாந்தமாய்ப் பேசிக் கொண்டிருந்தார்கள். செனரால் முசே லாலி வந்தவாசிக்கு முதலான இடங்களுக்குப் போனபோது அவரவரை வரவழைத்தார்.

அவர்களிடம் “நீங்கள் இனிமேல் யாருக்கும் கணக்குச் சொல்லத் தேவையில்லை. குத்தகைச் செல்லுக்கும், பாக்கிக்கும் நம்மண்டைக்கு கணக்குக்கொண்டு வாருங்கோள். அதன்னியில் யார் யாருக்கு எவ்வளவு கொடுத்திருக்கிறீர்களோ, அதையெல்லாம் எழுதிக்கொண்டு எம்மிடம் வந்து கொடுங்கோள். நீங்கள் எழுதிக் கொடுத்ததை நான் யாரிடமும் சொல்ல மாட்டேன். ரொம்ப குதிரைகளைப் பவுன்சில் சேருங்கள். ஆன மட்டுக்கும் சீமைகளைப்போய்ப் பிடியுங்கோள். அந்தச் சிலவானத்துக்கு எல்லாம் நம்மிடம் கணக்கைக் கொண்டுவந்து எழுதி வையுங்கோள். உங்களுக்குச் சேர வேண்டிய பணத்தை நாம் கொடுத்து விடுகிறோம்” என்று சொன்னார். அப்போது வந்தவாசி ராமலிங்கய்யன், “இங்கே இருக்கிற கொம்மாந்தாம் சொன்னபடிக்கி நடப்பதில்லை” என்று சொன்னான். உடனே, அந்தக் கொம்மாந்தானைப் பிடுங்கிப்போட்டு, வேறு கொம்மாந்தானை வைத்தார் என்று கேட்கப்பட்டது. அப்பால் வீட்டுக்கு வந்தோம்.

1759 ஹூ சனேரி மீ 23 வ;
வெகுதானிய ஹூ தை மீ 14 வ; செவ்வாய்க்கிழமை

இத்தனாள் கேள்வியான சென்னப்பட்டணத்துச் சேதி; கோட்டை பேரிலே நம்முடைய பவுன்சு போட்ட குண்டு விழுந்து, அங்கிருந்த மமுதல்லி கானின் மகன் செத்துப்போனான் என்றும், கோட்டையில் இருந்து தமிழர் இருந்த பேர், வெள்ளைக்காரர், பெரிய மனுஷர்கள், பாருத்திகுலாரிருந்து *(?)* கொண்டிருந்த பெண்டுகள் வகையிறா வெகு பேர் வெளியே புறப்பட்டுப்போய் விட்டார்கள் என்றும் பலவாறாகச் சேதிகளைப் பேசிக்கொண்டார்கள்.

1759 ஹூ சனேரி மீ 24 வ;
வெகுதானிய ஹூ தை மீ 15 வ; புதவாரம்

இத்தனாள் சென்னப்பட்டணத்தில் இருக்கிற நம்முடைய பவுன்சுடைய லசுக்கரிலே கொள்ளு வகையிறா தினுசுகளுக்குத் தவக்கம் *(பற்றாக்குறை)* என்பதால் சென்னப்பட்டணத்துக்கு பொதி மாடுகளின் பேரிலே ஏற்றி, அவற்றை அனுப்பிவிச்சார்கள். இதனால், மாடுகளையும், மனுஷர்களையும் பிடிக்கிற அலம்பல் உண்டாகி இருக்கிறது. விந்தை சேதி ஒன்றும் பின்னை கேள்விப்படவில்லை.

1759 ஹூ சனேரி மீ 27 வ;
வெகுதானிய ஹூ தை மீ 18 வ; சனிவாரம்

இத்தனாள் சாயங்காலம் சென்னைப்பட்டணத்தில் இருந்து நம்முடைய பிரான்சுக்காரருடைய சின்னக் கப்பல் ஒன்று இங்கிருந்து மருந்து, குண்டு ஆகியவற்றை ஏற்றிக்கொண்டுபோய் இறக்கிவிட்டு, அங்கிருந்து காயக்காறர்களையும், சொலுதாதுகள், ஒபிசியேல்மார் வகையிறாக்கள் இருநூறு பேர்களை ஏற்றிக்கொண்டு, இங்கே வந்து இறக்கியது. அவர்களில் ஒருத்தனை மாத்திரம் கால், கையில் விலங்கு போட்டு, முகம் தெரியாமல் மறைத்து, இறக்கிக் கொண்டுபோய் கசோத்தில் போட்டார்கள். அவன் ஒப்பிசியேல் என்றும், அவனுடைய அடையாளமோ, அவன் பேரோ தெரியவில்லை என்றும், இனிமேல் தெரியுமென்றும், தெரிந்த அப்பால் சொல்கிறோம் என்றும் நம்முடைய வீட்டுக்கு வரும் ஒபிசியேல்மார், கணக்கர்களும் சொன்னார்கள். முசே

சொபினே *(M.Saubinet)* செத்துப்போனார். முசே தெபொறேன் *(M.de Lorraine)* கொம்மாந்தாம், முசே தெசரிக்கூரும் *(M.De Tillecourt)* வகையிறா ஒபிசியேல்மார்கள் சிறிது பேரும் செத்துப்போனார்கள். மதுரையிலே இருந்து வந்த மேஸ்தர் கலியோவும் *(Mr.Caillaud)* யூசுப் கான் என்ற துலுக்கனும் சந்திரகிரிக்குப்போய் அப்துல் வகாப் கானிடமிருந்து சிறிது ராணுவும், முன்னூறு குதிரைகளையும் கூட்டிக் கொண்டு வந்தனர். திருவள்ளூர் வகையிறா இடங்களைத் திரும்பவும் பிடித்துக்கொண்டு, பூந்தமல்லிக்கு வந்தனர்.

அவன் நம் பவுன்சைத் தாக்காமல் இருக்க முசியே மதாவே *(M.Maudave)* என்கிறவனையும், இருநூறு சொலுதாதுகளையும், முசியே புசியின் கல்லாறே *(கள்ளர்கள்)* சிலரையும் அலுமாஞ்சார் *(ஜெருமானிய)* உசாருடைய *(குதிரை வீரர்களைச் சேர்ந்த)* கள்ளர்களையும், சிப்பாய் சிறிது பேரையும் முசே லாலி அனுப்பி வைத்தார். கோட்டையில் இருக்கிற இங்கிரேசுக்காரர்கள் கோட்டைச் சுவரை இடித்துத் தள்ளி, உள்ளே பிரவேசிச்சு, லக்கைத் தாண்டிக் குதித்து வந்தாலும், எல்லாரும் சத்துருகளிடம் செத்துத் தீருகிறதே அல்லாமல், கோட்டையை ஒப்படைப்பதில்லை என்று இங்கிரேசுக்காரர்கள் கூடிப்பேசி முடிவெடுத்து, இங்கிரேசு மேஸ்தர் பிக்கட்டும், மேஸ்தர் லாரென்சும் எழுதிக் கையெழுத்துப் போட்டனர்.

வடவண்டை பக்கத்துக் கோட்டையை நம் படையினர் கொஞ்சம் இடித்தார்கள். மூடியிருக்கிற வழி நம் படையினர் கைவசம் பண்ணினர். மூன்று நாளில் கோட்டையில் பிரெஞ்சுக் கொடி ஏற்றப்படும் என்று வெள்ளைக்காரர்கள் சொன்னார்கள். இதல்லாமல் முசே லாலி பதினைந்து நாளைக்கு முன்பாகச் செங்கல்பட்டுக் கோட்டையை மதில் தாண்டிப் பிடிக்காமல்விட்டதாக முசே மதாவே அவர்களிடம் கோபம் காட்டினார். அப்போது கோட்டையில் நூறு நூற்றைம்பது சிப்பாய்கள் மாத்திரம் இருந்ததாக வெள்ளைக்காரர்கள் சொன்னார்கள்.

இத்தனாள் சாயங்காலம் கேள்வியான சேதி; திண்டிவனம் இன்னும் பிற சீமைகளின் வருவாய் பற்றி எழுந்த சம்மதிக்காக முசே லெறி முசே மீராவையும், முசியே தெவோவையும் அழைத்துக் கடிந்து கொண்டார். முசே மீராவைப் பார்த்து, நீர் பந்தோபஸ்தாய் வைத்திராமல் போனதால், கிருஷ்ணராயன் அந்தச் சீமைகளை எல்லாம் பிடித்துக்கொண்டு போனான் என்று சொன்னார். அதற்கு முசே மீரா, "நீர் தான் பவுன்சை வைத்துப் பாதுகாக்க வேண்டும். நான் சீமை அமுல்

பண்ணுவது மாத்திரம்தான் என்னுடையது. நீர் சரியாகப் பந்தோபஸ்து செய்யாததால், வில்லியநெல்லூர் தாலுக்குகள், கிராமங்கள், வழுதாவூர் சீமை, தாலுக்குகள், கிராமங்கள் எல்லாம் இன்னும் புதுச்சேரி வாசற்படி மட்டுக்கும் சத்துரு பிடித்துக்கொள்ளும் நிலையில் இருக்கிறது. தாது பிராது இல்லாமல் இருக்கச்சே, இந்த நிலையில் நாற்காத வழி, அங்காத வழி, ஏழுகாத வழி, எண்காத வழியில் இருக்கிற எனக்குக் கொடுத்த குத்தகைச் சீமைகளைப் பிடித்துக் கொள்ளாமல் விடுவானா? என்று கேட்டார். பின்னையும் நாலாப் பேச்சை நடத்தினதாயும் அதன்பேரிலே முசே லெறியும் மெத்த கோபத்துடன் பேசினார் என்று கேட்கப்பட்டது.

1759 ஷு சனேரி மீ 28 வ;
வெகுதானிய ஷு தை மீ 19 வ; ஆதிவாரம்

இத்தனாள் பட்டணங்களில் தலையாரி சேவகர்களும், கும்பினீர் சேவுகர்களும் வீடுகளுக்குள் நுழைந்து உலக்கை, உரல், எந்திரம் வகையிறாவற்றை எடுத்துப் போவதும் கடைகளில் பூந்து பாக்குப் பெட்டிகளை எடுத்துக்கொண்டு போவதுமாக, இப்படி சோராவாரியாய் *(கொள்ளை அடிக்கிறார்கள்)* நடக்குது என்றும் பேசிக் கொண்டார்கள்.

1759 ஷு சனேரி மீ 31 வ;
வெகுதானிய ஷு தை மீ 22 வ; புதவாரம்

இத்தனாள் சாயங்காலம் முன்பு இங்கிருந்து மருந்து, குண்டு, ரஸ்து வகையிறா ஏற்றிக்கொண்டுபோன கப்பல் திரும்பவும் சாயங்காலம் துறை பிடிச்சது. அதிலிருந்து காயக்காரர்கள் அறுபது பேரை இறக்கினார்கள். அவர்களில் பெரிய மனுஷர்களுக்கு முகத்தில் மாஸ்குப் *(முகமூடி)* போட்டு கை, காலில் விலங்கு போட்டு அனுப்பினார்கள். அவர்களை மேற்கு வாசற்படி சமீபத்திலே பாதாளக் கிடங்கில் வெவ்வேறே போட்டார்கள். இவர்கள் இங்கிரேசுக்காரருக்கு உளவு பார்த்துக் காகிதம் எழுதி அனுப்பியதற்கான சான்று முசே லாலிக்கு சாதகம் கிடைத்ததால், இப்படிச் செய்து அனுப்பினார் என்றும், அவர்களில் ஒருத்தன் சாம்புவா *(Chambois)* என்றும் ஒருத்தன் பெயர் தெரியாதென்றும், அந்தரங்கத்தில் சொல்கிறார்கள். இன்னொருத்தனை இந்தப்படிதான் போட்டனுப்பினார்கள். அவன்...... என்று சொல்கிறார்கள். நன்றாகத் தெரிந்துகொள்ள வேண்டும். இதல்லாமல், அந்தக் கப்பலில் சென்னப்பட்டணத்தில் கொள்ளையடித்த தட்டுமுட்டுகள் வெகுசாய்

வந்தன என்றும் கரைவழியிலேயும் கொள்ளையிட்ட தட்டுமுட்டுகளை வெகுசாய் எடுத்துக்கொண்டு, பறையர், வெள்ளைக்காரர் உட்பட சகலமான பேரும் கொண்டுவருகிறார்கள் என்றும் வழியில் இருக்கிறவர்கள் அடிக்கடி வந்து கபுறு சொல்கிறார்கள்.

1759 பிப்ரவரி

1759 ஹு பிப்ரேயி மீ 1 வ; வெகுதானிய ஹு தை மீ 23 வ; குருவாரம்

இத்தனாள் இங்கிரேசுக்காரரின் ஒன்பது இசுக்காதுரு *(போர்க் கப்பல்கள்)* காலி *(Galle)*, கொழும்பு ஆகிய துறைமுகங்களுக்கு வந்து சேர்ந்தன. எதிர்க் காத்து அடிப்பதாலும், நீரோட்டத்தினாலும் அந்தக் கப்பல்கள் இவ்விடத்துக்கு வரமுடியாது.

இங்கிரேசுக்காரருடைய பொல்லாத வேளையின் நிமித்தியம் இந்த எதிர்க் காத்து வீசும் நேரத்தில் கப்பல்கள் வந்தும் அவர்களின் மத்தத்து வரமுடியாமல் போச்சு.

இனிமேல், தென்றல் காற்று நன்றாகத் திரும்ப வீசினால் தவிர, கப்பல்கள் இங்கு வரமுடியாது. எனவே, பங்குனி மாசம்தான் கப்பல்கள் வரமுடியும், இதற்குள் நம்முடையவர்கள் சென்னப்பட்டணத்தைப் பிடித்து விடுவார்கள் என்று பேசிக்கொண்டார்கள்.

1759 ஹு பிப்ரேயி மீ 2 வ; வெகுதானிய ஹு தை மீ 24 வ; சுக்கிரவாரம்

இத்தனாள் பதினொரு மணிக்குக் கேள்வியான சேதி; வில்லியனூர் தாலுக்கு கிராமங்களில் கிருஷ்ணராயனின் மனுஷர் வந்து பயிரை அறுப்புவிட்டு அறுத்துக்கொண்டு போகிறார்கள். நீங்கள் சிப்பாய்களை அனுப்பி அவர்களைத் துரத்தி அடிப்பதுமில்லை.

நாங்கள் சிப்பாய்களை வைத்துத் துரத்துவதற்கும் மருந்து, குண்டு வகையிறாவைக் கொடுத்து, உத்தரவு கொடுப்பதும் இல்லை. இப்படி இருந்தால் நாங்கள் எப்படிக் குத்தகைப் பணத்தைச் செலுத்த முடியும் என்று குண்டூர் நரசிங்க செட்டி, ரங்கப்ப செட்டி ஆகியோர் கந்தப்ப முதலியிடம் வந்து சொன்னார்கள்.

அவர் நானென்ன செய்வது? கோவர்ணதோரிடம் இப்படி மோசமாக நடந்து கொள்வதைச் சொன்னால், அவர் சும்மா இருக்கிறார் என்று சொல்லிவிட்டுப் போகச் சொன்னார். இப்படி அராசகமாய் நடந்து கொண்டால், நாம் எப்படி நிருவாகம் செய்வது என்று கோமுட்டிகள் தங்களுக்குள் தங்கள் தாபந்தத்தைச் சொல்லிக்கொண்டு திரிகிறார்கள் என்று கேட்கப்பட்டது.

1759 ஹு பிப்ரேயி மீ 3 வ;
வெகுதானிய ஹு தை மீ 25 வ; சனிவாரம்

இத்தனாள் மத்தியானம் கேள்வியான சேதி; முசே லெறியிடம் முசே பொசேத்துவும் *(M.du Bausset)*, இன்னும் ஐந்தாறு வெள்ளைக்காரர்களும் வந்து பேசிக்கொண்டிருந்துவிட்டுப் போனதைத் தவிர, வேறு விந்தை சேதியைக் கேள்விப்படவில்லை. இத்தனாள் ராத்திரி ஒபிசியேல்மார்கள் சொன்ன சேதி; சென்னப்பட்டணத்துக்கு ஒரு பிரிகேத்து சேதி கொண்டுவந்தது, மருந்து, குண்டு ஆகியவற்றை ஏற்றிக்கொண்டு போன நம்முடைய கப்பல் ஒன்றும், சுலுப்பு ஒன்றும் அந்தக் கப்பலைத் துரத்தியது. இவன் ஒசந்து போய், பிரான்சுக்காரர்களின் கப்பல்கள் திரும்பிப்போன அப்பால் கரைக்கு வந்தான். கப்பலைத் தரை தட்டவிட்டு, அதிலிருந்து சனங்கள் இருநூறு பேரும் சீக்கிரமாகக் கோட்டைக்குப்போய்ச் சேர்ந்து, மேஸ்தர் பிக்கட்டுக்குச் *(Mr.Pigot)* சேதி சொன்னதாக வெள்ளைக்காரர்கள் சொன்னார்கள்.

1759 ஹு பிப்ரேயி மீ 4 வ;
வெகுதானிய ஹு தை மீ 26 வ; ஆதிவாரம்

இத்தனாள் காலத்தாலே மேலுகிரிச் செட்டியை அழைத்து, நீர் சவுரி ராயப் பிள்ளையிடம் போய், "நீர் வருகிறோம் என்று சொல்லிவிட்டு, இதுமட்டுக்கும் வராமல் இருப்பதேன்?" என்று எச்சரித்துவிட்டு வாரும் என்று அனுப்பினோம். அவர் போய் எச்சரித்தபோது இப்போது வாரேன் என்று சொன்னதாக வந்து சொன்னார். ஒரு நாழிகைக்கு வந்து, நான் கூடத்தில், ரத்தினக் கம்பளத்தில் உட்கார்ந்திருந்தபோது வந்து நின்றார். நின்றவரை உட்காரச் சொன்னேன். அருகிலிருந்த சேஷய்யங்கார், மேலுகிரிச் செட்டி வகையிறாக்கள் ஐந்தாறு பேர்களையும் எட்டப் போயிருக்கச் சொன்னேன்.

அப்பால், என்ன சேதி என்று கேட்டேன். அவர் முசே மீரா அபேல் குத்தகை வாங்கி, நடத்துகிற அபந்தரைகளை விஸ்தரிச்சுச் சொன்னார். கிருஷ்ணராயன் குண்டுசாலை கிராமங்கள் வரை வந்து அறுப்புவிட்டு, பயிரை எடுத்துக்கொண்டு போகிறான். தேவடியாள் சாதி முத்தியப் பிள்ளையை சர்தாராக ஆக்கிப் படையையும், பீரங்கியையும் கொடுத்து, விழுப்புரத்தில் இருக்கிற கிருஷ்ண ராயனை அடிக்க அனுப்பினார்கள். அவன் மிரண்டு, செஞ்சிக்கு ஓடிப்போனான். இப்படி தேவடியாப் பையன் சர்தாராகப் புறப்படுகிற காலம் வந்ததால், காரியம் விறுத்தியம்

நடக்கிறதுக்கு கேள்வியென்ன? அதுக்குத்தக்கதாய் கெட்டுப்போச்சுது. இது வகையிறா பலகீனப் பேச்சுகளைப் பேசினான். அவரைப் பேசவிட்டுக் கொண்டிருந்து, ஒரு பதிலும் சொல்லாமல், நான் இருந்தேன். அப்பால், காகிதச் சேதி என்ன என்று கேட்டார். அதற்கு நான், "இதில் எழுதியிருப்பது எனக்குப் புரியவில்லை. நீங்கள் தமிழ்ப்படுத்திக் கொடுங்கள் என்று சொல்லி உம்மிடம் கொடுக்குமாறு சேஷய்யங்கார் குமாரன் சாமய்யங்கார் கையில் கொடுத்தனுப்பினோம். நீர் என்னிடம் அதற்கான மனுஷன் யாருமில்லை, இருந்த என் சித்தப்பன் மகனும் வழுதாவூருக்குப் போயிருக்கிறான் என்று சொல்லி, மறுபடியும் காகிதத்தைக் கொடுத்து அனுப்பிவிட்டீர்.

1759 ஸ்ரீ பிப்ரேயி மீ 6 வ;
வெகுதானிய ஸ்ரீ தை மீ 28 வ; அங்காரகவாரம்

இத்தனாள் சென்னப்பட்டணத்தில் இருந்து முசே லாலி அனுப்பிய கவில்படி கடப்பை அந்த வட்டங்களில் இருந்து பட்டாணியரின் இரண்டாயிரம் குதிரைப் படையினரும், இரண்டாயிரம் பாறுக்காரரும் வருவதான கபுறு சொல்லிக் கொண்டார்கள். தென்றல் காத்து திரும்பின சாடை காண்பிச்சது.

1759 ஸ்ரீ பிப்ரேயி மீ 7 வ;
வெகுதானிய ஸ்ரீ தை மீ 27 வ; புதவாரம்

இத்தனாள் பதினொரு மணி வேளைக்குக் கேள்வியான சேதி; முசே பொசேத்து கிருஷ்ணராயனின் மனுஷர் வழுதாவூர் சீமையில் முசே துய்ப்ளேக்சு அவர்களின் சாகீர் கிராமங்களில் அறுப்பு அறுக்கிற சேதியை முசே லெறியிடம் சொன்னார். எனவே, வில்லியனூர் கொம்மாந்தானுக்கு உத்தரவு அனுப்பி வைத்து, கிருஷ்ண ராயனின் மனுஷர் எங்கெங்கு வந்திருக்கிறார்களோ, அவர்களை எல்லாம் துரத்திவிடச் சொன்னார்கள். அவன் நெல்லிக்குப்பம் வகையிறா கிராமங்கள்வரை போய் சுவாரி பண்ணி, சுட்டு, அக்கன் நாயக்கனின் காடுகள் வகையிறாக்களைக் கொளுத்திவிட்டு வந்தான் என்று சேதி சொன்னார்கள். இப்படி நம்மவர்களாலும், சத்துருக்களாலும், நம்முடைய தாலுக்குச் சீமைகள் பல சேதமாய் அழிந்து போவதாகப் பேசிக்கொண்டார்கள். வீடுகள் கொளுத்தப்பட்ட போதும் இந்தப்படி சேதங்கள் ஆகுதென்று சொல்லிக்கொண்டார்கள்.

1759 ஹு பிப்ரேயி மீ 8 வ;
வெகுதானிய ஹு தை மீ 30 வ; குருவாரம்

பட்டணத்தில் இருக்கிற சனங்கள், அவரவர்கள் பத்துப் பணம், காசு வைத்திருப்பவர்கள், கிறிஸ்த்துவர்களும் கூட தங்கள் காசு, பணம், நகைகளை அந்தரங்கத்திலே தரங்கம்பாடிக்கு அனுப்பி வைக்கிறார்கள் என்று பத்து நாளாகக் கேள்விப்படுகிறோம். ஒரு மாதமாக வெகு பேர் ராமேசுவரத்திற்குப் போவதாகச் சாக்குச் சொல்லிவிட்டுப் போனார்கள். இந்தச் சேதிகளைக் கேள்விப்பட்டு குண்டுசாலை வழியிலே மூட்டை முடிச்சுடன் போகிறவர்களைத் தடுக்கிறார்கள் என்றும், போவதற்கான சீட்டை வாங்கி வரும்படிச் சொல்கிறார்கள் என்றும் பேசிக் கொண்டார்கள்.

1759 ஹு பிப்ரேயி மீ 12 வ;
வெகுதானிய ஹு மாசி மீ 4 வ; சோமவாரம்

இத்தனாள் சாமத்துக்கு *(காலை ஒன்பது மணிக்கு)* வெள்ளைக்காரர்கள் பேசிக்கொண்டார்கள் என்றும், மச்சிலிபந்தர் துபாசியான மத்தால் ரெட்டி, முசே மொரேசன் ஆகியோர் சொன்னார்கள் என்றும் இப்படிப் பலரும் வந்து சொன்ன சேதி; இந்த மாசி மாசம் முதல் தேதி *(பிப்ரவரி 9)* வெள்ளிக்கிழமை நாள் இங்கிரேசுக்காரரின் மனுஷனான அப்துல் வகாப் கான், அவனுடைய பகுஷி முகமது இசரத் கான், திருச்சிராப்பள்ளியிலே இருந்து வந்த மதுரை கொம்மாந்தாம் முகம்மது யூசுப்கானும் திருச்சிராப்பள்ளிக் கோட்டை கொம்மாந்தாம் மேஸ்தர் கல்லியோர் என்பவன், அவனுக்கு ரெண்டாந்தெண்டகம் *(அடுத்த நிலைப் பதவியில்)* உள்ள இங்கிருந்துபோன மேஸ்தர் சம்செண் என்பவன் ஆயிரத்தைந்நூறு குதிரைகள், மூவாயிரம் பாறு, இரண்டாயிரம் ராணுவு, நூறு நூற்றைம்பது வெள்ளைக்காரர்கள் ஆகியோரை வைத்துக்கொண்டு, நம்முடைய பவுன்சு கோட்டையின் பேரிலே தாக்குதல் நடப்பிச்சி, ஒரு மாசமாகச் சண்டை செய்யும்போது, எந்தச் சாமானும், நம் பவுன்சுக்கு வந்து சேராதபடி, நான்கு தண்டகம் *(பிரிவுகளாக நின்று)* துருப்புக் கொண்டுவந்து, தடுத்துக்கொண்டு வந்தார்கள்.

அப்பால், சண்டை பண்ணி முறிஞ்சு ஓடிவிட்டார்கள். இத்தனாள் அவர்கள் பறங்கி மலையில் இறங்கி இருக்கையில், முசே லாலி அவர்களை தாம் காசா *(தானே நேரில்)* தானே போய் இவர்களை

சிஷ்டிக்க மாட்டார்களென்று *(செயிக்க மாட்டார்களென்று)* இவர்களைத் தொட்டு என்னேரமும் ரோஷ்ட்டுக்களாய் *(தொந்தரவு)* இருக்குதென்று எண்ணி, தாம் காசாதானே ஆயிரத்து ஐந்நூறு சொலுதாதுகள், குவாடுது செருமானியக் குதிரை வீரர்கள், முசே செஞ்சோம், துலுக்கரின் ஆயிரம், ஆயிரத்தைந்நூறு குதிரையுடன், வெள்ளைக்காரக் குதிரைப் படையுடனும், இரண்டாயிரம், இரண்டாயிரத்தைந்நூறு பாறுக்கார ருடனும், நான்கு பிரிவாகப் போனார். பறங்கி மலையில் இருந்த எதிரி பவுன்சை சுத்திக்கொண்டு, நான்கு பக்கமிருந்தும் சண்டை செய்தபோது சத்துருவின் பவுன்சு வெகு சேதமாய் சின்னா பின்னமாகி முறிஞ் சிப்போனது. இவர்கள் கையால் வெட்டுப்பட்டு நானூறு குதிரைகளும், எண்ணூறு பாறுக்காரரும் செத்தனர். வெள்ளைக்கார சொலுதாதுகளாக இருந்த நூறு, நூற்றைம்பது பேரையும் வெட்டிப் போட்டார்கள்.

திருச்சிராப்பள்ளி பவுன்சு கொம்மாந்தமாய் இருந்த மேஸ்தர் கல்லியோ ***(Mr.Caillaud)*** என்பவனை முசியே ஓம்மோ ***(M.Aumont)*** கைப்பிடியாகப் பிடித்துக்கொண்டு, அவன் கையிலிருந்த மோதிரத்தைக் கேட்டார். அவன் தருகிறேன் என்று சொல்லிவிட்டு பிஸ்தோலில் கை வைத்தான். உடனே முசே ஒம்மோ தான் முந்திக்கொண்டு,தன்னுடை ய பிஸ்தோலால் அவனைச் சுட்டுக் கொன்றுவிட்டு, அவன் கையிலிருந்த மோதிரத்தை எடுத்துக்கொண்டார். *(இதுவும் புரளியே)* அவன் கையில் வைத்திருந்த மோகராவையும் எடுத்துக்கொண்டார்.

மதுரை கும்மாந்தாம் முகம்மது இசுபுகானின் தலையை வெட்டி, ஈட்டியில் கோர்த்து, தண்டெங்கும் காட்டினார்கள். *(மருத நாயகம். ஆனால் அவன் இந்தப் போரில் சாகவில்லை. செத்துப்போனதாக வந்த உறுதி செய்யப்படாத தகவலைப் பிள்ளை பதிவு செய்துள்ளார்.)* மமுதல்லி கானின் தம்பியாகிய அப்துல் பாபுசானையும், அவருடைய பகுஷீயான முகம்மது இசரத் கானையும் கைப்பிடியாகப் பிடித்துக் காவலில் வைத்தார்கள். 200-250 குதிரைகள் கைக்குக் கிடைத்தன. குதிரைக்காரர்களும், பாறுக்காரரும் சிலர் அகப்பட்டனர். அவர்களின் டேரா, தண்டு சரஞ்சாமி வகையிறா *(சண்டை சாமான்கள்)*, சோத்துப் பாளையம், பீரங்கிகள் வகையிறா இவர்களிடம் அகப்பட்டன. அந்த நேரத்தில் பாறுக்காரர் சிறிது பேரும், குதிரைக்காரர்களும் இரண்டு பீரங்கிகளையும் இழுத்துக்கொண்டு, சின்னா பின்னமாய் தறிகெட்டு ஓடிப்போனார்கள். சிலர் நல்லபடியாக வந்து சேர்ந்தார்கள் என்றும் பேசிக் கொள்கிறார்கள். இனிமேல் பயாவாராய் அறிந்து எழுத வேண்டும்.

1759 ஷு பிப்ரேயி மீ 16 வ;
வெகுதானிய ஷு மாசி மீ 8 வ; சுக்கிரவாரம்

இத்தனாள் கேள்வியான சேதி; சென்னப்பட்டணத்தில் இருந்து வந்த சின்னக் கப்பலிலும் காயக்காரர்களையும், சாமான்களையும் ஏத்தி வந்த கப்பலிலும் வந்த குவாடுது காகிதத்தை முசே சொல்மினியாக்கு, கோவர்ணமாவிலே வந்து முசே லெறியிடம் கொடுத்து பேசியிருந்து விட்டுப்போனார். அப்பால், விநாயகப் பிள்ளையின் அண்ணன் மகனை அழைத்து காயக்காரர்களுக்கு ரஸ்துக்களையும் மற்ற சாஞ்சாமிகளும் தரும்படிச் சொன்னார்கள். மாயேயிலிருந்து இரண்டு சிப்பாய்கள் கடுதாசி கொண்டுவந்தபோது, மைசூர், ஆத்தூர் குண்டு சாலையில் இங்கிரேசுக்காரரின் கடுதாசி என்று நினைத்து, காகிதங்களைப் பிடுங்கிக்கொண்டு, இரண்டு சிப்பாய்களையும் விலங்கு போட்டு வைத்தார்கள்.

அவர்களில் ஒருத்தன் தாங்கள் புதுச்சேரி மனுஷர் என்றும், தம்மை அனுப்பினால் *(அடையாள)* சீட்டு வாங்கி வருவதாகவும் சொல்லி, இன்னொருவனைப் பிணையாக வைத்துவிட்டு வந்து முசே லெறியிடம் சொன்னான். அவர் அவனிடம் செலவுக்காகப் பத்து ரூபாயைக் கொடுத்தார். மைசூர் வக்கீல் வெங்கட்ட நாராயணப்பய்யனை அழைத்து, இவர்கள் புதுச்சேரி மனுஷர், இவர்களிடம் பிடுங்கிய காகிதங்களைக் கொடுத்து, சீக்கிரமாக அவர்களை அனுப்பிவைக்கவும். இனிமேல் இப்படிச் செய்ய வேண்டாம் என்று காகிதம் எழுதி வாங்கி அவனிடம் கொடுத்து அனுப்பினார்கள். முசே துப்பிளாம், முசே பொசேத்து, முசியே திலார்சு, முசே புஷேர், முசியே கொற்ணேத்து, முசே மீரா இரண்டொரு கப்பல் ஒப்பிசியேல்மார்கள், பாதிரி ஒருவர் ஆகியோர் முசே லெறியிடம் வந்து பேசியிருந்துவிட்டுப் போனார்கள். அப்பால், முசே லெறி தம்முடைய காம்பிராவிலே போனார் என்றும் வந்து சொன்னார்கள்.

1759 ஷு பிப்ரேயி மீ 17 வ;
வெகுதானிய ஷு மாசி மீ 9 வ; சனிவாரம்

இத்தனாள் சென்னப்பட்டணத்தில் இருந்து நம் படையினர் டச்சுக்காரர்களின் சின்னக் கப்பல் ஒன்று, அருலெள் என்கிற பேருடையது, பிடித்து, அதில் சாமான்களை ஏற்றி அனுப்பினார்கள். அந்தக் கப்பல் வந்து இங்கிருக்கிற கப்பல்காரனுக்குப் பீரங்கிப் போட்டு, துறையில் சீனிப் *(நங்கூரம்)* போட்டதாகச் சொன்னார்கள். இத்தனாள்

ராத்திரி வெள்ளைக்காரர்கள் சொன்ன சேதி; சென்னப்பட்டணத்து சண்டையைக் கை விட்டுவிட்டு வருகிறோம் என்று புதுச்சேரியில் பேசிக் கொண்டார்களாம். இந்தப் பேச்சை எவன் கிளப்பினானோ! அவனை நான் தூக்கில் போடவேண்டும். அவன் யாரென்று தெரிந்தால், எழுதி அனுப்பு என்று முசே லாலி, முசே லெறிக்குக் காகிதம் எழுதினாராம். அதனால், சென்னப்பட்டணத்தைப் பற்றி பேசுவது ஒருத்தருக்கும் நியாயமில்லை என்று சொன்னார்கள்.

1759 ஹு பிப்ரேயி மீ 18 வ;
வெகுதானிய ஹு மாசி மீ 10 வ; ஆதிவாரம்

இத்தனாள் மத்தியானம் கேள்வியானது; இங்கிரேசுக்காரரின் மத்தத்து வந்த பவுன்சு முறிஞ்சி போய் பறங்கிமலையில் இருந்தார்களே, அவர்கள் சதுரங்கப்பட்டணத்துக்குச் சமீபத்திலே இருந்த நம்முடைய மனுஷனான ரங்கோ பண்டிதரின் குதிரைப் படை, சிப்பாய்கள், நம்முடைய தாலூக்கா கள்ளர்கள் ஆகியோரை சுத்திக் *(முற்றுகையிட்டு)* கொண்டார்கள். சதுரங்கப்பட்டணத்தில் கொஞ்ச நஞ்சம் கொள்ளையிட்டார்கள் என்று கேட்கப்பட்டது இவ்விடத்தில் இருந்து சென்னப்பட்டணத்துக்குப்போன அப்பு முதலியும் மற்றவர்களும் வழியில் தொந்தரை இருப்பதாகச் சொல்லி திரும்பி வந்துவிட்டார்கள். இப்படிச் சொன்னதால், நெருப்பில்லாமல் புகை புறப்படாது என்று சொல்வதும் சிறிய சேதியை விஸ்தாரமாகச் சொல்வதும் லோக வழக்கம் என்று எண்ணிக் கொண்டேன். இதல்லாமல் கிருஷ்ணராயனைச் சேர்ந்த இரண்டு குதிரை வீரர்கள் கருக்கடிக்குப்பத்திற்கு வந்து, பாறநல்லியான் வீடு எங்கே என்று கேட்டறிந்து கொண்டுபோனதாகவும் சேதி சொன்னார்கள். இத்தனாள் லவர் *(Lavaur)* என்ற பாதிரி முசே லெறியிடம் வந்து 5 மணி முதல் 7 மணி மட்டுக்கும் பேசியிருந்து போனதாகக் கேட்கப்பட்டது.

1759 ஹு பிப்ரேயி மீ 19 வ;
வெகுதானிய ஹு மாசி மீ 11 வ; சோமவாரம்

இத்தனாள் பட்டணத்தில் முன்பு கோன்சேல் முடிவு செய்தபடி தோலில் போடப்பட்ட *(தோல் ரூபாய்)* ரூபாயை அனைவருக்கும் பழக்கம் செய்வதற்காக, கோவர்ணதோரின் உத்தரவு என்று தமுக்கு அடித்துப் படித்தபடி கீழே எழுதி இருக்கிறது.........

“மகாராச மணியராசஸ்ரீ பெரிய துரை அவர்களின் உத்தரவு; இந்தப் பட்டணத்தில் இருக்கிற சகலமான சனங்களும் அறிந்து நடந்துகொள்ள வேண்டியது என்னவென்றால், இந்தப் பட்டணத்தில் இருக்கிற கும்பினி ஒப்பிசியேல்மார், சிப்பாய்கள், சேவுகர்கள் என்று யாராக இருந்தாலும், அனைவருக்கும் கும்பினியார் பிரான்சு முத்திரைப் போட்ட தோல் காசைக் கொடுப்பார்கள். அந்தத் தோல் காசுகளில் ஒரு ரூபாய் முதற்கொண்டு கிரயம் போடப்பட்டிருக்கும். அந்தத் தோல் காசை யாரேனும் கொண்டுவந்து கொடுத்தால், அதில் போட்டிருக்கிற கிரயத்தைப் பார்த்துக்கொண்டு அதற்கான சாமான்களைத் தர வேண்டும். அந்தக் காசுகளைக் கொண்டுபோய் கும்பினியில் கொடுத்தால், அந்தத் தோல் காசுக்கான கிரயம் கொடுப்பார்கள். இதைச் சகலமானவரும் அறிந்து நடந்துகொள்ள வேண்டும்.

வெகுதானிய வருசம், மாசி மாசம் 11-ஆம் தேதி, சோமவாரம், 1759-ஆம் வருசம், பிப்ரவரி மாசம் 19-ஆம் தேதி முசே லெறியின் உத்தரவுப்படி எழுதியதைப் பட்டணத்தில் வாடிக்கைப் பண்ணச் சொல்லி, தமுக்குப் போட்டார்கள்.

இத்தனாள் பத்து மணிக்குக் கேள்வியான சேதியாவது; முசியே கோவர்ணதோர் லெறி அவர்கள் இசுப்பித்தாலுக்குப்போய் வியாதியஸ்தர்களைப் பார்த்து நலம் கேட்டுவிட்டுக் கோட்டைக்கு ஒன்பது மணிக்கு வந்தார். நமக்கு உதவிக்கு வருகிற மூவாயிரம் குதிரைப் படையினரும், இரண்டாயிரம் பாறுக்காரரும் கொண்ட மயிசூர் பவுன்சு ஒரு சர்தாருடன், முசே மேன்வீல் சங்கராபுரம், பாண்டலம் ஆகிய சீமைகளுக்கு வந்து சேர்ந்தது. இந்தச் சேதியைச் செஞ்சி கொம்மாந்தான் முசே லாலிக்கு எழுதி அனுப்பினார். முசியே புசி வியாதியஸ்தராய் ஒழுகரை தோட்டத்துக்கு வந்து சேர்ந்தார். இந்தச் சேதிகள் முசே லெறியிடம் சொல்லப்பட்டதாகக் கேட்கப்பட்டது.

இத்தனாள் கேள்வியான சேதியாவது; சென்னப்பட்டணத்துக் கோட்டைக்குள் முற்றுகையில் இருக்கிற இங்கிரேசுக்காரர்களுக்கு உதவ முன்பு மாசி 8ஆம் தேதி, அஞ்சு கப்பல்கள் வந்தன என்றும், ஏழு கப்பல்கள் வந்தன என்றும் சேதி சொன்னார்கள். மெய்யா, பொய்யா என்பதை நன்றாக அறிந்து எழுத வேண்டும். நம்முடைய பவுன்சு முற்றுகைப் போட்டுக் கொண்டிருக்க லெப்டினென்ட் செனரல் *(துணைப் படைத் தளபதியான)* முசே லாலி தம்முடைய பவுன்சை அழைத்துக்கொண்டு ஆற்காட்டுக்குப் போவதற்காகப் பூந்தமல்லிக்குப்போய்ச் சேர்ந்ததாகச் சேதி சொன்னார்கள்.

1759 ஸு பிப்ரேயி மீ 20 வ;
வெகுதானிய ஸு மாசி மீ 12 வ; சோமவாரம்

இத்தனாள் காலத்தாலே முசே லெறி ஏழரை மணிக்குப் புறப்பட்டுத் தச்சுக்கூடம், கடற்கரை துவானம் *(கடற்கரை சுங்கச் சாவடி)*, கருமார் கூடம் வகையிறா இவற்றைப் பார்வையிட்டார். சென்னப்பட்டணத்துக்குப் பயணம் போகிற மூன்று கப்பலுக்கும் மருந்து, குண்டுகள் இன்னும் பிற சாமான்களைத் திட்டம் பண்ணினார். முசே லாலியின் தண்டுக்கு வேண்டிய சாமான்களை முஸ்தீது பண்ணினார். அப்பால் ஒன்பது மணிக்குக் கோட்டைக்கு மாமூலாக வந்தார்.

அப்பால், முசே பெடுத்தல் மீ, முசே பொசேத்தும் வந்து பேசிவிட்டுப் போனார்கள். மைத்தப்படி *(மற்றபடி)* விசேச சேதியில்லை என்று கேட்கப்பட்டது. தோல் காசைப் பழக்கம் பண்ணச்சொல்லி தமுக்குப் போட்டதால், காசுக்கடை, புடைவைக் கடை வகையிறா நேத்தும் மூடி விட்டார்கள். இன்றும் மூடிவிட்டார்கள். இதல்லாமல், காசுக் கடைக்காரர்களும், புடைவைக் கடைக்காரர்களும், வர்த்தகர்களும் கூடிப்போய் சின்ன துரையான முசே பெடுத்தல் மீயிடம் பிராது சொன்னார்கள்.

அவர், “இது என் காரியமல்ல. முசே லெறியிடம் போய்ச் சொல்லிக்கொள்ளுங்கள்” என்று சொன்னார். முசே லெறியிடம் சொல்லச் சென்றபோது, இது சரியான சமயமல்ல என்று கந்தப்ப முதலி போகச் சொல்லிவிட்டார் என்று காசுக்கடைக்காரர்களும், புடைவைக் கடைக்காரர்களும், வர்த்தகர்களும் வந்து சொன்னார்கள். சின்ன துரை சொன்னபடி பெரிய துரையிடம் போய்ச் சொல்லுங்கோள் என்று சொல்லி அனுப்பிவிட்டேன். எந்தப் பட்டணத்தில் வெள்ளியும் பொன்னும் நவரத்தினமும் கொழித்திருந்ததோ, அந்த இடத்தில் தோல் காசு வழக்கத்திற்கு வருவதில் இருந்தே பட்டணத்தின் விறுத்தி எப்படி வீழ்ந்துவிட்டது என்பது சகலருக்கும் தெரியும்படி ஆனதே.

இதைப் போலவே சனங்கள் நடக்கிற அசத்தியமும் அக்கிரமும் அல்ப்ப மனுஷர் காரியங்களில் இருந்துகொண்டு, பிரபுக்களுக்கு துபாஷித்தனம் செய்வதும், பிரபுக்களுடைய புத்திகள் மேலே எழுதப் பட்ட தவறான காரியங்களை நடத்துமாறு அவர்களின் புத்தியைத் திருப்பியதும் நடந்து, அநியாயமும் எல்லாம் உண்டாகியது. இது போல் நடக்காமல் இருக்க ஒன்று பட்டணம் எடுத்து *(அழிந்து)*

போகவேண்டும். அல்லது முசியே லெனுவாரை போலே ஒத்தவர் ஒருத்தர் துரைத்தனம் பண்ணுகிறதுக்கு வந்து, இப்போது நடப்பவற்றைத் தடுத்து நிறுத்தி, சத்தியமும் நியாயமும் கிறமும் ராசரீகமும் சரியாக நடக்கும்படியான அடையாளத்தின்படி நடத்த வேண்டும். அதுதவிர வேறு வழியில்லை என்று சகல சனங்களும் பேசிக் கொள்கிறார்கள். இந்த நகரத்திற்கு வந்த நெருக்கடி இனிமேல் இந்த ராச்சியம் முழுதும் பிடித்து நடக்கும் என்று சகலமான சனங்களும் பேசிக்கொள்கிறார்கள்.

1759 ஸூ பிப்ரேயி மீ 21 வ;
வெகுதானிய ஸூ மாசி மீ 13வ; புதவாரம்

இத்தனாள் காலத்தாலே ஒன்பது மணிக்கு முசே லெறி தன்னுடைய கபினேத்தில் ஒண்டியாய் இருந்தபோது, நான் போய் ஆசாரம் பண்ணினேன். என்னைப் பார்த்தவுடன், "நீ அப்துல் ரகுமானின் வீட்டை எடுத்துக் கொண்டாயா?" என்று கேட்டார். அதற்கு நான், "அப்துல் ரகுமானின் வீட்டை நான் ஏன் எடுத்துக் கொள்கிறேன். அவன் வந்து பெருமுக்கல் மியா சாயபுவுடைய வீட்டில் குடியிருந்தான். அவனும் அவன் குஞ்சு குழந்தைகளும் போன அப்பால், மியா சாயபு, சின்ன துரை முசியே பெடுத்தல் மீ, முசியே திலார்சு ஆகியோரிடம் ஞாயம் செய்யச் சொல்லி வீட்டை திரும்ப வாங்கிக்கொண்டான். அது தவிர எனக்கு ஒன்றும் தெரியாது" என்று சொன்னேன். "அப்படியானால் போ" என்று சொன்னார். நான் ஆசாரம் செய்துவிட்டு வீட்டுக்கு வந்தேன்.

1759 ஸூ பிப்ரேயி மீ 26 வ;
வெகுதானிய ஸூ மாசி மீ 18வ; சோமவாரம்

இத்தனாள் பத்தரை மணிக்குக் கேள்வியான சேதி; முசே லெறி கோட்டையில் இருக்கிற தம்முடைய காம்பிராவிலிருந்து நடுச்சாலைக்கு வந்தார். உடனே கடற்கரை *(பொறுப்பான)* கப்பித்தான் முசே சொல்மினியாக்கு வந்து பேசியிருந்தார். அவர் போன அப்பால் முசே பொசேத்து வந்து பேசியிருந்தார். அப்பால் முசியே குளூவேத்தும், மங்கள மேஸ்திரிகளும் *(மருத்துவரும்)* வந்து பேசிய அப்பால், முசே மொறசேன் வந்து பேசியிருந்தார். அப்போது வந்த கப்பல் பாதிரி சரியான நேரம் கிடைக்காததால் புறப்பட்டுப் போனார். ஆற்காட்டு வழியில் காவிரிப்பாக்கத்துக்கு ஒரு காத வழியில் பனைப்பாக்கம் என்ற ஊர் இருக்கிறதாம். அங்கே பவுன்சுடன் இருந்த முசே லாலி,

முசே லெறிக்குக் கொடுத்த காகிதங்களை இரண்டு சேவுகர்கள் எடுத்துக் கொண்டுவந்து, பத்து மணி வேளைக்கு முசே லெறியிடம் கொடுத்தார்கள். வந்த இரண்டு சேவுகர்கள் வாய்விசேசம் *(வாய்மொழியாக)* சொன்னது; சென்னைப்பட்டணத்தை விட்டுவிட்டுப் புறப்பட்ட முசே லாலி திருவள்ளூர், திருப்பாசூர் சீர்மைகளின் வழியாக ஆற்காட்டுக்குப் போகிறார் என்று சேதி சொன்னதாகக் கேள்வியான மனுஷர் வந்து சொன்னார்கள். முன்பு தோல் காசுகளை வழக்கத்தில் கொண்டுவர தமுக்குப் போட்டுச் சொன்னார்களே, இப்போது கடைக்காரர், காசுக்கடைக்காரர்கள் தோல் காசுகளை வாங்க வேண்டாம் என்று முசியே லெறி சாவடி கணக்குப் பிள்ளைகளை அழைத்து உத்தாரம் கொடுத்தார். எனவே, கடைக்காரர்கள் நேத்தைப் பிடிச்சு கடைகள் போட்டு வைத்திருக்கிறார்கள் என்றும் சேதி சொன்னார்கள் *(7 நாளில் தோல் காசு திரும்பப் பெறப்பட்டது).*

இத்தனாள் சாயங்காலமான பிறகு ஒரு நாழிகைக்கு *(ஏழு மணி ஆனபோது)* சென்னப்பட்டணத்துக் கோட்டையில் அகப்பட்டிருந்த கோணத்தே தெங்தேன் ***(Comte d' Estaing)*** என்பவர் அவர்களின் சாதி வழக்கப்படி சண்டையில் கைது செய்யப்பட்ட சண்டைக் காவல்காரன் இனிமேல் ஆயுதம் எடுத்துச் சண்டை செய்வதில்லை என்றும், எப்போது அழைத்தாலும் அப்போது வருகிறோம் என்று பிணை எழுதிக் கொடுத்துக் கையெழுத்துப் போட்டுவிட்டு, அனுப்புவித்துக்கொண்டு வந்தார். *(இதை இவன் பின்பற்றவில்லை. சுமத்திரா தீவில் உள்ள மால்பரோ கோட்டை சண்டையில் கலந்துகொண்டான். ஏன் என்று ஆங்கிலேயர் விசாரித்தபோது பிணை இந்தியாவுக்குள் மட்டும்தான் பொருந்தும் என்றான். மால்பரோவுக்குப் பொருந்தாது என்றான்.)* அவருடன் இரண்டு ஒபிசியேல்மார்களும் அவ்வாறே கையெழுத்துப் போட்டுவிட்டு வந்தார்கள். வந்தவர்களின் பேர் தெரியாது. அவர்கள் இருவரும் குதிரைகளில் ஏறி வந்தார்கள்.

முசே லாலி இரண்டு மாசம் சண்டை போட்டும், சென்னப் பட்டணத்தைப் பிடிக்க முடியாமல் போனதால், கோட்டையில் கோவர்ணதோராக இருந்த இங்கிரேசு கோவர்ணதோர் மேஸ்தர் பிக்கட்டுக்கு மெத்த பெரிதான கீர்த்தி வந்தது. முன்பு விப வருசத்தில் புதுச்சேரிக்கு வந்து சண்டை செய்து, மலாராடு *(நற்பேறு இல்லாத)* மேஸ்தர் புஸ்கவேன் முறிஞ்சபோது, முசே துயூப்ளேக்சுக்கு மெத்த கீர்த்தி வந்ததைப்போல் இப்போது மேஸ்தர் பிக்கட்டுக்கு வந்ததென்று சனங்கள் பேசிக் கொண்டார்கள். ஆனால், முசே லாலியைப்போல்

சண்டையில் கெட்டிக்காரரான ஒருவரையும் இந்தியா ராச்சியத்தில் பார்த்ததில்லை. இப்படிச் சென்னப்பட்டணத்தை எல்லாம் கொள்ளையிட்டு, கோட்டையைத் தூள் தூளாக்கி, கோட்டையில் இருந்த வீடுகளை எல்லாம் போம்புனாலே இடிச்சுத் தள்ளிவிட்டுக் கோட்டைச் சுவரை இடிச்சுத் தள்ளிவிட்டு, மோர்சாலை கொண்டுபோய் அகரத்தில் *(அகழியில்)* தள்ளிவிட்டு, கோட்டைக்குள் இருப்பவர்களை வெளியில் இருப்பவர்கள் பார்க்கும்படியாகவும், வெளியில் இருப்பவர்கள் கோட்டைக்குள் இருப்பவர்களைப் பார்க்கும்படியாகவும் செய்து ஒருத்தரும் சண்டை செய்ய மாட்டார்கள். இப்படியெல்லாம் நடந்தும் கோட்டையை விட்டுவிடாமல், எதிர்கொண்டு நின்றதால், மேஸ்தர் பிக்கட்டுக்கும் மெத்த கீர்த்தி கிடைத்தது.

முசே லாலி கோட்டையைப் பிடிக்காமல் வந்தது தாழ்த்தியல்ல என்று விவேகிகள் எண்ணுவார்கள். ஆனால், கோட்டை பிரான்சுக் காரர்களிடம் வருவதற்கான நேரம் வராததால், கோட்டை தப்பியதே தவிர, முசே லாலி சண்டை பண்ணியதால், தப்பியதில்லை. ஆனால், சீத்தாராம சோசியர் சொன்ன சாஸ்திரப்படிக்கு தேவனாம்பட்டணம் பிரான்சுக்காரர்களிடம் வீழ்ந்தது.

இந்த வருசம், இந்த நேரத்தில் தப்பினாலும், வருகிற வருசம் பிரமாதி வருசம், ஆனி மாசத்துக்குள் சண்டை பண்ணி, சென்னப் பட்டணத்தில் மீண்டும் பிரான்சுக்காரரின் கொடியேறுமே தவிர தோல்வி என்பது இல்லை என்று என் புத்திக்குத் தோன்றியிருக்கிறது.

ஏனென்றால், சீத்தாராம சோசியர் சொன்ன சாஸ்திரப்படி, வெகு தானிய வருசம், மாசி மாசம் ராச்சியத்துக்குச் சொன்ன அதிர்ஷ்டமும் எனக்குச் சொன்ன சுபமும், அதிர்ஷ்டமும் பிரெஞ்சுக்காரருக்குச் சொன்ன அதிர்ஷ்டமும், சுபமும் சரியாக இருந்தது. எனவே, பிரெஞ் சுக்காரருக்குச் சொன்ன சுபமும், எனக்குச் சொன்ன சுபமும் சரியாக நடக்குமென்று எண்ணியிருக்கிறேன். ஆனால், இனிமேல் நடக்க இருப்பதை அறிய வேண்டியது. என்னைத் தாழ்ச்சியாய் நடப்பிச்சதால் பிரான்சுக்காரருக்கும் தோல் காசைப் புழங்க வேண்டிய நிலைமை வந்தது. ஆனால் நாம் அவர்களுடன் இருந்தால்தான் அவர்களுக்கு விறுத்தியே தவிர இல்லாவிட்டால் இல்லை.

சீத்தாராம சோசியர் சொன்னபடி எனக்கும் இதுமட்டுக்கும் இறக்கமாக நடந்து வருவதால், அவர்களுக்கும் இறக்கமாக நடப்பதும் நல்லதுதான். இனிமேல், அவர்கள் நம்மை உயர்த்துகிற நேரம் வந்து,

நம் மூலமாக காரியங்கள் நடக்கின்றபோது அவர்களுக்குச் சகலமும் செயமாகும். சகல ராச்சியங்களையும் செயம் பண்ணுவார்கள் என்று எண்ணுகிறேன். இப்போது நடக்கிற காரியங்களை எண்ணிப் பார்த்தால், என்னுடைய எண்ணம் நல்லதுதான் என்று புத்திசாலிகளுக்கு நன்றாகத் தோன்றும், அதெப்படி என்றால், இதுமட்டுக்கும் பட்டணத்துக்கும், பிரபுஸ்தானத்துக்கும், எனக்கும் நடந்த அனுபவம் அப்படியே சரிப்பட்டு இருப்பதால் எழுதியது.

இத்தனாள் காலத்தாலே முசியே புசி வந்து முசே லெறியுடன் வெகு நேரம் பேசிக் கொண்டிருந்துவிட்டு, நசிபுல்லா கானின் வக்கீல்களான பேர் விளங்கன் துலுக்கன் ஒருத்தனையும், ரங்கோ பண்டிதன் என்பவனையும் காவலில் வைத்தார். அப்பால், முசே மொற்சேன், முசே லெறியுடம் வந்து, அந்தத் துலுக்கன் நசிபுல்லாகானின் மனுஷனாக *(தூதனாக)* வந்தவன் என்று சொன்ன அப்பால் அந்தத் துலுக்கனை விடுதலை பண்ணினார்கள். முன்பு பிரெஞ்சுக்காரர்களுடன் சேர்ந்திருந்த நசிபுல்லா கான், இப்போது இவர்களுக்கு எதிராக நின்று பிரெஞ்சு வெள்ளைக்காரர்களை வெட்டிப் போட்டுவிட்டு, இங்கிரேசுக்காரருடன் சேர்ந்து கொண்டான் என்ற நிமித்தியம் இவர்களைக் காவலில் வைத்தார்கள். மற்றபடி முசே தெபோசேத்து, முசே துப்பிளாமும், முசியே கில்லியார் போன்றோர் வந்து பேசிப்போகிற நித்தியக் கட்டளை *(அன்றாட வாடிக்கை)* நடந்ததாகச் சொன்னார்கள்.

1759 ௵ பிப்ரேயி மீ 28 வ;
வெகுதானிய ௵ மாசி மீ 20 வ; புதவாரம்

இத்தனாள் காஞ்சிபுரத்தில் இருந்து வந்த நம்முடையவர்கள் பயாவாராய்ச் *(விளக்கமாக)* சொன்ன சேதியாவது; முன்பு மாசி மாசம் 12-ஆம் நாளான செவ்வாய் வாரம் முதல் 14-ஆம் நாளான குருவாரம் வரை கோபால அரி அனுப்பி வைத்திருந்த நான்காயிரம் குதிரைப் படையினர் மூன்று நாள் கொள்ளையிட்டு, சர்வ சோபானமும் *(எல்லாச் சாமான்களையும்)* எடுத்துக் கொண்டார்கள். உடைமைகள் இருக்குமிடத்தைக் காட்டச் சொல்லி, சிலுக்க சிலுக்க வெட்டியதும், அடித்ததும் கொஞ்சமில்லை என்று சொன்னார்கள். இப்படி எல்லாச் சனங்களையும் மராட்டியர் இம்சைப்படுத்திய போதும் பெரிய காஞ் சிபுரத்துக் கோயிலில் *(ஐரோப்பியர்களும் முகமதியர்களும் சண்டை காலங்களில் பெரும் மதில் சுவர்களைக் கொண்ட கோயில்களை ராணுவ நடவடிக்கைகளுக்குப் பயன்படுத்திக்கொண்டார்கள்.)* இருந்த

ரசா சாயபுவின் மனுஷர் ஏனென்று கேட்காமல் விட்டார்கள். அவர்கள் பயந்து கோட்டையைச் சாத்திக்கொண்டு இருந்தார்கள். அவர்கள் கொள்ளையிட்டு லாலாப்பேட்டை வழியாகப் போனார்கள். இதற்கு முன்னதாகப்போன ரசா சாயபு, பல்லக்கு இன்னும் பிற சாமான்களைப் பறிகொடுத்துவிட்டு, தக்கோலம், பேரம்பாக்கம் ஆகிய பகுதிகளில் முசே லாலியின் பவுன்சு இருந்த இடத்திற்கு வந்து சேர்ந்தார். எனவே, அலமாஞ்சு *(ஜெருமானிய)* குதிரை வீரர்களும், முசே ஒம்மோவின் குதிரை வீரர்களும் போய் மராட்டியப் பவுன்சைத் தாக்கினர்.

முறிஞ்சிப்போன மராட்டியப் பவுன்சினர் கொள்ளையிட்ட சாமான்களைப் போட்டுவிட்டுக் கடா என்ற இடத்திற்கு ஓடிப் போனார்கள். இதில் நானூறு குதிரைகள் நம்மவர் கையில் அகப்பட்டன. இருநூறு குதிரைகள் செத்துப்போயின என்றும் சொன்னார்கள். இதில் பாதியாவது இருக்கும் என்பதில் சந்தேகமில்லை. இந்த மராட்டியர்களை இங்கிரேசுக்காரர் வரவழைத்தார்கள். இதில் நம்மவர்கள் சென்னப்பட்டணத்தைவிட்டு ஆற்காட்டுக்குப் போனதால், அந்தக் குதிரைக்காரர்கள் மறுபடியும் கடா என்ற இடத்திற்குப் போனதாகப் பேசிக்கொண்டார்கள். சோளிங்கபுரம், லாலாப்பேட்டை வகையிறா வருகிற வழிகளில் எல்லாம் கொள்ளையிட்டு பெண்டுகளைச் சீரழித்து விட்டார்கள், பிடித்துக் கொண்டார்கள் என்றும் சொன்னார்கள்.

1759 ஷு அப்றீல் மீ 10 வ;
வெகுதானிய ஷு வையாசி மீ 28 -ஆம் தேதி வரைக்கும்

பிரமாதி வருசம் சித்திரை மாசம் முதல் அங்காரகவாரம் உத்திர நட்சத்திரம் சேஷ்ட சுத்த, திரயோதசிக்கு 1759-ஆம் வருசம் அப்றீல் மாசம் 10-ஆம்தேதி, வைகாசி மாசம் 28-ஆம் தேதி வரைக்குமான சேதி;

பிரான்சில் நான்கு மினீஸ்தர்கள் இருக்கிறார்கள். ஒருவர் சண்டைக் காரியங்களைக் கவனிப்பவர். ஒருவர் சமுத்திர காரியங்களைக் கவனிப் பவர். இன்னொருவர் புளக்கிலர் சோறுயென்கிறது *(?)*, மத்த விசாரணை *(நிதி இன்னும் பல காரியங்களை)* கவனிப்பவர். நான்கா மவர் பிறத்தியர் தேச *(வெளிநாடு தொடர்பான)* காரியங்களைக் கவனிப்பவர்.

இந்த நால்வருக்கும் முதல் மினீஸ்தராக ஒருத்தர் இருப்பார். முன்பு கார்தினால் புளோரி *(Cardinal Fleury)* முதல் மினீஸ்தராக இருந்தார் இந்த இடத்திற்கு யாரையும் நியமிக்காமல், பிரான்சின் ராசா தாமே இப்பொறுப்பைக் கவனித்துக் கொள்கிறார். இதன் அப்பால், ஷான் செலியேர் காடுதே சொ, கோந்துரோல் சனரால் *(Chancelier and Garde des sceaux , Controller General).*

1759 ஷு அப்றீல் மீ 11 வ;
பிரமாதி ஷு சித்திரை மீ 2 வ; புதவாரம்

இத்தனாள் ராத்திரி பன்னிரண்டு மணிக்கு முசே மொற்சேன் அறுனென் *(Haarlem)* என்ற கப்பலில் ஏறினார். இந்தக் கப்பலுடன்கூட இன்னும் இரண்டு சிறிய பிறகாத்துகளும் *(போர்க்கப்பல்களும்)* மச்சிலிப்பந்தருக்குப் பயணம் போயின.

இதற்கு முன் முசே புசியைப் பயணம்போகச் சொல்லியிருந்தார்கள். அவரை நிறுத்திவிட்டு முசே மொற்சேனைப் பயணம்போகச் சொன்னார்கள். சென்னப்பட்டணத்தில் இருந்த இங்கிரேசுக்காரரின் கப்பல்கள், இப்போது தெற்கே காரைக்கால், நாகப்பட்டணம் வகையிறா சீமைகளில் இருக்கின்றன என்று கபுறு இருந்தது.

இதனால் முசியே மொற்சேனுடன் போகிற கப்பல்கள் வேதை *(இடைஞ்சல்)* இல்லாமல் மச்சிலிபந்தர் போய்ச் சேரும். நல்ல காத்து

அடிக்கிறபடியால், மூன்று நாளில் போய்ச் சேரும். மச்சிலிப்பந்தருக்குச் சமீபத்திலே ஏதேனும் இங்கிரேசுக் கப்பல்கள் இருந்தால், உடனே அவற்றுடன் சண்டை பண்ணுவதற்கான பெலன் *(பலம்)* நம் கப்பல்களில் இருந்ததால், அதையும் எதிர்கொண்டுபோய்ச் சேர்வார்கள் என்று சொன்னார்கள்.

1759 ஷு அப்றீல் மீ 12 வ;
பிரமாதி ஷு சித்திரை மீ 3 வ; குருவாரம்

இத்தனாள் ராத்திரி ஒன்றிரண்டு இங்கிரேசுக் கப்பல்கள் துறையில் தென்பட்டதால், ராத்திரி பன்னிரண்டு மணி வேளைக்கு துறையில் இருக்கிற சின்னக் கப்பலில் இருந்து ஒரு பீரங்கிச் சுட்டான். அப்பால் சமுத்திரக் கரையோரக் கொத்தளங்களைத் தயாராக வைத்துக்கொண்டு சிப்பாய்களும் எச்சரிக்கையாக இருந்தார்கள் என்று காலத்தாலே கபுறு சொன்னார்கள்.

1759 ஷு அப்றீல் மீ 14 வ;
பிரமாதி ஷு சித்திரை மீ 5 வ; சனிவாரம்

இத்தனாள் நான் சாரத்திற்குப் போயிருந்து அபியங்கஸ்நானம் *(எண்ணெய்க் குளியல்)* செய்துவிட்டு சாயங்காலம் வீட்டுக்கு வந்தேன். இத்தனாள் கேள்வியான சேதி; இங்கிரேசுக்காரர்களும், விசய ராசாவின் மகனும் *(ஆனந்த ராசா)* மச்சிலிப்பந்தருக்கு வந்து பேட்டைகளை எல்லாம் கொள்ளையிட்டனர். கொத்தளம் போட்டு, கோட்டை பேரிலே சண்டை தொடுத்தார்கள் என்ற சேதி வந்ததால், முன்பு சித்திரை 2-ஆம் தேதி புதன்கிழமை ராத்திரி முசே மொறசேனும், சொலுதாதுகளும் கிளம்பிப் போனார்களே, அவ்விடத்தில் ஆனந்தராசாவுக்கும், இங்கிரேசுக் காரருக்கும் இடையே ஒருவருக்கொருவர் பகை ஏற்பட்டு, மச்சிலி பந்தரை விட்டுவிட்டு அவர்கள் படைகளுடன் திரும்பிப்போய் விட்டார்கள் என்று ஒரு சேதி சொன்னார்கள். என் புத்திக்கு இந்தச் சேதி மெய்யாகத் தோன்றியதால் எழுதி வைத்தேன்.

1759 ஷு அப்றீல் மீ 18 வ;
பிரமாதி ஷு சித்திரை மீ 9 வ; புதவாரம்

இத்தனாள் சரீரம் சுவஸ்தமில்லாததால் வெளியே போகவில்லை. இத்தனாள் கேள்வியான சேதி;

காஞ்சிபுரத்தில் இருந்த நம்முடைய பிரான்சுக்காரர்களின் படை யினரான முசாபர் பேக்கு வகையிறாக்கள் சமேதார் வகையிறா மதுரையில் இருந்த இங்கிரேசுப் படையின் கொம்மாந்தாம் *(Commantant)* படையுடன் வந்து முற்றுகையிட்டான்.

மதிலேறிக் குதித்துக் கோட்டையின் உள்ளே போய் முசாபர் பேக்கைப் பிடித்துக் கொண்டார்கள். அவன் தாயை வெட்டிப் போட்டனர். அவனுடைய பிள்ளையையும், அவன் தாலுக்கு மனுஷர்களையும் அடித்துக் காயப்படுத்தித் துப்பாக்கியைப் பிடுங்கிக்கொண்டு துரத்தி விட்டார்கள்.

விநாயகப் பிள்ளையின் மனுஷனான ராமலிங்கன் ஒரு கத்திக் காயத்துடன் காமாட்டிகளுடன் *(மண்வேலை செய்வோருடன்)* தப்பிப் போனான். முகம்மது அபுவின் கழுத்தை வெட்டிப் போட்டார்கள். இங்கிரேசுப் பவுன்சு அவ்விடத்தைப் பிடித்துக் கொண்டது. முசே சுப்பீரின் பவுன்சு திருவொத்தியூர் போய்ச் சேர்ந்து, அதைப்பிடித்துக் கொண்டார்கள். முசே லாலி வந்தவாசிக் கோட்டையில் இருந்து திருவொத்தியூருக்கு வந்து சேர்ந்தார்.

படையின் செலவுக்குப் பணம் இல்லாமல், தொந்தரையாக இருக்கிறது. ரசா சாயபு ராத்திரியெல்லாம் பந்துபஸ்து பண்ணினார். ரசா சாயபு நேத்து சாயங்காலம் படையுடன் வெளியே போய்த் தங்கினார். முசியே திலார்சும் நாளை காலத்தாலே போகிறார் என்று சொன்னார்கள்.

காஞ்சிபுரத்தில் நடந்த சேதிகள்; இங்கிரேசுப் பவுன்சு வந்து தாக்கியபோது, விநாயகப்பிள்ளையின் மனுஷனான ராமலிங்கம் என்பவன் ஒரு காயத்துடன் காமாட்டிகளுடனே ஓடிப்போய்த் தப்பினான். முன்பு திருக்கோவிலூர் அமுல்தாரனாக இருந்து, இப்போது ராமலிங்கனின் கீழே காஞ்சிபுரம் அமுல்தாரனாக இருந்த அபு முகம்மது என்பவனைத் துப்பாக்கி மருந்தைக் கொட்டிக் கொளுத்திவிட்டுக் கொன்று விட்டார்கள். விநாயகனுடன் தெற்கத்திய கவீ சுவராவு *(புலவன்)* என்பவன் சறுக்காய் சட்டை போட்டுக்கொண்டு திரிந்து கொண்டிருந்தான். அவனுடன் வெங்கடாசல முதலி என்பவன், பேர் விளங்கன் ஒருத்தன் ஆகிய மூவரின் இரண்டு காதுகளையும் அறுத்துப்போட்டார்கள். இன்னும் நான்கைந்து பிராமணர்களுக்குக் காயமும், சேதமும் *(உயிரிழப்பும்)* செய்துவிட்டார்கள். இங்கிரேசுப் பவுன்சு இருந்து கொண்டிருக்கிறது என்று சொன்னார்கள்.

1759 ஹு அப்ரீல் மீ 19 வ;
பிரமாதி ஹு சித்திரை மீ 10 வ; குருவாரம்

இத்தனாள் அய்யண்ண சாஸ்திரி ரசா சாயபு தன்னை அழைத்தார் என்று அவரிடம் போவதற்காக அனுப்புவித்துக் கொள்ள நம்மிடம் வந்தார். அப்போது, கந்தப்ப முதலியும், பெரியண்ண முதலியும் தன் பேரிலே பிராது எழுதியதாகச் சொன்னார். தங்களிடம் முசே லெறி, “இப்போது பொல்லாத காலம் வந்திருக்கிறது. கவனமாக இருந்து, தப்பிப் பிழையுங்கள்” என்று சொன்னதாகச் சொன்னார்கள். பெரியண்ண முதலி தன் மகனுக்குக் கலியாணம் பண்ணுவதாக இருந்ததை நிறுத்தி வைத்தார். கந்தப்ப முதலி, பெரியண்ண முதலி, சவரிராயப் பிள்ளை ஆகிய மூவரும் மெத்தவும் சோர்ந்துபோய் முகத்தைத் தொங்கப்போட்டுக் கொண்டிருக்கிறார்கள் என்றும் சொன்னார். ஆற்காடு, காஞ்சிபுரம் வகையிறா இடங்களில் நடக்கிற சேதிகளையும் சொன்னார். கிருஷ்ணராயனின் பவுன்சு திருவீதி, விழுப்புரம் வகையிறா பகுதிகளுக்கு வந்து அங்கிருந்த பசுக்களை எல்லாம் ஓட்டிக்கொண்டு போனார்கள். அவ்விடத்துச் சனங்கள் பயத்துடன் வலசை போகிறார்கள். இப்போது சும்மா இருக்கிறவர்கள் நல்லபடியாக இருப்பதாகத் தெரிகிறது என்று சொல்லி இன்னும் சில பேச்சுகளைப் பேசியிருந்துவிட்டு, அனுப்புவிச்சுக்கொண்டு போனார்.

1759 ஹு அப்ரீல் மீ 20 வ;
பிரமாதி ஹு சித்திரை மீ 11 வ; சுக்கிரவாரம்

இத்தனாள் ராத்திரி எட்டு மணிக்குக் கேள்வியான சேதியாவது; சாயங்காலம் வடக்கு வாசற்படி வழியாகப் போகிற தலைவிரிச்சான் *(ஆங்கிலப் பதிப்பில் பெண்கள் என்றுள்ளது. ஏழை சனங்களை குறிப்பதாகவும் சொல்லலாம்)* கூட்டத்தை விட்டுவிட்டார்கள். ஆனால், தலைப்பாகை, துப்பட்டி, சோமன் *(வேட்டி)* கட்டிக்கொண்டு போனவர்களை, வெளியே இருக்கிற பனைமரக் கதவைச் சாத்திக் கொண்டு அங்கிருந்த ஒப்பிசியேல்மார்களும், சார்ஜெண்ட், கார்ப் போரல் வகையிறாக்கள், கத்திகளை உருவிக்கொண்டு, வெட்டிக் கொன்றுவிடுவோம், ஏதாவது கொடுங்கள் என்று கேட்டார்களாம். எனவே, அவரவர் பயப்பட்டு, நான்கு, அஞ்சு ரூபாய் முதல் ஆறு பணம் வரை கொடுத்துவிட்டு வெளியே வந்தார்களாம். கும்பினியிலிருந்து எங்களுக்குச் சம்பளம் வரவில்லை. நாங்கள் மண்ணைத் தின்றுவிட்டா

வாசற்படியைக் காவல் காத்து நிற்போம் என்று சொல்லி, ரூபாய் கேட்டு வாங்கினார்களாம். அதிலும் நான்கு பேர் அங்கி போட்டுக்கொண்டு, சட்டவட்டமாய்ப் போனார்களாம். அவர்களிடம் தான் தலைக்கு நான்கைந்து ரூபாய்களை வாங்கினார்கள். மற்றவரிடம் எல்லாம் ஒரு ரூபாய், ஆறு பணம், நான்கு பணம், இரண்டு பணம் என்பதாக வாங்கிக்கொண்டு விட்டனர்.

கையில் பணமிருந்தவர்கள் கொடுத்துவிட்டார்கள். இல்லாதவர்கள் பாறுக்காரரை வீட்டுக்குக் கூட்டிக்கொண்டு வந்து பணம் கொடுத்து அனுப்பிவிச்சார்கள். இதுவரை இப்படி சம்பளம் வரவில்லை என்று சொல்லி, பட்டணத்து சனங்களைப் பிடித்து வாங்கிய சேதி கேள்வியானதில்லை. மற்ற முறைகேடுகள் எல்லாம் நடந்து முடிந்தன. இப்போது இதுவும் தொடங்கி நடந்தது. இனி தெத்து வாசல் நான்கையும் சாத்திக்கொண்டு பட்டணத்தைக் கொள்ளையடிப்பது மட்டும்தான் பாக்கி. இந்த ஒன்றைத் தவிர மற்ற அலங்கோலம் எல்லாம் நடந்து முடிந்தன என்று சகலமான சனங்களும் பார்த்து நடுங்கிக் கொண்டிருந்தார்கள்.

பட்டணத்துக்கு என்ன ஆபத்து வரப்போவதை இந்த அடையாளங்கள் காட்டுகின்றவோ தெரியவில்லை என்றும் வெகு நாளாக எப்படித்தான் நாம் இவர்களின் வெள்ளைக் கொடியின்கீழ் வாழ்ந்தோமோ என்றும் தங்கள் சரிபோனபடிக்கு எல்லாம், வாயில் வந்ததைப் பேசிக்கொள்கிறார்கள் என்றும் கேள்வியான சேதியை எழுதி வைத்தேன்.

1759 ஹு அப்றீல் மீ 22 வ;
பிரமாதி ஹு சித்திரை மீ 13 வ; ஆதிவாரம்

இத்தனாள் காலத்தாலே ஏழு மணிக்குக் கோட்டைக்குப் போவதற்காகப் புறப்பட்டு வந்து, நேத்து வரச் சொன்ன முசியே திப்பளாமின் வீட்டுக்குப் போனோம். அவருக்கு மலாது *(உடல் நலமில்லை)* என்று அவருடைய துபாஷி சொன்னான். எனவே, நாளைக்கு வருகிறேன் என்று சொல்லிவிட்டுக் கோட்டைக்குப் போனேன். அங்கே கொள்ளை அடித்த களம்போல நிர்மானுஷ்யமாய் *(மனுஷ நடமாட்டம் இன்றி)* இருந்தது. எட்டரை மணி அடித்த அப்பால் முசியே குளுவேத்தும், முசியே பொசேத்தும், கிராபியரான முசியே நோயலும் நான்கைந்து கணக்கர்களும் கும்பினி ஒப்பிசியேல்மார்கள் இருவரும் வந்தார்கள். அவர்களுடன் நானும் மெத்தைக்குப் போனேன். காலத்தாலே ஒன்பது

மணிக்குக் கோயிலுக்குப்போகப் புறப்பட்டார். அவருடைய முகத்தைப் பார்த்தால், மாவில் செய்த பிரதமை *(பொம்மை)* போல் இருந்ததே தவிர, களையென்ற நாமம் இல்லை. அப்படிப்பட்டவரைக் கண்டு ஆசாரம் பண்ணினேன். அவர் தலையைச் சாய்த்து ஆசாரம் பண்ணினார். முசே லாலி சென்னப்பட்டணத்தின் பேரிலே சண்டை செய்தபோது, துறைமுகத்துக்கு வந்த இரண்டு பரதேசத்தார் கப்பல்களைப் பிடித்துக்கொண்டு, இவ்விடத்துக்கு அனுப்பி வைத்தார்.

அதில் அரிசி வகையிறாக்கள் சாமான்கள் வந்தன. இச்சரக்குகள் புதுச்சேரியின் வர்த்தகர்களுக்கு வந்தவை என்பது தெரிந்ததும், அவற்றைக் கொடுத்துவிடச் சொல்லி, மூன்று மாசங்களுக்கு முன்பே முசே லாலியும், முசியே லெறியும் உத்தரவு கொடுத்தார்கள். வர்த்தகர்கள் முசியே லெறியுடன் கிரேபியருக்கு உத்தரவு கொடுத்திருக்கிறோம். அவரிடம் போனால் கொடுப்பார் என்று சொல்கிறார். கிரேபியரோ, இசுக்காதுரு வரட்டும், வந்தவுடன் சரக்குகளுக்கான பணத்தைக் கொடுத்துவிடுகிறோம் என்று எத்தனை தரம் சொன்னாலும் என்னண்டைக்கு ஏன் வந்தார்கள் என்று என்னிடம் காலத்தாலே வந்து, என்னைச் சொல்லச் சொன்னார்கள். அவர்கள் மெத்தைக்குப்போய் உரத்துக் குரலெழுப்பிக் கேட்டபோது நீங்கள் எல்லாரும் சென்னப்பட்டணத்துக்குப் போய்விடுங்கள். ஒருவர் மாத்திரம் இருங்கோள். மசுக்கரைக் கப்பல்கள் வந்தவுடனே இவர்களுக்குப் பணம் கொடுத்து விடுகிறோம் என்று இவர்களிடம் என்னைச் சொல்லிவிடுமாறு சொல்லிவிட்டு முசியே லெறி கோயிலுக்குப் போனார்.

அவ்வாறே, அந்தப் பரதேசத்தாருக்குச் சொன்னேன். அதற்கு அவர்கள் சொன்னது; நாங்கள் முசே லெறியுடன் பங்காளத்தில் பழகியிருக்கிறோம். அவருடைய குணம் எங்களுக்குத் தெரியும். நீங்கள் எங்களுக்குச் சொல்லத் தேவையில்லை என்று இவருடைய எல்லாக் குணங்களையும் ஆதியோடு அந்தமாய்ச் சொன்னார்கள். அந்தப் பட்டணத்தை வீணாக்கிவிட்டு வந்தார். எங்களுக்குத் தெரியும் என்று விஸ்தரிச்சுச் சொன்னார்கள். அதற்கு நான் அப்படிச் சொல்லக்கூடாது என்று பரிகரிச்சு சொல்லிவிட்டு, புடைவைப் பார்க்கும் சாலைக்கு வந்தபோது அங்கே முசியே கில்லியார் அவர்களைக் கண்டேன். அவரும் நானும் லோகாபிரமமாய்ப் பேசியிருந்து, அப்பால் இப்போது நடக்கிற முச்சட்டைகளை *(பிரச்சனைகளை)* பேசியிருந்துவிட்டு, அப்பால் அவரிடம் அனுப்புவித்துக்கொண்டு வீட்டுக்கு வந்தேன்.

இத்தனாள் சாயங்காலம் அஞ்சு மணிக்குக் கேள்வியான சேதி; குண்டூர் என்றொரு ஊரிருக்கிறதாம். அங்கிருக்கிற வெள்ளைக்காரன் மச்சிலிபந்தரை இங்கிரேசுக்காரர்களும், ஆனந்த ராசாவும் பிடித்துக் கொண்டார்கள் என்று முசே லெறிக்குக் காகிதம் எழுதி அனுப்பினான் என்றும், அந்தக் காகிதத்தைப் படித்துப் பார்த்துக்கொண்டு, கோன் சேலிடம் காட்டினார்கள் என்றும் சேதி சொன்னார்கள். இனிமேல், வெள்ளைக்காரர்கள் வாய்விசேசம் சொல்கிற சேதிகளை, நன்றாகத் தெரிந்துகொண்டு எழுத வேண்டும். முசியே மொறசேனின் கப்பல் மச்சிலிப்பந்தருக்குப் போய்ச் சேர்ந்ததென்றும், அப்பால் வெகு தூரத்துக்குப் போனதென்றும் அப்பால் சேதி தெரியவில்லை என்று வந்த சேவுகர்கள் சொன்னார்கள்.

இத்தனாள் கேள்வியான சேதி; முன்பு பங்குனி மாசம் 28-ஆம் தேதி சனிவாரம் அல்லது, 29-ஆம் தேதி ஆதிவாரம், இதற்கு ஏப்ரல் மாசம் ஞாயிற்றுக் கிழமை 8, அல்லது சனிவாரம் 7 அன்று, ராத்திரி மச்சிலிபந்தரை, லக்கையேறி பிடித்தார்கள். கோட்டையில் முந்நூறு சொலுதாதுகளும் ஆயிரம் சிப்பாய்களும் மாத்திரம் இருந்தார்கள். சத்துருக்கள் பேரிலே ஒரு துப்பாக்கியால் கூடச் சுடவில்லை. மறக்கி தெ கொம்பிளாம் *(Marquis de Comflans)* முந்நூறு சொலுதாதுகள், இரண்டாயிரம் பாறுக்காரருடனும் வெளியே இருந்தார். அப்பால் சண்டை போட்டு செயம் பண்ணி சலாபத் சங்குவின் கொடியைப் போட்டார்கள். அவருக்கும், இங்கிரேசுக்காரருக்கும் இடையே உடன்படிக்கை ஏற்பட்டு, பெசவாடை *(Bezwada)* என்ற இடத்திற்கு வந்து தங்கியிருக்கிறார்கள்.

கோட்டையிலிருந்து நம்மவர்கள் எழுதி அனுப்பும்வரை எந்தச் சேதியையும் உறுதியாகச் சொல்லக்கூடாது. மச்சிலிப்பந்தருக்கு முக்காத வழியில், நான்காத வழியில் இருக்கிற குண்டூர் என்ற இடத்தில் இருக்கிற பிரான்சுக்காரர் எழுதி அனுப்பிய காகிதம் என்பதால் சத்துருக்கள் மச்சிலிபந்தரைப் பிடித்துக்கொண்டது மெய்தான். சலாபத் சங்குவின் கொடி ஏற்றப்பட்டதும் மெய்தான். முழுக்கவும் நடந்த சேதிகள் தெரியாது என்று நம்மிடம் வந்த இரண்டொரு ஒப்பிசியேல்மார்கள் சொன்னார்கள். இனிமேல், அதை அறிந்து எழுத வேண்டும்.

இத்தனாள் ராத்திரி வந்த இரண்டொரு வெள்ளைக்காரர்கள் சொன்னது; இத்தனாள் முசே லெறியின் பேர் பண்டிகை என்பதால், சாயங்காலம் பாதிரியார்கள் வெள்ளைக்காரர்கள், வெள்ளைக்காரிச்சிகள் ஆகியோர் வந்து சந்திப்பார்கள்.

அவர்களுக்கு முசே லாலி அவமரியாதை செய்வதாலும் தான் பேர் பண்டிகையைக் கொண்டாடினால், தனக்கு முன்பிருந்த கோவர்ண தோர்களுக்கு நடந்த ஆசாரம் நடக்காது என்பதால், போன வருசமே, இங்கே பண்டிகையைக் கொண்டாடாமல் வெளியில் இருக்கிற முசே பெடுத்தல் மீயின் தோட்டத்திற்குப் போய்விட்டார். இந்த வருசமும் ஆசாரம் இல்லாமல் நடப்பதால், பகலைக்கு மேலாகத் தமக்கு மொபார்க்குப் பாதி சொல்ல வருகிறவர்களிடம், தாம் வீட்டுக்குள் இல்லை என்று சொல்லச் சொல்லிவிட்டு, வீட்டுக் கதவைச் சாத்திக் கொண்டு, உள்ளேயே கவலையுடன் படுத்துக்கொண்டிருந்தார் என்று சேதி சொன்னார்கள். அத்துடன் நாளைக்கும் இவ்வாறே நடக்கும் என்றும் சொன்னார்கள்.

1759 ஸூ அப்றீல் மீ 23 வ;
பிரமாதி ஸூ சித்திரை மீ 14 வ; சோமவாரம்

இத்தனாள் புதுச்சேரி கோவர்ணதோரான முசியே லெறியின் பேர் பண்டிகை. அதனால் நான் கோட்டைக்குப் போவதற்காக, ஆறு மணிக்கு வீதிக்கு வந்து பல்லக்குக்காரர்களைத் தாக்கீது பண்ணி, பல்லக்கை முஸ்தீப்பு பண்ணி வெளியில் வைக்கச் சொல்லிவிட்டு வந்தேன். அப்போது வந்தவாசியில் இருக்கிற முசே லாலியிடம் போயிருந்த முசியே திலார்சு மறுபடியும் ஆறு மணிக்கு நம்முடைய வீதிக்கு நேராகக் கோட்டையை நோக்கிப் போவதைப் பார்த்து மனுஷரை அனுப்பி என்னவென்று பார்க்கச் சொன்னேன். அவர்கள் வந்து, முசியே திலார்சு தன்னுடைய வீட்டுக்குப் போகிறார் என்று சேதி சொன்னார்கள்.

அப்பால், ஏழரை மணிக்குக் கோட்டைக்குப் போனேன். கோட்டைக்குப்போய் முசியே லெறியின் துபாஷியாகிய இஞ்சினியர் முத்தப் பிள்ளையின் மகனிடம் ஏன் மெத்தை வீட்டுக் கதவுகள் எல்லாம் சாத்தப்பட்டு,நிர்மானுஷ்யமாய் இருக்கிறது என்று கேட்டேன். கதவுகளை எல்லாம் சாத்தி விட்டு, யார் வந்து கேட்டாலும் இல்லையென்று கோவர்ணதோர் சொல்லச் சொன்னார்.

பொழுது விடியக் காலத்தாலே மூன்று வரிசை துப்பாக்கிச் சுட்டு அஞ்சு மணிக்குப் பீரங்கி சுடுவது வழக்கமல்லவா! அப்படிப் பீரங்கிகளும் சுட வேண்டாம். கோட்டையில் நாளைக்குக் கொடியேற்ற வேண்டாம் என்று நேத்து கோவர்ணதோர் உத்தரவு கொடுத்தார். அதன்படி இத்தனாள் காலத்தாலே அஞ்சு மணிக்குப் பீரங்கியும் போடவில்லை.

இன்றைக்குக் கோட்டையில் கொடியைக்கூட ஏற்றவில்லை. கோயிலைக் கூட சாத்திப்போடச் சொன்னார் என்று சொன்னான். நீங்கள் இருந்து என்ன நடக்கப் போகிறது போங்கோள் என்று சொன்னான். அப்படிப் பேசிக்கொண்டிருந்தபோது வந்த முசியே பெடுத்தல் மீ, முசியே பொசேத்து, முசியே குளூவேத்து, முசியே கில்லியார் வகையிறாக்கள் ஏழெட்டு பேரிடமும் முசியே லெறி இல்லை வெளியே போனார் என்று சொன்னான். அவரவர் இரண்டு நாழிகை நேரம் இருந்து பார்த்துவிட்டு, அவரவர் வீட்டுக்குப் போனார்கள்.

முசியேகில்லியார்என்னைப்பார்த்து,"நீர்சொன்னசாஸ்திரப்படியே இந்த ஏப்ரல் மாசம், எட்டாம் தேதி, ஆதிவாரம் அன்று உதயத்திலே மச்சிலிபந்தரைப் பிடித்து, சலாபத் சங்குவின் கொடியும் ஏற்றப்பட்டது. உனக்குச் சாஸ்திரம் சொன்னவன் மெத்தவும் கெட்டிக்காரன். இனிமேல் என்ன நடக்குமோ, அதைச் சொல்ல வேண்டும்" என்று கேட்டார்.

சென்ற வருசம், பங்குனி மாசம் 30-ஆம் நாளோடு, சகல பயமும் பரிகாரமாய் என்னென்ன பொல்லாப்பும் நடக்க வேண்டுமோ, அவையெல்லாம் நடந்து முடிந்தன. இந்த வருசம், சித்திரை முதல் நன்மையாக நடக்க வேண்டும். இதற்குக் கப்பல் வந்து, அதில் வேறு ஒப்பிசியேல் வந்து, அவர் செஞ்சியையோ, ஆற்காட்டையோ பிரதான ஸ்தான ஸ்தானமாக வைத்துக்கொண்டு ராசபாரம் நடத்த வேண்டும். இந்த மாசம் 20-ஆம் தேதி வைகாசி மாசத்துக்குள் ஒரு நன்மை நடக்க வேண்டும்.

அப்பால், ஆடி மாசம் முதல் ராசயோகமாய் தொடங்கி திக்குவிசயமாய் *(எல்லாப் பகுதிகளிலிருந்து)* செயம் வந்து குவியும். இல்லாவிட்டால் சத்துருக்களால் ஆபத்து வரும். இதையெல்லாம் உம்மிடம் பயாவாரியாய், இன்னொரு முறை சொல்கிறேன் என்று சொல்லி, அனுப்புவிச்சுக்கொண்டு வந்தேன். சமுத்திரக் கரையில் சந்திர அய்யனும், காரைக்காலில் இருந்து வந்திருந்த அவனுடைய தம்பியான சீனுவாசனும் என்னைப் பார்த்தனர். "நான் உங்களிடம் வர வேண்டும் என்று எண்ணினேன். முசியே குளூவேத்தும், மற்றவர்களும், நம்மிடம் அறுநூறு சொலுதாதுகளும், மூவாயிரம், நாலாயிரம் பாறும் இருக்க மச்சிலிப்பந்தர் பிடிபட்டுப் போனது, நம்முடைய பொல்லாத நேரந்தான் என்று சொன்னார்கள்.

சாயங்காலம் இந்தச் சேதி வந்தவுடன், முசியே லெறி முசியே லாலிக்குத் தானும் ஒரு காகிதம் எழுதி, வந்திருந்த காகிதத்துடன்

வந்தவாசியில் இருக்கிற முசே லாலியிடம் அனுப்பினார். முசே லாலி வந்து, முசியே புசியைத் திரும்ப அழைத்தாலும், முசியே மொற்சேனைத் திரும்ப அழைத்தாலும், சலாபத் சங்குவின் பிராப்பும் *(ஆதரவு)* நம்மைவிட்டுப் போனது. சீமைகளும் போய்விட்டன. பிரான்சுக் கம்பெனியும் முழுகிப் போனது. முசே லாலி இங்கே பிரான்சு கும்பினியை முழுகடிக்க வந்தான் என்றும் சரிபோனப்படிக்கு எல்லாம் சொன்னார்கள். நான் எந்தப் பதிலும் சொல்லாமல் கேட்டுக்கொண்டிருந்துவிட்டு, அனுப்புவிச்சுக்கொண்டு, பத்தரை மணிக்கு வீட்டுக்கு வந்தேன். முசியே லெறி பன்னிரண்டு மணிக்குக் கதவைத் திறந்துகொண்டு, வெளியில் கிளம்பி, முசியே தெவோவின் வீட்டுக்குச் சாப்பிடப் போனார் என்று சேதி சொன்னார்கள்.

1759 வ அப்றீல் மீ 24 ௳;
பிரமாதி வ சித்திரை மீ 15 ௳; அங்காரகவாரம்

அப்பால், மச்சிலிப்பந்தர் பிடிபட்டது மெய்தானா! என்று கேட்டதற்கு, மெய்யென்று சொல்லாமல், "சில நியாயங்களால் பொய்யென்றும் சொல்லலாம். முசே மறுக்கி கொம்பிளாம் முசே லாலிக்கு எழுதிய காகிதத்தில் அறுநூறு சொலுதாதுகளும், மூவாயிரம் பாறுக்காரரும் நம்மிடம் இருக்க, இங்கிரேசுக்காரர் நானூறு சொலுதாதுகள் வைத்துக் கொண்டு இருக்க ஆனந்தராசாவின் குறைந்த பவுன்சும் இருக்க நாம் பின்வாங்க வேண்டியதில்லை என்று எழுதிய காகிதம் வந்து இருபது நாளாயின.

ஆனாலும், மசூலிப்பட்டணத்துக் கோட்டையைச் சுற்றிலும் திறந்த வெளி இருப்பதால், கோட்டையை அவ்வளவு எளிதில் பிடித்து விட முடியாது. இந்தச் சேதி பொய்யாக இருக்க வேண்டும். கோட்டை வலுவாக இருந்தாலும், முடங்காங்கையினாலே புத்தி சலிச்சு *(ஏதோ தவறால்)* கொடுத்துவிடவும் நியாயம் உண்டென்றும் மையமாய் இருக்கிறது என்றும் சொன்னதற்குக் கபுறு இல்லாமல்தானே தோற்று விட்டோம். மச்சிலிப்பந்தருக்கு மேற்கே 30 கல், 40 கல் தொலைவில் குண்டூர் என்ற ஊர் இருக்கிறதாம். அதில் ஒரு பிரெஞ்சுக் காரனை நியமித்திருக்கிறார்கள்.

அவன் எழுதிய காகிதத்தால் இப்போது மச்சிலிப்பந்தர் போய்விட்டது என்று சொல்லலாம். இதனால், பிரான்சுக்காரர்களுக்குப் பெரிய நஷ்டம் வரும். எனக்கு மாத்திரம் இருபத்தையாயிரம் ரூபாய்

நஷ்டம் வரும். முசே லாலி இங்கிரேசுச் கும்பினிரையும், பிரெஞ்சுக் கும்பினிரையும் மூழ்கடிக்க வந்தான்.

இன்றைக்குக் கோன்சேல் கூடப் போகிறது. நான் போக வேண்டும். முசே லாலியிடம் ஏற்பட்ட பயத்தின் நிமித்தியம் அவரிடம் போய்க் கொண்டிருந்த முசியே திலார்சு டகானா போட்டு *(பாதி வழியில்)* இங்கிரேசுக்காரர்கள் இருக்கிறார்கள் என்று எழுதி அனுப்பிவிட்டுத் திரும்பி வந்துவிட்டான். “பவுன்சு இருப்பது உமக்குத் தெரியும்” என்று சொன்னார்கள். இன்னும் லோகாபிரமமாய்ப் பேசியிருந்துவிட்டு, அனுப்புவிச்சுக்கொண்டு, சாராயக் கிடங்குக்கு வந்து கவனித்துவிட்டுப் பத்தரை மணிக்கு வீட்டுக்கு வந்தேன்.

இன்றைய நாள் கேள்வியான சேதி; ஆற்காட்டில் பிரான்சுக்காரர் களின் கொம்மாந்தாமாக இருந்தவனும் ரசா சாயபுவின் மனுஷனான துலுக்கன் வர்த்தகர்களிடமும், மற்றவர்களிடமும் அதிகாரம் பண்ணி முப்பதாயிரம் ரூபாய் வரையிலும் வாங்கினார்கள். முசே லாலி ஆற்காட்டுக்குப் போயிருந்தபோது வர்த்தகர்கள் உள்ளிட்டோர் வந்து, இந்தச் சேதியை அவரிடம் பிராது சொன்னார்கள். எனவே, ஆற்காட்டு கொம்மாந்தாமிடம் யாருடைய உத்தரவின்படி நீ இப்படி வாங்கினாய் என்று முசே லாலி கேட்டார். சிப்பந்திகளின் செலவுகளுக்குப் பணம் இல்லாமல் போனதால் நானும், ரசா சாயபுவின் மனுஷனும் வாங்கி சிப்பந்திகளின் செலவுக்குக் கொடுத்தோம் என்று சொன்னார்கள்.

என்னிடம் கேட்காமல் எப்படி வாங்கினீர்கள் என்று கேட்டுவிட்டு, அந்தப் பணத்திற்கான வரவு செலவுக் கணக்கைக் கேட்டார். அந்தப் பணத்தில் கொம்மாந்தான் சிறிது எடுத்துக் கொண்டான். அவனிடம் இருந்த தேவனாம்பட்டணம் வெங்கிடாசலம் நாயக்கனின் அண்ணன் மகனான பிள்ளையாண்டான் துபாசியாய் இருந்தவன், அவன் கொஞ்சம் எடுத்துக் கொண்டானாம். அதனால், கொம்மாந்தானைக் காவலில் வைத்து, அவனுடைய வீடு, வாசல்களை மூடி முத்திரை இட்டார்கள். வேறு கொம்மாந்தானை அமர்த்தினார்.

அந்தத் துபாசியை நடுத்தெருவில் வைத்துத் தூக்கில் போட்டார்கள். ரசா சாயபுவின் மனுஷனைப் பிடித்து முசே லாலி வரச் சொன்னார். அவன் வேலூருக்கு ஓடிவிட்டான் என்று சொன்னதற்கு, இரண்டு குதிரை வீரர்களை வேலூருக்கு அனுப்பி, அவனைப் பிடித்து வரச்சொன்னார் என்று சேதி சொன்னார்கள். இனிமேல் நடக்கிற சேதிகளை அறிய வேண்டும்.

1759 ஆ அப்ரீல் மீ 25 வ;
பிரமாதி ஆ சித்திரை மீ 16 வ; புதவாரம்

இத்தனாள் சென்னப்பட்டணத்து வாசற்படியிலும், வில்லியனூர் வாசற்படியிலும் போகவர இருந்தவர்களை நிறுத்தி, கும்பினியார் சம்பளம் கொடுக்கவில்லை. நாங்கள் பட்டினியாகக் கிடந்து சாவதா என்று கத்திகளை உருவிக்கொண்டு, பயமூட்டி, இரண்டொருவரை அடித்து, ஒவ்வொரு ஆளுக்கு ஒரு ரூபாய், இரண்டு ரூபாய் என்பதாக நாற்பது ரூபாய் மட்டுக்கும் ஒவ்வொரு வாசலிலும் வாங்கினார்கள் என்று நேத்து சொன்னார்கள். கெவுனி வாசற்படியில் தண்ணீர் எடுக்கப்போகிற பெண்டுகளின் கையிலிருக்கிற செம்புக் குடங்களைப் பிடுங்கிக்கொண்டு, அஞ்சு ரூபாய், மூன்று ரூ பாய் என்று கொண்டு வந்து கொடுத்தவர்களுக்குச் செம்புக் குடங்களைத் திருப்பிக் கொடுக்கிறார்கள் என்று சின்ன துரையிடம் போய்ச் சொன்னார்கள். அவர் கோவர்ணதோர் முசியே லெறியுடம் போய்ச் சொன்னதாகவும், அவர் உத்தாரம் சொல்லாமல் வெறுமனே இருந்தார் என்றும் சொன்னார்கள்.

இதல்லாமல் வெள்ளைக்காரக் கணக்கர்களும், ஒபிசியேல் மார்களும், ராத்திரியும் பகலும் என்று ஏழெட்டு பத்து வெள்ளைக்கார தேவடியாள்களின் தெருவு, கைக்கோள தெருவு, சேட தெருவு, பெருமாள் கோயில் தெருவு வகையிறா இடங்களில் லக்கையேறிக் குதிப்பதும், கதவுகளை இடித்து தட்டுவதுமாகப் பண்ணினார்கள். எதிர்ப் படுகிற ஆண்பிள்ளைகளைக் கத்தியால் வெட்டினார்கள். இப்படி யாக அவர்கள் செய்த அலமு *(துன்பம்)* சொல்லி முடியாது. இதில் பொம் மலாட்டப் பாப்பய்யனும், அவனைச் சேர்ந்த மூன்று வகுப்பினரும், சிறிது தாசிகளும், வெள்ளைக்காரர்களுக்கும் யாருக்கும் தெரியாமல் உதவினார்கள். இப்படியாகத் தொந்தரைகள் தொடர்ந்தன. சென்ற வருசம் மாசி மாசம் மட்டுக்கும் வெள்ளைக்காரத் தேவடியாக்கள் இவ் விடத்தில் அத்துடன் *(கட்டுப்பாட்டுடன்)* நடந்துகொண்டார்கள்.

இந்தப் பங்குனி மாசம் முதல் அத்து மீறி நடக்கின்றனர். வெள்ளைக் காரர்கள் சகலமானவரும் தண்டுக்குப் போயிருப்பதால், இந்த அளவுடன் துன்பங்கள் நிற்கின்றன. அவர்கள் இங்கே இருந்தால், இன்னும் வேறு வகையாக நடக்கும். பொறுத்திருந்து பார்ப்போம் என்று சனங்கள் பேசிக் கொள்கிறார்கள். இன்னும் என்னென்ன எல்லாம் விந்தையாய் நடக்கப் போகிறதோ, அறிய வேண்டியது.

1759 ஹு அப்றீல் மீ 26 வ;
பிரமாதி ஹு சித்திரை மீ 17 வ; வியாழக்கிழமை

இன்றும் கெவுனி வாசற்படியில் தண்ணீருக்குப் போகிறவர்களிடம் செப்புக் குடங்களை வாங்கிக்கொண்டார்கள். ராத்திரி பத்து மணிக்கு வந்தவாசி திருவேங்கடப் பிள்ளையின் குமாஸ்தா நாராயண ஐயங்கார் ஏழெட்டுப் பேருடன் முச்சிய நம்புலுவின் வீட்டருகே போய்க்கொண்டிருந்தார். எதிரே வந்த ஏழெட்டு வெள்ளைக்காரர்களில் ஒருத்தன் கத்தியை உருவிக்கொண்டு வந்து நாராயண அய்யங்காரை இரண்டு வெட்டுகள் வெட்டினான். அப்போது மற்றவர்கள் ஓடி வந்துவிட்டார்கள்.

அப்பால், யார் யாரை வெட்டினார்களோ தெரியாது என்று சேதி சொல்லி அனுப்பினார்.

1759 ஹு மாயு மீ 1 வ;
பிரமாதி ஹு சித்திரை மீ 22 வ; செவ்வாய்க்கிழமை

இத்தனாள் காலத்தாலே முசே லெறி கோயிலுக்குப்போய் வந்தார். அப்பால், வடக்கேயிருந்து ஒரு கட்டுமரக்காரன் முசியே பொறுஷேவின் காகிதத்தைக் கொண்டுவந்து கொடுத்தான். அதில் காரைக்கால் துறைக்கு நேராக நேத்து இங்கிரேசுக்காரரின் பன்னிரண்டு கப்பல்கள் தென்பட்டதாக எழுதி அனுப்பியிருந்தார். தமிழர்களும் வந்து கட்டுமரக்காரர்கள் தங்களிடம் காரைக்காலுக்கு நேராகப் பன்னிரண்டு கப்பல்கள் பகலைக்கு மேலாகத் தென்பட்டதாகச் சொன்னார்கள் என்று சொன்னார்கள்.

நேத்து முசியே கோந்தா தெ தெஸ்தோன் *(Comte d' Estaieng)* ஏறிப்போன கப்பல் பாய் எடுத்து ஓடினாலும், காத்தில்லாமல், துறைக்கு நேராகக் கொஞ்சம் தென்பட்டுக் கொண்டிருந்தது *(கோந்தா தெ தெஸ்தோன் என்பவன் பிரெஞ்சு அதிகாரி. இவனை ஆங்கிலேயர்கள் போர்க் கைதியாக்கி காரைக்காலில் வைத்திருந்தார்கள். சதுரங்கப் பட்டணம் டச்சு தொழிற்சாலையில் அடைக்கலம் புகுந்திருந்த ஆங்கி லேய அதிகாரி நிக்கோலஸ் மோர்சை பிரெஞ்சுக்காரர்கள் கைது செய்து வைத்திருந்தார்கள். போர்க் கைதியாக இருந்த நிக்கோலஸ் மோர்சை ஆங்கிலேயர்களிடம் ஒப்படைத்துவிட்டு கோந்தா தெ தெஸ்தோனை விடுதலை செய்யச் சொல்லிக் கேட்டார்கள். அதற்கு*

ஆங்கிலேயர்கள் நிக்கோலஸ் மோர்சை தங்களது பகுதியில் கைது செய்யவில்லை என்றும், நட்பு நாடான சதுரங்கப்பட்டணம் டச்சு தொழிற்சாலையில் கைது செய்ததால் கைதிகள் பரிமாற்றத்திற்கு தயாராக இல்லை என்றும் சொல்லிவிட்டார்கள். அதோடு கோந்தா தெ தெஸ்தோனை கைதியாக்கி லண்டனுக்கு அனுப்பிவிட்டார்கள்.) அந்தக் கப்பல்காரனுக்கு இங்கிரேசுக்காரரின் பிறிகேத்துகள் காரைக்கால் துறைக்கு செவ்வையாய் *(நேராக)* இருக்கிற சேதி வந்தது. எனவே, நீங்கள் எச்சரிக்கையாக இருக்கவும் என்று முசியே லெறி எழுதி அனுப்பியதாகச் சேதி சொன்னார்கள்.

இத்தனாள் முசியே சுப்பீர் ஆற்காட்டுப் படையிலிருந்து புதுச்சேரிக் கோட்டைக்கு வந்து சேர்ந்தார் என்று சேதி சொன்னார்கள். முசே லாலி சந்தா சாயபுவின் மகனான ரசா சாயபுவின் மகன் பேரிலேயும், அல்லி நக்கி சாயபு பேரிலேயும் கோபம் காட்டினார். அதனால் புறப்பட்டு, யாரிடமும் சொல்லிக் கொள்ளாமல் வந்தவாசியில் இருந்து இவ்விடத்துக்கு வந்துவிட்டார்கள்.

ரசா சாயபுவிடம் இருந்து ஆற்காட்டுக் குத்தகையை தகீர் பண்ணி *(பொறுப்பை நீக்கி)*, அந்தப் பொறுப்பை விநாயகப் பிள்ளையின் மனுஷனான ராமலிங்கம் பிள்ளையைக் கவனிக்கச் சொல்லி முசே லாலி ஒடுதியிட்டார். ஆற்காட்டு காரியங்களை ராமலிங்கம் பிள்ளை கவனிக்கிறார். அங்கிருந்த ரசா சாயபுவின் மனுஷர்களைக் காவலில் வைத்தார்கள் என்றும் சேதி சொன்னார்கள்.

ஆற்காட்டுப் பகுதியின் நிருவாகத்தை முன்பு 5000 குதிரை வைத்துள்ள மான்சப்தார், அல்லது 7000 குதிரை வைத்திருக்கக்கூடிய பாதுஷாவின் மான்சப்தார் கவனிக்கும்படியாக இருந்தது. அவர்களை டெல்லியின் பாதுஷா நேமிச்சார். இப்போது பவுன்சுக்கு வேண்டிய, ஆடு, கோழி, மாடு வகையிறா இவற்றைத் தீனி போடுகிறவன் *(விநாயகப் பிள்ளையின் மனுஷன் ராமலிங்கம் பிள்ளை)* நவாபு பொறுப்பைக் கவனிப்பதாக ஆகிவிட்டது.

இவன் வேலைக்காரனின் வேலைக்காரன் மட்டுமல்ல, ஒரு வெள்ளாட்டியின் *(வேலைக்காரியின்)* பையன் கூட, அப்படிப்பட்டவர் விசாரிக்கிற *(ஆட்சிப் பொறுப்பேற்க வேண்டிய)* காலம் வந்தது சரிதான். அதெப்படி என்றால், பொன், வெள்ளி, செம்பு நாணயங்கள் வழங்கிய பட்டணத்தில் தோல் காசு வழங்குகிற காலம் வந்ததால், மேலே எழுதியிருக்கப்பட்ட புழுக்கைப் பயல் ராமலிங்கன் ஆற்காடு

சுபை காரியங்களைக் கவனிக்குமாறு முசே லாலி உத்தரவு கொடுத்தது வியப்பில்லை என்று சனங்கள் பேசிக்கொண்டார்கள்.

லோகம் கெட்டுப் போவதற்கு என்னென்ன முறை தவறி, முறைகேடாக நடக்க வேண்டுமோ, அவையெல்லாம் நடந்து முடிந்தன. நியாயத்துக்கு எதிராக என்னென்ன தவறுகள் நடக்க வேண்டுமோ, அவைகளும் நடந்து முடிந்தன. வர்ணாசிரந்தங்கள் கட்டு ஒன்று உண்டே அதுவும் அழிந்து சங்கிரமமாய் நடப்பதற்கு என்னென்ன நடக்க வேண்டுமோ அவையெல்லாம் நடந்து தீர்ந்தன.

ஒருத்தன் பெண்சாதியை, இன்னொருவன் எடுத்துக் கொள்வதும், ஒருவன் பொருளை, இன்னொருவன் எடுப்பதும், வெட்டுவதும் முதலான அராசக கிருத்தியங்கள் *(காரியங்கள்)* என்னென்ன உண்டோ அவையும் நடந்து முடிந்தன. இனிமேல் ராச்சியத்தில் அக்கிரமம், அநீதி, அநியாயம், அபந்தரை, அராசகம் முதலானதுகள் என்னென்ன உண்டோ, அவை யாவும் இந்த ராச்சியத்தில் நடந்து தீர்ந்தன. சின்ன மனுஷரில் பிச்சை எடுக்கிற பறையனை விடத் தாழ்ந்தவர் இல்லையே! அப்படிப்பட்டவன் மண்டலாதிபதியம் பண்ண நேர்ந்துவிட்டது. தாழ்த்திக்குக் கடைசி இதை விட வேறில்லை. அந்த அளவுக்கு நடந்தது. இனிமேல் நியாயம் திரும்பவும் நடக்க வேண்டும். இல்லாவிட்டால் ராச்சியம் அழிந்துபோகும். எனவே, இரண்டில் ஒன்று நடக்க வேண்டும். அதைப் பார்ப்போம் என்று சனங்கள் பேசிக்கொள்கிறார்கள் என்ற சேதியைச் சுருக்கமாக இரண்டு வார்த்தையில் எழுதி வைத்தேன்.

1759 ஷ மாயு மீ 2 வ;
பிரமாதி ஷ சித்திரை மீ 23 வ; புதவாரம்

இத்தனாள் நான் வெளியே போகவில்லை. பத்து மணிக்குக் கேள்வியான சேதியாவது; முசியே லெறி வகையிறாக்கள் கோன்சேல் கோட்டையில் கூடியது. எந்த காரியத்துக்காகக் கூடினார்கள் என்பது தெரியாது. ஆனாலும், எனக்குத் தோன்றியதை எழுதி வைத்தேன்.

மச்சிலிபந்தரை இங்கிரேசுக்காரர் பிடித்துக்கொண்ட சேதியை உறுதிப்படுத்த நரசாபுரம் போய்ச் சேர்ந்த முசே மொறசேன் எழுதிய காகிதம் முந்தாம் நாள் வந்ததே, அதன் நிமித்தியமாகவும், நேத்து காரைக்கால் துறைமுகத்துக்கு நேராக இங்கிரேசுக் கப்பல் தென்பட்டதாக வந்த சேதியின் நிமித்தியமாகவும் என்று தோன்றுகிறது. அப்பால் கேள்விப்படுவதை அப்புறம் தெரிந்து எழுத வேண்டும்.

சாயங்காலம் கேள்வியான சேதி; இத்தனாள் மத்தியானம் கோன்சேல் கூடியது. கோன்சேலில் கணக்கராக இருப்பவர்கள் உள்பட சகலமானவரும் கோட்டைக் காவல் காக்க வேண்டும் என்று முடி வெடுத்தனர். சுற்றியிருக்கிற மோர்சாவில் இருக்கிற பீரங்கிகளில் மருந்தைக் கெட்டித்து, ஏற்பாடாக இருக்கச்சொல்லி கட்டளை யிட்டார்கள். இங்கிரேசுக்காரரின் கப்பல்கள் காரைக்கால் துறையில் வந்து நிற்பதால், ஒருவேளை இங்கு வந்து சண்டை தொடங்கினால் அதை எதிர்கொள்ளத்தக்கவாறு படைவலிமையும், பந்துபஸ்தும் இருக்குமாறு திட்டமிட்டார்கள் என்று வெள்ளைக்காரர்கள் சொன்னார்கள். இதல்லாமல் முசியே கில்லியாரை முதல் *(தலைமை)* கப்பித்தானாக நியமித்தார்கள் என்றும், அவர் உற்சாகத்துடன் இருக்கிறார் என்றும் சொன்னார்கள்.

1759 ஹு மாயு மீ 4 வ;
பிரமாதி ஹு சித்திரை மீ 25 வ; சுக்கிரவாரம்

இத்தனாள் காவல் வைக்கப்பட்டிருந்த நூறு பிரெஞ்சுக்காரர்கள் திருச்சிராப்பள்ளியிலிருந்து வந்தார்கள் என்று சொன்னார்கள். முன்பு நூறு இங்கிரேசு பிரிசோனரை இங்கிருந்து அழைத்துக்கொண்டு போனதற்குப் பதிலாக இவர்களை அனுப்பியதாகச் சொன்னார்கள். பட்டணத்துக்குள், வெள்ளைக்காரத் தெருவில் போகிறவர் வருகிறவர்களுடைய காதுக் கடுக்கன்களை அறுப்பது என்பது வெகு சுறுக்காய் நடக்கிறது. வாசற் படியிலும் போக வர இருப்பவர்கள் கையில் காசு வாங்குவதும் வெகு சுறுக்காய் நடக்கிறது என்றும் கடைகளில் சோராவாரி பண்ணுவதும் வெகு சுறுக்காய் நடப்பதாகவும் கேட்கப்பட்டது. ஆற்காட்டில் முசே லாலி விநாயகப் பிள்ளையின் கணக்கரான ராமலிங்கம் பிள்ளைக்கு ஆற்காட்டு சுபை கொடுத்ததைத்தான் முன்பே எழுதி இருக்கிறதே. இப்போது அரிகையும் *(வட்டவடிவ அரசு முத்திரை)*, சீரொப்பாவும் கொடுத்து, ஒரு யானையையும் வெகுமானம் கொடுத்து ஆற்காட்டு சுபாவுக்கு பர்வானாவும் எழுதிக் கொடுத்ததாகச் சேதி சொன்னார்கள்.

1759 ஹு மாயு மீ 5 வ;
பிரமாதி ஹு சித்திரை மீ 26 வ; சனிவாரம்

சின்ன துரை சொன்னாலும், சொல்லாவிட்டாலும் முந்தாம் நாள் கந்தப்ப முதலி மூலமாக 15000 ரூபாய் சின்ன துரைக்குப் பரிதானம்

(லஞ்சம்) என்று பேசி முடித்துக்கொண்டார்கள். எனவே, வெகுமதி, வஸ்திரம் கொடுக்கப்போகிறார்கள். சின்ன துரையும் சொன்னார் என்ற பேர் மாத்திரம் கிடைக்கும். முசியே லெறி அவர்களுக்குத்தான் தொகை பேசி முடிக்கப்பட்டதே தவிர, கந்தப்ப முதலிக்கு எவ்வளவு பேசினார்கள் என்பது வெளியில் தெரியவில்லை. அதுவும் கூடிய சீக்கிரமத்துக்கு வெளிப்படுமே தவிர, நிற்கக் கூடியதல்ல.

1759 ஹு மாயு மீ 6 வ;
பிரமாதி ஹு சித்திரை மீ 27 வ; ஆதிவாரம்

இத்தனாள் காலத்தாலே முசியே லெறி அவர்கள் வகையிறாக்கள் கோன்சேல் கோயிலுக்குப் போய் பூசை கேட்டு, கோவர்ணமாவிலே வந்து வாடிக்கைப்போல் இருந்துவிட்டுப் போனார்கள் என்ற சேதி கேட்கப்பட்டது. பகலைக்கு மேலாக மூன்று மணிக்குச் சிகப்புக் கொடி ஏற்றி, இரண்டு பீரங்கிப் போட்டார்கள். ஊரைப் பாதுகாப்பாக வைத்திருக்க மேற்சொன்ன அடையாளம் நடந்தால் எல்லாரும் கோட்டையில் ஒன்றுகூட வேண்டும் என்ற சாடையின்படி வெள்ளைக் கார மினீஸ்தர்கள், பப்ளிக், ஒபிசியேல்மார்கள், கோன்சேல், கணக்கர் என்பதாக சகலமானவரும் கோட்டைக்கு வந்து சேர்ந்தார்கள்.

கோட்டை, சமுத்திரக் கரையோரம், வாசற்படிகள், கொத்தளங்கள், ஊரைச் சுற்றி இருக்கிற நான்கு கெவுனி வாசல் ஆகியவற்றுக்கு, வெள்ளைக்காரர்களைக் குவாடுது நியமித்தார்கள். வந்திருந்த எல்லாரின் பேர்களையும் எழுதிக் கணக்குப் பார்க்க முசியே கோவர்ணதோர் உள்பட தொள்ளாயிரத்து அறுபத்துச் சிலுவானம் பேர் கூடியது தெரிந்தது. அவரவர் தகுதிக்கேற்ப கப்பித்தான், மயோர் *(மேஜர்)*, கொம்மாந்தாம்கள் என்ற அமுல் பண்ணுகிற உத்தியோகங்களில் நேமிச்சு, எழுதித் தீர்மானம் போட்டார்கள்.

மீண்டும் எப்போது சிகப்புக் கொடியேற்றி, இரண்டு பீரங்கிப் போட்டாலும், உடனே எல்லாரும் வந்து சேர வேண்டும் என்று திட்டம் பண்ணிப் போகச் சொன்னதாகச் சொன்னார்கள். பட்டணத்துக்குள் பட்டப்பகலில், வெள்ளைக்காரத் தெருவில் போகிறவர்களின் காதுக் கடுக்கன்களை அறுத்துக்கொண்டு போவதும், வெட்டுவதும், சனிப் பாய்ச்சலாக விஸ்தரிச்சு, தெருவுக்குத் தெரு நடக்கிறது. இன்னும் என்னென்ன அராசகங்களும், தொந்தரைகளும் பட்டணத்தில் நடக்க இருக்கின்றனவோ, அறிய வேண்டியது.

1759 ஸ்ரீ மாயு மீ 7 வ;
பிரமாதி ஸ்ரீ சித்திரை மீ 28 வ; சோமவாரம்

இத்தனாள் சாயங்காலம் ஆனவுடனே பட்டணத்தில் கடைகளை எல்லாம் மூடிவிட்டார்கள். தெருவில் சனங்களை வெள்ளைக்காரர்கள் துரத்துகிறார்கள். காதுகளை அறுத்துக் கடுக்கன்களைப் பிடுங்கிக் கொள்கிறார்கள். தலைப்பாகை, துப்பட்டி என்று அகப்பட்டவற்றை எல்லாம் பிடுங்குகிறார்கள் என்றும் பேசிக் கொண்டார்கள். பட்டணத்தில் இருக்கிற சனங்கள், எப்பேர்ப்பட்டவர்களும், காதுக் கடுக்கன்களைக் கழற்றி வைத்துவிட்டு, வெளியில் கிளம்புகிறார்களே தவிர, காது கடுக்கன்களைப் போட்டுக்கொண்டு வந்தவர்களைப் பார்க்க முடியவில்லை. இன்னும் என்னென்ன விபரீதங்கள் நடக்க இருக்கின்றனவோ, தெரியவில்லை. பொல்லாத சனி என்று மாத்திரம் சொல்ல முடியாது. அத்தியந்த மிருத்தியோடு கூடிய குரூர சனி *(முடிவில்லாத மரணத்தைத் தரக்கூடிய கொடிய சனி)* என்று சொல்ல வேண்டும்.

1759 ஸ்ரீ மாயு மீ 10 வ;
பிரமாதி ஸ்ரீ சித்திரை மீ 31 வ; குருவாரம்

இமாம் சாயபுவின் மகன் பதினோரு மணிக்குமேல் இரண்டு தட்டுகளில் அஞ்சு மக்தாபி *(விலையுயர்ந்த)* சீரொப்பாக்களை எடுத்து வந்து கொடுத்து சந்தித்தான். சோராகானின் மகனுக்கும், தனக்கும் இடையே உள்ள வியாச்சியத்துக்கான, அதற்கு இருக்கிற காகிதங்களைக் காட்டிச் சேதி சொன்னான். அப்போது ஒன்பது பீரங்கிகள் சுட்டார்கள். அதற்குரிய ஞாயப்படி தீர்த்து வைப்பதாகச் சொன்னார்கள். வெத்திலை, பாக்கு கொடுத்து, போகச் சொன்னார்கள். இரண்டு மத்தாபி *(விலையுயர்ந்த)* சீரொப்பாகள், மத்தாபி கீழாடை ஒன்று,மக்தாபி தலைப்பாகை ஒன்று, தோளிலும், இடுப்பிலுமாக அணியும் குசராத்தி ஆடை ஒன்று ஆக எல்லாம் இருநூறு, இருநூற்றைம்பது மதிப்பு பெறுமென்று சொன்னார்கள்.

1759 ஸ்ரீ மாயு மீ 11 வ;
பிரமாதி ஸ்ரீ வையாசி மீ 1 வ; சுக்கிரவாரம்

முசே லாலி இங்கிரேசுக்காரரிடம் இருந்த காஞ்சிபுரத்தைப் பிடித்துக் கொண்டார். காஞ்சிபுரத்தில் இருந்த இங்கிரேசுக்காரர்கள்

சென்னப்பட்டணத்துக்குப்போய்ச் சேர்ந்தார்கள். திருச்சிராப்பள்ளியில் இருந்து வந்திருந்த முகம்மது யூசுப்கான் *(மருதநாயகம்)* என்ற கொம்மாந்தாம், திருச்சிராப்பள்ளிக்குத் திரும்பிப் போனான். மயிசூரிலிருந்து பவுன்சு திரட்டிக்கொண்டு வந்த ஹைதர் நாயக்கர் உபய *(இரண்டு கரைகளிலும்)* காவிரியில் உள்ளவர்களைப் பிடித்துக்கொண்டு, திருச்சிராப்பள்ளிக் கோட்டையின் பேரிலேயும் சண்டை தொடுக்கிறான். முசியே புசி தம்மிடம் அனுப்பி வைக்கச்சொல்லி, சலாபத் சங்குவிடம் இருந்து முசே லாலி அவர்களுக்குக் காகிதம் வந்தது.

அதற்கு, அனுப்பி வைக்கிறோம், அனுப்பி வைக்க இயலாது, சென்னப்பட்டணத்தைப் பிடித்த அப்பால் அனுப்பி வைக்கிறோம் என்று சரி போனபடி எல்லாம் உத்தாரம் எழுதி அனுப்பினார்கள். முசே லாலி அவர்களின் சொலுதாதுகள் சம்பளம் தரப்படவில்லை என்பதால், துப்பாக்கிகளை வைத்துவிட்டு, சம்பளம் கொடுத்தால் கொடுங்கள், இல்லாவிட்டால் நாங்கள் போகிறோம் என்று சங்கேத்தம் பண்ணினார்கள் *(மிரட்டலாகச் சொன்னார்கள்)*. எனவே, இரண்டு மாசங்களுக்கான சம்பளத்தைக் கொடுத்து, அவர்களைச் சமாதானப்படுத்தி இன்னும் மீதி ஐந்தாறு மாசச் சம்பளத்தை அப்பால் கொடுக்கிறோம் என்று சொன்னாரென்று சேதி சொன்னார்கள். இதுமட்டுக்கும் கேள்வியான சேதிகளை மாத்திரம் அப்படியே எழுதி வைத்தேன்.

1759 ஞூ மாயு மீ 12 வ;
பிரமாதி ஞூ வையாசி மீ 2 வ; சனிவாரம்

தரங்கம்பாடியில் இருந்து சோடாக்காரர்கள் இரண்டு காகிதங்களைக் கொண்டுவந்தார்கள். மசுக்கரையில் இருந்து சண்டைக் கப்பல் வருவதால், அதற்கான சாமான்களை விஸ்தாரமாய்ச் சேர்க்கிற காரியத்தை முசியே லெறி கவனிக்கிறார் என்று சேதி சொன்னார்கள். முசே லாலியின் பவுன்சு காஞ்சிபுரத்தின் பேரிலே சண்டை போட்டதில், நூறு, நூற்றைம்பது சொலுதாதுகள் செத்துப்போனார்கள். முன்பு காரைக்காலில் இருந்து தஞ்சாவூருக்கு ஸ்தானாபதியாய்ப் போய், காவலில் வைக்கப்பட்ட, பாதிரியார் இப்போது வேலூருக்குப் போனார். ஆற்காட்டு சுபா வேலூர் மிர்தசலி கானுக்குக் கொடுப்பதாக உள்ளனர். அவர் இருபத்தையாயிரம் ரூபாய் தருமாறு பேச்சு நடப்பிச்சார். பத்திரம் எழுதி, அதில் ராசா மொகறு *(முத்திரை)* போட்டு, முசே லாலியுடைய கையெழுத்தையும், முத்திரையையும் போட்டு,

அதோடு குமுசேல் கையெழுத்தும் கும்பினீயார் முத்திரையும் போட்டுத் தர வேண்டும் என்று மிர்தசலி கான் கேட்கிறார். அதற்கு ஒத்துக்கொண்ட முசே லாலி ரூபாயைக் கொண்டுவரச் சொல்லிக் கேட்கிறார்.

முதலில் பத்திரத்தை எழுதிக்கொண்டு வரும்படி வேலூரார் சொன்னார்கள். இப்படியாகப் பேச்சுதான் நடக்கிறதே தவிர, காரியம் நடக்கவில்லை என்று சொன்னார்கள். இப்படியாக முசே லாலி, காரியம் அறியாமல் நடந்து, காரியம் செய்பவர்களையும் காரியம் செய்யாதபடிக் கெடுத்து வருகிறார்.

இவர்கள் விவேகிகள் அல்லர். காரிய ரூபத்தில் இருந்தவர்கள் அல்லர் என்ற பேரைச் சம்பாதித்துக் கொள்கிறார்கள். பொல்லாத காலம் வந்ததால் புத்திகூடக் கெடுத்துவிட்டது என்று சனங்கள் பேசிக்கொள்வதை எழுதி வைத்தேன்.

1759 ஸு மாயு மீ 16 வ;
பிரமாதி ஸு வையாசி மீ 6 வ; புதவாரம்

இத்தனாள் ராத்திரி ஒன்பது மணிக்கு, பெருமாள் கோயில் திருநாள் பார்க்கப்போன ஓரிரு ஒபிசியேல்மார்கள் என்னிடம் வந்து சொன்ன சேதி; முசியே லெறிக்கும், முசியே தெபோசேத்துக்கும் பங்காளத்தில் இருந்து காகிதங்கள் வந்தன.

சென்ற தாது வருசம், பங்குனி மாசம் பங்காளத்தில் *(சந்திரநாகூ)* என்ற பட்டணத்தை மேஸ்தர் கிளேசு *(கிளைவ்)* வஞ்சனை பண்ணிச் சண்டைப்போட்டுப் பிடித்துக்கொண்டார். இங்கிருக்கிற முசே லாசுவின் அண்ணன் மகனான முசியே லாசென் டில்லி மட்டுக்கும்போய், அங்கே ஒரு மினீஸ்தரின் மகனுடன் சினேகமாக இருந்தான். ஒரு சிறுபடையுடன் பாதுஷாவின் பதேபாத் என்ற பட்டணத்திற்கு வந்து சேர்ந்தான். பங்காளத்தில் நவாபுக்கும், நவாபின் மகனுக்கும் இடையே மனவித்தியாசம் ஏற்பட்டது. இங்கிரேசுக்காரரைச் சேர்க்க வேண்டாம் என்று மகன் சொன்ன பேச்சை நவாபு கேட்கவில்லை.

எனவே, பங்காளத்து நவாபுவின் மகன், அங்கிருந்த முந்நூறு இங்கிரேசுக்காரர்களை வெட்டிக் கொன்றுவிட்டான். பாட்னாவில் இருந்த முசியே லாசுவை வரச்சொல்லி எழுதி அனுப்பினான். அதன்படி பதேபாத்தில் *(பாட்னாவில்)* இருந்து வந்த முசியே லாசுவும், பங்காளத்து நவாபின் மகனும் சேர்ந்துகொண்டு, மேஸ்தர் கிளேவிசைச் சார்ந்த

வெள்ளைக்காரர்கள் சிலரை வெட்டிப்போட்டனர். சிலரைப் பிடித்துக் காவல் வைத்தார்கள். நவாபைப் பிடித்துக் காவலில் வைத்து, நவாபின் மகனுக்குப் பட்டம் கட்டினர்.

இங்கிரேசுக்காரரின் பட்டணமான கல்கத்தாவையும், பிரான்சுக் காரர்களின் சந்திர நாகூரையும், முசியே லாசு பிடித்துக்கொண்டு, செயம் பண்ணினார் என்று ராத்திரி ஏழு மணிக்கு வந்த காகிதத்திலும், முசே தெபோசேத்துக்கு எழுதி வந்த காகிதத்திலும் எழுதப்பட்டிருந்தது. இந்தச் சந்தோஷ சேதியை அந்த ஒபிசியேல்மார்கள் சொன்னார்கள்.

இது தொடங்கி, பிரான்சுக்காரருக்குச் செயம் மாத்திரம் கிடைக்கும் என்றும் என்னுடைய காரியமும் நாளுக்கு நாள் சுபமாய் விறுத்தியாய் நடக்கும் என்று எண்ணிக்கொள்ள வேண்டியது. இனிமேல், சின்ன மனுஷர்களின் அதிகாரம் நடக்காது.

1759 ௵ மாயு மீ 17 வ;
பிரமாதி ௵ வையாசி மீ 7 வ; குருவாரம்

இத்தனாள் வைசாக, அமாவாசையின் ஆறாம் தேதி. செத்த என் தகப்பனாரின் வருடாந்திர திதி. பிராமணரை வைத்துச் செய்ய வேண்டிய கடமையின் பொருட்டு வீட்டிலேயே இருந்தேன். ஆனால், இந்தத் திதியுடன் சேர்த்து முப்பத்து நான்கு வேறு திதிகளையும் கொடுத்தேன். வருசத்திற்கு வருசம் மெத்தவும் சம்பிரமமாய் நடந்து வருகிறது. இனிமேல் என்ன நடக்குமோ, நானறியேன். ஆனால், சீத்தாராம சோசியர் என் சாதகத்தை சோதிச்சு சொன்னபடியும், எழுதிக் கொடுத்தபடியும் வருகிற வருசத்தில் நான் புதுச்சேரியில் இருந்து திதி கொடுக்க முடியாது. வெளியில் ஒரு பட்டணம் அல்லது கோட்டையில் அதன் சுவாமியாக நாம் இருந்துகொண்டு, அங்கிருந்து மெத்தவும் சம்பிரமமாகக் கொடுக்க வேண்டும். இதை நடைமுறையில் பார்க்க வேண்டும்.

இத்தனாள் காலத்தாலும், மத்தியானமும், சாயங்காலமும் கேள்வியான சேதி; காஞ்சிபுரம் சர்வ தீர்த்தக் கரையில் தங்கியிருந்த முசே லாலியின் பவுன்சுக்கும், அருகில் தங்கியிருந்த இங்கிரேசுக்காரரின் பவுன்சுக்கும் சண்டை நடந்தது. இரு தரப்பிலும் வெகு பேர் செத்தார்கள். அதல்லாமல், நம்முடைய குதிரைப் படையில் இருந்து ஐம்பது, அறுபது சொலுதாதுகள், இங்கிரேசுக்காரரின் பவுன்சுக்குப்போய்ச் சேர்ந்து கொண்டார்கள். இன்னும் சில சொலுதாதுகளும், ஒபிசியேல்மார்களும் கூட இங்கிரேசுக்காரரின் பவுன்சில் சேர்ந்து கொண்டார்கள். சம்பளம்

தரமுடியாததால், நம்முடைய பவுன்சு திருவொற்றியூர், வந்தவாசி வழியாகப் புதுச்சேரிக்கு வந்து சேர்கிறது என்றும், முசே லாலியும் இத்தனாள் ராத்திரி புதுச்சேரிக்கு வந்து சேர்வதாகவும் கேட்கப்பட்டது. நன்றாக, முறையாகத் தெரிந்து, திட்டம் செய்துகொண்டு, பயாவாரியாய் எழுத வேண்டும்.

1759 ஷூ மாயு மீ 18 வ;
பிரமாதி ஷூ வையாசி மீ 8 வ; சுக்கிரவாரம்

நேத்து ராத்திரி எட்டு மணிக்குப் பீரங்கிச் சப்தம் கேட்டது. மனுஷரை அனுப்பி அறிந்துவரச் சொன்னோம். முசே லாலி பெருமுக்கலுக்கு வந்து சேர்ந்தார் என்றும், கோட்டைக்காரன்போய் வெகுமானம் வைத்துக் கண்டுகொண்டு, இருபத்தொரு பீரங்கிப் போட்டான் என்றும், இத்தனாள் மத்தியானம் வழுதாவூர்க் கோட்டைக்கு வந்து சேர்வார் என்றும் சேதிக்காரர்கள் வந்து சொன்னார்கள். செருமானிய சொலுதாதுகளும், குதிரை வீரர்களும், சம்பளம் தரப்படாததால், உத்தியோகம் விட்டு விட்டுக் கிளம்பி வந்துவிட்டார்கள். பத்து பேர், இருபது பேர் தண்டு வெள்ளைக்காரர்களும் சூத்துகரே உணர்ந்து *(பட்டினியாகக் கிடந்த)* வந்து சேர்ந்தார்கள் என்று சொல்லிவிட்டு, பெரியண்ண முதலி அனுப்புவிச்சுக்கொண்டு போனான்.

இத்தனாள் ராத்திரி சிரஞ்சீவி அண்ணாசாமி படுத்துக்கொள்கிற காம்பிராவில் இருந்த தந்தத்தால் வேலைப்பாடு செய்யப்பட்ட அலமாரி, மேலே இருந்த விசிறியை எடுக்கப்போய் அலமாறியில் இடித்துக்கொண்டதால், தரையில் விழுந்தது. அலமாரியை இழுத்த பெப்புலி முத்தன் என்பவனும் கீழே விழுந்தான். அவனுக்குக் காயம் ஏற்படவில்லை. அலமாரியும் சேதம் ஆகவில்லை. அதன் கீழே படுத்துக் கொண்டிருந்த சிரஞ்சீவி அண்ணாசாமியைச் சாப்பிட எழுப்பிக் கொண்டு போனதால் அவன் காயமில்லாமல் தப்பினான். வைகாசி மாசம் 6-ஆம் தேதி, முதல் 8-ஆம் தேதி வரை சனியின் பாய்ச்சல் ராச நிஷ்டூரம் வந்து தாக்கி வந்தது.

அதன் அப்பால் அஞ்சு வருசமாக வருசத்துக்கு இரண்டு பேர் சாகிறபடி நடந்தது. சனியின் ஆட்சிக் குறைந்ததால், இனிமேல் அப்படி நடக்காது என்று சொன்னார்கள். ஆனால், இத்தனாள் காலத்தாலே முசியே துப்பிளாமின் காரியங்களில் எனக்கு வரவேண்டிய ஆயிரம் ரூபாய் வராமல் நஷ்டம் ஏற்பட்டது. இதுவரை சீவ இம்சை வராமல்,

பொட்டிக்குச் சேதம் வரலாம். *(செல்வத்துக்கும் குறைவு வராமல்)* சனியின் பாய்ச்சல் தோஷம் காண்பிச்சது என்று எண்ணிக்கொண்டேன். சுப்பா சோசியரிடம் கேட்டபோது, "நான் முன்பே இப்படி நடக்குமென்று சொன்னேன்.

இத்தனாள் ராத்திரி முதல் பட்டணத்துக்கும், வெள்ளைக் காரர்களுக்கும் சனியின் பாய்ச்சல் தோஷம் குரூரமாகப் பிடிக்கும். உம்முடைய வீட்டில் மட்டும், சீவ இம்சை *(உயிரிழப்பு)* காட்டாமல், மேலோட்டமாக நடக்கும். பட்டணத்துக்கும், வெள்ளைக்காரர் களுக்கும் நாளை முதல் பிடிக்கப் போகிற சனியால் சீவனுக்கும், பாக்கியத்துக்கும் *(வாழ்க்கைக்கும், உயிருக்கும்)* நஷ்டம் ஏற்படும். உம்மைப் பொறுத்தவரை மேலோட் டமாக நடக்கும். சாராயக் கிடங்குக்கு மேற்கிலிருந்து வருகிற ஒரு ஓடை இஞ்சினியர் குளத்தில் விழுந்து, அங்கேயிருந்து தெற்காக ஒரு வாய்க்காலாகப் போகிறது.

அது இரண்டாகப் பிரிந்து ஒரு வாய்க்கால் சம்பா கோயிலுக்குச் சமீபத்திலே தெற்காகப் போய், மேற்கே இருக்கிற முச்சே தும்மாவின் தோட்டத்துக்கு தெற்கே போய் அகலமாகி, கடலில் சேர்கிறது. இன்னொரு வாய்க்கால் டங்கா சாலைக்கு மேற்கே ஓரமாகப் புறப்பட்டு, முகத்துவாரத்தில் போய் விழுகிறது.

சம்பா கோயிலுக்குத் தெற்காகவும், மேற்கே இருக்கிற வாய்க்காலுக்குத் தெற்காக இருக்கிற சனங்களுக்கும் புதன் கோளின் பார்வை முதலில் இருக்கிறது. அந்த வாய்க்காலுக்குக் கீழண்டைத் திசை வடகீழண்டை மூலை வரையில் இருக்கிற சனங்களுக்கு, புதன் சுக்கிர வாரங்களில் சனியின் பாய்ச்சல் பிடிக்கும். இதற்குள்ளாக இருக்கிற தமிழர்களுக்கு முன்பு பிடித்ததே தவிர, இப்போது பிடிக்காது. வாய்க் காலுக்குத் தெற்கே புதன் கோளின் பார்வையில் இருக்கிற சனங்களுக்கு, நாளை சனிவாரம் ஆயிற்றே, அன்று ஏதேனும் அடையாளம் காட்டுகிறதா என்று பார்ப்போம்" என்று சொன்னார். மீராவெளியில் இருக்கிற சனங்களுக்குப் பிடிக்குமா என்று கேட்டபோது, இத்தனாள் முதல் பிடிக்கும் என்று சொல்லி, சீவ இம்சை நடக்கும் என்று சொன்னார்.

இத்தனாள் சனி பிடிக்கத் தொடங்கியதற்கான அடையாளம் இத்தனாள் ராத்திரி நம் வீட்டில் தெரிந்தது. முசியே லாலி இன்றைய தினம் ராத்திரி வந்து சேர்ந்தார். நாளை முதல், புதன், வெள்ளி ஆகிய கோள்களின் பார்வையால் துன்பம் கொடுப்பதாக அமையும் என்று சொன்னதற்கு, ஏற்றபடி இத்தனாள் ராத்திரி முசே லாலி வருகிறார் என்ற

சேதி வந்ததால் நாளை முதல் நடக்க இருப்பதை அறிவோம் என்று சொன்னேன்.

இத்தனாள் ராத்திரி பதினொன்றரை மணிக்கு முசே லாலி மூடு பல்லக்கில் வந்து கோட்டைக்குள் நுழைந்துவிட்டார் என்று ராத்திரி பன்னிரண்டு மணிக்கு வந்து சேதி சொன்னார்கள்.

1759 ௵ மாயு மீ° 19 வ;
பிரமாதி ௵ வையாசி மீ° 9 வ; சனிவாரம்

முசே லாலி செனராலைக் காண வேண்டும் என்று இத்தனாள் காலத்தாலே எட்டு மணிக்குக் கோட்டைக்குப் போனேன். புடைவைப் பார்க்கும் சாலையில் நின்றிருந்த முசியே கில்லியார் என்னைப் பார்த்தவுடனே என்னிடம் வந்தார். "உன் சாஸ்திரம் எப்படியிருக்கிறது? நீர் சொன்னபடி முசே லாலி வந்துவிட்டார். அவரால் வெள்ளைக் காரர்களுக்கும் தமிழருக்கும் பாவபலன் வருமென்று சோசியர் சொன்னாரே, அதெப்படி நடக்கும்?" என்று கேட்டார். அதற்கு, "நேத்து ராத்திரி சனி பகவான் கோட்டையில் நுழைந்துவிட்டார். முசே தும்மா அவர்களின் தோட்டத்துக்குத் தெற்கே இருக்கிற வாய்க்காலுக்குத் தெற்கே இருக்கிற தமிழர்களுக்கும், கோட்டையின் அருகிலுள்ள வீடுகளில் இருப்பவர்களுக்குத் தென்கீழண்டை சீமையில் இருக்கிற வெள்ளைக்காரர்களுக்கும் சனி பிடிக்கும்.

இதற்கு அடையாளமாக மீராப் பள்ளியில் நெருப்புப்பட்டுத் தோட்டத்தில் ஒரு சிறு துண்டு மரமாவது எரிந்து போகும். இப்படியாக நடந்து, ஆடி மாசத்தில் வேறு ஒரு பிரபு வந்த அப்பால், பட்டணத்துக்கும் சனங்களுக்கும் நன்மை வரும். ஆவணி மாசம், புரட்டாசி மாசத்தில் சென்னப்பட்டணம் கைக்கு வரும். அப்பால், திருச்சிராப்பள்ளிக் கோட்டையில் நம் கொடி ஏற்றப்பட்டு, அங்கிருந்து கோல்கொண்டா மட்டுக்கும், பிரான்சு ராசா ஒடுதி நடக்கும். மற்றபடி வேறு வகையாக நடக்காது. புதுச்சேரியைத் துறைமுகமாகக்கொண்டு, செஞ்சியை எசமான் இருக்கிற இடமாகக் *(தலைநகரமாக)* கொண்டு நடக்கும். உமக்கும் இதுவரை சொல்லியபடி இப்போது நடக்கப் போகும்படி நடக்கும் என்று சொன்னேன்.

அதற்கு அவர், "பட்டணத்தைப் பிடித்த முதலை இன்னும் விட்டுவிட்டுப் போகவில்லையே!" என்றார். "ஆடி மாசத்தில் புதிய பிரபு வரும்வரை முதலை பிடித்தபடியே இருக்குமானால், முசியே லெறி,

முசியே தெவோ ஆகியோருக்குப் பாபபலனைக் கொடுத்து, பாக்கியத்தை உறிஞ்சிவிடும். கும்பினியாரின் காரியம் படுத்துக்கொள்ளும். ராசா மனுஷர்களே இனிமேல் துரைத்தனத்துக்கு வருவார்கள். அப்பால், ஆடி மாசம் முதல் இதற்கும் முடிவு ஏற்பட்டு, வேறு பிரபஞ்சமாய் நடக்கும்" என்று சொன்னான்.

அப்படித்தான் நடக்கப் போகிறது என்று நானும் சொன்னேன். இப்படி நானும், முசியே கில்லியாரும் பேசிக் கொண்டிருந்தபோது, கோட்டையைக் காவல் காக்கிற ஒப்பிசியேல் வந்தான். முசே லெறியோ, கோன்சேலோ அழைத்து மனுஷர் அனுப்பினால் மாத்திரம்தான் வர வேண்டும். மற்ற வேளையில் வரக்கூடாது என்று முசியே லாலி செனரால் சந்தினேரிடம் எழுதிக் கொடுத்தார்.

நேத்து ராத்திரி முசியே லெறி செனராலை காணச் சென்றபோது, மேலே எழுதப்பட்டவாறு, அவரைத் திரும்பிப் போகுமாறு, சந்தினேர் சொன்னான். எனவே, முசே லெறி மெத்த விசாரத்துடன் இருக்கிறார். முசியே தெவோ, முசியே திலார்சோடு கூடிப்பேசிக் கொண்டிருக்கிறார்கள் என்று சொன்னான்.

அதற்கு, முசியே கில்லியார் என்னைப் பார்த்து, "நீர் சொன்ன சோசியப்படி நடப்பதைக் கேட்கப்பட்டது. இப்படி நடப்பதை அறிந்து கொள்ள முசியே லெறியிடம் போக வேண்டும் என்று சொல்லிவிட்டு, முசியே லெறியிடம் போகாமல் வீட்டுக்குப் போனார்.

இத்தனாள் பதினொரு மணிக்கு மீராப் பள்ளியில் நோயாளிக் கிடங்கு அருகில், துப்பாக்கி, மருந்து செய்கிற கிடங்கு இருக்கிறது. அதில் அன்றாடம் செய்கிற மருந்துகளைப் புதுக் குடத்தில் போட்டு, வண்ணான் துறைக்கு அனுப்பி வைப்பது எப்போதும் நடக்கிற வாடிக்கை. மருந்து இடித்தபோது, அதில் கல் இருக்கவே, குழவியில் பட்டு, பற்றிக்கொண்டு எரிந்து இடியோசையுடன் வெடித்தது. அந்த நெருப்பு அருகிலிருந்த வீடு, வாசல்களிலும் பற்றிக் கொண்டது.

அதில் மருந்து பட்டறையில் கூலி வேலை செய்த இருபது இருபத்திரண்டு பேர் எரிந்து செத்துப்போனார்கள். இதில் சிலர் ஆண்கள், சிலர் பெண்டுகள், சிலர் சிறுவர்கள் என்பதாக நடந்தேறியது. மருந்துப் பட்டறை தீப்பிடித்துக் கொண்டதால், தங்கள் தங்கள் வீடுகளிலும் தீப்பிடித்துக்கொண்டு, பெண்டுகளையும் குஞ்சு குழந்தைகளையும் அழைத்துக்கொண்டு, வீடுகளைவிட்டு காபிராப்பட்டு வெளியே

ஓடி வந்தார்கள். இந்த வீடுகளை அவிக்கத் தண்ணீர் குடங்களை எடுக்கிறோம் என்ற பேரில் வெள்ளைக்காரர்கள் வீடுகளுக்குள் பூந்து, அகப்பட்டவற்றைக் கொள்ளை அடித்தார்கள். சிலர் பெண்டுகளைக் கெடுத்துவிட்டார்கள் என்று இப்படியாக அவரவர் வந்து சொன்னார்கள். வெள்ளைக்கார வேலையாட்களைத் தண்ணீர் கொண்டு வரச்சொல்லிப் பிடித்து வந்தார்கள்.

ஆகாசமெல்லாம் புகையும் இந்தச் சப்தங்களும் கேட்டபடி இருந்தது. இந்தச் சப்தம் கேட்ட முசியே லெறி, தன்னருகில் இருந்த இரண்டு, மூன்று பேரை அடித்தும் உதைத்தும் சீக்கிரமத்தில் சேதி கொண்டு வரச்சொல்லி துரத்திவிட்டார் என்று நடந்ததாகச் சேதி சொன்னார்கள். நானும் வெடிபோசைகளைக் கேட்டேன். ஆகாசத்தைச் சூழ்ந்த புகை மூட்டத்தையும் பார்த்தேன். வையூர் சுப்பா சோசியர் சொன்னபடி சனிவாரமன்று தீயால் வாய்க்காலுக்குத் தெற்கே துன்பம் ஏற்படும் என்ற சாடை சரியாக நடந்தது. புதன் பார்வையால் இந்த உபத்திரவம் கண்ட சனங்களுக்கு, இன்னும் சனியின் பார்வையும், வெள்ளியின் பார்வையும் படவேண்டியுள்ளதைப் பார்க்க வேண்டும்.

இத்தனாள் சாயங்காலம் ஏழு மணிக்குக் கேள்வியான சேதி; படையோடு திரும்பிவந்த முசே லாலி நன்றாக எண்ணிப் பார்த்து ஒரு தீர்மானத்துடன் இங்கு வந்தார். முசியே லெறி, முசியே தெவோ, முசியே திலார்சு, முசியே தெபோசேத்து ஆகிய நால்வரையும், இவர்களின் மனுஷரான தமிழர்கள் கந்தப்பன், பெரியண்ணன், சவரிராயன் போன்றோரையும் காவலில் வைத்து, இவர்களுடைய வீடு வாசல்களை மூடி, முத்திரை வைத்து, கணக்குகளைச் சரிபார்த்து, இவர்களுடைய ஆஸ்திகளை எல்லாம் கும்பினி *(company)* எடுத்துக்கொள்ளுமாறு செய்து, தான் பட்டணத்து ராச்சியத்துக்கு எசமானனாக இருக்கவும் தன் கீழே எல்லாக் காரியமும் நடப்பிச்சிக்கொள்ளவும் திட்டமிட்டுக் கொண்டுவந்தார்.

இதை முசியே லாலி அவர்களின் பவுன்சில் இருந்த வெள்ளைக்காரப் பெரிய மனுஷர் முசே லெறிக்கு எழுதி அனுப்பினார். அவ்வாறே நேத்து ராத்திரி பதினொன்றரை மணிக்கு வந்த முசே லாலி இரண்டு சந்தினேரை வைத்து, யார் வந்தாலும் உள்ளே விடக்கூடாது என்றும், முசே லெறி வகையிறாக்கள் கோன்சேல் வந்தாலும் கூட, கட்டாயம் உள்ளே விடக்கூடாது என்றும் உத்தரவிட்டார். இன்னும் என்னென்ன சொன்னாரோ தெரியவில்லை. எனவே, காலத்தாலே

முசியே தெவோ, முசியே திலார்சு, முசியே தெபொசேத்து ஆகியோரை அழைத்து முசியே லெறி பேசியபோது என்ன திட்டமிட்டார்களோ தெரியாது. முசியே தெவோ, சவரிராயப் பிள்ளையை அழைத்து ஊரைவிட்டுப் போய்விடச் சொன்னார். சாயங்காலம் ஆக ஒரு நாழிகை இருக்கும்போது சவரிராயப் பிள்ளை அவருடைய இரண்டு பிள்ளைகளையும் தாண்டவராயப் பிள்ளையின் பிள்ளைகளையும் மேற்படியாருடைய தம்பியையும் அழைத்துக்கொண்டு வெளியேறி பிரம்மதேசம், திண்டிவனம் வகையிறா சீமைகளுக்குப் போயிருப்பதாகச் சொன்னார்கள். அப்பால், நல்ல வழி ஏற்பட்டால் இங்கு வருவது, இல்லாவிட்டால் அப்படியே போய்விடுவது என்று முடிவு செய்து போய்விட்டான் என்று வந்து சேதி சொன்னார்கள். இதை மெய்யென்று நம்ப வேண்டுமா! பொய்யென்று சொல்லக்கூடாதா என்று எண்ணிப் பார்த்தேன். முசே லாலி படையிருந்த இடத்திலிருந்து முசியே லெறிக்கு மூன்று தரம் எழுதி காகிதம் அனுப்பி, கந்தன், பெரியண்ண முதலி, சவரிராயப் பிள்ளை ஆகியோரிடம் படைச் செலவுக்காக லக்ஷம் ரூபாய் வாங்கி அனுப்புமாறு கேட்டுக்கொண்டிருந்தார்.

அதற்கு இவர்கள் போக்கு *(இழுபறியாக)* எழுதிக் கொண்டே வந்தார்கள். இவர்கள் வெகு பணத்தைச் சம்பாதித்து வைத்துக் கொண்டிருக்கிறார்கள் என்று கேள்விப்பட்டிருக்கிற முசே லாலி சில நேரங்களில் அதை அறிந்தும் இருந்தார். இதனால் இவர்களின் எசமானாக இருப்பவர்களையும் தண்டிக்க வேண்டும் என்ற எண்ணத்துடன்தான் வந்தார். வெள்ளைக்காரப் பெரிய மனுஷர்களின் வாயால் சொல்லிக்கேட்டதால், சவரி ராயப் பிள்ளை ஓடிவிட்ட சேதி மெய்தான் என்று முடிவு செய்து, எழுதி வைத்தேன். நாளைக்குப் பயாவாரியாய்த் தெரிந்து எழுதிவைப்போம். மீராப்பள்ளியில் வாய்க்காலுக்குத் தெற்கே நல்லபடியாக வாழ்ந்து வரும் சனங்கள் புதனின் பார்வை முடிந்து, சனிவாரம் முதல் சனியின் பாய்ச்சலுக்கு வந்ததால், அவர்களுக்குத் துன்பமான காலம் வந்தது. சோசியப்படியும், என் அனுபவப்படியும் இதெல்லாம் மெய்தான் என்ற முடிவு பண்ணினேன்.

1759 ஷூ மாயு மீ 20 உ;
பிரமாதி ஷூ வையாசி மீ 10 உ; ஆதிவாரம்

இத்தனாள் காலத்தாலே எட்டு மணிக்குக் கோட்டைக்குப் போனேன். முசியே கில்லியார், “நேத்து முழுக்க முசியே லெறிக்கோ,

எங்களுக்கோ முசே லாலியுடைய சந்திப்புக் கிட்டவில்லை. மருந்து எடுத்துக் கொண்டதால் ஒருத்தரும் வரக்கூடாது என்று சந்திநேருக்கு உத்தரவிட்டு, யாரையும் அருகில் வரவிடுவதில்லை. முசியே சுப்பீர் அவர்கள் மாத்திரம் நேத்து சாயங்காலம் போய்ப் பேசிவிட்டு வந்து, முசியே லெறியிடம் பேசினார் என்று சேதி. அதைப் பார்த்தால் ஏதோ ராசவட்டப் பேச்சு நடப்பதைப்போல் இருப்பதாகத் தோன்றுகிறது. இத்தனாள் விசிதமாகத் தெரியும் என்று சொன்னார்.

அப்போது முசியே சுப்பீரும், முசியே லெறியும், இன்னும் ஒப்பிசியேல்மார்கள் சிறிது பேரும், முசியே குளுவேத்தும், கோன்சேலியர்களும் கோயிலுக்குப் போவதற்காக மேல் வீட்டின் பேரிலே கீழே இறங்கிக் கோயிலுக்குப் போனார்கள். முசியே சுப்பீர் மாத்திரம் அரிகை *(அரசு முத்திரை)* போட்டுக் கொண்டு போனார். முசியே லெறிக்கு அரிகை போட வந்தபோது, வேண்டாமென்று சொல்லிப் போகச்சொல்லி, அரிகை இல்லாமல் வெகு சின்னவனாய் முசே சுப்பீர் அவர்களின் பின்னால் போனார். வேறு யாரும் அரிகை போட்டுக் கொண்டு போகவில்லை. அப்போது முசே லெறி அவர்கள் என்னைப் பார்த்தபடியே போனார்.

அப்பால், முசியே கில்லியார், நானும் கோயில் பூசைக்குப் போகிறேன் என்று சொல்லிவிட்டுப் போனார். ஒன்பது மணி அடித்ததும், கோயில் பூசை முடிந்து, எப்போதும் நடக்கிற வாடிக்கைப்படி மாடி வீட்டுக்குப் போனார்கள். நான் புடைவை பார்க்கும் சாலையில் இருந்தபோது, அங்கு வந்த முசியே கில்லியார், “நேத்து நீரும் நானும் பேசியிருந்த அப்பால், நெருப்புப்பட்டு, மருந்து பட்டறை பற்றிக் கொண்டதும், வெள்ளைக்காரனை வெட்டிப்போட்டதும், முசியே தெவோவின் துபாசி மனுவேல் *(சவரிராயன் பெயர் மனுவேலா என்று தெரியவில்லை)* ஊரை விட்டு வெளியேறிதும், நீர் சொன்ன சோசியப் படி சரியாகப் பலித்தது. மற்றபடி நடக்கிற பேச்சுகளும், நீர் சொன்ன சோசிய சாடையை ஒத்திருக்கிறது என்று சொல்லி, இப்படியெல்லாம் நடக்குமா என்று கேட்டார்.

நான் சொன்ன சோசியப்படி சாடைகள் தெரிவதால், மற்றவையும் நடந்தேற வேண்டும். இது அனுபவம். மூன்று நாளில் தெரியும் என்று சொல்லிவிட்டு, அனுப்புவிச்சுக்கொண்டு, பத்து மணிக்கு வீட்டுக்கு வந்தேன்.

1759 ஆம் மாயு மீ 22 வ;
பிரமாதி ஆம் வையாசி மீ 12 வ; அங்காரகவாரம்

இத்தனாள் கேள்வியான சேதி; முசே பத்தோலியன் தெ (M.Bataillon de l'Inde) இந்தியாவின் லெப்டினெண்ட் முசே தாந்தேரு (M.d'Andres), முசே லாகர்னே (M.La Grenee) அவர்களுடைய சக்கரத்தாரின் எழுதுகிறவனும் பங்காளத்தில் இருந்து வந்தவருமான செயின்ட் மோர்சேசும் சீனத்துக் கப்பல் கப்பித்தானும், சூப்பர் கார்கோவாக வந்தவனும் (பண்டகக் காப்பாளனுமாகிய) முசியே கொரேல் (M.Corail) ஆகிய மூன்று ஐரோப்பியர்களும் பவுன்சில் இருந்த தம்முடைய சினேகிதர்களுக்குக் காகிதங்கள் எழுதினர். அதில் முசே மறக்கி கொம்பிளாம் இங்கிரேசுக்காரரிடம் லஞ்சம் வாங்கிக்கொண்டு, மச்சிலிபந்தரை அவர்களிடம் விட்டுவிட்டான் என்றும் முசே லாலியின் பேரிலே இல்லாத குற்றங்களைச் சுமத்தியும் தம் சினேகிதர்களுக்குக் காகிதங்களில் எழுதினர்.

அந்தக் காகிதங்களை முசே லாலியின் பவுன்சு தங்கியிருந்த இடத்துக்குப் சேவகன் கொண்டுபோனான். இங்கிரேசுக்காரரின் மனுஷர் அந்தக் காகிதங்களை வழியில் பிடுங்கிக்கொண்டு போய்ச் சென்னப் பட்டணத்து கோவர்ணதோரான மேஸ்தர் பிக்கட்டிடம் கொடுத்தார்கள். அந்தக் காகிதங்களை அவர் பிரித்துப் படித்தார். அதில் சண்டை பற்றிய சேதியில்லை. முசே மறக்கி கொம்பிளாம் கையடை (லஞ்சம்) வாங்கிக் கொண்டு மச்சிலிபந்தரை விற்றுவிட்டான் என்றும், அவனைக் குறைவு படுத்தி எழுதியும், முசே லாலியைக் குறைவுபடுத்தி எழுதியும் இருந்தது.

அதைப்பார்த்த மேஸ்தர் பிக்கட்டு, "உம்முடைய பட்டணத்தில் இருப்பவர்கள்தாம் உம்மை இப்படி இழிவாக எழுதினார்கள்" என்று முசியே லாலிக்கு மரியாதையுடன் ஒரு காகிதம் எழுதி, அதையும் மற்றக் காகிதங்களையும் கொடுத்தனுப்பினார்.

அவற்றைப் படித்துப் பார்த்த முசியே லாலி, மேலே எழுதியிருக்கப்பட்ட முசே தந்திரேசு, முசே சொம்மரசோ, முசே கெரேல் ஆகிய மூவரையும் பிடித்து வரச்சொல்லி, கசோத்தில் போட்டார். இன்னும் இரண்டொரு வரைத் தேடுகிறார்கள்.

அகப்பட்ட அப்பால் தெரியும் என்று நம்மிடம் வந்திருந்த வெள்ளைக்காரர்கள் சொன்னார்கள்.

ஸ்ரீராமஜெயம், கிருஷ்ண சகாயம், வசந்த ராய விசைய ஆனந்த ரங்கராயர் அவர்கள் கையெழுத்தாக எழுதின தினசரி தஸ்திரம் இது. யாதாமொருவர் நன்றாய்ப் பார்க்கிறாரோ அவர்களுக்குப் புத்தியும் வித்தையும் அஷ்ட்ட அயிசுவரியமும் சந்தான சமரதியும் மென்மேலும் உண்டாகும்.

1759 ஜூன்

1759 ஆ சூன் மீ 8 வ;
பிரமாதி ஆ வையாசி மீ 29 வ; சுக்கிரவாரம்

இத்தனாள் தினசரி பட்டணத்தில் வெள்ளைக்காரர்கள் நடத்துகிற அக்கிரமங்களுக்கும், சோராவாரிகளுக்கும், பெண்டுகள் அழும்புகள் *(சீரழிப்பதற்கும்)* முதலான அராசக நடத்தைகளுக்குக் குறைவில்லை. அவை தினம்தினம் அபிவிருத்தியாய் நடக்கிறதென்று சனங்கள் சங்கடப்படுவதை எவ்வளவு எழுத முடியும்? எனவே, ஒவ்வொரு இடத்தில் சூட்சமமாய் எழுதி வைத்தேன். தோல் ரூபாய் முன்பு நூற்றுக்குப் பதினைந்து, இருபது, முப்பது, நாற்பது, ஐம்பது மட்டுக்கும் கையிழப்போடு கொடுத்தார்கள். இத்தனாள் இரண்டொருவர் அறுபது, அறுபத்தைந்து மட்டுக்கும் கையிழந்து கண்ணீரோடு கொடுத்ததைப் பார்த்து எழுதினேன். காதினால் கேட்டது பத்து, இருபது பேர் உண்டு. ஆனால், கும்பினிக்குப் பணம் கொடுக்க வேண்டியவர்களும், குத்தகை நடத்துகிறவர்களும், நன்றாக வருமானம் சம்பாதிக்கிறார்கள். இந்த வகையில் வெள்ளைக்காரர்கள் வருமானத்தைச் சம்பாதிக்கிறார்கள். அரும்பாத்தைக் கூட்டம் கும்பினியைத் துரோகம் பண்ணி, லட்சக் கணக்காகத் திருடுகிறார்கள். மற்றவர்கள் எல்லாரும் நஷ்டம் ஏற்பட்டு, நொந்து போனார்கள்.

1759 ஆ சூன் மீ 10 வ;
பிரமாதி ஆ வையாசி மீ 31 வ; ஆதிவாரம்

இத்தனாள் காலத்தாலே ரங்கோ பண்டிதனுக்கு எழுநூறு குதிரையும், ஆயிரம் சொலுதாதும் கொண்ட பவுன்சை வைத்துக்கொள்ளக் கொடுத்திருந்த உத்தரவை நீக்கிவிட்டனர். சிப்பந்தி செலவுக்காகக் கொடுத்திருந்த சீர்மை கவையில்லை என்று ரங்கோ பண்டிதருக்கு லாவண சீளிதம் பண்ணி *(படைகளுக்கு ஆட்கள் சேர்க்கும் உரிமை)*, திருவதி, புவனகிரி, வெங்கிட்டம் பேட்டை, பஞ்சமால் சீர்மையையும் தகீர் பண்ணினர். குதிரைப் படையையும், பாறுக்காரரையும் முசே லசேல், முசே துபுவா ஆகியோரின் வசம் கொடுத்துக் கணக்குப் பார்க்கச் சொன்னார்கள். கணக்குப் பார்த்து முடிக்கும்வரை ரங்கோ பண்டிதனைச் சாவடியில் சிறை வைத்தார்கள். இப்படியாக த் தீர்த்தார்கள். இன்னும் என்னென்ன காரியங்கள் நடந்தன என்பது தெரியாது.

பன்னிரண்டு மணிக்கு கோன்சேல் கலைந்து போனார்கள். மறுபடியும் சாயங்காலம் அஞ்சு மணிக்குக் கூடுவார்கள் என்று சொன்னார்கள். இன்றைய கூட்டத்தில் நம்முடைய பிரஸ்தாபம் எதுவும் நடக்கவில்லை என்று சொன்னார்கள்.

மச்சிலிப்பந்தர் பிடிபட்டது பற்றி, அவ்விடத்து துபாசியான மத்தால் ரெட்டி நாயக்கன் வைசாக பகுள தசமி அன்று எழுதி அனுப்பிய காகிதம் இந்த மாசம் 30-ஆம் தேதி வந்து சேர்ந்தது. இதை இன்றைய தினசரியின் சேதியாக எழுதி இருக்கிறேன். அதைப் பார்த்தால், அவ்விடத்துச் சேதி விசிதமாகத் தெரியும். மச்சிலிப்பந்தருக்குப்போய் வந்தவர்கள், இந்தச் சேதியைச் சொன்னார்கள்.

1759 ஷு சூன் மீ 12 உ;
பிரமாதி ஷு ஆனி மீ 2 உ; மங்களவாரம்

இத்தனாள் முசே லாலிக்கும் முசியே லெறிக்கும், முசியே புசிக்கும், எனக்கும் தஞ்சாவூர் ராசா, அவருடைய ஸ்தானாபதியாகிய ருத்திராசி பண்டிதன் மூலம், நம்முடைய ராமராயனின் அண்ணனான பாப்புராயனிடம் புடைவைகளும், குதிரைகளும், பதக்கங்களும் வெகு மானம் கொடுத்து அனுப்பி வைத்தார்.

அந்தப் பாப்புராயன் தெற்கே குண்டு சாலைக்கு இப்புறம் இருக்கிற மேலுகிரிப் பண்டிதன் அக்கிரகாரத்தில் வந்து தங்கிக்கொண்டு, அந்தச் சேதியை சம்பா கோயிலில் இருக்கிற அவர்களுடைய பாதிரியார்களுக்குச் சொல்லி அனுப்பினார்.

அவர்கள் முசியே லெறிக்கு இந்தச் சேதியைச் சொன்னார்கள். அவர் அந்த வக்கீலை ஊருக்குள் அழைத்து வரும்படி, கந்தப்ப முதலியாருக்கு உத்தரவு கொடுத்தார்.

இத்தனாள் சாயங்காலம் அஞ்சு மணிக்குக் கந்தப்ப முதலி, பாளையக்கார நயினார் கோனேரி நாயக்கன், குண்டூர் நரசிங்க செட்டி, வெங்கிட்ட நரசு ஆகியோர் போய் அந்த வக்கீலை அழைத்து வந்து கோமுட்டி தெருவில், நரேந்திர செட்டி வீட்டில் தங்க வைத்தனர். அந்த வக்கீல் கந்தப்ப முதலிக்கு ஒரு சீரொப்பாவும், வெங்கிட்ட நரசுக்கு அலாக்கா சரிகை ஓனியும் *(பின்னல் வேலை செய்யப்பட்ட சரிகை மேலாடை)*, பாளையக்கார நயினாருக்கு ஒரு அலாக்கா ஓனியும், கோபாலய்யனின் மகனான ராமய்யனுக்கு இரண்டு கசம் சகலாத்து

விலையான ஆறு ரூபாயும் கொடுத்து, வெத்திலை, பாக்கும் கொடுத்து, அனுப்பி வைத்தானாம். அவர்கள் போய் முசே லெறியிடம் சேதியைச் சொன்னார்களாம். முசே லாலி ஒழுகரையில் இருந்து ஆறு மணிக்கு கோட்டைக்குள் வந்தபோது, சம்பா கோயில் பாதிரியார் இந்தச் சேதியைச் சொன்னபோது, அதை வாங்கிக் கொள்வதைப் பற்றி அப்பால் சொல்கிறேன் என்று சொன்னார் என்று சொன்னார்கள்.

அப்பால் முசியே லாலி எட்டு மணிக்கு மீண்டும் முசியே பெடுத்தல் மீயின் தோட்டத்துக்குப் போனார் என்று சொன்னார்கள். முசியே லாலிக்கு மாத்தாபி சரிகையிலே காறுசுப்பு போட்டது *(பூ வேலை செய்யப்பட்ட)* சீரொப்பா ஒன்றும் ஒரு பதக்கமும், ஒரு குதிரையும் வெகுமானம் கொடுத்துக் காகிதம் ஒன்றையும் கொடுத்தனர். முசியே லெறிக்கு மாத்தாபி *(விலையுயர்ந்த)* சீரெப்பாவையும் ஒரு பதக்கமும், ஒரு குதிரையும் கொடுத்து, காகிதத்தையும் கொடுத்தனர். எனக்கு ஒரு மாத்தாபி சீரொப்பாவும், காகிதமும், கொடுத்தனர். இதுகளின் விஸ்தாரதமியம் *(அவற்றின் மதிப்பை)* அப்பால் அறிந்து எழுத வேண்டும்.

1759 ஷ௵ சூன் மீ˝ 13 வ;
பிரமாதி ஷ௵ ஆனி மீ˝ 3 வ; புதவாரம்

இத்தனாள் காலத்தாலே குமுசாயருமான முசியே துபுவா *(M.Dubois)* அவர்களுக்கு பொடரியில் ரணம் கண்டிருப்பதால், அவரைக் கண்டு நலம் கேட்டு வருவோம் என்று போனேன். அங்கே முசியே செவாலியே கென்னடி *(கர்னல்)* என்ற பெரிய மனுஷரும் இருந்தார். அவர் சென்னப்பட்டணத்துச் சண்டையில் காலில் அடிபட்டு, நொண்டியபடி இருந்தார். அவர்கள் இருவரும் பேசிக் கொண்டிருந்தபோது, நான் போய் ஆசாரம் பண்ணினேன். அவர்கள் இருவரும் எழுந்திருந்து, ஆசாரம் செய்து, எனக்கு ஒரு நாற்காலி போடச் சொல்லி அவர்களும் உட்கார்ந்தார்கள். அப்பால், முசியே துபுவாவின் பொடரி ரணம் ஆறிவருகிற சேதியைக் கேட்டுக்கொண்டு, சுவாமி தயவினால் விரைவில் நலம் கிடைக்கும் என்று மரியாதையுடன் சொன்னேன். அவரும், நீர் நல்ல மனதுடன் சொல்வதால், அப்படியே நலம் கிடைக்கும் என்று மரியாதையுடன் சொன்னார். அப்பால், முசே கென்னடி அவர்களைப் பார்த்து நீர் ஐரோப்பாவில் லக்ஷம் லக்ஷம் சொலுதாதுகள் இருக்கிற படைகளோடு சண்டைக்குப்போய், எத்தனை தடவை, எத்தனை

சண்டையில் சண்டை போட்ட போதெல்லாம் காயப்படாமல் வந்தீர். இது பற்றி பிரான்ஸ் ராசா கூட வியப்படைந்தார் அல்லவா? இந்தச் சென்னப்பட்டணத்துச் சின்ன சண்டையில் உமக்குக் காயம் ஏற்பட்டது வியப்பாக இருக்கிறது என்று சொன்னேன். அதற்கு அவர் ஆத்தில் வெள்ளம் பிரவாகமெடுத்து ஓடும்போது, அதில் நீஞ்சி அக்கரைக்குப் போகிறவன், ஆபத்தில்லாமல் போய்ச் சேர்வதும் உண்டு. அல்பமாய் தொடையளவு, முழங்கால் அளவுத் தண்ணீரில் சுழலில் அகப்பட்டு செத்துப்போகிறவனும், அடித்துக்கொண்டு போகிறவனும் உண்டு. இப்படியாகப் பெரிய போரில் ஏற்படாத காயம், சின்ன சண்டையில் ஏற்பட்டது என்று சொன்னார். அப்பால் நீர் முன்பு சென்னப்பட்டணத்து சண்டை, அன்வர்தி கான் சண்டை, நாசர் சங்கு சண்டை ஆகியவை நடந்தபோது, அவற்றை எதிர்கொண்டு, பிரதாபத்தை அடைந்த நீர் இப்போது வீட்டிலேயே இருக்கிற காலமாக இருக்கிறதில்லையா என்றார்.

அப்பால், பத்துப் பதினைந்து நாளில் கப்பல்கள் வருமென்று சொன்னார். அதற்கு நான், “இந்த ஆனி மாசம் 28-க்கு மேல் 30-க்குள் வரும். உங்கள் தேதிபடி சூலை 10, 11 நாள் ஆகும். அவ்வாறு வந்தால் சென்னப்பட்டணத்தில் உங்களுக்குச் செயம் கிடைக்கும். பணத்துக்குக் தாக்ஷி வராது. அது முதற்கொண்டு எந்தக் காரியத்தை மேற்கொண்டாலும், அந்தக் காரியங்கள் எல்லாம் நல்லபடியாக முடியும்” என்று சொன்னேன். நான் சொன்னபோது, அங்கிருந்த ராயப்பிள்ளை தமிழர்கள் சோசியம் சொல்வார்கள். பத்துக்கு ஆறேழு சரியாக இருக்கும் என்று சொன்னார். இப்படியாக அரை நாழிகை நேரம் பேசியிருந்து, அனுப்புவிச்சுக்கொண்டு, வீட்டுக்கு வந்தேன்.

1759 ஷு சூன் மீ 14 வ;
பிரமாதி ஷு ஆனி மீ 4 வ; வியாழக்கிழமை

பாசிராயனின் மகனான நானாவிடமிருந்து மீரா சாயபு இங்கு வந்திருந்தார். இத்தனாள் முசே லாலியும், முசியே லெறியும் காகிதங்கள் எழுதிக்கொடுத்து, இரண்டு சகலாத்து வகைகளும் ஆகுதேவுங்கேரி *(ஹாலந்து தண்ணீர் பாட்டில்)* கத்திரி வகையிறா சாமான்களும் கொடுத்து, இங்கிருந்த நாள் வரை அவருக்குத் தரவேண்டிய படியையும் கொடுத்துப் போகச்சொல்லி உத்தரவு கொடுத்தார்கள். அவர் இத்தனாள் ராத்திரி என்னிடம் வந்து அனுப்புவித்துக்கொண்டு போனார். நானும்

நூறு ரூபாய் மதிப்புள்ள ஒரு சீரொப்பா கொடுத்து, நானாவுக்குப் பதில் உத்தாரம் காகிதமும் எழுதிக் கொடுத்தேன்.

1759 ஹூ சூன் மீ 15 வ; பிரமாதி ஹூ ஆனி மீ 5 வ; சுக்கிரவாரம்

திருச்சிராப்பள்ளிக் கோட்டைச் சிறையிலிருந்து இங்கு வந்த இருநூறு பிரான்சுக்கார சொலுதாதுகளுக்குச் சரியாக, இங்கிருந்த இருநூறு இங்கிரேசு சொலுதாதுகளை உத்தாரம் காகிதம் கொடுத்து, விடுதலை செய்து அனுப்பினார்கள் என்று சொன்னார்கள். ஊரில் ஒபிசியேல்மார்கள் தேவடியாக்கள் தேடிப்பிடிப்பதும், கடை வீதிகளிலே சோராவாரி பண்ணுவதும், வீதிகளிலே போகிறவர்களை அடிப்பதும் வெகுவாய் நடந்தது.

1759 ஹூ சூன் மீ 17 வ; பிரமாதி ஹூ ஆனி மீ 7 வ; ஆதிவாரம்

இத்தனாள் காலத்தாலே கேள்வியான சேதி; முசியே புசியின் திவானாக இருந்த நாகோசி நாயக்கன் முசியே புசியிடம் விடுதலை பெற்றுக்கொண்டு, தம்முடைய சண்டைச் சாமான்கள், குதிரை வகையிறா இவற்றுடன் தம்முடைய சொந்த தேசமாகிய கோல்கொண்டைக்கு, முசியே லெறியிடம் அனுப்புவித்துக் கொண்டு முந்தாம் நாளான சுக்கிரவாரம் அன்று பயணம் கிளம்பினான். பாதிரிப்புலியூர் மட்டுக்கும். போனவனை முசியே லாலியின் உளவாளிகள் போய், “தங்கள் எசமானர் அழைக்கிறார்” என்று சொல்லி, அழைத்துக்கொண்டு வந்தார்கள்.

புதுச்சேரியிலிருந்து ஐம்பது சொலுதாதுகளையும் நூறு பாறுக்கார ரையும் எதிரே அனுப்பி, அவனை வழுதாவூர்க் கோட்டைக்குக் கொண்டுபோய் அடைக்கச் சொன்னார்கள். அதன்படிக் கோட்டையில் அடைத்தார்கள். இங்கிருந்துபோன ஐம்பது சொலுதாதுகளும், ஒரு ஒப்பிசியேலும் நூறு பாறுக்காரரும் காவலுக்கு இருக்கிறார்கள். இங்கிருந்த போன ஒப்பிசியேல், சலாபத் சங்கு, நானா ஆகியோருக்குக் கொண்டுபோகும் காகிதங்களைக் காட்டச் சொல்லி, நாகோசி நாயக்கனிடம் கேட்டார். அவர் தான் ஒருவருக்கும் காகிதம் கொண்டு போகவில்லை என்று சொல்லி, தன்னிடமிருந்த காகித மூட்டையை ஒப்படைத்தார். பின்னையும், நாகோசி நாயக்கனின் மனுஷரை வழுதாவூர்க் கோட்டையில் அடைத்தார்கள். அந்தக் காகித மூட்டையை

முசியே லாலியிடம் அனுப்பி வைத்தார். எட்டு மணிக்கு முசியே புசியைக்கூட வீட்டுக் காவலில் வைத்தார்கள் என்றும் கேட்கப்பட்டது. இப்படியான காரியம் நடந்ததால் முசியே புசிக்கு அவமானம் வந்ததோடு, அவர் மனதில் பயம் தோன்றியிருக்கிறது. அத்துடன் சலாபத் சங்கு, நானா ஆகியோரிடத்தில் முசியே புசியின் அதிகாரம் எடுபடாது என்று சனங்கள் பேசிக்கொண்டார்கள். முசியே லெறிக்கும், மற்ற கோன்சேலியர்களுக்கும் கூட பயம் உண்டானது என்று சொல்லிக் கொண்டார்கள்.

1759 ஹு சூன் மீ 20 வ;
பிரமாதி ஹு ஆனி மீ 10 வ; புதவாரம்

இத்தனாள் நான் வெளியே போகவில்லை. முராரி ராயனை, அவனுடைய படையுடன் அழைத்துவர மயிலாப்பூர் பிசப்பு நொரான்னா அவர்களுக்கு எல்லாச் செலவுகளுக்குமாகக் கொடுத்து, உடன்படிக்கைப் பண்ணி அழைத்துவர அனுப்பியபடி, அவர் முசே லாலியிடம் அனுப்புவித்துக்கொண்டு, குண்டுசாலையைத் தாண்டிப் போனார் என்று கேட்கப்பட்டது. இவருடன் மீர் ஆசாமும் கூடப் போனான். இவனுடைய ஆடம்பரத்துக்குச் சண்டையின்போது கொள்ளை அடித்ததிலும், மயிலாப்பூரில் தங்கியிருந்த இடத்தில் கிடைத்த கோயில் தட்டுமுட்டுகள் சாமான்களின் மூலமும் பதினையாயிரம் ரூபாய் வரை கிடைத்து, அதில் இதுவரை நான்காயிரம், அய்யாயிரம் ரூபாய் மட்டுக்கும் செலவழிந்திருக்கும். மீதி இந்த மராட்டிய சத்தாரா யாத்திரையில் செலவழியும் என்ற சொன்னார்கள்.

1759 ஹு சூன் மீ 21 வ;
பிரமாதி ஹு ஆனி மீ 11 வ; குருவாரம்

இத்தனாள் மத்தியானமும், ராத்திரியும் முசியே கில்லியாரின் வீட்டில் விருந்து சாப்பிட்ட முசே லாலி, முசியே பெடுத்தல் மீ தோட்டத்தில் குடியிருக்கப் போய்விட்டார். முசியே கில்லியாரின் வீட்டில் நான் இருந்தபோது வெள்ளைக்காரர்கள் சிலர் வந்து, "மாயேவில் இருந்து காகிதங்கள் வந்தன. சென்ற வருசத்தில் ஐப்பசி மாசம் காப்புதே போனேசு சுப்பிராயின்ஸ் *(Cap de Bonne Esperance)* என்ற இடத்திற்கு நான்கு சண்டைக் கப்பல்கள் வந்தபோது, சீனத்திலிருந்து இங்கிரேசுக்காரரின் கப்பல் ஒன்று அங்கு வந்தது. அந்தக் கப்பலையும் பிடித்துக்கொண்டு,

நம்முடைய கப்பல்கள் மசுக்கரைக்கு வந்து சேர்ந்தன. அந்த நான்கு கப்பல்களும், முன்பே மசுக்கரையில் இருக்கிற கப்பல்களும், ஒன்றாகச் சேர்ந்து புறப்பட்டு, இவ்விடத்துக்கு வருகின்றன. பிடிக்கப்பட்ட இங்கிரேசுக் கப்பலில் சீனத்தில் இருந்து வந்த பொன், சரக்கு வகைகள் லட்சத்து ஐம்பதாயிரம் மதிப்புக்கு இருந்தன. ஐரோப்பாவிலிருந்து வந்த நான்கு கப்பல்களில் விஸ்தாரமாய் திரவியம் இருக்கிறது. எல்லாக் கப்பல்களும் சேர்ந்து அஞ்சு நாளைக்குள் வந்து சேர்கின்றன என்றும் பேசிக் கொண்டார்கள். இதை வெள்ளைக்காரர்களின் வாயினால் விஸ்தரிச்சுச் சொல்லக் கேட்டபின் சேதியாக எழுத வேண்டும்.

1759 ஷு சூன் மீ 22 வ;
பிரமாதி ஷு ஆனி மீ 12 வ; சுக்கிரவாரம்

இங்கிருந்து மோரிசுக்குப் *(மொரீசியஸ் தீவு)* போயிருந்த சுலுப்பு ஒன்று இத்தனாள் மத்தியானம், இங்கு வந்தது. அதில் ஏழு பீரங்கிப் போட்டார்கள். கரையிலேயும் ஏழு பீரங்கிப் போட்டார்கள். இதில் லெப்டினெண்ட் கர்னல் முசியே லாபொந்தேன் *(Lt. Col. Fontaine)* என்கிறவன் வந்தான். அங்கிருந்து கொண்டுவந்த ஐரோப்பியக் காகிதங்களை முசியே லாலி, முசே லெறி வகையிறாக்களுக்கும் கொடுத்தான். அவ்விடத்துச் சேதி என்ன என்று யாரேனும் கேட்டால், சொல்லக்கூடாது என்று ஒடுதி இருப்பதாகச் சொன்னானாம்.

இந்தச் சிறு சுலுப்பு மசுக்கரையில் இருந்து கிளம்பிய நாற்பதாம் நாள், நாகப்பட்டணத்துக்குச் சமீபத்திலே சிவமுனையில் (கோடியக்கரை அருகில் உள்ள *Point Calimere*) இருந்த இங்கிரேசுக்காரரின் கையிலே அகப்பட்ட கப்பல் தப்பிப் பறங்கிப்பேட்டை கரைகண்டு, புதுச்சேரிக்கு வந்து சேர்ந்தான் என்று சொன்னார்கள்.

இரண்டொரு வெள்ளைக்காரர்கள் சொல்லிய சேதி; நம்முடைய சண்டைக் கப்பல்கள் சமீபத்தில் வர இருப்பதால், சத்துருகளுக்குத் தெரிந்துவிடாமல் இருப்பதற்காக வெளியில் சொல்ல வேண்டாம் என்று கட்டுப்பாடு பண்ணினார்கள் என்று சொன்னார்கள். அதுக்கு அடையாளம் ரெண்டு மூணு நாளாய்ப் பிடிச்சு கொடிக் கம்பத்திலே வெளிச்சங்கட்டி வைக்குறபடிக்கு இன்று ராத்திரி ரெண்டு வெளிச்சமாய்க் கட்டி வைச்சதே ஒரு அடையாளமாய்ச் சொன்னார்கள்.

முசியே லெறி மத்தியானம் தீனிக்கு முசியே லாலி இருக்கிற வெளித் தோட்டத்துக்குப் போனார். முசியே கோந்திதேல் தூர்துப்பேன்

(M.Comte de la Tour du Pin) அவர்களை யானை பேரிலே பல்லக்கில் ஏற்றிப் பார்க்கவேண்டும் என்பதற்காக நம்முடைய பச்சைப் அம்பாரி போட்டு, யானையைக் கொண்டுபோனார்கள் என்று சொன்னார்கள்.

1759 ஷ ஜூன் மீ 23 உ;
பிரமாதி ஷ ஆனி மீ 13 உ; சனிவாரம்

இத்தனாள் சண்டை கோன்சேல் பண்ணி முசே லாலி உத்தாரப் படிக்கு தியாக்கடை துர்க்கத்தில் இங்கிரேசுக்கார சொலுதாதுகள் முப்பது பேர் அகப்பட்டார்கள். எட்டுப் பேர் பிரான்சு சொலுதாதுகள் இருந்தவர்கள். நம்மிடமிருந்து ஓடிப்போன அவர்கள் தமக்கு எசமானாக இருந்தவர்கள் பேரிலே இங்கிலீஷ் சத்துருக்களுடன் கூடிக்கொண்டு ஆயுதமெடுத்தபடியால், அவர்களைத் தூக்கிவிட *(தூக்கில் போடுவது)* என்று முசியே லாலி அவர்களின் உத்தரவுப் படி இத்தனாள் கூடிய கோன்சேல் தீர்த்தது. அவர்களில் ஒருத்தன் திருச்சிராப்பள்ளியில் காவலில் வைக்கப்பட்டிருந்த பிரெஞ்சுக்கார சொலுதாதுகளுக்கு மத்தத்து பண்ணினவன்.

எனவே, இங்கிரேசுக்காரர் அவனை இரண்டு, மூன்று முறை அடித்தார்கள். இந்தச் சேதியை அங்கிருந்து விடுதலையாகி வந்த சொலுதாதுகள் சொன்னார்கள். அதனால் அவனை விட்டுவிட்டார்கள். மற்ற ஏழு பேரையும் கோட்டைக்கு வடவண்டை, முசே பெடுத்தல் மீ இருந்த பழைய குவர்ணமாம் வீட்டுக்கு எதிரே தூக்கில் போட, நான்கு தூக்கு மரங்களை நட்டார்கள். ஒரு தூக்கு மரத்துக்கு ரெவ்வெண்டு பேர் விழுக்காடு மூன்று மரங்களிலும், ஒரு மரத்தில் ஒருத்தனையும் என்பதாக ஏழு பேரையும் தூக்கில் போட்டார்கள். வழக்கமாகக் கோட்டைக்குத் தெற்குப் பக்கத்தில்தான் தூக்கில் போடுவது வாடிக்கை. அங்கே சாம் சுவாம் *(St.John)* பண்டிகைக்காகச் சொக்கப்பனை கொளுத்துவதால், வடவண்டைப் பக்கத்தில் தூக்கில் போட்டார்கள்.

இத்தனாள் மத்தியானம் கந்தப்ப உடையாரின் வீட்டில் விருந்து சாப்பிட்டுவிட்டு, சாயங்காலம் ஆறரை மணிக்கு வீட்டுக்கு வந்தேன். உடனே முசியே திலார்சும், முசே லாலியும் சொல்லி அனுப்பினார்கள். சலாபத் சங்குவிடம் இருந்து வெகுமானத்தை எடுத்துக்கொண்டு வந்த கோசா அப்துல்லா கானின் மகனான கோசா சுக்கீர் வாக் கான் மூலத் தோட்டத்தண்டையில் விக்கிரபாண்டியன் வீட்டில் தங்கி இருக்கிறான். நாளைக்கு அந்த வெகுமானம் சாமான்களை வாங்கிக்கொண்டு

வரவேண்டியிருக்கிறது. தேவடியாக்கள் மேளக்காரர், ஈட்டிக் கழிக்காரர் ஆகியோரை நாளைய காலையில், கோட்டைக்கு வரச் செய்யுமாறு, நயினாரிடம் சொல்லிவிடவும், நீரும் கோட்டைக்கு வந்து முசே லாலியைக் கண்டு பேசவும் என்றும் சொல்லி அனுப்பினார் என்று முசியே திலார்சுவின் மனுஷன் வந்து சொன்னான். உடனே நயினாருக்குச் சொல்லி அனுப்பி வைத்தேன். முசியே திலார்சுவின் ஆளைப் போகச்சொல்லி அனுப்பினேன். நயினார் வந்து, தஞ்சாவூரிலிருந்து முசே லாலிக்கு வெகுமானங்கள் வந்திருக்கின்றன, அவற்றைக் கொண்டுவருவதற்கு தேவடியாக்கள், மேளதாளம் வகையிறாவற்றை நாளைக் காலத்தாலே கீழண்டைப் பக்கத்து வாசற்படியில் ஏற்பாடாக வைத்திருக்கச் சொல்லி முசியே லெறி சொல்லச் சொன்னார். உம்மையும் காலத்தாலே எட்டு மணிக்குத் தம்மிடம் வந்து பேசச் சொன்னார் என்று சேதி வந்ததாகச் சொன்னான். அப்பால், ராத்திரி பத்து மணிக்கு முசியே லெறியின் வேலைக்காரனும் சொல்லி அனுப்பினான்.

1759 ஹு சூன் மீ 25 உ;
பிரமாதி ஹு ஆனி மீ 15 உ; சோமவாரம்

இத்தனாள் வெளியே போகவில்லை. கேள்வியான சேதியாவது; காலத்தாலே எட்டு மணிக்கு முசியே லாலி, முசியே பெடுத்தல் மீயின் தோட்டத்தில் இருந்தபடியே, முசே லெறியைச் சந்தித்துப் பேசிவிட்டு வருமாறு முசியே பெடுத்தல் மீயை அனுப்பி வைத்தார். அவர் வந்து சந்தித்துப் பேசிவிட்டுப் போனார் என்பதாக ஒரு சேதி சொன்னார்கள். இன்ன காரியத்துக்கு என்பது தெரியவில்லை. நேத்து தஞ்சாவூரார் வெகுமானத்தைக் கொண்டுவந்தபோது, தனக்கு மட்டுமில்லாமல், முசியே லெறிக்கும் வெகுமானம் வருவதை அறிந்த முசே லாலி, முசியே லெறிக்கு வெகுமானம் கொண்டுவரக் கூடாது என்று சொல்லிவிட்டார். வருகிறவர்கள் தன்னை மாத்திரம் எசமானென்று கருத வேண்டும். முசியே லெறியின் எந்த அடையாளமும் தெரிந்து கொள்ளக்கூடாது என்பதாக நடந்துகொண்டார். தமிழர் யாரும் மெத்தைக்கு வரும்போது காலில் பாப்புச்சி சோடும் *(boots)*, பயிசார் சோடும் *(slippers)* போட்டுக்கொண்டு வரக்கூடாது. தான் ஒருத்தன் மாத்திரம் உட்கார்ந்து கொண்டிருக்க வேண்டுமே தவிர, மைத்த பேர்கள் *(மற்றவர்கள்)* எல்லாரும் நிற்க வேண்டும் என்றும் கட்டுப்பாடு கொண்டுவந்தார். அப்பால், நேத்து சாயங்காலம் முசியே பெடுத்தல் மீயின் தோட்டத்துக்குப் போவதற்கு முன்னால், முசியே லெறியிடம் கோபம்

காட்டினார். அப்பால் முசியே பெடுத்தல் மீயை அனுப்பி வைத்த சாடையைப் பார்த்தால், தான் மாத்திரம் யேக வீரனாக இருந்து கொண்டு, துரைத்தனம் பண்ண வேணுமென்று யோசனையிருக்கிற படியினாலேயும், முன்பு சொல்லப்பட்ட சாஸ்திரப்படிக்கு முசியே லெறிக்கு இந்த மாசம் மட்டுக்கும்தான் யோக காலம் என்பதால், அவரை துரைத்தனத்திலிருந்து தள்ளுவதற்கு சின்னமாய்ச் சொல்லி அனுப்பி வைத்ததைப்போல் தோத்துது. அப்பால் எப்படி நடந்ததோ, இனிமேல் அறிய வேண்டும்.

1759 ஸு ஜூன் மீ 28 வ;
பிரமாதி ஸு ஆனி மீ 18 வ; வியாழக்கிழமை

இத்தனாள் ராத்திரி பதினெட்டு நாழிகைக்கு எங்கள் தாயாருக்கு மூத்தவளான என்னுடைய பெரிய தாயார் பரமபதம் சேர்ந்தாள். இவளுக்கு எண்பத்து மூணு ஆச்சுது. இந்த மட்டுக்கும் சரீரம் சுவாதீனத்திலே இருந்து விழுந்துபோனாள். எங்கள் தாயார் விழுந்து *(செத்துப்)* போன நாற்பத்தேழாம் வருசம் இவளுக்கு மரணம் வந்தது.

1759 ஷூ சூலை மீ 16 வ; பிரமாதி ஷூ ஆடி மீ 4 வ; சோமவாரம்

இத்தனாள் காலத்தலே சந்தா சாயபுவின் மகனான ரசா சாயபுக்கு ஆற்காட்டு சுபாவுக்கு பர்வானாவும் கொடுத்து சீரொப்பாவும் கொடுக்கப் போகிறார்கள் என்ற சேதியைக் கேள்விப்பட்டேன். சந்தா சாயபுவின் மகனான ரசா சாயபு மீர் குலாம் உசேனின் *(ஆற்காடு நவாபு சாதத்துல்லாவின் வளர்ப்பு மகன். செஞ்சி தோஸ்த் அலியின் திவான். இவரைக் கான் பகதூர் என்பார்கள். சந்தா சாயபுவின் மகளை மணந்திருந்தார்)* வீட்டில் கலியாணம் பண்ணியிருக்கிற மிறுத்திசா சாயபுவை நம்மிடம் சேதி சொல்ல அனுப்பினார். ஆற்காட்டுச் சுபாவைக் கொடுத்துச் சீரொப்பாவும் தர முசே லாலி வருகிறார். நமக்குள் இருந்த மாறுபாடுகளை மாப்பு பண்ணிக்கொண்டு, நீங்கள் வந்து முபார்க்குப் பாதி கொடுக்க வேண்டும். தங்களுக்கேற்ற மரியாதையுடன் நடத்துகிறோம் என்று சொல்லத்தக்க முறையில் ரொம்பவும் உபசாரமாய் ரசா சாகிப் சொல்லி அனுப்பியிருந்தார்.

அதற்கு நாம் எந்தக் காரியத்திலும் *(பதவியிலும்)* இல்லையே, அதனால், உங்களுக்கு ஒரு பயனும் இல்லையே! அல்லது என்னால் ஆகக்கூடிய காரியம் ஏதேனும் இருக்க வேண்டும். அப்படியிருந்தால் நீங்கள் பிரார்த்திக்கவும் *(அழைப்பதும்)*, நான் வருவதும் சரியாக இருக்கும். இப்போதிருக்கிற நிலையில் நான் வருவதும் ருசியிராது *(நன்றாக இருக்காது)*. பார்த்தவர்களுக்கும் கெம்பீரமாய்த் தோன்றாது என்று எப்படி பரிகரிச்சுச் சொன்னாலும், வந்துதான் ஆக வேண்டும் என்று ரொம்பவும் பிரார்த்திச்சுக் கொண்டார்கள். ஆனால், நாளைய தினமும், நாளை நன்றைய தினமும், பரணி, கிருத்திகை இருப்பதால், அப்பால் முடிவு பண்ணிக்கொண்டு சொல்லி அனுப்புகிறேன் என்று போக்காகச் சொல்லி அனுப்பி வைத்தேன்.

இன்று காலமே அந்தச் சீரொப்பா கொடுக்கிறதும் நடக்கிறதும் வேடிக்கைப் பார்ப்பதற்காகக் கோட்டைக்குப் போனேன். அங்கே வெள்ளைக்காரர் ஒருத்தரும் வரவில்லை. முசியே லெறியின் காம்பிரா சாத்தினவாக்கிலே இருந்தது. முசே லாலியின் காம்பிரா திறந்திருந்தது. கீழே இரண்டொரு வெள்ளைக்காரர்கள் போகவர இருந்தனர். நல்லது, பத்து மணி மட்டுக்கும் பார்ப்போம் என்று நடுச்சாலையில்

இருக்கச்சே, மிறுத்திசா சாயபு வந்தான். அவனிடம் என்ன சேதியென்று கேட்டேன். முசியே திலார்சு வருவான். அவன் வந்த பிறகு தெரியும் என்று சொன்னான். நல்லது, பார்ப்போம் என்று இருந்தபோது, முசியே திலார்சு வந்தான். முசே லாலி இருக்கிற காம்பிராவிலே போய் பேசியிருந்துவிட்டுப் பத்தரை மணிக்கு வெளியே போனான். மிறுத்திசா சாயபும் கூடப் போனான். அப்பால், நானும் வீட்டுக்கு வந்தேன்.

இத்தனாள் ராத்திரி ஏழு மணிக்கு கேள்வியான சேதி; ரசா சாயபும், அல்லி நக்கியும் முசியே திலார்சுவின் வீட்டுக்குப்போய், ஆற்காட்டு சுபாவுக்கு முசியே லாலி எழுதிக்கொடுத்த பர்வானா வாங்கிக்கொண்டு வந்தார்கள்.

பெரியண்ண முதலியார், கந்தப்ப முதலியார் வகையறாக்கள், பின்னையும் உத்தியோகத்துக்குக் காத்துக் கொண்டிருக்கிறவர்கள் போய் முபார்க்கு பாதி குடுத்து நசர் வைத்துக் கண்டுகொண்டார்கள். நவபத்தும் அடிக்கப்பட்டது என்ற சேதிகளை அங்கே போய் வந்தவர்கள் சொன்னார்கள்.

1759 ஸு சூலை மீ 23 வ;
பிரமாதி ஸு ஆடி மீ 11 வ; சோமவாரம்

ரசா சாயபுவை ஆற்காட்டு சுபாதாரனாகக் கட்டளையிட்டது. எந்த சாடையும் தெரியவில்லையே என்று கேட்டோம். அதற்கு, இவர் *(யார் என்று விளக்கமில்லை)* சந்தா சாயபு முதலான நவாபுகளின் பிரின்சாக இருக்கிறார். அதுக்கு இவருக்கு ஒரு சாகீர் தரப்பட்டிருக்கிறது. அங்கிருந்து வருமானம் வருகிறது. மைத்த பாளையக்காரர் கோட்டைக் கில்லேதார்கள் வகையிறாக்கள் பேஷ்கஷ் என்ற வரி மூலமாகவும் ரசா சாயபுக்கு வருமானம் வருகிறது.

கும்பினி சிப்பந்திகளுக்கான செலவை அவர் ஏற்றுக் கொள்வ தாக உடன்படிக்கை இருக்கிறது என்று சொல்ல வந்தார். அதற்கு நான், “இதாயத்து மொகைதீன் கானும், சலாபத் சங்கும் முசியே கோவர்ணதோராக இருந்த முசியே துப்ளேக்சுக்குக் கொம்மாந்தாம் *(படைத் தலைவர்களின்)* செனரால் என்று பர்வானா எழுதிக்கொடுத்து, ஆற்காட்டு சுபாவை அவருக்கு எழுதித் தந்தார்கள்.

கலாபத்தைத் தொட்டு சீர்மை இவர்கள் வசமுமில்லாமல், அவர்கள் வசமுமில்லாமல் அராசகப்பட்டு, துலுக்கரின்

பந்தோபஸ்தும் தப்பி இருக்கிறது. அப்படி அராசகத்தில் இருக்கும் போது நம் வசம் இருக்கிற ஒரு சாகீருக்கு நாமாக ஒருவரை நேமிச்சு, நேமிச்சவன் நமக்குத் துரையாயிருக்கச் சொல்லி வைத்துக் கொள்கிறவர்களை நான் கண்டதில்லை. இதற்காக கோன்சேல் கூட்டம் கலந்து பேசி அவரவர் நியாயத்தைச் சொல்லி, எல்லாருடைய சம்மதியுடன் செய்யப்பட வேண்டும் என்று இருக்கிற போது கோன்சேலியர்களில் ஒருவருக்குக்கூட இப்படியாக மனதில் தோன்றி, இந்த நியாயத்தைக் கேட்காமல், எல்லாரும் கூடி சம்மதம் கொடுத்து நடப்பது ஆச்சர்யம்தான் என்று சொன்னேன்.

அதற்கு முசியே லெறி சம்மதம் தரவில்லை. மூன்று பேர் கையெழுத்துப் போடவில்லை. முசியே தெவோவும் சம்மதம் தர வில்லை. அவர்கள் கையெழுத்துப் போடாவிட்டாலும், கோன்சேல் தீர்ந்து எடுத்த முடிவு லிப்ரேசியேமில் எழுதி வைக்கப்பட்டது.

முசே லாலி சௌரால் என்பதால் அவரே சபேரிட்ட வர்சரி *(எடுத்த முடிவு)* இது. இதை கோன்சேல் ஏற்கத் தேவையில்லை.

முசே லாலியின் மனது என்று சொன்னார். எந்த நியாயத் திற்காக சம்மதம் தரமாட்டோம் என்று சொல்லி, கையெழுத்துப் போட மாட்டோம் என்று முசியே லெறி சொன்னார் என்று கேட்டோம். இப்போது அதற்கான சமயம் இல்லை. இனியொரு வேளையில் பார்க்கலாம் என்று சொன்னார் என்று சொல்ல வந்தார்.

அதற்கு நான், “முசே லெறி முசியே லாலிக்குச் சொல்வதற்கு வேறு உத்தாரம் இருக்கிறது. இதைச் சொன்னால், முசியே லாலி கோபிச்சு கொண்டு உம்முடைய கையெழுத்துத் தேவையில்லை என்று நிராகரிச்சு சொல்வார். சொல்ல வேண்டிய மார்க்கமாய்ச் சொல்லி, தள்ள வேண்டிய மார்க்கத்தில் தள்ள வேண்டும்” என்று சொன்னேன். அதற்கு, “அதெல்லாம் யாருக்குக் கவை? தனக்குப் பத்துப் பணம் வரவில்லையே என்று தோன்றி சம்மதம் இல்லை என்று சொல்வதே தவிர, நம்முடைய சாதிக்கும் இளமையும் மரியாதையும், நேர்மையும் குறைகிறதே என்று தோன்றுகிறதா” என்று சொல்லிக் கொண்டிருந்தார்.

அதுகளுக்கு நல்ல காலம் வந்தால் எல்லாம் தோத்தும் என்று சொல்லிக்கொண்டிருக்கச்சே, வண்டி வந்துவிட்டது என்ற சேதியைச் சொன்னவுடன், “நான் அரியாங்குப்பத்திற்குப் போகிறேன்” என்று சொல்லி அனுப்புவிச்சுக்கொண்டு போனார். நானும் அனுப்புவிச்சுக் கொண்டு வீட்டுக்கு எட்டரை மணிக்கு வந்தேன்.

1759 ஷ ஜூலை மீ 24 வ;
பிரமாதி ஷ ஆடி மீ 12 வ; செவ்வாய்

இத்தனாள் காலத்தாலே வெளியே சமுத்திரக் கரை ஓரத்துக்குப் போய் முசே லெபோம் *(M.le Beaume)* இல்லை என்பதைப் பார்த்துவிட்டு, எட்டு மணிக்கு வீட்டுக்கு வந்தேன். இத்தனாள் மத்தியான நான் கேள்விப்பட்ட சேதி ; சலாபத் சங்குவின் தம்பியான பசலாத் சங் என்பவரின் காகிதங்கள் முசியே லெறிக்கும், முசியே லாலிக்கும், முசியே புசிக்கும், இன்னும் முசியே புசியிடம் இருக்கிற ஒப்பிசியேல்களுக்கும் வந்தன. அறுக்காறுகள் *(சேதி கொண்டு வந்தவர்கள்)* சொன்னது; ஆற்காட்டு சுபா கிருஷ்ணா நதிக்குத் தெற்கே எல்லாம் இவருக்கு சுபா கொடுக்கப்பட்டது. அதன் நிமித்தியம் பந்துபஸ்து செய்ய பத்தாயிரம் குதிரைப் படை, ஆறாயிரம் பாறுக்காரருடன் நெல்லூரிலிருந்து புறப்பட்டு கடப்பை வழியாக ஆற்காட்டுக்கு வருவதாகச் சேதி சொன்னார்கள். இனிமேல் என்ன நடக்குமோ, தெரியாது. அறிய வேண்டியது.

இரண்டு, மூன்று நாளாகக் கேள்விப்படுகிற சேதியாவது; ரசா சாயபுக்குக் கொடுத்த ஆற்காட்டு சுபாவை ராமலிங்கம் துரைத்தனம் பண்ணி நடப்பிச்சால் மூன்று லக்ஷம் ரூபாய் கொடுப்பதாக முசியே பசேனின் மூலமாக முசியே லாலியுடன் பேசியதாகவும், அதற்கு அவர் ஒப்புக்கொண்டதாகவும், அந்தச் சந்தோஷத்தின் நிமித்தியம் மூன்று நாளாக இராமார் ஆட்டம், பாட்டு, கூட்ட நாட்டம் என்று வெகு சம்பிரமாய் பண்ணி, நான்காயிரம், அய்யாயிரம் மட்டுக்கும் ராமலிங்கம் செலவு கூடச் செய்தான் என்ற சேதி கேட்கப்பட்டது.

1759 ஷ ஜூலை மீ 29 வ;
பிரமாதி ஷ ஆடி மீ 13 வ; ஆதிவாரம்

ஷா நவாபு கானின் வீட்டில் இருக்கிற நிசாம் அலிகான் சலாபத் சங்குவின் வீட்டுக்கு வந்து, தமையனை மறிச்சுக்கொண்டு, உன் பெண்சாதிடம் இருபது லட்ச ரூபாய்க்கு உடமை இருக்கிறதே, அந்த உடமையைக் கொடுத்தால் தவிரப் போகமாட்டேன் என்று சொல்லித் தன் தமையனை மறிச்சுக்கொண்டு, நின்றான். சுற்றிலும் சவுக்கை வைத்து சலாபத்துவைக் காவலில் வைத்து, சகல சோபானமும் எடுத்துக்கொண்டு, தான் ராச்சிய பாரம் பண்ண நினைத்து, இப்படிச் செய்தான். ஆனால், நிசாம் அலிகானிடம் இருக்கிற அமீர்வுல் *(புத்திசாலிகளும்)*, உமார்கன் சமேத்தாராக்கள் *(படைத் தலைவர்கள்)*,

பெரிய மனுஷர்கள் எல்லாரும் சலாபத் சங்குவைப் பிடிப்பதற்கும், காவலில் வைப்பதற்கும் உடைமைகள் எடுத்துக் கொள்வதற்கும் ஒத்துக்கொள்ளவில்லை. நீர் நியாயத்துக்குப் புறம்பாக நடத்துகிற இந்தச் செயலில் நாங்கள் கையெடுக்கிறதில்லை *(சண்டையிட மாட்டோம்)* என்று சொல்லிவிட்டார்களாம். சலாபத் சங்கு நிசாம் அலியைக் கொல்ல வேண்டும் அல்லது அண்ணன் கையால் வெட்டுப்பட்டுச் சாக வேண்டுமே தவிர, வேறு முடிவில்லை என்பதாக இருக்கிறார். இப்படி அண்ணன் தம்பிகளுக்குள் ஒருவருக்கொருவர் சண்டை வந்து, வெட்டிக் கொண்டு சாகிறார்கள். கோல்கொண்டை பட்டணத்தில் அநியாயம் செய்ததால், வர்த்தகர் முதலான குடிசனங்கள் குடிவிலகிப் போய்விட்டார்கள். பட்டணம் நாசமாகவும் ராச்சியம் அராசகமாகவும், துலுக்கரின் நாசத்திற்கு காலம் வந்ததென்று சனங்கள் பேசிக் கொள்கிறார்கள் என்று எழுதி வந்த சேதியைப் பார்த்து எழுதி வைத்தேன். முசே லாலி ஒழுகரையில் இருக்கிற முசே சுப்பீரிடம், சாப்பிடப் போனார்.

1759 ஞு சூலை மீ 30 உ;
பிரமாதி ஞு ஆடி மீ 18 உ; சோமவாரம்

கேள்வியான சேதி; இமாம் சாயபுவின் மகன் *(இவர் இறந்தது 1749-இல்)* அசன் அலி தியாக துருக்கத்தையும், அதற்காக சாகீர்களையும் முன்பு தன் தகப்பனாருக்குத் தந்தபடி, தன்னிடம் கொடுக்க வேண்டும் என்று கேட்டான். அதற்கு முப்பதாயிரம் ரூபாயைக் கும்பெனிக்கு வெகுமானம் கொடுக்க வேண்டும். அந்தப் பணத்தைப் பெற்றுக் கொண்டு, கும்பினியார் ரெசீது தர வேண்டும். முசே லாலிக்குப் பத்தாயிரம் ரூபாயைத் தொகையாகக் கொடுப்பது. அதில் முன்பணமாக அய்யாயிரம் ரூபாய் கொடுத்துவிட்டு, பர்வானா (ஆணை) கைக்கு வந்த பதினைந்து நாளில் மீதி அய்யாயிரம் ரூபாயைத் தருவது, முசே பசேனுக்கு மூவாயிரம் ரூபாயும், அவருடைய துபாசி சவரி ராயனுக்கு இரண்டாயிரம் ரூபாயும் தருவது என்பதாகப் பேசி தீர்க்கப்பட்டது. அல்லாமல், அந்தச் சாகீர்களுக்கு வருசாவருசம் பேஷ்கஷு ஏழாயிரம் ரூபாயை வரியாகச் செலுத்த வேண்டும் என்றும் உடன்படிக்கைப் பேசித் தீர்த்துக் கொண்டார்கள்.

இத்தனாள் பதினொரு மணிக்குப் போய் முசே லாலி அவர்களைச் சந்தித்துக் கொண்டு, இரண்டு

மாத்தாபி *(விலையுயர்ந்த)* சீரொப்பாவையும் கோசாவு வாணிசு இரண்டாயிரம் ரூபாய்க்கு வாங்கிய வச்சிர மோதிரம் ஒன்றும், குதிரை ஒன்றும் வெகுமானம் கொடுத்தான். அவரெதிரே ஒரு நாற்காலி போடச் சொல்லி உட்காரச் சொல்லி, வார்த்தை வசனங்களை நடப்பிச்சி, துபாசித்தனம் சவரி ராயன் செய்தானாம்.

அப்பால், முசே லாலி தியாகதுருக்க சாகீர் வகையறா அவன் வசம் எழுதி, மொகறு பண்ணியிருக்க பர்வானாவை இமாம் சாயபுவின் மகன் கையில் கொடுத்தாராம். அதை அவன் எழுந்து வாங்காமல், உட்கார்ந்தபடியே வாங்கினானாம். முசே பசேனின் சோபுதாரனிடம் சொல்லி, அவன் கையைப் பிடித்துத் தூக்கிவிட்டுத் தலையைக் குனியச் சொல்லி, கையினால், கழுத்தை அமுக்கிப் பிடித்து, கையைப் பிடித்து தசிலிமாத்து *(குனிந்து சலாம்)* பண்ணச் சொன்னார்.

இப்படியாக ஆசாரம் இல்லாமல் நடந்த அப்பால், முசே லாலி இவன் சிறுபிள்ளை என்பதால் எப்படி நடந்துகொள்ள வேண்டும் என்ற ஆசாரம் தெரியாததால், சோபுதாரன் கற்றுக்கொடுத்தான் என்று சொல்லி, எழுந்து போகச்சொன்னாராம். பர்வானாவை வாங்கிக் கொண்டு, அப்படியே குனிந்து சலாம் பண்ணிவிட்டுப் போனானாம். அவன் கூடவே வந்த கிழவன் தன்னுடைய எசமானனுக்கு நடந்த பாட்டடையைப் பார்த்து *(மரியாதைக் குறைவை)* தன் தலையைத் தரையில் வைத்துக் குனிந்து வணங்கிக்கொண்டே இருந்தானாம். அவன் போன அப்பால் ஏழு பீரங்கிப் போட்டார்களாம். இவ்வாறாக நடந்ததைக்கூட இருந்தவர்கள் வந்து சொன்னவர்கள் வாய் விசேசம் கேட்டு எழுதினேன்.

முசே லசேல் *(M.La Selle)* பஞ்சமாலுக்குப் போய்க் கவனித்துவிட்டு, நேத்து ராத்திரி வந்து சேர்ந்தார் என்று சொன்னார்கள். அந்தச் சீமையில் முசே மீரா முதலானவர்கள் பர்கானாவிலே பண்ணின அநியாயத்தைக் கண்டு கொள்ளவில்லை. இனி எதுவானாலும் தன்னிடம் சொல்லும்படியாகச் செய்துவிட்டு வந்தார் என்று சொன்னார்கள். இதில் அவர் காட்டுகிற தாரதம்மியம் *(வேறுபாட்டை)* புரிந்துகொள்ள வேண்டும். இமாம் சாயபுவின் மகன் முசே லாலியைக் கண்டு கொள்ள வந்தபோது கொடுத்த வெகுமானம் வயணம்; நானூறு ரூபாய் மதிப்புள்ள இரண்டு மாத்தாபி சீரொப்பா, ஆயிரம் ரூபாய் மதிப்புள்ள குதிரை ஒன்று, இரண்டாயிரம் ரூபாய் மதிப்புள்ள வைர மோதிரம் ஒன்று ஆகக் கூடின மதிப்பு ரூபாய் மூவாயிரத்து நானூறு *(3400)*.

1759 ஹு சூலை மீ 31 வ;
பிரமாதி ஹு ஆடி மீ 19 வ; செவ்வாய்

இத்தனாள் பதினொரு மணிக்கு, முன்பு ஆடி மாசம், இரண்டாம் தேதி கோன்சேல் கூடி முடிவெடுத்தபடி, சந்தா சாயபுவின் மகனான ரசா சாயபுக்கு, ஆற்காட்டின் சுபாவுக்கு சுபேதாரர்தனமும் சீரொப்பாவையும் பர்வானாவும் கொடுப்பதாக நேத்து நிஷ்கருஷை பண்ணினார்கள். முசே லாலி தன்னுடைய சக்ரதேராகிய முசே லபாத்தை *(M.Labat)* அழைத்து முசே லெறியின் வீட்டுக்கும், முசே பெடுத்தல் மீ வகையிறாக்கள் கோன்சேல்க்காரர்களின் வீடுகளுக்கும் போய், நாளை சூலை மாசம் முப்பத்தோராம் தேதி, செவ்வாய்க்கிழமை பதினொரு மணிக்குக் கோட்டையில் ரசா சாயபுக்கு ஆற்காட்டு சுபாவுக்குப் பர்வானாவும், சீரொப்பாவும் கொடுக்கப் போகிறார்களாம். உங்களை வரச்சொல்லி முசே லாலி சொன்னார் என்று சொல்லிவிட்டு வரச்சொன்னார். அதன்படி இத்தனாள் பதினொரு மணிக்கு, முசே லாலி அவர்களின் காம்பிராவிலே முசே லெறி முதலான வகையிறாக்கள் கோன்சேலியர் சகலமானவரும் கூடினார்கள். முசியே பசேனும், முசியே லமேரும் ரசா சாயபுவை அழைத்து வரப்போனார்கள்.

முசியே பசேனுக்கும் முசியே லமேருக்கும் தலைக்கு ஒரு மாத்தாபி சீரொப்பாவும் ஒரு முகமதிய ஒசத்தி சீரொப்பாவும் கொடுத்தனர். அப்பால், அவர்களுடன் ரசா சாயபும், அல்லி நக்கி சாயபும் பல்லக்கில் ஏறிக்கொண்டு, பத்துப் பேரை அழைத்துக்கொண்டு கோட்டைக்கு வந்தனர். மெத்தைக்குப போன சந்தா சாயபுவின் மகனை, சமயம் பேதகம் *(நேரம் நல்லதில்லை)* என்று முசே லாலி சற்று நேரம் வெளியிலேயே நிறுத்தி வைத்தார்.

அப்பால், ஐரோப்பாவில் இருந்து வந்து, முசே துய்ப்ளேக்சு பயன்படுத்திய, இப்போது முசியே தொபேசேத்துவின் வீட்டில் இருக்கிற வண்டி போட்டு ஓடுகிற சக்கர நாற்காலியை எடுத்து வரச்சொன்னார். முசே லாலி அதில் உட்கார்ந்துகொண்டு, பக்கத்தில் ஒரு சாதாரண நாற்காலியைப் போட வைத்தார். அதில், முசே லெறி உட்கார்ந்தார். முசே பெடுத்தல் மீ வகையிறாக்கள் கோன்சேலியர்கள் நின்று கொண்டிருந்தனர். முசே பசேன், முசே லமேர் முதலானோர் வந்த ரசா சாயபுவையும், அல்லி நக்கியையும் எதிரே வந்தபோது, இரண்டு நாற்காலிகளைப் போடச் சொல்லி, உட்காரச் சொன்னார். உட்காரப் போகும்போது சந்தா சாயபுவின் மகன் ரத்தினம் இழைத்த

ஒரு பதக்கத்தை *(மோதிரத்தை)* முசே லாலி அவர்களுக்கு நசர் வைத்துக் கொடுத்துவிட்டு உட்கார்ந்தான். அப்பால், ஆற்காட்டு சுபாவுக்கு உம்முடைய மனுஷரை அனுப்பினீரா? என்று கேட்டார். அனுப்பி வைத்தோம் என்று சொன்னார். உடனே, கொடியேற்றி, இருபத்தொரு பீரங்கிப் போடச் சொன்னார். கொடி மரத்தின் பேரிலே கொடி போட போகச்சே, நடுக்கயிறு அறுந்து கொடி விழுந்துவிட்டது. அப்பால், மீண்டும் கொடியை எடுத்து, நடுக்கயிற்றைக் கட்டி, அதன் அப்பால் கொடியை ஏற்றினார். அப்பால் பர்வானாவையும், சீரொப்பாவையும் ரசா சாயபுக்குக் கொடுத்தனர். அல்லி நக்கிக்கு ஒரு சீரொப்பா கொடுத்தனர். இவர்கள் இருவரும் எழுந்து வாங்கிக்கொண்டு. சலாம் பண்ணி, உட்கார்ந்த உடனே, இருபத் தொரு பீரங்கிப் போட்டார்கள்.

அப்பால் சற்று நேரம் மரியாதையுடன் பேசியிருந்து, அனுப்பு விச்சுக்கொண்டு போகும்போது, முசே பசேனையும், முசே லமேரையும் கூடப்போய் விட்டுவிட்டு வரச்சொன்னார்கள். அவர்கள் இருவரும் கூடப்போனார்கள். கோட்டையின் வாசற்படியில் வரிசை வைத்து, சின்ன துரைக்கு அடிக்கிற தம்பூறு அடித்தார்கள். வீட்டுக்குப் போனவுடன், உடன் வந்த இருவருக்கும் ஆளுக்கொரு மாத்தாபி அலக்கா சீரொப்பாவும் கொடுத்தார்கள். முசே பசேனுக்கு வைர மோதிரமும், முசே லெமூருக்கு நீல மோதிரமும் கொடுத்து அனுப்பி வைத்தான். இப்படியாகச் சேதி சொன்னவர்கள், இன்னும் கூடுதல் சேதியாக, முசே லாலியை வீட்டுக்கு வரவேண்டுமென்று அவன் அழைத்ததாகவும், அவர் வருவதாகச் சொன்னதாகவும் சொன்னார்கள். கொடி போடுகிறபோது நடுவில் கயிறு அறுந்துபோய் கொடி விழுந்ததால், கொஞ்ச நாளைக்குள் இவன் தலைபோகும் என்றும், போகாது என்றும், காவல், கட்டுப்பாடு என்று வந்து சங்கபடப்படுவான் என்றும் சனங்கள் பேசிக் கொண்டார்கள்.

1759 ஆகஸ்ட்

1759 ௵ ஆகஸ்ட் மீ 1 வ; பிரமாதி ௵ ஆடி மீ 20 வ; புதவாரம்

இத்தனாள் காலத்தாலே கோட்டைக்குப் போனேன். சந்தா சாயபுவின் மகனும், தக்கே சாயபுவின் மகனும் இரண்டு பல்லக்குகளில் ஏறிக்கொண்டுவந்திறங்கி,மெத்தைக்குப்போனார்கள்.மேற்குப்பக்கத்தில் முசே லெறி இருக்கிற இடத்திற்குப்போய் உள்ளே போனவுடனே உட்காரச் சொன்னார்கள். முசியே திலார்சும் அங்கேயிருந்தார். இவர்கள் ஒரு பதக்கமும், ஒரு துராயும் நசர் வைத்தார்கள். அவர்கள் அதை வாங்கிக்கொண்டு, இரண்டு பேரும் மரியாதையுடன் பேசி, ஆளுக்கொரு மாத்தாபி சீரொப்பா கொடுத்துப் போகச் சொன்னார்கள். அவற்றை வாங்கிக்கொண்டு போனார்கள். மற்றபடி பீரங்கிப் போடவில்லை. வெள்ளைக்காரர்கள் எதிர்கொண்டு போய் அழைத்துவரவில்லை. நடக்க வேண்டிய சடங்குகள் ஒன்றும் நடக்கவில்லை. முசே லாலி ரசா சாயபுக்கு ஆற்காட்டு சுபாபுக்கு நேமித்தபோது, முசியே லெறி அதற்கு ஒத்துக்கொள்ளவில்லை. அப்படி ஒத்துக்கொண்டு கையெழுத்துப் போடாதவரை கூடவே வைத்துக்கொண்டு, தாம் நடத்த வேண்டியதை முசே லாலி நடப்பிச்சிக் கொண்டார். இன்றைக்கு முசியே லெறியைப் போய்ச் சந்திக்கும்படிச் சொன்னதால், அவர்கள் வந்ததும், நசர் கொடுத்ததும், இவர்கள் வாங்கியே தீரவேண்டியதாக இருந்தது. இல்லாவிட்டால், ஒருபோதும் சர்வாத்துமனாக முசியே லெறி வரச்சொல்லப் போவதும் இல்லை. அவர்கள் வரப்போவதும் இல்லை. இப்படியாக ரசா சாயபு வந்து சந்தித்துக்கொண்டு போனான். வந்ததும் போனதும் ஐந்தாறு நிமிசங்களில் நடந்தது.

இதல்லாமல், கேள்வியான சேதி; சலாபத் சங்குவிடம் இருந்து முசே லாலிக்குக் காகிதங்கள் வந்தன. முசியே புசி இவ்விடத்திற்கு வந்து நன்கு பழகியவன். இந்த ராச்சியத்தாருடைய சுபாவங்கள் எல்லாம் நன்கறிந்து, எவரெவரிடம் எந்த வகையாகப் பேச வேண்டுமோ அந்தந்த வகையில் பேசுவான். அவர்களின் தராதரமறிந்து பேஷ்கஷு வாங்குவான். வரி கொடுக்காமல் சண்டித்தனம் செய்பவர்களின் கோட்டையைப் பவுன்சை அனுப்பிப் பிடித்துக்கொண்டு, அப்பால் அவர்களிடம் அபராதங்கள் கூட விசேசமாய் வாங்கிக்கொண்டு, அப்பால் கோட்டையைத் திருப்பிக் கொடுப்பார்.

பாளையக்காரர்களுக்கும் அப்படித்தான். மராட்டியர்களுக்கும் அப்படித்தான். இப்படியாக இந்த ராச்சியத்தார்களை ஏழு வருசமாய் அடக்கி வைத்துப் பந்துபஸ்து பண்ணி நடப்பிச்சி வந்தார். இதல்லாமல் நானாவை இரண்டு முறை பபன்சுடன் முறியடிச்சு வைத்ததால், இவருடைய பேரைச் சொல்கிற இடத்தில் மராட்டியர் கால் வைப்பதில்லை. இதல்லாமல், டில்லி பாதுஷா கூட தம்முடைய சகாயமாய் வருமாறு ஐந்தாறு தரம் முசியே புசிக்கு எழுதினார். தாம் டில்லிக்கு வந்தால், தென்னாட்டை மராட்டியர்கள் பிடித்துக்கொண்டு விடுவார்கள் என்று இவர் எழுதியபோது நல்லதென்று பாதுஷா ஏற்றுக்கொண்டு, உத்தாரம் எழுதினார்.

ஆனால், இந்த ராச்சியத்தில் இருக்கிற, பாளையக்காரர்களுக்கோ, மராட்டியர்களுக்கோ கில்லேதாரர்களுக்கோ, முசியே புசியைப்போல் பந்துபஸ்துச் செய்ய ஒருவராலும் முடியாது. ஆகவே, அவரை அனுப்பி வைக்கவும், இல்லாவிட்டால், நீர் உம்முடைய பவுன்சில் சிறிது பவுன்சைக் கூட்டிக்கொண்டு, நீர் காசா *(சொந்தமாய்)* தானே வர வேண்டும் என்று எழுதி வந்தது. நீரும் வராமல், முசியே புசியையும் அனுப்பாமல் போனால், உங்கள் சமேத்து பவுன்சுகள், சமேதாரர் சீமைகள் வகையிறா இவ்விடத்தில் இருக்கிறதாலேயும், திருப்பி அனுப்பிவிடுவோம். இங்கிரேசுக்காரருடன் சேர்ந்துகொண்டு, எங்கள் காரியங்களைப் பார்த்துக் கொள்வோம். இதற்காக கோசா சோகிறுல்லா கானுக்கு எழுதி அனுப்பி வைத்தோம்.

சலாபத் சங்குக்கும் எழுதி அனுப்பினோம். சுறுக்கிலே நீங்கள் வர வேண்டும் என்று எழுதி வந்தது. இதற்கு இதுவரை உத்தாரம் எழுதி அனுப்பவில்லை. நிசாமல்லி கானிடமிருந்து காகிதம் வருவதற்காகக் காத்திருக்கிறார். அவனுடைய மத்தத்து எதிர் பார்க்கிறார் என்று சொன்னார்கள். இனிமேல் என்ன சேதி நடக்குமோ, அறிய வேண்டும்.

இத்தனாள் சாயங்காலம் முசே லாலியும், அவருடன் நான்கைந்து ஒப்பிசியேல்மார்களும், முசியே திலார்சு வகையிறாக்கள் கோன்சேலியர்களும் ரசா சாயபு வீட்டுக்கு வந்தனர். அப்போது இவர்கள் நவபத்து முதலான மரியாதை வாத்தியங்கள் என்னென்ன உண்டோ, அதுகளையெல்லாம் எடுத்துக்கொண்டு, கோட்டைக்கெதிரே போய், அழைத்துக்கொண்டு வந்தார்கள்.

முசே லாலிக்கு, ரசா சாயபு கொடுத்த வெகுமானங்களின் வயணம்; ரத்தினம் இழைத்த துரா-1, ரத்தினம் இழைத்த சார்பேச்சு-

1, பதக்கம்-1, மத்தாபி சீரொப்பா -1, முசியே திலார்சுக்கு மத்தாபி சீரொப்பா-1, ரத்தினம் இழைத்த பதக்கம்-1, இவற்றை வாங்கிக்கொண்டு போனார்கள்.

1759 ஹு ஆகொஸ்து மீ 3 வ; பிரமாதி ஹு ஆடி மீ 22 வ; சுக்கிரவாரம்

இத்தனாள் கேள்வியான சேதி; முராரி ராயனிடம் ஸ்தானா பதியாய் சென்ற மைலாப்பூர் பிசப்பு நோரோஞ்சு என்பவரும், முராரி ராயனும் கூடிக் கலந்துபேசி முசே லாலிக்கு எழுதி அனுப்பிய கறாரு நாமா வயணம்; குதிரையும், துப்பாக்கியும் வைத்திருக்கிற பாறுக்காரர், 1,000 பேர். சொலுதாதுகள் நூறு பேர், நூறு பீரங்கி இதுகள் *(100 காபிரிகள் என ஆங்கிலப் பதிப்பில் உள்ளது)* ஆகியவற்றை முராரி ராயன் அனுப்பி வைப்பார். கடப்பை, கேட்டை ஆகிய இடங்களின் வழியாக வருகிற இப்படை, கடப்பை, கேட்டைப் பகுதிக்கு வருகிற போது வெகுமானம் லட்ச ரூபாயை முன் கூட்டியே அனுப்ப வேண்டும்.

சர்தார், தளவாய் பயணம்; சிவராம் பவா, முல்ஹாரி ராவ், இனிசுக்கான், நரசிங் ராவு கோர்ப்படே ஆகிய நால்வர் வருவார்கள். இவர்கள் வந்து முசியே லாலியைச் சந்தித்த உடனே முசியே லாலி பல்கை *(நீண்ட)* தந்தமுடைய இரண்டு ஆனைகள், மூன்று குதிரைகள், நான்கு பீரங்கிகள் ஆகியவற்றுடன் வஸ்திரங்கள் வகையிறாவற்றையும் திரட்டி அவற்றை, வெகுமானம் கொடுக்க வேண்டும். மறுபடி காரியம் முடிந்து, அனுப்பி வைக்கிறபோது, லக்ஷம் ரூபாய், இரண்டு ஆனைகள் மூன்று குதிரைகள், நான்கு பீரங்கிகள் இதல்லாமல் வஸ்திர வகையிறாவற்றை வெகுமானம் கொடுத்தனுப்ப வேண்டும். முன்பு குதிரை ஒன்றுக்கு நாளொன்றுக்கு ஒரு ரூபாய் சம்பளம் தரவேண்டும் என்று நிஷ்கருஷை பண்ணியிருந்தோம். பிசப்பு வந்து பேசிய அப்பால், குதிரை ஒன்றுக்கு நாளொன்றுக்கு முக்கால் ரூபாய் விழுக்காடு கொடுத்தால் போதும் என்று நிஷ்கருஷை பண்ணினோம்.

1759 ஹு ஆகொஸ்து மீ 4 வ; பிரமாதி ஹு ஆடி மீ 23 வ; சனிவாரம்

இத்தனாள் சூரிய உதயத்திற்கு நாகப்பட்டணம் வகையிறா வட்டங்களில் இருந்த இங்கிரேசுக்காரரின் பதினாறு பதினேழு

கப்பல்கள் நம்முடைய துறைமுகத்திற்கு நேராக வந்து நின்றன. உடனே கோட்டையின் கொடி மரத்தில் சிகப்பு பூவால் *(பெவிலியன் என்றிருக்க வேண்டும். தவறுதலாகப் பூவால் என்றிருக்கிறது. பெவிலியன் என்பது எதிரி வருவதை அறிவிக்கும் எச்சரிக்கைக் கொடி)* கொடியேற்றி, இரண்டு பீரங்கிகளைச் சுட்டார்கள்.

வெள்ளைக்காரர்கள் சகலமானவரும் துப்பாக்கிகளை எடுத்துக் கொண்டு, கோட்டைக்கு வந்தார்கள். சமுத்திரக் கரை அலங்கம் *(மதில்)*, கொத்தளம் ஆகிய பகுதிகளில் எல்லாம் மருந்து, குண்டு என்று சண்டைக்கான சாமான்கள் என்னென்ன உண்டோ, எல்லாவற்றையும் ஏற்பாடாக வைத்து, பீரங்கிகளின் சமீபத்திலே நெருப்புக் கயிறும், கையுமாக நின்றார்கள். கடற்கரை ஓரத்தில் வேடிக்கைப் பார்க்க வந்த பட்டணத்து சனங்களுக்கோ மிதமில்லை. இவ்வாறாக, இரண்டு மணி மட்டுக்கும் தென்பட்ட கப்பல்கள் பகலைக்கு மேலாக, தொலைவாகப் போய், மறைஞ்சு போனான். இவற்றை எல்லாம் முசியே சுப்பீருக்கு ஓடுதி கொடுத்து திட்டம் பண்ணினார். முசியே லாலிக்குக் காகிதம் எழுதி அனுப்பியதாகச் சேதி சொன்னார்கள். அப்போது வெள்ளைக் காரர்கள் சென்னப்பட்டணத்தில் இருந்து ஆயிரத்து இருநூறு *(1200)* சொலுதாதுக்கள், இரண்டாயிரம் *(2000)* பாறுக்காரர், ஆயிரம் குதிரையும் ஆற்காட்டுக்குப் போவதற்காகக் காஞ்சிபுரத்திற்குப் போய்ச் சேர்ந்தார்கள் என்று சொன்னார்கள்.

1759 ஞு ஆகொஸ்து மீ 5 வ;
பிரமாதி ஞு ஆடி மீ 24 வ; ஆதிவாரம்

இத்தனாள் காலத்தாலே எட்டரை மணிக்குக் கோட்டைக்குப் போனவிடத்திலே, கோட்டையில் ஒருத்தரும் இல்லை. கடற்கரைக்குப் போனேன். அங்கே இங்கிரேசுக்காரரின் கப்பல்கள் வீராம்பட்டணத்துத் துறைமுகத்திற்கு நேராகப் பாய் எடுத்துக்கொண்டு, வடக்கே போவதும், தெற்கே வருவதுமாக, ஓட்டம் காட்டிக்கொண்டும், ஒரு பீரங்கி சுட்டுக்கொண்டும் நடப்பிச்சிக் கொண்டிருந்த வினோதங்களைப் பார்த்தோம். நம்முடையவர்கள் கொத்தளங்களில் வெகு பந்துபஸ்துடன் இருக்கிறார்கள். சனங்கள் கூட்டம் கூட்டமாக வந்து வேடிக்கைப் பார்த்தனர். நேத்து வந்த கூட்டத்தில் பாதிக் கூட்டம்தான் இத்தனாள் வந்தது. நாளைக்கு இதுவும் இராதென்று எண்ணிக்கொண்டேன். அங்கே வந்த நாலத்து ரெண்டுபேர் ஒப்பிசியேல்களுடன் லோகாபிரமமாய்ப்

பேசியிருந்துவிட்டு, அனுப்புவிச்சுக்கொண்டு, பத்து மணிக்கு வீட்டுக்கு வந்தேன். புதிய சேதிகள் எதுவும் கேள்விப்படவில்லை.

1759 ஹூ ஆகொஸ்து மீ 6 வ;
பிரமாதி ஹூ ஆடி மீ 25 வ; சோமவாரம்

இத்தனாள் ராத்திரி மச்சிலிபந்தரை இங்கிரேசுக்காரரிடம் ஒப்புவிச்சுவிட்டு, அவர்கள் வழக்கப்படி கத்தி கொடுக்கிறதில்லை *(எடுத்துச் சண்டை செய்வதில்லை)* என்றும் தான் பிசினொர்தெகேர் *(prisoner of war)* என்றும் எழுதிக் கொடுக்கிற வாடிக்கைப்படி எழுதிக் கொடுத்துவிட்டு, அங்கிருந்து புறப்பட்டு, இவன் தட்டுமுட்டுகளுடன் மறுக்கி கோம்பிளாம் *(Marquis de Conflans)* என்பவன் நேத்து ராத்திரி இரண்டு மணிக்கு ஒழுகரைக்கு வந்து சேர்ந்தான். முசே லாலி சிதம்பரத்தில் இருக்கிற சேதியைத் தெரிந்துகொண்டு, இன்றைக்கு சிதம்பரத்துக்குப் போகிறார் என்று சொன்னார்கள்.

1759 ஹூ ஆகொஸ்து மீ 7 வ;
பிரமாதி ஹூ ஆடி மீ 26வ; செவ்வாய்கிழமை

இத்தனாள் ஆற்காட்டுக்குப் போவதற்காக நூறு பேர் பாறுக்காரர்களுடனும், பத்துப் பதினைந்து குதிரைக்காரர்களுடனும் நேத்து ராத்திரி புறப்பட்ட சந்தா சாயபு மகனும், தக்கா சாயபு மகனும் வழுதாவூருக்குப் போய்த் தங்கியிருந்து, இத்தனாள் அங்கிருந்து புறப்பட்டுப் போனதாகச் சேதி சொன்னார்கள். இவனுக்குச் சோமை மோகத்து *(நவாபாகப் பதவி கொடுப்பதற்கு)* முன்பு ஆற்காடு பிரான்சுக்காரர்களின் கையில் இருந்தது. இப்போது ரசா சாயபுவின் கைக்கு வந்ததால், இங்கிரேசுக்காரர் காவேரிப்பாக்கம் கோட்டை வகையிறாக்கள் சீமைகளைப் பிடித்துக்கொள்வார்கள். இவர்கள் ஒரு மாதத்துக்குள்ளாகத் தோற்று ஓடி வருவார்கள் என்று சனங்களும் எக்கவாக்கியமாய் *(கமுக்கமாக)* பேசிக் கொண்டார்கள்.

1759 ஹூ ஆகொஸ்து மீ 8 வ;
பிரமாதி ஹூ ஆடி மீ 27 வ; புதவாரம்

இத்தனாள் முத்துப்பள்ளி மகள் கொழந்தைக்குச் சீமந்தக் கல்யாணம் *(வளைகாப்பு)* என்று இவ்விடத்தில் இருந்தவர்கள் அந்தக் காரியத்தில் இருந்ததால், ஒரு சேதியும் கேள்விப்படவில்லை என்று

கபுறு சொன்னார்கள். இத்தனாள் ராத்திரி இரண்டு ஒப்பிசியேல்மார்கள் வந்து சொன்ன சேதி. மாகேயிலிருந்து பதினோராம் தேதி சேதி வந்தது. ஐரோப்பாவில் இருந்து புறப்பட்ட லசுலோரிசு என்ற பிரிகாத்து, அங்கிருந்து இந்த வருசம், சித்திரை மாசம் புறப்பட்டு, மூன்று மாசம் ஒன்பது நாளில் மாகேவுக்கு வந்து சேர்ந்தது. பிரான்சில் இருக்கும் கும்பினியார் கொடுத்த காகிதத்தை மாயேயின் திரக்கதேர் கையில் கப்பல்காரர் கொடுத்தார்கள். அந்தக்ஷணம் அந்தக் காகிதத்தைப் புதுச்சேரிக்கு அனுப்பினார். அந்தக் காகிதம் இத்தனாள் சாயங்காலம் முசே லெறிக்கு வந்து சேர்ந்தது. கும்பினியார் கோன்சேலில் அனுப்பிய அந்தக் காகிதத்தில் கணக்குகள் மாத்திரம் வந்தன. அதையெல்லாம் எழுத்தாய் *(படியெடுத்து)* எழுதியதற்கு அப்பால் படிச்சுப் பார்த்து, சேதி தெரியும். ஐரோப்பாவில் வெகு சண்டை நடக்கிறது. தென்மார்க் ராசா, பிரான்சு ராசாவுடன் சண்டை திக்ளேசம் *(அறிவித்தார்)* என்று கெசெட்டில் எழுதியிருந்தது.

மேஸ்தர் லசுக் (*Mr. Lasuk* என்பதற்குப் பதிலாக *Rear Admiral Cornish* என்றிருக்க வேண்டும்) இங்கிரேசுக்காரரின் உத்தரவுப்படி எட்டுக் கப்பல்களுடன் சென்னப்பட்டணத்துக்காரர்களின் உதவிக்கு வருகிறார். பிரான்சுக்காரர்களின் லூயிஸ் சுபர்க் *(Louis Bourg)* என்கிற பெரிய பட்டணத்தை இங்கிரேசுக்காரர் பிடித்துக் கொண்டார்கள். முசே லாலி வகையிறா மேம்பாடுகள் உடைய இன்னொரு லுத்தினான் செனரால் *(லெப்டினென்ட் ஜெனரல்)* மோன்சியேர் மொன்காம் *(M.Montcalm)* என்பவன் கனடாவுக்குப்போய் நான்காயிரம் சொலுதாதுகளைத் *(படை வீரர்களைத்)* தோற்கடித்து அவர்களை எல்லாம் பிடித்து, பிரான்சுக்கு அனுப்பினார்.

கும்பினியின் திரேக்குதோர் பேர்விளங்கன் பிரான்சு ராசாவுக்கு இரண்டு கோடியே நாற்பது லக்ஷம் ரூபாய் கொடுத்து சண்டைக் கப்பல்களை முஸ்தீது செய்து தரச்சொன்னான். அதற்கு அவர் நாற்பது கப்பல்களை முஸ்தீது செய்து கொடுத்தார். மற்றக் கப்பல்களும் முஸ்தீது செய்யப்படுகின்றன. இந்தியாவில் இருக்கிற மோன்சியேர் சொபினே *(M.Saubinet)*, மேன்வீல் *(M.Mainville)*, துய்யசாயிசி *(M. Dusaussaye)*, முசியே பால்டிக் *(M.Baldic)* வகையிறாக்கள் எட்டுப் பேருக்கு சேன்லூயி என்கிற குதிரை வீரன் பட்டத்தை, கும்பினியார் ராசாவிடம் வாங்கி அனுப்பினார்கள். இதில் நான்கு பேர் இருக்கிறார்கள். முசியே பால்டிக் உட்பட நான்கு பேர் செத்துப்போய் விட்டார்கள் என்பதான சேதிகளைச் சொன்னார்கள். இனி கும்பினியாரிடமிருந்து வந்த காகிதத்தைப்

பார்த்தால் அதில் என்ன எழுதியிருக்கிறது என்பது முசே லாலிக்கும், முசே லெறிக்கும் இன்னுமுள்ள கோன்சேலியர்களுக்கும் தெரியும் என்றும் சொன்ன சேதியை எழுதி வைத்தேன். இனிமேல் இன்னும் அதிசயம் உண்டாயிருக்கிறதை அறிந்துகொள்ள வேண்டும்.

முசே மோமொரன்சி இங்கிருந்து பிரான்சுக்குப் போய்ச் சேர்ந்த அப்பால் இந்தப் பிரிகாத்து புறப்பட்டதால், இவ்விடத்துச் சேதிகள் எல்லாம் பயாவாராய் கும்பினியாருக்கும், மினீஸ்தர்களுக்கும் தெரிந்திருக்கும். எனவே, இந்தப் பிரிகாத்து புறப்பட்டு சீக்கிரம் மூன்று மாதம் ஒன்பது நாளில் வந்திருப்பதைப் பார்க்க ஏதோ அதிசயம் உண்டாயிருப்பதாக எனக்குத் தோன்றுகிறது. அது இனிமேல் விசிதமாகத் தெரியவரும்.

1759 ஹு ஆகொஸ்து மீ 9 வ;
பிரமாதி ஹு ஆடி மீ 28 வ; வியாழக்கிழமை

இத்தனாள் கேள்வியான சேதி; இங்கிரேசுக்காரர் காவேரிப்பாக்கம் கோட்டையைப் பிடித்துக் கொண்டார்கள். ஆற்காட்டை நோக்கிப் போவதறகாக லாலாப்பேட்டை, ராணிப்பேட்டை வகையிறா இடங்களுக்குப் போய் தங்கள் ட்டாணா போட்டுக்கொண்டு இறங்கினார்கள். உத்திரமேரூர் வகையிறா பர்கானாக்களுக்கு வேறு பவுன்சு வந்து வந்தவாசிக்குச் சமீபத்திலே தங்கியது. அந்தப் பவுன்சு கொம்மாந்தாம் மேற்கண்ட சேதிகளை எல்லாம் முசே சுப்பீருக்கு எழுதி, லசுக்கரிலே தின்னுவதற்குத் தீனி இல்லாவிட்டால், சொலுதாதுகள் எப்படிச் சண்டைபோட முடியும் என்று கேட்டு எழுதினான். இதனால், முசே சுப்பீர் முசே மீராவை அழைத்துக் கோபம் காட்டினார். முசே மீரா வந்தவாசியின் குத்தகைக்காரனான சின்னய்யாப் பிள்ளையைக் கடிந்துகொண்டு, பவுன்சுக்கு வேண்டிய தீனிச் சாமான்களைத் திரட்டச் சொன்னார். சின்னய்யாப் பிள்ளை என்பவன் வந்தவாசிக்குப் போகிறான் என்பதாகச் சேதி சொன்னார்கள்.

1759 ஹு ஆகொஸ்து மீ 10 வ;
பிரமாதி ஹு ஆடி மீ 29 வ; வெள்ளிக்கிழமை

இத்தனாள் ராத்திரி மாயேவுக்கு வந்து சேர்ந்த லகுவோரியாசு என்ற பிரிகாத்தில் எனக்குப் பாரிசில் இருந்து முசியே கொதே *(M.Godeheu)* கொடுத்தனுப்பிய காகிதத்தை முசியே பொலே *(M. Boyelleau)* எனக்குக்

கொடுத்தனுப்பி வைத்தார். அந்தக் காகிதத்தில், "நீர் அனுப்பிய காகிதங்கள், கணக்குகள் யாவும் வந்து சேர்ந்தன. கும்பினியாருக்கான காகிதங்களை அவர்களிடம் கொடுத்தோம். கன்ட்ரோலர் ஜெனரல் *(நிதிக் கட்டுப்பாட்டு ஒப்பிசியேல்)* என்ற மினீஸ்தருக்கு எழுதி அனுப்பிய காகிதங்களை அவரிடம் கொடுத்தோம். இவ்விடத்தில் சண்டைக் காரியம் மூச்சுக்கூட விடமுடியாமல் இருந்தது. உம்முடைய காரியம் என்பதால், அதைவிடப் பிரதானமான காரியமா என்று மினீஸ்தர்களும், கும்பெனியாரும் கூடிப்பேசி உம்முடைய காரியத்தை தீர்த்து, முசே லாலிக்கும், உங்களுக்கும் எழுதியனுப்பச் சொன்னார்கள். எல்லாக் காரியங்களுக்கும் நல்ல கட்டளைகளை எழுதி அனுப்புகிறார்கள். அவர்கள் உமக்கு எழுதிய காகிதங்களும் வருகின்றன" என்று எழுதி, இன்னும் சில சேதிகள் வெகு மரியாதையுடனும், நிறைந்த கருணையுடனும் கலந்து எழுதியிருந்த காகிதம் வந்து சேர்ந்தது. அந்தக் காகிதத்தில் இருந்த மத்தலப்புகளை எல்லாம் படித்துப் பார்த்ததில் மனதுக்கு சந்தோஷம் ஏற்பட்டது. இனிமேல் அந்தக் காகிதத்தில் இருந்த சேதிகள் அறிக்கையாக எழுதி வந்த அப்பால் நடக்கிற காரியங்களை அறிய வேண்டும்.

ஆற்காட்டுக்குப் போவதாகச் சென்ற ரசா சாயபு இங்கிரேசுக்காரரின் சோறு பார்த்து *(சண்டைக்கான ஏற்பாடுகளை)* பார்த்துச் சேத்துப்பட்டில் இருந்து காகிதங்களை எழுதி அனுப்பினான். அதன்படி முசியே திலார்சு முசே லாலியைக் கண்டு, பேசுவதற்காகச் சிதம்பரத்துக்குப் போனார் என்று சொன்னார்கள்.

1759 வ ஆகொஸ்து மீ 11 வ;
பிரமாதி வ ஆடி மீ 30 வ; சனிவாரம்

இத்தனாள் காலத்தாலே நேத்து ராத்திரி வந்த முசியே கொதேவின் காகிதங்களை எடுத்துக்கொண்டு முசியே பொலேவிடம் நன்றி அறிந்து உபசரணை சொல்லிவிட்டு வரலாம் என்றும் அவருக்குச் சுவாச காசத்துடன் *(ஆஸ்துமா)* இருக்கிறது என்ற சேதி வந்ததால் அவரின் தேக சுவஸ்தம் கேட்டு வருவோம் என்றும் போனேன். அவருடைய வீட்டுக்குச் சென்றபோது, அங்கே அவர் அவருடைய பெண்சாதி, மகன், மருமகன் என்று நால்வரும் இருந்தார்கள். நான் போய் ஆசாரம் பண்ணினேன். தன்னுடைய கட்டிலில் அமர்ந்திருந்த தன் பெண்டாட்டியை எழுந்துபோய், அப்பால் இருந்த நாற்காலியில் உட்காரச்சொல்லி,

என்னை அந்த இடத்தில் உட்காரச் சொல்லி, குசலார்ச்சனை பண்ணினார். அப்பால் அவர் வியாதியினால் படுகிற கஸ்திக்குத் தெத்தரவு சொல்லி, அப்பால் படுகிறது சமையம், பிரான்சிலிருந்து முசியே கொதே எனக்கு அனுப்பிய காகிதத்தை எடுத்து அவர் கையில் கொடுத்தேன். என் காரியத்துக்காக நீர் பிரான்சுக்குக் காகிதம் எழுதி அனுப்பியதன் நிமித்தியம், இத்தனைப் புஷ்டியாய் பிரான்சில் இருந்து எழுதி வந்தது.

இதெல்லாம் உம்முடைய மத்தத்தால் கிடைத்தபடியால், நானென் சரீரம் இருக்கிற மட்டுக்கும் நீர் செய்த சகாயத்தையும் மறப்பதில்லை என்று சொல்லி, பிரபஞ்சத்தில் எப்படியெல்லாம் உபசாரம் நேர்த்தியாய் சொல்ல வேண்டுமோ, அப்படிச் சொன்னேன்.

அவரும் அந்தக் காகிதத்தைப் படித்து, ஒரு தரம் இரண்டு தரம் படித்துவிட்டு என் கையில் கொடுத்தார். உமக்கு அதிர்ஷ்டம் இருப்பதால், நீர் இங்கிருந்தபடியே ஆறாயிரம் காத வழி *(பத்தாயிரம் கற்களுக்கு)* அப்பால் இருக்கிற இடத்திற்குக் காகிதம் எழுதி, உம்முடைய விருப்பத்தின்படியே நல்லபடியாகப் பதில் எழுதி வந்தது. இங்கே இருக்கிற முசியே கோவர்ணதோரும், கோன்சேலும் கூடி எழுதுகிற காகிதங்களுக்கு உத்தாரம் பிராது உன்பேரில் எழுதியும்கூட அது எடுத்துக்கொள்ளப்படாமல், அவர் பேரிலே நேரம் *(குற்றம்)* சுமத்தி, கொமுசாயிகளை விசாரணை செய்யக் கட்டளைகூட நியமிச்சு வந்ததே. உம்முடைய யோகத்துக்குச் சமமான யோகம் மகாராசாக்களுக்குத்தான் இருக்குமே தவிர, இதரர்களுக்கு இருக்குமென்று சொல்ல முடியாது. இதை அவரும், அவருடைய பெண்சாதியும், அவனுடைய மருமகனான முசே தெசோசேவும், அவனுடைய பெண்சாதியும் கூடச் சொன்னார்கள்.

"உனக்கு வந்த காகிதத்தை முசியே லாலி பார்த்தாரானால், அவருக்குக் கூட உன்னிடம் பயம் தோன்றும் என்றால், மற்றவர்களுக்கு எப்படி என்று இருக்கும் என்று சொல்லவேண்டியதில்லை என்று முசியே பொலே உள்ளிட்டோர் சொன்னார்கள். முசியே பொலேக்கு சுவாச காசத்துடன் கூடிய ரோகம் இருந்ததால் பேசமுடியாமல் இருந்தாலும் இந்தக் காகிதத்தைப் பார்த்து, ஊக்கம் பிறந்து ஒரு நாழிகை, இரண்டு நாழிகை வேளைக்குப் பேசினார். அப்பால், முசியே கொதே தமக்கு எழுதிய காகிதத்தில் என்னைக் கைவிட வேண்டாமென்று எழுதியிருந்த காகிதத்தையும் காட்டினார். அதற்கு அவருக்கு என்னென்ன ஆசாரம் சொல்ல வேண்டுமோ அப்படிச் சொன்னேன். அப்பால், லோகாபிரமமாய் அனேகம் பேசியிருந்தோம். அவர் பேசுவதற்கு ஆயாசமாக இருக்கிறது,

போ என்று சொல்லவே, அனுப்புவித்துக்கொண்டு, பத்து மணிக்கு வீட்டுக்கு வந்தேன்.

1759 ஹு ஆகொஸ்து மீ 14 வ; பிரமாதி ஹு ஆவணி மீ 2 வ; செவ்வாய்

இத்தனாள் கேள்வியான சேதி; இங்கிரேசுக்காரர்கள் திருப்பதிக்குச் சென்று தாக்கியபோது அங்கே மராட்டியர் அவர்களை அடித்துத் துரத்தவே, அங்கிருந்து கிளம்பி, ஆற்காட்டுக்கு வந்தனர். சென்னப்பட்டணத்தில் இருந்து வந்த பவுன்சையும் கூட்டிக்கொண்டு, காவேரிப்பாக்கம், திமிரிக் கோட்டையைக் கைப்பற்றிக் கொண்டனர். ஆற்காட்டுக் கோட்டையைப் பிடிப்பதற்கு அவர்கள் எத்தனம் செய்வதற்கு முன் பிரான்சுக்காரரும், ஆற்காட்டுக் கோட்டையில் இருக்கிறவர்களும், உதவிக்கு வந்தவர்களுமாகச் சேர்ந்துகொண்டு ஆற்காட்டுப் பட்டணத்தில் குடியிருக்கிற செட்டி, வர்த்தகர்கள் வகையிறாக்கள் குடித்தனம் செய்கிற சனங்களிடம்போய், இங்கிரேசுக்காரர் வந்து வீடுகளைக் கொள்ளையிடப் போகிறார்கள், பெண்களை அழிச்சுப்போடப் போகிறார்கள் என்று சொன்னார்கள்.

இப்படியாகச் சத்துருகளுக்கு ஒரு திரணம்கூட அகப்படாமல் *(புல்லளவு உதவிகூடக் கிடைக்காதபடி)* செய்து வைத்தார்கள். இங்கிரேசுக்காரர்கள் வந்து வீடு பூந்து பார்த்து, எதுவும் கிடைக்காததால், வெட்கப்பட்டுப் போனார்கள். மறுபடியும் வெட்கமில்லாமல் கோட்டையின் பேரிலே சண்டை தொடுக்க வேண்டும் என்று வந்திருக்கிறார்கள். நம் பவுன்சினர் ராத்திரியில் போய் அவர்கள் பேரிலே தாக்குதல் நடத்தவே, அவர்கள் முறிஞ்சுபோய் காஞ்சிபுரத்திற்குப் போய்ச் சேர்ந்தார்கள் என்று சொல்லிக்கொண்டார்கள். இங்கிரேசுக்காரர்கள் ஆற்காட்டைப் பிடிக்க எத்தனம் செய்கிறார்கள் என்ற ஆத்திரத்தில் இங்கிருந்து ஐந்நூறு, அறுநூறு சொலுதாதுகளும் சில ஒப்பிசியேல்மார்களும் ஆற்காட்டுக்குப் போனார்கள்.

முசே லாலி இன்றைக்கு வந்தவுடன் முசே சுப்பீரும் கூடப் போகிறார். அவர்களுடைய செலவுக்குப் பணமில்லாததால், இத்தனாள் காலத்தாலே முசியே லெறி, முசியே பெடுத்தல் மீ வகையிறாக்கள் கோன்சேல் கூடிப் பேசினர். வில்லியநல்லூர்க் குத்தகைப் பணமாக இந்த வருசத்துக்குக் கொடுக்க வேண்டிய தொகையில் பதினைந்தாயிரம் ரூபாயை முன்கூட்டியே தரவேண்டும். அதைக் குத்தகைப் பணத்தில்

கழித்துக் கொள்ளலாம். அப்படிக் குத்தகைக்காரன் கொடுக்காவிட்டால் இப்போது குத்தகைக்குக் கேட்கிற சுப்பு முதலிக்கு அஞ்சு வருசத்துக்குக் கொடுத்துவிடலாம் என்று முசியே பெடுத்தல் மீ சொன்னார். முசியே லெறி குண்டூராரை அழைத்து, "நீங்கள் இப்போது பணம் கொடுத்தால், குத்தகை உங்களுக்கு நிற்கும். இல்லாவிட்டால் வெளியில் கொடுத்துவிடுவோம்" என்று சொன்னார். அப்பு முதலிக்கும், மகாநாட்டார், குண்டூர் நரசிங்கச் செட்டியார், ரங்கப்பச் செட்டியார் ஆகியோருக்குமுள்ள வழக்கைத் தீரப்பதற்காக கோன்சேலால் முன்பு நியமிக்கப்பட்டிருந்த முசியே பெடுத்தல் மீயை நீக்கிவிட்டு, முசியே லசேலை நேமிச்சு திட்டம் செய்ததாகக் கேட்கப்பட்டது. இத்தனாள் முசியே லசேலை நேமிச்சு அவரை விசாரிக்கச் சொல்லித் திட்டம் பண்ணினார்கள் என்று கேட்கப்பட்டது.

1759 ஷ ஆகொஸ்து மீ 15 வ;
பிரமாதி ஷ ஆவணி மீ 3 வ; புதவாரம்

இத்தனாள் பன்னிரண்டு மணிக்குமேல் இரண்டு மணிக்கு முசியே சுப்பீர் *(M.the Chevalier de Soupire)* வகையிறா கொம்மாந்தாம்கள் சிறிது பேரும், இருநூறு சொலுதாதுகளும் ஆற்காட்டுக்குப் பயணமாய்ப் போனார்கள்.

1759 ஷ ஆகொஸ்து மீ 16 வ;
பிரமாதி ஷ ஆவணி மீ 4 வ; குருவாரம்

இத்தனாள் காலத்தாலே கோன்சேல் கூடிப் பன்னிரண்டு மணிக்குக் கலைந்துபோனார்கள். கோன்சேலில் என்ன நடந்தது என்பதை அனுபவமாய் *(நேரடியாகப் பட்டறிந்து)* பார்த்ததைக் கொண்டு, இந்தச் சேதியை எழுதுகிறோம். இப்போது இருக்கிற சொலுதாதுகளுக்கும், சிப்பந்திகளுக்குமான செலவும், மசுக்கரையில் இருந்து வருகிற சண்டைக் கப்பல்களுக்குமான செலவும் விஸ்தாரமாய் லக்ஷக்கணக்காய் இருக்கும் என்று திட்டமிட்டார்கள். எனவே, முசியே லெறி கோவர்ணதோர், சின்ன துரை, முசியே பெடுத்தல் மீ இன்னுமுள்ள கோன்சேலியர்கள் அனைவரும், அவரவர் சொத்துக்குத் தகுந்தபடி பணம் கொடுக்க வேண்டும். கொடுக்காதவர்களின் வீட்டுக்குச் சொலுதாதுகளை அனுப்பி, இருக்கிற சாமான்களை எடுத்துக் கொள்வது, தமிழரிடமும் அவரவரின் ஆஸ்திக்குத் தக்கபடி வாங்குவது என்று முடிவு செய்து,

இந்தக் காரியங்களைக் கவனிப்பதற்கு முசே லசேலை நியமித்தார்கள். முசியே தெவொவிடம் இருந்த குத்தகைக் கணக்குகளை வாங்கிச் சரிபார்த்து அந்தந்தப் பகுதி குத்தகைக்காரர்கள் பத்து லக்ஷ ரூபாய் மட்டுக்கும் நிலுவை தர வேண்டும் என்று எழுதிக் கொடுத்தார்களாம். அந்த நிலுவைக்காரர்களை அழைத்து, அந்தப் பணத்தை வாங்கச் சொன்னார்கள். பிரெஞ்சுக் கொடியை ஏற்றிக்கொண்ட இந்த அறுபது வருசங்களில் வர்த்தகத்தில் இருக்கிற சிலுவானம் நிலுவைகளை எடுத்தெழுதி, அந்த நிலுவைகளையும் வாங்கச் சொன்னார்கள்.

முசியே துய்ப்ளேக்சு காலத்தில் நிலுவையாக இருந்த பேஷ்கஷ் *(வரி)*, சந்தா சாயபுவிடம் இருந்து வரவேண்டிய நிலுவை ஆகிய வற்றையும் கட்டச் சொன்னார்கள். இவற்றையெல்லாம் கவனித்து வாங்குவதற்கு, முசே லசேலை நேமிச்சார்கள்.

பிரான்சிலிருந்து ராசாவுடைய மினீஸ்தர்கள் முசியே லாலிக்குக் காகிதம் எழுதினர். முசியே லெறி, முசியே தெவொ இன்னும் சில கோன்சேலிக்காரர்கள் கும்பினியின் பணத்தை முழுக்கத் திருடி, கும்பினியை முழுகடித்தார்கள். அல்லாமல், பட்டணத்து சனங்களையும், சீமை பூமியில் *(கிராமப் பகுதி)* இருக்கிற சனங்களையும், அநியாயம் பண்ணி நடப்பிச்சினார்கள். சமபரிதானமும் *(லஞ்சம்)* வாங்கிக் கெடுத்துவிட்டார்கள். இதை நன்றாகக் கேட்டறிந்து, அவரவர்களை எவ்வாறு நடத்த வேண்டுமோ, அவ்வாறு நடத்தச் சொல்லியும் எழுதி வந்தது.

இந்தக் காரியத்தை முசே லாலி மேற்கொள்வார். வர இருக்கிற கப்பலில் முசியே லெறிக்குப் பதிலாக வேறு முசியே கோவர்ணதோர் வருகிறார். அவர் வருகிற மட்டுக்கும் முசியே லெறி பேருக்கு முசியே கோவர்ணதோர் என்றும், கோன்சேல்க்காரர்கள் என்றும் இருப்பார்கள். மற்றபடி அதிகாரம் என்ற பேச்சே கிடையாது.

கோன்சேல்க்காரன் வகையிறா என்ற மரியாதையுடன் முசியே லெறி இருக்க வேண்டுமே, தவிர வேறல்ல. நான் சாயங்காலம் கோட்டைக்கு வெளியே சுவாரி *(சவாரி)* போன இடத்தில் வெள்ளைக் காரப் பெரிய மனுஷர் சொன்ன சேதியை எழுதி வைத்தேன்.

இத்தனாள் ராத்திரி ஏழு மணிக்குக் கேள்வியான சேதி; முசியே லசேல் சாவடிக் கணக்குப் பிள்ளையான திருச்செல்வராய முதலியார் சேலம் வகையறாக்களிடம் சேவகர்களை அனுப்பி, நாளைக்கு

மகாநாட்டாரை சாதிக்கு ரெவ்வெண்டு அழைத்து வரச்சொல்லி திட்டம் பண்ணினார். அதன்படி பாளையக்காரர் சேவகர்களும், சாவடி கணக்குப் பிள்ளை அனுப்பிய தர்க்காக்களும் *(?)* சாதிக்குச் சாதி போய்ச் சொல்லிவிட்டு வந்தார்கள் என்று சேதி சொன்னார்கள்.

1759 ஷு ஆகொஸ்து மீ 17 வ; பிரமாதி ஷு ஆவணி மீ 5 வ; சுக்கிரவாரம்

முசே லாலி செனரால் அவர்கள் உத்தரவு என்று முசியே லசேல் இந்தப் பட்டணத்தில் உள்ள மகாநாட்டரை வரவழைத்து இந்தப் பட்டணத்தில் உள்ளவர்களின் ஆஸ்திகளை *(சொத்துக்களின் மதிப்பை)* எழுதிக் கொடுக்கச் சொல்லிக் கேட்டார். மகாநாட்டர்கள், “எங்களுக்குத் தெரியாது” என்று சொன்னார்கள்.

எனவே, முசியே லசேல் தில்லை மேஸ்திரியை இரண்டு மூன்று அடிகள் அடித்து, மகாநாட்டார்கள் எல்லாரையும் சாப்பாடு இல்லாமல் ராத்திரி பன்னிரண்டு மணி மட்டுக்கும் தன் வீட்டில் ஒரு கிடங்கில் அடைத்து வைத்தான். அப்பால் மகாநாட்டார்கள் எல்லாரும் கூக்குரலிட்டு அழைத்தார்கள். அதன் அப்பால் நயினாரை அழைத்து, அவருடைய பிணையில் அவர்களைச் சாப்பாட்டுக்கு விட்டான்.

1759 ஷு ஆகொஸ்து மீ 18 வ; பிரமாதி ஷு ஆவணி மீ 6 வ; சனிவாரம்

இத்தனாள் மகாநாட்டார்கள் எல்லாரும் ஒன்றுகூடி கடை கண்ணிகளை எல்லாம் மூடிவிட்டு, முத்திரைச் சாவடியில் சனங்கள் எல்லாரும் கூட்டமாகக் கூடியிருந்தார்கள். எனவே, முசியே லசேல், நயினார், சாவடி மணியக்காரரை அழைத்து, மகாநாட்டாரை மாத்திரம் அழைத்து வரச்சொல்லி அனுப்பினார். அந்தச் சேதியை மகாநாட்டாரிடம் போய்ச் சொன்னார்கள். உடனே அவர்கள் நேத்து, “அவர் அழைத்த உடனே போனோம்.

போனவுடன் ஊரில் இருக்கிற சனங்களின் ஆஸ்திகளை எழுதி வைக்கிறோம். அதில் கையெழுத்துப் போடுங்கள் என்று கேட்டார். அவரவர் ஆஸ்திகள் பற்றி எங்களுக்கு எப்படித் தெரியும் என்று சொன்னோம். அதற்கு எங்களை ஒரு வீட்டில் போட்டு அடைத்து, சாப்பாட்டுக்கும் விடாமல், மூத்திரம் பேய்யவும் விடாதபடி அடைத்து

வைத்தார். அதனால் எங்களுக்குப் பயமாக இருக்கிறது. நாங்கள் வருவதற்கில்லை" என்று சொல்லி அனுப்பிவிச்சார்கள்.

இந்தச் சேதியை முசே லசேலிடம் போய்ச் சொன்னார்கள். "அப்படி பயமிருந்தால், அவர்களைப் பிள்ளை முகாந்திரமாய் *(மூல மாய்)* வரச்சொல்லுங்கள். நீங்களும் பிள்ளை அவர்களிடம் போய் மகாநாட்டார்களைச் சமாதானப்படுத்தி நான்கு மணிக்கு நம்மிடம் அழைத்து வரும்படி அவரிடம் சொல்லுங்கோள்" என்று சொல்லி அனுப்பி வைத்தார். அவ்வாறே, மகாநாட்டார்களை வரவழைத்து, சமாதானப்படுத்தி நான்கு மணிக்கு முசே லசேலிடம் அழைத்துச் சென்றோம். சென்றவிடத்தில், ஆஸ்திகளை எழுதிக்கொண்டு வருவதாகச் சொன்னீர்களே, ஏன் எழுதிக்கொண்டு வரவில்லை" என்று கேட்டார். அதற்கு, "முசே லசேல் அபாண்டமாய்ச் சொல்கிறார். நாங்கள் எழுதிக் கொடுப்பதாகச் சொன்னதில்லை" என்று சொன்னார்கள். முசே லாலி சாயுபுவிடம் *(முதன்முறையாக லாலியை மரியாதையுடன் சாயுபு என்கிறார்)* நான் நயமாகச் சொல்லி வைக்கிறேன் என்று சொன்னேன். நாளை பகலைக்கு மேலாக மகாநாட்டார்களையும் நம்மையும் வரச்சொல்லி அனுப்பி வைத்தார்.

1759 ஷு ஆகொஸ்து மீ 19 வ; பிரமாதி ஷு ஆவணி மீ 7 வ; ஆதிவாரம்

இத்தனாள் காலத்தாலே முசியே லாலி சாயபு நம்மை அழைத்தார். "பட்டணத்தில் கடை கண்ணிகள் போடாமல் இருப்பதேன்? எதுவாக இருந்தாலும், இந்த க்ஷணமே கடைகளைத் திறந்தால் நல்லது. இல்லாவிட்டால், ஆக்கினை *(தண்டனை)* கொடுப்பேன். இதெல்லாம் நயினார் உள்க்கையாக இருந்து செய்கிற வேலை. இந்தக்ஷணமே கடைகளைத் திறந்தால் நல்லது, இல்லாவிட்டால், நயினாரே, உமக்குச் சரிபோனபடி ஆக்கினைக் கொடுப்பேன். இதற்கெல்லாம் நீர் தானே அதிகாரஸ்தர். எனவே எச்சரிக்கைச் செய்து கடைகளைத் திறக்க வை" என்று சொன்னார்.

அதன்படி நாம் மகாநாட்டார்களையும், நயினாரையும் அழைத்துப் பேச வேண்டியவற்றை அப்பால் பேசிக்கொள்ளலாம். கடைகளைத் திறக்காவிட்டால் முசியே லாலிக்கு மிகுந்த கோபம் வரும் என்று சொல்லி, முசே லசேலிடம் அழைத்துக்கொண்டு போய், அங்கேயும் புரியும்படியாகச் சொல்லிக் கடைகளைப் போட

வைத்தோம். சாயங்காலம் அஞ்சு மணிக்கு மகாநாட்டார்களை அழைத்துக்கொண்டு முசியே லாலியிடம் போய்ப் பேசினோம். முசியே லாலி சாயபு, “முன்பு நீங்கள் கொடுத்த பணத்தை, இதுவரை உங்களுக்குத் திருப்பிக் கொடுக்கவில்லையே என்று எண்ணிக்கொள்ள வேண்டாம். இப்போது நீங்கள் கொடுக்கிற பணத்தை உங்கள் கையில் இருப்பதைப் போலவே நினைத்துக் கொள்ளுங்கோள். இதற்குத் திருஷ்டாந்திரம் *(கண்ணுக்கு நேராக)* நாளைக்கு ஒரு அடையாளம் காண்பிக்கிறேன். எனவே, நீங்கள் எதையும் எண்ணிக் கொள்ளத் தேவையில்லை. நாளைக்குப் பணம் கொடுப்பதைப் பற்றித் திட்டமிட்டுக் கொண்டுவந்து சொல்லுங்கோள்” என்று சொல்லி அனுப்பி வைத்தார்.

1759 ஹு ஆகொஸ்து மீ 20 உ;
பிரமாதி ஹு ஆவணி மீ 8 உ; சோமவாரம்

இத்தனாள் ஆறு மணிக்கு முசே லாலியின் உத்தரவுப்படி முசியே போலி *(M.Pouly)* என்பவரும், ஆறு சொலுதாதுகளும், பாளையக்கார நயினாரும், பெரியண்ண முதலியாரின் வளவுக்கு *(வீட்டுக்கு)* வந்தார்கள். அவரைக் கோட்டைக்கு அழைத்துக்கொண்டு போகச்சொல்லி, இரண்டு சொலுதாதுகளைக் கூடவே அனுப்பினார்கள்.

அப்பால், கந்தப்ப முதலி வீட்டுக்கு வந்து, அவரையும் கோட்டைக்குப் போகச்சொல்லி, இரண்டு சொலுதாதுகளையும்கூட அனுப்பி வைத்தனர். அங்கிருந்து சவரி ராயப்பிள்ளையின் வளவுக்கு வந்து, அவருடனும் இரண்டு சொலுதாதுகளை கூட்டிக் கோட்டைக்கு அனுப்பி வைத்தனர். இந்த மூன்று பேரையும் உள் கோட்டை மேற்கு வாசலான பொற்கே தோபென் *(Port Dauphine)* சமீபத்திலேயுள்ள கசோத்தில் பிரத்தியேக பிரத்தியேகமாய்ப் *(தனித்தனியாக)* போட்டார்கள். இந்த மூவரின் வீடுகளுக்கும் வீட்டுக்கு ஆறு சிப்பாய்கள் என்பதாகக் காவல் வைத்தார்கள்.

அப்பால், பகல் ஒரு மணிக்கு முசியே லாலி முசியே கில்லி யாரையும், முசே தெனுவேலையும் *(M.De Noual)* கிரேப்பியரான *(பதிவாளரான)* முசே தெனாத்தியேரையும் அனுப்பி அந்த மூன்று பேரின் வீடுகளையும் சோதிச்சு, முத்திரை வைத்து சாவிகளைப் கிரேப்பில் *(பதிவு அலுவலகத்தில்)* வைக்கச் சொன்ன உத்தரவுப்படி வைத்தார்கள். இரண்டு மணி வேளைக்கு பழைய துரை முசியே லெறி நயினாரை

அழைத்து, அவருடன் தம்முடைய பொட்லரையும் *(சமையல்காரரையும்)* முசியே பொலி கிராம்பு ரோவாவிடம் அனுப்பினார்.

காவலில் இருக்கிற இந்த மூன்று பேரையும் சாப்பாட்டுக்கு விடும்படியாக செனரால் அவர்களிடம் எடுத்துச் சொல்லி, உத்தரவு வாங்கினால் அவர்கள் ஓடிப்போகாமல் இருக்க நயினார், பிணையாக இருப்பார் என்றும் சொல்லி அனுப்பி வைத்தார்.

அவரும் நயினாரையும் அழைத்துக்கொண்டு, செனரால் அவர்களிடம் இந்தக் கோரிக்கையைச் சொன்னார். உடனே செனரால் அவர்கள் ஒரு சீட்டை எழுதி, நயினாரின் கையில் கொடுத்து கோட்டை வாசல் காவலரிடம் கொண்டுபோய்க் கொடுக்கச் சொன்னார்.

நயினார் அந்தச் சீட்டை செனரால் முசே லாலியிடமிருந்து வாங்கிக்கொண்டு, தாம் கேட்டுக் கொண்டபடி, சாப்பாட்டுக்குவிட முசே லாலி உத்தரவு கொடுத்தார் என்று எண்ணிக்கொண்டு சந்தோஷத்துடன் அந்தச் சீட்டைக் கொண்டுபோய், மேற்கு வாசலில் இருக்கிற சார்ஜெண்ட் கார்டுவிடம் கொடுத்தார். அவர் அந்த சீட்டைப் படித்துப் பார்த்து, அதில் எழுதியிருந்தபடி நயினாரை பிடித்துக் கசோத்தில் *(சிறையில்)* போட்டார்கள்.

அப்பால் நான்கு மணி வேளைக்கு மகாநாட்டார்களையும், கும்பினி வர்த்தகர்களையும்கூட அழைத்துக்கொண்டு நாமும், முசியே லசேலும் செனரால் அவர்களிடம் போனோம். அவர், மகாநாட்டார்களைப் பார்த்துச் சொன்ன வயணம்; இந்தப் பட்டணத்தில் அதிகாரம் பண்ணினவர்கள் அதிகமாக லஞ்சம், பிரதானம் *(பரிதானம்)* வாங்கிக்கொண்டு, அநியாயங்கள் செய்து, சனங்களை உபத்திரவம் பண்ணி, வர்த்தக நடவடிக்கைளை நடக்காதபடி செய்து வந்தனர்.

இந்தச் சேதிகளெல்லாம் பிரான்சுக்கு எழுதிப் போகவே, அங்கிருக்கிற மகிமை பிரதாபமுள்ள *(பேரும் புகழும் பெற்ற)* ராசா இனிமேல், தவறுகள் நடக்காமல், எல்லா சனங்களையும் நியாயத்துடன் நடத்தச் சொல்லியும், ஊரிலே தொழில், வர்த்தகங்களை விஸ்தாரமாய் நடப்பிச்சிக்கொண்டு வரும்படியும் எனக்கு ஒடுதி கொடுத்திருக்கிறார். எனவே இனிமேல் நீங்கள் சகலமானவரும் எந்தக் காரியத்திலும் கவலை இல்லாமல், உங்கள் மனதிற்குப் பிடித்த எல்லா வர்த்தகங்களையும் பண்ணிக்கொண்டு, பணம், காசுகளைக் கையில் வைத்துக்கொண்டு, தெருக்களிலே நிர்பயமாய்

(அச்சமில்லாமல்) திரியலாம். இந்தப் பட்டணத்தில் யாரேனும் அநியாயம் செய்தால், எந்த நேரமாக இருந்தாலும் சரி, ஒரு பறையன் முதற்கொண்டு, மன்னவனாக இருக்கப்பட்டவன் வரை நம்மிடம் வந்து பிராது சொன்னால் அந்தக்ஷணம் அந்த ராயத்தை *(குற்றத்தை)* விசாரித்து, நேரம் *(குற்றம்)* உண்டாகியிருந்தால், ஆக்கினை தருவோம். தண்டத் தொகையும் வாங்குவோம். ஏழையென்றும், மகாராசன் என்றும் பேதம் பார்க்காமல் எல்லோரையும் சம அளவில் கவனிப்போம். எனவே, "எந்தக் காரியத்திலும் என்னைவிட வேறு ஒரு அதிகாரம் உள்ளவர் இருக்கிறார் என்று நீங்கள் எண்ணத் தேவையில்லை" என்று சொன்னார். தன் கழுத்தில் இருந்த சேன்லூயி என்ற முத்திரையைக் கையில் எடுத்து உயரத்தூக்கிக் காண்பித்து, "இதன்பேரில் நடுவு நிலையாக நடத்துவோம்" என்று சொன்னார்.

அப்பால், இந்தப் பட்டணத்தில் கலாப *(சண்டை)* நாளாக இருக்கிறபடியால், எல்லாச் சனங்களையும் காப்பாற்ற வேண்டிய காரணத்துக்காகக் கோட்டையைச் சுற்றி வெளியில் கொத்தளங்கள் போட வேண்டும். இன்னும் வேண்டிய முஸ்தீதுகளைச் செய்ய வேண்டும் என்று திட்டமிட்டிருக்கிறோம். எனவே, நீங்கள் சகல மானவரும் ஒன்றாகக்கூடிப் பேசிக்கொண்டு, எட்டு அல்லது பத்து லக்ஷம் மாத்திரம் கடனாகக் கொடுத்தால், 100-க்கு 1 என்ற கணக்கில் வட்டி தருவோம். முதலுக்கு அடமானமாக வில்லியனூர்ச் சீமையையோ வழுதாவூர்ச் சீமையையோ அல்லது உங்களுக்கு வேறெந்த சீமை விருப்பமோ அதையோ தருகிறோம். இதற்கு உங்களில் நால்வர் எசமானாகப் பொறுப்பேற்றுக்கொண்டு, அந்தச் சீமா மூலத்தை நீங்கள் எடுத்துக்கொள்ள வேண்டும்.

உங்களுக்கு நாங்கள் பணம் கொடுப்பதற்குள் குத்தகைப் பணம் ஒரு லக்ஷம் வரையில் தர வேண்டி வந்தால், நீங்கள் அதை, வட்டிக்கு எடுத்துக் கொள்ளலாம். லக்ஷத்துக்குக் குறைவாக வந்தால், வட்டியாக எடுத்துக்கொள்ள வேண்டாம். உங்கள் பணம் சாடாவாய் அடைவதற்குள் கப்பல்கள் வந்தால், உங்கள் பணத்தை மொத்தமாய்க் கொடுத்துவிடுகிறோம். குத்தகையைக் கொடுத்த பின் அதற்கு வித்தியாசமாக நடக்கும் என்று எண்ண வேண்டாம். நான் பத்திரம் எழுதி, முத்திரைப் போட்டுக் கொடுத்தால், அது சிலாசாசனமாய்க் *(கல்வெட்டு)* கருதப்படும். எனவே, எதை எண்ணியும் கவலைப்பட வேண்டாம். நான் எழுதிக் கொடுக்கிற பத்திரத்தை பிரான்சின் ராசாவே எழுதிக் கொடுத்ததாகக் கருத வேண்டுமே, தவிர வித்தியாசமாக

எண்ணத் தேவையில்லை. ஆனால், முசியே கொதே காரியங்களை நல்லபடியாக நடப்பிச்சி, அவர் அந்தக் காரியங்களை ஒழுங்குபடுத்தி வைத்துவிட்டு, ஐரோப்பாவுக்குப் போனார்.

அவர் போன அப்பால் அவர் நடப்பிச்சக் காரியங்களை இங்கிருந்தவர்கள், அவர் நடப்பிச்சியபடி நடத்தாமல், லஞ்சம், பரிதானம்வாங்கிக்கொண்டுமனம்போனபடிநடப்பிச்சினார்கள்.இதுவும் அப்படித்தான் நடக்குமென்று எண்ண வேண்டாம். நாம் நடத்துகிற காரியம் என்பது பிரான்சின் ராசாவே நடத்துகிற காரியம் என்பதால், இதை யாராலும் தடைசெய்ய முடியாது. இதல்லாமல், இனிமேல் இவ்விடத்தில் நடக்க வேண்டிய காரியங்களுக்கு எல்லாம் நாம் ஒரு கட்டளைத் திட்டம் பண்ணப் போகிறோம். அப்பால் எல்லாருக்கும் தெரிய வரும். எனவே, நீங்கள் பணத்துக்குத் திட்டம் பண்ணிக்கொண்டு, நான்கு பேர் பெரியதனக்காரராய் *(தலைமை)* ஏற்றுக்கொண்டு, நாளைக்குப் பிள்ளை அவர்களுடன்கூட வந்து உத்தாரம் சொல்ல வேண்டும். நம்மிடம் வரும்போது கும்பலாக வரத் தேவையில்லை என்று சொல்லி, நான்கு பேரை மாத்திரம் அழைத்துக்கொண்டு, வரும்படி நமக்கும் உத்தரவு கொடுத்தார்.

இதற்குள் முசே லசேல் இவர்களிடம், "நீங்கள் நாளை என்று சொன்னால் கால வீணம் *(காலத்தாழ்ச்சி)* பண்ணுவார்கள். அதனால் நாளை காலத்தாலே இவர்களை என்னிடம் வரச்சொல்லி உத்தரவு பண்ண வேண்டும்" என்று சொன்னார். அதற்கு, முசியே லாலி, "அப்படித் தேவையில்லை. அவர்கள் நாளை இல்லாவிட்டால், நாளை நன்றைக்காவது *(நாளை மறுநாள்)* வருவார்கள்" என்று சொன்னார்.

அப்பால், மகாநாட்டார்களைப் பார்த்து, "நீங்கள் நாளைக்கு வந்து இதற்கு ஒரு வழி சொல்லாமல், காலத்தாழ்த்தி பண்ணினால், சொலுதாது களும், ஒப்பிசியேல்மார்களும் பசித்துக் கிடக்கிறார்கள், ஆதலால் அவர்கள் வந்து உங்கள் வீடுகளில் பூந்து, இருக்கிற சாமான்களை எல்லாம் எடுத்துக்கொண்டு இன்னும் என்னென்ன செய்வார்களோ தெரியாது. அப்பால், எங்கள் பேரிலே குற்றம் சொல்லக்கூடாது" என்று சொன்னார்.

அப்போது முசியே லசேலிடம், "நயினாரை சிறையில் வைத் தீர்களா?" என்று முசியே லாலி கேட்டார். அதற்கு அவர், "இந்தப் பட்டணத்தில் வெள்ளைக்காரர்கள் தமிழர்களின் வீடுகளில் பூந்து, பெண்களைப் பிடித்துச் சோராவாரி பண்ணுறதும் *(சீரழிப்பதும்)*,

கோயில்களில் பூந்து அலாக்குச் *(தீங்கு)* செய்வதும் இன்னும் பட்டணத்தில் நானாவிதமான சோராவாரிகளும் செய்கிறார்கள். இவன் நயினார் என்பதால், இப்படிப்பட்ட சேதிகளை எல்லாம் அப்போதைக்கு அப்போது நம்மிடம் வந்து சேதி சொல்லியிருந்தால், நாம் அவர்களைப் பிடித்துத் தண்டித்திருப்போம். இவன் சொல்லாததால் பட்டணத்தில் இத்தனை முறைகேடுகள் நடக்கின்றன. எத்தனைப் பொல்லாத பெயர்! இந்த அபகீர்த்தி யாரைச் சேரும்? ஆகையினால், அவனைக் கசோத்தில் போட்டு வைத்தோம்.

முசியே துய்ப்ளேக்சு வில்லியனூர் பாளையக்காரராக ஒருத்தனை வைத்திருந்தாராம். ஒரு முத்திரையைப் போட்டிருக்கிறான். அவன் ஒரு கண் உள்ளவன். கெட்டிக்காரனாகத் தோன்றுகிறது. அவனை இந்த உத்தியோகத்திற்கு அமர்த்தலாம் என்று எண்ணிக் கொண்டிருக்கிறேன்" என்று முசியே லசேல் சொன்னார். அதற்கு மகாநாட்டார்கள், "இந்த நயினார் வெகு நாளாக இந்தப் பட்டணத்துக்குப் பரம்பரையானவனாக இருப்பதால், இவனை நீக்க வேண்டாம், மனம் வைக்க வேண்டும்" என்று சொன்னார்கள். "அப்படியானால், நீங்கள் எண்ணிப் பார்த்து, நல்லவனாக, கெட்டிக்காரனாக, எல்லாரிடமும் நல்லபடியாக நடந்து கொள்பவனாகப் பார்த்து வந்து சொன்னால் அவனை நியமிக்கிறோம்" என்று முசியே லாலி சொன்னார்.

அதற்கு முசியே லசேல், "வில்லியனூர் நயினாரை நீங்கள் எதற்கு வேண்டாமென்று சொல்கிறீர்கள்?" என்று கேட்டதற்கு, "நயினார் என்பவன் எல்லாருக்கும் விருப்பமாக இருக்க வேண்டுமே. எனவே, அவர்களின் சரிபோனபடிக்கு நடத்த வேண்டும்" என்று செனரால் அவர்கள் சொன்னார்கள். அப்பால் முசியே லசேல் தில்லை மேஸ்திரியைப் பார்த்து, "இவன் பெரிய நெஞ்சுடைத்தானவன் *(மெத்த செருக்குடையவன்)*, மிதமிஞ்சிப் பேசுகிறான். நாளும் ஒரு பணத்துக்குக் கூலி வேலை செய்பவன், என்னை எடுத்தெறிந்து பேசினான்" என்று சொன்னார். அதற்கு முசியே லாலி, "அந்தப் பேச்சை இங்கு எடுக்கத் தேவையில்லை. இது உனக்கு பூஷணமல்ல *(அழகல்ல)*" என்று செனரால் சொன்னார்கள். இதைச் சொன்ன அப்பால் முசே லசேல் பேசாமல் நின்று கொண்டிருந்தார்.

ஆனால், இத்தனாள் செனரால் அவர்கள் மெத்த எச்சரிக்கையாகவும், சமாதானமாகவும் பேசுவதைப் பார்த்தால், இங்கிருக்கிற கோவர்ணதோரும் *(முசே லெறி)*, கோன்சேலியர்களும், எதற்கும்

உத்தாரம் சொல்லாமல் இருக்கிறார்கள் என்று தோன்றியது. இதல்லாமல் நாம் சாப்பிட்டவுடன் இரண்டு மணிக்கு முசியே போலே அவர்கள் நம்மை அழைத்துச் சொன்ன சேதிகள்;

ஆடி மாசம் 20-ஆம் தேதி, புதவாரம், சாயங்காலம் அஞ்சு மணிக்கு, முசே லாலி, ரசா சாயபுவின் வீட்டுக்கு வந்துபோது முசியே திலார்சும், அவரைச் சேர்ந்தவர்களும், கோன்சேலியர்களும், ஒபிசியேல்மார்களும் கூட வந்தார்கள். வந்தவர்களுக்குக் கொடுத்த வெகுமானம் வயணம்;

முசே லாலிக்கு கொடுக்கப்பட்ட பெகுமானம்;

ரத்தினம் இழைத்த துரா கபி *(தொப்பியில் அணியும் இறகு)*	1
ரத்தினம் இழைத்த துராவும், சார்பேச்சும்	1
ரத்தினம் இழைத்த பதக்கம் மகத்தாபி *(விலையுயர்ந்த)* சீரொப்பா	1
முசியே திலார்சுக்கு	
ரத்தினம் இழைத்த பதக்கம்	1
மகத்தாபி சீரொப்பா	1

மேற்சொன்ன வெகுமானம் தந்து, சந்தித்தவுடன் பலகை *(நீண்ட)* தந்தங்களையுடைய இரண்டு யானைகளையும், மூன்று குதிரைகளையும், நான்கு பீரங்கிகளையும், வெகுமானத்துடன் கொடுக்க வேண்டும். காரியம் முடிந்து ஊருக்குத் திரும்பும்போது மேலே எழுதப்பட்ட லக்ஷம் ரூபாய், இரண்டு யானைகள், மூன்று குதிரைகள், நான்கு பீரங்கிகளைக் கொடுத்தனுப்ப வேண்டும். குதிரைக்காரர்களுக்கு ஒரு நாளைக்கு ஒரு குதிரைக்கு ஒரு ரூபாய் சம்பளம் என்று திட்டம் பண்ணியிருந்தோம். முசியே தெலார்சு சங்குவுக்கும் *(நாசர் சங்கு என்ற பெயரில் உள்ள வார்த்தையை தெலார்சுக்கும் சேர்த்துள்ளார்)*, என் பேருக்கும் காகிதம் வந்ததால், பிரான்சுக்காரர் எங்களுடன் வெகு நாளாக சினேகத்துடன் இருப்பதால், முக்கால் ரூபாய் என்று முடிவு பண்ணினோம்.

இப்படியாகக் குதிரைக்காரர்களையும், வெள்ளைக்காரர்களையும், காப்பிரிகளையும் *(ஆப்பிரிக்க நீக்ரோக்களையும்)*, பாறுக்காரரையும், காமாட்டிகளையும் *(கூலியாட்களையும்)*, கிளாசுக்காரர்களையும் *(உதவி யாட்களையும்)* எருதுக்காரர்களையும் எண்ணிக்கைப் பார்த்துக்கொண்டு தலைக்கு முக்கால் ரூபாயாக நாளொன்றுக்குக் கொடுத்து வர வேண்டும். இவ்வாறு முன்பு முசே துயூப்ளேக்சுக்கும், நமக்கும் நடந்த

உடன்படிக்கையின்படி எழுதிக் கையெழுத்துப்போட்டு, அனுப்பச் சொல்லி எழுதி வந்தது. இதற்கு இன்னமும் உத்தாரம் எழுதவில்லை. முராரி ராயன் அனுப்பி வைக்கிற 3000 குதிரைகளும், 1000 பாறுக்காரரும் 1000 காபிரிகளும், கடப்பை நத்தம் பகுதிக்கு வந்து சேருமுன் லக்ஷ ரூபாயை முன்கூட்டியே அனுப்பச் சொல்லி முசியே லாலிக்கு எழுதி வந்தது. முசியே லாலியைச் சந்திக்க சிவராம பவா, மல்காரி ராவு, இன்னீசு கான், நரசிங்கராவு கோற்படே ஆகிய நான்கு சர்தார்களும் வர இருக்கிறார்கள்.

1759 ௵ ஆகொஸ்து ௴ 23 ௳; பிரமாதி ௵ ஆவணி ௴ 11 ௳; குருவாரம்

இத்தனாள் காலத்தாலே நான் ஏழு மணிக்கு, வெளியே புறப்பட்டு, முசியே பெடுத்தல் மீயின் வீட்டுக்குப் போய்ப் பேசியிருந்தேன். சீமை வரியாக ஆறு லக்ஷம், எட்டு லக்ஷம் தண்டல் செய்ய வேண்டுமென்றும் இது உடனடியாக வர வேண்டும் என்றும், இந்தப் பணத்தை மகாநாட்டார்கள் தண்டி வந்து கொடுப்பார்கள் என்றும் முசியே லசேல் முசியே லாலியிடம் சொல்லி இருக்கிறார். இதற்கும் என்னையும் கூடச் சேர்த்து அவர்களிடம் சொல்லச் சொல்கிறார். நான் அவர்களுக்கு ஆதரவாகப் பேசுகிறேன் என்று முசியே லசேல் சொல்கிறார். இனி பின்னையும் இப்படி நடப்பிச்சி வந்தால் பணமும் வரமாட்டாது. சனங்களும் மெத்த வருத்தப்பட்டு, கூக்குரல் எழுப்புவார்கள் என்று முசியே பெடுத்தல் மீயிடம் சொல்லி முசியே லாலியிடம் சொல்லி வைக்கலாம் என்று எண்ணிக்கொண்டு போனேன். அங்கே முசியே லசேலும், முசியே பெடுத்தல் மீயும் பேசிக்கொண்டிருந்தார்கள். நான் செய்த ஆசாரத்துக்கு அவர்களும் திரும்ப ஆசாரம் பண்ணினார்கள். அப்போது முசியே லசேல், “மகாநாட்டார்கள் சொன்ன பணத்தைத் தண்டல் செய்கிறார்களா?” என்று கேட்டார். “நான் ராத்திரியே சொல்லி அனுப்பி வைத்தேன். பொழுது விடிந்ததும் சொல்லி அனுப்பி வைத்தேன். அதற்கு அவர்கள் இரண்டு தண்டகமுமாக *(தரமும்)* சொல்லி அனுப்பியது.......

1759 ௵ ஆகொஸ்து ௴ 24 ௳; பிரமாதி ௵ ஆவணி ௴ 12 ௳; சுக்கிரவாரம்

இத்தனாள் காலத்தாலே முசியே பெடுத்தல் மீயின் வீட்டுக்குச் சென்றபோது, அவர் ஏகதேசமாய் ஒண்டியாய் *(தனியாக)* இருந்தார்.

அப்போது நான் போய் மரியாதை சொன்னதும் உட்காரச் சொன்னார். "பெரியண்ண முதலியின் காகிதம் ஒன்று வந்ததே, அதில் என்ன சேதி எழுதி வந்தது?" என்று கேட்டார். "வடக்கேயிருந்த படை, உடையார்பாளையத்தின் பேரிலே போகிறது. தேவையான மருந்தும், குண்டும் இல்லை. புதுசாய் சிப்பந்திகளையும் சேவகர்களையும் அமர்த்தினோம். அதற்கான லிஸ்துரு சீக்கிரமத்தில் அனுப்பி வைக்கிறோம். குடிசனங்களை அழைத்து உடன்படிக்கைச் சொல்லி, சாகுபடி செய்ய வைக்கிறோம் என்று இப்படியான சேதிகள்தாம் எழுதி வந்தன. புதுசாய் ஒன்றும் எழுதியிருக்கவில்லை" என்று நாம் சொன்னோம். "இந்தச் சேதிகளை எல்லாம் செனரால் முசியே லாலியிடம் சொல்லிவிடுவோம்" என்று சொல்லி, இந்தக் காகிதத்தைத் தன்னிடம் இருக்கிற சட்டைக்காரனான லூசு *(லூயிசு)* கையில் கொடுத்துவிடச் சொன்னார். அவ்வாறே, அவன் கையில் கொடுத்துவிட்டேன்.

முசே லாலியின் வீட்டுக்குப் போனோம். அங்கே முசே லசேலைக் கண்டதும், "என்ன சேதி?" என்று முசே லசேலை கேட்டார். "எல்லாம் நல்ல சேதி" என்று சொன்னோம். அப்பால், மகாநாட்டார் இன்னமும் பணம் கொண்டுவந்து செலுத்தவில்லை. அதனால் அவர்களிடம் சேவகனை அனுப்பி வைத்தோம் என்று முசே லசேல் சொன்னார். நல்ல காரியம் செய்தீர்கள் என்று சொல்லி, அவர்களை துருசுபடுத்தி *(விரைவுபடுத்தி)*, காபிராப்பண்ணினால் *(பயமூட்டினால்)*, எல்லாரையும் சேர்ந்த காரியம் என்பதால், நான்கு நாளில் மெதுவாக வாங்கி விடலாம். சிறிது வேகம் காட்டினால், பொதுவான காரியம் என்பதால், சில நாளில் மெதுவாக வாங்கிவிடலாம். அவர்கள் தலைக்கு இவ்வளவு என்று வரி பிரித்துத் தண்டினான், பணம் கொடுக்க முடியுமே தவிர ஒருவனாகக் கொடுக்கிற காரியமில்லை. எனவே, மெதுவாகத்தான் வாங்க வேண்டும் என்று சொன்னேன்.

அதற்கு, "நீங்கள் மகாநாட்டார்களை அழைத்துக்கொண்டு, முசியே லாலியிடம் வாருங்கோள், நானும் வருகிறேன்" என்று சொன்னார். அதன்படிக் கோட்டைக்கு வந்தோம். அங்கே கோவர்ணதோர் முசியே லெறி, முசியே லாலியை கோயிலுக்குப்போய் பூசை கேட்க அழைத்தார். "நீங்கள் முன்னே செல்லுங்கள் நான் வருகிறேன்" என்று முசே லாலி சொன்னார். முசியே சுப்பீரும், முசியே லெறியும் ஆக இரண்டு பேரும் முன்னதாகக் கோயிலுக்குப் போனார்கள். அப்பால் பத்தரை மணிக்கு முசே லாலி கோயிலுக்குப் போகப் புறப்பட்டார். உடனே, வரிசை வைத்து, தம்பூரடித்தார்கள். அப்பால் கோயிலுக்குப்போய்,

பூசைகேட்டு, பதினொரு மணிக்கு காகிதம் எழுதுகிற காம்பிராவிலே வந்து, அமர்ந்துகொண்டு, மகாநாட்டார்களை அழைக்கச் சொன்னார். அழைத்தவுடன் கனகசபை முதலியார், தில்லை மேஸ்திரி, கோமுட்டி கிருஷ்ணம செட்டி, தருமசிவச் செட்டி ஆகிய நான்கு பேரும் வந்தார்கள். இந்த நால்வரும், நாமும் முசியே லசேலும், சாவடிக் கணக்குப் பிள்ளையாகிய சவரிமுத்தும் காம்பிறாவுக்குள் போனோம்.

போனவுடன், "நான் உங்களிடம் சொன்னேனே பில் *(சீட்டு)* கொண்டு வந்தீர்களா?" என்று கேட்டார். அதற்கு முசியே லசேல், "அவர்கள் எங்கே பணம் கொடுத்தார்கள். நீங்கள் கேட்டபோது, எட்டு லக்ஷம் தருவதாகச் சொன்னார்கள். அப்படி அவர்கள் சொல்கிறார்களே தவிர, அவர்கள் பணம் கொடுப்பதாக இல்லை. அவர்கள் நான்கு பேரையும் காவலில் போட்டு, சாவடிக் கணக்குப் பிள்ளையையும், என்னுடைய மனுசர்களையும், ரங்கப்பிள்ளை மனுசர்களையும் கூட வைத்து அவர்களைவிட்டு வரி பிரித்துப் பணம் தண்டினால் பணம் கிடைக்கும். இல்லாமல், மற்றபடி பணம் வராது" என்று சொன்னார். அதற்கு முசியே லாலி மகாநாட்டார்களைப் பார்த்து, "இந்தப் பட்டணத்தின் சுற்றுக் கோட்டையைப் பந்துபஸ்து செய்வதற்கு இரண்டு லக்ஷம் ரூபாய் ஆகும்.

அப்பால், சொலுதாது, சிப்பந்தி ஆகியோருக்கான செலவு வேறு இருக்கிறது. இப்படியிருக்க, நீங்கள் இப்படிச் சொன்னால், அப்பால் காரியம் எப்படி நடக்கும்?" என்று கேட்டார். அதற்கு முசியே லசேல், "நீங்கள் முன்பு சொன்னதுபோல் எட்டு லக்ஷம் ரூபாய் என்றுதான் பேச வேண்டும். அப்படியில்லாமல், இப்படிச் சொன்னால், இந்த எட்டு லக்ஷ ரூபாயும் கொடுக்க மாட்டார்கள்" என்று சொன்னார். அப்பால், முசியே லசேலை அப்பால் அழைத்துக்கொண்டு போய், ரகசியமாய் முசே லாலியும் அவரும் பேசிக்கொண்டார்கள். "முசியே லெறி, முசியே தெவோவும், முசே தெபோசேத்தும், கந்தப்ப முதலியார், பெரியண்ண முதலியார், சவரிராயப் பிள்ளை ஆகியோர் சொல்லும் போதனையைக் கேட்டுக்கொண்டு, இவர்களும் *(மகாநாட்டார்களும்)* இப்படிச் சொல்கிறார்கள்" என்று சொன்ன முசியே லசேல் இன்னும் என்னென்னவோ சொன்னான்.

அதைக் கேட்டுக்கொண்டு மறுபடியும் வந்த முசியே லாலி, "கந்தப்ப முதலியார், பெரியண்ண முதலியார், சவரிராயப் பிள்ளை ஆகிய மூவரையும் தூக்கில் போடப் போகிறோம். அதற்குப் பிறகாவது உங்களுக்குத் தெரிய வரும். இன்னும் நான்கு நாளைக்குள் பணம்

செலுத்தத் தொடங்கினால் நல்லது. இல்லாவிட்டால் உங்களுக்கும் அந்த ஞாயம் நடக்கும்" என்று நம்மிடம் சொன்னார். நான் இவர்களிடம் அவர் இப்படியெல்லாம் சொல்கிறாரே, நான் பத்தாயிரத்தை முதலில் கட்டிவிட்டு, அப்பால் பத்துப் பதினைந்து நாள் பொறுத்து மீதிப் பணத்தைச் சிறிது கொஞ்சமாகச் செலுத்தலாம் என்று சொன்னேன். அவர்களும் கேட்டு, நல்லது, அப்படித்தான் நான்கு நாளில் பணம் செலுத்தும்படியாகச் செய்கிறோம் என்று சொன்னார்கள். அப்போது முசே லசேல், "இப்படி இவர்கள் பணம் செலுத்தமாட்டார்கள். முன்பு சொன்னபடி மனுஷரை வைத்துப் பணம் தண்ட வேண்டுமே தவிர, மற்றப்படி பணம் வராது" என்று சொன்னார்கள்.

அதற்கு என்னதான் செய்யச் சொல்கிறாய் என்று கேட்ட முசே லாலி, முசே லசேலை அப்பால் அழைத்துக்கொண்டுபோய் நாளைக்கு வந்து பணத்துக்கு உத்தாரம் சொல்லுங்கள் என்று சொல்லிவிட்டுப் போகச் சொன்னார். நல்லதென்று அனுப்புவிச்சுக்கொண்டு வந்துவிட்டார்கள். நாமும் அனுப்புவிச்சுக்கொண்டு வரும்போது, குண்டு கிராமங்களின் கணக்கை சீக்கிரம் எழுதிக் கொண்டு வரச்சொன்னார். நல்லதென்று சொல்லி, அனுப்புவிச்சுக்கொண்டு வந்துவிட்டேன்.

பகலைக்கு மேலாக மூன்று மணிக்கு நாம் சென்றவிடத்தில் கேள்வியானது; சாவடிக் கணக்கரான சீயலாம், சவரிமுத்து, அவரிடம் இருக்கிற தட்டாரப்பய்யன் *(பொற்கொல்லன்)* சிதம்பரம் ஆகிய மூவரையும் வைத்து,அவரவர் சாதிப்படி பெயர் எழுதி வைத்துக்கொண்டு, அதை மீண்டும் அதிகமாகக் கவனித்து எழுதச் சொன்னதாகச் சேதி கேட்டோம்.

1759 ௵ ஆகொஸ்து ௴ 26 வ; பிரமாதி ௵ ஆவணி ௴ 14வ ; ஆதிவாரம்

கோன்சேலில் தீர்மானம் செய்யப்பட்டது;

"பலபட்டைகள் *(பலதரப்பினருமான)* மகாநாட்டார் கொடுக்கிற பணத்துக்கு நூற்றுக்கு ஒன்று வட்டி என்று கொடுக்கிறோம். பணம் கொடுக்காதவர்களுடைய வீடுகளைச் சப்தி செய்வோம். கோன் சேலியர்கள் இந்தக் காரியத்தைக் கவனிப்பார்கள் என்று பிரெஞ்சில் எழுதியதைத் தமிழில் எழுதிக் கையெழுத்தும் போட்டு, மொகறு பண்ணிக் கொடுக்கச் சொல்லிக் கொடுத்தோம். முத்திரைப் போடுகிற பிராமணன் இல்லாததால் அவன் வந்தவுடனே நீர் முத்திரை போட்டுக்

கொண்டு வாரும்” என்று சொன்ன முசே லசேல், என்னை முசே லாலியிடம் காட்டிக்கொடுத்து, இவர் *(பிள்ளை)* இந்தக் காரியத்தில் நுழையாதபடி இருக்கிறார் என்று சொன்னார்.

அதற்கு முசியே லாலி, “முசியே லசேல் ராத்திரியும் பகலுமாகப் பாடுபடும்போது, நீர் இப்படி, இந்தக் காரியத்தைப் பார்க்காமல் இருந்தால் எப்படி? நீர் இப்படி இருந்தால், பணம் எப்படி வந்து சேரும். காரியம் எப்படி நடக்கும்” என்று கண்டிப்புடன் சொன்னார்.

அதற்கு நான், “முசே லசேலுக்கு நீங்கள் எல்லா அதிகாரமும் கொடுத்தீர்கள். அவர் எல்லாவற்றையும் நடத்துகிறார். நான் அவர் சொல்கிறபடி நடத்துகிறேன்” என்று சொன்னேன். அதைக் கேட்காமல், “நீரும் கூட இருந்து பணத்தை முஸ்தீது செய்யும்” என்று கோபத்துடன் சொன்னார். தாங்கள் என்ன உத்தரவு சொல்கிறீர்களோ, அவ்வாறே செய்கிறேன் என்று சொன்னேன்.

அப்பால் முசே லசேல், சாவடிக் கணக்குப் பிள்ளைகளில் இரண்டு பேரையும், தன் மனுஷன் ஒருத்தனை யும், நம்முடைய மனுஷனாக ஒருத்தனையும் வைத்து, “இந்த நால் வரையும் மகாநாட்டார்களின் கூட இருந்து பணம் வாங்கச் சொல்லி ரங்கப் பிள்ளைக்கு உத்தரவு பண்ணுங்கள்” என்று சொல்லிவிட்டு, நம்மை முத்திரைப் போட்டு வாங்கிவரச் சொல்லிவிட்டு, சாவடிக்குப் போய்விட்டான். உம்முடைய மனுஷனாக ஒருவரை வைத்துக்கொண்டு, நீரும் கூடயிருந்து பணத்தை எத்தனம் செய்யும் என்றும் சொல்லி, பின்னையும் ஒரு ரகசியமான சேதியைச் சொன்னார். அது நாளைக் காலத்தாலே தெரியவரும்.

அப்பால், அனுப்புவிச்சுக்கொண்டு முசே லசேலின் சாவடிக்கு வந்தோம். முசியே லசேல் சாவடிக் கணக்கரையும், மகாநாட்டார்களையும் அழைத்து நேத்திலிருந்து வரி பிரித்து எழுதுகிறீர்களே, பாதி தானே எழுதி இருக்கிறீர்கள். மீதி பாதியையும் இன்றைக்குள் எழுதி முடியுங்கள் என்று சொன்னார். தமிழில் எழுதப்பட்டு, முசே லாலியால் முத்திரைப் போடப்பட்ட காகிதத்தில், கையெழுத்துப் போட்டுக் கொடுத்தாரே, அதைச் சாவடியில் கொண்டு வந்து படித்த போது, அதில் இருந்த வயணமாவது; ஊர் சனங்களிடமிருந்து பணம் திரட்ட முசியே லசேல் திட்டம் செய்திருக்கிறார். அவர்கள் கொடுக்கிற பணத்துக்குச் செஞ்சி, திருவதி ஆகிய சீர்மைகளை அடமானமாகத் தந்து நூற்றுக்கு ஒரு விழுக்காடு வட்டி தருகிறோம். இப்படியாக அவரவர் சொத்துக்குத் தகுந்தபடி பணம் தர வேண்டும். இல்லா

விட்டால் தண்டனைகள் தரப்படும். உடைமை, தட்டுமுட்டுகளை எல்லாம் கும்பினி எடுத்துக் கொள்ளும். இதல்லாமல் முசியே லெறி வாங்கிய பணத்துக்கு வட்டியும் முதலுமாக இதில் சேர்த்து அடமானம் செய்து தருகிறோம். எனவே, நீங்கள் கெட்டியாய் நம்பி, மேலே எழுதியபடி பணத்தைச் சீக்கிரமத்துக் கொடுங்கோள் என்று எழுதப்பட்டிருந்தது.

முசியே லெறி, முசியே தெபொசேத்து, முசியே தெவோ, கந்தப்ப முதலியார், பெரியண்ண முதலியார், சவரிராயப் பிள்ளை ஆகியோருக்கு லஞ்சம் கொடுத்ததை சோரு கானின் மகன் பித்திசாமாக எழுதியதை முசே பிளாம், முசியே லாலியின் வேலைக் காரன் மூலமாக, முசியே லாலியிடம் கொடுக்க வைத்தார்.

1759 ஸு ஆகொஸ்து மீ 27 வ;
பிரமாதி ஸு ஆவணி மீ 15வ; சோமவாரம்

இத்தனாள் காலத்தாலே எட்டு மணிக்குக் கோட்டைக்குப் போனேன். முசியே லாலி தாம் இருக்கிற கம்பிராவிலிருந்து எதிரே இருக்கிற காம்பிராவில் உடம்பு குளிக்கப்போனார் *(செனரால் லாலிக்கு குளிக்கும்போது அவர்மீது தண்ணீர் ஊற்ற வேண்டும். அவரைக் குளிப்பாட்டி விட வேண்டும் என்று கவர்னர் லெறி தன் சுயசரிதையில் எழுதியிருக்கிறார்).* அப்போது நான் ஆசாரம் பண்ணினேன். கந்தப்ப முதலியாரின் தம்பியான நயினாத்தை என்பவனை நயினாரின் மனுஷர் பிடித்துப்போய்க் காவலில் போட்டார்கள். அது நம்முடைய உத்தரவுதான் என்று சொன்னார். மகாநாட்டார்கள் எப்போது பணத்தைக் கொண்டுவருவார்கள் என்று கேட்டார். நாளைக்குத் தங்களைச் சந்தித்துப் பேசுவார்கள் என்று சொன்னேன். அப்பால், அவர் உடம்பு குளிக்கப் போனார். ஸ்நானம் பண்ணிவிட்டு ஒன்பது மணிக்கு வந்தார். அப்பால், முசியே புலோவும், மற்ற கோன்சேலியர்களும் வந்தார்கள். அவர்களைக் கண்டு நாம் ஆசாரம் பண்ணினோம்.

இத்தனாள் சோமவாரம் என்பதால், கோன்சேல் கூடியது. கூடிப் பேசிவிட்டு பதினொரு மணிக்கு அவரவர் வீட்டுக்குப் புறப்பட்டுப் போய்விட்டார்கள்.

அப்பால், முசியே லசேல் மாத்திரம் இருந்தான். முசியே லாலி என்னிடம் முசியே லெறி நாற்பது பேரிடம் ஒன்பதாயிரம் ரூபாய் வாங்கியதாக ஒப்புக்கொண்டான். ஆனால், பட்டணத்தில் உள்ள

சனங்கள் முப்பதாயிரம் வராகனுக்குக் கணக்கெழுதி வைத்திருக்கிறார்கள். அதற்கான அத்தாக்ஷியாகவும் *(சான்றாகவும்)* எழுதி வைத்திருக்கிறார்கள். இப்போது அவர்கள் கூடி இருக்கிற இடத்திற்கு நீர் போய், எப்படி எழுதி வைக்க வேண்டுமோ, அப்படி எழுதி வைக்கச் சொல்லித் திட்டம் பண்ணிவிட்டு, அப்புறம் நீர் வீட்டுக்குப் போகலாம்" என்று சொன்னார். முசே லாலியை இப்படிச் சொல்லுமாறு முசே லசேல் பண்ணினான். அப்பால், முசியே லாலியிடம் அனுப்புவிச்சுக்கொண்டு வந்தோம். அப்போது முசியே லசேல் நம்மைப் பார்த்து, "நீர் தேவடியாக்களுக்கு வரிபோட வேண்டாம் என்று சொன்னீராம். நாம் வாங்கச் சொல்லிவிட்டோம்" என்று சொன்னார். அதற்கு நாம், "சனங்களிடம் பணம் கேட்பதே அபகீர்த்தியாக இருக்கிறது. தேவடியாக்களிடமும் வாங்கினால் இன்னும் அபகீர்த்தியாகும். கும்பினியாரோடு நான் சினேகத்துடன் இருப்பதால், கும்பினியார்களுக்கு அபகீர்த்தி வரக் கூடாது என்பதால் அப்படிச் சொன்னேன். அவர்களே ஒரு பணத்துக்கு இரண்டு பணத்துக்கு ஒருத்தனை அழைத்து, அதில் வாழ்க்கை நடத்துகிறார்கள். ஆகையால் நாம் அப்படிச் சொன்னோம்" என்று சொன்னேன். அதற்கு அவர், "அவர்களை வைத்திருக்கிற சொகுசுக்காரன் *(பணக்காரன்)* கொடுப்பான்" என்று சொன்னார். நல்லது, நமக்கென்ன என்று சொல்லிவிட்டுப் புறப்பட்டு, முத்திரைச் சாவடிக்கு வந்தேன். வந்ததும் மகா நாட்டார்களை அழைத்து எப்படிச் சொல்ல வேண்டுமோ, அப்படி எல்லாம் சொல்லி சீக்கிரமத்தில் கூடுதலான கிரயத்தைத் தண்டச் சொல்லிவிட்டு, நான்கு நாழிகை நேரம் அங்கிருந்துவிட்டு, ஒரு மணிக்குப் புறப்பட்டு வீட்டுக்கு வந்துவிட்டோம். அப்பால் பகலைக்கு மேலாக, சின்ன துரையின் வீட்டில் முசியே லசேலும், முசே பெடுத்தல் மீயும், அமுல்தாரர்கள் எல்லாரையும் அழைத்து, கணக்கு எழுதி ஆச்சுதா என்று கேட்டதற்கு, ஆனதும் ஆகாததும் *(முடிந்ததும், முடியாததுமாக)* இருக்கிறது, இன்னும் மூன்று நாள் ஆகுமென்று சொன்னதாகச் சேதி கேட்கப்பட்டது.

1759 ஷ ஆகொஸ்து மீ 28 வ;
பிரமாதி ஷ ஆவணி மீ 16வ; மங்களவாரம்

இத்தனாள் காலத்தாலே முத்திரைச் சாவடிக்குப் போய்ப் பார்த்தோம். அங்கே பலபட்டடைகள் சேர்ந்த நாட்டார்களையும், சாவடிக் கணக்கரையும் நம்முடைய மனுஷனான முத்தப்பிள்ளையையும் அழைத்து வரி பிரித்தாகிவிட்டதா என்று கேட்டோம். அவர்கள் சில

பேர்வழிகளை எழுதிவிட்டோம். இன்னும் சில பேர்வழிகளை எழுதிக் கொண்டிருக்கிறோம் என்று சொன்னார்கள். அதற்கு நாம், "நீங்கள் இப்படி ஆலசியம் *(காலத் தாழ்ச்சி)* பண்ணிக்கொண்டிருந்தால் முசே லாலி மெத்த கோபம் அடைவார். கும்பினி காரியம் நடக்க வேண்டும்" என்று அவர்களுக்கு எச்சரிக்கையாக எப்படிச் சொல்ல வேண்டுமோ, அப்படிச் சொல்லி, சீக்கிரமத்துக்கு சாபிதா *(பட்டியலை)* எழுதி வரச்சொல்லி திட்டம் பண்ணினோம்.

அப்போது சிலர் எங்களுக்கு ஆஸ்தியே இல்லாமல் இருக்க, எங்கள் பேரிலே வரி எழுதுகிறீர்களே என்று கேட்டதற்கு, இது கும்பினியைச் சேர்ந்த காரியமாக இருக்கிறது. நாட்டாண்மைக்காரர் எழுதி வைத்தபடி நடந்து கொள்ளுங்கோள் என்று சொல்லிவிட்டு, நாலு நாழிகை நேரம் மட்டுக்கும் சாவடியில் இருந்துவிட்டு, அப்பால் பத்து மணிக்கு வீட்டுக்கு வந்தோம்.

முசியே லசேல் கும்பினிக்கு நிலுவை தொகை தரவேண்டி யவர்களின் சாப்பித்தாவை எடுத்துக்கொண்டு சின்ன துரையான முசியே பெடுத்தல் மீயின் வீட்டுக்கு வந்து எதையெதையோ பேசிக் கொண்டிருந்தார்.

அப்பால், சேக்கு துக்கி கொம்மாந்தனின் பதினைந்து சேவகர்களையும் அழைத்துக்கொண்டு பதினொரு மணிக்கு முத்திரைச் சாவடிக்கு வந்தார். அங்கே மகா நாட்டார்களையும், சீயாலத்தையும், சவரி முத்தையும், தன் மனுஷனான தட்டான் சிதம்பரத்தையும் அழைத்து, வரி பிரித்து எழுதியாகிவிட்டதா என்று கேட்டார். சிறிது எழுதியாகிவிட்டது, இன்னும் சில பேர்வழிகள் எழுத வேண்டும் என்று சொன்னபோது இன்றைக்குள் எழுதி முடிப்பதாக நேத்து சொன்னீர்களே, இது மட்டுக்கும் எழுதாமல் இருந்தால், முசே லாலி கோபம் அடைவார். சீக்கிரம் எழுதி எடுத்து வாருங்கள் என்று சொன்னார். முசே லசேயிடம் சிலர் வந்து ஆஸ்தியே இல்லாதவர்களுக்கு எல்லாம் வரி எழுதப்பட்டிருக்கிறது என்று சொன்னார்கள். அவரவர் ஆஸ்திகளை எடுத்தெழுதி இருபதுக்கு அஞ்சு விழுக்காடு வரி பிரித்து எழுதி வரச் சொல்லியும், வீடு வாசல் ஆஸ்தி இல்லாதவர் களுக்கு வரியெழுதத் தேவையில்லை என்றும் பத்து வராகன் மாத்திரம் ஆஸ்தியுள்ளவனுக்கும் வரியெழுதத் தேவையில்லை என்றும் சொல்லிவிட்டு முசே லசேல் போய்விட்டான். இத்தனாள் கந்தப்ப முதலியின் அண்ணனான பூமியப்பனின் மகன் கந்தப்பனைக் காவலில்

போட்டார்கள் என்ற சேதி கேட்கப்பட்டது. சாயங்காலம் ஐந்தரை மணிக்கு முத்திரைச் சாவடிக்குப்போய் எல்லா மகா நாட்டார்களையும் அழைத்து, எச்சரிக்கைப் பண்ணி, சீக்கிரம் எழுதி முடிக்கும்படிச் சொல்லிவிட்டு, வீட்டுக்கு வந்துவிட்டேன்.

இத்தனாள் ராத்திரி ஆறு மணிக்கு நாகப்பட்டணத்திலிருந்து சதுரங்கப்பட்டணம் பழவேற்காட்டுக்குப் போகிற ஒலாந்தாக்கார *(டச்சுக்கார)* சேவகன் சொன்ன சேதியாவது; ஒலாந்தாவிலிருந்து ஏழு ஐரோப்பியக் கப்பல்கள் நாகப்பட்டணத்துக்கு வந்தன. நாகப்பட்டணத்து கோவர்ணதோரான முசியே வெர்மோன்ட் *(M.Vermont)* அவற்றில் ஒரு கப்பலைஎடுத்துக்கொண்டுவத்தலைக்குப்(*vattala*,இந்தோனேஷியாவில் உள்ள பட்டாவியா என்றிருக்க வேண்டும்) போய்விட்டார். ஒரு கப்பல் பவழக்காட்டுக்கு (*pulicat*, பழவேற்காடு) வடக்கே போச்சு. கப்பலில் 400 சோல்ஜர்களும், 700 இசுபாங்கி *(மலேசிய)* வீரர்களும் இருந்தார்கள். மற்ற அஞ்சு கப்பல் வீரர்களும் இறங்கினார்கள். இந்தச் சேதியை நாகப்பட்டணத்துச் சேவகன் சொன்னான். இங்கிரேசுக்காரருக்கு நாகப்பட்டணத்துத் துறையில் பத்தொன்பது கப்பல்கள் வந்திருக்கின்றன என்று சொன்னான்.

1759 ஞ ஆகொஸ்து மீ 29 உ;
பிரமாதி ஞ ஆவணி மீ 17 உ; புதவாரம்

இத்தனாள் காலத்தாலே ஒன்பது மணிக்கு முசே லாலி அழைக்கிறார் என்று சேவகன் வந்து அழைக்கவே, போனேன். அங்கே முசியே சுப்பீர், முசியே எலியாசு, முசியே பெடுத்தல் மீ, முசியே திலார்சு, முசியே பொசேத்து, முசியே லசேல், முசியே பசேன், முசியே அபேல் இன்னும் சிலர் என்று இருந்தவர்களுக்கெல்லாம் ஆசாரம் பண்ணினேன். அவர்களும் ஆசாரம் பண்ணினார்கள். அப்பால் முசியே லசேல் நம்மை அழைத்து, “நீர் இந்தப் பணம் காசு காரியத்தைக் கவனியாமல் இருக்கிறீரே?” என்று கேட்டார்.

அதற்கு நான், “கணக்கு எழுதிப் பிரிக்கிறார்கள். எல்லாரும் உம்முடைய மனுஷர்களாக இருந்து கவனிக்கிறார்கள். நீரும் ஒரு நாளைக்குப் பத்து ஒடுதி கொடுக்கிறீர். அவர்களும் அவ்வாறே பிரித்து எழுதுகிறார்கள். அப்படி எழுதினால் இன்னும் ஒரு மாதமும் ஆகும். நாற்பது நாளும் ஆகும். எவ்வளவு தொகை என்பதைக்கூட நம்மிடம் சொல்ல மாட்டார்கள். நான் ஒரு கூலிக்காரனைப்போல்

இருக்கிறேன். அப்படியிருக்க நம்மைக் கேட்டால் எப்படி? நாமும் சாவடிக்குப்போய்க் கவனிக்கிறோம்" என்று சொன்னேன். அவன், "நான் முசே லாலியிடம் சொல்கிறேன்" என்று சொன்னான். "நீர் சொன்னால் நானும் நடக்கிற நியாயத்தைச் சொல்வேன்" என்று சொன்னேன். அப்பால் உள்ளே போய் முசே லாலியிடம் என்னென்னவோ சொல்லிக்கொண்டிருந்தான். அவரும் நம்மை மூன்று தரம் முறண்டு *(முறைத்து)* பார்த்தான்.

எனவே, நம்மைப் பற்றித்தான் முசியே லசேல் சொல்கிறான் என்று எண்ணிக்கொண்டு போனேன். அப்பால், கால் மணி நேரம் பேசிக் கொண்டிருந்தான். அதன் அப்பால் முசே அபேலை அழைத்து பவுன்சுக்கு சாமக்கிரியை *(உணவுப்பொருள்)* அனுப்பி வைக்க வில்லையா என்று கேட்டார். கேட்டதற்கு அவன் என்னவோ உத்தாரம் சொன்னான். அப்புறம் இன்ஜினியர் கையில் இருந்த தமிழில் எழுதப் பட்ட ஐந்தாறு காகிதங்களில் கையெழுத்துப் போட்டு, பெர்சியில் தம்முடைய முத்திரையைப் போட்டுக் கொடுத்தார். அது கொத்தர், தச்சர் காரியமாக இருக்கிறது. அதை அப்பால், என்ன காரியம் என்று கேட்டறிய வேண்டும்.

அப்பால் நாற்பது வருசமாக கும்பினியாருக்கு வராமல் இருந்த கணக்குகளை எடுத்தெழுதி வர்த்தகர்கள், மற்றவர் களிடம் வரவேண்டியதை, யார் யாரென்று பிரித்து எழுதிக் கொண் டிருந்தார்கள். அப்பால் கோன்சேலியர்களான முசியே பெடுத்தல் மீ, முசியே திலார்சு, முசியே தெபோசேத்து, முசே லசேல் ஆகியோர் அனுப்புவிச்சுக்கொண்டு போய்விட்டார்கள்.

அப்பால் முசியே புசியும், முசியே சுப்பீரும் பேசிக் கொண் டிருந்தார்கள். முசியே லாலி நம்மை அருகில் அழைத்து, குண்டுசாலை சீமையில் உத்தியோகத்தில் இருக்கிற சேவகர்களை செப்தம்பர் மாசம் முதல் நீக்கிவிடலாம் என்று சொன்னார். அவ்வாறே அவர்களிடம் சொல்கிறோம் என்று சொன்னோம். அப்பால் வேறேதேனும் காரியம் உண்டா என்று கேட்டேன். இப்போது வேறு ஒன்றுமில்லை. நீர் வீட்டுக்குப் போகலாம் என்று சொன்னார். அப்பால், அனுப்புவிச்சுக் கொண்டு, சாவடிக்கு வந்து, மகாநாட்டார்களை அழைத்து, வரியைச் சீக்கிரம் எழுதி முடிக்கச் சொல்லி, எச்சரிக்கைப் பண்ணிவிட்டு, பன்னிரண்டு மணிக்கு வீட்டுக்கு வந்தோம்.

1759 ஹூ ஆகொஸ்து மீ 30 வ;
பிரமாதி ஹூ ஆவணி மீ 18 வ; குருவாரம்

இத்தனாள் காலத்தாலே முத்திரைச் சாவடிக்குப் போனோம். மகாநாட்டார்கள் வந்து, "இதுமட்டுக்கும் பிரித்தெழுதியதில் எழுபத்து அய்யாயிரம், எண்பதாயிரம் வராகன் தொகை ஆச்சுது. இன்னும் இதைவிட அதிகமாக எழுத வேண்டும் என்றும் தன் வீட்டுக்கு வந்து வெள்ளைக்காரக் கணக்கரிடம் எழுதுவிக்கச் சொல்லியும் முசியே லசேல் அழைக்கிறான் என்று சொன்னார்கள். நல்லது, அங்கேயே போய் எழுதுங்கோள் என்று சொன்னோம். அப்பால், மகா நாட்டார்களும், சாவடிக் கணக்கரும், நம்முடைய முத்தப்பிள்ளையுமாக எல்லாரும் பதினொரு மணிக்கு, முசியே லசேலின் வீட்டுக்குப் போனார்கள்.

முன்பு, ஆடி மாசம் 21-ஆம் தேதி முசியே சாம்பூபா *(M.Chambois)*, செவாலியே கிரிலோன் ஆகியோர் ஐரோப்பாவுக்குச் சுலுப்பு ஒன்றில் பயணம் கிளம்பினார்கள். ஐந்தாறு நாள் கிழக்கில் தொலைவாக ஓடியபோது, கப்பலில் கம்மத்து *(ஓட்டை)* கண்டுவிட்டது. இனிமேல், ஓடினால் முழுகிப்போய் விடுவோம் என்று தோன்றியது. அருகில் இருந்த அச்சை என்ற இடத்திற்குப் போய் வேலை *(பழுது)* பார்த்துக்கொண்டு போவோம் என்பது தோன்றாமல், இவர்களுக்கு நல்ல காலம் இல்லாததால், மறுபடி புதுச்சேரிக்குத் திரும்பினார்கள்.

புதுச்சேரித் துறைமுகச் சீமையில் இங்கிரேசுக்காரரின் இரண்டு கப்பல் நிற்பதைப் பார்த்து ஆலம்புரித் துறைக்குப்போய் இறங்கலாம் என்று சதுரங்கப்பட்டணத்துக்கு நேராக வந்தபோது, இங்கிரேசுக் காரரின் இரண்டு கப்பலும் இந்தச் சுலுப்பைப் பிடித்துக்கொண்டன. அந்தக் கப்பலில் இருந்த ஐந்தாறு லக்ஷம் மதிப்புள்ள சரக்குகளையும் பிடித்துக்கொண்டு, சென்னப்பட்டணத்துத் துறைமுகத்துக்குப் போனார்கள். அங்கே எல்லாச் சரக்குகளையும் இறக்கிப் போட்டு விட்டு, அவர்களையும் இறக்கிவிட்டார்கள்.

அப்பால் அவர்களுடைய வாடிக்கைப்படி இனிமேல் கத்தி எடுத்துச் சண்டை போடுவதில்லை என்று கையெழுத்துப் போட்டுக் கொடுத்துவிட்டு, இத்தனாள் காலத்தாலே முசியே சாம்பூவாவும், செவாலியே கிரிலோனும் புதுச்சேரிக்கு வந்து சேர்ந்தார்கள்.

அப்பால் கேள்விப்பட்டது; சம்பா கோயில் பாதிரிகள், அரியாங் குப்பத்தில் இத்தனாள் முதல் பத்து நாளைக்குத் திருநாள் நடக்கப்

போகிறது *(இந்தத் தேவாலயம் கனகராய முதலி கட்டியது)*. அதற்குச் சனங்களின் போக்குவரத்துக்கு உத்தரவு கொடுக்க வேண்டும் என்று முசியே லாலியிடம் கேட்டனர்.

அதற்கு அவர், வெளியே இருக்கிற முசியே பெடுத்தல் மீயின் தோட்டங்கள், இன்னும் இருக்கிற வெள்ளைக்காரர்களின் தோட்டங்களில் இருக்கிற நாற்காலிகள், மேசை, பலகை, தட்டு முட்டுகளை எல்லாம் எடுத்து வரச்சொல்லி உத்தரவு கொடுத்திருக் கிறோம். அதனால் நீங்கள் இந்தத் திருநாளை நிறுத்திவிட்டு, மேல் *(அடுத்த)* வருசம் செய்து கொள்ளலாம் என்று சொன்னார். அதற்குப் பாதிரியார்கள், "இது தமிழருடைய திருநாள். ஆகையால், நடப்பிச்சாக வேண்டும்" என்று விசிதமாக எடுத்துச் சொன்னதன் அப்பால் கசறிக்கொண்டு *(அரை மனதுடன்)* நல்லதென்று உத்தரவு கொடுத்தார் என்று கேட்கப்பட்டது. அப்பால், சாயங்காலம் விக்கரகத்தை எடுத்துக் கொண்டு, வில்லியநெல்லூர் கெவுனி வாசற்படி வழியாகச் சென்றபோது, முசியே லசேலுடைய ஐந்தாறு சேவகர்கள் வந்து, கிறிஸ்தவரைப் போக வேண்டாம் என்று ஒடுதியிட்டுச் சொன்னார்கள். அவர்கள் அந்த ஒடுதியை மதிக்காமல் சென்றபோது சேவகர்கள் பூந்து போக வேண்டாம் என்று சொல்லி அடித்தார்கள்.

அதனால், கிறிஸ்தவர்கள் சேவகர்களைத் திரும்ப அடித்தார்கள். இப்படி ஒருவருக்கொருவர் அடித்துக்கொண்டு, ஒழுங்கற்று நடந்து கொண்டனர். அப்பால், ஆறு மணிக்கு இரண்டு ஒப்பிசியேல்மார்கள் வந்து சொன்ன சேதியாவது; சென்ற வருசம், இங்கிலாந்திலிருந்து சென்னப்பட்டணத்துக்குப் புறப்பட்ட ஒன்பது கப்பலும் சென்னப் பட்டணத்துக்கு வந்து சேர்ந்தன.

அதில் இங்கிரேசு ராசா பவுன்சில் இருக்கிற ஒரு வகுப்பு *(பிரிவைச் சேர்ந்த)* ஆயிரத்தைந்நூறு சொலுதாதுகள் வந்தார்கள் என்றும் ஒரு ரெஜிமெண்ட் *(படைப்பிரிவு)* வந்தது என்றும் ஒருத்தன் சொன்னான்.

ஒருத்தன் ஆயிரத்து இருநூறு பேர் என்று சொன்னான். ஒருத்தன் இரண்டாயிரம் பேர் என்று சொன்னான். இப்படி மூன்று வகையான சேதிகளைச் சொல்லி, இன்னும் சில கப்பல்கள் வர இருக்கின்றன என்று எழுதி வந்ததென்றும் இப்படியாகச் சேதி சொன்னார்கள்.

இதல்லாமல் அந்தக் கப்பல்களில் சிறிது பணமும், ஐரோப்பா விலிருந்து சகலாத்தும், இன்னும் பிற தினுசுகளும், சரக்குகளும் வந்தன

என்றும் சொன்னார்கள். அப்பால் இத்தனாள் குருவாரம் என்பதால் கோன்சேல் கூடியது. *(வாரத்தில் திங்கள், வியாழன் கவுன்சில் கூடுவது வழக்கம்)* அதில் கும்பினிக்கு வரவேண்டிய பழைய நிலுவைகளை வாங்க வேண்டும் என்று பேசினார்கள்.

நம்முடைய பேரில் இருக்கிற நிலுவைக் காரியத்தை முசியே பெடுத்தல் மீயை கவனிக்கச் சொன்னார்கள். நம்முடைய நிலுவைப் பற்றி முசியே திலார்சும், முசியே லசேலும் மெத்த விகாதமாய்ப் *(பகையுடன்)* பேசினார்கள்.

மற்றவர்கள் எல்லாரும் வெறுமனே இருந்தார்கள். முசியே திலார்சும், முசியே லசேலும் வெகு சுறுக்காய்ப் பேசினீர்களே, இதுவரை நீங்கள் அந்த நிலுவையைக் கேட்காமல் இருந்ததென்ன? ஒரு ஞாயமும் இல்லாமல் இருக்காது. ஞாயமிருக்கும். ஆகையால், கேட்காமல் இருந்தீர்கள் என்று முசியே லாலி சொன்னாரென்றும் பகலைக்கு மேலாக கேட்கப்பட்டது. அதை எழுதி வைத்தோம்.

1759 ௵ செப்தம்பர் ௴ 1 ௳; பிரமாதி ௵ ஆவணி ௴ 20 ௳; சனிவாரம்

இத்தனாள் ராத்திரி கேள்வியான சேதியாவது; முசியே லசேல் மகாநாட்டார்கள் எல்லாரையும் தம் வீட்டுக்கு அழைத்து வைத்துக்கொண்டு, மகா நாட்டார்கள் அறுபத்தொன்பதாயிரம் சில்லரை வராகனுக்கு எழுதிக்கொடுத்த கணக்கில் கையெழுத்துப் போட்டார். இதை இன்னும் அதிகத் தொகையாக, லக்ஷம் வராகனுக்குக் கையெழுத்துப் போடச்சொல்லி, கனகசபை முதலியின் மார்பில் சப்பாத்துக் காலாலே *(செருப்புக் காலால்)* எட்டி உதைத்தார். இன்னும் இரண்டொருவரை அடித்துத் திட்டினார். எனவே, பயப்பட்டுக் கையெழுத்துப் போட்டுக் கொடுத்தார்கள். அப்பால் ராத்திரி பதினெட்டு நாழிக்கு *(ஒரு மணிக்கு)* அவர்களை விட்டுவிட்டார் என்ற சேதி கேட்கப்பட்டது. இப்படி லக்ஷம் வராகனுக்குப் பலவந்தமாய்க் கையெழுத்து வாங்கியதற்கான சாபித்தா பின்னால் எழுதப்பட்டிருக்கிறது. அதைப் பார்த்துக் கொள்ளவும்.

1759 ௵ செப்தம்பர் ௴ 3 ௳; பிரமாதி ௵ ஆவணி ௴ 22 ௳; சோமவாரம்

இத்தனாள் காலத்தாலே ஒன்பது மணிக்குக் கோட்டைக்குப் போனேன். கோன்சேல் கூடுவதற்காக கோன்சேல் வீட்டுக்கு முசியே லாலி ஒன்பது மணிக்குப் போனார். அப்போது நாம் ஆசாரம் பண்ணினோம். அவரும் பதிலுக்கு ஆசாரம் பண்ணினார். அப்பால், லிமிட்டில் *(எல்லையில்)* இருக்கிற சிப்பாய்களின் கணக்கைத் தீர்த்துவிடச் சொன்னோமே, ஏன் தீர்க்கவில்லை என்று கேட்டார். “இரண்டு, மூன்று நாளாகக் காரியமாக இருந்தோம். நாளை, நாளை நன்றையிலே தீர்த்து விடுகிறோம்” என்று சொன்னதற்கு நல்லதென்று சொல்லிவிட்டு, கோன்சேல் வீட்டுக்குப் போனார்.

அப்பால் முசியே லெறி *(ஏறக்குறைய ஒரு மாதத்திற்கு மேலாக லெறியைப் பற்றி எந்தச் செய்தியையும் பிள்ளை எழுதவில்லை. லாலி, லெறியை ஒதுக்கி வைத்திருந்தார். இன்று கவுன்சில் கூட்டம் என்பதால் அதில் கலந்துகொள்ள லெறி வந்துள்ளார்)*, முசியே பெடுத்தல் மீ,

முசியே புலோ ஆகியோரும் நுழைந்தார்கள். கோன்சேல் வீட்டுக்குச் சென்ற முசியே லசேல் நம்மை அழைத்து, "என்னுடைய வீட்டில் மகாநாட்டார்கள் எல்லாரும் இருக்கிறார்கள். அவர்களிடம் ஒரு சேவகனை அனுப்பி அவர்களை இங்கே வரவழைத்து, வையுங்கோள். கோன்சேல் முடிந்தவுடனே அவர்களுக்குப் பாக்கு, வெத்திலை, பன்னீர் கொடுத்து சந்தோஷத்துடன் அனுப்பி வைப்போம்" என்று சொல்லிவிட்டுப் போனார். அவ்வாறே சோணாசலத்தை அழைத்து, பாக்கு, வெத்திலை, பன்னீர் முஸ்தீது பண்ணி வைக்கச் சொல்லிவிட்டு துபாஷி ராமா நாயக்கனுக்கும் சொன்னோம்.

அப்பால் இரண்டு சேவகர்களை அனுப்பி, முசே லசேல் வீட்டிலிருந்த மகாநாட்டார்களை அழைத்து வந்து, மேல் *(மாடி)* வீட்டின் பேரிலே வைத்துக் கொண்டிருந்தோம்.

அப்பால், முசே லாலி கோன்சேல் கலைந்து வெளியே வந்தார். முசியே லங்கர்னே என்னிடம், "உம்முடைய காரைக்கால் கிராமம் காரியத்துக்குக் கொடுக்கப்பட்டிருந்த பெத்திசாம் சம்மதி பேசி அந்தப் பெத்திசாமை முசியே போற்சே கேட்டறிந்து, நஷ்டம் ஏற்பட்டது மெய்தான் என்று சொன்னால், அவ்வாறே ஒத்துக்கொள்வோம் என்று கோன்சேல் முடிவு செய்து, அந்த பெத்திசாமை முசியே போற்சேவிடம் *(M.Porcher)* கொடுத்தார்கள்" என்று சொன்னார். முசியே புலோவும் *(M. Boyelleau)* அப்படித்தான் சொன்னார்.

இந்தக் காரியத்தை கோன்சேலில் கொண்டுவந்ததற்காக முசியே லங்கர்னேக்கு *(M. la Grenee)* நன்றி அறிந்த உபசாரத்தை *(நன்றி கலந்த மரியாதையை)* தெரிவித்தேன். அப்பால் முசியே லசேல் நீங்கள் பணம் கொடுக்கத் தேவையில்லை, போகலாம் என்று மகா நாட்டார்களைப் பார்த்து கோபத்துடன் சொன்னான். அதனால் எல்லாரும் போய்விட்டார்கள். போனவர்களை ஒரு சேவகனை அனுப்பித் தன் வீட்டுக்கு அழைத்துக்கொண்டு போகச் சொன்னான். நம்மை அழைத்து, அவர்களுக்குச் சம்மதியாய்த் தீர்த்து வைப்போம். நீரும் வாரும் என்று சொன்னார்.

"முசியே லாலியோ கோபத்தில் இந்தப் பட்டணம் முழுவதையும் முழுங்கி விடுவான்" என்று அவர் கோபத்துடன் சொன்னதற்கு, நாம் அவற்றைப் புரியும்படி, சமாதானப்படுத்திச் சொன்னோம். நீர் வாரும் என்று சொல்லி வீட்டுக்கு அழைத்துப் போனான். அப்பால், மகாநாட்டாரை அழைத்துக் கேட்டபோது அவர்கள் எழுபதாயிரத்துக்கு

ஒத்துக்கொள்வோமே தவிர, லட்ச ரூபாய்க்கு ஒத்துக் கொள்வதில்லை என்று சொன்னார்கள். அப்பால் அவர் உருட்டும் பிரட்டும், நயமாகவும் பயமாகவும் *(நல்லபடியாகவும், அச்சமூட்டும்படியாகவும்)* எத்தனைச் சொல்லியும் அவர்கள் ஏற்றுக்கொள்ளவில்லை. அப்பால் நம்மை அழைத்து நீர் அவர்களுக்கு எடுத்துச் சொல்லும் என்று சொன்னான்.

நாமும் அவர்களிடம் எத்தனை வகையாகச் சொன்னாலும் எழுப தாயிரத்துக்கு ஒத்துக்கொள்வோமே தவிர, மற்றபடி ஒத்துக்கொள்வ தில்லை என்று சொன்னார்கள். அதற்கு நாம் முசியே லசேலிடம், “நல்லது செனரால் பணத்துக்கு மிகவும் துருசு *(விரைவு)* பண்ணுகிறார். நீரோ காலத்தாழ்ச்சி ஏற்படும்படியான வேலை செய்கிறீர். இப்போது அவர்கள் சொன்ன எழுபதாயிரம் வராகனும் தண்டல் செய்து வரட்டும். வந்த அப்பால், இவர்கள் நம் கையில் *(ஊரில்)* தானே இருக்கிறார்கள். அப்பால், எப்படி வாங்க வேண்டுமோ, அப்படி வாங்கலாம் என்று சொன்னேன். அதற்கு அவர் அப்படிச் சத்தியம் தப்பி முன்னே ஒரு பேச்சு அப்பால் ஒரு பேச்சு பேசக் கூடாது என்று சொன்னார்.

அந்தச் சேதியை அவர்களிடம் சொன்னதற்கு அவர்கள், “நாங்கள் முன்பு ஐம்பதாயிரம் ரூபாய் என்று எழுதிக் கொடுத்ததை, முசியே லசெல் ஐம்பதாயிரம் வராகனாக மாற்றினான். அப்பால் அதை லக்ஷம் வராகனாக்கினான். இப்படிச் சத்தியம் தப்பாமல் பேசுகிறவனை எங்கேயும் பார்த்ததில்லை என்று மகாநாட்டார்கள் சொன்னார்கள். அப்பால் நம்மை முசியே லாலியிடம் போய் எழுபதாயிரம் வராகனுக்கு மேல் ஒத்துக்கொள்ள மாட்டோம் என்கிறார்கள் என்று முசியே லசேல் சொல்லச் சொன்னான்.

அப்பால், முசியே லாலியிடம் சென்றபோது, அவர் சாப்பிட்டு விட்டுக் கட்டிலில் உட்கார்ந்து கொண்டிருந்தார். அப்போது நாம் போய் ஆசாரம் பண்ணினோம். அவரும் ஆசாரம் செய்து, எங்கே வந்தீர் என்று கேட்டார். மகாநாட்டார்கள் தங்களிடம் லக்ஷம் வராகனுக்குக் கையெழுத்து வாங்கியதில் சம்மதம் இல்லை என்றும், நாங்கள் கையெழுத்துப் போட்டபடி எழுபதாயிரம் வராகனுக்கு ஒத்துக் கொள் கிறோம் என்றும் சொல்கிறார்கள். முசியே லசேல் இதைத் தங்களிடம் சொல்லி, தாங்கள் எப்படி ஒடுதி இடுகிறீர்களோ அவ்வாறு நடந்து கொள்கிறோம் என்று சொல்லச் சொன்னார் என்று சொன்னோம். அவர், அவர்கள் எழுபதாயிரம் வராகனுக்கு அதிகமாகக் கொடுக்க மாட்டேன் என்று சொல்கிறார்களே, அது உமக்கு எப்படித் தெரிகிறது

என்று கேட்டார். அதற்கு நாம், குடிகளே எழுபதாயிரம் வராகன் தருகிறோம் என்று சொல்லும்போது அப்படியே ஏற்றுக்கொள்ளலாம். இந்த எழுபதாயிரம் வராகனும் நமக்கு வந்து சேர்ந்த அப்பால் மீதி முப்பதாயிரம் வராகனையும் வாங்கலாம். கொஞ்சம் கொஞ்சமாகச் சாப்பிட்டால் நிறையச் சாப்பிடலாம் என்று சொன்னேன்.

மெய்தான் என்று ஒத்துக்கொண்டு, அவர்களின் மனசுபடிக்கு விட்டால், எத்தனை நாளில் பணம் வருமென்று கேட்டார். எட்டு நாளைக்கு அப்பால் நித்தம் பத்தாயிரம், பதினைந்தாயிரம் என்று வரும் என்று சொன்னேன். நல்லது, அப்படியே பணத்தை முஸ்தீது பண்ணி வைக்கச் சொல் என்று சொன்னார். நாம் அனுப்புவித்துக்கொண்டு, நான்கடி வந்த அப்பால், மறுபடி அழைத்து எண்பதாயிரம் வராகனாக முடித்து வைக்கச் சொன்னார். இதற்கு ஒத்துக்கொண்டால் நல்லது, இல்லாவிட்டால், எப்படியாவது தீர்த்து வை என்று சொன்னார். அனுப்புவிச்சுக்கொண்டு, இரண்டே கால் மணிக்கு முசியே லசேலின் வீட்டுக்குப் போய் நடந்த சேதிகளைச் சொன்னேன். இப்படியா சொன்னார்? நல்லது, நீர் மகாநாட்டார்களிடம் போக வேண்டாம். வீட்டுக்குப் போய்ச் சாப்பிட்டுவிட்டு வாரும் என்று சொன்னான்.

நாம் வந்துவிட்ட அப்பால், எண்பத்தோராயிரத்து அறுநூத்து சிலுவானம் (81600) வராகனாக ஒரு கணக்கு எழுதிக்கொண்டு, அதில் கையெழுத்துப் போடச் சொல்லிக்கேட்டான். அவர்கள் எழுபதாயிரம் வராகனுக்குச் சம்மதியே தவிர, இதற்குச் சம்மதியில்லை என்று சொன்னார்கள். எனவே, கனகசபை முதலி, முத்தப் பிள்ளை, தில்லை மேஸ்திரி ஆகிய மூவரையும் கசோத்தில் போடச் சொன்னார். மற்றவர்களைத் தன் வீட்டிலேயே காவல் வைத்தார்.

அஞ்சு மணிக்கு நமக்கு ஆளனுப்பினார். நாம் போனதும், முசியே லாலி எண்பதாயிரம் வராகனாக வாங்கச் சொன்னார் என்று சொன்னீரே, அவ்வாறே கேட்டால் கையெழுத்துப் போடமாட்டோம் என்று சொல்கிறார்கள். எனவே, அந்த மூன்று பேரையும் கசோத்தில் போட்டுவிட்டோம் என்று சொன்னார். நல்லதென்று சொன்னோம். அப்பால், மற்றவர்களைக் கையெழுத்துப் போடச் சொன்னார். அவர்கள் மூன்று பேரையும் வெளியில் விட்டால்தான், நாங்களும், அவர்களுமாகக் கலந்து பேசிக்கொண்டு சொல்கிறோம் என்று சொன்னார்கள்.

அதற்கு முசே லசேல் அந்த மூன்று பேரும்தான் எதிர்த்துப் பேசுகிறவர்கள், இவர்களை ஒத்துக்கொள்ள விடாமல் கலைக்கிறவர்

களும் அவர்கள்தாம். அந்த மூன்று பேரையும் நாளை தூக்கில் போடவேண்டும். அவர்களை விடமுடியாது. தூக்கில் போட ஒத்துக்கொள்கிறீர்களா என்று கேட்டார். இப்படி பயமூட்டுபடியாகப் பேசியும்கூட, அந்த மூன்று பேருடனும் கலந்து பேசித்தான் சொல்ல வேண்டும் என்று சொன்னார்கள். அப்புறம் நாம் ஏழு மணி மட்டுக்கும் உபயரேத்துராதிகளுக்கும் *(இரு தரப்பாருக்கும்)* சொல்ல வேண்டிய சேதிகளை எல்லாம் சொன்னோம். இருவரும் கேட்க மாட்டோம் என்று சொன்னார்கள்.

அப்பால் முசியே லசேல் நம்மையும் வைத்துக்கொண்டு, எண்பத்தோராயிரத்து அறுநூற்று சிலுவானம் வராகனையும் மகாநாட்டரிடம் வாங்கு என்று சொன்னார். அப்பால் நாம் சாவடிக்கு வந்து, எல்லாரையும் அழைத்துப் பணம் கொண்டு வரச்சொல்லி எச்சரிக்கைப் பண்ணிவிட்டு வீட்டுக்கு வந்து விட்டோம். அந்தந்த சாதி நாட்டாண்மைக்காரர்களைக் காவலில் வைத்தார்கள் என்று சொல்லி, பட்டணத்தில் இருக்கிற சனங்கள் எல்லாரும், கடைகளை மூடிக்கொண்டு, காபிரா பண்ணுகிறார்கள்.

1759 ஸு செப்தம்பர் மீ 4 வ;
பிரமாதி ஸு ஆவணி மீ 23 வ; மங்களவாரம்

இத்தனாள் காலத்தாலே சின்ன துரையும், முசியே லசேலும் நம்மை அழைத்தனுப்பினார்கள். பின்னந்தாங்கலில் *(Pillantangal)* இருந்து கந்தப்ப முதலிக்கு பதினைந்து வராகனும், ஓலையும் வந்தது. குண்டுசாலையில் இருக்கிற சிப்பாய்கள் நம்மிடம் கொண்டுவந்து விட்டார்கள். நாம் சின்ன கோவர்ணதோரிடம் அனுப்பி வைத்தோம். எனவே, நம்மை அழைத்து அனுப்பினார். நாம் போனதும் இந்த ஓலையில் என்ன எழுதியிருக்கிறது என்று கேட்டார். அந்த ஓலையில் கிராமத்துச் சேதி எழுதியிருக்கிறது. ஊர் சனங்கள் கிராமத்தின் வருவாய்ப் பணமாக பதினைந்து வராகனை அமுல்தாரனிடம் கொடுத்து அனுப்பியதாக எழுதியுள்ளது என்று சொன்னேன். அப்படியா என்று சொல்லி, அந்த வராகனைச் சாவடியில் செலுத்திவிட்டுச் சாவடிக் கணக்குப் பிள்ளைகளிடம் கையெழுத்து அத்தாக்ஷி வாங்கிக்கொண்டு வரச்சொன்னார்.

அப்படியே சாவடிக் கணக்குப் பிள்ளையிடம் செலுத்தி கை யெழுத்து அத்தாக்ஷி வாங்கிக் கட்டி வைத்தோம். அப்பால், முத்து

வெங்கிடராம ரெட்டி, சீனிவாசப் பிள்ளை ஆகியோர் பேரிலே பாப்பய்யப் பிள்ளையும், முத்துமல்லா ரெட்டியும் பெத்திசாம் எழுதிக் கொடுத்தார்களே, அது என்ன என்று கேட்டு, அதை அப்பால் பார்க்கலாம். நேத்து கசோத்தில் போடப்பட்ட கனகசபை முதலி, தில்லை மேஸ்திரி, முத்தப்பிள்ளை ஆகிய மூவரையும் தூக்கில் போடப் போகிறார்கள். தூக்கு மரத்தைக் கொண்டுவந்து, சாவடியில் நிறுவுகிறார்கள். நான் வருகிறேன். நீர் போய் மகாநாட்டார் எல்லாரையும் அழைத்து வைத்துக்கொண்டிரும் என்று சொன்னான்.

அப்படியே நாம் சாவடிக்கு வந்து மகாநாட்டார்களை அழைத்து வைத்துக்கொண்டிருந்தோம். அப்போது முசியே லசேல் இருபது சிப்பாய்களை அழைத்துக்கொண்டு, சின்ன துரை கோவர்ணதோரின் வீட்டுக்கு எதிரே கிடந்த தூக்கு மரங்களில் இரண்டு மரங்களை எடுத்து வரச்செய்து வந்து சேர்ந்தான். அவன் வரும்போது வழியில் கும்பலாக இருந்த சனங்கள் எல்லாரும் வெகு வெகுவிதமாகப் *(நானாவிதமாக)* பேசிக் கொண்டார்கள். இவனும் சனங்கள் தம்மேல் விழுந்து தாக்கப் போகிறார்கள் என்று மனதில் பயத்துடன் சாவடிக்குப் பிரிகாத்துடன் *(Brigade)* வந்து சேர்ந்தான்.

நேத்து சாயங்காலம் தொடங்கி, பட்டணத்தில் உள்ள கடைகளை எல்லாம் மூடிவிட்டு சின்ன துரை கோவர்ணதோரின் வீட்டு வாசற்படி அருகிலும் கோட்டைக்கு, வடக்கு, கீழண்டை பக்கங்களிலும், ஒரே கூட்டமாகக் கூடிக்கொண்டு முசியே லாலி, முசியே லெறி, முசியே சுப்பீர் ஆகியோர் பார்க்கும்படியாக 'கோ' வென்று ஏக *(ஒரே)* குரலாகச் சப்தம் எழுப்பிக் கொண்டிருந்தார்கள். இவன் தூக்கு மரத்தை எடுத்துக்கொண்டு சாவடிக்கு வந்தவுடன், அங்கே இருந்த கும்பல் சாவடிக்கு வந்து நிறைந்தது. அப்பால் தன்னிடம் துபாசியாக இருக்கிற கிருஷ்ணம நாயக்கனையும், பத்துச் சிப்பாய்களையும் அனுப்பி கசோத்தில் போட்டிருக்கிற மூன்று பேரையும் அழைத்து வரச்சொன்னான்.

அவர்கள் போய் கோட்டையிலிருந்து பத்துச் சிப்பாய்களும், இருபது பேர் பைனேத்து *(கத்தி வைத்த துப்பாக்கி)* எடுத்துக்கொண்டு பந்துபஸ்துடன் அழைத்து வந்தார்கள். வந்தவுடனே, இந்த நூறாயிரம் வராகனுக்கும் கையெழுத்துப் போட்டால் நல்லது, இல்லாவிட்டால் தூக்கில் போடுவோம் என்று நல்லபடியாகவும், அதிரும்புதிருமாய் நயமும்பயமுமாய் எப்படியெல்லாம் சொல்ல வேண்டுமோ, அப்படியெல்லாம் சொன்னான். என்ன சொன்னாலும்

நாங்கள் எழுபதாயிரம் வராகன் என்று எழுதிக் கொடுத்ததை ஒத்துக்கொள்வோமே தவிர, லக்ஷம் வராகனுக்கு ஒத்துக்கொள்ள மாட்டோம் என்று சொன்னார்கள். இவ்வாறாக ஒன்பதரை மணிக்குத் தொடங்கிப் பன்னிரண்டு மணி மட்டுக்கும் பேச்சு நடந்தது. இதன் நடுவில் மன்னப்ப முதலி குறுக்கிட்டுப் பேசினான். அவனையும் காவலில் வைக்கச் சொன்னார். இவ்வாறு இவர்கள் ஒரு லக்ஷம் வராகனுக்குக் கையெழுத்துப் போட்டால் நல்லது, இல்லாவிட்டால் நாளை காலத்தாலே நானும், முசியே பெடுத்தல் மீயும் வரும் மட்டுக்கும் இவர்களைக் காவலில் வைத்திருங்கள் என்று சொல்லிவிட்டு நம்மிடம் அந்தக் காகிதத்தைக் கொடுத்துவிட்டுப் பன்னிரண்டு மணிக்கு வீட்டுக்குப் போய்விட்டான்.

அவன் போகும்போது சனங்கள் எல்லாரும் இந்தத் தூக்கு முசே லசேலுக்குத்தான் கொண்டுவந்து போட்டார்கள் என்று சொல்லி, மண்ணை வாரிப்போட்டு இப்படியாக உதாசீனமாய்த் *(கடுமையாக)* திட்டினார்கள். இவற்றை எல்லாம் கேட்டுக்கொண்ட முசே லசேல் நம்மை இவர்கள் மேலே விழுந்து அடித்துவிடுவார்கள் என்ற பயத்துடன் தலையைக் குனிந்துகொண்டு போய்விட்டான். போனவன் முசியே லாலியிடம் போய்த் தமிழர்கள் பெரிய கூட்டமாக கூடிக்கொண்டு, என்னைச் சுற்றிக்கொண்டு அடித்துப்போட வந்தார்கள். நான் தப்பித்துக்கொண்டு வருவது வெகு பிரயாசையாக *(கடினமாக)* இருந்தது என்று சொன்னான்.

அவர் அதன்பேரிலே யோசனை பண்ணி, தமிழரின் கையில் ஆயுதமிருந்தால் ஒரு வேளை மோசம் பண்ணுவார்கள் என்று எண்ணிய முசே லாலி அவர்கள், அவரவர்களின் வீடுகளில் இருக்கிற துப்பாக்கி, கத்தி வகையிறா ஆயுதங்களை, வீடுகளைச் சோதிச்சு எடுக்கச் சொன்னார். அவைகளைக் கோட்டைக்குக் கொண்டுவரச் சொன்னார். அப்படி உத்தரவு கொடுத்தபோது, நம்முடைய *(பிள்ளை)* வீட்டில் மாத்திரம் ஆயுதம் எடுக்கத் தேவையில்லை என்று சொல்லி, மற்றபடி பட்டணத்தில் இருக்கிற வீடுகளில் இருக்கிற ஆயுதங்களை எல்லாம் எடுக்கச்சொல்லி உத்தரவிட்டார்.

அப்பால் நாம் இரண்டு மணி மட்டுக்கும் இருந்து அவர்களைக் கையெழுத்துப்போடச் சொல்லி உடன்படிக்கைச் சொன்னதற்கு அவர் கள் ஒத்துக்கொள்ள மாட்டோம் என்றார்கள். அப்பால், அவர்கள் ஒத்துக்கொள்ளாததால் சாவடியிலேயே வைத்துவிட்டு, நான் வீட்டுக்கு வந்து சாப்பிட்டுவிட்டு, சற்று நேரம் ஆசுதா பண்ணிக்கொண்டு

(ஓய்வெடுத்துக்கொண்டு) மறுபடி நான்கு மணிக்குச் சாவடிக்குப் போனேன். செனரால் அவர்கள் சொன்னபடி எண்பதினாயிரம் வராகனுக்குக் கையெழுத்துப் போடச் சொல்லி ராத்திரி எட்டு மணி மட்டுக்கும் சொன்னபோது ஒத்துக்கொள்ளாதவர்கள். ராத்திரி பன்னிரண்டு மணி அடித்து இரண்டு மணி மட்டுக்கும் ஒத்துக்கொள்ளாமல் இருந்து, அப்பால் எண்பத்தோராயிரத்து அறுநூத்து சிலுவானம் வராகனுக்குக் கணக்கில் கையெழுத்துப் போட்டார்கள். இப்படியாக சூரிய உதயத்திலே இருந்து, ராத்திரி இரண்டு மணி மட்டுக்கும் பட்டணத்தில் உள்ள சனங்களுக்கு நடந்தவற்றையும், அப்பால் கந்தப்ப முதலி, பெரியண்ண முதலி, சவரிராயப் பிள்ளை ஆகிய மூன்று பேர்களுக்கும் நடந்தவற்றையும் எழுதத் தொடங்கினோம்.

இத்தனாள் காலத்தாலே ஏழு மணிக்குக் கசோத்தில் போட்டிருந்த கந்தப்ப முதலி, சவரிராயப் பிள்ளை, பெரியண்ண முதலி ஆகிய மூவரையும் பதினொரு சொலுதாதுகள் அழைத்துக்கொண்டு, அவர்கள் குடியிருந்த வீதி வழியே அழைத்துக்கொண்டு போனார்கள். அதைப் பார்த்து அவர்களின் பெண்டு, பிள்ளைகள் அழுது அங்கலாய்க்க, அதைக்கேட்ட இவர்கள் திரும்பிப் பார்த்தபோது, துப்பாக்கியின் பின்னங்கட்டையால் அடித்துத் தள்ளினர். வேகமாக நடக்கச் சொல்லித் தள்ளிக்கொண்டு போயினர். வில்லியனூருக்குக் கிட்டப் போய், அங்கிருந்து காட்டுமேடு, பிரம்பை வகையிறா இடங்களுக்கு இழுத்துக்கொண்டு போனார்கள். நடக்க முடியாமல் விழுந்தபோது, காலைப் பிடித்து இழுத்தனர். நின்றபோது நடக்கச்சொல்லி துப்பாக்கியின் பின்னங்கட்டையால் அடித்தனர்.

இப்படியெல்லாம் மெத்தவும் கொடுமை பண்ணினார்கள். இவர்களின் பின்னால் ஆயிரம், இரண்டாயிரம் பேர் வேடிக்கைப் பார்த்துக்கொண்டு வர ராத்திரி ஏழு மணிக்கு வில்லியனூருக்கு வந்து சேர்ந்தார்கள். அவர்களுக்குத் தாகம் எடுத்தபோது, யாரேனும் மோர் கொடுக்க வந்தால், அதை வெள்ளைக்காரர்கள் பிடுங்கிக் குடித்தார்கள். இப்படியெல்லாம் மிகுந்த தொந்தரை பண்ணினார்கள். இந்தப் பட்டணம் தோன்றிய ஐம்பது அறுபது வருசங்களில் இப்படிப்பட்ட அநியாயங்கள் நடந்ததும் இல்லை. கேட்டதும் இல்லை. நாம் பார்த்ததும் இல்லை.

ஆனால், முன்பு ஆற்காடு, தஞ்சாவூர், திருச்சிராப்பள்ளி ஆகிய இரண்டு மூன்று இடங்களில் நடந்ததாகக் கேள்விப்பட்டிருக்கிறோம். பார்த்ததில்லை. இத்தனாள் திஷ்டை, பிரதிஷ்டையாய் கண்ணுக்கு

நேராக நாம் பார்க்கும்படியாக இதுவரை நடக்காத காரியங்கள் எல்லாம் அநியாயமான செயல்கள் எல்லாம் நடந்தன. இந்தப் பட்டணத்தில் இனிமேல் இருக்கிற சனங்களுக்கெல்லாம் நன்மையில்லை என்று சொல்லிக் கொள்ளும்படியாக நடந்தது. கந்தப்ப முதலி, பெரியண்ண முதலி, சவரிராயப் பிள்ளை ஆகிய மூவருக்கும், இந்தச் சீர்மைக் குத்தகைக்காரர்களுக்கும் தொந்தரை தர பாப்பய்யப் பிள்ளை ஒருத்தன் தோன்றினான். முசே லாலி, முசியே பசேன், முசியே லசேல், சின்ன துரை கோவர்ணதோர், முசியே பெடுத்தல் மீ ஆகியோரிடம் பதினைந்து லக்ஷம், இருபது லக்ஷம் என்பதாகத் தண்டிக் கொடுக்கிறோம் என்று சொல்லி, இப்படியெல்லாம் நடத்துகிறான். ஆனால், அவர்கள் செய்த பாவத்துக்குத் தக்கபடி இப்போது கஸ்திப்படுகிறார்கள். இவர்கள் தூக்கில் போடப்பட இந்தப் பாப்பய்யப் பிள்ளை இன்னும் என்னென்ன கஸ்தி அடைவானோ என்று சனங்கள் பேசிக்கொண்டு இருக்கிறார்கள்.

இந்த மகாநாட்டாருக்குத் தூக்கு மரத்தைக் கொண்டுவந்து போட்டு இப்படித் துன்பப்படுத்தினால் முசே லசேலுக்கு என்ன ஆக்கினை வருமோ தெரியாதென்றும் பேசிக்கொள்கிறார்கள். இப்போது பாப்பய்யப் பிள்ளைக்குப் போட்டியாக மயிசூரில் இருந்து, ஸ்தானாபதியாக வந்திருக்கிற வெங்கிட்ட நாரணப்பய்யன் என்பவன் இந்தப் பட்டணத்தில் இருக்கிற சனங்களை என்னிடம் ஒப்புவித்தால், அறுபது லக்ஷம், எழுபது லக்ஷம் திரட்டித் தருகிறேன் என்று முசே பசேனுக்கும், முசே லசேலுக்கும் ஸ்தானாபதியம் *(தூது விட்டிருக்கிறான்)* என்று கேட்கப்பட்டது. இந்தப் பட்டணத்தில் உள்ள சனங்கள் செய்த பாவங்களுக்கு ஏற்றபடி துச்சாதனர்களாக *(பொல்லாதவர்கள்)* கிளம்பித் திரிகிறார்கள்.

1759 ஞு செப்தம்பர் மீ 5 வ;
பிரமாதி ஞு ஆவணி மீ 24 வ; புதவாரம்

இத்தனாள் காலத்தலே நாம் கோட்டைக்குப் போனபோது முசியே லசேலும் வந்தார். முசியே லாலியைப் பார்த்துவிட்டு இருந்தோம். நம்மைப் பார்த்து, தமிழர் ஒத்துக்கொண்டு கையெழுத்துப் போட்டார் களா? என்று கேட்டார். பாதிப் பேர் கையெழுத்துப் போட்டார்கள். பணம் தண்டச் சொன்னோம். இனிமேல் வந்து சேர்ந்துகொண்டே இருக்கும் என்று சொன்னேன். எப்போது வருமென்று கேட்டார். ஐந்தாறு நாளில் தொடங்கி, எட்டு நாளைக்கு மேல் பணம் விஸ்தாரமாய் வருமென்று சொன்னேன். அவருடன், நாம் பேசுவது முசியே

லசேலுக்குப் பிடிக்கவில்லை. எனவே, இன்னும் இரண்டொருவர் கையெழுத்துப் போடாமல் இருக்கிற காகிதத்தை நம் கையில் கொடுத்து, நீர் சற்று பிரயாசைப்பட வேண்டும் என்று சொல்லி, சாவடிக்குப் போகச்சொல்லி, அவர் *(லாலி)* முன்பாகச் சொன்னான். அப்பால் நாம் அனுப்புவிச்சுக்கொண்டு சாவடிக்கு வந்து திட்டம் செய்துவிட்டு, வீட்டுக்கு வந்துவிட்டோம்.

நேத்து சாயங்காலம் வில்லியனூர் கோட்டையில் கசோத்தில் போடப்பட்ட கந்தப்ப முதலி, பெரியண்ண முதலி, சவரிராயப் பிள்ளை ஆகியோரைப் பார்க்க முசியே புலி *(M.Polly)* என்பவன் போனான். போனவன்அவர்களிடம்சீக்கிரமத்தில்பணம்,காசைச்செலுத்தாவிட்டால் உங்களை இப்படிச் செய்வேன், அப்படிச் செய்வேன், தூக்கில் போடுவேன் என்று நயபயமாய்ப் பேசி, பிரம்பினால் இரண்டொரு கையாடி அடித்துவிட்டு வந்துவிட்டான் என்ற சேதி கேட்கப்பட்டது. இத்தனாள் சாயங்காலமும் நாம் சாவடிக்குப் போயிருந்து அவரவர்களை அழைத்து சீக்கிரமத்துக்குப் பணம் தண்டச் சொல்லி எச்சரிக்கைப் பண்ணிவிட்டு, ஏழுமணி மட்டுக்கும் இருந்துவிட்டு, அப்புறம் வீட்டுக்கு வந்தோம்.

இத்தனாள் முசியே பெடுத்தல் மீ, முசியே லசேல், பாப்பய்யப் பிள்ளை ஆகியோர் சின்ன துரை கோவர்ணதோரின் வீட்டில் இருந்துகொண்டு குத்தகைக் கணக்குகளை அய்யண்ண சாஸ்திரி, சாமா ராயன் ஆகியோர் மூலமாக எழுதுவித்தனர். முசியே லெறி, முசியே தெவோ, சவரி ராயப் பிள்ளை ஆகியோருக்கு சிதம்பரத்து காரியத்தில் லஞ்சம் பத்தாயிரம், பதினோராயிரம் என்று சாமாராயன் கொஞ்சமாக எழுதி வைத்தான். நான் நிறைய இருக்கிறது என்று கேள்விப்பட்டிருக்கிறேன் என்று சொல்லி முசியே லசேல் சாமா ராயனின் தாடையில் இரண்டு அடிகள் போட்டான்.

அப்பால் அய்யண்ண சாஸ்திரி சரியாக எழுதி வைப்பான் என்று சொன்னான். இப்படிக் குத்தகைக் கணக்கு காரியம் சின்ன துரை கோவர்ணதோரின் வீட்டில் ரொம்பவும் துருசாய் *(வேகமாக)* நடந்ததென்று கேட்கப்பட்டது. கந்தப்ப முதலி, பெரியண்ண முதலி, சவரி ராயப் பிள்ளை ஆகியோரின் காரியத்திலும், குத்தகைக்காரர்களின் காரியத்திலும் பாப்பய்யப் பிள்ளைத் தலையிட்டு, அவர்களைக் கஸ்துப்படுத்துகிறான்.

1759 ௵ செப்தம்பர் மீ 6 ௳; பிரமாதி ௵ ஆவணி மீ 25 ௳; குருவாரம்

இத்தனாள் காலத்தாலே நாம் கோட்டைக்குப் போனோம். திங்கட்கிழமை, வியாழக்கிழமை ஆகிய நாளில் கோன்சேல் கூடுகிற வாடிக்கைப்படி கோன்சேலியர்கள் எல்லாரும் வந்திருந்தார்கள். சென்னப்பட்டணத்தில் இருந்து ஒரு இங்கிரேசு ஒப்பிசியேல் நூற்றைம் பது பிரெஞ்சு சொலுதாதுகளை அழைத்துக் கொண்டுவந்து, இங்கே விட்டுவிட்டு, பதிலுக்கு நூற்றைம்பது இங்கிரேசு சொலுதாதுகளை, மாற்றி அழைத்துக்கொண்டு அவர்களை வெளியே அனுப்பிவிட்டு, அந்த ஒப்பிசியேல் மட்டும் முசியே லாலியிடம் அனுப்புவிச்சுக் கொண்டுபோய்விட்டான். அப்பால் பாதிரி லவோர் வந்து முசியே லாலியுடன் வெகு நேரம் பேசிக்கொண்டிருந்தார். அப்பால் ஒன்பது மணிக்கு முசியே லாலியும் கோன்சேலியர் எல்லாரும் கோன்சேல் வீட்டிலே நுழைந்தார்கள் பதினொரு மணி மட்டுக்கும் கலந்து பேசிவிட்டு, வெளியே வந்து அவரவர் வீட்டுக்குப் புறப்பட்டுப் போய்விட்டார்கள்.

அப்பால், கோன்சேல் வீட்டிலிருந்து வெளியே வந்த முசியே லசேல் நம்மைப் பார்த்து மகாநாட்டார்கள் எண்பதினாயிரம் வராகனுக்கு ஒத்துக்கொண்டு கையெழுத்துப் போட்டார்கள். அந்தப் பத்திரத்தை கோன்சேலில் காட்டினேன். கோன்சேலும், முசியே லாலியும் அவ்வாறே பணத்தைத் தண்டல் செய்து கும்பினியில் செலுத்தச் சொல்லி ஒடுதி எழுதிக்கொடுத்தார்கள். நீரும் சாவடிக்குப் போய் சீக்கிரமாகத் தண்டல் செய்து செலுத்தச் சொல்லி எச்சரிக்கைச் செய்து உதவ வேண்டுமென்று சொல்லிவிட்டுப் போய்விட்டான். அப்பால் முசியே தெவோவும் வந்தார். வந்தவன் நம்மைப் பார்த்து, "நம்முடைய மனுவேல் எ)ன்கிற சவரி ராயனை) தான் கசோத்தில் போட்டார்களே, இப்போது நம்முடைய கணக்குப் பிள்ளைகளையும் ஏன் கசோத்தில் போடவேண்டும்? இந்தப் பாப்பய்யப் பிள்ளைக்கு நான் என்ன கெடுதல் பண்ணினேன்?" என்று கேட்டான். அது உமக்குத் தெரியும், அவனுக்கும் தெரியும், எனக்கு என்ன தெரியும் என்று சொன்னேன். அப்புறம் அவனும் புறப்பட்டுப் போய்விட்டான்.

அப்புறம் முசியே லாலியும், முசியே வெறியும் *(M.Very)* பன்னிரண்டு அடித்து அரை மணி மட்டுக்கும் ஒரு காம்பிராவிலே பேசிக்கொண்டிருந்தார்கள். சமயமில்லாதபடியினால் *(சூழல் சரியில்லாததால்)*, நாம் புறப்பட்டு வீட்டுக்கு வந்துவிட்டோம்.

இத்தனாள் சாயங்காலம் அஞ்சு மணிக்கு மகாநாட்டார்களும் சனங்களுமாகச் சகலமானவரும் சேர்ந்து ஒரு பெத்திசாம் எழுதினார்கள். முசியே லசேல் தூக்கு மரத்தைக் கொண்டுவந்து வைத்தும், தன் வீட்டில் அடைத்து வைத்துக்கொண்டு உதைத்தும், சப்பாத்துக் *(செருப்பு)* காலினால் உதைத்தும், பலவந்தம் பண்ணி எண்பத்தோராயிரத்து அறுநூற்று சில்லரை வராகனுக்குக் கையெழுத்து வாங்கிக்கொண்டான். நாங்கள் ஒப்புதலுடன் கையெழுத்துப் போட்டதில்லை. எழுபதாயிரம் வராகனுக்கு வரி பிரித்து எழுதிக் கையெழுத்துப் போட்டிருக்கிறோம். அதை ஒத்துக்கொள்கிறோம். நாங்கள் ஏழை சாதியார். கொடுக்க இயலாது என்று எழுதி பாதிரி லவேரும் *(Father Lavaur)*, முசியே லாலியும் சாரிப் (சவாரி) போனபோது பெத்திசோம் கொடுத்தார்கள். அதைப் படித்துப் பார்த்து நாம் ஏழை சாதியாரிடம் வாங்கச் சொன்னோமா என்று சொன்னார்.

பாதிரி லவேரு, முசியே லாலிக்கு இந்தப் பட்டணத்தில் உள்ள சனங்கள் மிகவும் ஏழைகள். ஐந்தாறு வருசங்களாகத் தொழில், வர்த்தகம் இல்லாததால், மிகவும் ஏழையாகப் போனார்கள். எனவே, காலகலமத்தினாலேயும் *(சூழலைக் கருத்தில்கொண்டு)*, அவர்கள் இப்போது எழுதிக்கொடுத்த எழுபதாயிரம் வராகனுக்கு ஒப்புக்கொண்டு உத்தரவு கொடுக்க வேண்டும் என்று ரொம்பவும் சொன்னார். அதற்கு நீங்கள் நாளைக்கு வாருங்கள் என்று சொன்னார்.

1759 வ செப்தம்பர் மீ 7 வ;
பிரமாதி வ ஆவணி மீ 26 வ; சுக்கிரவாரம்

இத்தனாள் காலத்தாலே கோட்டைக்குப் போனோம். முசியே லாலி, முசியே லசேலை அழைத்து வரச்சொல்லி அவரிடம் என்னென்னவோ பேசிக் கொண்டிருந்தார். அப்பால், வீட்டுக்குப் போகும்போது, அங்கு நின்றிருந்த, நேத்து சாயங்காலம் பெத்திசாம் கொடுத்திருந்த ஐம்பது, அறுபது பேரையும் பார்த்தார். அவர்களிடம் நீங்கள் சாவடிக்கு வாருங்கள். உங்களுடைய ஞாயத்தைக் கேட்கிறோம் என்று சொல்லிவிட்டு, நம்மையும் தன் வீட்டுக்கு வரச்சொல்லிவிட்டுப் போய்விட்டார்.

அப்புறம், இந்தக் கும்பல் போகாமல் நின்று குரலெழுப்பினார்கள். அதனால், செனரால் அவர்கள், அவர்களை அடித்துத் துரத்திவிடச் சொல்லிச் சென்றார். அதற்கு அப்பாலும் போகாமல், குரல் எழுப்பி னார்கள். அவர்களில் ஒரு கோமுட்டியைப் பிடித்துக் கசோத்தில்

போட்டார்கள். உடனே எல்லாரும் பரிச்சென்று *(விரைந்து)* ஓடிப் போய்விட்டார்கள்.

அப்பால் நாம் முசே லசேலின் வீட்டுக்குப் போனோம். அங்கே அவர் அந்த பெத்திசாமை *(பெட்டிசன்)* நம்மிடம் படித்துக் காட்டி, "பார்த்தீரா, என் பேரிலே பிராது எழுதினார்கள்" என்று சொன்னார். அப்பால் அதை என் கையில் கொடுத்து, நீர் சாவடிக்குப் போய் இந்தப் பிராது எழுதியவர்கள் யாரென்று கேட்டறிந்து, மகாநாட்டார்கள் ஏழைகள் பேரிலே அதிக வரி போட்டார்களாம். அதையும் அறிந்துகொண்டு, வா என்று நடக்க வேண்டியதெல்லாம் சொல்லி, நம்மைச் சாவடிக்குப் போகச் சொன்னார்.

அப்பால், நான் சாவடிக்கு வந்து மகாநாட்டார்கள், சனங்கள் எல்லாரையும் அழைத்து, "இந்தப் பிராது எழுதியவர்கள் யார்? அவர்களைச் சொல்லுங்கோள்" என்று கேட்டேன். அவர்கள், "யாரென்று சொல்வது? எல்லாரும் சேர்ந்துதான் எழுதிப்போட்டோம். நாங்கள் என்ன பணம் கொடுப்பதில்லை என்று சொன்னோமா, முன்பு நாங்கள் எழுதிக் கொடுத்தபடி எழுபதாயிரம் வராகனைக் கொடுக்கிறோம் என்றுதானே எழுதிக் கொடுத்தோம்.

அப்பால் அதிகமாகப் போட்ட பதினோராயிரத்து அறுநூற்று சில்லரை வராகனைத் தள்ளுபடி செய்தால், உதவியாக இருக்குமென்று முசியே லாலிக்கு பெத்திசாம் எழுதிக் கொடுத்தோம். அவர் இரக்கம் காட்டாமல் வாங்க வேண்டுமென்று சொன்னால், நாங்கள் செய்ய வேண்டியதென்ன இருக்கிறது? எங்கள் வருத்தம் அவருக்குப் புரிந்தால், உதவி செய்ய மாட்டாரா? என்று எழுதிக் கொடுத்தோம். இதற்கு யார் எழுதியது? என்று வந்து கேட்டால் நாங்கள் எல்லாருந்தான் எழுதினோம்" என்று சொன்னார்கள். இதையெல்லாம் விசாரித்துக் கேட்டுக்கொண்டு, பன்னிரண்டு அடித்து அரை மணி ஆன அப்பால், புறப்பட்டு வீட்டுக்கு வந்தோம்.

அப்பால், சாயங்காலமும் சாவடிக்குப் போனோம். இந்த எண்பத்தோராயிரத்து அறுநூற்றுச் சில்லரை வராகனுக்கும் வரி பிரித்து, நாளைக்குப் பணம் தண்டும்படியாகத் திட்டம் செய்துவிட்டு அங்கிருந்து ஏழு மணிக்குப் புறப்பட்டு வீட்டுக்கு வந்தோம். உடனே முசியே பசேன் நம்முடைய வீட்டுக்கு வந்தார். சில சேதிகளைப் பேசியிருந்துவிட்டுப் புறப்பட்டுப் போய்விட்டார். இத்தனாள் பாப்பய்யப் பிள்ளை வில்லியநெல்லூருக்கு கந்தப்ப முதலி, பெரியண்ண முதலி, சவரி ராயப்

பிள்ளை ஆகியோரிடம் பணத்திற்கான உடன்படிக்கைப் பேசுவதற்காகப் போனான். மணிக் கூண்டைக் கவனிக்கிற வெள்ளைக்காரனும், சாவடி கணக்குப் பிள்ளையும், சேவகர்களும் இரண்டு நாளாகப் பட்டணத்தில் அவரவர் வீடுகளில் இருக்கிற ஆயுதங்களை எல்லாம் தேடி எடுக்கிறார்கள்.

1759 ஸ்ரீ செப்தம்பர் மீ 9 வ;
பிரமாதி ஸ்ரீ ஆவணி மீ 28 வ; ஆதிவாரம்

இத்தனாள் காலத்தாலே நாம் கோட்டைக்குப் போயிருந்தோம். அங்கே நடந்த சேதியாவது; முசியே லாலி வெள்ளைக்கார குதிரைக் காரர்களையும், அலுமாஞ்சிக் *(செருமானிய)* குதிரைக்காரர்களையும் பட்டணத்தில் இருக்கிற குதிரைகளை எல்லாம் பிடித்து வரச்சொல்லி உத்தரவு கொடுத்தார் என்ற சேதி கேட்கப்பட்டது. அப்பால் வேறு ஒன்றும் சேதியில்லை.

பதினொரு மணிக்குச் சாவடிக்கு வந்தோம். முசே லசேலின் துபாசியான கிருஷ்ணம நாயக்கன் என்பவன் நம்மிடம் வந்தான். என்னுடைய பேரில் அய்யாயிரம் வராகன் வரி எழுதப்பட்டிருந்த சீட்டையும் பாப்பய்யப் பிள்ளையின் பேரில் மூவாயிரம் வராகன் வரி எழுதப்பட்டிருந்த சீட்டையும், சின்ன முதலியார் பேரில் அய்யாயிரம் வராகன் வரி எழுதப்பட்டிருந்த சீட்டையும் காட்டினான். நம் சீட்டை நம் கையில் கொடுக்க வந்தான்.

அதற்கு நாம், மகாநாட்டார் இரண்டாயிரத்து ஐந்நூறு வராகன் வரி எழுதினார்கள். அதற்கு நான் முசே லசேலிடம் என்னிடம் எங்கே பணம் இருக்கிறது? நாம் எப்படிக் கொடுக்கப் போகிறோம் என்று சொன்னோம். நாம் கொடுக்காமல் தகராறு செய்தால் மகா நாட்டார்கள் நம்மால்தான் பணம் கொடுக்காமல் போனார்கள் என்று ஆகிவிடும் என்பதால் சமாதானமாக இருந்தோம். இப்போது அய்யாயிரம் வராகன் எழுதினால், கொடுப்பதற்குஎன்னிடம்என்னஇருக்கிறது? முன்புகார்த்திகைமாசத்தில் என் பெண்சாதி, பிள்ளைகளின் நகைகளை டங்காசாலையில் உருக்கி, ரூபாயாக்கிப் பத்தாயிரம் கொடுத்தேன். அதல்லாமல் நான் முசியே பெடுத்தல் மீக்கும், முசே லத்தூருக்கும் கடன் கொடுக்க வேண்டியுள்ளது. என் கையில் பணம் இருக்கிறதா? பணம் இருப்பவர்களிடம்தான் வாங்கச் சொன்னார்கள். முப்பது, நாற்பது வருசமாக இந்தப் பட்டணத்தில் நல்லபடியாக வாழ்ந்தோம். இப்போது மூன்று, நான்கு

வருசமாக உத்தியோகம் சத்யோகம் *(காரியமோ, தொழிலோ)* இல்லை. எனவே, என் வீட்டுச் செலவு நடப்பதே பிரயாசையாக இருக்கிறது. கோன்சேலும் பணம், காசு இல்லாமல் மெத்த பிரயாசையில் இருப்பதால், இந்த நேரத்தில் கொடுக்காமல், வேறெப்போது கொடுக்கப் போகிறோம்? எனவே, என்னிடம் யானை ஒன்று இருக்கிறது. இரண்டு, மூன்று குதிரை இருக்கிறது. ஒரு எருது இருக்கிறது. வீடிருக்கிறது. தோட்டம் இருக்கிறது. இதுகளை வித்து எடுத்துக்கொள்ளச் சொல்லும் என்று சொன்னேன்.

அவ்வாறே அவன் போய்ச் சொன்னான். அதற்கு, "மெய்தான், அவருடைய நிருவாகம் எனக்குத் தெரியும். இந்த மகாநாட் டார்களை மாத்திரம் சீக்கிரமத்துக்குப் பணம் தண்ட வைத்துக் கொடுத்தால், பிள்ளை அவர்கள் தரவேண்டிய இந்த அய்யாயிரம் வராகனை விட்டு விடுகிறோம்" என்று முசே லசேல் அவர்கள் சொன்ன தாக அவனுடைய துபாசி பனிரெண்டு அடிச்சு ஒரு மணிக்கு வந்து சொன்னான். அப்பால், சாயங்காலம் நாம் முசியே லசேலிடம் போய் உபசாரமாய் சொல்லிக்கொள்வோம் என்று கிளம்பியபோது, மழை வந்ததால், போகாமல் வீட்டிலேயே இருந்தோம். துபாஷி முத்தையனுக்கு சோணாசலம் தரவேண்டிய நான்காயிரம் ரூபாய் சம்மதி கேட்க சின்ன துரை கோவர்ணதோர் அழைப்பு விடுத்தான். அதற்கு மழையாக இருக்கிறதே, காலமே வந்து கண்டு பேசிக் கொள்கிறோம் என்று சொல்லி அனுப்பி வைத்தேன்.

1759 ஞு செப்தம்பர் மீ 10 வ;
பிரமாதி ஞு ஆவணி மீ 29 வ; சோமவாரம்

இத்தனாள் காலத்தாலே காரைக்காலில் இருந்து கட்டுமரம் மூலமாக முசியே லாலிக்குக் காகிதம் சேதி வந்தது. அந்தச் சேதியாவது; நம்முடைய பதினேழு இசுக்காதுரு *(போர்க்கப்பல்)* காரைக்கால் துறைமுகத்துக்கு நேராக வந்ததாகச் சுங்கச் சாவடியில் இருக்கிற முசியே லிபோமும் ***(M.Labaume)***, முசியே சோல்மினியாக்கும் ***(M.Solminiac)*** இன்னும் சிறிது பேரும், வெள்ளைக்காரர்களும் சொன்னார்கள். "இப்படியாகப் பட்டணத்தில் இருக்கிற எல்லாச் சனங்களும், வெள்ளைக்காரர்களும் கப்பல் வருகிற சேதி கேட்டு சந்தோஷம் அடைந்தார்கள். இந்தப் பட்டணத்தில் உள்ள மகாநாட் டார்களும் எண்பதாயிரம் வராகன் வரி தண்டுகிற இந்தச் சனியனும் விட்டுப்போய்த் தள்ளுபடியாகும் என்று சந்தோஷமாய் இருந்தார்கள்.

பெரியண்ண முதலியைக் காவலில் வைத்திருந்த காரியம் தொடர்பாக முசியே அபேல் *(M.Abeille)*, முசியே மீரானின் *(M.Miran)* மூலமாக முசியே லாலியைச் சந்தித்துப் பேசி, காவலில் இருந்த ராமி ரெட்டியை விடுதலை செய்து, வில்லியநல்லூரில் இருக்கிற பெரியண்ண முதலியிடம் அனுப்பிவிச்சார்கள். முன்பு முசியே பெடுத்தல் மீ, முசியே லசேலின் மூலமாகப் பேசப்போன பாப்பய்யப் பிள்ளையின் எத்தனம் முறிஞ்சு போனது.

பெரியண்ண முதலியைக் காவலில் வைத்தபோது, இருபதாயிரம் ரூபாய் வெகுமானமும், முப்பதாயிரம் ரூபாய் கடனுமாக ஐம்பதாயிரம் முசே லாலிக்குத் தருவதாக முசே பொசேத்து பேசினான். அவர் ஒப்புக்கொள்ளாமல், லக்ஷ ரூபாய் கொடுத்தால் தவிர விட மாட்டோம் என்று சொல்லி பெரியண்ண முதலியைக் வில்லியநல்லூருக்கு அனுப்பிக் காவலில் வைத்தார்.

இப்போது பாப்பய்யப் பிள்ளை போய் எழுபதாயிரம் வராகன் என்று பேச்சு நடத்தவே, பெரியண்ண முதலி ஐம்பதாயிரம் வராகன் என்று பேசினார். இப்படி பாப்பய்யப் பிள்ளைத் தவறாகப் பேச்சு நடப்பிச்சினான் என்று கோபம்கொண்டு, காவலில் இருந்த ராமி ரெட்டியை விடுதலை செய்து, முசியே அபேல், முசே மீரா மூலமாக, சமாதானப் பேச்சுக்கு அனுப்பிவிச்சார்கள்.

1759 ஷு செப்தம்பர் மீ 11 வ;
பிரமாதி ஷு ஆவணி மீ 30 வ; மங்களவாரம்

நேத்து ராத்திரி, பிடித்த மழை பொழுது விடிந்தும் விடாமல் பேஞ்சுது. எட்டு மணிக்கு முசியே லசேல் அழைத்து அனுப்பினார். அங்கே சென்றதும் மகாநாட்டார் வெள்ளாழத் தெருவிலுள்ள வெள்ளாழர், *(பிள்ளை இந்த 'ழ'தான் பயன்படுத்துகிறார்)* இடையர், அகம்படையர், பலபட்டைகளெல்லாம் *(பிரிவினர்)* எழுபதாயிரத்துக்கு எழுதிக் கொடுத்ததை, நாம் எண்பத்தோராயிரத்து அறுநூற்று சில்லரை வராகனாய் வாங்கச் சொன்னதை, வரி பிரித்து எழுதியிருந்ததை நம்மிடம் கொடுத்து அதன்படி வாங்கச் சொன்னான்.

அந்த வயணம் வருமாறு; வெள்ளாளர் 56 பேர்வழிகளுக்கு ரூபாய் 7550, அகம்படையார் 113 பேர்வழிகளுக்கு ருபாய் 7800, இடையர் 45 பேர்வழிகளுக்கு ரூபாய் 900, கோமுட்டிகள் 91 பேர்வழிகளுக்கு ரூபாய் 6000, கவரை 28 பேர்வழிகளுக்கு ரூபாய்

600, சாணார் 33 பேர்வழிகளுக்கு ரூபாய் 600, இலைவாணியர் 13 பேர்வழிகளுக்கு ரூபாய் 800, முச்சியர் 9 பேர்வழிகளுக்கு ரூபாய் 400, செட்டிகள் 169 பேர்வழிகளுக்கு ரூபாய் 12000, கம்மாளர் 5 பேர்வழிகளுக்கு ரூபாய் 500, பள்ளிகள் 32 பேர்வழிகளுக்கு ரூபாய் 1600, பிராமணர்கள் 26 பேர்களுக்கு ரூபாய் 8000, பருத்திக் கொல்லார் 12 பேர்வழிகளுக்கு ரூபாய் 2215, கிறிஸ்துவர்கள் 71 பேர்வழிகளுக்கு ரூபாய் 7500, வெங்கிடாசல முதலி 750 ரூபாய், அய்யம் பெருமாள் 600 ரூபாய், மீர் அல்லி நாயக்கன் 150 ரூபாய், மீர் ஆசாம் ரூபாய் 750, மீர் ஆசாமுடைய அண்ணன் மகனான பீர் முகமது என்பவரின் பேர் எழுதியிருந்தது.

அவர் செத்துப்போய் இருபது வருசமாச்சுதே, அவரை ஏன் எழுதினீர்கள் என்று கேட்டதற்கு, செத்தவனை, ஏன் எழுதினார் கள் என்று தள்ளிப்போட்டான். மீர் குலாம் உசேனின் பேர் எழுதி யிருந்ததே, அவர்கள் கும்பினிக்கு லட்சம் ரூபாய் கொடுத்து விட்டுக் காத்திருக்கிறார்கள் என்பதால், அவன் பேரை எடுத்து விட்டேன்" என்று சொன்னான். நான்தான் முன்பே அவன் பேரையும் எழுதக் கூடாது என்று சொன்னேனே என்று சொன்னேன்.

மீர் ஆசாம் என்பவர் மீர் குலாம் உசேனின் மருமகன்தான் அவன் பேரையும் எடுத்துவிட வேண்டுமென்று மிகவும் கேட்டுக் கொண்டோம். அவனும் ஒரு சீரொப்பாவைக் கொண்டுபோய்க் கொடுத்தால், அவன் பேரையும் எடுத்து விடுவான்.

இந்தத் தமிழருக்கு இப்படி அந்தரங்கமாய் *(லஞ்சம்)* கொடுக்கத் தெரியாதபடியால், அவர்களுக்கு இப்படி வரியை அதிகமாக எழுதி வைத்தான். முன்பு எழுதிக் கொடுத்த எழுபதாயிரம் வராகனைவிட இப்போது அதிகமாக உயர்த்திக் கேட்பது எதற்கென்றால், இப்படி யெல்லாம் சனங்களை காபிரா பண்ணினால் *(அச்சப்படுத்தினால்)*, தனக்குத் தனிப்பட்ட முறையில் ஏதேனும் கொடுப்பார்கள் என்றெண்ணிச் செய்கிறான். இப்படிப் பணத்தையும் தண்டவிடாமல், ஒரு நாளைக்கு இப்படி எட்டு வகை பத்து வகையாகப் பேசுகிறான். தனக்கு, ஏதேனும் கொடுக்கப்பட வேண்டும் என்ற ஆசையினால், பலபட்டடை சனங்களையும் இப்படித் துன்பப்படுத்தினான். அப்பால், முன்பு பேர் எழுதப்பட்டவர்களிடம் எண்பத்தோராயிரத்து அறுநூற்று சிலுவானம் வராகனாக வாங்க வேண்டும். அதல்லாமல் சிலுவானமாகச் சில பேர்வழிகளை எழுதியிருக்கிறார்கள்.

சாவடிக் கணக்கப் பிள்ளை யிடம் போய், அதற்கான சாபிதா ஒன்றை எழுதி வைக்கும்படி என்னிடம் சொல்லி, அந்தப் பணத்தை வாங்கி கும்பினியின் கணக்கில் செலுத்திவிடுவோம் என்று சொன்னான். இவ் வாறு சாவடிக்குப் போய் திட்டம் செய்துவிட்டு, அப்பால் நாம் சாவடிக்கு வந்து, மகாநாட்டார்களை அழைத்து முன்பு பேர் எழுதப்பட்டவர்களின் சாப்பித்தாவை விவரமாக கணக்குப் பிள்ளை சீயாலத்திடமும், தட்டார் *(பொற்கொல்லன்)* சிதம்பரத்திடமும் போய் எழுதி வைக்கச் சொன்னேன்.

அப்பால், நீங்களாக சில்லரைப் பேர்வழிகளைப் பிரித்து எழுதினீர்களே, அவ்வாறே ஒரு சாப்பித்தாவும் எழுதிக்கொடுங்கள் என்று சொல்லி திட்டம் பண்ணிவிட்டு பன்னிரண்டடித்து ஒரு மணிக்கு வீட்டுக்கு வந்தோம்.

அப்பால், முன்பு தேவடியாள்கள், வண்ணார், அம்பட்டர், பறையர் ஆகியோருக்கு வரி தள்ளுபடி செய்யப்பட்டிருந்தது. இப்போது அவர்களுக்கு மறுபடியும் வரி பிரித்து எழுதச் சொல்லி, ஒரு சீட்டை எழுதி அனுப்பினான். துபாசிகள் சிலரின் பேர்களைத் தள்ளுபடி செய்யச் சொன்னான். இப்படித் தன்னிடம் வந்து கேட்டுக் கொண்டவர்களின் வரியைத் தள்ளுபடி செய்யச் சொல்வதும், சிலருக்கு வரி போடச் சொல்லியும், இப்படி ஒரு நாளைக்கு எத்தனையோ வகையை நடத்துகிறான். எப்படியானாலும், எண்பதாயிரத்துக்கு அதிகமாகவே எழுதினான்.

இப்படிச் செய்தால், அவர்கள் தனிப்பட்ட முறையில் நம்மிடம் வந்து பேசுவார்கள். இதனால், நமக்கு ஏதேனும் வருவாய் கிடைக்கும் என்று நடத்துகிறான். இதனால், பணம் தண்டியாக வில்லை. பட்டணத்தின் பலபட்டடை சனங்களும் பயப்பட்டுக் கிடக் கிறார்கள். சுவாமியின் தயவு எப்படி இருக்குமோ? அறிய வேண்டியது. முந்தாம் நாள் நம்மிடம் அய்யாயிரம் வராகன் வரி கேட்டு அவனுடைய துபாசி கிஷ்ணம நாயக்கனை அனுப்புவித்தானே, இத்தனாள் அதற்கு மூவாயிரம் கொடுத்தால் போதும் என்று சொல்லி அனுப்பி வைத்தான்.

அதற்கு நான், "நேத்து முன் தேதிதான் சொன்னோமே, நமக்கு இருக்கிற யானைக் குட்டியையும், வீடு, வாசல், தோட்டம், மளிகைக் கடை, கிடங்கு வகையிறாவற்றையும் எடுத்துக் கொள்ளச் சொன்னோமே!" என்று சொன்னேன். அதற்கு, "நல்லது, இந்தப் பணத்தை துருசாய் எத்தனம் செய்துகொண்டு வரச்சொல்

என்று முந்தாம் நாள் சொன்னபடியே சொன்னான்" என்று சொன்னான். மயிசூர் வெங்கிட்ட நாரணப்பய்யன், இந்தப் பட்டணத்தில் இருக்கிற சனங்கள், கணக்குப் பிள்ளையாக இருந்த அரும்பாத்தை, கந்தப்ப முதலி, பெரியண்ண முதலி, சவரிராயப் பிள்ளை, ஒப்பிசியேல்மார்கள், பெரிய மனுஷர்கள், கும்பினி நிலுவை வகையிறாவற்றைத் தம்மிடம் ஒப்படைத்தால், கும்பினியாருக்கு எழுபத்தைந்து லட்சம் ரூபாய் தண்டித் தருகிறோம் என்று முன்பு முசே லசேலிடம் ஸ்தானாதிபத்தியம் *(தூதனுப்பி)* பேசினான். இருநூற்றைம்பது வராகன் வெகுமானம் கொடுத்தான். நல்லது, அது வராமல் போய்விட்டது.

அப்பால் காவலில் இருந்த கோனேரி நாயக்கனை விடுதலை பண்ணி, முசே லசேல் அவர்களிடம் அழைத்துக்கொண்டு போனான். 'நீர் வெள்ளைக்காரர்களுக்கும், தமிழர்களில் கந்தப்ப முதலி, பெரியண்ண முதலி போன்றோர்க்கும் எவ்வளவு லஞ்சம் கொடுத்தாய் என்று எழுதித் தராததால், காவலில் வைக்கப்பட்டாய். இப்போது எழுதிக் கொடு" என்று சொன்னான். அதன்படி அவன் வெள்ளைக்காரர்களுக்கும், தமிழர்களுக்கும் கொடுத்த சம்மதிகளை *(லஞ்சம்)* எழுதுவித்தான். இதில் முசே லசேல் வெள்ளைக்காரர்களுக்கு சம்மதி கொடுக்கப்பட்டதை மறைத்துவிட்டு, தமிழரில் கந்தப்ப முதலி, பெரியண்ண முதலி, சவரிராயப் பிள்ளை ஆகியோரைப் பற்றி மாத்திரம் எழுதிக்கொண்டான். அப்பால் இந்தப் பட்டணத்தில் பணம் தண்டிக் கொடுக்கிறோம் என்று வந்த வெங்கிட்ட நாரணப்பய்யன், அந்தக் காரியம் நடக்காததால், சீட்டு *(பாஸ்போர்ட்டு)* பெற்றுக்கொண்டு, வில்லியனூருக்குப் போய்விட்டான். கடலோரம் கணக்கு *(சுங்கச்சாவடி அலுவரான)* ராமச்சந்திர ராயனுக்கு ரூபாய் 6000, புகையிலைக் கிடங்கு பாப்புராயனுக்கு ரூபாய் 2000 மற்றப் பிராமணர்களுக்கு ரூபாய் 4000 என்பதாகவும் ஆக 12000 வராகன் முன்பு பிராமணர்களுக்கு வரி பிரித்து எழுதினார்கள். இப்போது அதைமாற்றி, ராமச்சந்திர ராயனுக்கும், பாப்புராயனுக்கும் ரூபாய் 4000, மற்றப் பிராமணர்களுக்கு ரூபாய் 8000 என்றெழுதி, அவர்களிடம் பணம் வாங்கச் சொல்லி சாவடிக் கணக்கு பிள்ளைக்குச் சீட்டெழுதி அனுப்பி வைத்தான். இத்தனாள் சாயங்காலமும் சாவடிக்குப்போய் பணத்தைத் தண்டி வைக்கச் சொல்லித் திட்டம் சொல்லிவிட்டு, ராத்திரி எட்டு மணிக்கு அங்கிருந்து வீட்டுக்கு வந்துவிட்டேன்.

1759 ஹு செப்தம்பர் மீ 12 வ;
பிரமாதி ஹு ஆவணி மீ 31வ; புதவாரம்

இத்தனாள் கேள்வியான சேதி; முசே அபேலும், முசே தெபோசேத்தும், முசியே லாலியிடம் பேசி, காவலில் இருந்த ராமி ரெட்டியை விடுதலை செய்து, பெரியண்ண முதலியுடன் பேச அனுப்பி வைத்தனர். அவன் வில்லியனூருக்குப் போய் அவரிடம் பேசி, ஒரு லட்ச ரூபாயாக முடிவு பண்ணி வந்தான். அந்தப் பணத்தைக் கடன் கொடுக்கிறபடியாக, வழுதாவூர் சீமையை அடைமானம் செய்து கொடுப்பதாக முடிவு செய்யப்பட்டது. இப்படியாக இத்தனாள் பெரியண்ண முதலியை வரவழைத்து, வாக்காடி *(சிறிது நேரம் பேசியிருந்து)* அனுப்பினார்கள். அப்பால், இனிமேல், நடக்க வேண்டியதை அறிய வேண்டியது.

கசோத்தில் போடப்பட்டிருந்த துறையூர் வக்கீலான கோனேரி நாயக்கன் முசே லசேலின் மூலமாக விடுதலையாகி வீட்டுக்கு வந்தார். அவர் வெள்ளைக்காரர்களில் முசே லெறியும் ***(M.Leyrit)***, முசே பெடுத்தல் மீயும், முசே தெபோசேத்து, முசியே தெவோ, முசே மரியோ ***(M.Marion)*** ஆகியோரின் பேரையும், தமிழர்களில் கந்தப்ப முதலி, பெரியண்ண முதலி, சவரிராயப் பிள்ளை இன்னும் சிலரின் பேரையும் முசே லசேலிடம் போய் எழுதுவித்தார் என்றும், எழுதுவிக்கவில்லை என்றும் சொல்கிறார்கள். எழுதுவிக்காவிட்டால், விடுதலை செய்திருக்க மாட்டார்கள் என்று எனக்குத் தோன்றுகிறது. அதை இனிமேல் விசிதமாக *(தெளிவாக)* அறிய வேண்டும்.

1759 ஸு செப்தம்பர் மீ 15 வ;
பிரமாதி ஸு புரட்டாசி மீ 3 வ; சனிவாரம்

இத்தனாள் சூரிய உதயத்துக்குப் போன வருசம் இவ்விடத்தில் இருந்து போன கொம்மாந்தாம் தெஷே என்கிறவர் ராசாவுடைய பதினேழு கப்பல்களுடன் வந்தபோது, நாகப்பட்டணத்துக்கு நேரே, கிழக்கில் இங்கிரேசுக்காரரின் கப்பலுடன் சண்டையிட்டு செயம் பண்ணினார். டச்சுக்காரர்கள் ஒரு கப்பலில் மருந்து, குண்டு வகையிறா சண்டைச் சாமான்களை இங்கிரேசுக்காரருக்கு உதவியாக அனுப்பி இருந்தார்கள். அந்தக் கப்பலையும் இவர் பிடித்துக்கொண்டார். இப்படியாக ராசா கடல் கொம்மாந்தாம் முசே தெஷே டச்சுக்காரரின் கப்பல் ஒன்றும், தம்முடைய கப்பல்கள் பதினேழும் ஆகப் பதினெட்டுக் கப்பல்களுடன் உதயத்திலே நம்முடைய துறைமுகத்துக்கு அக்கினி மூலையில் *(தென்கிழக்கில்)* சூரிய உதயவேளையில் வந்து நங்கூரம்

போட்டு நின்றார்.

இத்தனாள் பலபட்டடை சேர்ந்த மகாநாட்டார்களிடம் தண்டிய 2157 ரூபாய், 294 ரூபாய், 43 வராகன், 3 பணம் ஆகியவை முசியே லசேலிடம் செலுத்தப்பட்டன. முசியே லசேல் நம்மையும் அழைத்தனுப்பினான். நாமும் போனோம். அவனும் கப்பல் வருவதைப் பார்க்க, ஒக்கல் *(தொலைநோக்கியை)* எடுத்துக்கொண்டு, கொத்தளத்தின் மீதேறிப் பார்த்துவிட்டு வந்தான். நாமும் போனோம். அவன், "நம்முடைய பிரான்சுக்காரரின் கப்பல் இங்கிரேசுக்காரரின் கப்பல் ஒன்றைப் பிடித்துக் கொண்டு வருகிறது. அதற்கு அடையாளமாக மேலே பிரெஞ்சுக் கொடியும், கீழே இங்கிரேசுக் கொடியும் போட்டு வருகிறது. இவற்றில் இரண்டு, மூன்று கப்பல்களில் பாய்மரம் ஒடிந்திருக்கிறது. எனவே, இங்கிரேசுக்காரருடன் சண்டையிட்டு வருகிறது என்பது மெய்தான்' என்று சொன்னார். இன்னும் கப்பல் சம்மதி பல சேதிகளைச் சந்தோஷத்துடன் பேசினார்.

அப்பால், "நீ போய்க் கப்பல்கள் வருவதைப் பார்த்துவிட்டு, சாவடிக்குப் போய் பணம் காசு தண்டுவதைச் சீக்கிரமாய்ச் செய்ய சொல்லிக் கவனித்துவிட்டு வீட்டுக்குப் போ" என்று சொன்னார். நல்லதென்று சொல்லிவிட்டு, அங்கிருந்து கடலோரம் துவானத்துக்கு *(சுங்கச்சாவடிக்கு)* வந்தோம்.

இவ்விடத்தில் இருந்து முசியே புலோ, முசே துப்பிளாம் சுலுப்பில் ஏறி, முதலில் கப்பலுக்குப் போனார்கள். அப்பால் முசே லெறியும், முசியே புசியும், முசியே சுப்பீரும், முசியே லாசும் கப்பலுக்குப் போனார்கள். கப்பலில் இருந்து இரண்டு ஒப்பிசியேல்மார்கள் இறங்கி வந்தார்கள். அவர்கள் சொன்ன சேதியாவது: நம்முடைய பிரான்சுக்காரர்களின் பதினேழு கப்பல்களும் வந்தபோது, எதிரே இங்கிரேசுக்காரரின் பதினொரு கப்பல்கள் வந்தன. இரு தரப்பும் நாகூர், காரைக்கால், தரங்கம்பாடி துறைமுகங்களுக்குக் கிழக்கே நாலு நாழிகை வழிக்கு *(அஞ்சு கல்)* தொலைவில் சந்தித்துச் சண்டை நடந்தது. நாம் அப்பால் இருந்து சண்டை பண்ணினோம். நம்முடைய கப்பல் பக்கமாகத் தென்னல் *(தென்றல்)* காற்று அடிக்கவே, இங்கிரேசுக்காரரின் இரண்டு கப்பல்கள் நம்முடைய குண்டடி பட்டுக் கொடிக் கம்பங்கள் முறிந்து, கப்பல்களும் ஓட்டையாகி, துண்டுத் துண்டாக உடைந்தன. இதில் வெகு பேர்களுக்குக் காயம் உண்டானது. வெகு பேர் செத்துப்போனார்கள். அந்தக் கப்பல்காரர்கள் இதற்கு மேல் முடியாது

என்று, ஒப்புவிச்சுவிடுகிறோம் என்று வெள்ளைக் கொடியைப் போட்டுக் கொண்டு சொன்னார்கள்.

ஆனால், அந்தக் கப்பல்களின் கொம்மாந்தான் மூன்று கப்பல்களுடன் குறுக்கே வந்து, அந்த இரண்டு கப்பல்களையும் அப்பால் தள்ளிக்கொண்டு போனான். அப்பால், சண்டையைத் தொடங்கினான். அப்போது வாடைக் காற்று வீசியதால் இங்கிரேசுக்காரரின் பீரங்கிக் குண்டுப் புகை நம்முடைய பிரான்சுக்காரர்களின் கப்பலைச் சுத்திக் கொண்டது. இரண்டு, மூன்று கப்பல்களுக்குக் காயங்கள் ஏற்பட்டன. கொடிக் கம்பங்கள் ஒடிந்தன. சிலர் காயமடைந்தார்கள். சிலர் செத்தார்கள். இப்படியாகச் சண்டை நடந்து சாயங்காலம் ஆகிவிடவே, நம்முடைய கப்பல்கள் புறப்பட்டு வந்துவிட்டன. அவர்களின் கப்பல்கள் அங்கேயே இருக்கின்றன. அவர்களின் இரண்டு கப்பல்கள் எதற்கும் உதவாமல் போய்விடவே, அவற்றைக் கொளுத்திவிட்டார்கள். காரைக்கால், தரங்கம்பாடி வகையிறா பகுதிகளில் இருந்து வந்தவர்கள், கப்பல்கள் எரிகிற வெளிச்சத்தைக் கண்டோம் என்று சொன்னதால், அது நிச்சயம் என்பதாகக் காகிதத்தில் எழுதப்பட்டிருந்தது.

இங்கிரேசுக்காரருக்கு உதவுவதற்காக டச்சுக்காரர்கள், மருந்து, குண்டு வகையிறா சண்டை சாமான்களை ஏற்றி அனுப்பிய இங்கிரேசுக் கப்பலை, கண்டுபிடித்துக் கொண்டுவந்தார்கள். இங்கிரேசுக்காரரின் கப்பல்கள் நாகப்பட்டணத்துத் துறைமுகத்துக்குப் போய் கொடிக் கம்பங்களைச் சரி செய்துகொண்டு, மற்ற பழுதுகளைப் பார்த்துக் கொண்டும் இருக்கிறார்கள். அதற்கு வேண்டிய சாமான்களை டச்சுக்காரர்கள் எத்தனம் செய்து கொடுத்து உதவுகிறார்கள் என்று கேட்கப்பட்டது. பிரான்சுக்காரர்களின் கப்பல் கொம்மாந்தானாக வந்த லீத்தினாந்து ஜெனரல் *(லெப்டினென்ட் ஜெனரல்)* முசே தெஷே என்பவருக்குத் தொடையில் காயம்பட்டதாகச் சொல்கிறார்கள். இங்கிரேசுக்காரர் பீரங்கியில் இரும்புத்துண்டுகளைப் போட்டு அடித்ததில், ஒரு இரும்புத் துண்டு அடித்ததால், ஏற்பட்ட அந்தக் காயம் ஆறிவிடும் என்று சொல்கிறார்கள். இந்தக் கப்பலில் அறுபத்து மூன்று வெள்ளிப் பெட்டிகள் வந்ததாகச் சொல்கிறார்கள். இவர்களின் கப்பல் வரும்போது காப்பதே போன் பிரான்சு *(Cap de Bonne Esperance)* என்ற இடத்தில் ஒரு இங்கிரேசுக் கப்பலைப் பிடித்தார்கள். தேவனாம்பட்டணத்துக் கப்பலான அதில் தரங்கம்பாடியாரின் கொடியைப் போட்டுக்கொண்டு போனவர்கள் வழியில் பிரான்சுக்காரர்களின் கப்பல் தென்படவில்லையென்று இங்கிரேசுக் கொடியை போட்டுக்கொண்டு போனார்கள். அதைக்கண்டு

பிடித்துக் கொண்டு மோரிசுக்குக் *(Mauritius)* கொண்டு வந்தனர். இந்தக் கப்பலில் ரத்தினம் இழைத்த நகைகள் இருந்த பெட்டி ஒன்றும் வந்ததாக வெள்ளைக்காரர்கள் சொல்லக் கேட்கப்பட்டது. இவற்றையெல்லாம் பயாவாரியாய் *(விஸ்தரிச்சு)* தெரிந்து எழுத வேண்டும்.

இத்தனாள் சாயங்காலம் சாவடிக்குப்போய், அவரவரை அழைத்துப், பணம் காசைத் தண்டச் சொல்லி, திட்டம் செய்துவிட்டு முன்பு தண்டிய பணம் எழுதப்பட்டிருந்ததே, அதை முசே லசேலிடம் செலுத்தச் சொல்லி விட்டு, ஒன்பது மணிக்கு வீட்டுக்குப் புறப்பட்டு வந்துவிட்டோம். இந்தக் கப்பல்களில் இருந்து ஐரோப்பியக் காகிதங்களாக முசே கொதேவின் காகிதம் ஒன்றும், முசே துய்ப்லேக்சு காகிதம் ஒன்றும், முசியே துவாலரின் *(M.Duvelaer)* பெண்சாதியின் காகிதம் ஒன்றும் அவருடைய தம்பியின் காகிதம் ஒன்றுமாக நான்கு காகிதங்கள் இதுவரை வந்தன.

இந்தக் கப்பல்களில் இருந்து ஆயிரம் சொலுதாதுகள், ஆயிரம் காபிரிகளும், காயம் பட்டவர்கள் முந்நூறு பேரும் கீழே இறங்கினார்கள் என்று சொன்னார்கள். கோட்டையில் முதலில் இருபத்தொரு பீரங்கிப் போட்ட அப்பால், கொம்மாந்தாம் கப்பலில் இருந்து இருபத்தொரு பீரங்கிப் போட்டான்.

1759 ஹு செப்தம்பர் மீ 16 வ;
பிரமாதி ஹு புரட்டாசி மீ 4 வ; ஆதிவாரம்

இத்தனாள் காலத்தாலே முசிசே லசேல் வீட்டுக்குப் போனேன். அவரின் ஒப்பிசியேல்மார் சிலர் இருந்துகொண்டு, செட்டிகள், கோமுட்டிகள் ஆகிய இரண்டு சாதியாரிடம் பணம் வாங்க வேண்டும். இது முடிந்தவுடன் வெள்ளாளர், அகமுடையர் ஆகிய இரண்டு சாதியாரிடம் வாங்க வேண்டும். இப்படி இரண்டிரண்டு சாதியாராக அழைத்து வாங்க வேண்டும் என்று முடிவானது. அதன்படி இப்போது கோமுட்டிகள், செட்டிகள் ஆகிய இரு சாதியாரிடம் வாங்கச் சொன்னார்.

கப்பல்கள் வந்திருப்பதால், இத்தனாள் குமிசேல்காரர் *(கோன்சேல்)* கூடுகிறார்கள். “முசியே லாலி அழைத்தனுப்பினார். நான் போக வேண்டும். நீ சாவடிக்குப்போய் மேற்சொன்னபடி திட்டம் பண்ணிவிட்டு வீட்டுக்குப் போ” என்றார். அங்கிருந்து கோட்டைக்கு வந்தோம். முசியே லாலியும், முசியே லெறியும் கோவிலுக்குப் போய் வந்தபோது, ஆசாரம் பண்ணினேன். அவர்களும் பதில் ஆசாரம் பண்ணினார்கள்.

அங்கேயிருந்து கடலோரத்துக்குப் போனேன்.

கப்பலில் இருந்து, மருந்து பீப்பாய்கள், குண்டுகள் சாராயப் பீப்பாய்கள் இப்படிப்பட்ட தினுசுகளை இறக்கினார்கள். சின்னச் சின்னதாக இருபது வெள்ளிப் பெட்டிகளையும், பின்னையொரு வகுப்பு *(வேறு அளவுகளில்)* ஏழு பெட்டிகளையும் ஆக இருபத்தேழு பெட்டிகளையும், ஒரு பொன் பெட்டியையும் இறக்கினார்கள் என்று சொன்னார்கள். இதல்லாமல் முசே லசேல், "இப்போது இரண்டு சாதியாரிடம்தானே பணம் தண்டுகிறோம். எதற்கு அங்கே நூற்றைம்பது சிப்பாய்கள் இருக்கிறார்கள்? முப்பது சிப்பாய்களை மாத்திரம் வைத்துக்கொண்டு, மற்றச் சிப்பாய்களைத் திருப்பி அனுப்பிவிட்டு, இரண்டு சாதியாரிடமும் பணத்தைத் தண்டச் சொல்லிவிட்டுப் போ" என்று சொன்னார். அதன்படி செய்துவிட்டு பன்னிரண்டு மணிக்கு வீட்டுக்கு வந்துவிட்டேன்.

கப்பலில் இருந்து இறக்கப்பட்ட வெள்ளி, டங்கா சாலைக்கு அனுப்பப்பட்டது. வெள்ளி மார்க்கு ஏழாயிரத்து எண்ணூறுக்கு ரூபாய் லட்சத்து அறுபதாயிரம் போடலாம். பொன் ஆயிரத்து எண்ணூறு வராகன் எடையிருந்தது. அதன் மாற்று *(exchange rate)* உயர்ந்திருக்குமா என்று தெரியவில்லை என்று டங்கா சாலையன் வந்து கபுறு சொன்னார்கள். கப்பல் கொம்மாந்தாம் முசே தெஷேவுக்கும், முசியே லாலிக்கும் ஆகாமல் போய் சச்சரவு பண்ணினார்கள். இதனால் முசே லெறியும், முசியே புசியும் பேச அனுப்பியபோது, முசியே தெஷேக்கு அதற்கு இடம் கொடுக்கவில்லை. முசியே சுப்பீரின் மூலமாகப் பேசியபோதும், அவர் ஏற்றுக் கொள்ளவில்லை.

"நான் மோரிசுக்குப் போவேனோ, அல்லது வேறெங்கேனும் போவேனோ, உங்களுக்கென்ன அக்கறை?" என்று கேட்டார். "என் மனதுக்கு எது நல்லதென்று படுகிறதோ, அப்படி நடப்பேன். அதை உங்களிடம் சொல்லத் தேவையில்லை. உங்கள் பேச்சையும் கேட்க வேண்டியதில்லை" என்று சொன்னார். அதற்கு, "இங்கிரேசுக்காரரின் கப்பல்கள் பட்டணத்தில் இருக்கின்றவே, அவற்றின் பேரிலே சண்டைக்குப் போவீரா?" என்று கேட்டார். "சண்டைக்குப் போவேனோ, சும்மா இருப்பேனோ, உங்களுக்கென்ன அக்கறை, என் விருப்பத்தின்படி நடப்பேன். நான் இத்தனாள் ராத்திரியே பாயெடுத்து ஓடிப்போவேன்" என்று சொன்னார். கப்பலில் இருந்து யாரையும் கீழே இறக்கவில்லை. இறங்கியிருந்த சிறிது பேர்களுக்கும் சீக்கிரமாய் வந்து கப்பலில்

ஏறுமாறு தாக்கீது அனுப்பினார்.

இதனால், முசியே லாலியும், இங்கே இருக்கிற மற்றவர்களும், "இந்தக் கப்பல்கள் இவ்விடத்தில் இருந்தால், சென்னப்பட்டணத்தின் பேரிலே சண்டைக்குப் போகலாம் அல்லது நாகப்பட்டணத்தில் இருக்கிற இங்கிரேசுக்காரரின் கப்பல்கள் பேரிலே சண்டைக்குப் போகலாம். இன்னும் எத்தனையோ காரியங்களை முடிக்கலாம்" என்று சொன்னார்கள். இப்படியாக சச்சரவு பண்ணிக் கொண்டிருக்கிறார்கள் என்று வெள்ளைக்காரர்கள் சிலர் வந்து சொன்னார்கள். நாளைக்கு கோன்சேல் கூடுகிறது என்றும் சொன்னார்கள்.

தங்களுடைய கணக்குகளை ஐரோப்பாவுக்குப்போய், கும்பினி மூலம் தீர்த்துக் கொள்வதாக முன்பு முசியே பொசேத்தும், முசியே தெவோவும் கோன்சேலுக்கு பித்திசாமெழுதி போட்டபடிக்கு இருந்தார்கள். அதன்படி முசியே லாலி இத்தனாள் மத்தியானம் கோன்சேலில் முசியே தெவோவுக்கு உத்தரவு *(அனுமதி)* கொடுத்தார். எனவே, முசியே பொசெத்தின் பெண்சாதியும், அவர்களுடைய சாமான்களும் கப்பலுக்குப் போனதாகச் சொன்னார்கள்.

ஐரோப்பாவில் இருந்து கிளம்பி மூன்று மாசம், ஒன்பது நாளில் மாயேவுக்கு வந்து சேர்ந்த கப்பலில் முசே தெஷேவுக்கு லூத்தினாந்து செனரால் *(லெப்டினென்ட் ஜெனரல்)* என்கிற படைத் தலைவர்களுக்கான காயமும் *(பட்டமும்)* முசியே லாலி அணிந்திருக்கிறது போன்று சிவப்பு நிறப் பட்டையில் வைத்த கிறங்குருவா *(Grand-Croix)* என்ற பதக்கமும் கொடுத்து. அதற்கான ராசா பர்வானாவும் கொடுத்து அனுப்பினார்கள். இதை முசியே லாலி முசே சுப்பீரிடம் ***(M.the Chevalier de Soupire)*** கொடுத்து கப்பலுக்கு அனுப்பி வைத்தார். முசே தெஷேவை கரைக்கு வருமாறு அழைத்தபோது *(முசியே தெவோ)* வராததால், இப்படிக் கப்பலுக்கு அனுப்பி வைத்தார். *(தெஷே, லாலி உட்பட யாருக்கும் தெரிவிக்காமல் மசூலிப் பட்டணத்தைப் பிடிப்பதற்காகக் கிளம்புகிறார். ஒற்றர்கள் மூலமாக விஷயம் வெளியே வந்துவிடக்கூடாது என்பதற்காக தெஷே மிகுந்த ரகசியமாக மசூலிப்பட்டணம் விஷயத்தை வைத்திருந்தார். இருப்பினும் மசூலிப்பட்டணத்திற்கு தெஷே சென்றதை பிரெஞ்சு கிழக்கிந்தியக் கம்பெனி விரும்பவில்லை. உடனடியாக அவரைப் புதுச்சேரி திரும்பச் சொல்லி உத்தரவிட்டது.)*

1759 ஹு செப்தம்பர் மீ 18 வ;

பிரமாதி ஞூ புரட்டாசி மீ 6 வ; செவ்வாய்க்கிழமை

இத்தனாள் காலத்தாலே முசியே லசேலின் வீட்டுக்குப் போனேன். அங்கே அவர், "பார்த்தீரா! நேத்து ராத்திரி ஒன்பது மணி வரை கோன்சேல் கூடியிருந்தோம். நேத்து மத்தியானம் ஒரு முறை கூடினோம். ராத்திரி ஒரு முறை கூடினோம்" என்று சொன்னார். நமக்குத் தெரியாததுபோலக் காண்பித்துக்கொண்டு, "அது எதனால்?" என்று கேட்டோம். அதற்கு, "முசியே துப்ளேக்சுக்கும், முசியே லெபோர்தொனேக்கும் கடலிலும் கரையிலும் எப்படி முகத்து *(கருத்து வித்தியாசம்)* இருந்ததோ, அப்படியே முசியே லாலிக்கும், முசியே தெஷேவுக்கும் இடையே இருக்கிறது. முசியே லாலிக்கு முசியே தெஷே எதுவும் சொல்வதில்லை. தமக்கு எது நல்லதென்று படுகிறதோ, அந்தக் காரியத்தைச் செய்வேன்" என்கிறார். ராத்திரி கப்பலெல்லாம் பாயெடுத்து ஓடிப்போய் விட்டார். ஆனால், அவர் அப்படிப் போவது, சத்துருகள் பேரிலே சண்டை கொடுக்கத்தான் என்று எனக்குத் தோன்றுகிறது. எனவே, சீர்மைக்குக் காகிதங்கள் எழுதுவதற்கும் அவரவர் கையில் கையெழுத்து வாங்குவதற்கும் அவ்வளவு நேரமாயுற்று என்றும் சொன்னார். "ஆனால், முன்பு சென்னப்பட்டணத்தைப் பிடித்தபோது முசியே துப்ளேக்சுக்கும், முசியே லபோர்தெனேவுக்கும் சச்சரவு ஏற்பட்டதால், ஐரோப்பாவுக்குச் சென்ற முசியே லபோர்தெனே காவலில் *(சிறையில்)* வைக்கப்பட்டுப் அப்பால் விடுதலை செய்யப்பட்டார். அப்படி இவருக்கும் நடக்குமா?" என்று நான் கேட்டேன். அதற்கு, "அப்படி வராது. வந்தாலும் இவர்களுக்குப் பிறப்பு உண்டு *(பிரபு குடும்பம்)* என்பதால், கெலித்து *(ஜெயித்து)* விடுவார்கள்" என்று சொன்னார்.

"சனங்களின் கைகளில் கிட்டிக்கோல் போடுகிறார்கள். முட்டிப் போட வைக்கிறார்கள். முதுகில் கல்லை ஏற்றி வைத்துக் கொடுமைப் படுத்துகிறார்கள். வீடுகளில் இருக்கிற பெண்களை வெளியே வரச் சொல்லியும், வீட்டை மூடி முத்திரை வைப்பது என்றும் தொந்தரை செய்கிறார்கள் என்று கோவர்ணதோரிடம் யாராவது பிராது சொன்னால், தமிழர்களுக்கு நீ எசமானன் என்பதால், கோன்சேலில் இதற்கு நீ உத்தாரம் சொல்லக் கடமைப்பட்டுள்ளாய் என்று முசியே லசேல் சொன்னார். அதற்கு நாம், பணம் கொடுக்காதவர்களை நூறு அடிகள் அடித்துக் காவலில் போடும்படி நீர் தானே உத்தரவு கொடுத்தீர். எனவே, அதே உத்தரவை சாவடிக் கணக்குப் பிள்ளைக்கும், நயினாருக்கும் கொடுத்தீர்களோ என்று நினைத்தேன். அப்படியும்

நேத்து மத்தியானம் இந்தப் பணத்தைக் கடனாகக் கேட்டு வாங்குகிறோம் என்பதால், இப்படி யெல்லாம் செய்யக்கூடாது என்று எச்சரிக்கைப் பண்ணினேன்" என்று சொன்னோம். "நல்லது, இப்போதும் நீர் போய் இப்படியெல்லாம் செய்யாமல் நல்லபடியாக பணத்தை வாங்கச்சொல்லி திட்டம் செய்துவை" என்று சொன்னார். நல்லதென்று சொல்லிவிட்டு சாவடிக்கு வந்து, முசியே லாலியைச் சந்தித்தேன். நாட்டாண்மைக்காரர்கள், சாவடிக் கணக்கர், நயினார் ஆகியோரை அழைத்து, சனங்களை இப்படியெல்லாம் செய்யக்கூடாது என்று தாக்கீது பண்ணினேன். அதற்கு, அவர்கள், "இன்றைக்குப் பணம் தண்டல் ஆகாது" என்று சொன்னார்கள். "அதனால் என்ன, அவர்கள் கடன் கொடுக்கிறவர்கள்தானே தவிர, மற்றபடி இல்லையே. சீக்கிரமத்துக்குப் பணத்தைத் தண்டுங்கள். பணம் கொடுக்காதவர்களைக் காவலில் வைக்கலாமே தவிர, கண்டனை தெண்டனை *(துன்பப்படுத்த)* கூடாது" என்று சொல்லிவிட்டு, வீட்டுக்கு வந்துவிட்டோம். இத்தனாள் சாங்காலம் *(சாயங்காலம்)* நானாவுடைய குமாஸ்தா மராட்டியக் குதிரைக்கு *(குதிரைப் படையை குதிரை என்றே அழைக்கிறார்)* சர்தாராகவும் இருக்கிற கோபால் அரியுடைய வக்கீல் அப்பாசி ராயன் என்பவன் முசியே லாலிக்கு யானை ஒன்றையும் குதிரை ஒன்றையும் மத்தாபி சரிகை வைத்த சீரொப்பா ஒன்றையும் வெகுமானமாகக் கொண்டுவந்து கொடுத்தான். அப்போது பதினைந்து பீரங்கிப் போட்டார்கள். அவனுக்குப் பாக்கு, வெத்திலை, பன்னீர் கொடுத்து விடுதிக்கு அனுப்பி வைத்தார். இத்தனாள் சாயங்காலமும் சாவடிக்குப்போய் அவரவரை அழைத்து சீக்கிரமத்துக்குப் பணத்தை தண்டும்படி தாக்கீது பண்ணி னேன். இத்தனாள் தண்டலான பூ வராகன் இருநூற்று எண்பத்தைந்து அல்லது 995 ரூபாயையும் முசே லசேலிடம் கொண்டு போய் செலுத்தச் சொல்லிவிட்டு, சாவடியாருக்கும் சொல்லிவிட்டு, வீட்டுக்கு வந்துவிட்டோம்.

1759 ஷு செப்தம்பர் மீ 27 வ;
பிரமாதி ஷு புரட்டாசி மீ 15 வ; குருவாரம்

இத்தனாள் காலத்தாலே விடிந்ததும் கடலோரத்து சேவகன் வந்து சொன்ன சேதியாவது: சண்டையில் ஈடுபட்டுப் பழுதடைந்த இங்கிரேசுக்காரரின் கப்பல்கள் நாகப்பட்டணத்துக்குப் போய் ஆசுதா பண்ணிக்கொண்டு *(பழுதுகளைச் சரி செய்துகொண்டு)* இத்தனாள் ராத்திரி

ஒன்பது மணி அல்லது பன்னிரண்டு மணி வேளைக்கு நம்முடைய துறைமுகத்துக்கு வந்தன. கப்பல்கள் நங்கூரம் போட்டு நிற்கும்போதும், கொடி ஏற்றப்படாமல் இருக்கும்போதும், சண்டை போடக்கூடாது என்ற மரியாதை ஐரோப்பியர்களுக்குள் இருக்கிறது.

எனவே, முசே தெஷே *(M.d'Ache)* சமாதானமாக இருக்கிறான் என்று காலத்தாலே ஐந்தரை மணிக்கு நாம் உலாத்திக் கொண் டிருந்தபோது கப்பல் சேவகன் வந்து சொன்னான். அப்பால், நாம் இரண்டு மனுஷரைஅனுப்பிப் பார்த்து வரச்சொன்னோம். அவர்களும் வந்து சேதி சொன்னார்கள். இங்கிரேசுக் கப்பல்காரர்கள் நம்மைச் சண்டைக்கு அழைக்கிறார்கள். கரையில் இறங்கியிருந்த சொலுதாதுகள் *(படைவீரர்கள்)*, மத்தலோத்து *(கப்பலோட்டிகள்)*, காபிரிகள் ஆகிய ஆயிரம் பேர்களையும் சீக்கிரமத்துக்குக் கப்பலுக்கு வரச்சொல்லி பீரங்கிப் போட்டார்கள். இவர்கள் எல்லாரையும் சலங்குகளில் ஏற்றிப்போய்க் கப்பலில் போட்டார்கள். ஏறி ஆனவுடனே, நம்முடைய பதின்மூன்று கப்பல்களும் பாயெடுத்துத் தென்கிழக்காகவும், வட கிழக்காகவும் இரு பிரிவாக வளைத்துச் சுற்றிக்கொண்டு ஓடினார்கள். இங்கிரேசுக்காரரின் கப்பல்கள் கண்ணுக்குத் தெரியாதபடி கிழக்கே ஓடினார்கள். நாமும் சமுத்திரக் கரை ஓரத்துக்குப்போய் வேடிக்கைப் பார்த்துக் கொண்டிருந்தோம்.

குருவாரம் *(வியாழன்)* தோறும் வழக்கமாக கோன்சேல் கூடுகிற நாள், ஆனாலும் இத்தனாள் கோன்சேல் கூடவில்லை. முசியே லாலி வகையிறாக்கள் குமிசேல்காரர் *(கவுன்சிலர்)* இந்தக் கப்பல்கள் செய்த கோதாபடையான படியினால் *(குளறுபடிகளால்)* அந்தக் காரியத்தில் இருக்கவும், கப்பல்களை வேடிக்கைப் பார்ப்பதுமாக இருந்ததால், கோன்சேல் கூடவில்லை. அப்பால் நாம் பத்து மணிக்குப் புறப்பட்டு, வீட்டுக்கு வந்துவிட்டோம். பகலைக்கு மேலாக சவாரி போகும்போது கப்பல் வேடிக்கைப் பார்த்தோம். இங்கிரேசுக்காரரின் கப்பல்கள் கிழக்கே தொலைவில் இருந்தன. இரண்டு தரப்புக் கப்பல்களும் கண்களுக்குத் தட்டுப்படவில்லை.

இனிமேல் என்ன நடக்குமோ, அறிய வேண்டும். அப்பால், சாயங்காலமும் சாவடிக்கு வந்து, அவரவரின் நாட்டாண்மைக் காரர்களையும், சாவடிக் கணக்கர்களையும் சீக்கிரமத்துக்குப் பணத்தைத் தஸ்து *(தண்டல்)* பண்ணிக் கொடுங்கள் என்று தாக்கீது பண்ணிவிட்டு, ஒன்பது மணிக்கு வீட்டுக்கு வந்துவிட்டோம். வசூலான 210 பூவிராகன்

அல்லது 995 *(ரூ 624 என ஆங்கிலப் பதிப்பில் உள்ளது)* ரூபாய்களை முசே லசேலிடம் கொடுத்தேன்.

1759 ஷு செப்தம்பர் மீ 29 வ; பிரமாதி ஷு புரட்டாசி மீ 17 வ; சனிவாரம்

இத்தனாள் காலத்தாலே நான் கோட்டைக்குப் போனேன். முசியே லாலிக்குச் சமானமான ராச முத்திரையை உடையவரும், சிவப்புப் பட்டை அணிந்தவருமான, கப்பல் கமாந்தர் முசே தெஷே கப்பலில் இருந்து இறங்கினார். அவர் இறங்கும்போது, இங்கிருந்து முசியே லெறி, முசே புசி முதலானவர்கள் கடலோரத்திற்குப் போய்க் காத்திருந்து, அழைத்துக்கொண்டு வந்தார்கள். இங்கிரேசுக்காரருடன் நடந்த சண்டையின்போது அவருக்குக் காலில் காயம் ஏற்பட்டதால், முசியே லெறியின் பல்லக்கில் அவரை ஏற்றி அழைத்துக்கொண்டு வந்தார்கள். கீழே இறங்கியபோது, இருபத்தொரு பீரங்கிப் போட்டார்கள்.

அப்பால், வரிசை ஆசாரம் செய்து, அவர்கள் முசியே லாலியின் வருகைக்கு அடிக்கிற தலூபெங் என்கிற தம்பூறு அடித்தார்கள். முசியே லாலி கொவர்ணமாம் வீட்டின் கீழே இறங்கி வந்து, முசே தெஷேவைக் கட்டித் தழுவி ஆசாரம் பண்ணினார். முசே தெஷேவுக்குக் காலில் காயம்பட்டிருப்பதால், பல்லக்குடன் தூக்கிப்போய், முசியே லாலி காம்பிராவின் வாசற்படியில் இறக்கினர். பல்லக்கிலிருந்து இறங்கி காம்பிறாவுக்குள் போன அவரும், முசியே லாலியும் சிறிது நேரம் பேசிக்கொண்டிருந்தனர். முசியே லாலி காம்பிராவிலே கட்டில் போட்டிருந்தார். பீங்கான் தள வரிசை *(தரை)* போடப்பட்டிருந்த காம்பிராவில் போட்டிருந்த கட்டிலில் அவர் இருந்தார். அப்பால் குமிசேல்காரர் *(கவுன்சிலர்)*, ஒப்பிசியேல்மார்கள், ஆர்மீனியர் உட்பட சகலமானவரும் வந்து ஆசாரம் செய்து, உபசாரமான வார்த்தை விசேசம் சொன்னார்கள். அவரும் பதிலுக்கு ஆசாரம் சொல்லிப் பேசினார்.

அப்பால், முசே தெஷே இன்னும் இரண்டு நாளைக்கு இங்கேயிருந்துவிட்டு, நாளை நன்றைக்கு *(நாளை மறுநாள்)* கப்பலுக்குப் போகிறார் என்றும் முசியே சுப்பீர் முதலான ராசாவுடைய ஒப்பிசியேல்மார்கள் எல்லாரையும் ஐரோப்பாவுக்கு வரச்சொல்லி எழுதி அனுப்பியிருந்தபடி அவர்கள் சகலமானவரும் மோரீசுக்குப் போகிற கப்பலில் ஏறி சீமைக்குப் போகிறார்கள் என்றும் முசியே சுப்பீர் கப்பலுக்குப்போய் இடம் *(ஏற்பாடுகளைப்)* பார்த்து வந்தார் என்றும்

நாளை, நாளை நன்றையில் கப்பலில் ஏறுவதற்கான முஸ்தீபுகளில் அவரவர் மும்முரமாக இருக்கிறார்கள் என்றும் சொன்னார்கள்.

அப்பிறம் பதினொரு மணிக்குப் புறப்பட்டு, நாம் வீட்டுக்கு வந்து விட்டோம். அப்பிறம், சாயங்காலமும் சாவடிக்குப் போயிருந்து அவரவரை அழைத்து சீக்கிரமாகப் பணம், காசைத் தண்டி வரச்சொல்லி தாக்கீது பண்ணித் திட்டவட்டம் பண்ணிவிட்டு, ஒன்பது மணிக்கு வீட்டுக்கு வந்தோம்.

இத்தனாள் தஸ்தான (தண்டலான) பூ வராகன் 124 அல்லது எண்ணூற்று இருபது ரூபாயையும் (820) முசே லசேலிடம் செலுத்தச் சொல்லிவிட்டு, வீட்டுக்கு வந்துவிட்டோம். இத்தனாள் காலத்தாலே நாம் முசே லசேலின் வீட்டுக்குப் போயிருந்தபோது, அவர் இன்றைய நாள் தமிழரின் பண்டிகையா? என்று கேட்டார்.

அதற்கு நான், "நம்முடைய சேவகர்களும், சிப்பாய்களும் தமிழர்களிடம் போய் அவர்களிடம் பணம் கேட்கிறபோது, அவரவர் வீட்டில் யெழவு விழுந்ததைப்போல அழும்போது, பண்டிகை என்ன இருக்கிறது? ஊரில் எங்கேனும் ஒரு மேளதாள சந்தடிகளாவது கேட்கிறதா? இந்த எட்டுப் பத்து நாளைக்கு ஊரில் அவரவரும் சந்தோஷத்துடன் வேடிக்கையாக இருந்து, வீடுகளில் நடமாட்டம் இருக்கும். கோயில் வாசற்படிகளில் சாயங்காலம் தொடங்கி, ராத்திரி இருபது இருபத்தைந்து நாழிகை (காலை 4 மணி) வரை எள்ளைப் போட்டால், எள் கீழே விழாதபடி சனங்களின் நடமாட்டம் இருக்கும். வீதிகளிலே சனங்கள் நடமாட்டம் இருக்க, அவரவர்களுக்கு உள்ள அயிசுவரியத்தைப் பொறுத்து கொடுக்கல் வாங்கல் நடக்கும். எல்லாருடைய வீட்டு வாசற்படியிலும் நடமாட்டம் இருக்கும். ஒருவர் வீட்டுக்கு ஒருவர் என்பதாகப்போய்க் கண்டு கொள்வார்கள். மேளதாளம், சங்கீதம் என்று பட்டணம் முழுக்க இந்தப் பத்து நாளும் கோ என்ற சப்தமாக இருப்பதால், தூக்கமில்லாமல் இருக்கும். இதல்லாமல், நாம் தமிழருக்கெல்லாம் எசமான் என்பதால் நம் வீட்டு வாசலில் இன்னும் சற்றுக் கூடுதலான கூட்டம் இருக்கும். இத்தனாள் நம் வீட்டில் எப்போதும் இருக்கிற நான்கைந்து பேரைத் தவிர வேறு யாரும் வரவில்லை. இப்படியிருக்க என்ன பண்டிகை இருக்கிறது? சிப்பாய்கள் சனங்களின் வீட்டுக்குப்போய், வீடுகளை முத்திரை வைத்தும் பெண்டுகளைப் பிடித்து இழுத்தும், ஆண் பிள்ளைகளை இழுத்து அடித்தும் காபிராப்படுத்துகிறார்கள். தமிழர் வீட்டில் பிணம்

விழுந்துபோனால், அதை நடுவே வைத்துப் பெண்டுகள் எல்லாரும், சுற்றியிருந்து, வாயில் அடிச்சுக்கொண்டு அழுவார்கள். இப்படியாக, அவரவர் வீட்டில் அழுது கொண்டிருக்கும்போது, பண்டிகை எங்கே கொண்டாடுவது? இதல்லாமல் திருப்பதிக்கு யாத்திரை போகிறோம் என்ற சொல்லி வெகு சனங்கள் போய்விட்டார்கள்.

காவிரி ஸ்நானம் *(தற்போது, "கங்கா ஸ்நானம் ஆச்சா?" என்று பெருமையுடன் ஒருவரையொருவர் விசாரித்துக் கொள்கிறார்கள். ஆனால் அக்காலத்தில் காவிரி ஸ்நானம் என்று ரங்கப்பிள்ளைக் குறிப்பிடுவதில் இருந்து காவிரி ஸ்நானமே முக்கியமாக, புனிதமானதாக இருந்திருக்கிறது என்பது தெரியவருகிறது)* அழைக்கிறார்கள் என்று எப்போதும், பிராமணர் சிறிது பேர் போவார்கள். இப்போது வெகு பிராமணர்கள் அங்கே போய்விட்டார்கள். வந்தவாசியில் படைகள் இருப்பதால், சிலர் அங்கே போய்விட்டார்கள். பட்டணம் குறைபாடு உடையதாக இருக்கிறதே தவிர, வேறில்லை.

"இத்தனாள் சனங்கள் எல்லாரும் தங்களைச் சிங்காரிச்சுக்கொண்டு வெளியே கிளம்புவார்கள். இவற்றையெல்லாம் நீங்கள் கேள்விப்பட்டு இருப்பீர்கள். இப்போது அப்படி ஒன்றும் நடக்கவில்லை. இதையெல்லாம் மெய்யா! பொய்யா! என்று உம்முடைய மனுஷரை அனுப்பி வைத்துத் தெரிந்து கொள்ளுங்கள்" என்று சொன்னேன். பின்னையும், 'இந்தப் பட்டணத்தில் எந்த வர்த்தகரோ, சவுக்காரோ, லட்சத்துக்கோ, பத்தாயிரத்துக்கோ சொத்து உடையவனாக இருக்கிறானா? முசியே லெனுவார் *(M.Lenoir)* காலத்தில் இந்தப் பட்டணம் நல்லபடியாக இருந்தபோது, சென்னப்பட்டணம், ஆற்காடு வகையிறா பகுதிகளில் இருந்து வர்த்தகர்கள் இங்கு வந்து விற்கவும், வாங்கவும் இருந்தனர். அப்படியே, இவ்விடத்தில் இருந்த வர்த்தகர்கள் அந்த இடங்களுக்குப்போய், விற்கவும், வாங்கவும் செய்தனர். இதனால், இந்தப் பட்டணத்தில் இருந்த குடிசை வீடுகள் எல்லாம் கல்வீடுகளாக மாறின. என்று இந்தத் துரைத்தனம் தொடங்கியதோ, அன்று முதல் சனங்களுக்குப் பீடாய் போச்சுது. அந்த வீடுகளைத் தவிர யாருக்கும் புதிதாக வேறு ஆஸ்தி சேரவில்லை என்று சொன்னேன். அதற்கு, "உம்முடைய வீடும் அப்படித்தானா?" என்று கேட்டார். "ஆம், அப்படி நாலத்தனை பங்கு மோசம்" என்று சொன்னேன். பின்னையும், "வந்த கப்பல் இன்னும் பதினைந்து நாள் மட்டுக்கும் இங்கே இருந்தால், கொஞ்ச நஞ்சம் அவரவர் புடவை, சீலைகள் வகையிறாவை விற்று, சிறிது பணம் கிடைக்கும். இல்லாவிட்டால், பணம் தண்டல் ஆவது

மெத்தவும் பிரயாசையாக இருக்கும்” என்று சொன்னேன்.

“நீர் இப்படியெல்லாம் சொல்கிறீர். பணம் மாத்திரம் வருவதாகக் காணோம். உமக்கு மனமில்லை. அந்தக் காரியத்தை நீ கவனிக்கவில்லை என்று கோன்சேலில் சொல்லி, எனக்கு இந்தப் பொறுப்பு வேண்டாம் என்று எழுதிக் கையெழுத்துப் போட்டு முசே லாலியிடம் சொல்வேன்” என்று சொன்னார். அதற்கு, “நீ சொன்னால் சனங்களுக்கு ஆளில்லை என்றாகிவிடும். இந்தக் காரியத்தில் நான் வஞ்சனை இல்லாமல் உழைப்பதற்கு நூறு வகையான சாதகம் கொண்டு வந்து பிரயாசைப்பட்டுப் பார்க்கிறதுக்கு துருசு *(சான்றுகளைக்)* கொண்டுவந்து விடுவேன்” என்று சொன்னேன்.

இத்தனை நாளும் பொறுமையாகக் கேட்டுக்கொள்ள மாட்டான். ஆனால், இத்தனாள் மனம் பொறுத்துக் கேட்டுக்கொண்டான். அப்பால், “இந்த இரண்டு நாளைக்குப் பணம் தண்ட வேண்டாம் என்று நீர் சொல்வதைப்போல் சொல்லி, நிறுத்திவிட்டு, செவ்வாய் வாரம் முதல், பணத்தைத் தண்டல் செய்து, சீக்கிரமத்துக்குச் செலுத்திவிடச் சொல்லவும். குண்டு சாலையில் இருக்கிற சேவுகர்களுக்குச் சம்பளம் தரப்படாததால், தங்களுக்கு வேலை தேவையில்லை என்று சொல்லிவிட்டார்கள்.

நயினாருக்கும், ராசகோபால் நாயக்கனிடமும் அவர்களின் வசம் இருக்கிற சேவகர்களைப் பத்திரமாகக் கவனிக்கச் சொல்லவும். மூன்று மாதங்களுக்கான சம்பளத்தைக் கொடுத்துவிட்டு, அப்பால் கப்பல் வந்ததும் கொடுப்போம். வேலையை விட்டுப் போய்விடுகிறவர்களுக்குச் சம்பளமும் போய்விடும் என்று நான் சொன்னதாகச் சொல். நூறு பேரை மாத்திரம் வைத்துக்கொள்ளச் சொல். கும்பினியிலிருந்து இரண்டு மாதமோ, ஒரு மாதமோ அதற்குண்டான சம்பளத்தைக் கொடுத்துவிட்டு, பணம் வந்தவுடன் முழுச் சம்பளத்தையும் கொடுத்து விடுவோம் என்று திட்டம் பண்ணி வை” என்று சொன்னார். அங்கிருந்து அனுப்புவித்துக்கொண்டு, கோட்டைக்கு வந்தோம்.

அங்கே முசியே லாலி உள்ளிட்டோர் கோயிலுக்குப் பூசை கேட்கப் போனார்கள். முசியே தெஷேவை மாத்திரம் அலாயிதாயி *(தனியாக)* நாற்காலியில் உட்கார வைத்துத் தூக்கிக்கொண்டுப் போனார்கள். பூசை கேட்டு முடிந்தவுடன் கோவர்ணமாவிலே வந்தார்கள். முசியே லாலிக்கும், முசியே தெஷெவுக்கும் இடையே ஒப்பு, உயர்வு பார்க்கப்போனால் பூனைக்கும், எலிக்கும் இடையே எப்படி ஒப்பு உயர்வு இருக்குமோ, அப்படி இருந்தது. முசியே லாலிக்கும், முசியே தெஷேவுக்கும் இடையே

அதிகார நிலையைப் பார்த்தால் முசியே தெஷே உத்தியோகத்தில் ஒரு படி அதிகம். அவர் கடலுக்குள் இருந்தபோது கரைக்கு வரவேண்டுமென்று வேண்டுகோள் விடுத்து மரியாதையுடன் எழுதிக் கேட்டுக்கொண்டனர். அவர் இறங்கி வராவிட்டால், இவ்விடத்தில் இருக்கிற வெள்ளைக்காரர்களுக்கு மிகவும் சின்னத்தனமாகப் போய்விடும் என்று வேண்டிக்கொண்டு எழுதியதால், முசியே தெஷே கரைக்கு இறங்கி வந்தார்.

ஆனால், அவருக்குத் தகுந்த ஆசாரம் செய்யாததால், அவரவர் மனதில் நிறைவில்லாமல் இருந்தது. மத்தியானம் சாப்பிட்டவுடன் முசியே லாலியிடம் சொல்லிக் கொள்ளாமல் முசியே தெஷே சுலுப்பில் ஏறிப்போய்விடுவார் என்று வெள்ளைக்காரர்கள் பேசிக்கொண்டார்கள். அப்பால், இத்தனாள் மகா நவமி பண்டிகைக்கான பூசை என்பதால், புறப்பட்டு வீட்டுக்கு வந்துவிட்டோம்.

இத்தனாள் சாயங்காலம் ஏழு மணிக்கு, முசியே லாலி வெளியே போயிருக்கிற வேளை பார்த்து, முசியே தெஷே ஒருவரிடமும் சொல்லிக் கொள்ளாமல் படகிலேறி கப்பலுக்குப் போய்விட்டார். கப்பலுக்குச் சென்றவுடன் நாளை சாமம் பதினைந்து நாழிகைக்கு நடுராத்திரி *(பன்னிரண்டு மணிக்கு)* எல்லாக் கப்பல்களும் பாய் தூக்குறது *(கிளம்ப வேண்டும்)* என்று கப்பல்காரர்களை அழைத்து ஒடுதியிட்டுவிட்டார் என்றும் கேட்கப்பட்டது. முசே தெபோவின் ***(M.Desvaux)*** பெண்சாதி சீமைக்குப் போவதால், அவருடைய சாமான்கள் எல்லாம் கப்பலில் ஏற்றப்பட்டன. அவள் முசியே லெறியிடம் போய் அனுப்புவித்துக் கொண்டபோது, அவளை முசே லெறி, முசியே தெஷேவின் வசம் ஒப்படைத்தார். முசே தெஷே கப்பலில் போய் ஏறியபோது கூடவே அவளும் போனாள் என்று சேதி கேட்கப்பட்டது.

நேத்து சனிவாரம் ராத்திரி வந்தவாசியில் இருந்த நம்முடைய பவுன்சு பேரிலே இங்கிரேசுக்காரரின் பவுன்சு *(**Mr.Brereton** என்பவன் தலைமையில்)* வந்து தாக்கிக் கடுமையான சண்டை நடந்தது. நம்முடைய பவுன்சில் முந்நூறு, நானூறு பேர் செத்துப்போனார்கள். முசியே தெபோவோ ***(M.Debova)***, இங்கிரேசுக்காரரிடம் கைப்பிடியாக அகப்பட்டுக் கொண்டார். *(ஆங்கிலப் பதிப்பில் மாட்டிக் கொண்டவர் பெயர் முசே ப்ரு கேம்ப் - **M.Brucamp*** என்றுள்ளது) ராயப் பிள்ளையும், ராமலிங்கம் பிள்ளையும் தப்பி ஓடி வந்துவிட்டார்கள். இங்கிரேசுக்காரரில் எழுநூறு, எண்ணூறு பேர் செத்துப்போனார்கள்.

ஒரு கொம்மாந்தனும், சில சொலுதாதுகளும் நம்முடவர்கள் கையில் அகப்பட்டுக் கொண்டார்கள். அத்துடன் அவர்களின் படையினர் தோற்றுப்போய்த் திருவத்தூருக்குப்போய்ச் சேர்ந்தார்கள். இந்தச் சேதிகள் எல்லாம் முசே லாலிக்கு எழுதி வந்தன. எனவே, முசே லாலி நாளைக் காலத்தாலே கோட்டையைச் சுற்றியிருக்கிற கொத்தளங்களில் எல்லாம் இருநூறு பீரங்கி சுடச்சொல்லி, உத்தரவு பண்ணினார் என்று கேட்கப்பட்டது.

இந்தக் கப்பலில் இருந்து எண்ணூறு வெள்ளைக்கார மத்தலோத்தும் (கப்பலோட்டிகளையும்) அவர்களுக்கான ஒப்பிசியேல்களையும் நானூறு காபிரிகளையும், ஆக ஆயிரத்து இருநூறு பேர்களை மாத்திரம் முசே தெஷே கரையில் இறக்கிவிட்டார். முசே லாலி இவ்விடத்துக்குப் பவுன்சு வேண்டுமென்று கேட்டதால், அவர் இந்த ஆயிரத்து இருநூறு பேரையும் கரையில் இறக்கிவிட்டார். இத்தனாள் சாயங்காலம் சாவடிக்குப்போய், அங்கே தண்டலான எழுபத்தொன்பது ரூபாயையும் முசே லசேலிடம் செலுத்திவிடச் சொல்லிவிட்டு, வீட்டுக்கு வந்துவிட்டோம்.

1759 அக்டோபர்

1759 ஹூ ஒயித்தோபர் மீ 1 வ;
பிரமாதி ஹூ புரட்டாசி மீ 19 வ; சோமவாரம் விசயதசமி

இத்தனாள் காலத்தாலே வந்தவாசி தண்டு சமாச்சாரம் வந்த நிமித்தியம் இத்தனாள் காலத்தாலே பட்டணத்தைச் சுற்றியிருக்கிற கோட்டைக் கொத்தளங்களில், கொத்தளத்துக்கு அஞ்சு பீரங்கிகள் என்ற கணக்கில் இருநூறு பீரங்கிகளைச் சுட்டார்கள். நேத்து பதினாறு நாழிகைக்கு *(நடுராத்திரி)* முசே லசேலுக்கு ஆண் பிள்ளை பிறந்தது. அதற்காக இத்தனாள் காலத்தாலே நாம் முசே லசேலின் வீட்டுக்குப்போய் முபார்க்குப் பாதி சொல்லிவிட்டு, அங்கிருந்து கோட்டைக்கு வந்தோம். முசே லாலி அவர்களைச் சந்தித்து வந்தவாசி தண்டு பத்தேயானதற்கு *(வெற்றி பெற்றதற்கு)* அவரவர் வந்து முபார்க்குப் பாதி சொன்னார்கள். இத்தனாள் வந்தவாசி பவுன்சு பத்தேயானதற்கு வெள்ளைக்காரர்கள் பண்டிகை கொண்டாடினார்கள். இத்தனாள் மத்தியானம் முசியே தெஷேவின் பதின்மூணு கப்பலும் பாய் தூக்கி ஓடிப்போய் விட்டார்கள். சீமைக்கு அனுப்ப வேண்டிய காகிதங்களை அவரவர் இந்தக் கப்பலில் அனுப்பிவிச்சார்கள்.

1759 ஹூ ஒயித்தோபர் மீ 3 வ;
பிரமாதி ஹூ புரட்டாசி மீ 21 வ; புதவாரம்

இத்தனாள் காலத்தாலே ஏழு மணிக்கு முசே லாலி அழைக்கிறார் என்று இரண்டு சேவுகர்கள் வந்து அழைத்தார்கள். நாம் கோட்டைக்குப் போனோம்.

அங்கே முசே பசேன் *(M.Bazin)* மாடிப்படியின் சமீபத்திலே எதிரில் வந்தார். "இது முசே லாலி அவர்களின் உத்தரவு, வந்தவாசிப் படைக்குப் போகிற நான்கு ஒப்பிசியேல்களுக்கு நான்கு குதிரைகள் வேண்டும். ஒப்பிசியேல்மார்கள் போவதற்கு ஏற்றபடியான நான்கு குதிரைகளை மாத்திரம் எங்கிருந்தேனும் கொண்டுவந்தால், உரிய விலை கொடுத்துவிடலாம்" என்று சொன்னார். நல்லதென்று சொல்லி நயினாருக்குச் சொல்லி அனுப்பினோம். நம்முடைய மனுஷர்களையும் அனுப்பி வைத்தோம். அவர்கள் போய் அவ்வாறே அஞ்சு குதிரை களைக் கொண்டுவந்தார்கள். முசே லசேலுக்கு, முசியே பசேன் சொல்லி அனுப்பி வைத்தார். அவர் சாவடிக் கணக்குப் பிள்ளைகளுக்கும்,

நயினாருக்கும் எட்டுக் குதிரை வேண்டும் என்று சொல்லி அனுப்பி வைத்தார். எனவே, அவர்கள் குதிரை பிடிக்கிற காரியத்தில் இருந்தார்கள்.

முசியே தெஷேவின் கப்பலிலேயே முசியே லாலியும் இந்தியாவிலிருந்து ஐரோப்பாவுக்குக் கிளம்பி வந்துவிட்டால், அவருடைய *(லாலி)* இடத்தில், படைகளுக்கு எல்லாம் முசியே புசியை எசமானாக இருந்து கவனிக்கும்படியாக, ஐரோப்பாவிலிருந்து கும்பினி யாரின் காகிதம் வந்திருந்தது. ஆனால், முசியே லாலி ஐரோப்பாவுக்குப் போகாமல், முசியே சுப்பீர் *(M.the Chevalier de Soupire)* மட்டும் போனார். எனவே, அவர் பொறுப்பு வகித்த இரண்டாம் இடத்தை முசியே புசிக்குக் கொடுத்து இந்தச் சண்டையின் பவுன்சுத் தளபதியாக வந்தவாசியில் தண்டு இருக்கிற இடத்திற்குப் போகச் சொன்னார்கள். கப்பலில் இருந்து இறங்கியிருந்த எண்ணூறு வெள்ளைக்காரர்களுக்கும், ஐந்நூறு காப்பிரிகளுக்கும் வேண்டிய துப்பாக்கி, ஆயுதங்கள், ரஸ்துகள், மருந்து, குண்டுகள் எல்லாம் கொடுத்து இன்னும் பாறு, போயிகள் *(troopers)*, குதிரைப் பவுன்சு ஆகியவற்றைச் சேர்த்து முசியே புசியுடன் வந்தவாசிக்கு அனுப்பிவிச்சார்கள். *(1760 ஜனவரி 22-இல் நடந்த வந்தவாசிப் போரில் புசி மிக மோசமாகத் தோற்கடிக்கப்படுவார்).*

1759 ஸு ஒயித்தோபர் மீ 4 உ;
பிரமாதி ஸு புரட்டாசி மீ 22 உ; குருவாரம்

இத்தனாள் காலத்தாலே முசியே லசேல் நம்மை அழைத்து அனுப்பினார். சலதோஷமாயுருக்கிறது என்று சொல்லி அனுப்பி வைத்தோம். எனவே, இத்தனாள் நாம் வெளியே போகவில்லை. இத்தனாள் கோன்சேல் கூடி, பன்னிரண்டு மணிக்குக் கலைந்தது. வீட்டுக்குப் போகிற கோன்சேலியர் எல்லாரும், படி இறங்குகிற மட்டுக்கும் ஒருவருக்கொருவர் ரகசியம் பேசிக்கொண்டும், சிரிச்சுக்கொண்டும் போனார்கள். இத்தனை நாளும் என்னவோ போல் போகிற சின்ன துரை முசே பெடுத்தல் மீயும் கூடச் சிரிச்சுக்கொண்டு போனார். முசியே புலோவும் சிரிச்சுக்கொண்டு ஒருவருக்கொருவர் ரகசியம் பேசிக்கொண்டு படி இறங்குகிற மட்டுக்கும் போனார்கள். இத்தனாள் கோன்சேலில் என்ன நடந்தது என்பதை இனிமேல் விசிதமாய் அறிய வேண்டும்.

இத்தனாள் பகலைக்கு மேலாக கேள்வியான சேதியாவது: முசே தெபுசேத்து கவனித்து வந்த சாலை *(டங்கா சாலையாக இருக்கலாம்)*

முசே லசேல் விசாரிப்பதாக இருந்தது. அவருக்குப் பதிலாக இனிமேல் முசியே பெடுத்தல் மீ விசாரிக்குமாறு *(கவனிக்குமாறு)* முடிவானது. ஆற்காடு இடங்களில் முசியே புசி பிடிக்கிற சீமைகளைக் கவனித்துக்கொள்ளும் பொறுப்பு முசியே தெவோவிடம், ஒப்படைக்கப்பட்டது. அவர் அதற்காக அமுல்தாரன்களை அழைத்துக் கொண்டு அங்கே போகிறார் என்பதாகக் கேட்கப்பட்டது.

இந்த ஒயித்தோபர் மாசம் 15-ஆம் தேதி அவிழ்த்துப் பார்க்கச் சொல்லி, ஐரோப்பாவில் இருந்து வந்த ஒரு காகிதக் கட்டு இருக்கிறது. அவிழ்த்துப் பார்த்தால், அதிலென்ன அதிசயம் இருக்குமோ? அதை அறிய வேண்டும். இதல்லாமல் 1760-ஆம் வருசம் சனேரி மாசம் இரண்டாம் தேதி, மூன்றாம் நாளில் அவிழ்த்துப் பார்க்கச்சொல்லி, ஒரு காகிதக் கட்டு வந்திருக்கிறது. அதை அவிழ்த்துப் பார்க்கிறபோது என்ன அதிசயம் இருக்குமோ? அதை அறிய வேண்டும். ஒயித்தோபர் மாதத்துக் காகிதங்களில் அதிசயங்கள் மட்டாக *(வியப்புகள் குறைவாக)* இருக்கும். சனவரி மாதக் கடுதாசியில் அதிசயங்கள் அதிகமாக இருக்குமென்று வெள்ளைக்காரர்கள் அவரவர் பேசிக் கொள்கிறார்கள். அதை இனிமேல் அறிய வேண்டும். என்ன அதிசயம் இருக்குமென்றால், வெள்ளைக்காரர்கள் அவரவர் வாங்கிய லஞ்சங்கள், திருட்டுப் புரட்டுகள் சம்மதி விசாரிக்கச் சொல்லி எழுதி வந்திருக்கும் என்று தோன்றுகிறதே தவிர வேறு ஒன்றுமில்லை.

(ஆங்கிலேய சோல்ஜர்களும் கொள்ளையடிப்பார்கள். ஆனால் கம்பனிக்கு முறையாகப் பணத்தை அனுப்பிவிடுவார்கள். அதற்காக தாசில்தார்களை நியமித்திருந்தனர். ஆனால் பிரெஞ்சுக்காரர்கள் லெறியின் காலத்தில் மிக மோசமாக பணத்தை அடித்துப் பறித்தனர். அதை சதுரங்கப்பட்டிணம், தரங்கப்பாடியிலிருந்து கிளம்பும் நடுவுநிலை நாடுகளான டச்சு, டேனிஷ் கப்பல்களில் பிரான்சுக்கு அனுப்பினர்).

1759 ஹூ ஒயித்தோபர் மீ 5 வ;
பிரமாதி ஹூ புரட்டாசி மீ 23 வ; வெள்ளிக்கிழமை

முசே லாலி தம்மிடம் இருக்கிறவர்களிடம் கேட்டார். “இந்தக் காரியங்களைக் கவனிப்பதற்குத் தகுதியான பெரிய மனுஷர்கள் தமிழர்களில் இல்லையா?” என்று கேட்டார். “வெகு பேர் இருப்பார்கள். உம்மிடம் வந்தால் நீர் கோபம் காட்டுகிறீர்” என்று சொன்னதின்பேரிலே, அதற்கு, “இனிமேல் அப்படிக் கோபம் காட்டுவதில்லை” என்று

சொன்னார். அப்படிப்பட்டவர்களை அடையாளம் காண வேண்டும் என்றும் சொன்னார். இதை முசியே லாலி வீட்டில் அவரிடம் வேலை செய்கிற வீரராகவ அய்யனும், முசியே லாலியின் சம்பிறீதி *(எழுத்தரான)* குமாரசாமிப் பிள்ளையும் பேசிக்கொண்டதாகச் சொன்னார்கள்.

1759 ௵ ஒயித்தோபர் மீ" 6 ௳; பிரமாதி ௵ புரட்டாசி மீ" 24 ௳; சனிவாரம்

இத்தனாள் முராரி ராயனிடம் போயிருந்த மயிலாப்பூர் பிஷப்பு பாதிரி நொரோனா என்பவர் நூறு பேரை உதவிக்கு அழைத்துக்கொண்டு, ஒரு யானையையும், சீரொப்பாவையும் வெகுமானம் வாங்கிக்கொண்டு, இத்தனாள் வேலூருக்கு வந்து சேர்ந்தார். இவர்கள் அனுப்புகிறோம் என்று சொன்னபடி பணம் அனுப்பி வைக்காததால், நான் போய்ப் பணம் அனுப்பி வைக்கிறேன் என்று சொல்லிவிட்டு வந்துவிட்டார் என்று சேதி கேட்கப்பட்டது. முன்பு அவர்களின் *(முராரி ராவின்)* பவுன்சு காஞ்சிபுரம் பகுதிகளைப் பிடித்துக் கொண்டதாகச் சொன்னது அபத்தம் *(பொய்ச் சேதியாகும்).*

1759 ௵ ஒயித்தோபர் மீ" 17 ௳; பிரமாதி ௵ அற்பிசி மீ" 4 ௳

இத்தனாள் வந்தவாசியில் இருந்த ரெஜிமென்ட் தெ லாலி ***(Regiment de Lally)*** *(என்ற படைப் பிரிவைச் சேர்ந்த)* சொலுதாதுகளும், தெ லோரொன் ***(Regiment de Lorraine)*** சொலுதாதுகளும், சீமையிலிருந்த வந்த சொலுதாதுகளும் சம்பளம் வரவில்லை என்று சொல்லி, ஒட்டு மொத்தமாகப் புறப்பட்டுப் போனார்கள்.

அங்கிருந்த ராசாவுடைய ஒப்பிசியேல்மார்களும், கும்பினி சொலுதாதுகளும், ஒப்பிசியேல்மார்களும் போய், "போகவேண்டாம்" என்று சொல்லிக் குறுக்கே நின்று தடுத்தார்கள். எனவே, அவர்கள் இழுத்துக் கொண்டுபோன பீரங்கிகளை இவர்களின் பக்கமாகத் திருப்பி, எதிர்ப்புக் காட்டினார்கள்.

எனவே, இவர்கள் எதிர்க்க வேண்டாம் என்று தங்கள் இடத்திற்கே வந்தார்கள். காதவழி *(பத்துக் கல்)* தொலைவுக்குப் போனதற்கு அப்பால், எங்களுக்குத் தரவேண்டிய சம்பளத்தைக் கொடுத்தால் நாங்கள் திரும்ப வருவோம். இல்லாவிட்டால், இங்கிரேசுக்காரரிடம் போய்ச் சேர்ந்து கொள்வோம் என்று சொன்னார்கள். இதை வந்தவாசியில் இருந்தவர்கள்

புதுச்சேரிக்கு எழுதி அனுப்பினார்கள். இதனை ரொம்பச் சின்னமாய் *(நன்றாக)* எண்ணிப் பார்த்த முசியே லாலி, கையிருப்பாக இருக்கிற லட்சத்து இருபதாயிரத்தை மாத்திரம் அனுப்பி வைத்தார்.

முன்பு கோன்சேலுக்கு வரி பிரித்து எழுதியதை நிறுத்தி வைத்தார். தமிழர்களிடம் மாத்திரம் வரி வாங்கினார். இப்போது கோன்சேலைக் கூட்டி, முன்பு எழுதியபடியே, அவர்களிடமும் வரி வாங்கச் சொல்லவே, கோன்சேல் அவ்வாறே முடிவெடுத்தது.

எனவே, கோன்சேலியர்கள் அவரவரின் நகைகளை டங்கா சாலையில் உருக்கப் போகிறார்கள் என்ற சேதியை இத்தனாள் கேட்கப்பட்டது.

1759 ஷ ஒயித்தோபர் மீ 20 வ; பிரமாதி ஷ அற்பிசி மீ 7 வ; சனிவாரம்.

இத்தனாள் கேள்வியான சேதி: வந்தவாசியில் இருந்த ரெஷமாம் தெ லாலி என்கிற பவுன்சு சொலுதாதுகளும் படையிலிருந்து வெளியேறியிருந்த மற்றச் சொலுதாதுகளும், சம்பளம் வரவில்லை என்று ஒன்று கூடிக்கொண்டு வந்தவாசி வட்டங்களைக் கொள்ளையிட்டுச் சிறைப்பிடித்தனர் *(பெண்களைச் சீரழித்தனர்)*. இப்படியான வெகு சேதங்களை ஏற்படுத்தினர். எனவே, தக்கே சாயபு வந்தவாசிக் கோட்டைக் கதவை சாத்திக்கொண்டு உள்ளேயே இருந்தான். அங்கிருந்த முசியே மீரான், முசே தெபுவா, சர்தாராய் இருந்தவர்கள் எல்லாரும் கோட்டைக்குள் பூந்து கொண்டார்கள். அமுல்தாரன்களும், மற்றவர்களும் கண்ட கண்ட வழிகளில் எல்லாம் ஒடிப்போய் விட்டார்களென்ற சேதி கேட்கப்பட்டது.

இத்தனாள் வெள்ளைக்காரர்கள் எல்லாரும் டங்கா சாலைக்கு வெள்ளி நகைகளை அனுப்பிவிச்சார்கள். பழைய கோவர்ணதோரான முசெ லெறி முப்பத்தொரு மார்க்கு அல்லது ஆறு நூறு ரூபாய் மதிப்புள்ள வெள்ளி நகையை டங்கா சாலைக்கு அனுப்பி வைத்தார்.

தில்லை மேஸ்திரியை முசே லசேல் கட்டி வைத்து அடித்தார். இதனால் சின்ன துரை முசியே கில்லியார், “நான் கவனிக்கிற ஞாயத்திற்கு என்னை விட்டுவிட்டு முசியே லசேல் எனது அதிகாரத்தை எடுத்துக்கொண்டான். இப்படி நடந்துகொள்ள இவனா அதிகாரஸ்தன்” என்று மிகவும் கோபிச்சுக் கொண்டதாகச் சேதி கேட்கப்பட்டது.

1759 நவம்பர்

1759 ஷு நவம்பர் மீ 1 வ;
பிரமாதி ஷு அற்பிசி மீ 19 வ; குருவாரம்.

இத்தனாள் காலத்தாலே நான் முசே பெடுத்தல் மீயின் வீட்டுக்குச் சென்றேன். அங்கே முசியே பெடுத்தல் மீயும், ஒரு கை போனவனான முசே லோஸ்தீசும் *(M.Lhostis)* பேசிக்கொண்டிருந்தார்கள். அவர்கள் இருவரும் எழுந்திருந்து, என்னைக் கனப்பையில் *(நாற்காலியில்)* உட்காரச் சொன்னார்கள். பட்டணத்துச் சேதி என்னவென்று கேட்டார்கள். "உங்களுக்குத் தெரியாத சேதி என்ன இருக்கிறது? எல்லாம் உங்களுக்குத் தெரிந்திருக்கும்" என்று சொன்னோம். "மெய்தான், பட்டணத்தில் இருக்கிற சனங்களில் வெகு பேர் ஓடி விட்டார்கள். பட்டணம் குட்டிச் சுவராகப் போய்விடுமா? என்று கேட்டார்கள். உங்களுக்கு எல்லாம் தெரிந்திருக்கும்போது, என்னைக் கேட்க வேண்டியதென்ன?" என்று சொன்னோம்.

பின்னையும், "இந்தப் பட்டணம் என்பது முசியே லெனுவாரின் நாளையில் உருவானது. இப்போது முசே லாலியின் நாளையில் அழிந்து போய்விட்டது. அந்தக் கீர்த்தி அவருக்கும், இந்தக் கீர்த்தி இவருக்கும் வந்ததென்று வெள்ளைக்காரர்கள் எல்லாரும் பேசிக்கொள்கிறார்கள்" என்று சொன்னார்கள். "எல்லாம் உங்களுக்குத் தெரிந்திருக்கும்போது நம்மைக் கேட்க வேண்டியதென்ன?" என்று சொன்னேன். அப்பால் பின்னையும் சிறிது நேரம் பேசியிருந்துவிட்டு, அனுப்புவித்துக்கொண்டு வீட்டுக்கு வந்துவிட்டோம்.

1759 ஷு நவம்பர் மீ 9 வ;
பிரமாதி ஷு அற்பிசி மீ 27 வ; சுக்கிரவாரம்

இத்தனாள், பந்தரில் *(மச்சிலிப்பந்தரில்)* இங்கிரேசுக்காரரிடம் அகப்பட்டிருந்த இருநூறு பிரெஞ்சுக்காரச் சொலுதாதுகள் விடுதலை செய்யப்பட்டு ஆலம்புரிக்கு வந்து சேர்ந்தார்கள். பதிலுக்கு இவ்விடத்தில் அகப்பட்டிருந்த இருநூறு இங்கிரேசுக்காரர்களைச் சென்னப்பட்டணத்துக்கு அனுப்பிவிட்டார்கள்.

இனிமேல், இங்கிரேசு சொலுதாது ஒருத்தரும் இங்கேயில்லை. எல்லாரும் சாடாவாய்ப் *(மொத்தமாய்)* போய்விட்டார்கள்.

1759 ஷூ நவம்பர் மீ 11 வ;
பிரமாதி ஷூ அற்பிசி மீ 29 வ; ஆதிவாரம்

இத்தனாள் காலத்தாலே, தமிழில் எழுதப்பட்ட ஒரு காகிதம் முசே லாலியுடைய மேசையில் வைக்கப்பட்டிருந்தது. முசே லசேல் வந்தவுடன் அவன் கையில் காகிதத்தைக் கொடுத்த முசே லாலி, "இதேது? தமிழில் எழுதி என்னுடைய மேசையின் பேரிலே வைக்கப்பட்டிருந்தது. படித்துப் பாரும்" என்று சொல்லிக் கொடுத்தார். முசே லசேலும் படித்துப் பார்த்தார். அதில் எழுதியிருந்ததாவது:

"இந்தப் பட்டணத்தில் இருக்கிற ஏழை சனங்களை ஏன் உபத்திரியம் பண்ணுகிறீர்கள். இதனால், பட்டணத்தில் வெகு காபராப்பட்டுள்ளது. சனங்கள் எல்லாரும் வாழ்க்கைக் கெட்டுப்போய்க் கிடக்கிறார்கள். இவ்வளவு உபத்திரியம் கொடுத்துப் பணத்தை வாங்கினீர்களே? உங்களுடைய எந்த காரியத்துக்கு அது பயன்பட்டது? இனி மேலாகிலும், சுவாமி முகத்தைப் பார்த்து, ஏழை சனங்களை உபத்திரம் பண்ணாமல் மனம் பொறுத்துச் செய்ய வேண்டும். உங்களுடைய தண்டு செலவுக்குப் பணம் வேண்டுமென்றால், அதற்கான தகுதியுடைய மூன்று பேர் உங்களிடமே, இந்தப் பட்டணத்துக்கு உள்ளேயே இருக்கிறார்கள். அவர்களை விட்டுவிட்டு, ஏழை சனங்களை ஏன் உபத்திரவப்படுத்துகிறீர்கள்? இப்போது கூட அந்த மூன்று பேரையும் அழைத்துக்கேட்டால், எத்தனை லட்சம் வேண்டுமென்றாலும் கொடுப்பார்கள். உங்களுக்கும் தண்டுச் செலவும், சிப்பந்தி செலவும் நடந்து முடியும். இப்படி நடப்பித்தால் உங்களுக்குப் புண்ணியமும், கீர்த்தியும் கிடைக்கும். அப்படி இல்லாமல், பின்னையும் ஏழை சனங்களை உபத்திரம் செய்தால், உங்களுக்கு வெகு பாவம் வரும்" என்று எழுதியிருந்தது. இப்படியாக முசே லசேல் படித்துக் காட்டினார். அப்போது சம்பா கோயில் பாதிரியான லாவாரே ***(Father Lavaur)*** என்பவர் வந்தார். அவரும் கூடப் படித்துப்பார்த்தார். இருவரும் தெரிந்த மட்டுக்கும் சொன்னார்கள். அதை முசே லசேலை அந்தக் கடிதத்தைப் பிரெஞ்சுப்படுத்தி வரச் சொன்னார். முசே லசேல் அவர் வீட்டிற்கு கடிதத்தை எடுத்துப்போய் பிரெஞ்சுப்படுத்தி வந்ததாகக் கேள்விப்பட்டோம். அந்த மூன்று பேர் யாரென்றால், டங்கா சாலை பாபுராவ், அவனுடைய தம்பியான கடலோரத்தில் *(சுங்கச் சாவடியில்)* இருக்கிற ராமச்சந்திர ராவ், அவனுடைய தம்பியான காரைக்காலில் இருக்கிற சீனிவாசராவ் என்று இந்த மூவரின் பேரும் எழுதப்பட்டிருந்தது. அவர்கள் மூவரும் ஒன்றாக இருந்தாலும் கூட *(அண்ணன் தம்பி)*,

அவரவரின் காரியம் வேறு வேறு என்பதால், மூன்று பேர்களையும் பிரித்து எழுதியிருந்தது. புகையிலைக் கிடங்கு பாப்புராயனின் பேர் கூட எழுதியிருந்தது. இத்தனாள் சாயங்காலமும் சாவடிக்குப் போயிருந்தோம். தண்டலான 125 வராகனையும், 88 ரூபாயையும் முசே லசேலிடம் செலுத்தச் சொல்லிவிட்டு, ஒன்பது மணிக்கு வீட்டுக்கு வந்து விட்டோம்.

1759 ஷு நவம்பர் மீ 15 உ;
பிரமாதி ஷு கார்த்திகை மீ 3 உ; குருவாரம்

இத்தனாள் காலத்தாலே முசியே புலோ *(M.Boyelleau)*, "மெய்தானா? பட்டணத்தில் இருந்த சனங்களில் பாதி சனங்கள் வெளியே போய்விட்டார்களா?" என்று கேட்டார். "அதென்ன? முக்கால் பங்கு சனங்கள் போய்விட்டார்கள்" என்று சொன்னோம். அதற்கு அவர், "முசே லாலி இனி பின்னையும் இப்படியே இரண்டு மாதங்களுக்குத் துரைத்தனம் செய்வாரானால், பட்டணத்துக்குள் தமிழர் ஒருவர் இருக்கப் போவதில்லை. நாங்களும் புறப்பட்டுப்போய் விடுவோம். முசியே லாலி ஒருவன் மட்டும், தனியாக உட்கார்ந்து கொண்டிருப்பார். சொலுதாதுகள் மாத்திரம் இருப்பார்கள் என்று தெரிகிறது. அவர்களும் போய்விடுவார்கள். இருக்க மாட்டார்கள். முசே லாலி மாத்திரம் ஒண்டியாய் உட்கார்ந்து கொண்டிருப்பான்" என்று சொன்னார். இப்படியாகப் பேசிக் கொண்டிருந்துவிட்டு பதினொரு மணிக்குப் புறப்பட்டு வீட்டுக்கு வந்துவிட்டோம்.

1759 ஷு நவம்பர் மீ 18 உ;
பிரமாதி ஷு கார்த்திகை மீ 6 உ; ஆதிவாரம்

இத்தனாள் கேள்வியான சேதி: இங்கிருந்து போன செனரல் மயேர் *(மேஜர் ஜெனரல்)* முசே பிமேல் *(M.Fumel)* பவுன்சு தூர் வாங்கிக்கொண்டு *(பின்வாங்கிக் கொண்டு)*, சமயபுரத்திற்குப் போனார்கள் என்ற சேதி கேட்கப்பட்டது.

1759 ஷு நவம்பர் மீ 25 உ;
பிரமாதி ஷு கார்த்திகை மீ 13 உ

இத்தனாள் காலத்தாலே திருச்சிராப்பள்ளிக்குப்போன நம்முடைய பவுன்சு சமயபுரத்திற்கு சமீபத்திலே சென்றபோது, இங்கிரேசுக்காரரின்

பவுன்சு எதிரில் வந்து சண்டை ஏற்பட்டது. இதில் நம்முடையவர்களின் பவுன்சு பின்னடைந்து, ஊட்டத்தூருக்கு வந்து சேர்ந்ததாகவும், பவுன்சு செலவுக்குப் பணமில்லை என்று எழுதி வந்ததாகவும் சேதி கேட்கப்பட்டது.

1759 ஹு நவம்பர் மீ 26 வ;
பிரமாதி ஹு கார்த்திகை மீ 14 வ; சோமவாரம்

இத்தனாள் காலத்தாலே, பட்டணத்தில் இருக்கிற தமிழர் ஆகட்டும், வெள்ளைக்காரர்கள் ஆகட்டும், யாரானாலும், அவர்களிடம் பத்து வராகன் இருக்குமானால், அதை விடக்கூடாது. வாங்க வேண்டும். கும்பினி சிப்பந்திக்குப் பணமில்லாதபோது, இவர்களை எல்லாம் விடக்கூடாது என்று கோன்சேலில் சொல்லி, முசியே லசேலுக்கும் உத்தாரம் கொடுத்ததாகச் சேதி கேட்கப்பட்டது.

1759 ஹு நவம்பர் மீ 27 வ;
பிரமாதி ஹு கார்த்திகை மீ 15 வ; செவ்வாய்க்கிழமை

இத்தனாள் கேள்வியான சேதி: ஸ்ரீரங்கத்துக்குப்போன நம்முடைய பவுன்சு ஊட்டத்தூரில் இருந்தது. முசே பிமேலை, முசியே லாலி திரும்ப அழைத்துக் கொண்டார். அப்பால், முசே கிரிலோனின் தலைமையில் கிளம்பிய நம்முடைய பவுன்சு சமயபுரத்துக்கு அருகிலிருந்த இங்கிரேசுப் படையுடன் சண்டையிட்டது. *(பிமேலை திரும்பப் பெற்ற செய்தி, தமிழ்ப் பதிப்பில் இல்லை. ஆங்கிலப் பதிப்பில் உள்ளது. பிள்ளைச் சொன்னதுபோல முசே பிமேல் அந்தத் தாக்குதல் நடத்தவில்லை என்று பல ரிப்போர்ட்டுகளின்படி கண்டறியப்பட்டதாக ஆங்கிலப் பதிப்பில் உள்ளது)* இங்கிரேசுக்காரரில் அறுநூறு பேர் செத்துப்போனார்கள். இருநூறு பேர் கைப்பிடியாக அகப்பட்டுக் கொண்டார்கள். இரண்டு பீரங்கிகள் அகப்பட்டன. இதனால் அவர்களின் பவுன்சு தோற்றுப் போய்விட்டது.

நம் படையினர் ஸ்ரீரங்கத்தைப் போய்ப் பிடித்துக்கொண்டு, இரண்டு தெருக்களைக் கொள்ளை அடித்தார்கள். கோயிலில் இருந்த பிராமணர்களும், பைராக்கிகளும், தாசரிகளும் கோயில் கதவை அடைத்துக்கொண்டு, கதவைத் திறக்க மாட்டோம் என்றும், கோயில் மீதேறி விழுந்து சாகப் போகிறோம், உயிரோடு இருக்க மாட்டோம் என்றார்கள். இரண்டு தெருக்களைக் கொள்ளையிட்டு, பெண்டுகளையும்

சீரழித்தார்கள். ஸ்ரீரங்கத்துக்குப்போய்ச் சேர்ந்தோம் என்ற சேதி எழுதி இங்கு வந்தது.

அந்தக் காகிதத்தைக் கொண்டுவந்த அறுக்காராவுக்கு *(சேதிக் காரனுக்கு)* முசே லாலி பத்து ரூபாய் வெகுமானம் கொடுக்கச் சொன்னார் என்று சேதி கேட்கப்பட்டது. இங்கிரேசுக்காரரின் பவுன்ஸில் சேதமான மட்டுக்கும், நம்முடைய பவுன்ஸிலும் *(படையிலும்)* ஏற்பட்டிருக்கும். *(பிரெஞ்சுப் படையினருக்கு அதிகச் சேதமில்லை என்று ஆங்கிலேயர்களே எழுதியுள்ளனர். புதுச்சேரியில் இருந்த சூழலின் காரணமாகப் பிள்ளை இவ்வாறு விரக்தியாக எழுதியுள்ளதாக ஆங்கிலப் பதிப்பில் உள்ளது).*

இத்தனாள் சாயங்காலமும் சாவடிக்குப் போயிருந்து மகாநாட்டார் சீக்கிரமத்துக்குப் பணத்தைத் தண்டச் சொல்லி தாக்கீது பண்ணினோம். இத்தனாள் தண்டலான 140 *(வராகனையும்)*, 10 ரூபாயையும் முசே லசேலிடம் செலுத்தச் சொல்லிவிட்டு, எட்டு மணிக்கு வீட்டுக்கு வந்துவிட்டோம். முசியே பிரினியை *(M.Brenier)* ஸ்ரீரங்கத்துக்குக் கொம்மாந்தாமாக அனுப்பிவிச்சார்கள்.

1759 ஹு நவம்பர் மீ 28 வ;
பிரமாதி ஹு கார்த்திகை மீ 16 வ; புதவாரம்

இத்தனாள் கேள்வியான சேதியாவது: பிரான்சுக்காரர்களின் பவுன்சு ஸ்ரீரங்கத்தைப் பிடித்துக் கொண்டதால், வந்தவாசியில் போய் நாம் ரூட்டி பண்ணினால் *(தொந்தரவு கொடுத்தால்)*, வந்தவாசிக் கோட்டையைக் காப்பாற்ற ஸ்ரீரங்கத்துப் பவுன்சு திரும்ப வரும் என்று நினைத்து, காஞ்சிபுரம், செங்கல்பட்டு ஆகிய பகுதிகளில் இருந்த இங்கிரேசு பவுன்சு, வந்தவாசிக்குப் போய், ஒரு தெருவைக் கொள்ளையிட்டு, சில வீடுகளைக் கொளுத்திவிட்டு, வந்தவாசியை சுற்றிக் *(முற்றுகை இட்டுக்)* கொண்டார்கள். இச்சேதி இவ்விடத்துக்கு எழுதி வந்தது. எனவே, ஸ்ரீரங்கத்துக்குப் போயிருக்கிற பவுன்சிலே சிலரைத் திரும்பி வரச்சொல்லி, இவ்விடத்தில் இருந்து காகிதம் எழுதியதாகக் கேட்கப்பட்டது *(டிசம்பர் 9, சிறிது படைகளை ஸ்ரீரங்கத்திலிருந்து ஸ்மித் அனுப்பிவைத்தார்).*

1759 டிசம்பர்

1759 ஹூ தெசம்பர் மீ 1 வ; பிரமாதி ஹூ கார்த்திகை மீ 19 வ; சனிவாரம்

நேற்றைய தினம் முசே லாலி, பட்டணத்தில் ஒரு பணத்துக்கு ஒன்றரை படி அரிசி வாங்குவதற்குக் கிடைக்கவில்லை, இதனால் வெகு சனங்கள் பட்டினியாகக் கிடக்கிறார்கள் என்று கேள்விப்பட்டார். எனவே, இத்தனாள் காலத்தாலே கவில் ஒன்றை எழுதி அதில் கையெழுத்துப் போட்டு முசே லசேல் கையில் கொடுத்து தமுக்குப் போடச் சொன்னார். அதில் எழுதியிருந்த சேதி; பட்டணத்தில் இருக்கிற வர்த்தகர்கள் நெல் வகையிறா நாலாதிகைகள் *(பலவகையான சாமான்களையும்)* வெளியிலிருந்து கொண்டுவந்து விற்றுக்கொள்ளலாம். மாடு, கன்று, ஆள் அம்மஞ்சி இனிமேல் பிடிப்பதில்லை. அப்படி யாரேனும் பிடித்தால், அந்தச் சமாச்சாரத்தை நம்மிடம் சொன்னால், அதற்குத் தகுந்த ஆக்கினை கொடுப்போம். எனவே, வர்த்தகர்கள் யாதொரு காரியம் பண்ணுவதற்கும் சிந்தைப் பண்ணத் தேவையில்லை என்று கவில் கடுதாசி எழுதியிருந்தது. இதை எழுதிக் கொடுத்து, தமுக்குப் போடுவிச்சார்.

ஐரோப்பாவிலிருந்து மாயேவுக்கு வந்த ஐரோப்பியக் காகிதம் அங்கிருந்து சரியாகப் பத்தாம் நாளான இத்தனாள் மத்தியானம் பதினொரு மணிக்கு இங்கு வந்தது. இருபத்தைந்து கப்பல்கள் மாயேவுக்கு வந்து, அங்கிருந்து புறப்பட்டதாகச் சேதி கேட்கப்பட்டது. ஐரோப்பாவிலிருந்து அவரவருக்கு வந்திருந்த தனிப்பட்டக் காகிதங்களைக் கொடுத்துவிட்டார்கள். இந்தச் சேதியை இனிமேல் அறிந்து, சவிஸ்தாரமாய் *(விவரமாக)* எழுத வேண்டியது.

இத்தனாள் முசியே லெனுவார் சம்பளம் போடுவதற்காக முசியே லாலியிடம் பணம் கேட்டார். “என் கையில் பணம் இருக்கிறதா என்ன? குண்டுசாலை குத்தகைக்காரர்களிடம் நிலுவையை வாங்கிக் கொடுக்கக் கூடாதா? இதை உன்னால் செய்ய முடியாதா?” என்று கோபிச்சுக் கொண்டார். எனவே, முசியே லெனுவார் குண்டுசாலை குத்தகைக்காரர்களை அழைத்து, உங்கள் நிலுவைப் பணத்தைக் கொடுத்து விடுங்கள் என்று சாயங்காலம் மட்டுக்கும் காவல் பண்ணி வைத்தான். அப்பால் எட்டு நாளில் இரண்டாயிரம் கொடுக்க வேண்டும் என்று கெடு வைத்தான். இவ்வாறாக உடன்படிக்கைப் பண்ணிக்கொண்டு, காவலில் இருந்து விடுவித்தான். முசியே லசேல் சாவடி மணியக்காரரை அழைத்து

முத்திரைச் சாவடியில் பழைய நிலுவைகளைப் பார்த்து எழுதிக்கொண்டு அதை சீக்கிரமத்துக்குத் தண்டுமாறு சொன்னார். மகாநாட்டார் பணம் இன்னும் வரவில்லை என்பதால், அவர்களையும் சீக்கிரமத்துக்குத் தண்டச் சொல்லி தாக்கீது பண்ணி வைத்ததாகக் கேட்கப்பட்டது.

திருவண்ணாமலைக்குப் போனவர்கள் *(இங்கிரேசுக்காரர்கள்)*, வந்தவாசிக்கு வந்து, அங்கு கடுமையாகச் சண்டை நடப்பதால், திருவண்ணாமலைக்குப் போகாமல் நடுவழியிலேயே சிலர் திரும்பி வந்துவிட்டார்கள். இத்தனாள் நான்கு மணிக்கு வந்தவாசிக் கோட்டையை இங்கிரேசுக்காரர் பிடித்துக் கொண்டதாக முசே லாலிக்குச் சேதி வந்ததாகக் கேட்கப்பட்டது. *(சர். அயர்கூட் என்ற இங்கிலீஸ் லெப்டினென்ட் கர்னல் படையை நடத்தினார். நவம்பர் 30-ஆம் தேதி வந்தவாசிக் கோட்டைக்குள்ளிருந்த 50 பிரெஞ்சு சிப்பாய்களையும் சில நோயாளி வீரர்களையும் கைது செய்தார்.)*

1759 ஸு தெசம்பர் மீ 2 வ;
பிரமாதி ஸு கார்த்திகை மீ 20 வ; ஆதிவாரம்

இத்தனாள் வானம் மப்பும் மந்தாரமாய் இருந்தது. பட்டணத்தில் கொள்ளக் கிடைக்கவில்லை *(பொருள்கள் விற்கப்படவில்லை.)* நேத்து மாடுகளையோ, மனுஷர்களையோ பிடிப்பதில்லை என்று கவில் எழுதி, தமுக்கு அடித்து அறிவித்தார்கள். ஆனால் இன்றும் மாடுகளை ஆளமஞ்சி *(ஆட்கள்)* பிடிக்கிறார்கள் என்று சனங்கள் பேசிக் கொண்டார்கள். வெளியேறிப் போயிருந்த செட்டிகளுக்கும் கவில் கொடுத்துவிட்டார்கள். மறுபடியும் அழைத்ததால், அவர்கள் கவில்படி பணம் கொடுத்துவிட்டார்கள். மறுபடியும் அவர்களிடம் பணம் வாங்கச் சொல்லி, நேத்து முசியே லசேல் சொன்னார். அதனால், இத்தனாள் சாவடிக் கணக்குப் பிள்ளை அவர்களையும், வரி கொடுக்கத் தாளும் *(இயலும்)* என்கிறவர்களையும் தாளாதென்கிறவர்களையும் அழைத்துப் பணம் கேட்டார். அதற்கு அவர்கள் நாங்கள் கவுல் படி தரவேண்டிய பணத்தைத் தந்துவிட்டோம். இனிமேல் கொடுக்க, எங்களிடம் பணமில்லை என்று சொன்னார்கள். அதனால், அவர்கள் எல்லாரையும் முசே லசேலிடம் மத்தியானம் அனுப்பலாம் என்று எண்ணியபோது, முசே லசேல் ஒழுகரைக்குப் போயிருந்ததால், அனுப்பவில்லை. சாயங்காலம் ஏழு மணிக்கு அனுப்பிவிச்சார்கள். நாமும் முத்திரைச் சாவடிக்குப் போயிருந்து, வீட்டுக்கு வந்துவிட்டோம்.

1759 ஷ தெசம்பர் மீ 3 வ;
பிரமாதி ஷ கார்த்திகை மீ 21வ; சோமவாரம்

இத்தனாள்காலத்தாலேவந்தவாசிக்கோட்டையைஇங்கிரேசுக்காரர் பிடித்துக் கொண்டதால், செஞ்சி மத்த இடங்களைப் பாதுகாப்பதற்காக இங்கிருந்து மருந்து, குண்டு, சொலுதாதுகள் சிறிது காபிரிகளையும் அனுப்பிவிச்சார்கள். கார்த்திகை மாசம் மழை இல்லாததால், பட்டணத்தில் க்ஷாமம் *(பஞ்சம்)* என்பது நன்றாகத் தெரிந்தது. ஒரு பணத்துக்கு ஒன்றரை படி அரிசி வாங்கக் கிடைக்காததால், வெகு சனங்கள் ரொம்பவும் பந்தியப்படுகிறார்கள் *(வேதனைப்படுகிறார்கள்)*. சென்னப்பட்டணம் அந்தச் சீர்மைகளில் ஒரு பணத்துக்கு அரைப்படி அரிசிகூட கிடைக்காமல் பஞ்சமாக இருந்தது. பங்காளத்தில் இருந்து சென்னப்பட்டணத்துக்கு மூன்று, நான்கு கப்பல்களில் அரிசி வந்து, பணத்துக்கு ஒன்றரை படி என்று விற்பதால், சனங்களின் வாழ்க்கை நடைபெறுவதாகக் கேட்கப்பட்டது. இந்தப் பட்டணத்தின் வடக்கே கடப்பை மட்டுக்கும் கிருஷ்ணை ஆற்றங்கரைப் பகுதிகள், நெல்லூர் ஆகிய வட்டங்கள் மட்டுக்கும் க்ஷாமமாய் இருக்கிறது என்று கேட்கப்பட்டது. இந்தப் பட்டணத்தில் மாத்திரம் வரி வாங்கினார்கள். ஆனால், நம்முடைய ராச்சியத்தைச் சனிமிருத்துயு பாய்ச்சல் *(சனியின் பார்வைப் பிடித்திருப்பதால்)*, நம்முடைய பட்டணத்தில் வரி வாங்கியது அதிசயமென்று எண்ணத் தேவையில்லை.

1759 ஷ தெசம்பர் மீ 4 வ;
பிரமாதி ஷ கார்த்திகை மீ 22 வ; செவ்வாய்க்கிழமை

இத்தனாள் மப்பு மூடிக்கொண்டு பிலத்த *(வலுவான)* மழையாகப் பெய்யாவிட்டாலும், தூத்தலாய்ப் பேஞ்சுகொண்டே இருந்தபடியால், நாம் வெளியே போகவில்லை. நம்முடைய வீட்டுக்கு எதிரே இருக்கிற பாதிரி கோவிலுக்குப் பத்து மணிக்கு வந்த முசே லத்தூர் *(M.Manila La Tour)* நம்மை அழைத்தனுப்பி, “எனக்கு இப்போது செலவுக்குப் பணமில்லை. நூறு வராகன் மாத்திரம் நீர் கொடுக்க வேண்டும். ஆனால், இந்தச்சூழ்நிலையில் உம்மிடம்கேட்கிறதுக்கு ஞாயமில்லை.செலவுக்குச் சிறிதுகூட காசு இல்லாததால் நான் கேட்கிறேன். எப்படியாவது கொடுக்க வேண்டும்” என்று கேட்டான். நாமும் இல்லையென்று சொல்லக்கூடாதென்று டிசம்பர் மாதம் 30-ஆம் தேதி தருகிறேன் என்று சொன்னேன். “அப்படியல்ல, *(கிறிஸ்துமசு)* பண்டிகை வருகிறது.

சம்பளக்காரர்களுக்குத் தரப் பணமில்லை. இருபதாம் நாளே கொடு" என்று கேட்டதும், "நல்லது, தருகிறோம்" என்று சொன்னேன். முசியே லத்தூரும், பாதிரி மத்தோமும், இன்னும் இரண்டு, மூன்று பாதிரியார்களும் பேசிக் கொண்டிருந்தார்கள். பவுன்சில் இருந்த ஒப்பிசியேல்மார்களும் சொலுதாதுகளும் முசே லாலிக்கு, "படைச் செலவுக்குப் பணம் அனுப்பி வைத்தால், நாங்கள் இருந்து நிறுவாகம் பண்ணுவோம் *(நடத்துகிறோம்)*. பணம் அனுப்பாவிட்டால், இவ்விடங்களில் எல்லாம் கொள்ளையிட்டுவிட்டு நாங்கள் புறப்பட்டுப்போய் விடுவோம்" என்று வரையறையாய் *(திட்டவட்டமாக)* எழுதி அனுப்பிவிச்சார்கள்.

முசியே லாலி துரைத்தனத்தில் இருப்பதால், அவருடைய பேருக்கு இக்காகிதம் வந்தது. அதனால், அவன் மிகவும் விசாரம் *(கவலை)* அடைந்தான். மழை பெய்து கொண்டிருப்பதையும் பொருட்படுத்தாமல், முசியே லாலியும், முசே லசேனும் மழையில் நனைந்தபடியே சம்பா கோயிலுக்குக் கடன் கேட்பதற்காகப் போனார்கள். முசியே லாலியின் சொந்தச் செலவுக்கும் பணமில்லை. ஒரு காரியமும் சரியாக நடக்கவில்லையே என்ற பயம் பிறந்ததால், முசியே லாலிக்கு ரத்தம், ரத்தமாகப் பேதியானது என்பதாகப் பேசிக் கொண்டார்கள். நாமும் இவற்றையெல்லாம் கேட்டுக் கொண்டிருந்தோம்.

அப்பால் முசியே லத்தூர் நம்மைப் பார்த்தபடியே பாதிரி மத்தோமிடம் ***(Father Mathon)***, "முசியே லாலிக்கு துரைத்தனம் ஐரோப்பாவிலிருந்து எழுதி வந்தபோது, உமக்கும் சகயேகத்தாருக்கும் சொன்ன தகவலில் ரங்கப்பிள்ளைக்கு எல்லா அதிகாரங்களையும் கொடுக்கும்படியும் எழுதி, ராசா முத்திரைப் போட்ட காகிதமும் வந்தது. அந்தக் காகிதத்தைத் தை மாசம் *(ஜனவரி, பிப்ரவரி 1760)* கோன்சேல் கூட்டத்தில் படிக்க இருக்கிறார்கள்" என்று சொன்னார். அதற்கு பாதிரி, "முன்பு முசே துய்ப்ளேக்சு காலத்தில் சகலயெகத்தாரும் *(எல்லா அதிகாரங்களையும்)* இவருக்குத் தருவதாக மினீஸ்தரின் கைப்பட எழுதி காகிதம் வந்தது. அதை நான் படித்துப் பார்த்திருக்கிறேன்" என்று சொன்னார். அதற்கு நாம், "மெய்தான். அந்தக் காகிதம் என் கையில் இருக்கிறது" என்று சொன்னோம்.

அதற்கு முசே லத்தூர், "இப்போது முன்பைவிட புஷ்டியாய் *(கூடுதல்)* அதிகாரத்தை உம்மிடம் கொடுப்பதற்கான உத்தரவு மொகரு பண்ணி *(ராசா முத்திரை)* போடப்பட்டு வந்திருக்கிறது என்று பெரிய மனுஷர்கள் சொல்ல நான் கேள்விப்பட்டேன்" என்று சொன்னார்.

இப்படியாகப் பேசியிருந்துவிட்டு, அனுப்புவிச்சுக்கொண்டு வீட்டுக்கு வந்துவிட்டோம்.

இத்தனாள் சாயங்காலம் முசே லசேல், "உம்மைக் கண்டு பேச வேண்டுமென்று அழைத்தனுப்பினால், நீர் வரவில்லை. இப்போது நான் ஸ்ரீரங்கத்துக்குப் போகிறேன். உம்முடைய வீட்டில் கூடாரக்கால் *(கூடாரம் போடுவதற்கான கால்கள்)* இருப்பதாகப் பாப்பய்யப் பிள்ளை சொன்னான். அவற்றைக் கொடுத்தனுப்பி வைக்க வேண்டும்" என்று சொல்லித் தன்னுடைய துபாஷி கிருஷ்ண நாயக்கனை அனுப்பி வைத்தார். "எப்போதும் கார்த்திகை மாசம் வந்ததும் எனக்கு மூலநோய் வந்துவிடும். இப்போதும் அந்நோய் கண்டிருக்கிறது. அதனால் இப்போது நான் வெளியே கிளம்புவதில்லை. நலம் அடைந்தவுடன் இன்னும் இரண்டு, மூன்று நாளில் வந்து சந்தித்துப் பேசுகிறேன்" என்று சொல்லச் சொல்லிவிட்டு, கூடாரக் கால்களை எடுத்துப்போகச் சொன்னேன்.

இத்தனாள் கேள்வியான சேதியாவது: இங்கிரேசுக்காரரின் பவுன்சு செய்யூர், சூனாம்பேடு, ஆலம்புரி ஆகிய இடங்களுக்கு வந்து தோரணம் வைத்தது. அங்கிருந்து ஓடிப்போன குடியானவர்களின் மாடு, கன்றுகளைப் பிடித்துக் கொண்டார்கள். அவர்களின் மனுஷரை அங்கங்கே பணியில் அமர்த்தினார்கள். ராத்திரி ஒரு மணிக்கு நான்கு பீரங்கிகளின் வெடியோசை கேட்கப்பட்டது. நேத்து குமிசேலில் *(கோன்சேலில்)* இதுவரை ஊர்க்காரர்களிடம் வாங்கிய வரி போக மேற்கொண்டு, அவர்களிடம் வரி வாங்கத் தேவையில்லை என்று முடிவு செய்யப்பட்டதாகச் சேதி கேட்கப்பட்டது.

1759 ௵ தெசம்பர் ௴ 7 வ;
பிரமாதி ௵ கார்த்திகை ௴ 25வ; சுக்கிரவாரம்

இத்தனாள் கேள்வியான சேதியாவது: முசே லசேல் அந்தந்தச் சாதி நாட்டாண்மைக்காரர்களை அழைத்தார். அவர்கள் கொடுத்த வரிப் பணத்துக் கணக்கை சரி பார்த்துக்கொண்டு, அவர்கள் செலுத்திய பணத்துக்கான சீட்டினை கோன்சேலிடமிருந்து முசே லங்கற்னே *(M.La Grenee)* வாங்கித் தருவார் என்று முசே லங்கற்னேவை வைத்துக்கொண்டு சொன்னார். அப்படிச் சொன்னவுடன் மகாநாட்டார் அவரிடம், "நாங்கள் செலுத்திய பணத்துக்குச் சீட்டுக் கொடுப்பது நல்லதுதான். ஆனால், நீங்கள் செய்ய வேண்டிய இன்னொரு காரியம் இருக்கிறது. அதை நீர் செய்தால், உமக்கு மிகுந்த கீர்த்தி கிடைக்கும். பட்டணத்தில் விலைக்கு வாங்கத்

தானியம் கிடைக்கவில்லை. எனவே, இனிமேல் வரி வாங்குவதில்லை என்று தமுக்குப் போட்டால், வெளியிலிருந்து தானியங்கள் வந்து, விற்பனை நடக்கும். சனங்களுக்கும், நல்லதாக இருக்கும். உமக்கும் மெத்த கீர்த்தி கிடைக்கும். எனவே, அவ்வாறு தமுக்கடித்துச் சொல்ல வேண்டும்" என்று கேட்டார்கள். அதற்கு அவர், "நீங்கள் சொல்வது மெய்தான். நீங்கள் சற்றேறக்குறையப் பணம் கொடுத்துவிட்டீர்கள். பார்ப்பனர்களும், கிறிஸ்துவர்களும் அதிக அளவில் பணம் கொடுக்க வேண்டியுள்ளது. எனவே, வரி வாங்குவதில்லை என்று தமுக்குப்போட முடியாது. அவர்கள் இரு தரப்பிடமும் வரியை வாங்குமாறு முசியே லங்கற்னேவிடம் சொல்லியிருக்கிறேன். முசியே லங்கற்னேவிடம் சொல்லி, முசியே லாலியிடம் சொல்ல வைத்து, அவ்வாறே தமுக்குப்போடச் செய்கிறேன்" என்று சொன்னதாக மகாநாட்டார் வந்து சொன்னார்கள்.

இத்தனாள் கப்பலில் வந்த சேதியாவது: இசுப்பாஞ்சி *(ஸ்பெயின்)* ராசா *(Ferdinand VI of Spain 1759)*, புடுத்திசுக்கால் *(போர்த்துக்கல்)* ராச்சியத்தின் ராசாவும் செத்துவிட்டார்கள். இசுப்பாஞ்சி ராசா பிரான்சு ராசாவுக்குச் சாட்சாத் சிறிய தகப்பன். ஸ்பெயின், ராசாவுக்கு மூன்று பிள்ளைகள். அவர்களில் இரண்டு பேர் பிரான்சு ராசா வீட்டுப் பெண்களைக் கலியாணம் செய்திருக்கிறார்கள். எனவே, ஸ்பெயின் ராசா பட்டத்தை, அந்தப் பிள்ளைகளில் ஒருவருக்குக் கிடைப்பதற்காக பிரான்சு ராசா எத்தனம் செய்கிறார் என்ற சேதி கேட்கப்பட்டது. இவ்வாறாக, அந்த இடங்களிலும் குழப்பம் நிலவியது. *(ஸ்பெயின் அரசர் 6-ஆம் பெர்டினாண்ட் ஆகஸ்ட் 1759-இல் இறந்தார். பிள்ளையவர்கள் சொல்லியபடி போர்ச்சுக்கல் அரசர் இறக்கவில்லை. முதலாம் ஜோசப் 1777 வரை உயிருடன் இருந்துள்ளார்.)*

1759 ஹ தெசம்பர் மீ 9 வ;
பிரமாதி ஹ கார்த்திகை மீ 27வ; ஆதிவாரம்

இத்தனாள் கேள்வியான சேதியாவது: இரண்டு மூன்று நாளாக வெள்ளைக்காரர் சொல்லக் கேள்விப்பட்டது. குருவாரம் கோன்சேல் கூடியது. முசியே லெறி, முசியே லாலியிடம், "சொலுதாதுகளும், ஒப்பிசியேல்மார்களும், சிப்பாய்களும், பத்து மாசம், பதினொரு மாதங்களாகச் சம்பளம் வரவில்லையென்று கூப்பிடுகிறார்கள் *(குரல் எழுப்புகிறார்கள்)*. நீர்தான் எல்லா அமுலும் நடத்துகிறீர். தமிழ்க் குடியானவர்களிடம் பணம் வாங்கினீர். குத்தகைப் பணமும் வந்தது.

இந்தப் பணமெல்லாம் உம்மிடம் வந்திருக்க இப்படிச் சிப்பந்திகளுக்குப் பணம் கொடுக்கவில்லை என்று கேட்கிறார்களே, அந்தப் பணம் எங்கே போச்சு? அந்தப் பணத்துக்கு நீர் கணக்குச் சொல்ல வேண்டும்" என்று கேட்டார்.

அதற்கு முசே லாலி, "நீயா என்னைக் கேட்கிறாய்? உன்னை நாயை அடிப்பதைப்போல் அடித்துக் காலில் விலங்குபோட்டு, சீமைக்கு *(ஐரோப்பாவுக்கு)* அனுப்பி விடுவேன்" என்று சொன்னார். இத்தனை நாளும் சமாதானமாக இருக்கக்கூடிய முசே லெறி இன்று, "உனக்கு இந்தத் திராணி *(அதிகாரம்)* இல்லை" என்று சொன்னார். அப்பால் முசே லாலியும் எழுந்து நின்று, இருவரும் ஒருத்தருக்கொருத்தர் விசேசங்கள் நடந்தது *(சொற்களைக் கடுமையாகப் பேசிக்கொண்டனர்).* உடனே, அங்கே இருந்தவர்கள் சமாதானப்படுத்தினார்கள். இத்தனாள் கோன்சேலில் இந்தச் சேதியைத் தவிர, வேறெதுவும் நடக்கவில்லை. முசே லெறி, முசே தெபோ இருந்த வீட்டுக்குக் குடிபோவதற்கு எத்தனம் செய்யச் சொன்னதாகக் கேட்கப்பட்டது.

இத்தனாள் வரை முசியே லாலிக்கும், முசே லெறிக்குமான உணவுச் செலவை கும்பினியாரின் செலவாக அரும்பாத்தை கவனித்துக் கொண்டுவந்தார். குருவாரம் முதல் கும்பினி தீனி செலவு செய்வதில்லை என்றும், அவரவர் சொந்தச் செலவில் பார்த்துக்கொள்ள வேண்டுமென்றும் முசே லாலி ஒடுதியிட்டதாகக் கேட்கப்பட்டது.

1759 ஹு தெசம்பர் மீ 10 வ;
பிரமாதி ஹு கார்த்திகை மீ 28 வ; திங்கள்கிழமை

இத்தனாள் கோன்சேல் கூடவில்லை. சாயங்காலம் ஆறு மணிக்கு முசே லாலியும், முசியே லெறியும், ஆறு குதிரைகள் பூட்டிய ஒயில் வண்டியில் *(கோச்)* ஏறிக்கொண்டு, சுற்றுக் கோட்டையில் நடக்கிற வேலையைப் பார்க்கப் போகிறார்கள் என்ற சேதி கேட்கப்பட்டது.

கருங்குழிப் பாளையத்தின் பேரிலே வந்து இறங்கி இருந்த இங்கிரேசுக்காரரின் பவுன்சை நம்முடைய பிரான்சுக்காரர் அடித்துத் துரத்திவிட்டார்கள் என்று கேட்கப்பட்டது. வேறு அதிசயமான சமாச்சாரம் எதுவும் கேள்விப்படவில்லை.

இத்தனாள் கேள்வியான சேதியாவது: வந்தவாசியிலிருந்து முசே லாலிக்கு ஒரு காகிதம் எழுதி வந்தது. அதில், "தக்கே சாயபுக்கு

உடைமையான வந்தவாசிக் கோட்டையை இங்கிரேசுக்காரர்கள் பிடித்துக் கொண்டார்கள். அந்தக் கோட்டையில் இருந்த நான்கு லட்ச ரூபாயையும், சின்னச் சின்ன பெட்டிகளாக நூற்று இருபத்திரண்டு பெட்டிகளையும், நாற்பத்து மூன்று ரத்தினக் கம்பளிகளையும் எடுத்துக் கொண்டார்கள். நேத்து சுக்கிரவாரம் அன்று சென்னப்பட்டணத்துக்கு தக்கே சாயபுவை அழைத்துப் போனார்கள் என்று எழுதி வந்ததாகச் சேதி கேட்கப்பட்டது. அந்த நூற்று இருபத்திரண்டு பெட்டிகளில் நகைகளும், தட்டுமுட்டுகளும் இருந்ததாகவும் எழுதி வந்ததாகக் கேட்கப்பட்டது.

இந்தக் காகிதம் வந்தவுடன் முசே லாலி, முசியே திலார்சுவை அழைத்து வரச்செய்து, "பார்த்தாயா? துலுக்கர்களை நம்பக்கூடாது. நாம் செலவுக்கு இல்லையென்று பணம் கேட்டு அனுப்பினால், நம்மிடம் சேர்ந்துகொண்டு இருக்கிற அவன் ஒரு காசுகூட இல்லை என்றான். இப்போது அவனிடமிருந்து நான்கு லட்ச ரூபாயை இங்கிரேசுக்காரர் எடுத்துக்கொண்டு போனார்கள் *(உண்மையில் ஆங்கிலேயர்களுக்குப் பெரிதாக எதுவும் கிடைக்கவில்லை. சர் அயர் கூட் தக்கா சாயபுவிடம் பேச்சுவார்த்தை நடத்திக்கொண்டிருக்கும்போதே பிரெஞ்சுப் படைகள் தக்கா சாயபுவை கைவிட்டுச் சரணடைந்தன. பெரிதாகக் கிடைக்கும் என்று நம்பிய ஆங்கிலேயர்கள் ஏமாந்துவிட்டனர். தக்கா சாயபு முன்பே தனது செல்வங்களை வெளியே அனுப்பிவிட்டான். அதனால் வெறுப்படைந்த ஆங்கிலேய தளபதி சர் அயர் கூட், தக்கா சாயுபுவை முகம்மது அலியிடம் ஒப்படைத்துவிட்டான்).* அவர்களின் நல்ல நேரம் அப்படியிருக்கிற துலுக்கரை நம்பக் கூடாது" என்று முசே லாலி சொன்னார்.

அப்பால் சந்தா சாயபுவின் மகனான ரசா சாயபுவிடம் போகுமாறு அவனுடைய வக்கீல் முர்தசா சாயபு என்பவனுடன் முப்பது போயிகளைச் *(பல்லக்குத் தூக்கிகளையும்)* சேர்த்தனுப்பி, இத்தனாள் ராத்திரி புறப்பட்டு சாத்கர் என்ற இடத்திற்குப் போகுமாறு அனுப்பி வைத்ததாகக் கேட்கப்பட்டது.

1759 ஷு தெசம்பர் மீ 12 வ;
பிரமாதி ஷு மார்கழி மீ 1 வ; புதவாரம்

இத்தனாள் கஞ்சாம் ***(Ganjam)*** என்ற இடத்திற்குப் போயிருந்த முசியே மொர்சேனுக்கும் ***(M.Moracin)***, கலிங்கத்து நாராயண தெசு என்பவருக்கும் இடையே ஒத்துப்போகாததால், அங்கிருந்து மூன்று வெள்ளைக்காரர்களுடன் ஒரு சுலுப்பில் புறப்பட்டு, பவழக்காட்டுக்கு

வந்து சேர்ந்தார். பவழக்காட்டின் *(பழவேற்காடு)* துரை அவருக்கு இங்கிரேசுக்காரரிடம் பேசி பாசுப்போர்ட் வாங்கிக் கொடுத்து, பல்லக்கு வகையிறா முஸ்தீபுகளையும் செய்து கொடுத்தார். அங்கிருந்து புறப்பட்டு இத்தனாள் காலத்தாலே ஏழு மணிக்கு வந்து சேர்ந்தார்.

நேத்து, கரைக்கு வந்து சேர்ந்த தலிசந்து தலினான்சு ***(Diligent)*** என்ற கப்பலிலிருந்து இத்தனாள் சில பீரங்கிகளையும், கோதுமை சரக்குகளையும் இறக்கினார்கள். ஆற்காட்டில் இருந்த முசியே புசி இத்தனாள் காலத்தாலே எட்டு மணிக்கு இங்கு வந்து சேர்ந்தான். அவன் அழைத்து வந்த படைகளுக்குப் பணம் வாங்கித் தரவும், அடுத்து செய்ய வேண்டிய காரியங்களைப் பற்றிப் பேசவும் முசியே புசி இப்போது வந்திருக்கிறான்.

முன்பு இங்கிரேசுக்காரரின் கப்பலைப் பிடித்தபோது கிடைத்த வைரங்கள் கோட்டையில் இருந்தன. இந்த வைரங்களுக்கு தொண்ணூறு ஆயிரம் வராகன்கள் என்று மதிப்பிட்டார்கள். அப்பால் உடனடியாகப் பணம் கொடுத்தால் எழுபத்தேழாயிரம் வராகனுக்குத் தர தயார் என்றார்கள். அப்பால், எழுபதாயிரம் வராகன் கேட்டார்கள்.

அப்பால், அறுபது ஆயிரமாகக் கேட்டார்கள். அதை இப்போது ஐம்பத்து நான்காயிரம் வராகனுக்கு, நாற்பது நாள் தவணையில், சென்னைப்பட்டணம் நீலகண்ட டாக்கர் என்ற வர்த்தகருக்கு விற்றார்கள். *(நீலகண்ட டாக்கர், பஜ் கேடாவால் என்ற உட்பிரிவைச் சேர்ந்த குஜாராத்தி பிராமணன். இவரும் இவரது சகோதரர்களும் பூனாவிலும், மெட்ராசிலும் அனந்தப்பூரிலுள்ள முனிமுடுகு கிராமத்திலும் வைர வியாபாரம் செய்தனர். சென்னையில் 1761-இல் கடையை ஆரம்பித்தனர். 1807-இல் இவரது குடும்பத்தைச் சேர்ந்தவர்கள் அயனாவரத்தில் ஒரு கோயிலைக் கட்டியுள்ளனர். குஜராத்தி வழிப்போக்கர்கள் தங்கிக்கொள்ளவும், ஏழை பிராமணர்கள் உணவு அருந்தவும் ஏற்பாடு செய்யப்பட்டது. மல்லிகார்ஜூன டுகெட்* ***(Mallikarjuna Dugget)*** என்பவர் இதன் தர்மகர்த்தாவாக 1920-களில் இருந்தார்.)

1759 ஹூ தெசம்பர் மீ 13 வ;
பிரமாதி ஹூ மார்கழி மீ 2 வ; குருவாரம்

சென்னப்பட்டணத்துச் சண்டையில் பீரங்கிக் குண்டுபட்டுக் காயமடைந்து ஊனமாகயிருந்த கின்னரி பிரிகாதியேர் *(பிரிகேடியர் கென்னடி)* என்கிறவன் கருங்குழியில் இருந்தான். இத்தனாள்

இங்கிரேசுக்காரருடன் சண்டைப் போட்டு *(தாக்குப்பிடிக்க முடியாமல்)*, கருங்குழிக் கோட்டையை அவர்களிடம் ஒப்புவிச்சுவிட்டு, உடனிருந்த சொலுதாதுகளுடன் ஆலம்புரிக் கோட்டைக்கு வந்து சேர்ந்தான் என்று கேட்கப்பட்டது.

ராத்திரி எட்டு மணிக்குக் கேள்வியான சேதி: முசே லாலியும், முசியே லெறியும் முசே புசியும் இத்தனாள் காலத்தாலே எட்டு மணிக்குப் பேசத் தொடங்கினார்கள். மத்தியானம் நண்ணாய்ச் சேர்ந்து சாப்பிட்டு, ராத்திரி எட்டு மணி மட்டுக்கும் எவரும் அருகில் வராதபடிச் செய்துவிட்டுப் பேசிக் கொண்டிருந்தார்கள் என்ற சேதி கேட்கப்பட்டது.

"பட்டணம் பிரான்சுக்காரர்களின் துரைத்தனத்தில் இருக்கிறது என்று நினைத்திருந்தோம். பட்டணம் அவர்களுடையது இல்லை. பல பட்டரைகள் *(பிரிவுகளை)* சார்ந்த குடிசனங்கள் அவர்களுக்குக் கஞ்சி ஊற்றுகிறார்கள். இப்படியாகத் தங்களுக்குள் அடித்துக்கொண்டு ஆட்சி நடத்துகிறார்கள்" என்று உலாந்தாக்காரர்கள் பிரசித்தம் பண்ணதாய் *(டச்சுக்காரர்கள் வெளிப்படையாக ஏளனம் செய்து)* பேசுகிறார்கள் என்று அங்கிருந்த பிரான்சுக்காரர் எழுதியனுப்பிய காகிதத்தை இத்தனாள் கோன்சேலில் படித்தார்கள் என்று கேட்கப்பட்டது.

இதல்லாமல், ஐரோப்பாவிலிருந்து ஒரு காகிதம் கோவாவுக்கு வந்து, அங்கிருந்து மாயேவுக்கு வந்து, அப்பால் அங்கிருந்து நேத்து ராத்திரி இவ்விடத்துக்கு வந்தது. அதை இத்தனாள் கோன்சேலில் பிரித்துப் படித்தபோது அதிலிருந்த சேதியாவது: முசே லாலி வகையிறாக்கள் ராசாவின் மனுஷர்கள் சகலமானவரும் ஐரோப்பாவுக்கு வந்துவிட வேண்டும். முசியே லெறி மாத்திரம் ஐரோப்பாவிலிருந்து புதிய கோவர்ணதோர் வரும்வரை இங்கேயே இருந்து, அவர் வந்ததும் அவரிடம் பொறுப்பை ஒப்புவிச்சுப்போட்டு, ஐரோப்பாவுக்கு வந்துவிட வேண்டும். ஐரோப்பாவில் இருக்கிற வர்த்தகர்கள் கும்பினிக்கு நாற்பதினாயிரம் மிலியோம் *(million)* வெள்ளியைக் கடனாகக் கொடுத்திருக்கிறார்கள். எனவே, முப்பது, நாற்பது கப்பல்கள் அங்கிருந்து கிளம்பி வருகின்றன. அதில் இந்தப் பட்டணத்துக்குப் புதிய கோவர்ணதோரும், புதிய கோன்சேலும், புதிதாக ஞாயத்தைக் கவனிக்கப் போகிறவர்களும் வருகிறார்கள். இந்தக் கப்பல்களில் பணம், காசு விஸ்தாரமாய் வருகிறது.

இதுமட்டுக்கும் டச்சுக்காரர்கள் இங்கிரேசுக்காரருக்கு முந்நூறு கப்பல்களையும், வெகு பணத்தையும் கொடுத்து உதவியிருக்கிறார்கள்.

இப்போது டச்சுக்காரர்களுக்கும், இங்கிரேசுக்காரருக்கும் ஆகாமல் போய்விட்டது.

எனவே, டச்சுக்காரர்கள் இங்கிரேசு ராசாவுக்கு, "இனிமேல் நாங்கள் உங்களுக்கு மத்தத்து பண்ணுவதாக இல்லை. நீங்கள் எங்கள் பேரிலே சண்டை தொடுத்தால், நாங்கள் பிரெஞ்சுக்காரர்களுடன் கூடிக்கொண்டு, உங்கள் பேரிலே சண்டை செய்வோம்" என்று எழுதி அனுப்பினார்கள். ஐரோப்பாவில் பிரான்சுக்காரர்களின் செல்வாக்குப் பெருகிவிட்டது. ஸ்பெயின் ராசா செத்ததால், அவருடைய மூத்தப் பிள்ளையை ராசாவாக்கினார்கள். ஸ்பெயின் ராசா பவுன்சும், பிரான்சு ராசா பவுன்சும் சேர்ந்துகொண்டு, சிபில்த்தார் *(ஜிப்ரால்டர்)* என்ற ராச்சியத்துக்குப் போய்ச் சண்டை செய்கிறார்கள். இங்கிரேசுக்காரருக்கு டச்சுக்காரர்களின் மத்தத்து இல்லாமல் போனதால் பெலன்குறைவு *(வலுக்குறைவு)* ஏற்பட்டது. முன்பு இங்கிரேசுக்காரருக்கு உதவிக்கு வந்த புருஷ *(புருசிய)* ராசா தன் பவுன்சுக்கு வெகு உயிர்ச் சேதங்கள் ஏற்பட்டு, தன் ராச்சியப் பகுதிகளையும் இழந்துபோனதால் அவரும் வலுக்குறைந்து போனார். இந்த இரண்டு காரியத்தினாலேயும் இங்கிரேசுக்காரரின் வலுக் குறைந்தது.

இதனால் ஐரோப்பாவில் பிரான்சு ராசாவின் காரியங்கள் நல்லபடியாக நடக்கின்றன. கும்பினியாருக்கும் வெகு பணம் வந்தது. அதனால் இந்தியாவுக்கு முப்பது, நாற்பது கப்பல்களில் சரக்குகளும் பணமும் வருகின்றன என்ற சந்தோஷ வார்த்தை கேட்கப்பட்டது. பின்னையும், முராரி ராயனின் ஆயிரத்தைந்நூறு குதிரை ஆற்காட்டுக்கு வந்தது. சந்தா சாயபுவின் மகனான ரசா சாயபுவும், மயிலாப்பூர் பாதிரியும், வேலூர் வந்து சேர்ந்தார்கள். அங்கிருந்து இவ்விடத்துக்கு வருகிறார்கள் என்ற சமாச்சாரம் கேட்கப்பட்டது.

1759 ஹு தெசம்பர் மீ 20 வ;
பிரமாதி ஹு மார்கழி மீ 9 வ; குருவாரம்

இத்தனாள் சென்னப்பட்டணத்து வர்த்தகரான நீலகண்ட டாக்கர் கோட்டையில் இருந்த வைரங்களை ஐம்பத்து நாலாயிரம் வராகனுக்கு வாங்கிக் கொண்டான்.

இதை குண்டூர் பாலிச்செட்டி மூலமும், முசியே திப்பிளாமின் மூலமுமாக நீலகண்ட டாக்கர் வாங்கினான். எனவே, குண்டூர் பாலிசெட்டிக்கு நூற்றுக்கு இரண்டு விழுக்காடு தரகு பணம் தந்தான்.

முசியே திப்பிளாமுக்கு ஆயிரம் வராகனும் அவனின் பெண்சாதிக்கு முந்நூறு வராகனும் தருவதாகச் சொல்லியிருந்தான்.

இத்தனாள் முசே லாலியிடம் ஐம்பத்து நான்காயிரம் வராகனைச் செலுத்தியபோது, முசியே திப்பிளாமுக்கு ஆயிரம் வராகனும், அவரின் பெண்சாதிக்கு முந்நூறு வராகனும் தந்துவிட்டான் என்று கேட்கப் பட்டது *(ஆங்கிலப் பதிப்பில் லாலிக்கு 15 ஆயிரம் தரப்பட்டதாகச் சொல்லப்பட்டிருக்கிறது. ஆனால் அதற்கான ஆதாரம் தரப்படவில்லை).* முன்பு முராரி ராயனின் குதிரை ஆற்காட்டுக்கு வந்ததென்று எழுதியிருக்கிறோம். அதில் ஆயிரம் பேர் கொண்ட குதிரைப் படை காஞ்சிபுரம், அதன் சுத்து வட்டாரப் பகுதிகளில் கொள்ளையடித்துவிட்டு, தாமலிலே *(Damal என்ற இடத்திற்கு)* போனதாகக் கேட்கப்பட்டது.

1759 ஷு தெசம்பர் மீ 28 வ;
பிரமாதி ஷு மார்கழி மீ 17 வ; சுக்கிரவாரம்

இந்நாள் ஶ்ரீரங்கத்தில் இருந்த நம்முடைய வெள்ளைக்காரர்கள் ஊட்டத்தூருக்கு வந்து சேர்ந்தார்கள். முசே லசேல் உள்பட சகலமான வரும் ஊட்டத்தூரில் இருக்கிறார்கள். இங்கிரேசுக்காரரின் சோல்சத்து *(Force)* அதிகமாக வந்து இருப்பதாகக் கேட்கப்பட்டது.

1759 ஷு தெசம்பர் மீ 31 வ;
பிரமாதி ஷு மார்கழி மீ 20 வ; சோமவாரம்

இத்தனாள் ராத்திரி ஒன்பது மணிக்கு சாவடிக் கணக்குப் பிள்ளை யான சீயாளப் பிள்ளை வந்து சொன்ன சமாச்சாரம்:

முசியே லங்கற்னே அண்டைக்கு மகாநாட்டார்களை அழைத்துக் கொண்டு சென்றபோது, அவர் சொன்னது:

"நீங்கள் வரி கொடுக்க வேண்டிய சம்மதி நிலுவையாக உள்ள ஆயிரம் வராகனையும் இன்னும் எட்டு நாளைக்குள் கொடுத்தால், நீங்கள் முன்பு கொடுத்திருக்கிற வராகனுக்கும், இப்போது கொடுக்கிற ஆயிரம் வராகனுக்கும் சேர்த்து, கோன்சேலில் கையெழுத்துப் போட்ட கடன் சீட்டை அவரவருக்கு வாங்கித் தருகிறேன். நீங்கள் இருபது சாதியாரும் கூடி இந்த ஆயிரம் வராகனைக் கொடுங்கள். இனிமேல், வரி கேட்க மாட்டோம். இந்த ஆயிரம் வராகனுடன் சாடா வரித் தண்டல் முடிந்தது" என்று சொன்னார்.

எனவே, மகா நாட்டார்கள் எட்டு நாளில் ஆயிரம் வராகன் தருகிறோம் என்றெழுதி அதில், கனகசபை முதலி, தில்லை மேஸ்திரி, முத்தா பிள்ளை, கோமுட்டிகளின் நாட்டாண்மை கிருஷ்ணம செட்டி, செட்டிகளின் நாட்டாண்மைக்காரர் ஆகியோர் கையெழுத்துப் போட்டுக் கொடுத்தார்கள். "நாங்கள் இருபது சாதியாரும் இந்த ஆயிரம் வராகனையும் கொடுக்கிறோம். இந்த வராகனுடன் வரி காரியம் முடிந்துவிட்டது" என்று உடன்படிக்கையும் எழுதி, அந்தக் கடுதாசியிலே கையெழுத்துப்போட்டுக் கொடுத்தார்கள்.

அப்பால், முசே லங்கற்னேயும், "நான் சத்தியமாகச் சொல்கிறேன். நீங்கள் பரவசமாய் *(உறுதியாக)* நம்புங்கள்" என்று கையடித்துச் சொன்னான். இவ்வாறு உடன்படிக்கையை எழுதிக்கொடுத்துவிட்டு, மகாநாட்டார்கள் சந்தோஷத்துடன் வந்து அவரவர் வீட்டுக்குப் போய்விட்டார்கள். இந்தப் பட்டணத்தைப் பிடித்திருந்த தோஷம், அல்பத்திலே *(குறைபாடாக)* வந்திருந்தது. அதுவும் இந்த மாதத்துடன் விட்டுப் போய்விடும்.

பெயர்ச் சொல்லடைவு

அப்பாவு	61, 119, 135, 152-153, 181, 186-187
அரியாங்குப்பம்	192
ஆற்காடு	71, 195, 202, 253, 285, 295, 322, 334, 370, 393, 399
எலியாசு	358
கடப்பை	32, 49, 120, 195, 270, 325, 332, 350, 409
கனகராய முதலி	120, 361
காரைக்கால்	70, 137, 192, 198-199, 215, 218, 227, 230, 256, 282, 294-297, 364, 377, 383-384
காவேரிப்பாக்கம்	334, 336, 339
கொழும்பு	146, 192, 268
கோபால சுவாமி	181
சத்தாரா	317
சந்தா சாயபு	23, 82, 94, 198, 323, 334
சூரத்	95
தஞ்சாவூர்	102, 184, 197, 202-204, 206, 209-210, 220-222, 225-228, 231-232, 238, 241, 248, 313, 370
தாங்கம்பாடி	24, 46, 57, 66, 71, 122, 205, 212, 231, 235, 271, 383-384
தலைச்சேரி	134
தறுவாடி	214
தாண்டவராயப் பிள்ளை	118, 196
திருச்சிராப்பள்ளி	27-28, 72, 127, 172, 202, 227, 231, 271-272, 300, 305, 316, 370, 404
திருப்பதி	49, 339, 393
தேவனாம்பட்டணம்	57, 169-170, 191, 204, 247, 279, 292
நன்னாச்சி	230
பறங்கிப்பேட்டை	155-156, 318
மசுக்கரை	54, 75, 81, 142, 234-235, 241, 250, 263, 287, 318
மணிலா	17
மயிசூர்	70, 72, 196, 211, 275, 381
மயிலாப்பூர்	42, 317, 400, 417
மரிகிருஷ்ணாபுரம்	109
மாகே	53
மாபூசுகான்	70, 73, 82
மீரான்	401
முராரி ராயன்	332, 350
மோரீசு	392
ரங்கப்பிள்ளை	1, 3-4, 6, 12, 80, 159, 177, 213, 245-246,

	253-254, 352, 393, 410
லெனுவார்	23, 35, 52, 65, 79, 82, 84, 97, 150, 172, 175, 194, 200-201, 209, 228, 393, 407
வந்தவாசி	18, 21-22, 24, 31-33, 36, 42, 74, 103, 137, 171, 200, 202, 241, 256, 258, 261-263, 284, 294, 303, 336, 397-398, 401, 406, 408-409, 414
வழுதாவூர்	25, 28, 66, 68, 72, 120, 122, 124, 154, 266, 270, 303, 316, 346, 382
வில்லியனூர்	28, 30, 66, 133, 164, 168, 185, 192, 268, 270, 293, 346, 348, 372
விழுப்புரம்	285
வேலூர்	50, 221, 300, 417
ஜிப்ரால்டர்	417

குறிப்புகள்